ஆசீர்வாதத்தின் வண்ணம்

உள் அட்டையில் காணும் சிற்பக் காட்சியில், பகவான் புத்தரின் அன்னை மாயாதேவி கண்ட கனவின் பலனை மன்னர் சுத்தோதனருக்கு நிமித்திகர் மூவர் விளக்குகின்றனர். அவர்களுக்குக் கீழே அமர்ந்து அந்த விளக்கத்தை எழுதுகிறார் ஓர் எழுத்தர். எழுதும் கலையைச் சித்தரிக்கும் முதல் இந்தியச் சிற்பம் இதுவாகவே இருக்கலாம்.

நாகார்ஜுன மலைச்சிற்பம் கி.பி. இரண்டாம் நூற்றாண்டு. (படஉதவி: நேஷனல் மியூசியம், புது தில்லி)

சாகித்திய அகாதெமி பரிசு பெற்ற அஸ்ஸாமி நாவல்

ஆசீர்வாதத்தின் வண்ணம்

அஸ்ஸாமி மூலம்
அருண் சர்மா

ஹிந்தி மொழிபெயர்ப்பு
நீத்தா பானர்ஜி

தமிழில்
எம். சுசீலா

சாகித்திய அகாதெமி

Aasirvadhathin Vannam - Tamil translation by M. Suseela through Hindi version by Neetha Banerjee, of Arun Sharma's award winning Assame Novel (***Aashirwadar Rung***), Sahitya Akademi, New Delhi, 2017, **Rs. 225/-**

© சாகித்திய அகாதெமி

முதல் பதிப்பு : 2017

தலைமை அலுவலகம்:

சாகித்திய அகாதெமி, 'ரவீந்திர பவன்,' 35, பெரோஸ் ஷா சாலை, புது தில்லி - 110 001.

விற்பனை அலுவலகம்:

'ஸ்வாதி,' மந்திர் சாலை, புது தில்லி - 110 001.

மண்டல அலுவலகங்கள்:

மத்தியக் கல்லூரி வளாகம், பல்கலைக்கழக நூலகக் கட்டடம், டாக்டர் அம்பேத்கர் வீதி, பெங்களூரு - 560 001.

4, டி.எல். கான் சாலை, கொல்கத்தா - 700 025.

172, மும்பை மராத்தி கிரந்த சங்கிரகாலய சாலை, தாதர், மும்பை - 400 014.

சென்னை அலுவலகம்:

குணா பில்டிங்ஸ், 443, அண்ணா சாலை, தேனாம்பேட்டை, சென்னை - 600 018.

ISBN-978-81-260-5339-1

Rs. 225.00

Visit our Website at http://www.sahitya-akademi.gov.in

Laser Execution by: *VSN-* **Image Digital,** ***Chennai - 17.***

Cover Design: PSS-Rao, Spectrum Graphic Studio, Chennai - 17.

Printer: Mani Offset, Chennai - 78.

ஆசீர்வாதத்தின் வண்ணம்

'ஆசீர்வாதத்தின் வண்ணம்' நாவல் அஸ்ஸாம் மாநில சமூக - அரசியல் கண்ணோட்டத்தின் பின்னணியில் எழுதப்பட்ட எல்லையற்ற மகத்துவம் வாய்ந்த ஒரு நாவல். இது அஸ்ஸாம் மாநிலத்தின் இந்திய விடுதலைக்கு முந்திய நிலையையும், பிந்திய நிலையையும் மிக விரிவாக சித்தரிக்கிறது. இதை அஸ்ஸாம் கிராமிய வாழ்க்கையின் வர்ணிப்பு என்றே கூறலாம். அங்குள்ள கிராம மக்களுடைய வாழ்க்கையின் பல்வேறுபட்ட விவரங்கள் நிறைந்த இந்த நாவலில் அவர்களுடைய நிலை மிக மிக உண்மையாகவும், நெஞ்சைத் தொடும் வகையிலும் சித்தரிக்கப்படுகிறது. தற்சமயம் வெளிவந்துள்ள அஸ்ஸாம் மொழி நாவல்களில் இது நிச்சயமாக தலைசிறந்த ஒன்று.

நாவல் ஆசிரியர் அருண் சர்மா 1931-ல் அஸ்ஸாமில் டிபூகட் நகரத்தில் பிறந்தார். அவர் லண்டன் பி.பி.சி.யில் வானொலிக் கல்வி ஒலிபரப்பு திட்டமிடல் அமைப்பில் டிப்ளமோ பட்டம் பெற்றார், டிபூகட் வானொலி நிலைய மைய இயக்குநராகவும், ஷில்லாங் வானொலி வடகிழக்கு சேவை இயக்குநராகவும் பணியாற்றினார். அவர் நான்கு நாவல்கள், ஏழு நாடகங்கள், நாற்பத்திரண்டு வானொலி நாடகங்கள் எழுதியிருப்பதுடன் பல வானொலி டாக்குமெண்டரி, டெலிஃபிலிம்கள், தொலைக்காட்சி நாடகங்களையும் தயாரித்துள்ளார். இவற்றிற்காக அவர் வானொலிப் பரிசு (1982), சங்கலப் விருது (1973), அஸ்ஸாம் இலக்கிய சங்கப் பரிசு (1966-67), ஜப்பான் இண்டர்நேஷனல் பரிசு (1980), ஆசிய பசிஃபிக் ப்ராட்கேஸ்டிங் யூனியன் பரிசு (1982), பிரிக்ஸ் ஃப்யூதரா பர்லின் (1984) ஆகிய பரிசுகளையும், விருதுகளையும் பெற்றுள்ளார். அவர் சாகித்திய அகாதெமி பரிசு பெற்ற பல நாவல்களையும், நாடகங்களையும் அஸ்ஸாம் மொழியில் மொழிபெயர்ப்பு செய்துள்ளார்.

'ஆசீர்வாதர் ரங்' நாவலின் ஹிந்தி மொழிபெயர்ப்பை நீத்தா பானர்ஜி (பிறப்பு 1948) செய்துள்ளார். அவர் ஹிந்தி, ஆங்கிலம், அஸ்ஸாம் மொழிகளில் கவிதைகளும், கதைகளும் எழுதி வருகிறார். அவர் ஹிந்தி- ஆங்கிலம், முக்கியமாக அஸ்ஸாம் மொழிகளின் தலைசிறந்த எழுத்தாளர்களின் படைப்புகளை மொழி பெயர்த்துள்ளார். அவர் உத்தரப் பிரதேச ஹிந்தி நிறுவனத்தின் கௌரவ விருதையும் பெற்றுள்ளார்.

1935, ஜூலை, ஒருநாள் இரவு... நள்ளிரவு. பிரம்மபுத்ரா நதியின் மடியில் மெல்ல மெல்ல அசைந்தபடி ‘மிசிமி’ கப்பல். ஆழ்ந்த உறக்கத்தில் மன்சூர் அலி.

திடீரென்று கப்பல் நீண்ட மற்றும் சின்ன, சின்ன சீழ்க்கை ஒலிகளை எழுப்பத் தொடங்கிவிட்டது. அந்த அகால எச்சரிக்கை ஒலிகளால் மன்சூர் அலி திடுக்கிட்டு எழுந்தான். அன்று வரை மன்சூர் ஒரு சிறிய கேபினில் மரப்பலகையில் ஒரு விரிப்பை விரித்துதான் தூங்கிக்கொண்டிருந்தான். உண்மையில், அவன் கேபினில் தூங்க வேண்டியவன் அல்ல, அவனுக்கு அங்கே தூங்குவதற்கான அதிகாரமே இல்லை. அந்தக் கேபின் இஞ்சின்மேன் ரஹமத்கான், கரீம்கானுடையது. அன்று ஒரு விசேஷ அழைப்பின் காரணமாக மன்சூர் அலி அங்கு தூங்குவதற்கு வந்திருந்தான்.

இதற்கு முன் அங்கு ஒரு விசேஷ சம்பவம் நடந்துவிட்டிருந்தது.

கப்பல் ஏதோ ஒரு துறையை நெருங்கும் தறுவாயில் ஒரு விபத்தில் இஞ்சின்மேன் கரீம்கானின் வலதுகை விரல்கள் அனைத்தும் துண்டாகி கையை மூட முடியாத நிலையில் தொங்கின. ரத்தம் வழிவது நிற்பதாக இல்லை. கப்பல் விரைவாக முன்னே செலுத்தி துறைக்குக் கொண்டுவந்து ‘லாஹத்தி’ என்ற நிறுத்தத்தில் கட்டப்பட்டது. அங்கு கப்பல் கேப்டன்[1], சூப்பர்வைசர்[2], சுக்கானி[3], லஷ்கர்[4], ஃப்ளைட் பாபு[5], ஸ்டோர்கீப்பர்[6] எல்லாரும் கூடி கரீம்கானை அங்கேயே இறக்கிவிட்டுவிடுவது நல்லது என்று தீர்மானித்தார்கள்.

கரீம்கானின் விரல்கள் நன்றாகத் துணியால் சுற்றிக் கட்டப் பட்டன. பிறகும் ரத்தம் துணியின் எல்லா மடிப்புகளையும் நனைத்து கைக்கட்டையும் நனைத்துக்கொண்டிருந்தது. அவனுடைய உடைகளி லும் இங்கும் அங்கும் ரத்தக் கறைகள். கப்பல் வேலையாட்கள் பலர் சேர்ந்து மெல்ல மெல்ல கரீம்கானை கப்பலிலிருந்து இறக்கி பஜரே[7] (பெரிய சரக்குப் படகு)யில் உட்காரவைத்தார்கள்.

கரீம்கானை கப்பலிலிருந்து இறக்கி அங்கு கொண்டுவந்ததற்கு மற்றொரு காரணமும் இருந்தது. சோனாபாடி தேயிலைத்தோட்ட பெரிய முதலாளியான பர்டாகுரும் மேல் அஸ்ஸாமில் இருந்த தன்னுடைய கிராமத்திற்கு செல்வதற்கு அந்தக் கப்பலில்தான் நதியைக் கடந்து செல்ல இருந்தார். தன்னுடைய காலம் சென்ற தந்தையின் வருஷ சிரார்த்த திதியை நினைவில் கொண்டு

1-6. கப்பல் அலுவலர்கள் 7. வணிகத்திற்குப் பயன்படும் பெரிய படகுகள்

அவர் ஆண்டுதோறும் விடுப்பு எடுப்பார். அவரைக் கப்பல் வரை அழைத்து வருவதற்கு தேயிலைத்தோட்ட வண்டி ஒன்று வந்திருந்தது. வண்டி என்றால் மாட்டு வண்டி. அதன் சக்கரங்கள் மட்டும் கார் சக்கரங்கள். பர்டாகுர் கப்பலில் ஏறிய பிறகு வண்டி வெறுமனேதான் தோட்டத்திற்கு செல்லும். கப்பலின் வருகையை எதிர்பார்த்தபடி பர்டாகுர் துறையின் மேலாளர், ஸ்டோர்கீப்பர், டிக்கட் கொடுப்பவர் ஆகியோருடன் பேசிக்கொண்டிருந்தார். பேச்சுவாக்கில் தோட்ட சூப்பர்வைசர் தான் அங்கு வருவதற்கு அவருடைய ஃபோர்டு காரைத் தந்ததாகவும், அதே நேரம் அவர் மனைவிக்கு சளி பிடித்துவிட்டதால் மருந்து வாங்க காரை மாவட்டத் தலைமை மருத்துவமனைக்கு அனுப்ப நேர்ந்துவிட்டதாகவும், அதனாலேயே தான் மாட்டுவண்டியில் அங்கு வர நேர்ந்ததாகவும் அவர் கூறினார். தான் வந்த வண்டி வெறுமனேதான் திரும்பிப் போக இருப்பதாகவும் அவர் கூறினார். அதைக் கேட்டு கரீம்கானை அதே வண்டியில் ஏற்றி சோனாபாடி அல்லது ரிஜியா தோட்ட மருத்துவமனைக்குக் கொண்டுபோவதே நல்லது என்று எல்லாரும் ஒருமனதாகத் தீர்மானித்தார்கள். தேயிலைத் தோட்ட மானேஜர்கள் பொதுவாக துறை மேலாளர்களுடன் நல்ல உறவு கொண்டிருந்தார்கள். ஏன் கொண்டிருக்கமாட்டார்கள்! அந்தக் கப்பல்களில்தானே அவர்களுடைய தேயிலை கல்கத்தா வரை செல்கிறது! தேயிலைப் பெட்டிகளை தோட்டத்திலிருந்து கொண்டுவந்து, ‘டெஸ்பாட்ச்’ பண்ணும் வரை அவற்றைத் துறை ஸ்டோர் ரூமில் பாதுகாப்பாக வைக்கவேண்டியிருந்தது. இடம் இல்லை என்று ஸ்டோர்கீப்பர் சொல்லிவிட்டால் பெட்டிகளைப் பாதுகாப்பாக வைப்பது மிகவும் சிரமம் ஆகிவிடும். அதனாலேயே தோட்ட முதலாளிகள் துறை மேலாளர்களுடன் நல்ல உறவு கொண்டிருக்க வேண்டியிருந்தது. இந்த நட்புறவின் காரணமாகவே கப்பல் கேப்டனின் வற்புறுத்தலின்பேரில் பர்டாகுர் சோனாபாடி தேயிலைத் தோட்ட மானேஜருக்கு ஒரு கடிதம் எழுதினார், ‘யுவர் மோஸ்ட் ஒபீடியன்ட் சர்வன்ட்’ என்று எழுதிக் கையொப்பமிட்டார். அவர்களுக்கு அதைத் தவிர வேறு வழியில்லை. அந்த மாவட்டம் முழுதும் மாவட்டத் தலைமை மருத்துவமனையையும், தோட்ட மருத்துவமனைகளையும் விட்டால் வேறு எங்கும் மருத்துவ வசதி இல்லை. வலியினால் முனகிக்கொண்டிருந்த கரீம்கானை இரண்டு, மூன்று கப்பல் வேலையாட்கள் சேர்ந்து துறையிலிருந்து வண்டிக்கு கொண்டுசென்றார்கள். அந்தப் பக்கம் மாட்டுவண்டி நகர இந்தப் பக்கம் ‘மிசிமி’ கப்பல் ‘லாஹத்தி’ நிறுத்தத்திலிருந்து கட்டிய கயிறு அவிழ்க்கப்பட்டு நதியின் மையப்பகுதிக்குப் புறப்பட்டது. கப்பல் புறப்படுவதற்கான அறிவிப்பாக எழுப்பப்பட்ட நீண்ட சீழ்க்கை ஒலிகள் நதி நீரில் மோதி நாலாபுறமும் பரவியது.

கப்பலின் மற்றொரு மூத்த இஞ்சின்மேன் ரஹமத்கான் தனியாகவே இஞ்சின்ரூமின் பொறுப்பை ஏற்றுக்கொண்டான். 'ஸ்டாப்-அஹெட்-ஹாஃப்-ஃபுல்' அல்லது 'ஸ்டாப்-பேக்-ஹாஃப்-ஃபுல்' என கப்பலின் டெக்கிலிருந்து கேபின் மாஸ்டர் டெலிகிராஃப் வழியாக அனுப்பிய ஒலிக்குறிப்புகளுக்குத் தக்கபடி ரஹமத் தனியாகவே கப்பலை இயக்கத் தொடங்கினான்.

இரண்டு இஞ்சின்மேன்களுக்காக இருந்த கேபின் காலியாக இருந்ததற்கு இதுதான் காரணம். ரஹமத் இதில் சற்று அதிருப்தி அடைந்திருந்தான். சில நாட்களுக்கு முன்னர்தான் இப்படியான ஒரு சந்தர்ப்பத்தைப் பயன்படுத்தி யாரோ கேபினிலிருந்து ரஹமத்தின் பணத்தைத் திருடிவிட்டிருந்தார்கள்.

இன்று ரஹமத் எச்சரிக்கையாகவே ஆஃப் ட்யூட்டிக்காரனான ஜூனியர் ஃபயர்மேன் மன்சூர் அலியைத் தன் அறையில் தூங்கும்படிக் கூறினான். அதனால்தான் மன்சூர் இஞ்சின்மேனின் கேபினில் விரிப்பு விரித்து அமைதியாகத் தூங்கிக்கொண்டிருந்தான். திடீரென்று அவனுடைய தூக்கம் கலைந்தது, ஆனாலும் அவனு டைய அசதி போகவில்லை.

மன்சூர் அலி எழுந்திருக்காமலே சற்று தலையை உயர்த்தி இங்கும் அங்கும் எட்டிப் பார்த்து நிலைமையை ஆராய முயற்சித்தான். கவனமாகக் கேட்டதில் கப்பலின் வேகமான சீழ்க்கை ஒலிகள், டெலிகிராஃபின் விரைவான 'கட்-கட்' ஒலிகளுடன் கனத்த நங்கூர சங்கிலிகள் ஒன்றோடொன்று உரசும் ஒலியும் கேட்டது. ஒரே சமயத்தில் எழுந்த அந்த ஒலிகளைக் கேட்டு அவன் அவை எல்லாம் கப்பல் ஏதோ ஒரு துறையை அடைவதற்கான அறிகுறியாக இருக்கமுடியாது என்று ஊகித்தான். கப்பல் துறையை நெருங்கும்போதும் இவ்வாறுதான் சீழ்க்கை ஒலி எழுப்பும், டெலிகிராஃப் வழி தகவல் தெரிவிக்கும், நங்கூரமும் போடும், ஆனால்.... இல்லை, இந்த ஒலிகள் வேறு ஏதோ ஒன்றைத்தான் அறிவிக்கின்றன! மீண்டும் வேறு ஏதாவது விபத்து நடந்துவிட்டதா, என்ன?

நிம்மதி இழந்து மன்சூர் கட்டிலில் எழுந்து உட்கார்ந்து 'போர்ட் ஹோல்' வழியாக எட்டிப் பார்த்து நிலைமையை ஆராயத் தொடங்கினான். நிலா ஒளியில் சற்று தொலைவிலேயே கரை இருப்பதாகத் தோன்றியது. மங்கிய வெளிச்சத்தில் தொலைதூரம் வரை நெடிய புல் வயல் மட்டுமே கண்ணுக்குத் தெரிந்தது. ஒருக்கால் அப்போதுதான் பின்னால் விட்டுவிட்டு வந்த துறைக்கும் அடுத்த துறைக்கும் இடையில் ஏதோ ஒரு இடமாக இருக்கலாம். அவனுக்கு அது குரயீ நதிக்கரையின் பரந்த புல் வயல் போலவே தோன்றியது.

அடேடே! இது என்ன? கப்பல் முன்னோக்கிச் செல்லாமல் ஏன் பின்னோக்கிச் செல்கிறது? மன்சூர் மேலும் அதிர்ந்துபோனான். சீழ்க்கை ஒலியும், டெலிகிராஃப்பின் வேகமும், சங்கிலிகளின் உரசலும் வேகமாக அதிகரித்துக்கொண்டே போயிற்று.

சற்று நேரத்திலேயே கப்பல் வேலையாட்களின் பரபரப்பான கூச்சல் ஒலி கேட்டபோது, இப்படியே படுத்துக்கொண்டு ஊகித்துக் கொண்டிருப்பதை விட வெளியே சென்று என்ன நடந்தது என்று தெரிந்துகொள்வது நல்லது என்று அவன் தீர்மானித்தான்.

மன்சூர் அலி கேபினிலிருந்து வெளியே வந்து இஞ்சின் ரூமிலிருந்து வெளியே வந்துகொண்டிருந்த ஒருவனைப் பார்த்து, "என்ன ஆயிற்று?" என்று உரக்கக் கேட்டான்.

"மணல்மேடு!" என்று யாரோ கத்தினார்கள். சரியாகக் காதில் விழாததால் மன்சூர் மீண்டும், "என்ன ஆயிற்று?" என்று கேட்டான்.

யாரும் பதில் சொல்லாததால் அவன் தானே இஞ்சின் ரூமுக்குப் போய், "என்ன ஆயிற்று?" என்று கேட்டான். ஆனால் ரஹமத்கானும் மற்றவர்களும் தங்கள் வேலையில் மும்முரமாக இருந்ததால் அவனை யாரும் கவனிக்கவில்லை. மன்சூர் அங்கிருந்து கிளம்பி நங்கூரம் இருந்த இடத்திற்கு சென்றான். அப்போதும் நங்கூரத்தின் கனத்த சங்கிலிகள் கரகரவென ஒலித்தபடி மெல்ல மெல்ல நழுவிக்கொண்டிருந்தது, கப்பல் மெல்ல மெல்ல பின்னோக்கி நகர்ந்துகொண்டிருந்தது, நங்கூரத்தின் நான்கு பக்கத்திலும் கப்பல் ஆட்கள் வேலையில் மும்முரமாகக் காணப்பட்டார்கள். அவர்களுக்கும் முன்னால் கப்பலின் முன்பகுதியில் இரண்டு வேலையாட்கள் தண்ணீர் ஆழத்தை அளந்து, அளந்து "ஆழம் போதாது. இப்போது ஒரு மூங்கில் ஆழம்... இப்போது இரண்டு மூங்கில்." என்று உரக்கக் கத்திக்கொண்டிருந்தார்கள். மேலே டெக்கில் 'ஸ்டீரிங் கேபினி'ல் மாஸ்டர் கப்பல் ஸ்டீரிங்கைப் பிடித்து கப்பலை செலுத்தவேண்டிய திசையை நிர்ணயித்து கட்டளையிட்டுக் கொண்டே டெலிகிராஃப் வழியாக கீழே இஞ்சின் ரூமிலிருந்த ரஹமத்கானுக்கு கப்பல் வேகக் கட்டுப்பாட்டைக் குறித்த அறிவிப்புகளை அனுப்பிக்கொண்டிருந்தான்.

எல்லா கூச்சல், குழப்பத்திற்கும் இடையில் மன்சூர் அலி சிலரிடம் பேசி கப்பல் மேல் அஸ்ஸாம் செல்வதற்காக போய்க் கொண்டிருந்தபோது தண்ணீர் ஆழம் குறைந்துவிட்டதால் மணல் மேட்டில் தடைபட்டு நிற்கிறது, திசை நிர்ணய முள்ளோ அந்த திசையில்தான் செல்லும்படி அறிவிக்கிறது, ஆகையால், இந்த நேரம், அதிலும் இரவு நேரம், கப்பலை முன்னே செலுத்துவதா, வேண்டாமா என்று கேப்டனும், மாஸ்டரும் தீர்மானிக்க முடியாமல்

இருக்கிறார்கள் என்று அறிந்துகொண்டான். அப்போது கப்பலை சற்று பின்னால் கொண்டுபோய் போதுமான தண்ணீர் ஆழத்தில் நங்கூரம் இட்டு தண்ணீர் அதிகரிக்கும் நேரத்தை எதிர்பார்த்துக் காத்திருப்பது என்று தீர்மானிக்கப்பட்டது.

மன்சூர் கப்பலின் மற்றொரு முனையில் நின்று நதியின் இரண்டு கரைகளையும் நோக்கி பார்வையை ஓட்டினான். வானத்தில் நிலா ஒளி பரவியிருந்தது. இடது பக்கம் சற்று தூரத்திலேயே கரை இருந்தது. ஜாவூ காடு[1], பிரினா காடு[2], கான்ஸ் காடு[3] அடர்ந்து இருந்த பரந்த வெளி அது. அவன் கண்களில் அதன் ஒவ்வொரு அங்குலமும் பதிந்திருந்தது. வலது பக்க கரை சற்று அதிக தூரத்தில் இருந்தது. இந்த இரண்டிற்கும் இடையில் மணல்மேடுகள் இருந்தன போலிருக்கிறது. கனமழை பெய்யும் இந்தப் பருவத்தில் மணலா? கடந்த பத்து, பன்னிரண்டு நாட்களாக காய்ந்த கடும் வெயில் தண்ணீரை உறிஞ்சிவிட்டது போலும். இந்த வெயிலில் எங்கு வேண்டுமானாலும் மணல் சேர்ந்து விடலாம். கப்பலின் கேப்டனும், மாஸ்டரும் நங்கூரம் இடத் தீர்மானித்திருப்பதும், காலையில் வெளிச்சம் வந்ததும் வழியை நிர்ணயிப்பவன் படகில் சென்று தண்ணீர் ஆழத்தை அறிந்து பாதை பாதுகாப்பானதா, இல்லையா என்று கூறிய பிறகே நங்கூரம் எடுக்கப்படும் என்பதும் மன்சூருக்குத் தெரியவந்தது.

மன்சூர் டெக்கில் ஒரு சுற்று சுற்றிவர போய்விட்டான். அங்கே மரத்தரையில் விரிப்பு விரித்து பலர் தூங்கிக்கொண்டிருந்தார்கள். பலர் கப்பல் சீழ்க்கை ஒலிகளாலும், திடீரென்று கப்பல் நின்று விட்டதாலும் பயந்துபோய் எழுந்து உட்கார்ந்திருந்தார்கள். நதி ஓட்டத்தில் இடையிலேயே கப்பல் நின்றுவிட்டதற்கான காரணத்தைப் பற்றி வாத - விவாதங்கள் நடந்துகொண்டிருந்தன. சிலர் வெளியே சென்று இங்கும் அங்கும் கேட்டு உண்மையான காரணத்தை அறிய முயற்சித்தார்கள். பயணிகளிடையே ஒரு அச்சம், நிச்சயமின்மை, சஞ்சலம், குழப்பம் நிலவியது. அவர்கள் மனதில் பலவேறு யோசனைகள் எழுந்துகொண்டிருந்தன. அடுத்த துறையில் இறங்க வேண்டியவர்கள் நல்லதாய்ப் போயிற்று, குறைந்தது மூன்று, நான்கு மணி நேரம் நிம்மதியாகத் தூங்கலாம், இல்லையென்றால் நடு இரவில் கப்பலிலிருந்து இறங்கி பெரிய சரக்குப் படகில் கிடந்து இரவைக் கழிக்கவேண்டியிருந்திருக்கும் என்று யோசித்துக்கொண்டிருந்தார்கள். அவர்கள் யோசனையும் இயல்பானதுதான், சரக்குப் படகில் இடம் கிடைப்பது மிகவும்

1,3. பல வகைக் காட்டு மரங்கள், நீண்ட புல்; 2. மணம் வீசும் வேரைக் கொண்ட உஷீர் புல்

கடினமாக இருந்தது. துறை நிறுத்தத்தில் பெரிய சரக்குப் படகுகளுடன் சரக்குகள் ஏற்றப்பட்ட பல படகுகளும் கட்டப்பட்டிருக்கும். அந்த நாட்களில் அஸ்ஸாமுக்கு வெளியிலிருந்து வரும் பொருள்கள் சிறிய அளவில்தான் புகைவண்டியில் வந்தன, பெருமளவுப் பொருள்கள் கல்கத்தாவிலிருந்து கப்பல்கள் வழியாகவே வந்தன. அந்த சரக்குகள் சிறிதும், பெரிதுமான சரக்குப் படகுகளில் ஏற்றப்பட்டு பல இடங்களுக்கும் அனுப்பப்பட்டன, காலியான கப்பல்களில் அஸ்ஸாமின் தேயிலைப் பெட்டிகள் நிரப்பப்பட்டு கல்கத்தாவுக்கு அனுப்பப்பட்டன. ஐநூறு மணங்கிலிருந்து ஆயிரம் மணங்கு வரை சுமை ஏற்றக்கூடிய அந்தப் படகுகள் பீஹார் தொழிலதிபர்கள் வசம் மட்டுமே இருந்தன.

டெக்கில் விரித்த விரிப்புகள் வரிசையில் படுத்தும், உட்கார்ந்தும் இருந்த பயணிகள் இடையே நடந்துசென்றுகொண்டிருந்த மன்சூர் ஒரு இடத்திற்கு சென்று நின்றான். அங்கேதான் தார்ப்பால் கட்டி அறை போல அமைக்கப்பட்டு 'ஹிந்து போஜனாலயம்' என்று போர்டு தொங்கவிடப்பட்டிருந்தது. கப்பலில் ஹிந்து பயணிகளுக்காக அங்கு உணவு தயாரிக்கப்பட்டது. ஒரு பீஹார் பிராமணர் சமையல் செய்து தந்துகொண்டிருந்தார். உண்மையில் சமையல்வேலை கீழ் டெக்கில்தான் நடந்தது. அங்கிருந்து பெரிய பெரிய பாத்திரங்களில் பருப்பு, சாதம், உருளைக்கிழங்கு கறி, மீன் குழம்பு எல்லாம் கொண்டு வந்து இங்கு ஒரு மூலையில் வைக்கப்படும். பயணிகள் மரப் பலகையில் உட்கார்ந்து மின்னும் பித்தளைத் தட்டுகளில் உணவு அருந்துவார்கள், ஒவ்வொருவருடைய சாப்பாட்டு செலவும் எட்டு அணாவிலிருந்து பன்னிரண்டு அணா வரை இருக்கும்.

'ஹிந்து போஜனாலய'த்திலிருந்து எப்போதும் சாதம், சூப் மணம் வீசிக்கொண்டே இருக்கும், மிகவும் மனதைக் கவரும் மணம்! மன்சூருக்கு அந்த உணவின் மணம் மிகவும் பிடிக்கும். கீழ் டெக்கில் அவர்களுடைய உணவின் மணம் வேறு வகையாக இருக்கும்.

டெக்கிற்கு எதிர்ப்பகுதியில் இருந்த கேபினில் முதல் வகுப்பு பயணிகள் பயணம் செய்தார்கள். அவர்களுடைய எண்ணிக்கை நான்கு, ஐந்துக்கு மேல் இருக்காது. பெரும்பாலும் அவர்கள் தேயிலைத் தோட்ட மானேஜர்களின் அயல்நாட்டு மனைவிகளாகத்தான் இருப்பார்கள். அவர்களுக்காக முஸ்லீம் சமையல்காரன் சமைக்கும் உணவின் மணம் முற்றிலும் வேறு வகையாக இருக்கும். ஏனோ தெரியவில்லை, மன்சூருக்கு பீஹார் சமையல்காரர் ராம் பிரசாத் கையால் சமைக்கும் உணவின் மணம்தான் எல்லாவற்றையும் விட நன்றாக இருப்பதாகத் தோன்றும்.

தார்ப்பால் திரையைத் தூக்கி விட்டுவிட்டு அங்கேயே ஒரு விரிப்பில் பீமன் போல பருமனான ராம் பிரசாத் உரக்கக் குறட்டை விட்டு தூங்கிக்கொண்டிருந்தார். மன்சூர் உள்ளே எட்டிப் பார்த்தான். தனக்குப் பிடித்த உணவு மணத்தை மூச்சை இழுத்து முகர்ந்தான், பிறகு கப்பலின் பிற்பகுதிக்குப் போய்விட்டான்

கப்பலின் பிற்பகுதி இரண்டாம் வகுப்பு பயணிகளுக்கானது. அது மிகச் சிறிய இடம். ஒன்றிரண்டு சிறிய குடும்பங்கள் அங்கு விரிப்பை விரித்து தூங்க முடியும், அவ்வளவுதான்!

ஒருபக்கம் சீட்டாட்டக் கூட்டம் கூடியிருந்தது. விளையாடிக் கொண்டிருந்தவர்களில் சோனாபாடி தேயிலைத் தோட்ட முதலாளி பர்டாகுரும் ஒருவர், இரவு வெகு நேரம் சீட்டாடிய பிறகு சற்று நேரத்திற்கு முன்புதான் அவர்கள் சீட்டுகளை அடுக்கத் தயாராகிக் கொண்டிருந்தார்கள். அப்போதுதான் திடீரென்று நடு இரவில் கப்பல் அவ்வாறு நின்று போனது அவர்களுடைய அரைத் தூக்க மூளைகளைத் தட்டி எழுப்பப் போதுமானதாக இருந்தது. புதிதாக ஆட்டத்தைத் தொடங்க அவர்களுக்குத் தூண்டுதல் கிடைத்துவிட்டது. பர்டாகுர் மட்டும் சற்று நேரம் ஏதோ யோசனையில் ஆழ்ந்தவராக விளையாட்டில் சரியாக மனம் ஒட்டாமல் இருந்தார். ‘இப்படியே கப்பல் நடுவழியில் தடங்கி நின்று கொண்டிருந்தால் மறுநாள் ‘நிமாத்தி’ துறைக்குப் போவதற்குள் இருட்டிவிடும், அவர் துறையிலேயே சரக்குப் படகில் அல்லது நிறுத்தத்தில் இரவைக் கழிக்கவேண்டியிருக்கும், இரவில் ஜோர்ஹாட் போவதற்கு ஏதாவது வண்டி கிடைக்குமா, என்ன? சாதாரணமாக அங்கும் தேயிலைப் பெட்டிகள் கொண்டுவந்துவிட்டு காலியாகத் திரும்பிப் போகும் டிராக்டரும், மாட்டுவண்டியும் வரும், அவற்றில் உட்கார்ந்து போகலாம், ஆனால் அதுவும் மாலைநேரத்திற்குப் பிறகு சாத்தியமில்லை’ என்றெல்லாம் யோசித்துக்கொண்டே அவர் அரை மனதாக சீட்டாடிக்கொண்டிருந்தார்.

மன்சூர் கீழே இறங்கி வந்து கேபினில் அடி எடுத்து வைத்ததுமே ரஹமத் இஞ்சின் ரூமிலிருந்து வந்து கட்டிலில் மல்லாந்து படுத்திருப்பதைப் பார்த்தான். ரஹமத் படுத்திருந்தானே தவிர தூங்கவில்லை, விழித்துதான் இருந்தான். கப்பல் நகரவேயில்லை என்றால் இஞ்சின்ரூமில் அவனுக்கு என்ன வேலை? ஆனாலும் ஷிஃப்ட் டூட்டி என்பதால் கண்காணிப்பதற்குப் போகத்தான் வேண்டியிருக்கும். ஃப்யூயல் சேம்பரில் ஃபயர்மேன்கள் வேலை செய்து கொண்டிருக்கும் வரை அதையும் கவனிக்கவேண்டியிருக்கும்.

மன்சூரைப் பார்த்து,“ஏய்! எங்கே அலைந்துகொண்டிருக்கிறாய்? படுத்துத் தூங்கு!” என்று கூறிவிட்டு ரஹமத் கட்டிலின் கீழே

இருந்து தண்ணீர்க் குவளையை எடுத்துக்கொண்டு தோளில் துண்டைப் போட்டுக்கொண்டு கேபினிலிருந்து கிளம்பிவிட்டான். சற்று நேரத்திலேயே காலைத் தொழுகை நேரம் ஆகிவிடும். மன்சூர் பாய்ந்து கரீம்கானின் கட்டிலில் படுத்துத் தூங்கிவிட்டான். மெல்ல மெல்ல சத்தங்கள் குறைந்து ஓய்ந்துவிட்டது.

திடீரென்று கப்பலின் சீழ்க்கை ஒலி கேட்டு மன்சூரின் தூக்கம் கலைந்தது. அவன் அருகில் இருந்த திறந்த போர்ட் ஹோல் வழியாக வெளியே எட்டிப் பார்த்தான். இருள் சற்று குறைந்திருந்ததாகத் தோன்றியது. ஆனால் விடிவதற்கு இன்னும் நிறைய நேரம் இருந்தது. அவனுடைய டூட்டி தொடங்குவதற்கும் பல மணி நேரம் இருந்தது. அதையெல்லாம் யோசித்து அவன் புரண்டு படுத்துத் தூங்கிவிட்டான்.

"ஏய்! எழுந்திரு! எவ்வளவு நேரம் தூங்குவாய்?" ரஹமத்தின் குரல் கேட்டு மன்சூர் அலி பதறி அடித்துக்கொண்டு எழுந்து உட்கார்ந்தான், தூக்கம் இன்னும் கலையாத கண்களைக் கசக்கிக் கொண்டே வெளியே பார்த்தான். நன்றாக வெளிச்சம் வந்து விட்டிருந்தது. ஆனால் கப்பல் ஓடிக்கொண்டிருப்பதாகத் தோன்ற வில்லை... ஏதாவது துறைக்கு வந்துவிட்டோமா, என்ன?

"இது எந்தத் துறை?" என்று கேட்டான் மன்சூர்.

"இங்கே துறை எங்கே வந்தது ? இரவு இருந்த இடத்திலிருந்து சற்று பின்னால் வந்து நின்றுவிட்டோம்." என்றான் ரஹமத்.

"ஏன்?"

"கடந்த மூன்று மணி நேரத்தில் பின்னாலும் மணல் சேர்ந்து விட்டது. இப்போது கப்பலை நகர்த்துவதே கஷ்டமாகிவிட்டது."

"இப்போது என்ன செய்வது?"

"புறப்படுவதற்கு ஏதாவது வழி இருக்கிறதா என்று பார்க்க முயற்சி நடந்துகொண்டிருக்கிறது."

"ஒரு வழியும் இல்லையென்றால்?"

"ஏதாவது டெஸ்பாட்ச் கப்பல் வந்து இந்தக் கப்பலை இழுக்கவேண்டும், இல்லையென்றால் கல்கத்தாவிலிருந்து ட்ரேசர் வரவழைக்கவேண்டும். அதுதான் மணலை அகற்றி வழி ஏற்படுத்தும். இதற்கிடையில் தண்ணீர் அதிகரித்தால் சுலபமாகப் புறப்பட்டுவிடலாம், அதற்குக் குறைந்தது மூன்று- நான்கு மணி நேரம் மழை பெய்யவேண்டும்."

"கடந்த மூன்று வருஷங்களில் இந்த மாதிரி நடந்து நான் பார்த்ததே இல்லை."

"முன்பும் ஒரு முறை இந்த மாதிரி நடந்து நான் பார்த்திருக்கிறேன். அப்போதுதான் நான் முதல் முதலாக கப்பலில் வேலைக்கு சேர்ந்திருந்தேன். அந்தக் கப்பலின் பெயர் 'யமுனா.' பைலட்டின் தவறான ரீடிங்கால் கப்பல் மணலில் சிக்கிவிட்டது. மூன்று நாட்கள் அங்கேயே இருந்தோம். பிறகு ட்ரேசர் வந்து மணலை அகற்றி வழி செய்து கொடுத்தது, நாங்களும் அந்தக் கஷ்டத்திலிருந்து விடுபட்டுக் கிளம்பினோம்."

மன்சூர் கேபினிலிருந்து கிளம்பி மீண்டும் ஒரு முறை கப்பல் முழுதும் சுற்றி வந்தான். அதற்குள் கப்பல் பயணிகள் எல்லாரும் நிலைமையை ஓரளவு அறிந்துகொண்டுவிட்டார்கள். இவ்வாறு சிக்கிக்கொண்டால் என்னென்ன கஷ்டங்கள் ஏற்படக்கூடும் என்று எல்லாரும் அவரவருக்குத் தக்கபடி யோசித்துக்கொண்டிருந்தார்கள்.

முதல் பிரச்சனை- உணவுப் பொருட்கள்! டெக்கில் உள்ள உணவுக்கூடமும், மேல்மட்ட மக்களுக்கான முஸ்லீம் உணவறையும் எது வரை சாப்பாட்டுக்கு வழி செய்ய முடியும்? கப்பலில் உணவுப் பொருட்கள் அதிக அளவில் இருப்பதில்லை, பயணிகளிடமும் எக்ஸ்ட்ரா பணம் இருக்காது. சில சமயம் யாராவது சிலரிடம் பணம் இருப்பதும் உண்டு.

தீட்சை பெற்ற சில பிராமண சன்யாசிகளின் பிரச்சனை வேறு வகையானது. அவர்கள் ஹோட்டல் சாப்பாடு என்ன, வெளியிடத்து டீ கூட குடிக்கமாட்டார்கள். இதை விட பெரிய பிரச்சனை கரி குறைபாடு. கப்பல் இஞ்சின் இயங்குவதற்குத் தேவையான வெப்பம் தணியாமல் இருக்க கரி போட்டுக்கொண்டே இருக்கவேண்டும். அதற்குத் தேவையான கரியும் கைவசம் இருக்கவேண்டும்.

எல்லாரும் இத்தகைய யோசனைகளிலேயே மூழ்கி இருந்தார்கள்.

'மிசிமி' கப்பல் அசையாமல் நின்றுவிட்டது. பல மணி நேரங்கள் கடந்துவிட்டது. இப்படியே இரண்டு- மூன்று நாட்கள் கூட ஆகிவிடக்கூடுமே என்று மன்சூர் யோசித்தான். வடக்கே நீல நிற மலைகளில் கனத்த மேகங்களும் காணப்படுகின்றன. மலைப் பகுதியில் மழை பெய்தால் சில மணி நேரங்களில் பிரம்மபுத்ரா நதி தண்ணீர் அதிகரித்துவிடும், கப்பல் வடக்குக் கரை அருகில்தான் நின்றது, அதனால் புறப்படுவது சுலபம்.

கப்பல் அசையாமல் நின்றுகொண்டிருந்தாலும் பாய்லரை சூடாகவே வைத்திருக்கவேண்டிய அவசியத்தால் பாய்லர்,

ஃப்யூயல் சேம்பரில் ஃபயர்மேன்கள் தொடர்ந்து வேலை செய்து கொண்டிருந்தார்கள். மன்சூரின் அடுத்த டூட்டி மாலை ஷிஃப்ட் தான்.

மன்சூருக்கு நிறைய ஓய்வு நேரம் இருந்தது. கண் முன்னே பசுமையான பரந்த தீவு.

'தண்ணீர் ஆழத்தை அளந்து கப்பலை சரியான வழியில் கொண்டு செல்லும் பைலட்டின் படகை எடுத்துக்கொண்டு அந்தத் தீவு வரை சென்று ஒரு சுற்று சுற்றிவிட்டு வந்தால் என்ன?' என்று மன்சூர் யோசித்தான், அந்தத் தீவில் நல்ல காய், கனி, கிழங்குகள் கிடைக்கக்கூடும். இந்தத் தொலைவுக்கு படகு எதற்கு? இவ்வளவு தொலைவு அவனால் நீந்தியே போக முடியுமே! முன்பெல்லாம் இதை விட மூன்று, நான்கு மடங்கு தொலைவு கூட அவன் சுலபமாக நீந்துவான். சட் கிராம நதியை அவன் நிற்காமல் ஒன்பது, பத்து முறை நீந்திக் கடப்பான்.

ஒரு முறை ஒன்றை செய்ய நினைத்துவிட்டால் மன்சூரால் அதை செய்யாமல் இருக்க முடியாது. அவன் துண்டை இடுப்பில் கட்டினான், லுங்கியை அவிழ்த்து தலையில் கட்டிக்கொண்டான், நங்கூர சங்கிலி வழியாக மெல்ல இறங்கி தண்ணீரில் குதித்தான்.

புல், புதர்களின் இடையில் சேற்றிலும், அழுகிய இலைகளின் வழுக்கலிலும் விழுந்து எழுந்து மன்சூர் கொஞ்ச தூரம் வரை நடந்தான். சற்று நேரத்திலேயே அவன் நதிக் கரையின் காய்ந்த பகுதிக்கு சென்றுவிட்டான். அங்கே வெகு தூரம் வரை உயரமான இலவ மரங்களின் வரிசைகள். அவற்றின் கீழே பூமியில் சிறியதும், உயரமானதுமான மெல்லிய, அகலமான புல், பாதங்களின் கீழே மஞ்சள் வேர்கள். இதற்கிடையில் சென்ற ஒரு மெல்லிய ஒற்றையடிப்பாதையில் மன்சூர் நடந்தான். கொஞ்ச தூரம் சென்றதும் அவன் ஒரு நதிக் கரையை அடைந்தான். மிகப் பெரிய நதி. அந்த நதி கொஞ்ச தூரம் சென்று பிரம்மபுத்ராவில் கலந்துவிடும் என்பதை மன்சூர் அறிந்துகொண்டான். அதுதான் குரயீ நதி போலிருக்கிறது என்று அவன் நினைத்துக்கொண்டான்.

நதியின் ஓரமாகவே நடந்து செல்ல செல்ல புல் குறைந்து கொண்டே போயிற்று, உயரமான புல்லைக் கடந்து வெளியே சென்றதும் திடீரென்று ஒரு பரந்த வெளி காணப்பட்டது. ஆஹா! எவ்வளவு பெரிய தீவு! ஒரு பக்கம் பரந்த வெளி, மறு பக்கம் நதி ஓரம் பரந்து கிடந்த உயரமான புல், புதர்கள், மரங்கள், செடிகள், வேர்கள்! பரந்த வெளிக்கு அப்பால் தூரத்தில் ஏதோ கிராமம் இருப்பதற்கான அறிகுறி தென்பட்டது. உயரமான மரங்களின் தொடர்ச்சி கருப்புக் கோடு போல இருந்தது. அவன் நடந்துகொண்டே இருந்தான்.

தொலைவில் ஒன்றிரண்டு குடிசைகள் தெரிந்தன. குடிசைகளுக்கு அருகில் பசுக்கள் கட்டியிருந்தன, ஆங்காங்கே எருமைகள் கூட்டம்.

மன்சூரின் உடலில் இனம் தெரியாத ஒரு சிலிர்ப்பு பரவியது, அவனுக்குள் ஒரு உத்வேகமும் தோன்றியது. இவ்வளவு பெரிய நிலப் பரப்பு! வெறுமையான நிலப் பரப்பு! எங்கும் எந்தப் பயிர் விளைச்சலும் இல்லை, மக்கள் குடியிருப்பு இல்லை, நெல் இல்லை, சணல் இல்லை. மன்சூர் போய்க்கொண்டே இருந்தான். கடைசியில் ஒரு குப்பை, கூளங்களின் குவியல் பக்கத்தில் பசுக்கள் கட்டும் இடத்தில் கயிறு திரித்துக்கொண்டிருந்த ஒரு பருமனான மனிதன் காணப்பட்டான். மன்சூர் அவன் அருகில் சென்றான். அந்த மனிதன் ஒரு நேப்பாளி, அவனுடைய ஜாதி, நாடு, மொழி பற்றி மன்சூரால் எதுவும் ஊகிக்கமுடியவில்லை ஆனால் அவனுடன் பேச முயற்சித்தான். அவன் மைமன்சிங்கில் பேசப்படும் வங்காள மொழியில் கேள்வி கேட்டான். எதிரில் இருந்தவன் நேப்பாள மொழியில் பதில் சொன்னான். இருவரும் தங்கள்- தங்கள் போக்கில் பேசிக்கொண்டிருந்தார்கள், இருவருக்கும் ஒன்றும் புரியவில்லை. பிறகு இருவரும் தங்கள் தங்கள் பேச்சு வழக்கில் கொஞ்சம் ஹிந்தி, கொஞ்சம் வங்காள சொற்கள் கலந்து கை, முக அசைவுகளுடன் பேசி ஒருவரை ஒருவர் புரிந்துகொள்ள முயற்சித்தார்கள், அதில் அவர்களுக்கு ஓரளவு வெற்றியும் கிடைத்தது. அவர்கள் ஒருவர் மற்றவருடைய பேச்சை ஓரளவு புரிந்துகொண்டார்கள். அந்த ஓரளவே புரிந்துகொள்ள முடிந்த பேச்சிலேயே மன்சூர் சில மிக முக்கியமான தகவல்களைத் தெரிந்துகொண்டான். தன் வாழ்க்கை முற்றிலும் புதிய ஒரு திசையில் செல்லப்போகிறது என்பதை மட்டும் அவன் நிச்சயமாக உணர்ந்தான்.

தனக்கு முன்னால் வெகு தூரம் தொடுவானம் வரை பரந்து விரிந்த பசுமையான நிலப்பரப்பு, பல மைல் தொலைவு பரவியிருந்த பசுமையான, நீர்வளம் நிரம்பிய, செழுமையான அந்த நிலப்பரப்பு யாருக்கும் சொந்தமானதல்ல, யாரும் அதற்கு உரிமையாளர் இல்லை, அங்கு தன்னுடைய கிராமத்தைப் போல ஜமீன்தார் யாரும் இல்லை, உரிமையாளர் யாரும் இல்லை, விரும்புகிறவர்கள் அங்கு வந்து தங்கள் உழைப்பினால் நிலத்தில் பயிர் விளைவிக்க முடியும், பசுக்கள், எருமைகள் வளர்க்க முடியும் என்று மன்சூர் அறிந்துகொண்டான். அருகில் ஓடிக்கொண்டிருந்த நதிதான் குரயீ நதி என்பதையும், அதுதான் சற்று தூரம் சென்று பிரம்மபுத்ரா நதியில் கலக்கிறது என்பதையும், குரயீ நதி பிரம்மபுத்ரா நதியில் கலக்குமிடம் வரை அதன் இரு கரையிலும் தொடுவானம் வரை பரந்து விரிந்த அந்த அழகான நிலப்பரப்பு குரயீகுடி சாப்போரி என்று அழைக்கப்படுவதையும், அந்தத் தீவின் நிலம் பொன் விளையும்

சிறந்த விளைநிலம் என்பதையும் அவன் தெரிந்துகொண்டான்.

தான் ஏதோ கனவு காண்பது போல மன்சூருக்குத் தோன்றியது. பூமி... பூமி... பூமிதான்! குரயீகுடியின் இத்தகைய ஒரு விளைநிலம் உரிமையாளர் யாரும் இல்லாமல், பயன்படுத்துபவர் யாரும் இல்லாமல் இப்படியே கிடக்கிறது. இது கனவில்லையென்றால் வேறு என்ன?

நேப்பாளி நண்பன் புதிய தயிரை காட்டு மஞ்சள் இலையில் இட்டு மன்சூருக்கு சாப்பிடத் தந்தான். வெளிர் மஞ்சள் நிறப் பசுந் தயிர்[1]! அந்தத் தயிரை ருசித்து சாப்பிட்ட பிறகு மன்சூர் பக்கத்தி லிருந்த புல்லில் கையைத் துடைத்தான், ஆனால் வழுவழுப்பு போக வில்லை. அவன் விடை பெற்றுக்கொண்டு கிளம்பினான்.

கப்பலுக்குத் திரும்பும்போதும் மன்சூர் மீண்டும் மீண்டும் அந்தப் பசுமையான இடத்தைத் திரும்பித் திரும்பிப் பார்த்துக்கொண்டே போனான். கப்பலுக்கு வந்த பிறகும் அந்த இடத்தின் தோற்றம் அவன் கண் முன் மீண்டும் மீண்டும் வந்துகொண்டிருந்தது.

அன்று முழுதும் கப்பல் அங்கேயே குரயீ நதி முகத்துவாரத்தின் அருகில் நின்றிருந்தது. பயணிகளில் சிலர் திசை-நிர்ணயம் செய்யும் பைலட்டின் படகிலும், சிலர் அவன் கொண்டுவந்த மற்றொரு படகிலும் போய்விட்டார்கள், சிலர் நீந்தியே நதியைக் கடந்து விட்டார்கள், இன்னும் சிலர் ஏதோ ஒரு வழிவகை செய்துகொண்டு தாங்கள் போகவேண்டிய இடத்தை நோக்கிப் போய்விட்டார்கள். ஆனால், பெரும்பாலான பயணிகளுக்கு, முக்கியமாக தெற்குக் கரைப் பக்கம் செல்லவேண்டிய பயணிகளுக்கு கப்பலை விட்டுப் போவதால் எந்தப் பயனும் இல்லை, ஏனெனில் தெற்குக் கரையில்தான் காஜிரங்கா காடு இருந்தது. காட்டு விலங்குகள் நிறைந்த அந்த அடர்ந்த காட்டைக் கடந்து செல்வது என்பது கற்பனையில் கூட சாத்தியமில்லை. நடப்பது நடக்கட்டும் என்று சாப்பாட்டுக்கு வழி செய்ய பிராமண சமையல்காரர் வடக்குக் கரையிலிருந்து கொஞ்சம் காய்கறியும், மீனவர்களிடமிருந்து கொஞ்சம் மீனும் வாங்கி வந்தார், முஸ்லீம் சமையல்காரனும் கொஞ்சம் கோழி வாங்கி வந்தான், இருவரும் மாலைக்குள் கப்பலுக்கு வந்துவிட்டார்கள். இப்படி-அப்படி ஏதோ வழி செய்து பயணி களுக்கு இரவு சாப்பாடு தயாரிக்கப்பட்டுவிட்டது. இரண்டு பிராமண சன்யாசிகள் இருந்தார்கள், அவர்களுக்கு மிகவும் சிரமமாகி விட்டது- வாழைப்பழம், அவல், பொரி, ரொட்டி எல்லாம் அநேகமாகத் தீர்ந்துபோய்விட்டது. ஒன்றுமே கொண்டுவராத பயணிகளும்

---

1. பசு மாட்டுத் தயிர், இளம் மஞ்சள் நிறத் தயிர்

ஒன்றிரண்டு பேர் இருந்தார்கள். அவர்கள் கப்பலில் ஏறிய பிறகு தண்ணீர் கூட குடிக்க மாட்டார்கள்.

ஹிந்து போஜனாலய பிராமண சமையல்காரரும், டெக்கின் முஸ்லீம் சமையல்காரனும் எல்லாப் பொருள்களையும் படகிலிருந்து இறக்கி, மூச்சு வாங்க கப்பலில் கொண்டுவந்து இறக்கியதைப் பார்த்து பெரிய முதலாளி பர்டாகுரின் வாயிலிருந்து 'என்னென்ன கொண்டு வந்தீர்கள், எப்படி கொண்டு வந்தீர்கள், எங்கிருந்து கொண்டு வந்தீர்கள், என்னென்ன செலவாயிற்று' என்று கேள்வி மேல் கேள்விகள் வெடித்து சிதறின. உண்மையில் மறுநாள் தந்தையின் சிரார்த்த நாள் என்பதால் அன்று அவர் வேகவைத்த சைவ உணவுதான் சாப்பிடவேண்டும். இப்படி இடைவழியிலேயே துடங்கி நின்று சிரார்த்தத்திற்கே போக முடியாதபோது அந்த நியமங்களால் என்ன லாபம்? பிராமண சமையல்காரர் கையில் வெள்ளி போல் மினுமினுத்துத் தொங்கிய பெரிய மீனைப் பார்த்து அவர் நாவில் நீர் ஊறியது.

நடு இரவில் மழை பெய்யத் தொடங்கிவிட்டது. அநேகமாக இரவு முழுதும் மழை கொட்டிக்கொண்டிருந்தது. விடிந்ததும் அங்கு மட்டுமின்றி டப்பலா மலைகள் மீதும் இரவு முழுதும் மழை பெய்துகொண்டிருந்ததாக கப்பல் ஆட்கள் சொன்னார்கள். மலையிலிருந்து மழைத் தண்ணீர் கீழே இறங்கி குரயீ நதி, லால் நதி, மலையருவிகள், மைதானத்தின் எண்ணற்ற கால்வாய்களில் பெருக்கெடுத்து ஓடி கடைசியில் பிரம்மபுத்ரா நதியில் வந்து கலந்துவிடும். அது மட்டுமல்ல, கிழக்கில் இருந்த எல்லா சிறிய, பெரிய ஆறுகளும் அந்த மழைத் தண்ணீரை பிரம்மபுத்ரா நதியில் கொண்டு சேர்த்துவிடும். பிரம்மபுத்ரா நதித் தண்ணீர் நிலையும் உயர்ந்துவிடும், மணல் சேர்ந்த இடம் ஆழமாகிவிடும். உடனே கப்பல் புறப்பட்டுவிடும். ஆனால் டப்பலா மலையிலிருந்து ஆறுகள், கால்வாய்கள், அருவிகள், மைதானங்கள் வழியாக தண்ணீர் அங்கு வந்து சேர்வதற்கு குறைந்தது மூன்று, நான்கு மணி நேரம் ஆகிவிடக்கூடும். பிற்பகலில் கப்பல் கிளம்பிவிடும் என்று தோன்றியது. மேல் டெக்கில் உட்கார்ந்து தொலைநோக்குக் கண்ணாடி வழியாக இரவும் பகலும் தொலைவிலிருந்த மலைகளில் பார்வையைப் பதித்திருந்த மாஸ்டரின் கண்களில் நம்பிக்கையும், உற்சாகமும் மின்னியது. திடீரென்று இருவர் தண்ணீரில் பாய்ந்து கரையின் பக்கம் வேகமாக நீந்தத் தொடங்கியதும், கரையில் ஏறிய அவர்கள் வெகு வேகமாக மறைந்து விட்டதும் கூட மாஸ்டரின் கண்களில் பட்டது.

அந்த இருவரில் ஒருவன் மன்சூர், மற்றவன் துடுப்புப் போடுபவனும், நங்கூரம் போடுவதிலும் எடுப்பதிலும் உதவி

செய்பவனுமான காதிர். கப்பல் புறப்பட பிற்பகல் ஆகிவிடும் என்று தெரிந்ததும் மன்சூரின் மனம் மீண்டும் ஒரு முறை அந்த மனம் கவரும் தீவைப் பார்க்கத் துடித்தது. புல்-சேறு, புதர், காடு, வேர்கள், வகை வகையான மரங்கள் நிறைந்து தொலை தூரம் விரிந்து பரந்த அதே தீவு! இந்த முறை அவன் காதிரையும் தன்னுடன் சேர்த்துக் கொண்டான். முதலில் காதிர் வர மறுத்தான், ஆனால், புதிய பசும்பால், புதிய நல்ல கெட்டித் தயிர் கிடைக்கும் என்று ஆசை காட்டியதும் வர சம்மதித்தான்.

பல மைல்கள் தூரம் பரந்து கிடந்த அந்த அழகிய, பசுமை நிரம்பிய, மக்கள் யாருமற்ற நிலப்பரப்பை மந்திரத்தால் மயங்கியவர்கள் போல பார்த்துக்கொண்டே மன்சூரும், காதிரும் நடந்தார்கள். நடந்து, நடந்து அவர்கள் அந்த பசு, எருமைகள் கட்டியிருந்த கொட்டிலுக்கு, முந்தின நாள் மன்சூர் அந்த நேப்பாளியை சந்தித்த இடத்திற்குப் போய் சேர்ந்தார்கள். இருவரும் அந்த நேப்பாளியை சந்தித்து அரைகுறை வங்காள-ஹிந்தியில் வெகு நேரம் பேசிக்கொண்டிருந்தார்கள். முந்தின நாள் தான் அங்கு வந்ததையும், பார்த்ததையும் காதிருக்கு கதை கதையாக சொல்லி சொல்லி மன்சூருக்கு அலுக்கவேயில்லை. அவனுடைய பேச்சின் தொனியில் மகத்தான ஒன்றைக் கண்டுபிடித்துவிட்ட உணர்வு கொப்பளித்தது. அந்த நேப்பாளியை விட அதிகமாகத் தெரிந்தவன் போல அவன் அந்த இடத்தைக் குறித்து விஸ்தாரமாக காதிரிடம் சொல்லிக்கொண்டிருந்தான்.

நேப்பாளி நண்பன் முந்தின நாள் போலவே அன்றும் இருவருக்கும் காட்டு மஞ்சள் இலையில் புதிய பசுந் தயிர் கொடுத்தான். அதன் பிறகு மூவரும் பேசிக்கொண்டே மெதுவாக நடந்து குரயீ நதிக் கரைக்கு வந்து சேர்ந்தார்கள். அங்கிருந்து சுமார் இரண்டு மைல் தொலைவில் குரயீ நதி பிரம்மபுத்ரா நதியுடன் கலக்கிறது. நதி நீர் மெல்ல மெல்ல அதிகரிப்பதையும், நதிப் பிரவாகம் வேகமாகிக்கொண்டே போவதையும், நதியின் மையப் பகுதியில் பெரிய பெரிய அலைகள் எழும்பி நுரை வீசிக்கொண்டு ஓடுவதையும் அவர்கள் பார்த்தார்கள்.

மலை மேல் கனத்த மழை பெய்யும்போது பிரம்மபுத்ரா நதியில் தண்ணீர் அதிகரிக்கும், குரயீ நதி முகத்துவாரத்திற்கு மேற்கே மணலில் கப்பல் சிக்கிக்கொண்டிருக்கிறது என்று மன்சூரும் காதிரும் தங்களுக்குள் பேசிக்கொண்டார்கள். அங்கிருந்து கப்பல் மட்டுமல்ல, அதிலிருந்து எழும்பிய புகையும் அவர்கள் கண்ணுக்குத் தெரிந்தது. தூரத்திலிருந்ததால் எல்லாம் மங்கலாகத்தான் தெரிந்தது. தங்கள் நேப்பாளி நண்பனுடன் அரை மணி நேரம் தங்கள் அரைகுறை கலப்பு மொழியில், சைகைகளின் உதவியோடு பேசிக்கொண்டிருந்த பிறகு

மன்சூரும் காதிரும் அவனிடம் விடை பெற்றுக் கொண்டார்கள். இருவரும் புல்லைக் கடந்து கப்பலுக்குத் திரும்பினார்கள்.

'மிசிமி' கப்பல் குரயீ நதி முகத்துவாரத்தில் சிக்கி இரண்டு இரவுகள் கழிந்து அங்கிருந்து புறப்பட்டது. அந்த நிகழ்ச்சிக்குப் பிறகும் மன்சூர் கிட்டத்தட்ட ஒரு வருஷம் கப்பலில் அந்தப் பக்கம் போய் வந்துகொண்டுதான் இருந்தான். வாரத்தில் இரு முறை அவன் அந்தத் தீவை நெருங்கிப் போவான், ஒவ்வொரு முறையும் அந்தப் பக்கம் போகும்போது அந்த இரண்டு நாட்களின் ஒவ்வொரு கணமும் அவன் நினைவுக்கு வரும். கரை ஓர புல்லை, வழுக்கலை அப்போதும் உணர்வது போல அவனுக்குத் தோன்றும். அந்த நினைவில் ஒரு அதிசய மயக்கம், இனம் தெரியாத சிலிர்ப்பு, விடுபட முடியாத ஒரு கவர்ச்சி இருந்தது.

ஒப்பற்ற இளமை நிறைந்த, ஒரு அழகிய நங்கையின் முதல் காதல் அழைப்பில் எந்த ஒரு இளைஞனின் தற்கட்டுப்பாடுகளும் உடைந்துவிடுவது போல மன்சூரும் ஒரு நாள் குரயீகுடி வசம் தன் உடல்- மனம் எல்லாவற்றையும் அர்ப்பணித்துவிட்டான்.

சட் கிராமத்தின் அருகில் ஏதோ ஒரு பெயர் தெரியாத கிராமத்திலிருந்து மன்சூர் தன்னுடைய நான்கு வயது மகளையும், இளம் மனைவியையும் அழைத்துக்கொண்டு வந்தான், மேல் அஸ்ஸாம் நோக்கி செல்லும் 'தனஷ்ரீ' கப்பலில் சென்று குரயீகுடிக்கு முந்திய துறையிலேயே இறங்கிவிட்டான். அவர்கள் இரவை ஒரு பெரிய படகிலேயே கழித்தார்கள், விடிந்ததும் ஒரு மீனவனின் படகில் பிரம்மபுத்ரா நதிக்கு சற்று கீழ்ப்பக்கம் வந்து குரயீகுடி தீவில் அடியெடுத்து வைத்தார்கள். ஒரு மாதத்திற்கு முன்பே மன்சூர் அங்கு வந்து நேப்பாளி நண்பன் காயிலாவுடன் சில நாட்கள் தங்கி சில ஏற்பாடுகளை செய்துவிட்டிருந்தான். காயிலாவும் அவனுடன் சேர்ந்து தன்னுடைய பழைய காலியாகக் கிடந்த குடிசையைத் தங்குவதற்கு ஏற்றவாறு சீர் செய்துகொண்டான். தன்னுடைய பெட்டி, படுக்கை, பை எல்லாவற்றையும் அந்தக் குடிசையிலேயே வைத்துவிட்டு, மனைவி, மகளை அழைத்துக்கொண்டு மன்சூர் நேராக குரயீ நதிக் கரையில் போய் நின்றான். நதிக் கரையில் மன்சூர் ஒரு பெரிய இலவ மரத்தின் கீழ் கம்புகளை நட்டு, ஒரு சிறிய இடத்தை சம தரையாக்கி அடுப்பு-சமையல் மேடை தயார் செய்துவிட்டான். அவன் மனைவி நேரிசா சாதம் சமைத்தாள், அருகிலேயே மகள் ஹசீனா நதி மணலில் வீடு கட்டி விளையாடிக்கொண்டிருந்தாள்.

இவ்வாறு அன்று மனைவி, மகள் அடங்கிய மன்சூரின் சிறிய குடும்பம் ஒரு முன் பின் தெரியாத இடத்தில் தங்கள் வாழ்க்கையின் ஒரு புதிய அத்தியாயத்தைத் தொடங்கியது.

காதிர்கான் சில நாட்கள் கழித்து தானும் தன் தாய்-தந்தையரை சட் கிராமத்தின் அந்த சிறிய ஊரிலிருந்து குரயீகுடிக்கு அழைத்து வந்துவிடுவதாகவும், அவன் அருகிலேயே இருப்பதாகவும் மன்சூருக்கு வாக்களித்திருந்தான். அவன் தன் வாக்குறுதியை நிறைவேற்றினான். இவ்வாறு சில நாட்களிலேயே குரயீகுடியில் இன்னும் ஒரு புதிய குடும்பம் குடியேறிவிட்டது.

அதற்கு சில நாட்கள் கழித்து இன்னும் ஒரு குடும்பம் வந்து குடியேறியது. பிறகு இன்னும் இரண்டு குடும்பங்கள் வந்தன. இன்னும் மூன்று புதிய வீடுகள்...

குரயீகுடிக்கு சில மைல் தொலைவிலேயே இருந்த முதல் கிராமம் சோனாரூச்சூக். அங்கு கொஞ்சம் மக்கள் வசித்தார்கள். சோனாரூச்சூக் கிராமவாசி ஹலதர் கேவோட்டின் மகன் கஜேன். ஒரு துணிச்சலான இளைஞன். வீட்டில் அவனுடைய வயதான பாட்டியைத் தவிர வேறு யாருமில்லை. அவன் குழந்தையாக இருந்தபோதே அவன் தாய் நோய்வாய்ப்பட்டு இறந்துவிட்டாள். அவன் தந்தை ஹலதர் மிகவும் கோபக்காரன். அந்த நாட்களில் அந்த ஜில்லாவின் கிராமத் தலைவன் கர்கீ மிகவும் பிரசித்தி பெற்றவனாகவும், சக்தி மிக்கவனாகவும் இருந்தான். ஏன் இருக்க மாட்டான், அந்த இளம் வயதிலேயே கிராமத் தலைவன் ஆகி விட்டிருந்தானே! எல்லாரும் அவனுக்கு கும்பிடு போட்டார்கள், அவன் சொன்னபடி ஆடினார்கள், அவனைப் புகழ்ந்தார்கள். ஆனால், அந்தத் தலைவனுக்கும் ஹலதருக்கும் நில எல்லைப் பிரச்சனை தோன்றி நீண்ட காலமாக பகை இருந்துவந்தது.

அந்த நிலம் உண்மையில் ஹலதருக்கு சொந்தமானது. அதன் உரிமைப் பட்டா, வருஷாந்தர வரி கட்டிய காகிதங்கள் எல்லாம் முன்பிருந்தே அவன் பெயரில்தான் இருந்தன. ஆனால் அந்த நிலம்தான் எல்லா சச்சரவிற்கும் மூல காரணமாக இருந்தது. அதனால்தான் கிராமத் தலைவனுடன் அவனுக்கு இழுபறித் தகராறு நடந்துகொண்டே இருந்தது. ஆனால், ஹலதரின் கோபத்திற்கும், கடுமையான பேச்சிற்கும் பயந்து கர்கீ முன்னால் வந்து எதுவும் செய்ய முடியாமல் இருந்தான்.

ஒரு முறை கர்கீ தேயிலைத் தோட்டத்திற்கு அருகில் ஜோப்பட்பட்டில் வசித்த, அன்றாடக் கூலிக்கு வேலை செய்யும் முப்பது ஆண்-பெண் கூலிகளைக் கொண்டு இரவோடு இரவாக ஹலதர் மற்றும் அவனுடைய நண்பர்கள் சிலருடைய வயல்களி லிருந்து நெல், கோதுமைப் பயிர்களை அறுத்துக்கொண்டு போய் சுடுகாட்டில் குவித்து வைத்துவிட்டான். அன்று இரவே அந்த தானியக் குவியலில் நெருப்பு பிடித்து தானியங்கள் எல்லாம் எரிந்து

கரியாகிவிட்டது. சற்று தூரத்தில் இருந்த பெரிய பெரிய நெல், கோதுமை அம்பாரங்கள் தப்பித்துவிட்டன.

அது ஹலதருடைய வேலைதான். அவனுடன் இன்னும் இரண்டு, மூன்று பேரும் இருந்தார்கள், ஆனால் முதலில் போலீஸ் விசாரணையின்போதும், பிறகு கோர்ட்டில் வழக்கு நடந்தபோதும் ஹலதர் தனியாகவே அந்த வேலைக்கான பொறுப்பை ஏற்றுக் கொண்டான். தன்னுடன் இருந்தவர்களிடம்," நெருப்பு வைக்கும் வேலையை எந்த ஒரு மனிதனும் தனியாகவே செய்யமுடியும், பிறகு மற்றவர்களும் தண்டனை பெற்று சிறையில் வாட என்ன அவசியம்?" என்றான் ஹலதர். அவன்தான் திட்டமிட்டுத் தொடங்கினான், அவன் மட்டும்தான் அதற்கு முழுப் பொறுப்பு. அவனைத்தான் போலீஸ் கைது செய்தது, அவன்தான் சிறைக் கம்பிகளுக்குப் பின்னால் நின்றான், மற்றவர்கள் தப்பித்தார்கள். ஹலதர் தெளிவாக, மிக இயல்பாக தானே நெல், கோதுமைக் குவியலுக்கு நெருப்பு வைத்ததாக ஒத்துகொண்டான்.

ஹலதர் முதலில் போலீசிலும், பின்னர் மாஜிஸ்ட்ரேட்டிடமும் 'தான் நெருப்பு வைத்து நல்லதே செய்ததாகவும், ஆனால் நெருப்பை தானியக் குவியலில் வைத்து ஒரு தவறு செய்துவிட்டதாகவும், உண்மையில் அந்த நெருப்பை கர்கீ மீது வைத்திருக்கவேண்டும் என்றும், அந்தத் தவறுக்காக அவன் எப்போதும் வருத்தப்படுவான் என்றும் கூறிவிட்டான். இன்ஸ்பெக்டரிடம் அவன் கூறிய சொற்கள் உடைப்பெடுத்த நதிப் பிரவாகம் போல் சீறி வெடித்தன, "இன்ஸ்பெக்டர், உங்களுக்குத் தெரியுமா? நெருப்பு பட்டதுமே தானியக் குவியல் குபுக் என்று பற்றிக்கொண்டது. நான் பக்கத்தில்தான் ஒரு மரத்திற்குப் பின்னால் இருந்து மேலே எழும்பி கொழுந்து விட்டெரிந்த தீ நாக்குகளைப் பார்த்துக்கொண்டிருந்தேன். அதற்கு முந்தின நாள் இரவு கிராமத்தில் 'சிசுபாலன் வதம்' நாடகம் நடந்திருந்தது. பிறகு மறுநாள் பகலில் கிராம மக்கள் எல்லாரும் புது அரிசியில் சமைத்த விருந்தை சாப்பிட்டிருந்தார்கள். முந்தின இரவு நாடகம் பார்க்க கண் விழித்திருந்துவிட்டு, அன்று பகல் வயிறு நிறைய சாப்பிட்டதால் அன்று இரவு எல்லாரும் அடித்துப் போட்டது போலத் தூங்கிக்கொண்டிருந்தார்கள். நாள் முழுதும் கிராம மக்கள் விருந்து தயாரிப்பதிலும், சாப்பிடுவதிலும் மும்முரமாக இருந்ததில் எப்போது கிராமத் தலைவன் கர்கீ, அந்தப் பணப் பிசாசு, கூலியாட்களை அழைத்து வந்து எங்கள் வயல்களைத் துடைத்துவிட்டான் என்று யாரும் கவனிக்கவில்லை. இன்ஸ்பெக்டர்! எங்கள் தானியங்கள் எரிந்துகொண்டிருந்தபோது நான் அங்குதான் நின்று பார்த்துக்கொண்டிருந்தேன், என் நெஞ்சை அழுத்திப் பிசைந்துகொண்டிருந்தேன். என்னுடைய நெஞ்சத் தீயின்

நாக்குகள்தான் என் கண் முன்பே எல்லாவற்றையும் லபக் லபக்கென்று விழுங்கிக்கொண்டிருந்தன. அக்கினியின் பிரளய தாண்டவத்தைப் பார்த்து என் கண்கள் மின்னின, உணர்ச்சி வேகத்தில் என் உடல் முழுதும் கிடு கிடுவென நடுங்கியது. நான் எட்டி எட்டி நெருப்பைப் பார்க்கத் தொடங்கினேன், திடீரென்று எனக்கு 'அடேடே! இது எரியும் நெல், கோதுமையின் மணம் அல்லவா!' என்று தோன்றியது. அதை நான் உள்ளுக்குள் உணர்ந்தேன். நீங்கள் எப்போதாவது எரியும் தானியத்தின் மணத்தை முகர்ந்திருக் கிறீர்களா, இன்ஸ்பெக்டர்? உங்களுக்கு எங்கே அந்த மணம் தெரியப் போகிறது? யாராவது தானியத்தை எரிப்பார்களா, என்ன? ஏனோ தெரியவில்லை, திடீரென்று என் மனதில் தவறு செய்துவிட்டோமோ என்ற உணர்வு நிரம்பி வழிந்தது. 'இந்தத் தானியக் குவியலில் என்னுடைய வயலில் விளைந்த தானியங்கள்தானே இருந்தன? என் ரத்த- வியர்வைத் துளிகளின் பெருக்கு, கஜேனுடைய அம்மாவின் துணி எதுவும் மூடாத வெறுமையான முதுகில் தகித்த ஆவணி மாத வெயில், அவள் உடலிலிருந்து கொட்டிய வியர்வைத் துளிகள் எல்லாம் அந்தத் தானியத்தில்தானே கலந்திருந்தன? இன்ஸ்பெக்டர், இந்த நினைவு வந்ததும் என் மனம் ஐஸ் கட்டியைப் போல ஜில்லிட்டுவிட்டது, 'கடவுளே! என்ன செய்துவிட்டேன் நான்! நிலம்- தோட்டம் என்ற லக்ஷ்மியை நெருப்பில் எரித்துவிட்டேனே! சீ சீ! என் கல்மனதால் என்ன பாவம் செய்துவிட்டேன்!' என் நெஞ்சு, உடல் முழுதும் நடுங்கியது. அதற்கு மேல் என்னால் அங்கு ஒரு கணம் கூட நிற்க முடியவில்லை. நான் வீட்டை நோக்கி ஓடினேன். அப்போதும் எரிந்துகொண்டிருந்த தானியத்தின் மணம் என்னைத் தொடர்ந்து வந்துகொண்டேயிருந்தது. திடீரென்று, இன்ஸ்பெக்டர்! ஒரு அதிசய உணர்வு என் மனதில் தோன்றியது. நான் யாரையோ சுடுகாட்டில் தகனம் செய்துவிட்டுத் திரும்பி வருகிறேன் என்று தோன்றியது!- அப்போதும் இப்படித்தானே எரிந்த மணம் கூடவே வரும்! ஆனால், அது ஒரு மனித உடலை எரித்த மணம், தானியத்தை எரித்த மணம் இல்லை! திடீரென்று என் மனம் மீண்டும் கொதித்தெழுந்தது. இந்த முறை முற்றிலும் எதிர்பாராத வேறொரு எண்ணம் மனதில் தோன்றியது. இன்ஸ்பெக்டர், உண்மையை சொல்கிறேன், என் மகன் கஜேன் மீது சத்தியமாக சொல்கிறேன், அந்த நேரம் என் மனதில் தோன்றிய அந்த பயங்கரமான எண்ணம் இதுதான்_ இன்று நான் சுடுகாட்டில் இப்படி தானியக் குவியலை எரிக்காமல் கிராமத் தலைவன் கர்கீயையே உயிரோடு எரித்துவிட்டு வந்திருந்தால்? ஐயோ! நான் அப்படி செய்ய முடிந்திருந்தால் அதுதான் உருப்படியான ஒரு காரியமாக இருந்திருக்கும்!! அப்போது மூக்கில் நிறைந்து வீசும் இந்த எரிப்பு மணம் தானியத்தை எரித்த மணமாக இல்லாமல், ஒரு மனிதனை எரித்த மணமாக இருந்திருக்கும்.. கர்கீயை எரித்த மணம்..."

"ஏய்! வாயை மூடு! இவன் வாயை மூடுகிறானா, பாருங்கள்!"

இன்ஸ்பெக்டர் மேஜை மேல் ஓங்கி ஒரு தட்டு தட்டினார். அந்த சத்தத்தைக் கேட்டு திடுக்கிட்டு ஹலதரின் வாய் மூடிவிட்டது, ஆனால், கண்கள் இன்னும் விரிந்து முறைக்கத் தொடங்கின.

ஹலதருக்கு மூன்று ஆண்டுகள் சிறைத் தண்டனை கிடைத்தது. சிறையிலிருந்து விடுபட்டு வந்த அடுத்த நாளே தன்னுடைய வயலில் பெரும் பகுதி நிலத்தை கர்கீ தன் வயலில் சேர்த்து உயரமான வேலி போட்டுவிட்டதை அவன் பார்த்தான். இதில் ஆச்சரியம் என்னவென்றால், அவனுக்குத் துணையாக இருந்த மற்றவர்களின் நிலங்கள் பத்திரமாக இருந்தன! விசாரித்ததில் அவர்களுடைய நிலங்களை யாரும் தொடக் கூட மாட்டார்கள் என்றும், ஏனென்றால் அவர்கள் எல்லாரும் போய் கர்கீயின் காலில் விழுந்து மன்னிப்பு கேட்டு ஹலதர் தூண்டிவிட்ட போதும் தாங்கள் அவனுக்குத் துணை போகவில்லை என்று கூறியதாகவும், ஹலதரைக் குறித்து அநாகரிகமான இன்னும் பல செய்திகளை அவன் காதில் போட்டதாகவும் தெரிய வந்தது. எல்லாவற்றையும் அறிந்த பிறகும் ஹலதர் மனதைக் கல்லாக்கிக் கொண்டு மௌனமாக இருந்தான். சிறையில் இருந்துவிட்டு வந்திருந்தான், அந்தக் களங்கத்தின் காரணமாகவோ என்னவோ அவனுக்கு கிராம மக்கள் பேசிய பேச்சிலும், நடவடிக்கையிலும் தன் மீது அவர்கள் ஒரு அலட்சியம் காட்டியதாகத் தோன்றியது.

அந்த எல்லா விஷயங்களையும் விட தான் இல்லாத சமயத்தில் நிகழ்ந்த தன் மனைவியின் அகால மரணம் அவனுக்குப் பேரிடியாக இருந்தது. ரத்தபேதியால் ஒரே இரவில் அவள் இறந்துவிட்டாள். ஹலதரின் அம்மா சர்வாயி பண்டிதரை மிகவும் கெஞ்சி ஒரு போஸ்ட் கார்டில் எழுதி அந்த செய்தியை ஹலதருக்கு அனுப்பியிருந்தாள், அது ஒன்றரை மாதம் கழித்து அவனுக்குக் கிடைத்தது. அவன் திரும்பி வந்ததும் அவனுடைய வயதான அம்மாவும் ஒரே மகனும் நீண்ட நாள் பிரிந்திருந்த துக்கம் குறைந்து ஆறுதல் அடையத்தான் செய்தார்கள், ஆனால், மனைவி இல்லாமல் அவனுக்கு அந்த வீடு சூனியமாக வெறிச்சிட்டிருந்தது. அவனுக்குத் தன்னுடைய வீடே அந்நியமாகத் தோன்றியது, கிராமவாசிகளுக்கோ அவன் ஒரு அந்நியன்.

சில நாட்கள் அந்த சூனியமான நிலையில் இருந்த பிறகு திடீரென்று ஒரு நாள் ஹலதர் தீர்த்த யாத்திரைக்குக் கிளம்பி விட்டான். அதற்குப் பிறகு அவன் வீட்டிற்குத் திரும்பி வரவேயில்லை.

கஜேனின் பாட்டி அடிக்கடி ஹலதரை நினைத்து அவனைப் பற்றியே பேசிக்கொண்டிருப்பாள். எப்போதாவது கஜேனிடமும்,

"மகனே! உன் அப்பாவுக்கு என்ன ஆயிற்று என்று யாரிடமாவது விசாரித்துப் பாரேன்!" என்று கூறுவாள்.

அதற்கு பதிலாக கஜேன், "உன் மகன் உன்னைப் பற்றி விசாரிப்பதற்கு வீட்டிற்கு வராதபோது நீ மட்டும் ஏன் அவனைப் பற்றிக் கவலைப்பட்டு சாகிறாய்? அவன் எங்கேயாவது போய் செத்திருந்தால் கூட, அதைத் தெரிந்து நாம் என்ன செய்யப்போகிறோம்?" என்று பட்டென்று எரிந்து விழுவான்.

கஜேன் ஒருபோதும் தன் தந்தையைத் தேடுவதற்கு எந்த முயற்சியும் செய்ததில்லை. அவன் தன் வாழ்க்கைப் பாதையைத் தானே தெரிவு செய்துகொண்டான், அந்தப் பாதையிலேயே உறுதியாக சென்றான்.

அவன் காலையில் வெகு நேரம் கழித்துதான் தூக்கம் கலைந்து எழுந்திருப்பான். வயல் வேலை எதுவும் இல்லை. பிடுங்கிக்கொண்ட பிறகும் மிச்சம் இருந்த நிலத்தை அறுவடையில் பாதிப் பங்கு என்று குத்தகைக்கு விட்டுவிட்டான். அதிலிருந்து அவனுக்குக் கிடைத்த பாதிப் பங்கு தானியம் பாட்டிக்கும், அவனுக்கும் வருஷம் முழுவதற்கும் போதுமானதாக இருந்தது. காலையில் எழுந்ததும் தவறாமல் சற்று நேரம் விறகு வெட்டப் போவான். தன் வீட்டிற்குத் தேவையான விறகை வெட்டிக் கொண்டுவந்து குவித்த பிறகும் அக்கம் பக்கம் சென்று, "விறகு வெட்ட வேண்டுமா விறகு?" என்று கத்துவான்.

கஜேன் விறகு வெட்டுவது, அன்றாடத் தேவைக்கு அதிக மாகவே வெட்டுவது, தன்னுடைய தசைகளையும், உடல் வலுவையும் குறையாமல் வைத்திருக்க முயற்சிப்பது எல்லாம் அவனுக்கு மிகவும் அவசியமாக இருந்தன.

அன்றும் காய்ந்த பலாமரக் கட்டைகளை வெகு நேரம் வெட்டிய பிறகு அவன் வீட்டு வராந்தாவிற்கு வந்து ஒரு பழைய மர நாற்காலியில் உட்கார்ந்தான். களைத்துப் போன அவன் ஓய்வெடுக்கும் நேரம் அது. அவன் உள்ளங்கையில் புகையிலையைக் கொட்டிக்கொண்டான்.

அவனுடைய தானிய அறையின் ஒரு மூலையிலேயே துணி நெய்யும் தறி இருந்தது. பாட்டியம்மா வேலையில்லாத சமயங்களில் அங்கே துணி நெய்வாள். அங்கேயே ஒரு ஓரத்தில் பெரிய அடுப்பில் ஒரு பெரிய பாத்திரத்தில் நெல் அவிந்து கொண்டிருந்தது. புகையிலையை நன்றாக உருட்டி உதட்டிற்கும் பல்லிற்கும் இடையில் சரியாக வைத்துக்கொண்டு கஜேன் நற்காலியிலிருந்து எழுந்து முன்வாசலுக்கு வந்து வானத்தைப் பார்த்தான். வெயில்

சுட்டெரித்தது. தொலைவில் மேகங்கள் தெரிந்தன, ஆனால் அவை மழை மேகங்கள் இல்லை. அந்த மேகங்கள் துணிச்சலான இளைஞர்களைப் போன்றவை, வெயிலை ஏமாற்றி சீண்டி விளையாடுபவை.

இவ்வாறு மேகங்கள் தவழும் காலத்தில் காந்துலி மீன்கள் நீர்மட்டத்திற்கு மேலே வந்து பெருமையாக துள்ளித் திரியும். குரயீ நதியில் சீலன் மீன்களும் கூட்டம் கூட்டமாக கரை ஓரம் வரும். கஜேன் தானிய அறைக்குப் போய் இரண்டு நாட்களுக்கு முன்பு வெட்டிக் கொண்டுவந்து சுவரில் சார்த்தி வைத்திருந்த பிஜுலி[1]. மூங்கிலின் கூர்மையான நீண்ட பகுதியை எடுத்துக்கொண்டு வெளியே வந்தான். நெல் அவிந்துகொண்டிருப்பதைப் பார்த்து அடுப்புக்குப் பக்கத்திலிருந்தே, “பாட்டி, இது அவிந்துவிட்டது, இறக்கி வை!” என்று உரக்கக் கத்தினான். இங்கும் அங்கும் பார்த்தான், பாட்டியும் வரவில்லை, அவள் குரலும் வரவில்லை. “எங்கே தொலைந்துபோய்விட்டாள்?” என்று சிடுசிடுத்துக்கொண்டே அவன் தானே பெரிய மரக் கரண்டியை எடுத்து தானியத்தை ஒரு முறை நன்றாகக் கிளறிவிட்டான். பிறகு இடுப்பிலிருந்த துண்டை அவிழ்த்து அடுப்பிலிருந்து பாத்திரத்தை இறக்கி ஒரு ஓரத்தில் வைத்தான். “பாட்டி தோட்டத்திற்குதான் போயிருப்பாள், கீழே விழுந்து கிடக்கும் வாசனை வெற்றிலைகளைப் பொறுக்குவதற்குப் போயிருப்பாள். இந்த பாட்டியை அங்கே போக வேண்டாம் என்று எத்தனை தடுத்தாலும் கேட்பதில்லை! இன்று வரட்டும், சொல்கிறேன்!” என்று பல்லைக் கடித்தான் கஜேன்.

கஜேன் வழவழப்பான, கூரான மூங்கிலின் ஒவ்வொரு கணுவையும் நெருப்பில் மெல்ல மெல்ல காட்டி சுடத் தொடங்கினான். மூங்கில் சற்றே வளைந்திருந்த இடத்தையும் சூடு காட்டி நேராக்கினான். சற்று நேரத்தில் பன்சி[2] தயாரானதும் மீன் பிடிப்பதற்கான மற்ற எல்லா ஏற்பாடுகளையும் செய்ய உள்ளே போனான். உள்ளே போய் அவன் கொண்டுவந்த பெட்டியில் பல பொருள்கள் இருந்தன, தூண்டில் முள்ளில் கோர்ப்பதற்கு ஒரு இலைச் சருகில் சுற்றி கூரையில் வைத்திருந்த எறும்பு முட்டைகளும் இருந்தன. எது எதை எங்கெங்கு கோர்க்க வேண்டுமோ அதை அங்கங்கு கோர்த்து தூண்டில் தயார் செய்து வராந்தாவில் ஒரு பக்கம் சார்த்தி வைத்துவிட்டு கஜேன் அரிவாளை எடுத்துக்கொண்டு வீட்டின் பின்புறம் சென்றான். தோட்டத்தைக் கடந்ததுமே மூங்கில் தோப்பு இருந்தது. அங்கே உதிர்ந்து கிடந்த மூங்கில் ,இலைக் குவியலில் கால் வைத்ததுமே கால் உள்ளே அமுழ்ந்திவிடும். அங்கு மூங்கில் மரங்களின் அடர்த்தியால் எப்போதும் இருண்டே இருக்கும், ஒரு

1. மெல்லிய, கூரான மூங்கில் 2. மீன் பிடிக்கும் மூங்கில்

அதிசயமான மீன் மணமும் வீசும்.சிறு வயதில் தந்தையின் கையைப் பிடித்துக்கொண்டுதான் அவன் அங்கு வருவான், தனியாக வருவதற்கு கொள்ளை பயம்! அங்கு ஒரு மோகினிப் பிசாசு இருப்பதாக யாரோ சொல்லி அவன் கேட்டிருந்தான்.

கஜேனுக்கு ஒரு அத்தை இருந்தாள், தொலைவில் ஒரு கிராமத்தில் அவளைக் கல்யாணம் செய்து கொடுத்திருந்தார்கள். அவனை ஒத்த வயதில் அவர்களுக்கு ஒரு மகள் இருந்தாள். அவள் பெயர் ரமோலா. சிறு வயதில் ரமோலா அத்தையோடு அங்கு வரும்போதெல்லாம் அவன் கையைப் பிடித்து அந்த மூங்கில் தோப்புக்கு இழுத்துக்கொண்டு வருவாள். அங்கே இலைகளே இல்லாமல் கத்தரி வண்ண நில சம்பங்கிப் பூக்கள் குவியல் குவியலாக பூத்திருக்கும். அந்தப் பூக்களைப் பறிக்கும் ஆசையில்தான் ரமோலா கஜேனையும் இழுத்துக்கொண்டு அங்கு வருவாள். தனியாக வர பயப்படுவதைப் போலவே அவளோடு கூட வருவதற்கும் கஜேன் பயப்படுவான். அவன் பயத்தைப் பார்த்து ரமோலா கேலி செய்வாள், அவன் வரவில்லையென்றால் தனியாகவே வந்து எல்லாப் பூக்களையும் பறித்துக்கொண்டு போவாள். கஜேன் திகைத்துப் போய்விடுவான். அதெல்லாம் பதினாறு வருடங்களுக்கு முந்திய சமாச்சாரம். அப்போது அவர்களுக்கு ஒன்பது, பத்து வயதிருக்கும். இப்போது ரமோலா கல்யாணம் ஆகி இரண்டு குழந்தைகளுக்குத் தாயாகிவிட்டாள். இப்போதும் இங்கே வந்தால் அவள் கஜேனை அழைத்துக்கொண்டு அங்கு வருவாள், சிறு வயது நிகழ்ச்சிகளை நினைத்து சிரித்து கலாட்டா செய்வாள். மூங்கில் மரங்களின் கீழே இருட்டில், அந்த மணத்தில் அதையெல்லாம் நினைத்து இன்றும் அவர்களுக்கு உடல் சிலிர்க்கும். இரண்டு குழந்தைகளுக்குத் தாய் என்றாலும் ரமோலாவின் இளமை குன்றவில்லை. அவள் இன்றும் முன்பு போலவே அவன் கையைப் பிடித்து இழுத்துக்கொண்டு போவாள், அவனைக் குத்துவாள், அன்புடன் முடியைப் பிடித்து இழுப்பாள், கன்னத்தைக் கிள்ளி, “டேய், கஜேன்! இங்கே வா! நானே மோகினிப் பிசாசாகி உன்னைப் பிடித்துக்கொள்கிறேன்!” என்று அவனை சீண்டுவாள்.

அவளுடைய சீண்டலில் இருவரும் விழுந்து விழுந்து சிரிப்பார்கள். இந்த மூங்கில் காட்டிற்கு வரும்போதெல்லாம் கஜேனுக்கு இன்றும் கூட ரமோலாவும், அவளுடைய வேடிக்கை விளையாட்டும் நினைவு வந்து உடல் சிலிர்க்கும்.

எந்த மூங்கிலின் கூரான பகுதி உபயோகப்படும் என்று கஜேன் ஊகித்து அறிந்துகொண்டுவிடுவான். மூங்கில் மேல் காதை வைத்து கர்கர் என்ற ஒலியைக் கேட்க முயற்சிப்பான். பிறகு ஒன்றிரண்டு கணுக்களை வெட்டி தூண்டிலுக்கு வேண்டிய தீனியை[1] எடுத்து

விடுவான். அப்படி கணுவை வெட்டித் தோண்டி எடுத்தால் அந்த மூங்கில் வளராமல் பட்டுப் போய்விடும்.

அதனால் பாட்டி, "கிராமம் முழுதும் புழு கொடுப்பதற்கு இவன் ஏன் மூங்கிலை வீணடிக்கிறான்?" என்று அவனைக் கண்டிப்பாள். ஆனால் புழு கேட்டு யார் வந்தாலும் கஜேன் அவர்களைத் தானே அழைத்துப் போய் மூங்கிலை வெட்டி புழு எடுத்துக் கொடுப்பான். அவன் பாட்டிக்கு அது பிடிக்கவே பிடிக்காது, அவளால் முடிந்த வரை வீட்டிற்கு வருபவர்களைத் திட்டித் துரத்திவிடுவாள். கஜேனுக்கு கோபம் வந்துவிடும், "இரண்டு, மூன்று மூங்கிலை வெட்டினால் புழு கிடைத்துவிடும், இதற்கு உன் தலை ஏன் வெடித்துப் போகிறது?" என்று கத்துவான்.

"இப்படி மூங்கிலின் பட்டையை உரித்தால் மூங்கிலுக்கு வலிக்காதா?" என்பாள் பாட்டி.

"ஓஹோ! என்னவோ இவர்கள் தோலை உரிப்பது போல மூங்கிலுக்காக மிகவும் துன்பப்படுகிறார்கள். டேய், இங்கே வா, நானே உனக்கு வெட்டிக் கொடுக்கிறேன்!" என்று கூறி கஜேன் அரிவாளை எடுத்துக்கொண்டு தானே கிராமத்து சிறுவர்களை அழைத்துக்கொண்டு போய் தேடித் தேடி மூங்கிலின் கூரிய பகுதியை வெட்டி புழு எடுத்துக் கொடுப்பான், அந்த சிறுவர்கள் மனதில் நட்பும், அன்பும் நிறைந்துவிடும். அவர்களும் எப்போதாவது குளவி கூடு கட்டிய மூங்கிலைப் பார்த்தால் வெட்டி எடுத்து வருவார்கள், எல்லாருக்கும் முன்னால் கஜேனுக்குத் தகவல் சொல்லுவார்கள். பிறகு என்ன, கஜேன் அதிலிருந்து குளவியையும் குளவி முட்டைகளையும் எடுத்து வந்து தூண்டிலில் செருகி மீன் பிடிக்கப் போய்விடுவான். சிறுவர்களை உற்சாகப்படுத்துவதற்காக அவன் எப்போதாவது அவர்களுடன் அருகிலேயே பலம் நதியில் மீன் பிடிக்கப் போவான், இல்லையென்றால் அவனுடைய இடம் தொலைவில் ஓடும் பெரிய குரயீ நதிதான். அங்கே போகும்போதெல்லாம் அவன் தனியாகத்தான் போவான், நாள் முழுதும் அங்கேயே உட்கார்ந்திருப்பதற்கு ஏற்பாடு செய்துகொண்டு போவான். இன்றும் அவன் அங்கேதான் போகப் போகிறான்.

ஒரு மூங்கில் சுடாவில்[1] மீன் பிடிக்கத் தேவையான பல வகை சின்ன சின்ன புழுக்கள், தீனி நிறைந்திருந்தன, சேம்பு இலையில் கொஞ்சம் புழுக்கள் சுற்றியிருந்தது. இவை அனைத்தையும் மீன் பிடிக்கும் தூண்டிலையும் எடுத்துக்கொண்டு அவன் கட்டி

---

1. மீன் பிடிப்பதற்காக தூண்டிலில் செருகும் குளவி முட்டை அல்லது புழு.

யிருந்த துண்டை உதறித் தோளில் போட்டுக்கொண்டான். அவன் பின்புறக் குட்டை வழியாகப் போகலாமா என்று யோசித்துக் கொண்டிருந்தபோது எதிரிலிருந்த கதவு வழியாக முன்னூவும், ரூபாயியும் படபடப்புடன் ஓடி வந்தார்கள். தாழ்ப்பாள் சத்தத்தைக் கேட்டு அவன் திரும்பினான், அவர்களுடைய பயந்த முகத்தைப் பார்த்து, "என்னடா முன்னூ! என்ன ஆயிற்று?" என்று கேட்டான். முன்னூ அவன் அருகில் வந்து" 'வா கஜேன், சீக்கிரம் வா!' கர்கீ தன் ஆட்களை அழைத்து வந்து கேந்தாயி குளத்தை சுற்றி வேலி போடத் தொடங்கிவிட்டான். கிராமத்து ஜனங்கள் எல்லாரும் அங்கு கூடிவிட்டார்கள்!"

"கேந்தாயி குளத்தை சுற்றியா? கர்கீ ஆட்களா? ஏன்?" என்று கேட்டான் கஜேன்.

"இந்த முறை மக்கள் கணக்கெடுப்புக்கு வந்தவர்கள் சொத்து-நில விவரங்களை எழுதும்போது குளத்தை அவன் பெயரில் எழுதி விட்டார்கள். இனிமேல் குளத்தை அவனுடைய தோட்டத்தோடு சேர்த்துதான் எழுதுவார்களாம்!"

கஜேன் தலையை உயர்த்தி மேலே பார்த்தான், சற்று நேரம் வெறுமனே ஆகாயத்தைக் கண் கொட்டாமல் பார்த்துக் கொண்டிருந்தான். பஞ்சுப்பொதி போல வெண்மையான, மெல்லிய மேகங்கள் இங்கும் அங்கும் பறந்து திரிந்துகொண்டிருந்தன. கஜேன் தான் சொல்வதைக் கவனமாகக் கேட்கிறானா, இல்லையா என்றே முன்னூவுக்குத் தெரியவில்லை. அவன் கஜேனின் கவனத்தைக் கவர்வதற்காக மீண்டும், "பார் கஜேன், என்ன நடக்கிறதென்று! கேந்தாயி குளம் மக்களுடையது. மாசி மகத்திற்கு முதல் நாள் கிராம மக்கள் எல்லாரும் பெரிய விருந்திற்கு[2] மீன் பிடிக்க அங்கேதான் போகிறார்கள். வெயில் காலத்தில் மற்ற எல்லா இடத்திலும் தண்ணீர் இல்லாமல் காய்ந்து விட்டால் கிராமத்து ஆடு, மாடு எல்லா ஜீவன்களும் அங்கேதான் தண்ணீர் குடிக்கப் போகின்றன. நம் எல்லாருக்கும் சொந்தமான அந்தக் குளம் அவனுக்கு மட்டும் தான் என்று ஆகிவிடும். இது என்ன நியாயம்?" என்று பொரிந்து தள்ளினான்.

இதற்கிடையில் கஜேனின் பார்வை ஆகாயத்திலிருந்து விலகி முன்னூவின் முகத்தில் வந்து நின்றது. ஆனால் இப்போதும் அவன் பார்வையிலிருந்து அவன் விஷயத்தைக் கேட்டானா, இல்லையா

1. ஒரு மூங்கில் துண்டில் அமைந்த கப்.

2. மகர சங்கராந்திக்கு முதல் நாள் 'உருக்கா' என்று சொல்வார்கள், அன்று இரவு நடக்கும் ஊர்ப் பொது விருந்து.

என்று தெரியவில்லை. ஆனால் முன்னூ பேசி முடித்தானோ இல்லையோ “நட” என்று சொல்லி அவன் வேகம் வேகமாக கதவை நோக்கிப் பாய்ந்தான். அவன் பின்னாலேயே முன்னூவும், ரூபாயியும் வேகமாக குளத்தை நோக்கிப் போனார்கள்.

கொஞ்ச தூரம் போனதும் அவர்கள் மூவரும் பாதையை விட்டு விலகி வயலில் இறங்கி குளத்துப் பக்கம் போனார்கள். குளத்தை அவர்கள் அடைவதற்கு கொஞ்ச தூரமே இருந்தபோது அந்தப் பக்கத்திலிருந்து துப்பாக்கி குண்டு வெடிக்கும் சத்தம் கேட்டது. அடுத்த வினாடியே குளக்கரையிலிருந்து பலர் விழுந்தடித்துக் கொண்டு எழுந்து வயல்கள் வழியாக கிராமத்துப் பக்கம் ஓடத் தொடங்கினார்கள்.

அப்படி விழுந்தடித்து ஓடியவர்களில் தங்கள் அருகில் ஓடிய சிலரிடம், “என்ன ஆயிற்று? ஏன் இப்படி ஓடுகிறீர்கள்?” என்று வியப்புடன் கேட்டான் கஜேன்.

மக்கள் பதில் சொல்லாமலே ஓடிக்கொண்டிருந்தார்கள், ஒருவன் வெகு தூரம் ஓடிய பிறகு திரும்பி, “கிராமத்தலைவர்!” என்று கத்தினான், மற்றொருவன், “துப்பாக்கி!” என்று கத்தினான்.

“துப்பாக்கியா?” என்று கஜேன் தன்னைத் தானே கேட்டு கொண்டு முன்னூ, ரூபாயியைப் பார்த்தான். பிறகு அவன் திரும்பி குளத்தின் பக்கம் பார்த்தபோது திடீரென்று குளத்தின் உயரமான கரையில் நின்றிருந்த கர்கீயைப் பார்த்தான், அவர் கையில் துப்பாக்கி ஏந்தி ஓடிக்கொண்டிருந்த கிராமவாசிகளைப் பார்த்துக்கொண்டிருந்தார். அவர் அவர்களை மிரட்டி "இன்னும் உங்களுக்கு நான் யார் என்று தெரியவில்லையா? எல்லாரையும் சுட்டுக் கொன்றுவிடுவேன்! என் ஆட்களோடு மோதுவதற்கு உங்களுக்குத் துணிச்சல் எப்படி வந்தது?” என்று அதட்டிக்கொண்டிருந்தார்.

கஜேன் அவர் அதட்டலை லட்சியம் செய்யாமல் முன்னால் போய்க்கொண்டேயிருந்தான், ஆனால் முன்னூவும், ரூபாயியும் அங்கேயே ஜடமாகி நின்றார்கள்.

குளத்தின் உயரமான கரையின் மேல் கையில் துப்பாக்கியோடு கர்கீ நின்றார், கீழே கஜேன்! கஜேன் ஒரு முறை கரை முழுதும் பார்வையை ஓட்டினான். உயரமான கரையில் அங்கங்கே பலர் கூட்டமாக நின்றார்கள். அவர்களில் சிலர் உயரமான அணையின் கரைகளில் குழி தோண்டிக்கொண்டிருந்தார்கள், இன்னும் சிலர் அந்தக் குழிகளில் பெரிய, பருமனான மூங்கில் கம்புகளை நட்டுக் கொண்டிருந்தார்கள். கஜேனின் கால் அருகிலும் அந்த மூங்கில் களின் துண்டுகள் குவியலாகக் கொட்டியிருந்தன. கஜேன் ஒரு முறை

அந்தக் குவியலைப் பார்த்தான், பிறகு தலையை உயர்த்தி கர்கீ பக்கம் பார்த்தான். அவன் கண்களில் ஒரு அற்புத ஒளி வீசியது.

கர்கீ அந்த ஒளியைப் பார்த்து திடுக்கிட்டார். கஜேனின் கண்களைப் போலவே அவன் தந்தை ஹலதரின் ஒளி வீசும் கண்களும் இதே மாதிரி தன்னைப் பல நாட்கள் உற்று நோக்கியது அவருக்கு நினைவு வந்தது.

கர்கீ துப்பாக்கி முனையை மேல்நோக்கியும், அடியை பூமியிலும் வைத்து, "ஏண்டா? ஏதாவது சொல்லவேண்டுமா?" என்று கஜேனைக் கேட்டார்.

கஜேன் மிகவும் பணிவுடன், "ஐயா, குளத்தை சுற்றி ஏன் வேலி போடுகிறீர்கள்?" என்று கேட்டான்.

"என்னுடைய குளம், என் இஷ்டம், வேலி போடுகிறேன்."

கஜேன் இன்னும் பணிவுடன், "ஆனால் இது வரை நம் கிராம மக்கள் இது எல்லாருக்கும் பொதுவான குளம் என்றே நினைத்தார்கள்." என்றான்.

"அவர்கள் தவறாக நினைத்தார்கள். இப்போது உண்மையைத் தெரிந்துகொள்ளட்டும். இது கர்கீயின் குளம். இதன் மீது யாருக்கும் உரிமை கிடையாது, தெரிந்துகொண்டாயா?"

கர்கீ தொலைவில் வேலை செய்துகொண்டிருந்த நேப்பாளி வேலையாட்களைப் பார்த்து, "நீங்கள் உங்கள் வேலையைப் பாருங்கள். உங்களைத் தடுப்பதற்கு இனி எவனும் வரமாட்டான். இங்கே வந்தால் எலும்பெல்லாம் நொறுங்கிவிடும் என்று அவர்களுக்குத் தெரிந்துவிட்டது." என்று உரக்கக் கூறினார்.

கர்கீ துப்பாக்கியைத் தூக்கித் தோளில் வைத்துக்கொண்டு குளத்தின் மறுபக்கம் போய்விட்டார்.

கஜேன் அவர் போவதைப் பார்த்துக்கொண்டேயிருந்தான், பிறகு என்ன நினைத்தானோ தன் காலடியில் கிடந்த மூங்கில் துண்டுக் குவியலை ஓங்கி உதைத்தான். மூங்கில் துண்டுகள் கடகடவென்று உருண்டன, அந்த சத்தத்தைக் கேட்டு கர்கீ திரும்பிப் பார்த்தார். கஜேன் மிஞ்சியிருந்த குவியலை மீண்டும் உதைத்தான். மிச்சமிருந்த துண்டுகளும் உருண்டு ஓடின. அதன் பிறகு கஜேனும், அவன் நிழல் போன்ற அந்த இரண்டு சிறுவர்களும் வெகு வேகமாக வயல்களில் ஓடி மறைவதை கர்கீ பார்த்தார்.

கஜேன் வேலிப் படலைத் திறக்காமலே தாவி உள்ளே வந்தபோது பாட்டி வராந்தாவில் உட்கார்ந்து வெற்றிலைகளை

எண்ணிக்கொண்டிருப்பதைப் பார்த்தான். அவன் அவள் அருகில் சென்று, "'பாட்டி, இனிமேல் நீ சூப்பரிண்டெண்ட் தோட்டத்தில் வெற்றிலை பொறுக்கப் போனால் உன்னை அங்கேயே வெட்டிப் புதைத்துவிடுவேன். அங்கே போகவேண்டாமென்று உன்னை நான் எத்தனை தடவை தடுத்திருக்கிறேன், ஏன் புரிந்துகொள்ள மாட்டேன் என்கிறாய்?" என்று கண்டிப்பாகக் கூறினான்.

பாட்டி தலையை நிமிர்த்தாமலே, "கீழே உதிர்ந்து கிடக்கும் இலைகளைத்தானே பொறுக்கிக்கொண்டு வருகிறேன். வெற்றிலை போட்டால் கொஞ்சம் நிம்மதி, இதில் யாருக்கு என்ன நஷ்டம்?" என்றாள்.

"யாருக்கு என்ன நஷ்டமா? என்ன நஷ்டமாகவில்லை? உனக்கு என்ன தெரியும்? நான் தடுத்தேனா, இல்லையா! அவ்வளவுதான்! உனக்கு அவ்வளவு ஆசையாக இருந்தால் நான் நம் தோட்டத்திலேயே வெற்றிலைக்கொடி நட்டுவிடுகிறேன்."

"சரி, சரி, எனக்காக எப்போதாவது ஏதாவது பண்ணியிருக் கிறாயா, நீ? நீ குழந்தையாக இருந்தபோதே உன் அம்மா போய் சேர்ந்து விட்டாள். ஆறு வருஷம் ஆயிற்று, உன் அப்பா தீர்த்தயாத்திரை போய் திரும்பி வரவேயில்லை. நான் மட்டும்தான் இருக்கிறேன், உன்னை நெஞ்சோடு அணைத்துக்கொண்டு வாழ்ந்துகொண்டிருக்கிறேன். நீ என்னடாவென்றால்... என்னை ஏதாவது கரித்துக் கொட்டி உனக்குத் தொண்டை வறள்வதேயில்லை!"

வயதான பாட்டியின் பேச்சு முடிவதற்கு முன்பே கஜேன் அங்கிருந்து நகர்ந்துவிட்டான், பேசாமல் குளிக்கப் போய்விட்டான். பாட்டி வெற்றிலையைத் துடைத்து வாழை இலையில் சுற்றி வைத்தாள், பிறகு இடுப்பைப் பிடித்துக்கொண்டு மெல்ல எழுந்து உள்ளே போய்விட்டாள்.

சற்று நேரம் கழித்து கஜேன் சாப்பிட உட்கார்ந்தபோது பாட்டி பக்கத்தில் உட்கார்ந்து சாப்பாடு வைத்து விசிறிக்கொண்டே சமயம் பார்த்து மீண்டும், "கஜேன், ஒரு தடவை காமரூப்-காமாக்யாவுக்குப் போய் விசாரியேன்! அங்கே அவன் கிடைத்தாலும் கிடைப்பான்!" என்று பழையபடி அவனை வற்புறுத்தினாள்.

"நீ என்ன அந்த தாலுக்காவை உன் சோனாரூச்சூக் கிராமம் போல சுண்டைக்காய் என்று நினைத்தாயா? அங்கே நாற்சந்தியில் நெல்லிக்காய் மரத்தடியில் என் அப்பன் உட்கார்ந்திருக்கிறான், நான் போய் அவன் கையைப் பிடித்து அழைத்து வருகிறேன்! இதை மட்டும் சொல்லு, உன் மகன் உன்னை நினைத்து, உன்னை விசாரிக்க வீட்டிற்கு வராதபோது அவனை நினைத்து நீ ஏன் சாகிறாய்?

அவனுக்கு, அவன் பிள்ளையை விடு, அவனுடைய வயதான அம்மாவின் நினைவாவது இருக்க வேண்டும். உதவாக்கரை! எங்கேயாவது போய் செத்துத் தொலைந்தாலும் தொலையட்டும்! நான் அவனைத் தேடி எங்கேயும் போக மாட்டேன்!"

ஒரு பெரிய கிண்ணத்தில் ஒரு வாழைப்பழத்தையும், பாலையும் வைத்து கஜேனுடைய தட்டின் பக்கம் நகர்த்திவிட்டு பாட்டி, "கஜேன், அப்பாவைப் பற்றி இப்படியெல்லாம் பேசலாமா? நீயும் அப்பாவைப் போல கோபக்காரனாகத்தான் இருக்கிறாய்." என்றாள்.

கஜேன் பேசாமல் வீட்டில் சாப்பாட்டு நிலைமையை ஆராய்ந்தான், பாட்டி வீட்டில் மிச்சம் இருந்த ஒரே ஒரு வாழைப் பழத்தை அவன் கிண்ணத்தில் வைத்துவிட்டாள், பித்தளைத் தம்ளரில் இருந்த கொஞ்சம் பாலையும் அவனுக்கே வைத்துவிட்டாள். அவர்கள் வீட்டில் இருந்த இரண்டு பசுக்களில் ஒன்று சினையாக இருந்ததும், மற்றொன்றும் கொஞ்சம்தான் பால் தந்தது என்பதும் அவனுக்குத் தெரியும். சாப்பிட்டு முடித்ததும் கொஞ்சம் வாழைப்பழமும், பாலும் சாப்பிடாவிட்டால் பாட்டிக்கு சாப்பிட்ட திருப்தியே இருக்காது என்பதும் கஜேனுக்குத் தெரியும். அந்தப் பழக்கம் பாட்டியிடமிருந்து அப்பாவுக்கும், அப்பாவிடமிருந்து அவனுக்கும் வந்திருந்தது. அவன் பாதி வாழைப்பழத்தையும், பாதிப் பாலையும் தன் சாப்பாட்டுத் தட்டில் எடுத்து வைத்துக்கொண்டு பெரிய கிண்ணத்தை பாட்டி பக்கம் நகர்த்திவிட்டு, "பாட்டி, உனக்குதான் வைத்திருக்கிறேன், சாப்பிடு! நான் குரயீகுடி நேப்பாளி காயிலாவிடம் சொல்கிறேன், அவன் பால் கறக்கும் பசு ஒன்றை நாளைக்கே இங்கு கொண்டுவந்து கட்டிவிடுவான். நான் சொன்னால் அவன் தட்ட மாட்டான்." என்று கூறினான்.

சாப்பிட்ட பிறகு பாட்டி வெற்றிலை மடிப்பதைப் பார்த்து கஜேன், "பாட்டி, எனக்கு கொஞ்சம் அதிகமாகவே வெற்றிலை மடி, நான் மீன் பிடிக்கப் போகிறேன்." என்றான்.

கஜேன் பீடியைப் பிரித்து புகையிலையை கையில் எடுத்து ஒரு காகிதப் பாக்கெட்டிலிருந்து எதையோ எடுத்து புகையிலையில் நன்றாகக் கலந்துகொண்டான். பிறகு நான்கு சிறிய, வெண்மையான, சதுர வடிவிலான காகிதத்தை எடுத்து கையில் இருந்த தூளை அவற்றில் போட்டு உருட்டினான், நாக்கால் நக்கி ஒரு பக்கத்தை ஈரமாக்கி நான்கு சிறிய சிகரெட்டுகள் செய்தான், மூன்றை பீடி டப்பாவில் வைத்துவிட்டு ஒன்றைப் பற்றவைத்துக்கொண்டான். அவன் பீடி, தீப்பெட்டி, வெற்றிலைபாக்குப் பொட்டலம் மூன்றையும் தன் காக்கிக் கால்சட்டைப் பையில் நிரப்பிக்கொண்டான். அந்த காக்கிக் கால்சட்டையும், அரைக்கை சட்டையும் அவனுடைய மீன்

பிடிக்கும் விசேஷ உடுப்புகள். அவன் தன் சாமான் பெட்டியைத் திறந்து மீண்டும் ஒரு முறை எல்லா சாமான்களும் முள், தூண்டில், கயிறு, புகையிலைப் பை, பாட்டில் எல்லாம் சரியாக இருக்கிறதா என்று பார்த்துக்கொண்டான். அவன் அந்தப் பெட்டியுடன் புழுக்கள் மடித்த இலையையும், மூங்கில் துண்டையும் பையில் போட்டு அந்தப் பையைத் தோளில் தொங்கவிட்டுக்கொண்டான். பிறகு அவன் காலையில் தயார் செய்து வைத்த தூண்டிலை எடுத்துக்கொண்டு கிளம்பிவிட்டான். வெளிக்கதவுத் தாழ்ப்பாளைப் போட்டுக்கொண்டே,"பாட்டி, நான் குரயீகுடிக்குப் போகிறேன், இரவு நான் திரும்பி வர நேரமாகிவிட்டால் கதவில் முகத்தை வைத்துக் கொண்டு பார்த்துக்கொண்டே நிற்காதே!" என்று அங்கிருந்தே கத்தி விட்டு நடந்தான். பாட்டி தன்னையே பார்த்துக் கொண்டு நிற்பது திரும்பிப் பார்க்காமலே அவனுக்குத் தெரிந்ததுதான்.

பாதைக்கு வந்த பிறகு அவன் தன் காலடியைப் பார்த்துதான் தான் உண்மையில் மீன் பிடிக்கத்தான் போகிறோம் என்று உறுதி செய்துகொண்டான். காலையில் கர்கீயின் அதிகாரப் போக்கையும், கிராம மக்களின் இயலாமையையும் பார்த்து அவன் மனநிலை முற்றிலும் மோசமாகிவிட்டிருந்தது. மீன் பிடிக்கும் விருப்பமே மாறிப் போகும் அளவுக்கு அந்த நிகழ்ச்சி அவனை பாதித்துவிட்டிருந்தது.

என்ன நடந்திருந்தாலும் இப்போது அவனுடைய கோபம், அவநம்பிக்கை, இயலாமை எல்லாம் விலகிவிட்டன, அவன் மனம் லேசாகிவிட்டது. ஆனாலும் காலை நிகழ்ச்சியை அவனால் மறக்கமுடியவில்லை. "அந்தக் குளத்தை இப்படியே கையிலிருந்து நழுவ விடுவது சரியா? அது மக்கள் குளம்! தனி ஒரு மனிதன் அதற்கு சொந்தக்காரன் ஆவதா? இல்லை, இல்லை, ஏதாவது செய்தாகவேண்டும், ஏதாவது வழி கண்டுபிடிக்க வேண்டும், ஆனால் என்ன செய்வது...?" என்று அவன் யோசித்துக்கொண்டே நடந்தான். ஏதாவது வழி கிடைக்குமா என்று அவன் மண்டையைக் குடைந்துகொண்டிருந்தபோது பின்னாலிருந்து அவனுக்கு என்றும் பரிச்சயமான ஒரு குரல் கேட்டது. சர்வாயி பண்டிதரின் பழைய ஹெர்குலிஸ் சைக்கிள் சக்கரத்தின் ஒலி. அவன் திரும்பாமலே சட்டென்று வாயிலிருந்த சிகரெட்டை எடுத்து அணைத்து கையில் மறைத்துக்கொண்டான், பிறகு திரும்பிப் பார்த்தான். ஆமாம், அவர்தான் வந்துகொண்டிருந்தார். அந்த வட்டாரத்திலேயே அவர் ஒருவருக்குதான் அவன் மரியாதை காட்டி பார்த்த உடனே பற்ற வைத்த பீடி- சிகரெட்டை அணைத்துவிடுவான்.

"ஏண்டா கஜேன்! மீன் பிடிக்கப் போகிறாயா?"

"ஆமாம், சார்!"

"உன் பாடு தேவலை...!"

சொல்லியபடியே அவர் சைக்கிளில் போய்விட்டார். சில நிமிடங்களிலேயே அவர் சைக்கிள் சத்தம் மறைந்துவிட்டது.

சாரைப் பார்த்ததும் அவனுக்குப் பழைய விஷயங்கள் நினைவிற்கு வந்தது. சிறு வயதில் அவருடைய ஸ்கூலில் படிக்கும் போது எத்தனையோ முறை அவன் அவரிடம் பிரம்படி வாங்கி யிருக்கிறான், எத்தனையோ முறை அவர் அவன் காதைத் திருகி யிருக்கிறார்!

அவர்களுடைய கிராமத்தில் ஸ்கூல் இல்லை, சோனாரூச்சூக் கிராமத்திலும் இல்லை, ரோஹாபாடி கிராமத்திலும் இல்லை, ஆனால் அந்த இரண்டு கிராமங்களையும் தாண்டி பலம் நதிக் கரையில் பலம்தலாவில் ஸ்கூல் என்று சொல்வதற்கு ஒரு பாடசாலை இருந்தது. சிறு வயதில் அவன் படிப்பதற்கு அங்குதான் போவான். அந்த ஸ்கூலில்தான் சர்வானந்த ஷயிக்கீயா ஆசிரியராக இருந்தார், எல்லாரும் அவரை சர்வாயி பண்டிதர் என்று அழைத்தார்கள். ஆறு, ஏழு கிராமங்களுக்கு அதுதான் ஒரே ஸ்கூல். இருபத்தைந்து வருடங்களாக சர்வானந்த ஷயிக்கீயா அதே ஸ்கூலில்தான் ஆசிரியராக இருந்தார். தலைமுடி பாதி நரைத்து, உடம்பு சிறிது கனத்துவிட்டிருந்தது, அதைத் தவிர அத்தனை வருடங்களில் வயதின் காரணமாக அவரிடம் எந்த மாற்றமும் தென்படவில்லை, உடம்பிலும் சரி, மனதிலும் சரி... அவருடைய ஹெர்குலிஸ் சைக்கிளைப் போலவே!

சர்வாயி பண்டிதர் தொடர்பாக நிகழ்ந்த அவனுடைய சிறு வயது நிகழ்வுகளின் நினைவு அவன் மனதில் எப்போதும் பசுமை மாறாமல் இருந்தது, அவற்றில் ஒன்று திடீரென்று அவனுக்கு நினைவு வந்தது.

ஸ்கூலில் 'அ' முதல் வகுப்பிலிருந்து மூன்றாம் வகுப்பு வரை இருந்த சிறுவர்கள் ஐந்து பாகங்களாகப் பிரிக்கப்பட்டிருந்தார்கள். சிறுவர்கள் பாயில் உட்கார்ந்து படிப்பார்கள். வகுப்பில் ஒரு போர்டு இருந்தது, ஆசிரியர் அதில் எழுதி பாடம் நடத்துவார். ஒரு நாள் அவர் இரண்டாம் வகுப்பு மாணவர்களுக்கு அலகு கணித முறையை போர்டில் எழுதி பாடம் நடத்திக்கொண்டிருந்தார். முதல் முறையாக கற்பித்துக்கொண்டிருந்ததால் பிள்ளைகளுக்குப் புரிந்துகொள்வது சிரமமாக இருக்கும் என்று முழுக் கேள்வியையும் முதலில் ஒரு முறை முழுதும் கற்பித்துவிட்டு மறுபடியும் இரண்டாவது முறையாக கற்பிக்கத் தொடங்கினார். கஜேன் எழுந்து நின்று, "சார், நான் வெளியே போகலாமா?" என்று கேட்டான்.

"கேள்வியைப் புரிந்துகொண்டுவிட்டாயா?"

"ஆமாம் சார்! புத்தகத்தில் மீதி இருக்கிற இந்த மாதிரி கேள்விகள் எல்லாவற்றிற்கும் நானே பதில் எழுதிவிடுவேன்."

"அப்படியென்றால் நீ போகலாம்."

கஜேன் சொன்னது பொய்யில்லை என்று பண்டிதருக்குத் தெரியும். அவன் கூரிய அறிவு படைத்தவன், எதையும் ஒரே முறையில் புரிந்துகொண்டுவிடுவான்.

கஜேன் வெளியே போய் சிறுநீர் கழித்துவிட்டு வந்தான். கால்சட்டை பட்டனைப் போட்டுக்கொண்டே திரும்பிக் கொண்டிருந்தபோது சுவரில் சார்த்தி வைத்திருந்த சாருடைய புத்தம் புது சைக்கிள் மீது அவன் பார்வை சென்றது. அவன் ஃபெடலைப் பிடித்து செயினை இரண்டு முறை மாற்றி சுழற்றி செயினை சக்கரப் பல்லிலிருந்து கழற்றி விட்டுவிட்டான். செயின் மையினால் அவன் கை கறுப்பாகிவிட்டது. அவன் சைக்கிள் சீட்டில் தேய்த்து கையைத் துடைத்தான். பிறகு அவன் இரண்டு சக்கரத்தையும் பார்த்தான், ஒன்றின் ட்யூப்- வால்வை மெல்ல திறந்து விட்டான். 'புஸ்' என்ற சத்தத்துடன் முழு காற்றும் இறங்கியதும் அவன் தாவி ஸ்கூலுக்கு இந்தப் பக்கம் வந்துவிட்டான். 'புஸ்' என்ற சத்தம் பண்டிதர் காதிலும் விழுந்தது. அவர் உடனே வெளியில் வந்து சைக்கிளின் அருகில் சென்றார், அதற்குள் கஜேன் திரும்பி உள்ளே வந்து பாயில் தன் இடத்தில் உட்கார்ந்துவிட்டான். பண்டிதர் சைக்கிள் சக்கரம் காற்று இறங்கி, செயின் கழன்று கிடப்பதைப் பார்த்தார். சீட்டைத் தொட்டதும் அவர் கைகளும் கறுப்பாகிவிட்டன.

பண்டிதர் வெளியே போனதும் சிறுவர்கள் கசமுசவென்று பேசத்தொடங்கிவிட்டார்கள். திடீரென்று ஆசிரியர் உள்ளே வந்து, "என்ன சத்தம்!" என்று அதட்டினார், பிறகு கஜேன் பக்கம் பார்த்தார். அவன் மிக அமைதியாக, நல்ல பிள்ளையாக சிலேட்டில் எழுதுவதில் மிகவும் கவனமாக இருந்தான். பண்டிதர் போர்டு துடைக்கும் துணியில் கையைத் துடைத்துகொண்டு கஜேன் வகுப்பு மாணவர்க்ளிடம், "நீங்கள் பூகோளம் படியுங்கள்." என்று கூறினார்.

கஜேனும் மற்ற சிறுவர்களும் உடனே பையிலிருந்து பூகோள நோட்டையும், புத்தகத்தையும் எடுத்தார்கள். "சரி, இன்று உங்களுக்கு ஒரு சின்ன பரிட்சை வைத்துவிட்டுப் பிறகு பாடம் நடத்துகிறேன். யார் என் கேள்விகளுக்கு சரியான பதில் தருகிறீர்கள்? சொல்லுங்கள்!" என்றார் பண்டிதர். சிறுவர்கள் தலையைக் குனிந்துகொண்டு ஒருவரையொருவர் பார்த்துக்கொண்டார்கள். கஜேன் சிறிது தலையை உயர்த்தி பண்டிதரைப் பார்த்தான். பண்டிதர் அவன் கண்களை

நேருக்கு நேர் பார்த்து, "ஏண்டா கஜேன்! நீ படிப்பில் மிகவும் கெட்டிக்காரன் ஆயிற்றே! என் கேள்விகளுக்கு பதில் சொல்ல முடியுமா? தைரியம் இருக்கிறதா?" என்று கேட்டார்.

கஜேன் துள்ளி எழுந்து, "சொல்ல முடியும், சார்!" என்றான். "நன்றாக யோசித்துக்கொள், சரி என்றால் நான் எந்தக் கேள்வி கேட்டாலும் பதில் சொல்லவேண்டும். எல்லா பதில்களும் சரியாக சொன்னால் இப்போதே லீவ் விட்டுவிடுவேன்." "என்னால் பதில் சொல்ல முடியும், சார்!"

அப்போதே லீவ் கிடைக்கும் என்ற மகிழ்ச்சியில் அவனுடைய உற்சாகம் இன்னும் அதிகரித்தது. "அஸ்ஸாமின் தலைநகரம் எது?" என்று கேட்டார் பண்டிதர்.

"ஷில்லாங்."

"அஸ்ஸாம் கல்வித்துறை இன்ஸ்பெக்டர் யார்?"

"சரத்சந்திர கோஸ்வாமி."

"இந்தியாவின் தற்போதைய வைஸ்ராய் யார்?"

"லார்ட் லின்லித் கோ."

"சபாஷ்! மிக நல்ல பையன்! இன்னும் ஒரு கேள்விக்கு பதில் சொல்லிவிடு, பார்க்கலாம். நினைவு வைத்துக்கொள், எல்லா கேள்விக்கும் சரியான பதில் சொல்வதாக சொல்லியிருக்கிறாய்." கஜேன் கூரிய பார்வையுடன் பண்டிதரைப் பார்த்தான்... கேள்வி?

கேள்வி வந்தது, "கொஞ்சம் சொல்லு பார்க்கலாம், இந்த ஸ்கூல் ஆசிரியர் எந்த வாகனத்தில் ஸ்கூலுக்கு வருகிறார்?"

பட்டென்று பதில் வந்தது, "சைக்கிளில்!"

"சொல்லு கஜேன்! அந்த சைக்கிள் சக்கரத்தின் காற்றை இறக்கிவிட்டது யார்?"

கஜேனுக்கு தூக்கிவாரிப் போட்டது. அவன் பதில் சொல்லாமல் தலை குனிந்து நின்றான். "சொல்லேன்! எல்லா கேள்விக்கும் பதில் சொல்ல முடியும் என்று சொன்னாயே!" என்றார் ஆசிரியர்.

கஜேன் தலையைக் குனிந்தபடியே மிகுந்த தயக்கத்துடன், "சார், நான்தான்..." என்றான்.

"சபாஷ்! உண்மையிலேயே உன்னால் எல்லா கேள்விக்கும் சரியான பதில் சொல்ல முடிகிறது."

"சார், இப்போது எனக்கு லீவ் கிடைக்கும், இல்லையா!"

"ஆமாம், ஆமாம், கட்டாயம்! உனக்கு லீவ் ஏன் கிடைக்காது, நீதான் எல்லா கேள்விக்கும் சரியான பதில் சொல்லிவிட்டாயே! கொஞ்சம் இங்கே வா!"

கஜேன் பயந்துகொண்டே ஆசிரியர் அருகில் சென்றான். சட்டென்று அவர் போர்டுக்குப் பின்னாலிருந்த வழவழப்பான பிரம்பை எடுத்து உரக்க அதட்டினார், "நீட்டு கையை!"

கஜேனின் விரிந்த உள்ளங்கையில் பிரம்படி சடார் சடாரென்று விழத் தொடங்கியது. சற்று நேரம் அடியைப் பொறுத்துக்கொண்ட கஜேன் திடீரென்று பிரம்பைப் பிடித்து அவர் கையிலிருந்து பிடுங்கிக்கொண்டு, "சார், நான் எல்லா கேள்விக்கும் சரியான பதில் சொல்லிவிட்டேன், உங்களிடம் உண்மையையும் சொல்லிவிட்டேன், பிறகு ஏன் என்னை அடிக்கிறீர்கள்?" என்று கத்தினான்.

சர்வாயி பண்டிதர் நாற்காலியிலிருந்து எழுந்து நின்று, "என்ன சொன்னாய்?" என்று கோபத்துடன் கர்ஜித்தார்.

அந்த கர்ஜனையில் ஸ்கூல் முழுதும் நடுங்கியது. எல்லா சிறுவர்களும் திரு திருவென்று அவரைப் பார்க்கத் தொடங்கினார்கள். அதன் பிறகு ஸ்கூலில் ஊசி விழுந்தால் கேட்கும் அமைதி நிலவியது. கோபத்தில் ஆசிரியரின் கண்கள் சிவந்து மின்னின. அவர் கஜேனைக் கூர்ந்து பார்த்தபடி அவன் பக்கம் கையை நீட்டினார். கஜேன் அவரிடம் பிரம்பை நீட்டியபடி இப்போது சார் தன்னை நன்றாக அடித்து நொறுக்கிவிடுவார் என்று அதற்குத் தயார் ஆகி கையை நீட்டினான்.

ஆனால் இது என்ன? பண்டிதர் உட்கார்ந்துவிட்டார். அவர் பிரம்பை மேஜை மேல் வைத்துவிட்டு, "போ, இன்று உனக்கு லீவ்!" என்று கம்பீரமாகக் கூறினார்.

கஜேன் தன் இடத்தில் போய் உட்கார்ந்தான். பண்டிதர் அஸ்ஸாம் வரைபடத்தைத் திறந்து போர்டில் தொங்கவிட்டார், பூகோள புத்தகத்தைத் திறந்தார், நாற்காலியில் உட்கார்ந்தபடி கஜேன் பக்கம் பார்த்தார். அவன் தலை குனிந்து உட்கார்ந்திருந்ததைப் பார்த்து, "கஜேன், உனக்கு நான் லீவ் கொடுத்திருக்கிறேன், வீட்டிற்குப் போ! உன் பதில்கள் எல்லாம் சரிதான்! நான் லீவ் கொடுத்துவிட்டேன், இல்லையா! நீ போ!" என்றார்.

கஜேன் அழுது வெடித்தான். பண்டிதர் புத்தகத்தைத் திறந்து படிக்க முயற்சித்தார், ஆனால் மீண்டும் அவர் பார்வை கஜேன் மீதே போய் நின்றது. அவன் விம்மி விம்மி அழுதுகொண்டிருந்தான். அவர் மற்ற மாணவர்களைப் பார்த்தார், அவர்கள் கண் கொட்டாமல் அவரையே பார்த்துக்கொண்டிருந்தார்கள்.

அவர் புத்தகத்தை மூடிவிட்டு எழுந்து நின்றார், மாணவர்களை நோக்கி, “ஓடுங்கள், இன்று எல்லாருக்கும் லீவ் விட்டுவிடுகிறேன்.” என்று அதட்டலுடன் கூறினார்.

அன்று வீடு திரும்பும்போது கஜேன் முதலில் மெல்ல நடந்தான், பிற மாணவர்களிடமிருந்து பின்தங்கி சென்றான். சற்று தூரம் சென்ற பிறகு திரும்பிப் பார்த்தான். அவன் நினைத்தது சரிதான், பண்டிதர் சைக்கிளைத் தள்ளிக்கொண்டு வந்துகொண்டிருந்தார்.

பாக்கோரிச்சூக்கில் கணதாதாவின் சைக்கிள் கடை வரை அவர் சைக்கிளைத் தள்ளிக்கொண்டுதான் போகவேண்டும்.

அந்த சம்பவம் நடந்து பன்னிரண்டு, பதின்மூன்று ஆண்டுகள் கழிந்துவிட்டன. இன்று அந்த வட்டாரத்தில் பல ஆரம்பப் பாடசாலைகள் இருந்தன. கரங்காபாடியில் ஐந்தாம் வகுப்பு வரையிலான மெட்ரிக் தொடக்கநிலைப் பள்ளியோடு எட்டாம் வகுப்பு வரையிலான மெட்ரிக் இடைநிலைப் பள்ளியும் இருந்தது. ஆனால் சர்வாயி பண்டிதர் இன்றும் அதே மாதிரி, அதே சைக்கிளில் உட்கார்ந்து அதே ஸ்கூலுக்குப் போய்க்கொண்டிருந்தார். அவர் சைக்கிளை மிதிக்கும் வேகமும் அதே மாதிரி இருந்தது, அதே கர்-கர் என்ற சத்தம்.

கஜேன் தோளில் இருந்த தூண்டிலை இறக்கிக் கீழே வைத்தான், பாக்கெட்டிலிருந்து பீடி எடுத்து வாயில் வைத்து பற்றவைத்தான். அதற்குள் பண்டிதருடைய சைக்கிள் சத்தம் ஓய்ந்துவிட்டிருந்தது, அவர் உருவமும் பார்வையிலிருந்து மறைந்துவிட்டது.

பண்டிதரைப் பற்றி யோசித்துக்கொண்டே கஜேன் தன் வழியில் நடந்தான்.

முதல் நம்பர் விஷமமும், போக்கிரித்தனமும் கொண்டிருந்தாலும் கஜேன் பண்டிதருக்கு மற்ற எல்லாரையும் விட மிகவும் பிடித்த மாணவன். அவன் படிப்பில் எல்லாரையும் விட கூர்மையானவன். அவன் எவ்வளவு கெட்டிக்காரனாக இருந்தானோ அந்த அளவுக்கு உண்மையானவனாகவும், வெளிப்படையான குணம் கொண்டவனாகவும் இருந்தான். அவனிடம் இருந்த ஒரே கெட்ட குணம் அவனுடைய பொறுப்பற்ற சுபாவம்.

லோயர் ப்ரைமரியில் ஸ்காலர்ஷிப் வாங்குவதற்கு கடைக்காரர் சர்மாவின் மகனுடன் அவனும் பரிட்சை எழுத தெரிவு செய்யப் பட்டிருந்தான். அவர்கள் பரிட்சை எழுதுவதற்கு ஐந்து மைல் தொலைவில் இருந்த கரங்காபாடி தொடக்கப்பள்ளிக்குப் போக வேண்டியிருந்தது. முதல் இரண்டு நாட்கள் பரிட்சையை கஜேன் நன்றாகவே எழுதினான், ஆனால் மூன்றாவது நாள் அவன்

பரிட்சை ஹாலில் இல்லை. சர்வாயி பண்டிதர் அவனை பரிட்சை ஹாலில் காணாமல் கவலையுடன் அன்று மாலை அவன் வீட்டிற்கு சென்றார். கஜேன் பரிட்சைக்குப் போகும் வழியில் ஏதோ ஒரு மார்வாடி நிறுவனம் கிருஷ்ண ஜெயந்தி விழா கொண்டாடிக்கொண்டிருந்தது. அங்கு பேண்ட் வாத்திய ஒலியுடன் ஊர்வலம் சென்றுகொண்டிருந்தது. பரிட்சைக்குப் போய்க் கொண்டிருந்த கஜேன் ஊர்வலத்தில் சேர்ந்துகொண்டு விழாவிற்குப் போய்விட்டான். அவன் நாள் முழுதும் விழாவில் மகிழ்ச்சியாக பொழுதைக் கழித்துக்கொண்டிருந்தான். நிறுவனத்தில் லட்டு, பூரியுடன் விருந்து சாப்பிட்டுவிட்டு மாலையில் வீட்டிற்கு வந்து பாயை விரித்து அடுத்த நாள் பரிட்சைக்குப் படிக்க உட்கார்ந்து விட்டான். அவன் விளக்கை ஏற்றி புத்தகத்தைத் திறந்து வைத்துக் கொண்டு உட்கார்ந்திருந்தான், ஆனால் அவன் காதில் பேண்ட் வாத்திய ஒலி ஒலித்துக்கொண்டிருந்தது. ட்ரம்பெட், கிளாரினெட் வாத்தியங்களின் மின்னும் குஞ்சலங்கள் அவன் கண் முன் தோன்றிக் கொண்டிருந்தன.

அந்த சமயம் சர்வாயி பண்டிதர் உள்ளே வந்தார், அவன் காதைப் பிடித்து தூக்கி நிறுத்தி, "நிறைய படித்துவிட்டாய், இப்போது புத்தகத்தைக் கரைத்துக் குடிக்கத் தேவையில்லை!" என்றார்.

"நாளைக்கு இலக்கியப் பரிட்சை, சார்!" என்று சாருக்கு அந்த விஷயம் தெரியாது போல கஜேன் சொன்னான். "இன்றைய பேப்பர் மார்க் உனக்கு இனாமாகத் தந்துவிடுவார்கள், இல்லையா!"

கஜேனின் வீட்டிற்கு வருவதற்கு முன் சர்வாயி பண்டிதர் சர்மாவின் மகனிடம் போய் கஜேன் பாதி வழியில் ஊர்வலத்தில் கலந்துகொண்டு கிருஷ்ண ஜெயந்தி விழாவிற்குப் போய்விட்ட முழு விவரத்தையும் தெரிந்துகொண்டு வந்திருந்தார். அவர் கஜேன் அப்பாவிடம் எல்லாவற்றையும் தெரிவித்து அந்த மாதிரித் தவறு இன்னும் ஒரு முறை செய்தால் கஜேன் ஃபெயிலாகிவிடுவான் என்றும் திட்டவட்டமாக சொல்லிவிட்டார். எல்லாவற்றையும் கேட்டு கோபத்தில் நெருப்பு போல் கனன்ற அப்பா கூரையில் செருகி வைத்திருந்த மாட்டை அடிக்கும் சவுக்கை எடுத்து கஜேனை விளாசத் தொடங்கினார். மிகவும் கஷ்டப்பட்டு பண்டிதர் அன்று கஜேனைக் காப்பாற்றினார்.

முதல் இரண்டு பரிட்சைத்தாள்களிலும் கஜேனுக்கு தொண்ணூற்றெட்டு சதவிகித மதிப்பெண் கிடைத்த விஷயமும் சர்வாயி பண்டிதருக்கு பிறகு தெரிந்தது.

பண்டிதரின் முயற்சிகளால் கஜேனுக்கு தொடக்கப்பள்ளியில் இடம் கிடைத்தது. அவர் தானே தன்னுடைய சில நல்ல ப்ரைமரி

ஸ்கூல் மாணவர்களுடன் அவனையும் அழைத்துச்சென்று சுரங்காபாடி தொடக்கப்பள்ளியில் சேர்த்துவிட்டு வந்தார். அங்கும் கஜேன் படிப்பில் மிகவும் கெட்டிக்காரனாகவே இருந்தான், ஆனால் அவனுடைய துணிச்சலும் வெளிப்படையான சுபாவமும்தான் அவனை எல்லாருக்கும் பிடித்திருந்ததற்குக் காரணமாக இருந்தது. தொடக்கப்பள்ளியின் ஸ்காலர்ஷிப் பரிட்சையிலும் கஜேனுக்கு ஸ்காலர்ஷிப் கிடைத்தது. அந்த வருடம், அவனுடன் அதே ஸ்கூல் மாணவர்கள் இருவருக்கும் ஸ்காலர்ஷிப் கிடைத்தது. அவர்கள் மூவருமே சர்வாயி பண்டிதரின் மாணவர்கள்தான். அந்த நாட்களில் ஸ்காலர்ஷிப் பரிட்சை மையம் ஒன்றே ஒன்றுதான், அது சதரில் இருந்தது. ஸ்காலர்ஷிப் பரிட்சை எழுத சதர் வரை சென்ற பயணத்தின் நினைவு இன்றும் கஜேனின் மனதில் எழுந்து உடல் சிலிர்க்கச் செய்யும். சதர் அங்கிருந்து எண்பது மைல் தொலைவில் இருந்தது. அந்த நாட்களில் சதருக்கு ஒரு நாளைக்கு ஒரு பஸ்தான் போய்க்கொண்டிருந்தது. வடக்கில் ரயில் பாதைகள் எதுவும் இல்லை. வடக்கே ஓடும் எந்தப் பெரிய நதியிலும் பாலங்கள் இல்லை. மழைக்காலம் முடிந்ததும் தற்காலிகமாக கோல்டு வெதர் பாலம் அமைக்கப்படும். மழைக்காலத்தில் மக்கள் கனெக்ஷன் படகில் போய்க்கொண்டிருந்தார்கள். அந்த இரண்டாவது உலகப் போர் காலத்தில், நிச்சயமற்ற, ஒழுங்குமுறையற்ற காலத்தில், அந்த வழியில் செல்லும் ஒரே ஒரு பஸ்ஸும் ஒரு சமயம் வரும், ஒரு சமயம் வராது.

ஐநூறு மணங்கு சுமை சுமக்கக்கூடிய சில படகுகளுக்கு சொந்தக்காரர் ஒருவரை கடைக்காரர் சர்மாவுக்குத் தெரியும். அவருடைய படகில்தான் எல்லா சாமான்களும் சதரிலிருந்து பிரம்மபுத்ரா நதி வழியாக அங்கே வந்துகொண்டிருந்தது. சர்வாயி பண்டிதரின் ஆலோசனையின் பேரில் சர்மா தன் மகன் தருணை ஸ்காலர்ஷிப் பரிட்சை எழுதுவதற்கு சதருக்கு அனுப்ப முடிவு செய்தார். போக-வர ஒரு சாதனமும் இல்லாததால் சர்மா தருணை தன் நண்பர் ஹீராலாலின் தேயிலைப் பெட்டிகளை எடுத்துச் செல்லும் பெரிய படகில் அனுப்ப ஏற்பாடு செய்தார். பண்டிதரின் வற்புறுத்தலால் கஜேனையும் ஸ்காலர்ஷிப் பரிட்சை எழுதும் எல்லா மாணவர்களையும் அதே படகில் அனுப்புவதென்று தீர்மானம் ஆயிற்று.

மாலையில் சாப்பிட்டுவிட்டு கஜேன் துணியில் சுற்றிய தன்னுடைய சிறிய படுக்கை, ஒரு சிறிய தகரப்பெட்டியுடன் வந்து சர்மாவின் கடை வராந்தாவில் இருந்த பெஞ்சில் உட்கார்ந்தான். சற்று நேரம் அப்படியே உட்கார்ந்திருந்த பிறகு அவன் அங்கேயே தூங்கி விழத் தொடங்கினான்.

நடு இரவில் அவர்கள் மாட்டு வண்டியில் கிளம்பினார்கள். வைக்கோல் குவியல் மேல் துணி விரித்து தருணுக்கு படுக்கை தயார் செய்யப்பட்டது. அவன் கால்களுக்கு அருகில் கஜேன் தன் சாக்கு-படுக்கையோடு சுருட்டி மடக்கிக்கொண்டு உட்கார்ந்திருந்தான்.

வண்டி புறப்பட்டதும், கம்பளத்தைப் போர்த்திக்கொண்டு தருண் தூங்கிவிட்டான். அவன் தலைப்பக்கம் அவனுடைய ஹோல்டாலும், பெட்டியும் இருந்தது. மிஞ்சியிருந்த சிறிய இடத்தில் கனத்த போர்வையைப் பிரித்து கஜேனும் தூங்குவதற்குத் தயாரானான். போர்வையைப் போர்த்திக்கொண்டு கஜேன் சுருண்டு படுத்து தூங்கிவிட்டான். சற்று நேரத்தில் தருண் ஆழ்ந்து தூங்கி விட்டான். உண்மையில் வண்டியில் ஏறுவதற்கு முன்பும் தருண் தன் சுகமான படுக்கையில் ஒரு தூக்கம் தூங்கிவிட்டு வந்திருந்தான், அரைத் தூக்கத்தில் எழுந்து வந்ததால் வண்டியில் ஏறியதுமே தூங்கிவிட்டான். ஒரு மணி நேரத்திற்கு முன்பு வண்டிக்காரன் ராமு வண்டியைப் பயணத்திற்குத் தயார் செய்துகொண்டிருந்தபோது கஜேன் அவனோடு சேர்ந்து சிறு சிறு வேலைகள் செய்து கொண்டிருந்தான், அதனால் அவன் தூக்கம் முற்றிலும் கலைந்து விட்டிருந்தது. இப்போது வண்டியில் போய்க்கொண்டிருந்த அவன் தூங்கினாலும் சரியாகத் தூங்க முடியாமல் இருந்தான். சற்று நேரத்தில் அவன் எழுந்து உட்கார்ந்தான். என்ன செய்வது, காலை நீட்டக் கூட இடம் இல்லை! வண்டிக் கூரையில் ஒரு ஓரத்தில் தொங்கிக் கொண்டிருந்த ஹரிக்கேன் விளக்கின் மங்கிய வெளிச்சத்தில் கஜேன் தூக்கத்தில் ஆழ்ந்திருந்த தருணின் முகத்தைப் பார்த்தான். அவன் கூரையிலிருந்து ஒரு வைக்கோல் துண்டை எடுத்து தருணின் மூக்கைத் தொட்டான். தூக்கத்திலேயே தருண் விரலால் மூக்கைத் தடவிக்கொண்டான். கஜேனுக்கு மிகவும் வேடிக்கையாக இருந்தது. அவன் புன்னகை செய்துகொண்டே மெதுவாக இன்னும் இரண்டு முறை தருணின் மூக்கை சீண்டினான். பிறகு சலித்துப் போய் அவன் தலையைக் குனிந்துகொண்டு உட்கார்ந்துவிட்டான். கற்களில் சக்கரங்கள் உரசி எழும் ‘கட்-கட்’ ஒலியும், ராமு மாடுகளை விரட்டும் ‘ஹுர்ரே-ஹுர்ரே’ ஒலியும் தவிர நாலாபுறமும் நிசப்தம் நிலவியது.

அப்படியே உட்கார்ந்தபடியே கஜேன் பின்னால் திரும்பி வண்டிக் கூரையின் திறந்த பகுதி வழியாக வானத்தைப் பார்த்தான். அவன் மின்னும் நட்சத்திரங்களைப் பார்த்தபடியே இருந்தான். நட்சத்திரங்கள் நிரம்பிய வானத்தை இன்னும் நன்றாகப் பார்க்க அவன் மனம் விரும்பியது. சிறு வயதில் அவன் வீட்டின் முன்வாசலில் நின்று சர்வாயி பண்டிதர் அவனுக்கு சப்தரிஷி மண்டலத்தையும், இன்னும் கிரகங்கள், நட்சத்திரங்களையும் கண்டு அறியக் கற்றுக் கொடுத்திருந்தார். அவனால் இன்றும் அந்த நட்சத்திரங்களை

நன்றாக கண்டுபிடிக்க முடியும். ஆனால், இவ்வாறு இந்த கனத்த இரவின் இருட்டில் இப்படி மின்னும் நட்சத்திரங்கள் யாருக்கு, எப்போது பார்க்கக் கிடைக்கும்? தொலைதூர கிராமங்களிலிருந்து பல முறை அவன் நள்ளிரவில் நாடகம் பார்த்துவிட்டுத் திரும்பியிருக்கிறான், ஆனால் அப்போது அவன் கண்களில் தூக்கம் நிரம்பியிருக்கும், மனக்கண்ணில் ராமன், ராவணன், ஹனுமான், ராட்சசர்களின் உருவங்கள்!

அன்று அவன் வாழ்க்கையில் முதல் முறையாக நள்ளிரவு ஆகாயத்தின் அந்தத் தோற்றத்தைப் பார்த்தான்! அவன் வண்டியிலிருந்து கீழே குதித்தான். இப்போது அவன் தலைக்கு மேல் பரந்த ஆகாயம், சாலையின் இரு புறமும் தொலை தூரம் வரை தளதளக்கும் மார்கழி மாத கோதுமை, நெல் வயல்கள்! அவற்றின் மீது கவிழ்ந்து பரவிக்கொண்டிருந்தது இரவின் இருட்டு. அந்த இருட்டு அவனுக்கு மிக மென்மையானதாகத் தோன்றியது. அவன் மனம் அதைத் தொட விரும்பியது. அவன் தலையை உயர்த்தி ஆகாயத்தை நன்றாகப் பார்த்தான். பரந்து விரிந்த ஆகாயம்! அதில் பதிந்து நிறைந்து கிடக்கும் அழகிய நட்சத்திரங்கள், மின்னும் நட்சத்திரங்கள்!! அவன் கழுத்தை வெவ்வேறு திசைகளில் திருப்பி தான் அறிந்த நட்சத்திரங்களைத் தேடிக்கொண்டே வண்டியின் பின்னால் நடந்தே போய்க்கொண்டிருந்தான். அவ்வாறு நடக்க அவனுக்கு மிகவும் பிடித்திருந்தது.

பிரம்மபுத்ரா நதியில் நண்பர்களுடன் மூன்று இரவுகள், இரண்டு பகல் படகுப் பயணம் செய்து மூன்றாவது நாள் மாலை கஜேன் சதரை அடைந்தான். வாழ்க்கையில் முதல் முறையாக ஒரு நகரத்தைப் பார்க்கும் அனுபவம் கஜேனுக்கும், அவன் நண்பர்களுக்கும் நிச்சயமாக வியப்பூட்டுவதாகவும், உடல் சிலிர்க்கச் செய்வதாகவும் இருந்தது. ஆனால் கஜேனுக்கு அதை விட பிரம்மபுத்ரா நதி படகுப் பயணம் வியப்பூட்டுவதாகவும், உடல் சிலிர்க்கச் செய்வதாகவும் இருந்தது. அந்தப் பயணத்தின் ஒவ்வொரு வினாடி அனுபவமும் அவன் மனதில் புதுமையாக நிறைந்திருந்தது. விடியற்காலையில் மங்கிய இருளைக் கிழித்துக்கொண்டு பிரம்மபுத்ரா நதி மையத்திலிருந்து எழும் பெரிய சிவப்பு சூரியன், நடுப்பகலில் மிதமான வெயிலின் சூடு, மாலையில் மெல்லிய ஒளியை பொன் சிவப்பு வண்ணமாக்கியபடி மறையும் சூரியன், மாலை மறைந்தவுடனே ஒவ்வொன்றாக முளைத்தெழும் நட்சத்திரங்கள் நிறைந்த நீல வானம், இவை அனைத்தும் சேர்ந்து அவனை மெய் மறக்கச் செய்துவிட்டிருந்தன. நதியின் மையத்தில் பரவிய இருண்ட இரவு நேர ஆகாயத்தின் சித்திரம் அவன் மனதில் ஆழமாகப் பதிந்திருந்தது, அந்த சித்திரம் இன்றும் அவன் மனதில் தெளிவாகவும், உயிரோட்டத்துடனும் இருந்தது. அந்த

அனுபவத்தின் நினைவு, அதன் விசித்திரம் இன்றும் அவனை அன்று போலவே உடல் சிலிர்க்கச் செய்தது, வியக்கச் செய்தது.

அந்த வருஷம் கஜேனுக்கு மெட்ரிக் தொடக்கப் பரிட்சையில் ஸ்காலர்ஷிப் கிடைத்தது. அதன் பிறகு அவன் சர்வாயி பண்டிதர் சொன்னபடி புதிதாகத் திறந்திருந்த மெட்ரிக் இடைநிலைப் பள்ளியில் ஐந்தாம் வகுப்பில் சேர்ந்தான். ஐந்தாம் வகுப்பு பரிட்சை பாஸ் செய்துவிட்டு வந்திருந்ததால் அந்த இடைநிலைப் பள்ளியில் அவன் ஆங்கிலம் மட்டுமே படித்தான். மூன்று, நான்கு, ஐந்தில் எப்போது, எங்கே ஆங்கில வகுப்பு நடந்தாலும் அவன் அங்கே போய் உட்காரவேண்டியிருந்தது. அதன் பிறகு ஐந்தாம் வகுப்பு பாஸ் செய்துவிட்டு மெட்ரிக் இடைநிலைப் பள்ளியில் சேர்ந்த மாணவர்கள் எல்லாருக்கும் வகுப்பு முடிந்துவிடும். அதனால் கஜேனுக்கும் சீக்கிரம் லீவ் கிடைத்துவிடும். அதன் காரணமாக கஜேனுக்கு நிறைய ஓய்வு நேரம் கிடைத்தது, அந்த நேரத்தை அவன் வீணாக அங்கும் இங்கும் திரிந்துகொண்டு, விஷமங்கள் செய்து கொண்டு கழித்தான். அதனால் ஸ்கூலை விட அதிகமாக மற்ற சில விஷயங்கள், பொருள்கள் அவன் கவனத்தை ஈர்க்கத் தொடங்கின. அவற்றில் ஒன்று சனிக்கிழமைகளில் ஸ்கூலிலிருந்து திரும்பும் வழியில் ரத்தன் போக்கரிக்கு அருகில் நடக்கும் சனிக்கிழமை சந்தை. அந்த சந்தையில் அவன் புதிய புதிய விசித்திரமான, மகிழ்ச்சி அளிக்கும் சாதனங்களைப் பற்றித் தெரிந்துகொண்டான். சனிக்கிழமை ஸ்கூல் அரை நாள்தான். கஜேன் ஒன்றிரண்டு வகுப்புகளில் உட்கார்ந்து விட்டு எப்படியாவது சீக்கிரம் கிளம்பி சந்தைக்கு வந்துவிடுவான். அது ஒரு பெரிய சந்தை.

சுற்றி இருந்த இருபது- இருபத்தைந்து கிராமத்து மக்கள் எட்டு- பத்து மைல் கால்நடையாகவே நடந்து அந்த சந்தைக்கு வருவார்கள். சற்று தொலைவில் இருந்த தேயிலைத் தோட்ட கூலி வேலைக்காரர்கள், முதலாளிகளும் அந்த சந்தைக்கு வருவது வழக்கம். சந்தையில் வாங்கும்- விற்கும் பொருள்களைத் தவிர இன்னும் பல வகையான வேடிக்கை- விநோதங்களும் இருந்தன. மந்திரவாதி, டில்லி பார்- ஆக்ரா பார்' என்று பயாஸ்கோப் சித்திரங்கள், குரங்கு- கரடி டான்ஸ், பொருள்களை விற்பதற்காக ஆடிப் பாடி வாங்குபவர்கள் கூட்டத்தை சேர்ப்பது, இன்னும் பல விளையாட்டுகளுடன் அந்த சந்தை ஒரு மகிழ்ச்சித் திருவிழாவாக ஆகிவிடும்.

அவற்றைத் தவிர ஒரு கோடியிலிருந்து மறு கோடி வரை பல வகையான தின்பண்டக் கடைகள் வரிசையும் எல்லாரையும் கவரும். குறிப்பிட்ட சில அஸ்ஸாம் கிராமங்களைத் தவிர சற்று தொலைவில் இருந்த இரண்டு நேப்பாளி கிராமங்களிலிருந்தும்,

தேயிலைத் தோட்டத்து வேலையாட்கள் வீடுகளிலிருந்தும் பெண்கள் சந்தைக்கு வருவதற்குத் தடை எதுவும் இல்லை. அவ்வாறு ஆண்களும் பெண்களும் தங்குதடையின்றி சந்தைக்கு வந்து போனதால் இளைஞர்கள்- இளம்பெண்களிடையே ஒளிவு- மறைவின்றி காதல் தோன்றுவதும்- மறைவதும் கூட நிகழும்.

கஜேன் ஸ்கூலிலிருந்து திரும்பும்போது இடைவழியில் ஒரு பாதை பிரிந்து வேறொரு பக்கம் சென்றது, அந்தப் பாதையிலேயே மூன்று மைல் தொலைவு நடந்து சென்று அவன் ரத்தன் போக்கரி சந்தைக்குப் போய்ச் சேருவான். அவன் சந்தை முழுதும் பத்து- பன்னிரண்டு முறை சுற்றி வருவான், பிறகு களைத்துப் போய் எங்கேயாவது உட்கார்ந்துவிடுவான். சந்தைக்கு வரும் விசித்திரமான மக்கள், பொருள்கள், வேடிக்கை- விளையாட்டுகள் எல்லாவற்றையும் நன்றாகப் பார்க்கவும், அறிந்துகொள்ளவும் அவன் விரும்பினான். சந்தைக்குப் போக ஆரம்பித்து சில நாட்கள் கழித்து ஒரு நாள் சந்தையில் கால் வைத்தவுடனே அவன் வழக்கம் போல சந்தை முழுதும் பல முறை சுற்றி வந்துவிட்டு எப்போதும் உட்காரும் இடத்தில் போய் உட்கார்ந்தான். மெல்ல மெல்ல சந்தையின் மற்ற எல்லாப் பொருள்கள், வேடிக்கை- விளையாட்டுகளையும் விட்டு விட்டு அந்த இடத்தின் மீதே அவனுக்கு ஒரு கவர்ச்சி தோன்றி வளர்ந்தது.

அது ஒரு ஜன்டி- முன்டி[1] சூதாட்ட இடம். வண்ணம் வண்ணமாக அலங்கரித்த மேஜைகளின் மேல் மின்னும் வண்ணங் களால் செய்த பல பணப் பெட்டிகள் தங்கள் தங்கள் பகுதிகளில் பணம் நிரம்பி வட்டமாக சுற்றி சுற்றி சட்டென்று நின்றுவிடும்.

தொடக்கத்தில் அவன் தூர நின்று வட்டு எறிவது, பந்தயம் கட்டுவது போன்ற விளையாட்டு கெட்டிக்காரத்தனத்தை ஆச்சரியத் துடன் ஆர்வம் பொங்க பார்த்துக்கொண்டிருந்தான், பல நாட்கள் மனதில் துணிவை வரவழைத்துக்கொள்ள முயற்சித்தான். பிறகு ஒரு நாள்... பயந்து-தயங்கி அவன் மெல்ல ஸ்பேடு சீட்டின் பணப் பெட்டியில் ஒரு ஓரணாவை நகர்த்தினான். அந்தப் பெட்டியில் யாரும் பணம் போடாமல் காலியாகக் கிடந்தது. வாயால் சில விநோதமான சப்தங்களை எழுப்பியபடி விளையாட்டை நடத்தும் ஒருவன் தோல் டப்பாவில் கிடந்த இரண்டு கோலிக்குண்டுகளைக் குலுக்கிவிட்டு டப்பாவைத் தலைகீழாகக் கவிழ்த்து மேஜை மேல் வைத்தான், பிறகு அதை எடுத்து இரண்டு குண்டுகளையும் பார்த்தான். அவன் மெல்ல குண்டுகளை நம்பர் பார்த்துவிட்டு

1. சீட்டு- கோலிகுண்டுகளால் விளையாடும் சூதாட்ட விளையாட்டு.

விலக்கிக்கொண்டான், மற்ற பெட்டிகளில் சேர்ந்திருந்த பணத்தைக் கொண்டுவந்து ஸ்பேட், ஆட்டின் பெட்டிகளில் சேர்த்துவைத்தான். இரண்டிலும் இரண்டு ஓரணாக்களுடன் நான்கு அணாக்கள் இரண்டு இன்னும் சேர்ந்துவிட்டன. ஆட்டின் பெட்டியின் நான்கு அணாக்களை அருகிலேயே உட்கார்ந்திருந்த ஒருவன் தாவி எடுத்துக் கொண்டான், ஆனால் ஸ்பேட் பெட்டி நான்கு அணாவை யாரும் எடுக்கவில்லை, அதைப் பார்த்து அங்கிருந்தவர்கள் அங்கும் இங்கும் பார்த்து, ஒருவரையொருவர் பார்த்துக்கொண்டார்கள்.

கஜேனுக்கு என்ன செய்வதென்று புரியவில்லை. "யாருடைய பணம்? ஏன் ஒருவரும் எடுக்கவில்லை? வேண்டாமென்றால் நானே எடுத்துக்கொள்கிறேன்!..." என்று சொல்லிக்கொண்டே ஆட்டின் பெட்டியில் பணத்தை எடுத்தவனே அந்தப் பணத்தையும் எடுக்க முன்னால் வந்தபோது கஜேன் பாய்ந்து அந்தப் பணத்தை எடுத்துக் கொண்டான். அவன் நெஞ்சு படபடத்தது. ஒரு இனம் தெரியாத சிலிர்ப்பு, விநோதமான ஆர்வத்தால் அவன் தொண்டை காய்ந்து விட்டது. எல்லாரும் திரும்பி அவனைப் பார்த்தார்கள். சிலர் அவனைக் கடைக்கண்ணால் பார்த்தபடி அவன் காது கேட்க கேலி செய்தார்கள். வேறு சிலர் அவனைத் தங்கள் கூர்மையான பார்வையால் தாக்கியபடி கடுமையாக ஏதோ சொல்ல வாயைத் திறந்தார்கள். ஓரிருவர் உதட்டில் கேலிப் புன்னகை.

ஆனால் சூதாட்டத்தில் இங்கும்- அங்கும் கவனிக்க யாருக்கு நேரம் இருக்கிறது? கோலிக் குண்டுகளைக் குலுக்கியதுமே எல்லாருடைய கவனமும் மேஜை மேல் திரும்பிவிட்டது. அவர்கள் ஸ்பேட், கிளாவர், ஆட்டின், டைமன் பெட்டிகளில் தங்கள் பணத்தை வைத்தார்கள். உணர்ச்சி வேகத்தில் கஜேனுக்கு வியர்த்துக் கொட்டியது. கோலிக்குண்டுகளுக்கு சொந்தக்காரன் அவனைப் பார்த்தான், இருவரின் பார்வைகளும் மோதிக்கொண்டன.

"என்ன யோசிக்கிறாய்? வையேன்!" என்றான் அவன். கஜேனின் பயம் போய்விட்டது, அவனுக்கு ஆர்வம் வந்துவிட்டது. அது வரை கையில் மூடி வைத்திருந்த நான்கு அணாவை ஸ்பேட் பெட்டியிலேயே போட்டான்.

அன்று வீட்டிற்குத் திரும்பும்போது கஜேன் தான் சூதாட்டத் தில் ஜெயித்த நான்கு ரூபாய் பன்னிரண்டு அணாவைக் கொண்டு போனான்.

அந்த நிகழ்ச்சி நடந்து சில வருஷங்களிலேயே அவன் சனிக்கிழமை சந்தை சூதாடும் இடத்தில் ஒரு ஹீரோ ஆகிவிட்டான்.

கஜேனுக்கு அந்த ரத்தன் போக்கரி சந்தையில் மிகவும் பிடித்த

மற்றொரு இடம் சந்தையிலிருந்து சற்று தள்ளி இருந்த நாட்டு சாராயக் கடை. சிறுவனாக இருந்தபோது அவன் அந்தக் கடையை தூரத்திலிருந்துதான் பார்ப்பான். அங்கே போதை ஏறியவர்களின் உளறல்களையும், நடவடிக்கைகளையும் பார்ப்பான், விதம்-விதமான சத்தங்கள், புரியாத சொற்களைக் கேட்பான், அதில் அவனுக்கு ஒரு மகிழ்ச்சி. தொடக்கத்தில் அவன் அந்தக் காட்சிகளை தொலைவிலிருந்தே பார்த்து மகிழ்ந்தான், பிறகு கொஞ்சம் பெரியவனானதும் முதலில் அந்த சாராய நெடி அவனுக்கு சகிக்க முடியாததாக இருந்தது, ஆனால் மெல்ல மெல்ல அந்த நெடியும் பழகிவிட்டது, அவன் கடைக்கு அருகில் சென்று உட்கார ஆரம்பித்தான். சில சமயம் போதையில் கீழே கிடந்தவர்களைத் தூக்கி நிறுத்துவான், சில சமயம் குடிகாரர்கள் தங்களுக்குள் சண்டையிட்டுக் கொள்ளும்போது தலையிட்டு அந்த சண்டையைத் தீர்த்து வைப்பான், சில நேரங்களில் அடிதடி வரை நிலைமை மோசமாகிவிடும், கஜேன் போய் கட்டிப் புரண்டு சண்டையிடுபவர்களை விலக்கிவிடுவான். சில நேரங்களில் போதையில் மயங்கிய கணவனை அவனுடைய கூலி மனைவியால் தூக்க முடியாதபோது கஜேன் முன்னால் சென்று அவளுக்கு உதவி செய்து வீடு வரை கொண்டு விட்டதும் உண்டு. அவ்வாறு நெருங்கி நெருங்கி சென்று சாராய மணம் அவனுக்கு சாதாரணமாகிவிட்டது, அங்கு வேடிக்கை பார்த்து-பார்த்து, குடிகாரர்களுக்கு உதவி செய்து- செய்து தன்னை அறியாமலே அவன் தானும் அந்த வேடிக்கைகளின், அந்த சமூகத்தின் ஒரு பகுதி ஆகிவிட்டான், ஒரு காலத்தில் உமட்டிய அந்த சாராய நெடி அவனுக்குப் பிடித்தமான ஒன்றாக ஆகத் தொடங்கியது.

ஆனால் விஷயம் அத்துடன் முடியவில்லை!

ஒரு நாள் சூதாட்டத்தில் எதிர்பாராத வகையில் அவன் எல்லாப் பணத்தையும் ஜெயித்து மகிழ்ச்சியில் பித்துப் பிடித்துப் போய்விட்டான். அதே மகிழ்ச்சியான நிலையில் அவன் தன்னை விட பெரிய ரவுடிகளின் வற்புறுத்தலுக்கு இணங்கி வெற்றிக் களிப்பில் அவர்களை சாராயம் குடிக்க சாராயக்கடைக்கு அழைத்துப் போனான். முன்பும் ஓரிரு முறை அத்தகைய ரவுடிகளுக்கு அவன் சாராயம் வாங்கிக் கொடுக்க வேண்டி வந்திருந்தது. அப்போதும் அவன் மனதில் தானும் கொஞ்சம் ருசி பார்க்கலாம் என்ற எண்ணம் எழுந்ததே இல்லை. அதுவும் ஒரு குடிக்கிற பானம்தான் என்று அவன் நினைத்ததே இல்லை. அன்று என்ன ஆயிற்றோ தெரியவில்லை, திடீரென்று அந்த ரவுடிகளுடன் தனக்கும் ஆர்டர் கொடுத்தான், ஒரே மூச்சில் அரை பாட்டில் சாராயத்தைக் குடித்து விட்டான். சற்று நேரத்தில் அவனுக்கு சூதாட்டத்தில் பணம் ஜெயித்த மகிழ்ச்சி திடீரென்று பல மடங்கு அதிகரித்துவிட்டதாகத்

தோன்றியது, அவன் மனம் ஆனந்தக் கூத்தாடிக்கொண்டிருந்தது. அவனுக்கு என்ன செய்வது, என்ன செய்யக்கூடாது என்று ஒன்றும் புரியவில்லை. உடன் வந்திருந்த ரவுடிகளின் பாட்டில் காலி ஆவதற்கு முன்பே அவன் தன் பாட்டிலை எடுத்து மீதி இருந்த சாராயத்தையும் காலி பண்ணிவிட்டான்.

பிறகு அவன் இரண்டாவது பாட்டிலை எடுத்துக்கொண்டு வர எழுந்தான்.

அந்த காலகட்டத்திற்கு முன்பே அவன் ஸ்கூலுக்குப் போவதை நிறுத்திவிட்டிருந்தான். அதைக் குறித்து அவன் யாரிடமும் கலந்து ஆலோசிக்கவும் இல்லை, யார் சொன்னதையும் கேட்கவும் இல்லை. சர்வாயி பண்டிதர் மட்டும் எப்போதாவது வழியில் அவனைப் பார்த்தால் திட்டித் தீர்த்துவிடுவார். ஆனால் மெல்ல மெல்ல அவரும் அவன் திருந்துவான் என்ற நம்பிக்கையைக் கைவிட்டு விட்டார். அதற்கு ஒரு காரணமும் இருந்தது.

ஒரு நாள் சர்வாயி பண்டிதர் தன்னிடம் எவ்வளவு அன்பாக இருக்கிறார் என்று யோசித்துக்கொண்டே கஜேன் நடந்து கொண்டிருந்தான், திடீரென்று அவன் தலையை உயர்த்திப் பார்த்த போது அம்மன் கோவில் வாசலில் தான் நின்று கொண்டிருப்பதைப் பார்த்தான். அவன் வாசலில் நின்றபடியே கோவிலை நோக்கி தலை தாழ்த்தி வணங்கினான். சில நாட்களாக கோவில் அர்ச்சகர் பாபுதேவுக்கு உடல்நிலை சரியில்லை என்பது அவன் நினைவுக்கு வந்தது, அடிக்கடி தலை சுற்றுகிறது என்று சொல்லிக்கொண்டிருந்தார். தர்மானந்தா வைத்தியர் வீட்டிற்கு மருந்து வாங்க போய்க்கொண்டிருந்தபோது அவர் அவனை சந்தித்தார். திரும்பி வரும்போது அவன் அவருடைய சாமான்களை எடுத்துக்கொண்டு அவரோடு பேசிக்கொண்டே வெகு தூரம் அவரோடு கூடவே நடந்தான். அவரிடம் அவன் மனதில் ஒரு தனிப்பட்ட அன்பும் மதிப்பும் இருந்தது. பாபுதேவ் சிவப்பு வேட்டி அணிந்து, சிவப்புப் போர்வை போர்த்தி, நெற்றியில் நீண்ட சிவப்பு நாமத்துடன் கண்களை மூடி அம்மன் முன் அமர்ந்து பிரார்த்தனை செய்துகொண்டிருக்கும்போது அவன் தன் வசம் இழந்து அவருடைய முகத்தையே கண் கொட்டாமல் பார்த்துக்கொண்டிருப்பான், அவர் மனதில் என்ன எண்ணங்கள் ஓடிக்கொண்டிருக்கும் என்று யோசிப்பான். முன்னால் சின்னமஸ்தா-சாமுண்டா தேவியின் கோர காளி வடிவம், தொங்கும் சிவப்பு நாக்கு, நான்கு கைகளில் ஒன்றில் மனிதத் தலை. அவை எல்லாவற்றையும் விட அவனைக் கவர்ந்தது பாபுதேவின் முகமும், குழிந்த கண்களும்தான்! கண்கள் குழிந்திருந்தாலும் அந்தக் கருவிழிகளில் ஒரு அற்புத ஒளி! பார்வையில் ஒரு கூர்மை!! ஒரு

நாள் முதல் முதலாக அந்தக் கூரிய பார்வையின் சீற்றத்தை அவன் கண்டான். அன்று..

அது ஏழு- எட்டு வருஷங்களுக்கு முந்திய சம்பவம்.

கோவிலின் ஒரு மூலையில் இருந்த குடிசையில் பாபுதேவுடன் அவருடைய ஒரே மகள் ஜவாவும் இருந்தாள். ஜவாவின் தாய் அதே கோவிலில் முன்னர் இருந்த பெரிய அர்ச்சகரின் மகள். அந்த நாட்களில் பாபுதேவ் பெரிய அர்ச்சகருக்கு பூஜை, அர்ச்சனைகளில் உதவி செய்துவந்தார். ஏதோ ஒரு சமஸ்கிருத பாடசாலையில் வைதீகக் கல்வி பயின்று அவர் எப்படியோ அந்தக் கோவிலை வந்து அடைந்திருந்தார். பெரிய அர்ச்சகர் பாபுதேவை சில நாட்கள் தன்னுடனேயே வைத்திருந்து அவருக்கு பூஜை- அர்ச்சனை, திருமணம், சிரார்த்தம் போன்ற காரியங்களின் விதிமுறைகளைக் கற்றுத் தந்தார். சமஸ்கிருத அறிவு இருந்ததால் பாபுதேவுக்கு எல்லா விதிமுறைகளையும் கற்பதற்கும் செயல்படுத்துவதற்கும் அதிக நாட்கள் தேவைப்படவில்லை.

அத்துடன் மட்டுமன்றி பெரிய அர்ச்சகர் தன் மகளை பாபுதேவுக்கே திருமணம் செய்துவைத்துவிட்டு தன் மனைவியுடன் கொஞ்ச காலம் காமாக்யாவிற்கு சென்று இருந்துவிட்டு வந்தார். அதன் பிறகு காசிக்குப் போய்விட்டார். ஆரம்பத்தில் அவர் பாபுதேவுக்கு வருஷத்திற்கு இரண்டு கடிதங்கள் எழுதிக்கொண்டிருந்தார். அதன் பிறகு ஒரு நாள் காசியிலிருந்து அவருடைய மாமியார் இறந்துவிட்ட செய்தி வந்தது. அந்த செய்திக்குப் பிறகு ஒன்றிரண்டு கடிதங்கள் வந்திருக்கும், அவ்வளவுதான்! பெரிய அர்ச்சகர் எங்கு இருக்கிறார், எப்படி இருக்கிறார், உயிரோடு இருக்கிறாரா, இல்லையா என்று எந்தத் தகவலும் பாபுதேவுக்கு வரவில்லை.

ஜவாவுக்கு எட்டு-ஒன்பது வயது இருக்கும்போது அவள் தாய் ரத்த வாந்தி எடுத்து இறந்துவிட்டாள். பாபுதேவ் மிகவும் தவித்துப் போய்விட்டார். தாயில்லாத சிறுமியை வைத்துக்கொண்டு அவர் தனியாக எல்லாவற்றையும் எப்படி சமாளிக்க முடியும்! கோவிலின் அன்றாட பூஜை- புனஸ்காரங்களோடு தினமும் எங்கிருந்தாவது அழைப்பு வந்துகொண்டே இருந்தது, ஒரு நாள் பௌர்ணமி இரவு சத்யநாராயண கதாகாலட்சேபம் என்றால், ஒரு நாள் நாள் முழுதும் சிரார்த்த காரியம். அத்துடன், துர்க்கா பூஜை, காளி பூஜை, லக்ஷ்மி பூஜை, சரஸ்வதி பூஜை ஆகியவற்றிற்கு அருகிலுள்ள தேயிலைத் தோட்டங்களுக்கு அவர் தானே சென்று பூஜை செய்ய வேண்டியிருந்தது, அல்லது அங்குள்ள அர்ச்சகருக்கு உதவி செய்யவேண்டியிருந்தது. அப்படியான வெகு நேரம் எடுக்கும் காரியங்களை செய்யப் போகும்போது கோவில் நீண்ட நேரம் அவர்

இல்லாத நிலையிலேயே இருக்கும். திரும்பி வர நீண்ட நேரம் ஆகும் என்று தோன்றினால் அவர் ஜவாவைத் தன்னுடனேயே அழைத்துப் போய்விடுவார், ஆனால் ஒவ்வொரு முறையும் அவ்வாறு செய்ய முடியவில்லை. எல்லாவற்றிற்கும் மேலாக இன்னும் ஒரு கஷ்டம்! சில நாட்களாக ஜவாவின் உடம்பில் மாற்றங்கள் காணப்பட்டன... வளரும் பருவத்தின் எல்லா அம்சங்களும் காணப்படத் தொடங்கின. அப்போது அவருக்கு மிகவும் கவலையாகிவிட்டது, ஜவா எந்த நேரத்திலும் பூப்பு அடையக் கூடும்! அவளை இனி வீட்டில் தனியாக விட்டுச் செல்ல முடியாது. அதை விடப் பெரிய சிக்கல் அவளுடைய திருமணம்! பூப்படையும் முன்பே பாபுதேவ் அவளுக்கு திருமணம் செய்து வைத்துவிட விரும்பினார். அந்த நாட்களில் அப்படி செய்யா விட்டால் அந்த பிராமணனை முழு பிராமண சமூகமும் தங்கள் சமூகத்திலிருந்து வெளியேற்றிவிடும். அதுதான் வழக்கம். அவரோ ஒரு கோவில் புரோகிதர். அவரே நியமத்தை மீறினால் அவர் கோவிலை விட்டு, ஒருக்கால் கிராமத்தை விட்டே போய்விட நேரும். ஆனால் அவர் எங்கே போவார்! மனதிற்குள்ளேயே கவலை அவரை அரித்துத் தின்றுகொண்டிருந்தது.

அந்த நேரத்தில்தான் கொஞ்ச காலத்திற்கு அவருடைய பிரச்சனைக்கு ஒரு தீர்வாக கஜேன் வந்து சேர்ந்தான்.

கோவிலுக்கு அருகில் ராங்பானி என்ற ஒரு சிறிய ஆறு ஓடிக்கோண்டிருந்தது. அது கோவிலுக்கு மிக அருகில் திரும்பி ஓடி ஒரு பெரிய குளத்தையே உருவாக்கியிருந்தது. நதிக் கரையில் ஒரு பெரிய அத்திமரம் இருந்தது. மரத்தின் வேருக்கு அருகில் நிழலில் உட்கார்ந்து மீன் பிடிக்க கஜேன் அடிக்கடி அங்கே வருவான். அவன் ஸ்கூல் நாட்களிலும் தூண்டில் எடுத்துக்கொண்டு அங்கு வருவான், திரும்பும்போது கோவிலுக்குப் போய்விட்டு பாபுதேவின் குடிசைக்கும் கட்டாயம் போவான், கோவில் பிரசாதம் சாப்பிடுவான், ஜவா கையால் டீ சாப்பிடுவான், தான் பிடித்த புதிய மீன்களில் மூன்று, நான்கு மீன்களை பாபுதேவுக்கும் கொடுத்துவிட்டுப்போவான். ஜவா ஆற்றில் தண்ணீர் எடுக்கப் போகும்போது அல்லது துறையில் குளிக்கப் போகும்போது கஜேன் அவளிடம் சிரித்துப் பேசுவான், கேலியும் செய்வான். ஜவாவும் அவன் மீன் பிடிப்பதில் மிகவும் கவனமாக உட்கார்ந்திருக்கும்போது அவன் மீது மண் உருண்டை வீசி சீண்டுவாள். சர்வாயி பண்டிதர் கிராம மக்களுக்கு பல வகையிலும் அறிவுறுத்தி மிகவும் கஷ்டப்பட்டு இரண்டு, மூன்று சிறுமிகளை படிப்பதற்கு ஸ்கூலில் சேர்க்கச் செய்திருந்தார். எப்படியோ ஒரு வருஷம், இரண்டு வருஷம் படித்ததும் எல்லாரும் வீட்டில் உட்கார்ந்துவிட்டார்கள், ஜவாவும் அவர்களில் ஒருத்திதான். ஸ்கூலில் படிக்கும் நாளிலிருந்தே கஜேன் ஜவாவை அறிவான். மெல்ல-மெல்ல,

வளர-வளர சீண்டல், சிரிப்பு-கேலிகளால் இருவருக்குமிடையில் ஒரு நட்பு, சொந்தம் கொண்டாடும் உறவு ஏற்பட்டுவிட்டது, அதை சிறு வயது, இளம் வயது நெருக்கம் என்று கூறலாம். ஜவாவுக்கு பத்து வயதிருக்கும், கஜேனுக்கு பன்னிரண்டு, பதின்மூன்று வயதிருக்கும். கஜேன் அந்த வயது வரை ஸ்கூலுக்குப் போய்க்கொண்டிருந்தான்.

ஒரு நாள் பாபுதேவ் "ஏண்டா கஜேன், ஸ்கூலுக்கு ஒழுங்காகப் போகிறாயா, இல்லையா?" என்று கேட்டார்.

"ஆமாம். தினமும் போகிறேன்."

"என்றைக்காவது ஸ்கூல் லீவ் என்றால் நீ இங்கே வந்துவிடு, எனக்குக் கொஞ்சம் உதவியாக இருக்கும்."

"சரி, வந்துவிடுகிறேன். தேவைப்பட்டால் ஸ்கூல் போகாமலே இங்கு வந்துவிடுகிறேன்."

"இலை, இல்லை! ஸ்கூல் லீவ் என்றால்தான் வரச் சொல்கிறேன், வகுப்பை விட்டுவிட்டு வர வேண்டாம். இந்தப் பெண்- இவள் அம்மா இறந்ததிலிருந்து எனக்கு மிகவும் சிரமமாக இருக்கிறது. எங்கே போனாலும், எப்போது போனாலும் இவளைக் கூடவே அழைத்துப் போக வேண்டியிருக்கிறது, வெளியே கிராமத்தில் பூஜை அல்லது வேறு காரியம் செய்ய வேண்டியிருந்தால் இவளைத் தனியாக விட்டு விட்டுப் போக முடியவில்லை. அதனால்தான் சொல்கிறேன், ஸ்கூல் லீவ் என்றால் நீ இங்கே வந்து இருந்தால் நான் இவளை இங்கேயே விட்டுவிட்டுப் போகலாம். இவள் பெரியவளாகும் சமயம், இவளைக் கூடவே அழைத்துக்கொண்டு எப்போதும் ஊரை சுற்ற முடியுமா?" கஜேன் யோசிக்காமலே பட்டென்று சரி சொல்லிவிட்டான்.

ஒரு பிரச்சனைக்கு தற்காலிகத் தீர்வு ஏற்பட்டுவிட்டது, ஆனால் பெரிய பிரச்சனை ஒன்று வாயைப் பிளந்துகொண்டு நின்றது. "தாயே! இவள் பூப்படையும் முன்பே இவளுக்கு ஒரு நல்ல வரன் கிடைக்க அருள் செய்!" என்ற உணர்ச்சி பொங்கும் பிரார்த்தனையையே பாபுதேவ் தினமும் அம்மன் காலடியில் தலை வைத்து திருப்பித் திருப்பி சொல்லிக் கொண்டிருந்தார்.

ஒருக்கால் தேவி அவர் பிரார்த்தனையைக் கேட்டுவிட்டாள் போலும்!

ஒரு நாள், நடு இரவு. பாபுதேவுக்கு தன் வீட்டு வாசலில் யாரோ அடங்கிய குரலில், "மாமா! மாமா!" என்று அழைக்கும் சத்தம் கேட்டது.

தூக்கம் கலைந்து அவர் தன்னை அழைத்த குரல் யாருடையது

என்று ஊகிக்க முயற்சித்தார். அது முற்றிலும் புதிய, தெரியாத குரலாக இருந்தது. அவரை யாரும் மாமா என்று அழைக்க மாட்டார்கள். அவருடைய தூக்கம் கலைந்துவிட்டது, ஆனால் வியப்பு அப்படியே மாறாமல் இருந்தது. அதே அழைப்பு, அதே அடங்கிய குரல் மீண்டும் கேட்டது.

“மாமா! கொஞ்சம் கதவைத் திறங்களேன்!”

“யார்?” என்று கேட்டுக்கொண்டே பாபுதேவ் படுக்கையிலிருந்து எழுந்து வந்தார். யாராவது இறந்திருப்பார்கள், ஈமச்சடங்கிற்கு அழைக்க வந்திருப்பார்கள். ஆனால் அப்போது அவர் அதெல்லாம் செய்வதை விட்டிருந்தார், சடங்குகளை செய்வதற்கு நாள் முழுதும் அவர் அம்மன் கோவிலை விட்டு வெளியே இருக்க நேர்ந்தது, வேறு எந்த கிராமத்துப் பூஜைகளிலும் கலந்துகொள்ள முடிய வில்லை. பெரிய அர்ச்சகர் இருந்தபோது ஒருவர் பூஜை- புனஸ்காரங் களையும், ஒருவர் ஈமச்சடங்கு போன்றவற்றையும் செய்து கொண்டிருந்தார்கள், அவர் போன பிறகு பாபுதேவ் முடிந்த வரை ஈமச்சடங்கு போன்றவற்றிற்கான அழைப்புகளை மறுத்துவந்தார். கிராமவாசிகள் அதை அறிந்திருந்தாலும் எப்போதாவது அழைக்க வந்துவிடுவார்கள், ஆனால் அவரை யாரும் மாமா என்று அழைக்க மாட்டார்கள்.

பாபுதேவ் ஹரிக்கேன் விளக்கை ஏற்றி எடுத்துக்கொண்டு கதவருகே வந்து, “யார்? நான் ஈமச்சடங்குகளுக்கெல்லாம் வருவ தில்லை.” என்றார்.

“மாமா, கதவைத் திறங்கள்! சுடுகாட்டுக் காரியமெல்லாம் இல்லை, உங்களைப் பார்க்கவேண்டும்.”

பாபுதேவ் கதவைத் திறந்து ஹரிக்கேன் விளக்கை மேலே உயர்த்திப் பிடித்து அதன் மங்கிய ஒளியில் வந்தவன் முகத்தைப் பார்த்தார். சன்னமான கருப்பு தாடி முகம். முகத்தைப் பார்த்தால் இருபது வயது இருக்கும் என்று தோன்றியது.

“நீ யாரப்பா? இந்த அர்த்தராத்திரியில்?”

“எல்லாம் சொல்கிறேன். மாமா, நாம் வீட்டிற்குள் போய்ப் பேசினால் நன்றாக இருக்கும்.”

“வீட்டிற்குள்ளா? சரி. வா!”

பாபுதேவ் அந்த இளைஞனை தலை முதல் கால் வரை நன்றாகக் கவனித்தார், பிறகு உள்ளே அழைத்துச் சென்றார். இளைஞன் உள்ளே வந்ததுமே திரும்பி கதவை சாத்தி தாளிட்டான். தன் தோளில் இருந்த பையைக் கழற்றி அருகில் கிடந்த பெஞ்சில்

வைத்துவிட்டு தானும் உட்கார்ந்தான்.

"மாமா, எல்லா விவரமும் பிறகு சொல்கிறேன், முதலில் கொஞ்சம் தண்ணீர் கிடைக்குமா? தாகத்தில் தொண்டை வறண்டு போய் இருக்கிறது."

பாபுதேவ் தண்ணீர் கொண்டுவந்ததும் அவன் டம்ளர் தண்ணீரை வாங்கி ஒரே மூச்சில் குடித்துவிட்டான்.

அதற்குள் தூக்கம் கலைந்து ஜவாவும் படுக்கையிலிருந்து எழுந்து வந்துவிட்டாள், அறைக்கதவுக்கு அருகில் பேசாமல் நின்றாள். அவள் ஒரு சிவப்பு நிற ஃப்ராக் அணிந்து அதன் மேல் தன் அம்மாவின் பழைய இடுப்புக் கச்சையை முறுக்கி அணிந்து மார்பில் மேலாக்கு போர்த்தியிருந்தாள். இளைஞன் தண்ணீரைக் குடித்து விட்டு தலையை நிமிர்த்தியபோது எதிரில் ஜவா!

"இவர்கள் யார்?" என்று கேட்டான் அந்த இளைஞன்.

"என் மகள்."

"உங்கள் குடும்பத்தில் வேறு யார் யார் இருக்கிறார்கள்?"

"வேறு யாரும் இல்லை. நான், ஜவா அவ்வளவுதான். போன வருஷம் ஜவாவின் அம்மா இறந்துவிட்டாள், அப்போதிலிருந்து நாங்கள் இருவர் மட்டும்தான் இருக்கிறோம். நல்லது! அதையெல்லாம் விடப்பா, உன்னைப் பற்றி சொல்லு. இந்த இரவு நேரத்தில் எங்கிருந்து வருகிறாய்? எங்கே போகிறாய்? அப்படி அவசியமான வேலை என்ன வந்துவிட்டது?" பாபுதேவ் ஒரே மூச்சில் படபடவென்று கேள்விகளை அடுக்கினார், பிறகு ஜவா பக்கம் திரும்பி "நீ போ அம்மா! போய்த் தூங்கு!" என்றார்.

அது வரை ஜவா தன்னை மறந்து அந்த இளைஞனைப் பார்த்து கொண்டேயிருந்தாள். அவள் மனதில் ஒரு ஆர்வம் இருந்தது. ஒரு முன் பின் தெரியாத இளைஞன் இரவு வெகு நேரம் கழித்து அந்த நேரத்தில் அப்படி திடீரென்று வந்து குதித்தது அவளுக்கு மிகவும் ஆச்சரியமான விஷயம். அவளுக்கு உள்ளே போக மனமே இல்லை. அவள் அந்த இளைஞனைப் பற்றித் தெரிந்துகொள்ள ஆவலாக இருந்தாள். ஆனால் அவள் தந்தை இரண்டாவது முறை அவளை உற்றுப் பார்த்தவுடன் பேசாமல் உள்ளே போய்விட்டாள், உள்ளே அறையில் படுக்கையில் படுத்துக்கொண்டு அவர்கள் இருவரும் பேசுவதைக் கவனமாக கேட்கத் தொடங்கினாள்.

இளைஞனின் பெயர் மதன் பட்டாச்சார்யா. அவன் சமஸ்கிருத பாடசாலையில் பாபுதேவுடன் படித்த தோலன் சந்த்ர பட்டாச்சார்யாவின் மகன். அவர் ஏதோ இண்டர் காலேஜில்

சமஸ்கிருத ஆசிரியராக இருந்தார். மதன் தன் தந்தையிடம் பாபுதேவின் பெயர்- விலாசம் தெரிந்துகொண்டு அங்கே வந்து சேர்ந்திருந்தான்.

அது 1942 சுதந்திரப் போராட்ட காலம். போராட்ட நடவடிக்கைகள் ரகசியமான தலைமையில் நடந்துகொண்டிருந்தன. இரண்டாம் உலகப் போர்க்காலமும் அதுதான்.

நேச நாடுகளின் சிப்பாய்கள் பாசறை ஆங்காங்கே அமைந் திருந்தது.

மதன் அந்த வருஷம் கௌஹாத்தி காட்டன் காலேஜில் ஐ. ஏ. பரிட்சை எழுதவிருந்தான், ஆனால் சுதந்திரப் போராட்டத்தில் கலந்துகொண்டு பல மாணவ-மாணவியர் வகுப்பைப் புறக்கணித்திருந் தார்கள், மதனும் அவர்களில் ஒருவன். அதனால் அவன் அந்த வருஷம் பரிட்சை எழுத முடியவில்லை. அவன் கிராமத்திற்கு வந்து போராட்டத்தில் முழுமூச்சாக பங்கெடுக்கத் தொடங்கினான். மதன் மிகவும் கூரிய அறிவு படைத்தவன், அதனால் ரகசியப் போராட்ட செயல் விவரங்கள் தயாரித்தல், முக்கியமாக ரகசியத் தகவல்களை ஒரு இடத்திலிருந்து மற்றொரு இடத்திற்குக் கொண்டுபோவது ஆகிய காரியங்கள் அவனிடம் தரப்பட்டன.

போராட்டத்தில் நாடு தழுவிய நிலையில் வேலை செய்து கொண்டிருந்த மூன்று முக்கிய தலைவர்கள் ஸ்ரீமதி தாஸ், அகர்வாலா, கோஸ்வாமி ஆகியோருடன் மதனுக்கு நிரந்தரத் தொடர்பு இருந்தது, அந்த மூவருக்கும் இடையே தொடர்புச் சங்கிலி அவன்தான். அன்று மதன் ஸ்ரீமதி தாஸிடமிருந்து ஒரு முக்கியமான ரகசியத் தகவலைக் கொண்டுவந்திருந்தான், அதை அவன் ரோவுமாரி போனாராம் புயியா, காஹி கிராம நந்த காக்கோத்தி, ரங்காபாடி கினாராம்பருவா ஆகியோரிடம் கொண்டு சேர்க்க வேண்டியிருந்தது. அந்த வட்டாரத்தைக் குறித்து மதனுக்கு எதுவும் தெரியாது. சிறு வயதில் தன்னுடன் படித்த மோகன்தேவ் சர்மா என்ற ஒருவர் அந்த வட்டாரத்தில் வைதிக காரியங்கள் செய்துகொண்டிருக்கிறார் என்று தன் தந்தை சொல்லி மதன் கேட்டிருந்தான். அவர் ஏதோ ஒரு அம்மன் கோவிலில் அர்ச்சகராக இருக்கிறார் என்பதை அறிந்து அவன் எப்படியோ போலீசிடமிருந்து தப்பித்து அங்கு வந்து சேர்ந்திருந்தான்.

மதன் எல்லா விஷயங்களையும் போட்டு உடைத்துவிடவில்லை. அந்தப் பயணக் குறிக்கோளின் ரகசியத்தைக் கூடிய வரை காப்பாற்றிக்கொண்டு தன் வேலையின் அவசியம் குறித்து பாபுதேவுக்கு விஸ்தாரமாகத் தெரிவித்தான். அடுத்த இரண்டு நாட்களிலேயே அந்த மூன்று பேரையும் சந்தித்து வேலையை நல்ல விதத்தில் முடிப்பதற்கு பாபுதேவின் உதவியை வேண்டினான். எல்லா

வேலைகளையும் பற்றி அறிந்து பாபுதேவ் முதலில் உதவி செய்வதா, வேண்டாமா என்ற சங்கடத்தில் ஆழ்ந்தார், ஆனால் பிறகு மதனின் மனதைக் கவரும், தாக்கம் விளைவிக்கும் தனிமனிதத் தன்மையால் கவரப்பட்டு அவர் சங்கடம் தணிந்தது.

மாலையில் மதன் நிஹாலியிலிருந்து கிளம்பி ஒரு படகில் குரயீ நதியைக் கடந்தான், அதன் பிறகு அவன் குரயீகுடித் தீவில் புதிதாகக் குடியேறியிருந்த இரண்டு- மூன்று முஸ்லீம் வீடுகளைத் தாண்டி இரண்டு- மூன்று நேப்பாளிக் குடிசைகளைப் பார்த்தான். அங்கேயே ஒரு நேப்பாளி வீட்டில் அவலும், தயிரும் வயிறு நிறைய சாப்பிட்டான், அவர்களிடமிருந்தே அவன் அந்தக் கிராமத்தைப் பற்றியும், கோவில் அர்ச்சகரைப் பற்றியும் எல்லா விவரங்களையும் சேகரித்துக்கொண்டான். இரவு கிராமம் முழுதும் தூங்கிவிட்டதை நிச்சயப்படுத்திக்கொண்டு அவன் மெல்ல புறப்பட்டான், மோகன் தேவ் சர்மா அதாவது அம்மன் கோவில் அர்ச்சகர் பாபுதேவ் வீட்டிற்கு வந்து சேர்ந்தான்.

அவன் வயிறு நிறைய அவல், தயிர் சாப்பிட்டுவிட்டு வந்திருந்த தால் பாபுதேவ் அவன் சாப்பிடுவதற்கு எதுவும் தயார் செய்ய வேண்டியிருக்கவில்லை.

பாபுதேவின் வைக்கோல் குடிசையில் மூன்று சிறிய அறைகள் இருந்தன. ஒன்று சமையல் அறை, நடுவில் இருந்த இரண்டாவது அறை தூங்கும் படுக்கை அறை, மூன்றாவது வெளி அறை உட்காரும் அறை. அதில் ஒரு பலகை மீது பாய் விரித்து அதன் மேல் ஒரு பழைய மெத்தையைப் போட்டு மதனுக்கு படுக்கை தயார் செய்யப்பட்டது. அது வரை பாபுதேவுக்கு அது போன்ற ஒரு விருந்துபசாரம் செய்ய நேர்ந்ததில்லை. காளி பூஜை அன்று இரவு கோவிலில் மிகுந்த கொண்டாட்டத்துடன் பூஜைகள் நடக்கும் போது பூஜையில் உதவி செய்யும் இரண்டொரு பரிசாரகர்கள் பூஜை முடிந்தவுடன் கோவிலிலேயே வைக்கோலைப் பரப்பிப் போட்டுத் தூங்கிவிடுவார்கள், வீட்டிற்கு யாரையும் அழைத்து வந்து தூங்கவைக்க நேர்ந்ததில்லை. அதனாலேயே பாபுதேவ் முதலில் மிகவும் சங்கடப்பட்டார், ஆனால் பிறகு எல்லா ஏற்பாடும் சரியாகவே செய்யப்பட்டுவிட்டது.

அதற்குள் இரவு வெகு நேரம் கழிந்துவிட்டது. மதனைப் படுக்கச் சொல்லிவிட்டு பாபுதேவ் படுக்கையில் படுத்து விளக்கை அணைக்கும் முன் ஜவாவைப் பார்த்தார், அவள் அவரையே பார்த்துக் கொண்டிருந்தாள்.

"ஏம்மா, தூங்கவில்லையா?" என்று கேட்டுவிட்டு அவர் விளக்கை அணைத்தார். அவர் தானும் தூங்கத்தான் முயற்சித்தார், ஆனால் மதனின் வார்த்தைகள் ஒவ்வொன்றாக நினைவுக்கு வந்து கொண்டிருந்தன. எல்லாவற்றையும் விட ஒரு விஷயம் அவரை மீண்டும் மீண்டும் யோசிக்கவைத்தது. அவருடைய ஒரு பழைய நண்பர் தோலன் சந்த்ர பட்டாச்சார்யாவின் மகன் மதன் ஒரு பிராமண இளைஞன். பார்ப்பதற்கு ஆரோக்கியமாக, நன்றாக இருக்கிறான். ப்ளாஸ்டர் விழுந்துவிட்டதால் வைக்கோல் சுவரில் ஏற்பட்ட துளை வழியாக சிறிய மண்ணெண்ணெய் விளக்கை ஏற்றி அதன் மங்கிய ஒளியில் மதன் ஒரு புத்தகத்தில் ஏதோ எழுதிக்கொண்டிருந்தது பாபுதேவுக்குத் தெரிந்தது. மதன் டைரி எழுதிக்கொண்டிருந்தான் என்று பாபுதேவ் தெரிந்துகொண்டார். அவர் இந்த முறை சுவர் துளை வழியாகவே கூர்ந்து கவனித்தார், மதனின் முகத்தில் தீவிரம் தென்பட்டது, கண்கள் ஒளி வீசின, உடலிலும் நல்ல ஆரோக்கியத்திற்கான எல்லா லட்சணங்களும் இருந்தன. வயதும் இருபதுதான் இருக்கும். ஜவாவுக்கு வயது பத்து- பன்னிரண்டு. எப்படியாவது இப்போதே அவளை அவனுக்கு திருமணம் செய்து கொடுத்துவிட்டால் ஜவா புஷ்பவதி ஆனபிறகு அவனால் முடிந்தபோது மதன் வந்து சடங்குகள் முடிந்து தன் வீட்டிற்கு அழைத்துப் போய்விடுவான். ஜவா- மதன் திருமணக் கோலத்தை தன் கற்பனையில் கண்டபடியே அவர் தூங்கிவிட்டார்.

மறுநாள் மாலை அம்மன் கோவிலிலேயே கினாராம் பருவா, நந்த காக்கோத்தி, போனாராம் புயியா ஆகியோரை மதன் சந்திக்க ஏற்பாடு செய்யப்பட்டது. அவ்வாறு மதனே அவர்களை வீடு, வீடாகப் போய் சந்திப்பது தவிர்க்கப்பட்டது. அவர்களை வீட்டில் போய்ப் பார்ப்பது சிரமம், ஆபத்தும் கூட, ஏனெனில் போலீஸ் அவர்களைக் கண்காணிக்கத் தொடங்கியிருந்தது. அம்மன் கோவில் வட்டாரத்தின் அருகில் போலீஸ் காவல் நிலையம் எதுவும் இல்லை, ஆனால், போலீஸ் யாரைத் தன் வசமாக்கி வைத்திருக்கிறது, யாரை உளவாளியாக செய்திருக்கிறது என்பதை அறிவது மிகவும் கடினம். அதனால்தான் அவர்கள் மூவரும் இயன்ற வரை வீட்டிலிருந்து தொலைவில் இருந்துகொண்டு போராட்ட வேலைகளை செய்து கொண்டிருந்தார்கள். இரண்டாவது காரணம், மதன் தானே அவர்களை சந்திக்க கிராமத்திற்கு சென்றால் அந்த காலகட்ட சூழ்நிலையில் ஒரு புதிய மனிதன் கிராமத்திற்குள் வருவது ஒரு புதிய ஆர்வத்தைத் தோற்றுவிக்கும், மதன் எல்லாருடைய பார்வையிலும் பட்டுவிடுவான். அதனால் கோவிலில் சந்திப்பதே எல்லாருக்கும் நல்லதாக இருந்தது.

இப்போது அவர்களை அழைப்பதற்கு யாரை அனுப்புவது என்ற பிரச்சனை எழுந்தது. கோவில் வேலைகளை முடித்துவிட்டுத் தானே போய் அவர்களுக்கு செய்தி சொல்லிவிட்டு வருவதாக பாபுதேவ் சொன்னார். ஆனால் மதன் அவர் மூன்று-நான்கு மைல் தொலைவு கால்நடையாக செல்ல வேண்டியிருக்குமே என்று கவலைப்பட்டான். கோவிலுக்கு வரும் பக்தர்களில் யாரையாவது போகச் சொல்லி கேட்கலாமா என்றும் யோசிக்கப்பட்டது. ஆனால் யாரோ ஒரு அந்நியரைக் கொண்டு இப்படியான வேலையை செய்வது ஆபத்தோடு விளையாடுவதாகத்தான் இருக்கும் என்று யோசித்து மதன் எல்லாருடைய முகவரி-இருப்பிட விவரங்களை நன்றாகத் தெரிந்துகொண்டு தானே போவதென்று தீர்மானித்தான்.

அப்போதுதான் அருகில் இருந்த அறையிலிருந்து ஜவா சொன்னாள், "அப்பா, இன்று கஜேன் மீன் பிடிக்க வருவான்." அவள் அருகில் இருந்த அறையில் விரிப்பில் உட்கார்ந்து கத்தியால் வாழைக்காயைத் தோல் சீவி சமைப்பதற்கு சிறு சிறு துண்டுகளாக நறுக்கிக்கொண்டிருந்தாள். அவள் எப்போதும் சமையல் அறையில் உட்கார்ந்துதான் அந்த வேலைகளை செய்வாள், ஆனால் அன்று அப்பாவும் மதனும் பேசுவதைக் கேட்டுக்கொண்டே அந்த இரண்டாவது அறையில் வேலை செய்துகொண்டிருந்தாள்.

பாபுதேவ் வரவேற்பு அறையிலிருந்தே, "அவன் இன்று வருவான் என்று உனக்கு யார் சொன்னது?" என்று கேட்டார்.

"நேற்று மத்தியானத்திற்கு மேல் வந்திருந்தான். அவர்கள் வீட்டில் பழுத்திருந்த பலாப்பழத்தில் இரண்டை இங்கே கொடுக்க வந்திருந்தான், அப்போது சொன்னான்." என்று சுவரின் மறு பக்கத்திலிருந்து ஜவா சொன்னாள். "அப்பாடா, பிரச்சனை தீர்ந்தது. கஜேன் வரும் நேரம்தான்." என்று நிம்மதியாக சொன்னார் பாபுதேவ்.

"அவர் யார்?"

"அவன் பெயர் கஜேன், இந்தக் கிராமத்து இளைஞன்தான். படிப்பில் மிகவும் கெட்டிக்காரன். மெட்ரிக் ஐந்தாம் வகுப்பில் அவனுக்கு ஸ்காலர்ஷிப் கிடைத்தது. மெட்ரிக் எட்டாவது பரிட்சைக்கும் பெயர் கொடுத்திருந்தான். அவன் மெட்ரிக் எட்டாவது ஆங்கிலம் முழுதும் படித்துவிட்டான், ஆனால் பரிட்சை எழுதவில்லை. இப்போது சில கெட்ட பழக்கங்களும் வந்து விட்டதாகக் கேள்விப்பட்டேன், ஆனால் மிகவும் நல்லவன், சிறந்த தேவி பக்தன். அடிக்கடி கோவிலுக்கு வருவான். இன்று வரை அவன் இங்கே எந்தத் தவறான காரியமும் செய்து நாங்கள் பார்த்ததில்லை. எங்கள் இருவரிடமும் மிகவும் சிரத்தையாக இருப்பான், உதவியாக நிறைய வேலைகள் செய்து தருவான்."

பாபுதேவ் கஜேனைப் பற்றி இன்னும் சில விவரங்கள் சொல்லி காக்கோத்தி, புயியா, பருவாவுக்கு செய்தி அனுப்புவதற்கு கஜேனை விட சிறந்தவன் வேறு யாரும் இருக்கவே முடியாது என்று நம்பிக்கை தந்தார்.

மாலையிலிருந்து இரவு வெகு நேரம் வரை பாபுதேவ் வீட்டில் காக்கோத்தி, புயியா, பருவாவுடன் மதன் பேசிக்கொண்டிருந்தான். தாலுக்கா அலுவலகத்தின் ரகசிய இடத்திலிருந்து சில முக்கியமான போராட்ட காரியங்களின் பட்டியலைக் கொண்டுவந்திருந்தான் மதன். அதை செயல்படுத்துவதில், நல்ல விதத்தில் முடிக்கும் முயற்சி யில் நிகழக்கூடியவை, நிகழ வாய்ப்பில்லாதவை, நம்பிக்கைகள், சந்தேகங்களைக் குறித்து தீர ஆலோசனைகள் நடத்தியதோடு மதன் அந்த வட்டாரத்தைப் பற்றி இன்னும் சில தேவையான விவரங் களையும் அறிந்துகொண்டான்.

எதிர்காலத்தில் போராட்டம் எந்த வகையில் திரும்பும், அப்போது அவர்கள் என்ன செய்வார்கள் என்ற விஷயங்களைக் குறித்தும் அந்த வட்டார முக்கிய தலைவர்களின் கருத்துகளை அறிந்துகொள்வது மதனுக்கு மிகவும் அவசியமாக இருந்தது.

போராட்டத்தின் முக்கியமான அந்த காலகட்டத்தில் எதிர்காலத்தில் 'அமைதி -வழியை' விட்டுவிட்டு 'ஆயுதப் போராட்ட' வழியை மேற்கொண்டால் அதற்கு எப்படி பொது மக்களைத் திரட்டுவது, அந்த மாற்றத்திற்கு அவர்களை எப்படி தயார் செய்வது போன்ற பல முக்கியமான விஷயங்களைக் குறித்தும் ஆலோசித்து பல விஷயங்களை மதன் அறிந்துகொண்டான், அவற்றை செயல் படுத்துவது பற்றி விவரமாக ஆலோசித்தான், திரும்பிச் சென்று ஸ்ரீமதி தாஸ், அகர்வாலா, கோஸ்வாமிக்கு போராட்டத்தின் ஒவ்வொரு கோணத்தையும் குறித்து சரியாக தகவல் தரும் வகையில் அவன் எல்லாவற்றையும் தீர கலந்தாலோசித்து அறிந்து கொண்டான்.

அவர்களுடைய அந்தக் கலந்தாலோசனையில் பாபுதேவ் பங்கேற்கவும் இல்லை, தன் கருத்தைக் கூறவும் இல்லை. இடையிடையே வந்து மௌனமாக உட்கார்ந்திருந்தார், கோவிலுக்கு செல்ல வேண்டிய நேரத்தில் எழுந்து கோவிலுக்கு சென்றார், மாலை நேர பூஜையை முடித்துவிட்டு வந்துவிட்டார்.

அந்துப் போராட்டத்தில் பாபுதேவுக்கு அதிக ஆர்வம் இல்லை, ஆனால் வெளியே வராந்தாவில் உட்கார்ந்திருந்த கஜேன் காது கொடுத்து ஒவ்வொரு வார்த்தையையும் கேட்கவும், சரியாகப் புரிந்து கொள்ளவும் உயிரை விட்டு முயற்சி செய்துகொண்டிருந்தான். மதன் கஜேனை வராந்தாவில் உட்காரவைத்து திடீரென்று போலீஸ்

வந்துவிட்டால் அல்லது யாராவது முன் பின் தெரியாத ஆள், ஒருக்கால் போலீஸ் உளவாளி வந்துவிட்டால் ஏதாவது சமிக்ஞை செய்து தங்களை எச்சரிக்கும்படி அறிவுறுத்தியிருந்தான். கஜேன் ஒரு பக்கம் பேசாமல் கோவில் வாசலையும், எதிரில் இருந்த சாலையையும் பார்த்தபடி உட்கார்ந்திருந்தான், அவ்வப்போது கழுத்தை நீட்டி தொலைதூரம் வரை நோட்டம் விட்டான். மறு பக்கம் அவன் அறையினுள் நடந்துகொண்டிருந்த ஆலோசனை களைக் கேட்க முயற்சியும் செய்துகொண்டிருந்தான். அவர்கள் மெல்லிய குரலில் பேசிக்கொண்டிருந்ததால் அவனுக்கு சரியாகக் கேட்கவில்லை. ஆனால் தன் காதில் விழுந்தவற்றிலிருந்து ஏதோ பெரிய வேலைக்கான ஏற்பாடுகள் நடந்துகொண்டிருக்கின்றன என்றும், குரயீகுடிக்கு கிழக்கே தொலைதூரம் தாவாஜான் கிராமம் வரை நூறு, நூற்றைம்பது கிராமங்களில் வீடு- வீடாகப் போய் ஏதோ செய்யவேண்டும் என்றும் அவன் ஊகித்துக்கொண்டான்.

சிறுவர்- சிறுமியரிலிருந்து முதியவர்கள் வரை எல்லாருக்கும் அவரவருக்கு ஏற்ப வெவ்வேறு வேலைகள் நிர்ணயிக்கப்பட்டன. இளைஞர்கள்- இளம்பெண்களுக்கு கொஞ்சம் முக்கியமான வேலைகள். அவர்களை ஒன்றுதிரட்டி ஒரு 'படை' அமைக்க வேண்டும். காக்கோத்தி அந்தப் படைக்கு முக்கிய தலைவராக இருப்பார், அவரோடு இன்னும் சில தலைவர்களும் இருப்பார்கள். ஆலோசனையில் ஓரிரு முறை தன்னுடைய பெயரும் அடிபடுவது கஜேனுக்குக் கேட்டது. "அந்த வட்டாரத்திலிருந்த முப்பது- நாற்பது கிராமங்களை சேர்ந்த மக்கள் கூட்டமாக போலீஸ் காவல் நிலையத்தை நோக்கி செல்வார்கள். அந்தப் பக்கம் தாவாஜான், டோலாவாடி பக்கத்திலிருந்தும் நாற்பது- ஐம்பது கிராமத்தை சேர்ந்த மக்களும் காவல் நிலையத்தை நோக்கி வருவார்கள். இரண்டு பக்கத்திலிருந்தும் வரும் ஆயிரக்கணக்கான மக்கள் ஒன்றாகத் திரண்டு காவல் நிலையத்தை நோக்கி செல்வார்கள். காவல் நிலையத்தின் உள்ளேயும்-வெளியேயும், வாசலிலும் தடி- துப்பாக்கியுடன் போலீஸ் இருக்கும். சிப்பாய்கள் மக்களை உள்ளே நுழைய விடாமல் தடுப்பார்கள், என்ன ஆனாலும் சரி என்று அவர்களை உள்ளே விட மாட்டார்கள், ஆனால் மக்கள் எந்தத் தடையையும் தகர்த்தெறிந்துவிட்டு முன்னேறுவார்கள். தடியடி விழட்டும், கைத்துப்பாக்கியால் சுடட்டும், துப்பாக்கிக் குண்டு பாயட்டும், எல்லாவற்றையும் சகித்துக்கொண்டு மக்கள், முக்கியமாக இளைஞர்கள்- இளம்பெண்கள் நெஞ்சை நிமிர்த்தி முன்னே செல்ல வேண்டும்." என்று உள்ளே இருந்தவர்கள் பேசியது கஜேனுக்குக் கேட்டது. கூட்டம், முக்கியமாக இளம்பெண்கள்-இளைஞர்கள் படை நெஞ்சை நிமிர்த்தி முன்னேறிச் சென்றே ஆகவேண்டும், காவல் நிலையத்திற்கு மேலே மூவர்ணக் கொடியைப் பறக்கவிட்டே ஆக

வேண்டும். என்று அவர்கள் பேசியது அவனுக்குக் கேட்டது. தடியடி, கைத்துப்பாக்கி, துப்பாக்கிக் குண்டு ஆகியவற்றால் மக்களில் பலருக்குக் காயம் படும், சிலர் இறந்தும் போகக் கூடும், அந்த நிலைமையில் காயம் பட்டவர்களையும், இறந்தவர்களையும் எப்படி அப்புறப்படுத்துவது என்பது குறித்தும் விஸ்தாரமாக அங்கு ஆலோசிக்கப்பட்டது.

நாடு விடுதலை பெறுவதற்காக அந்த நேரம் இண்டியன் நேஷனல் காங்கிரஸ் 'வெள்ளையனே வெளியேறு' இயக்கத்தை நடத்திக்கொண்டிருந்தது என்பதை கஜேன் அறிந்தான். அத்துடன், மகாத்மா காந்தி, ஜவஹர்லால் நேருவையும் மேலும் பல காங்கிரஸ் தலைவர்களையும் ஆங்கிலேயர்கள் சிறையில் அடைத்துவிட்டார்கள், அப்போது நடந்துகொண்டிருந்த இரண்டாம் உலகப்போரின் எந்த அம்சத்துடனும் இந்தியர்களுக்கு எந்தத் தொடர்பும் கிடையாது என்று காங்கிரஸ் அறிவித்து விட்டது போன்ற பல புதிய விஷயங் களும் அவனுக்குத் தெரிய வந்தது.

வைத்தியரின் கடையில் தினமும் மாலையில் யாதவ் பௌரா வங்காள செய்தித்தாள் படிக்கக் கேட்டும், தானே செய்தித்தாள் படித்தும் கஜேன் அந்த காலகட்டத்தின் நிலையை அறியத் தொடங்கியிருந்தான். அந்த விஷயங்கள், அந்த நிகழ்வுகள் மிக தொலைவில் நிகழ்ந்துகொண்டிருந்தன, பிறருக்கு, அவன் அறியாத மக்களுக்கு நிகழ்ந்துகொண்டிருந்தன, ஆனால் அன்று அந்த நிகழ்வுகள் அனைத்தின் தெளிவான வர்ணனையைக் கேட்டு கஜேன், அன்றிலிருந்து அந்த நிகழ்வுகள் அறியாத தொலைதூர மக்களுக்கு நேர்ந்த ஒரு செய்தியாக மட்டும் இருக்காது, அவை தான் இருக்கும் இடத்திலேயே நிகழும், அவனுக்கு, அவனை சுற்றி இருப்பவர்களுக்கு நிகழும், அவனை சுற்றியிருப்பவர்களே போராடுவதற்குப் புறப்படு வார்கள், காவல் நிலையத்தில் தங்கள் நாட்டு கொடியைப் பறக்க விடுவார்கள் என்று புரிந்துகொண்டான்.

மக்கள் கூட்டம் முன்னேறிச் செல்லும், போலீஸ் தடை செய்யும், தடியடி நடத்தும், கைத்துப்பாக்கி வெடிக்கும், துப்பாக்கிக் குண்டுகளும் பாயும், காவல் நிலையத்தின் முன்பு ரத்த ஹோலி விளையாட்டு நிகழும், யாருக்குத் தெரியும், கைத்துப்பாக்கியால் காயம் பட்டு அல்லது குண்டு பாய்ந்து அவனும் ரத்தம் சிந்தலாம், அவனும் கீழே விழுந்து துடிக்கலாம்.

வெளியே வராந்தாவில் உட்கார்ந்து எல்லாவற்றையும் கேட்டுக் கொண்டிருந்த கஜேன் முழுதும் தன்னை இழந்தான். திடீரென்று அவன் உடம்பில் தலை முதல் கால் வரை ஒரு சிலிர்ப்பு பரவியது.

மதனுக்கும் மற்றவர்களுக்கும் இடையே நடந்துகொண்டிருந்த கலந்தாலோசனையை ஜவாவும் உள் அறையிலிருந்து மிகுந்த கவனத்துடன் கேட்டுக்கொண்டிருந்தாள். இடையில் இரண்டொரு முறை அவள் அவர்களுக்கு டீ போட்டுக் கொடுத்தாள். ஒரு முறை அவள் வெளியே போய் கஜேனிடமும் சற்று நேரம் பேச முயற்சித்தாள், ஆனால் அது நடக்கவில்லை, அவன் அவர்கள் பேச்சைக் கேட்பதில் மும்முரமாக இருந்தான். அவன் திரும்பிக் கூட பார்க்காததால் அவள் உள் அறைக்குத் திரும்பி வந்துவிட்டாள். அவள் அதிக நேரம் மதனின் பேச்சைப் புரிந்துகொள்வதிலேயே செலவிட்டாள், இடையிடையே சுவரில் இருந்த துவாரம் வழியாக அவன் முகத்தைப் பார்த்துக்கொண்டிருந்தாள். மதன் பேசும் முறை, கண்களின் ஒளி, சுடர் வீசும் முகம், அதில் கருப்பு தாடி எல்லாம் அவளைக் கவர்ந்தன. அவள் அவர்கள் பேசியதைக் கவனமாகக் கேட்க முயற்சித்தாலும் அவ்வப்போது மதனின் முகத்தைப் பார்ப்பதில் தன்னை இழந்தாள், எந்தப் பேச்சும் காதில் விழுந்து அறிவை எட்டவில்லை. அந்தப் பேச்சுகளில் அவள் காதில் விழுந்தவை பெரும்பாலும் அவளால் புரிந்துகொள்ள முடியாதவை. ஆனாலும் ஏதோ ஒரு சக்தி அவளைக் கட்டிப் போட்டது, அங்கிருந்து போக விரும்பினாலும் அவளால் நகர முடியவில்லை. அது என்ன சக்தி? ஒருக்கால் மதனின் குரல். அந்த சிறிய துவாரம் வழியாகத் தெரிந்த அவன் முகமாக இருக்கலாம்!

இளம் வயதில் அடி எடுத்து வைத்துக்கொண்டிருந்த ஜவாவின் தெளிவற்ற மனக்கண்ணாடியில் ஒரு நல்ல ஆண்மகனின் தெளிவற்ற சித்திரம் மீண்டும்- மீண்டும் தோன்றிக்கொண்டிருந்தது.

பாபுதேவின் குடிசையில் சமையல் அறை என்று இருந்த அறை மிகவும் சிறியது. வெளியிலிருந்து யாராவது விருந்தாளி வந்துவிட்டால் அங்கு உட்கார இடம் இல்லை, அதனால் அவர்கள் விருந்தாளியை கோவிலுக்கு அருகில் இருந்த ஒரு வெற்றிடத்தில் உட்கார வைத்து உணவு பரிமாறுவார்கள். அன்றும் ஜவா அந்த இடத்தைப் பெருக்கித் துடைத்து சுத்தப்படுத்தி, இரண்டு பாயை விரித்து, இரண்டு டம்ளர்களில் தண்ணீர் நிரப்பி வைத்தாள், இரண்டு தட்டுகளில் சாதம் வைத்து, கிண்ணங்களில் காய்கறி வைத்துவிட்டு மதனையும், பாபுதேவையும் சாப்பிட அழைத்தாள். அவர்கள் சாப்பிட உட்கார்ந்ததும் அவள் கதவு மறைவிலிருந்து மதன் சாப்பிடும் முறையைப் பார்த்துக்கொண்டேயிருந்தாள். மதன் உணவு ருசியைப் பாராட்டியதும் அவள் வெட்கத்துடன் புன்னகை செய்தாள்.

“எப்படியோ சாதமும் காய்கறியும் சமைக்கக் கற்றுக் கொண்டு விட்டாள். இப்போது கோவிலுக்கு தேவி பிரசாதமும் சமைக்கிறாள், அதாவது எனக்கு உதவி செய்கிறாள். ஆனால், துணி நெய்வது, தைப்பது எல்லாம் ஒன்றும் கற்றுக்கொள்ள முடியவில்லை. என்ன செய்வது? அவள் அம்மா கண் மூடியதுமே ஸ்கூல் போவது நின்று விட்டது. ஆனால், அதற்குள் இரண்டாம் வகுப்பு வரை படித்து முடித்துவிட்டாள்.” என்றார் பாபுதேவ்.

“அது சரியில்லையே! ஜவா படிப்பை விட்டிருக்க வேண்டாம்.”

ஜவா சட்டென்று, ” எனக்கு படிப்பை விடப் பிடிக்கவில்லை! அப்பாதான் ‘பெண் குழந்தை, நிறைய படித்துவிட்டாள், மேலே படிக்கத் தேவையில்லை.’ என்று படிப்பை நிறுத்திவிட்டார்!” என்று சொன்னாள்.

“இப்போதெல்லாம் ஆண் - பெண் என்று வித்தியாசப்படுத்திப் பார்ப்பதில்லை. எல்லாரும் சமம்தான். நீ சரோஜினி நாயுடு, விஜயலட்சுமி பண்டிட், அருணா ஆசப் அலி ஆகியோரைப் பற்றிக் கேட்டதில்லையா?”

“இன்று என்ன, ஆயிரம் வருஷங்களுக்கு முன்பே கார்க்கி, மைத்ரேயி, லீலாவதி எல்லாம் ஆண்களுக்கு சமமாகப் படித்திருந்தார்களே!” என்றாள் ஜவா.

“அடேடே! உனக்கு எல்லாம் தெரிந்திருக்கிறதே! பிறகு இன்றைய காலகட்டத்தில் நீயும் ஏன் கார்க்கி, மைத்ரேயி, லீலாவதி போல ஆகக் கூடாது? ஜவா, நீ மறுபடியும் படிக்கத் தொடங்கு!”

“இல்லை, இல்லை, இப்போது எங்கே படிப்பது? இடையில் இரண்டு- மூன்று வருஷம் கழிந்துவிட்டது, எல்லாம் மறந்தும் போய்விட்டாள். இப்போது வேறு ஒரு கவலை என்னைப் பிடித்து ஆட்டி வைக்கிறது. ஜவா, கொஞ்சம் பால் கிண்ணத்தை எடுத்து வா! நான் இரவில் தயிர் சாப்பிட மாட்டேன், அதை இவர்களுக்கே வைத்துவிடு!”

பாபுதேவ் பேச்சை மாற்றி ஜவாவின் படிப்பு விஷயத்தை ஒதுக்கி வைத்துவிட்டார்.

ஜவா தானும் சாப்பிட்ட பிறகு பாத்திரங்களை விளக்கி கழுவி வைத்துவிட்டு, சமையல் அறையையும் கழுவித் துடைத்தாள், பிறகு கால்களைக் கழுவிக்கொண்டு படுக்கையில் வந்து படுத்தாள். அவள் ஒரு அழுக்குத் துண்டால் பாதங்களைத் துடைத்துக் கொண்டிருந்த போது அப்பாவும் மதனும் பேசிக்கொண்டிருந்த அறையில் இருந்து திடீரென்று அப்பா, “மதன், நீங்கள் பாரத்வாஜ கோத்திரம்தானே?” என்று கேட்பது அவளுக்குக் கேட்டது.

படுக்கையில் உட்கார்ந்து பகலில் தான் அணிந்திருந்த பஞ்சாபி சட்டையை மடித்துக்கொண்டே தலையை நிமிர்த்தாமலே மதன் சொன்னான், "இல்லை, மௌந்தகல்ய கோத்திரம்!"

"ஓஹோ! எனக்கு என்னவோ உன் அப்பா பாரத்வாஜ கோத்திரம் என்று சொன்னதாக நினைவு."

பாபுதேவ் தன்னிடமிருந்து ஏதோ அறிந்துகொள்ள முயற்சிக்கிறார் என்று மதன் புரிந்துகொண்டான். இருபது-இருபத்திரண்டு வருஷங்களுக்கு மேல் ஆகிவிட்டது, அவன் தந்தை எப்போதாவது கோத்திரத்தைப் பற்றிப் பேசியிருந்தாலும் அத்தனை வருஷங்களுக்குப் பிறகு அதை நினைவில் வைத்துக்கொண்டு அதைப் பற்றிப் பேசுவது ஏதாவது விசேஷ காரணம் இல்லாமல் சாத்தியமில்லை. சற்று நேரம் சும்மா இருந்துவிட்டு அவர் மீண்டும் கேட்டார், "நல்லது, உனக்கு உன் ஜாதகத்தைப் பற்றித் தெரிந்திருக்குமே... முழுதும் இல்லையென்றாலும் ராசி, நட்சத்திரம், லக்னம்...!"

மதன் பதில் சொல்ல சற்று நேரம் எடுத்துக்கொண்டான். சட்டையின் கடைசி மடிப்பை மடித்து தன் பையில் வைக்கும் வரை அவன் பதில் சொல்லாமல் இருந்தான். அவனுடைய மௌனம் பாபுதேவை சற்று அமைதி இழக்கச் செய்தது. கடைசியில் மதன் அவர் கண்களை நேருக்கு நேர் பார்த்து, "என்னுடைய ராசி விருச்சிகம், நட்சத்திரம் விசாகம். மாமா, நீங்கள் தவறாக நினைக்க வில்லையென்றால் சொல்கிறேன், நீங்கள் என்னுடைய ராசி, நட்சத்திரம், கோத்திரம் விசாரிக்கும் காரணம் என்ன என்று உங்களைக் கேட்காமலே நான் ஒரு முடிவுக்கு வந்துவிட்டேன். எந்த பீடிகையும் இல்லாமல் என் கருத்தை சொல்கிறேன்." என்றான்.

பாபுதேவ் சற்று சங்கடத்துடன் அவனைப் பார்த்துக் கொண்டேயிருந்தார். மதன் படுக்கையில் கால்களை மடித்து வசதியாக உட்கார்ந்தான், தலையணையை எடுத்து மடியில் வைத்துக்கொண்டு இரண்டு முழங்கைகளையும் அதில் ஊன்றி பாபுதேவை நேராகப் பார்த்தான், "இந்த காலகட்டத்தில் நாங்கள் தேச விடுதலைக்கான சில காரியங்களை செய்ய விரதம் எடுத்துக் கொண்டுள்ளோம், அதில் எந்த நேரத்திலும் எவ்வகையான முடிவையும் உடனுக்குடன் நாங்கள் எடுக்க வேண்டியிருக்கிறது. ஒரு வினாடியில் அடுத்த அடி எந்த திசையில் எடுத்து வைப்பது என்று நிர்ணயிக்க வேண்டியிருக்கிறது. இப்போது இதுவே என் தன்மையாகிவிட்டது. இன்று மாலை பூஜை போன்ற காரணங் களால் நீங்கள் முழு நேரமும் எங்கள் ஆலோசனைக் கூட்டத்தில் பங்கேற்க முடியவில்லை, இல்லையென்றால், ஒவ்வொரு நிலைமை

யையும் நாங்கள் எவ்வாறு எதிர்கொள்ள நேர்கிறது, எப்படி சில நிமிடங்களில் முடிவெடுக்க வேண்டியிருக்கிறது என்று பார்த்திருப்பீர்கள். அவசரப்பட்டு பதட்டத்தில் முடிவெடுக்காமல் யோசித்துதான் முடிவெடுக்கிறோம், ஆனால் கால தாமதம் செய்வதில்லை. அரசாங்க வேலைகளை செய்வதற்கான முறை இதுதான், இதை ஆங்கிலத்தில் 'ஸ்டைல்' என்று சொல்கிறார்கள். அதன் தாக்கம் எங்களுடைய, முக்கியமாக என்னுடைய செயல் முறையில் ஏற்பட்டிருக்கிறது. அடடா! பீடிகை போடவில்லை என்று சொல்லிவிட்டு பீடிகை போட்டுக்கொண்டிருக்கிறேன். சரி, விஷயத்திற்கு வருகிறேன். சற்று நேரத்திற்கு முன் சாப்பிடும்போது நீங்கள் ஜவாவைப் பற்றி ஒரு வார்த்தை சொன்னீர்கள்' இப்போது வேறொரு கவலை என்னை ஆட்டிப் படைக்கிறது' என்று. அந்த விஷயத்தை நீங்கள் அப்படியே பாதியில் விட்டுவிட்டீர்கள், ஆனால் அங்கிருந்து என் கவலை தொடங்கிவிட்டது. நான் இடைப்பட்ட இந்த அரை மணி நேரப் பொழுதில் முடிவு செய்துவிட்டேன்- நான் ஜவாவைத் திருமணம் செய்துகொள்கிறேன்!"

பாபுதேவ் தான் உட்கார்ந்திருந்த, ஆங்காங்கு சுண்ணாம்புக் கறைகள் நிறைந்த பழைய நாற்காலியின் கைகளை இறுக்கிப் பிடித்தபடி முதலில் அதிலிருந்து வேகமாக எழுந்தார், பிறகு தொப்பென்று உட்கார்ந்துவிட்டார். சில வினாடிகள் என்ன செய்வது, சொல்வது என்று விளங்காமல் உட்கார்ந்தே இருந்தார், பிறகு எழுந்து நின்று, "கொஞ்சம் இரு, நான் மேலோட்டமாக ராசிப் பொருத்தம் பார்த்துவிடுகிறேன்." என்றார். அவர் சட்டென்று காகிதமும் பென்சிலும் எடுப்பதற்கு உள்ளே செல்லத் திரும்பினார், மதன் அவரைத் தடுத்து, "நில்லுங்கள் மாமா, உட்காருங்கள்! ராசி-நட்சத்திரம் பிறகு பார்க்கலாம், முதலில் நான் சொல்ல வந்ததை முழுதும் கேளுங்கள்." என்றான். பாபுதேவ் உட்கார்ந்தார்.

மதன் படுக்கையில் உட்கார்ந்தபடியே தொடர்ந்தான்.

"நான் நிச்சயம் ஜவாவைத் திருமணம் செய்துகொள்கிறேன், ஆனால் இப்போது அல்ல."

"இப்போதே திருமணம் செய்துகொள்ள மாட்டாயா?" அவர் கண்களிலேயே கேள்வி இருந்தது.

"இன்னும் சில வருஷங்கள் கழித்து!"

"சில வருஷங்கள்.... கழித்தா? அவள் பெரியவள் ஆகிவிடுவாளே! அந்த நேரம் வந்துவிட்டது, தெரியுமா, ஒரு வருஷம் கூட ஆகாது, சில வருஷங்கள் என்ற வார்த்தையை விடு! என்ன செய்வது... என்ன செய்யவேண்டாம், மிகவும் கவலையாக இருக்கிறது!"

"கவலைப்பட எதுவும் இல்லை, மாமா! சத்தியமாக சொல்கிறேன், என்னுடன்தான் ஜவாவின் திருமணம். சில வருஷங்கள் பொறுங்கள், நாடு விடுதலை பெறட்டும், பிறகு சுதந்திர நாட்டில் நாம் நம் புது உலகத்தை அமைப்போம்."

"ஆனால் என்னுடைய கவலையின் காரணத்தை உன்னால் புரிந்துகொள்ள முடியவில்லை, மதன்!"

"எனக்குப் புரிகிறது, மாமா! நீங்கள் ஜவா புஷ்பவதி ஆகிவிடுவாளே என்று கவலைப்படுகிறீர்கள், இல்லையா? நானும் அதைப் பற்றிதான் யோசிக்கிறேன். நான் ஜவாவைத்தான் திருமணம் செய்துகொள்வேன், ஆனால் என்னுடைய ஒரு நிபந்தனையை நீங்கள் ஒப்புக்கொள்ள வேண்டும். நிபந்தனை இதுதான், முதலில் ஜவா புஷ்பவதி ஆகட்டும், நன்றாக வளர்ந்து இளம்பெண் ஆகட்டும், பிறகு நான் அவளைத் திருமணம் செய்துகொண்டு எங்கள் வீட்டுக்கு அழைத்துப் போகிறேன்."

"நீ இப்படி நியமங்களை உடைத்தெறிந்து பேசலாமா? திருமணம் ஆகி அவள் இப்போதே உன் வீட்டுக்கு வர முடியாது, இரண்டு, மூன்று வருஷங்களுக்குப் பிறகுதான் அவளை உன் வீட்டுக்கு அழைத்துப் போக முடியும், ஒத்துக்கொள்கிறேன். ஆனால் பெரியவள் ஆகும் முன்பே அவளைக் கன்னிகாதானம் செய்து கொடுக்காமல் எப்படி இருக்க முடியும்? நீ என்ன சொல்கிறாய் என்று சற்று யோசித்துப் பார். பெரியவளான பெண்ணை எத்தனை நாள் நான் வீட்டில் வைத்திருப்பேன்? எனக்கு அம்மன் கோவில் பொறுப்பு இருக்கிறது, பூஜை- அர்ச்சனை வேலை இருக்கிறது, சமூக நியதி- நியமங்கள் இருக்கின்றன, சமயக் கட்டுப்பாடுகள்..."

அவர் பேசி முடிக்கும் முன்னரே மதன், "கேளுங்கள், மாமா! உண்மையில் பிரச்சனை இதுதான், பிராமண சமூகத்தின் நியதியைப் புறக்கணித்துவிட்டு எந்த இளைஞனும் புஷ்பவதியாகிவிட்ட கன்னியைத் திருமணம் செய்துகொள்ளத் துணிய மாட்டான். ஆனால் இன்று நான் உங்களுக்கு சத்தியம் செய்து தருகிறேன், உங்கள் புஷ்பவதியான மகளை நான் திருமணம் செய்துகொள்கிறேன். நான் சமூகத்தின் காரணமற்ற நியதி- நியமங்களைப் பொருட்படுத்துவதில்லை, நான் அவற்றை ஒப்புக்கொள்வதில்லை. அதனால்தான் எந்தப் பெண்ணைத் திருமணம் செய்தாலும், எப்போது செய்தாலும் புஷ்பவதியான ஒருத்தியைத்தான் மணப்பேன் என்று சென்ற அரை மணி நேரத்தில் நான் முடிவெடுத்தேன். நான் எல்லாவற்றையும் யோசித்துதான் ஜவாவைப் பற்றிய என் முடிவை உங்கள் முன் வைக்கிறேன்."

“இது முற்றிலும் ஒத்துக்கொள்ள முடியாத முடிவு, மதன்! பிராமண சமூகம் முழுதும் என்னை சாஸ்திர விதிகளை மீறியவன் என்று சொல்லும், நிந்தனை செய்யும். இன்னும் ஒரு விஷயம், நான் உங்கள் இருவருடைய ராசி- சக்கரங்களை இன்னும் பொருத்திப் பார்க்கவேயில்லையே, கோத்திரத்தைப் பொறுத்த வரை தடை எதுவும் இருக்காது.”

“மாமா, நான் அந்த விஷயத்திலும் உங்களுக்கு நம்பிக்கை தருகிறேன், ராசி- சக்கரங்கள் பொருந்தாவிட்டாலும், உங்களுக்கு ஆட்சேபணை இல்லையென்றால் நான் உறுதியாக சொல்கிறேன், உங்கள் பெண்ணைத் திருமணம் செய்துகொள்வேன், நாங்கள் இருவரும் நெடுங்காலம் சுகமாக வாழ்வதை நீங்கள் பார்ப்பீர்கள்.. பிறகு உங்கள் விருப்பம் போல...”

பாபுதேவ் மெல்ல எழுந்தார், உள் அறைப் பக்கம் போய்க் கொண்டே சொன்னார், “நல்லது, மதன்! இப்போது தூங்கு. இரவு வெகு நேரம் ஆகிவிட்டது. நாளை நீ விடிவதற்கு முன்பே பயணப்பட வேண்டும், இல்லையா?”

“ஆமாம், விடிவதற்கு முன்பே இங்கிருந்து புறப்பட்டு குரயீகுடிக்குப் போய்விட்டால் அதற்குப் பிறகு எல்லாம் சரியாக இருக்கும். ஆனால், மாமா! ஜவாவின் கல்யாணம் பற்றிய என் தீர்மானத்தைப் பற்றி முடிவெடுக்க உங்களுக்கு சற்று கால அவகாசம் தேவைப்பட்டால் நான் நாளைப் பகல் இங்கு தங்கி மாலையில் புறப்பட்டு இரவு முழுதும் பயணம் செய்து நேரத்திற்கு அங்கு போய் சேர்ந்துவிடுவேன்.”

“சரி மதன், இப்போது நீ தூங்கு.” ஹரிக்கேன் விளக்கை எடுத்துக் கொண்டு பாபுதேவ் அருகில் இருந்த அறைக்குள் சென்றபோது ஜவா படுக்கையில் ஆழ்ந்த உறக்கத்தில் இருப்பதைப் பார்த்தார், விளக்கை அணைத்துவிட்டு அவரும் படுக்கையில் படுத்தார்.

வெளி அறையில் மதன் டைரி எழுதுவதில் மும்முரமாக இருந்தான். அந்த அறையிலிருந்து வந்த மெல்லிய வெளிச்சத்தில் பாபுதேவ் கூரையின் மூங்கில்களைப் பார்த்தபடி மதன் டைரியில் அப்படி என்னதான் எழுதுவான் என்று யோசித்துக்கொண்டிருந்தார். தூக்கம் அவரை விட்டு பல மைல் தூரம் விலகி இருந்தது. மதன் டைரி எழுதிவிட்டு மூடினான், விளக்கை அணைத்தான்.

“வந்தே மாதரம்” மதனின் மெல்லிய ஆனால் தெளிவான குரல் பாபுதேவுக்கு கேட்டது. சென்ற இரவும் தூங்கும் முன் மதன் ஏதோ சொன்னான், அது அவர் காதில் விழவில்லை. மறுநாள் காலையில்தான் அவரால் அதைத் தெளிவாகக் கேட்க முடிந்தது,

'வந்தே மாதரம்.' அதற்கு என்ன அர்த்தம்? அவர் படுக்கையில் படுத்தவுடனே தூங்குவதற்கு முன் 'அம்மா, சண்டிதேவி' என்று உச்சரிக்கிறார். அது போன்றே இந்த இரண்டு சொற்களும் மதனுக்கு உரியவை போலிருக்கிறது. மதன் சொல்லும் விஷயங்கள் எல்லாம் கொஞ்சம் வித்தியாசமாக இருக்கின்றன. எளிதில் அவற்றை ஒத்துக் கொள்வது சாத்தியமில்லை. மதன் கூறிய சில சொற்கள் அவர் தொடக்கத்திலிருந்தே மனதில் கொண்டிருந்த விருப்பத்தை ஒரேயடியாக அழித்துவிட்டன. மதன் எவ்வளவு சுலபமாக அவரை யோசிக்கவும், விவாதிக்கவும் சொல்லிவிட்டான்? ஆனால் அந்த சொற்கள்? அப்படியான சாஸ்திர- விரோத சொற்கள்? அவற்றைப் பற்றி விவாதிப்பதா? அவற்றில் யோசிப்பதற்கு என்ன இருக்கிறது? அது சாத்தியமேயில்லை. அவன் சொல்வது போல் நடந்தால் நல்லது தான், ஆனால் அது அசாத்தியம், முற்றிலும் அசாத்தியம்.

"மதன்! தூங்கிவிட்டாயா?" என்று கேட்டார் பாபுதேவ். "இல்லை மாமா! அப்படியே புரண்டு புரண்டு படுக்கிறேன். எனக்கு தூக்கம் வர நேரம் ஆகாது, புரண்டு படுத்தால் தூக்கம் வந்துவிடும்."

"ஒன்று சொல்லவேண்டும், மதன்!"

"சொல்லுங்கள், மாமா!"

"நீ விடியற்காலையிலேயே பயணப்பட்டுவிடு, மதன்! நாள் முழுதும் இங்கே தங்கத் தேவையில்லை. நீ சொன்னதை அப்படியே மனதில் வைத்துக்கொள்கிறேன்."

"சரி மாமா! இப்போது நீங்கள் போய் தூங்குங்கள்."

இரண்டு அறைகளிலும் திடீரென்று இருள் இன்னும் கனத்து விட்டது. அந்த கனத்த இருட்டில் பாபுதேவின் மூச்சொலி சீராக கேட்டது.

காலையில் கஜேன் வந்தபோது பொழுது புலரும் முன்பே மதன் போய்விட்டதாக ஜவா தெரிவித்தாள். ஒரு முறை மதனை சந்திக்க கஜேன் மிகவும் விரும்பினான். சென்ற இரவு காக்கோத்தி, புயியா, பருவா ஆகியோருடன் அவன் பேசிக்கொண்டிருந்ததைத் தான் கேட்டுவிட்டதாக அவன் மதனிடம் சொல்ல விரும்பினான். அவர்களுடைய செயல்களில் தானும் பங்கு பெற முடியுமா என்றும் அவன் கேட்க விரும்பினான். இப்போது மதன் போய்விட்ட செய்தி யைக் கேட்டு அவன் குழம்பினான்.

தான் போன பிறகு மதன் வேறு என்னவெல்லாம் சொன்னான் என்று அவன் ஜவாவிடம் கேட்டான். தன் தந்தை மதனிடம் தன் விவாகம் பற்றிப் பேசியது, அதற்கு பதிலாக மதன் சொன்னது

எல்லாவற்றையும் அவள் உள்ளே படுத்தபடியே எவ்வளவு கேட்டாளோ, எவ்வளவு புரிந்துகொண்டாளோ அவ்வளவும் அவள் அவனிடம் சொல்லிவிட்டாள். மதன் தன்னைத் திருமணம் செய்து கொள்ள விரும்புகிறான், ஆனால் திருமணம் சில வருஷங்கள் கழித்துதான் செய்ய முடியும், இப்போது இல்லை என்று தெரிவித்தான், தன் தந்தை தனக்கு உடனே திருமணம் செய்வதில் முனைப்பாக இருக்கிறார் என்பதையும் சொல்லிவிட்டாள்.

ஜவா சொன்னதைக் கேட்டுவிட்டு கஜேன் தன் கருத்தை சொன்னான்," மதன் சார் சரியாகத்தான் சொல்கிறார். உனக்கு இப்போதே கல்யாணம் செய்யும் வயது வந்துவிட்டதா, என்ன? மதன் சாரே உன்னைக் கல்யாணம் செய்துகொள்ள விரும்புகிறார் என்றால் வேறு என்ன வேண்டும்? அது எவ்வளவு பெரிய அதிர்ஷ்டம்! உன் அப்பா ஏன் அவ்வளவு அவசரப்பட வேண்டும்?"

"உனக்கு அதெல்லாம் ஒன்றும் புரியாது. என் கல்யாணத்திற்கு நிறைய நாட்கள் காத்திருக்க முடியாது."

"இதில் புரியாமல் இருக்க என்ன இருக்கிறது? கிராமத்தில் உன் வயதுப் பெண்கள் எத்தனை பேர் இருக்கிறார்கள், எல்லாருக்கும் கல்யாணமா ஆகிவிட்டது?"

"பிராமணப் பெண்களின் விஷயமே வேறு ஆயிற்றே! உனக்குத் தெரியாதா?"

"அது என்ன பெரிய விஷயம்! நான் அப்பாவிடம் சொல்கிறேன், பார், மதன் சாரோடுதான் உன் கல்யாணம் நடக்கவேண்டும். அவர் எப்போது கல்யாணம் செய்துகொள்ள விரும்புகிறாரோ அப்போது நடக்கட்டும்."

"உண்மையை சொல்கிறேன் கஜேன், அவரோடு என் கல்யாணம் நடந்தால் மிகவும் நன்றாக இருக்கும். ஆனால் அப்பா நியமத்தை மீறி எதுவும் செய்வாரா, என்ன?"

"நீ கவலைப்படாதே ஜவா! நான் இப்போதே உன் அப்பா விடம் பேசுகிறேன். அவர் அம்மன் கோவிலுக்கு பூ பறித்துக் கொண்டிருக்கிறார், அங்கேயே போகிறேன்." என்று சொல்லிவிட்டு கஜேன் கோவிலின் முன் இருந்த பூந்தோட்டத்திற்கு சென்றான்.

சற்று நேரத்திலேயே தன் தந்தை வேகமாக நீளம் நீளமாக அடி எடுத்து வைத்து, கூரிய பார்வையுடன் தன்னைப் பார்த்தபடி தன் பக்கம் வருவதை ஜவா பார்த்தாள். தூரத்திலிருந்தே கோபத்துடன் சத்தமாக அவர் கேட்டார்," ஏண்டி ஜவா, நீ இவனிடம் என்ன சொன்னாய்? இந்த கஜேன் என்ன உளறுகிறான்? பாவி! உன்

வாயால் என்ன வார்த்தை சொன்னாய்?"

தந்தையின் உக்கிர வடிவத்தைப் பார்த்ததுமே கஜேன் ஏதோ செய்யத் தகாத காரியத்தை செய்துவிட்டான் என்று ஜவா தெரிந்து கொண்டாள். அவள் தாவி வீட்டிற்குள் ஓடிவிட்டாள்.

"ஜவா! ஏ ஜவா! வெளியே வருகிறாயா, இல்லையா? நீ இவனிடம் என்ன சொன்னாய்?" என்று பாபுதேவ் கர்ஜித்தார்.

கஜேன் சற்று தொலைவிலேயே நின்றுவிட்டான். திடீரென்று அவர் கஜேனைத் திரும்பிப் பார்த்தார். கண்ணில் நெருப்புப் பொறி பறப்பது போல் அவருடைய பார்வையின் உக்கிரம் தகித்தது. அவர் உக்கிரமூர்த்தியாக அவதாரம் எடுத்திருந்தார். கோபத்தில் தன் வசம் இழந்து அவர் கத்தினார், "பாவி! நீ இவளுக்கு வக்காலத்து வாங்க வந்திருக்கிறாயா! முளைத்து மூன்று இலை விடவில்லை, எந்த வாயால் இப்படி அனாச்சாரமான பேச்சைப் பேசுகிறாய்? ஓடி விடு இங்கிருந்து! ஜாக்கிரதை! இன்னும் ஒரு முறை இந்தக் கோவில் பிரகாரத்தில் அடியெடுத்து வைத்தால் வெட்டி இரண்டு துண்டாக்கிவிடுவேன்! ஓடிப் போ... போ... பாவி!"

கஜேன் மீண்டும் ஒரு முறை அவரை நேருக்கு நேர் பார்த்தான், ஆனால் உடனே அவன் கண்கள் தாழ்ந்தன. அவன் திரும்பி மெல்ல மெல்ல வாசலை நோக்கி சென்றான்.

அன்று பாபுதேவின் கண்களில் கொப்பளித்த தகிக்கும் நெருப்பு, அவருடைய உக்கிர வடிவம் கஜேனுக்கு இன்னும் நினைவிருந்தது. இப்போது அவருடைய கண்களில் அந்த ஜுவாலையின் சின்னம் கொஞ்சமும் இல்லை. எப்போதும் ஒரு அமைதி, உணர்வற்ற பார்வை... ஒரு ஒன்றும் அறியாத பச்சைக் குழந்தையைப் போல!

கஜேன் மீன் பிடிக்கும் சிறிய- பெரிய தூண்டில்களை கோவில் வாசலுக்கு அருகில் இருந்த மகிழ மரத்தின் அடிப்பகுதியில் சார்த்தி வைத்தான், தோளிலிருந்த பையை இறக்கி வைத்துவிட்டு கோவிலை நோக்கி நடந்தான். அவன் கோவில் பிரகாரத்தில் தலை குனிந்து வணங்கிவிட்டு உள்ளே எட்டிப் பார்த்தான். பாபுதேவ் சிவப்பு வேஷ்டி அணிந்து அதன் மேல் பழைய அங்கவஸ்திரத்தைக் கட்டிக்கொண்டு ஒரு அர்ச்சகராக பூஜைப் பொருள்களை சீராக்கிக் கொண்டிருந்தார். கூடவே அம்மனின் அருகில் இருந்த பலி கொடுக்கும் வாளின் இரு பக்கமும் சந்தனப் பொட்டு வைத்தார். கஜேன் மந்திரத்தால் மயங்கியவனைப் போல அந்த அகலமான மின்னும் வாளை கண் இமைக்காமல் பார்த்துக்கொண்டிருந்தான். அந்த பலி வாளின் மீது கஜேனுக்கு எப்போதும் ஒரு அற்புத ஆர்வம் இருந்தது. இந்த அகலமான மின்னும் ஆயுதத்தில் எவ்வளவு அபார

சக்தி மறைந்திருக்கும் என்று அவன் யோசிப்பான்.

"சுவாமி!" என்று கஜேன் மெல்ல அழைத்ததும் பாபுதேவ் தலையைத் திருப்பி அவனைப் பார்த்தார், "ஓ! நீயா!" என்றார், பிறகு வேலையில் முனைந்துவிட்டார்.

"இன்று பூஜை செய்ய நேரமாகிவிட்டதா?" என்று மிகவும் பணிவுடன் கேட்டான் கஜேன்.

"பல நாட்களாக மிகவும் சோர்வாக இருக்கிறது. கிராமத்து மக்கள் அறுவடை, நடவு என்று மும்முரமாக இருக்கிறார்கள், யாத்ரீகர்களும் வருவதில்லை." என்றார் பாபுதேவ். அவர் சற்று மெலிந்து காணப்பட்டார், குரலும் பலவீனமாக இருந்தது. அதைப் பார்த்து கஜேன் கேட்டான், "வைத்தியர் கொடுத்த மருந்தில் ஒன்றும் குணமாகவில்லையா?"

"நிச்சயம் குணமாகி இருக்கிறது. இப்போது பித்தம் நிறைய குறைந்துவிட்டது, ஆனால் சாப்பாடு ருசிக்கவில்லை. ஒன்றும் சாப்பிடப் பிடிக்கவில்லை. மருந்தும் தீர்ந்துபோய்விட்டது."

"அப்படியென்றால் இன்னும் கொஞ்சம் மருந்து வாங்கி சாப்பிடவேண்டும்."

"இல்லை, இல்லை, வைத்தியருடைய மருந்து இப்போது தேவை யில்லை, கஜேன்! சாமுண்டா தேவியே அவளுடைய இந்த சேவகனுடைய கஷ்டத்தைத் தீர்த்துவிடுவாள். அவளுடைய சக்தி அபாரமானது. அவள் விரும்பினால், நான் இந்த உலகத்தை விட்டுப் போகும் நேரம் வந்துவிட்டால், விதிப்படி எல்லாம் நடக்கும்."

"இது என்ன பேச்சு? தேவியால் அருள்தான் செய்ய முடியும், நோய் குணமாக வேண்டுமானால் மருந்து சாப்பிடத்தான் வேண்டும்."

கஜேன் சொல்லி முடிக்கும் முன் பாபுதேவ் கர்ஜித்தார், "ஏய் கஜேன்! சண்டிதேவிக்கு முன்னால் உட்கார்ந்துகொண்டு இப்படிப் பேச உனக்கு தைரியம் எப்படி வந்தது? தேவியால் அருள்தான் செய்ய முடியும் என்று சொல்லி அவளுடைய சக்தியை அவமதிக்கிறாய். நீ இப்போதே, இந்த வினாடியே கும்பிட்டு தேவியிடம் பிரார்த்தனை செய், வாய் தவறி அப்படி சொல்லிவிட்டதாக மன்னிப்பு கேள். தேவி உன்னை மன்னிக்கட்டும்... உம், கும்பிடு!"

தான் என்ன சொல்லிவிட்டோம், அப்படி என்ன தேவியை அவமதித்துவிட்டோம் என்று கஜேனுக்கு ஒன்றும் புரியவில்லை. ஆனாலும் அவன் உடனே ஆசிரியரின் கட்டளைக்குப் பணியும் சிறுவனைப் போல மண்டி போட்டான், தலையைத் தரையில் வைத்து மனதிற்குள்ளேயே தெரியாமலே ஏதாவது தவறு செய்து

விட்டிருந்தால் மன்னிக்கும்படி தேவியிடம் மன்னிப்பு கேட்டான்.

கஜேன் வணங்கிவிட்டு எழுந்தபோது பாபுதேவும் கண்ணை மூடி இரண்டு கைகளையும் கூப்பி தேவியிடம் பிரார்த்தனை செய்து கொண்டிருப்பதைக் கண்டான். சற்று நேரத்திற்குப் பிறகு அவர் கண்களைத் திறந்து, “இந்தப் பாவியின் பேச்சால் கோபம் அடைய வேண்டாம், மன்னித்துவிடு அம்மா என்று நானும் உனக்காக தேவியிடம் பிரார்த்தனை செய்துகொண்டேன்! போ, இப்போது அங்கே போய் உட்கார்ந்துகொள். நான் பூஜை செய்யப் போகிறேன். பூஜை முடிந்ததும் பிரசாதம் சாப்பிட்டுவிட்டுப் போகலாம்.” என்றார்.

“இல்லை சுவாமி, இன்று நான் தூண்டில் எடுத்து வந்திருக்கிறேன், மீன் பிடிக்க குரயீகுடிக்குப் போகிறேன், போய் வருகிறேன்.”

“சரி, போ, ஆனால் நீ எப்போதும் அந்த ஊரை விட்டு ஓடி வந்த முஸ்லீம்களோடு தொடர்பு வைத்துக்கொள்வதும், அவர்களோடு மீன் பிடிப்பதும் நல்லதில்லை. சரி போ, திரும்பி வரும்போது இங்கே வந்துவிட்டுப் போ, பிரசாதம் எடுத்து வைக்கிறேன்.”

கஜேன் கோவிலை விட்டு வெளியே வந்தான், ஆனால் அவன் மனம் ஒரு சோகத்தால், கவலையால் நிறைந்திருந்தது. பாபுதேவ் தேவியின் முன் அவனைப் பாவி என்று ஏன் சொன்னார்? பாவி ஆகும் அளவுக்கு அவன் என்ன செய்தான்? அவர் அப்படி நினைப்பது அநியாயம். இப்போதே திரும்பிப் போய்க் கேட்டால் என்ன? இல்லை... கோவிலில் தேவி முன்னால் அவளுடைய அர்ச்சகரோடு விவாதம் செய்வது சரியில்லை. திரும்பி வரும்போது அவர் வீட்டில் வைத்துப் பேசுவதுதான் நல்லது. ஆமாம், அவன் கேட்பான், அவன் எப்படி பாவி ஆவான்? பாபுதேவின் மனம் புண்படும்படி தான் ஒருநாளும் எதுவும் பேசியதில்லை என்பதும் அவன் நினைவுக்கு வந்தது. கடந்த சில வருஷங்களில் ஜவாவுக்கு நேர்ந்துகொண்டிருந்த நேரக்கூடாத நிகழ்வுகளால் அவருடைய நெஞ்சு சுக்குநூறாக உடைந்துபோயிருந்தது, இரவும் பகலும் துயரத்திலிருந்து விடுபட முயற்சித்துக்கொண்டிருந்த பாபுதேவுக்கு எப்போதும், எந்த சாதாரண விஷயத்தினாலும் காயம் பட்டு விடாமல் இருக்கவேண்டும். அதையெல்லாம் யோசித்தபடி கஜேன் வெளியே வந்தான்.

கஜேன் மகிழ மரத்தின் கீழ் வைத்திருந்த தூண்டில்களையும், பையையும் எடுத்துக்கொண்டு கோவிலின் வெளி கேட்டைக் கடந்து குரயீகுடியை நோக்கி நடந்தான். சற்று தூரம் போன பிறகு ஒரு பெரிய அரச மரம் இருந்தது. அங்கே ஓடிய ஒரு சிறிய ஆற்றின் ஓரத்தில் இருந்த பெரிய பாதையிலிருந்து ஒரு சிறிய கற்கள்

நிறைந்த பாதை பிரிந்து சென்றது. கஜேன் அந்தப் பாதையில்தான் போனான். அந்த வழியில் போனால் வெகு சீக்கிரம் குரயீகுடிக்குப் போய்விடலாம். மழைக்காலத்தில் தண்ணீர் நிறைந்துவிடுவதால் வயல்- மைதானம் எல்லாம் சேறாகிவிடும், இடையில் ஒரு இடம் பாறையாகவும் இருந்தது, ஆனால் கஜேனுக்கு சிறு வயதிலிருந்தே அந்த இடத்தின் ஒவ்வொரு அங்குலமும் தெரியும். அவன் அதே பாதையில் நடந்து போய்க்கொண்டே இருந்தான். அவன் இன்னு மொரு பங்கி பீடி பற்றவைக்கலாமா என்று யோசித்தான், ஆனால் பற்றவைக்கவில்லை. கடும் வெயில் கொளுத்தியது. அவன் சாதாரண பீடியைப் பற்றவைத்துக்கொண்டான். தோளில் வைத்திருந்த தூண்டில்களை ஆட்டியபடியே அவன் தன் மனம் போல நடந்து போய்க்கொண்டே இருந்தான்.

சற்று தூரம் போனதும் பாதையின் ஓரத்தில் பித்தகன், துர்க்கீ மகாஜனின் மகன் அதாவது கிராமத் தலைவர் கர்கீயின் தம்பி மகன் ராமச்சந்திரன், மகாஜனின் ஏர் உழும் ஏர்க்காரன் மூவரும் நின்றுகொண்டிருந்ததை கஜேன் பார்த்தான். பித்தகனுடன் ராமச்சந்திரன் ஏதோ விவாதம் பண்ணிக்கொண்டிருந்தான். கஜேன் எறும்புப் புற்றின் அருகில் ஒரு மூங்கில் மரத்தின் மீது தூண்டில்களை சார்த்திவிட்டு பையையும் இறக்கி வைத்தான், பிறகு வயலில் இறங்கி சேற்றில் சப்பக் சப்பக் என்று தாவி அவர்களை நோக்கி சென்றான், நெருங்கிச் சென்றதும், "பித்தகன், என்ன ஆயிற்று? எதற்காக இவ்வளவு சூடாக பேசிக்கொண்டிருக்கிறீர்கள்?" என்று கேட்டான்.

"அவர்கள் என்ன பண்ணிக்கொண்டிருக்கிறார்கள் என்று பார், கஜேன்!"

"அடுத்தவர்களுக்கு என்னடா காட்டிக்கொண்டிருக்கிறாய்? டேய் முட்டாள், இந்தக் கால்வாய் மூங்கிலை நன்றாக நடு, கால்வாய்த் தண்ணீர் பாதைப் பக்கம் வராமல் முழுதும் தடுக்க வேண்டும், இல்லையென்றால் உன்..." ராமச்சந்திரன் கண்களை உருட்டி, பல்லைக் கடித்தபடி கஜேனை முறைத்துப் பார்த்தான். அந்த நேரம், அந்த இடத்தில் கஜேன் வந்து நின்றது அவனுக்கு கடுப்பாக இருந்தது.

"ஏண்டா ராம்! யாருடைய பாதையை மூடுவதற்கு சதி வேலை நடக்கிறது?" என்று கேட்டான் கஜேன்.

"உனக்கு என்ன?" என்று முகத்தைத் திருப்பிக்கொண்டு கஜேன் பக்கம் பார்க்காமலே சொன்னான் ராமச்சந்திரன்.

"நல்லது, உனக்கு என்ன என்றா கேட்கிறாய்?" ராமச்சந்திரன் பக்கம் கேலியாக புன்னகை செய்தபடி கஜேன் பித்தகனிடம்

கேட்டான், "பித்தகன், சொல்லு, என்ன விஷயம்?"

"பார் கஜேன், வாரம் முழுதும் என் வயலில் ஒரு சொட்டு தண்ணீர் கூட பாயவில்லை. இவர்களுக்கு தண்ணீர் முழுதும் தேவை யில்லை, பிறகும் ஒரு வார்த்தை சொல்லாமல் கால்வாயை அந்தப் பக்கம் திருப்பி பாதைக்கு அருகில் இருக்கிற குழியில் சேர்த்து வைக்கிறார்கள், என் வயலுக்கு ஒரு சொட்டு தண்ணீர் கூட வர விடாமல் தடுக்கிறார்கள். சொல்லு, இது நல்லதற்கா?"

"டேய்! நல்லது- கெட்டதைக் கேட்க நீ யார்டா?" என்று ராமச்சந்திரன் பித்தகனைப் பார்த்து கர்ஜித்தான். பிறகு ஏர்க்காரனைப் பார்த்து அதட்டினான், "டேய், செவிட்டு ஊமை! வாயைப் பிளந்து கொண்டு என்ன பார்த்துக்கொண்டிருக்கிறாய்? பட்டென்று மூங்கிலை நடு... சீக்கிரம்!" கஜேன் பித்தகனை உரக்க அழைத்தான், "பித்தகன்! இந்த மகாஜன் மகனிடம் என்ன நம்பிக்கை வைத்து பேசுகிறாய்? இவர்களுக்கு அவ்வளவு உயர்ந்த எண்ணம்! ஏண்டா ராம், உன்னைக் கேட்கிறேன், தண்ணீரைத் திறந்து விடுகிறாயா, இல்லையா, சொல்லு...!"

கஜேனின் குரலிலிருந்து விஷயம் மிகவும் மோசமாகிக் கொண்டிருக்கிறது, சிக்கல் இன்னும் சிக்கலாகக் கூடும் என்று ராமச்சந்திரனுக்குத் தோன்றியது. ஏர்க்காரன் மண் அணையால் தடுக்கப்பட்ட தண்ணீருக்கு அருகிலேயே ஈர மண்ணில் மூங்கில் கம்புகளை நட்டுக்கொண்டிருந்தான், ராமச்சந்திரனும் மிகவும் கவனமாக அந்தக் கம்புகளையே பார்த்தபடி இருந்தான், ஒன்றும் சொல்லவில்லை. பித்தகன் பரிதாபமாக கஜேனைப் பார்த்தான்.

"பித்தகன்! ஒரு வேலை பண்ணு. அந்தப் பக்க அணை அப்படியே இருக்கட்டும். அது மகாஜனின் மகனுடையது, இல்லையா! நீ இந்தப் பக்கம் பாதையை வெட்டி கால்வாய் பண்ணிக்கொள், தண்ணீர் வந்துவிடும். போய் மண்வெட்டி எடுத்துவா. போ, நான் இருக்கிறேன், இல்லையா!" என்றான் கஜேன்.

பித்தகன் தயக்கத்தோடு ராமச்சந்திரனையும், கஜேனையும் மாறி மாறிப் பார்த்தான்.

"டேய், வெட்டேன்! என்ன பார்த்துக்கொண்டிருக்கிறாய்?" என்று கஜேன் கட்டளை இட்டான்.

"பிறகு மகாஜன் என்ன செய்வாரோ?" பித்தகன் மறுப்பு தெரிவித்துக்கொண்டே தன் இயலாமையைத் தெரிவித்தான். "இந்த வாலை சுருட்டிக்கொண்டு இருக்கும் நாய்களை மகாஜன், கர்கீயின் பயம் பிடித்து ஆட்டி வைக்கிறது, பயந்தாங்கொள்ளி! இப்படிக் கொடு அந்த மண்வெட்டியை!".

கஜேன் பாய்ந்து பித்தகன் கையில் இருந்த மண்வெட்டியைப் பிடுங்கிக்கொண்டு ராமச்சந்திரனுடைய ஏர்க்காரன் இருந்த பக்கம் சென்றான்.

“ஒரு தீர்மானத்தோடுதான் வந்திருக்கிறேன், இவர்கள் அணையையே வெட்டிவிடுகிறேன். டேய்! தள்ளு!” அவன் அந்த ஏர்க்காரனைப் பிடித்துத் தள்ளிய வேகத்தில் அவன் தடுமாறி தூரப் போய் சேற்றில் விழுந்தான். கஜேன் நட்டிருந்த மூங்கில் கம்புகளை ஒரே பிடுங்காகப் பிடுங்கி எறிந்தான், மண்வெட்டியால் இரண்டொரு முறை ஓங்கி வெட்டி அணையை உடைத்து பாதை வெட்டி ஒரு அகலமான கால்வாய் பண்ணிவிட்டான். “இரு, நான் இப்போதே போய் அப்பாவிடம் சொல்கிறேன்!” என்று சொல்லிக் கொண்டே ராமச்சந்திரன் நீளம்- நீளமாக காலடி எடுத்து வைத்து பாதையை நோக்கிப் போய்விட்டான்... பின்னாலேயே அவனுடைய ஏர்க்காரனும் போய்விட்டான்.

“போ, போ, போய்ச் சொல்லு உன் அப்பாவிடம்! உன் பெரியப்பாவிடமும் சொல்லு, என்னை சூலத்தில் ஏற்றச் சொல்லி! ஆனால்...” மண்வெட்டியால் வெட்டிக்கொண்டே கஜேன் தலையை உயர்த்தி ராமச்சந்திரனுக்கு கடைசி மிரட்டல் கொடுத்தான், “... நீ மறுபடி இந்தத் தண்ணீரைத் தடுக்க நினைத்தால், நினைவு வைத்துக் கொள், உன் தலையை வெட்டி இந்த அணையில் நட்டு விடுவேன்!”

கஜேன் மண்வெட்டியை வயலில் ஊன்றி நின்றான், அவன் காலடிக்கு மேலே தண்ணீர் சலசலவென்று ஓடி பித்தகனின் வயலில் பாய்ந்தது.

தூண்டிலையும் பையையும் எடுத்துக்கொண்டு கஜேன் மீண்டும் நடந்தான். நதியின் கரை ஓரத்தில் சற்று தூரத்தில் இலவ மரக் காடு இருந்தது. சித்திரை- வைகாசி மாதங்களில் அந்த ஆயிரக்கணக்கான இலவ மரங்கள் ஒன்று போல பூத்துக் குலுங்கும் காட்சி சொற்களால் வர்ணிக்க இயலாதது. ஆகாயத்தில் பல மைல் தூரத்திற்கு நெருப்புப் பிடித்தது போலத் தோன்றும் இலவம் பூக்களின் நெருப்பு இதழ்கள்- சில நாட்களுக்கு முன் வரை அங்கு ஒரு அடர்ந்த காடு இருந்தது, பயங்கரமான காடு! காட்டைக் கடந்தும் கூட நதியின் இரு பக்கமும் பிரம்மபுத்ரா வரை காட்டு மஞ்சள், பல வகையான வேர்கள், சிறிய, மிக நீண்ட புல் வகைகள், சிறிய, பெரிய செடி, கொடி, மரங்கள் அடர்ந்து தரை முழுதும் மூடியிருந்தது. சிறு வயதில் கஜேன் தன் மாமாவுடன் முதல் தடவை குரயீ நதியில் மீன் பிடிக்க வந்தபோது அவர்கள் இருவராலும் அந்தப் பக்கம் வரவே முடியவில்லை. புலி, கரடி, சிறுத்தை போன்ற எண்ணற்ற காட்டு மிருகங்கள் அந்தக் காட்டில் இருந்தன. கர்கீ மட்டும் யானை மேல் ஏறி அங்கு

வேட்டையாட வருவார் என்று அவர்கள் கேட்டிருந்தார்கள். கர்கீயை விட அவர் தம்பி துர்க்கீ, ராமச்சந்திரனின் தந்தை குறி பார்த்து சுடுவதில் கெட்டிக்காரர் என்றும் அவர்கள் கேட்டிருந்தார்கள். அந்தக் காட்டில் வேட்டையாடிய பல புலிகளைப் பார்க்க அவன் கிராமத்து மக்களோடு கர்கீயின் வீட்டு வராந்தாவுக்குப் போவான், அதுவும் கஜேனுக்கு நினைவிருந்தது. ஒரு முறை அந்த வராந்தாவில் வைத்திருந்த, வேட்டையாடிய புலிகளைப் பார்க்க அருகில் இருந்த தேயிலைத் தோட்டத்திலிருந்து ஆங்கிலேய துரையும், மேடமும் கூட வந்திருந்தார்கள். பெரிய வரிப்புலியைப் பார்க்க வந்த மக்கள் கூட்டம் வெள்ளைக்கார துரையையும், மேடத்தையும் பார்க்கும் ஆர்வத்தில் புலியை மறந்துவிட்டது! அவன் அன்றுதான் முதல் முறையாக வெள்ளையர்களைப் பார்த்தான். துணி மூடாத நீண்ட, சிவப்புக் கால்கள், சுருட்டு புகைக்கும் வாய், வெள்ளைத் தோல்- அந்த விசித்திரமான இளம் மேடத்தை இன்றும் அவனுக்கு நினைவிருந்தது. பிறகு பெரியவன் ஆனதும் அவன் ரத்தன்போக்ரி சந்தையிலிருந்து திரும்பும்போது மாலையில் குரயீகுடி கிளப்பை நோக்கி காரில் போகும் பல வெள்ளைக்கார துரைகளையும், மேடம்களையும் பார்ப்பான். இரண்டு, மூன்று வெள்ளையர்களின் முகங்கள் அவனுக்கு நன்கு பரிச்சயமாகி இருந்தன. பிறகு நாட்டு விடுதலைக்காக அந்த நாட்களில் நடந்துகொண்டிருந்த நிகழ்வுகளைக் குறித்த முழு விவரங்களையும் மதனிடமிருந்து அறிந்துகொண்ட பிறகு உண்மையில் அந்த ஆங்கிலேயர்கள்தான் நாட்டை சுரண்டும் கொள்ளைக்காரர்கள் என்பதையும், அவர்களோடு கைகோர்த்து கர்கீயும், அவனைப் போன்ற மோசமான சுயநலக்காரர்களும் தங்கள் நாட்டின் ஏழை, எளிய, கள்ளம்-கபடமற்ற மக்கள் மீது அநியாயம்- கொடுமை இழைக்கிறார்கள் என்பதையும் புரிந்து கொண்டான். ஏழைகளை சுரண்டி அவர்களை இன்னும் ஏழைகளாக, ஒன்றுமில்லாதவர்களாக ஆக்கி கர்கீ போன்ற பணக்காரர்கள் நாளுக்கு நாள் இன்னும் அதிக பணக்காரர்களாக ஆகிகொண்டிருக்கிறார்கள் என்பதையும் அவன் நன்றாகத் தெரிந்து கொண்டான். அதனால்தான் அவன் மனதில் எப்போதும் கர்கீ மீதும், அவனுடைய நண்பர்கள் மீதும் ஒரு அடங்கிய கோபம் நிரம்பி இருந்தது.

கஜேன் காட்டின் பக்கம் பார்வையை உயர்த்திப் பார்த்தான், வெகு தூரம் பார்வையை ஓட்டினான். எத்தனை இலவ மரங்கள் வெட்டப்பட்டுவிட்டன! ஏதோ ஒரு தீப்பெட்டிக் கம்பெனி பல கோடிகள் கொடுத்து அரசாங்கத்திடமிருந்து இலவ மரங்களை வாங்கியிருக்கிறார்கள் என்றும், அவர்கள் இலவ மரங்களை வெட்டி பெரிய பெரிய படகுகளில் பிரம்மபுத்ரா வழியாகக் கொண்டு செல்கிறார்கள் என்றும், இலவ மரக் கட்டைகள் தீக்குச்சி செய்வதற்கு

மிகவும் உகந்தவை என்றும் அவன் கேள்விப்பட்டான்.

அவ்வாறு இலவ மரங்கள் ஒரு புறத்திலிருந்து தொடர்ந்து வெட்டப்படுமானால் சில நாட்களிலேயே என்றும் பூத்துக் குலுங்கும் இலவம் பூக்களால் ஆகாயம் சிவப்பாகும் அழகிய காட்சி ஒரேயடியாக தொலைந்துபோகும்- அதையே யோசித்து யோசித்து கஜேனின் மனதில் அந்த மரங்கள் வெட்டப்படுவதைக் குறித்து மிகவும் அதிருப்தி ஏற்பட்டது. இந்தப் பக்க காட்டில் இருந்த காட்டு மிருகங்களும் கராலி நதிக்கு அப்பால் காஜிரங்கா காட்டிற்குப் போய்விட்டன, அதெல்லாம் நல்லதற்கல்ல. அந்தத் தீப்பெட்டிக் கம்பெனி இலவ மரங்களைக் கொண்டு போக வந்ததால் அங்கு ஒரு நல்ல விஷயம் நடந்ததென்னவோ உண்மைதான், அங்கு ஒரு பாதை அமைந்துவிட்டது. அதற்கு முன் மக்கள் நேராக அந்தப் பக்கம் நடந்து போக- வர முடியாது, அங்கு பயங்கரமான காடு இருந்தது, அதற்கு அப்பால் உஷீர் காடு, எண்ணற்ற செடி, கொடி, வேர்கள்.

இலவ மரக் காடு அழிந்துபோய்க்கொண்டிருந்தது, அத்துடன் காடும், கீழே மண்ணை மறைத்து பரவிக் கிடந்த எண்ணற்ற வகையான காட்டுச் செடிகள், புதர்கள், வேர்களும் அடர்த்தி குறைந்துவிட்டன. அதற்கும் ஒரு காரணம் இருந்தது.

குரயீ நதி முகத்துவாரத்திலிருந்து பிரம்மபுத்ராவைக் கடந்து அமைந்த தீவில் வசித்த வீடு - வாசலற்ற முஸ்லீம்களிலிருந்து பத்து - பதினைந்து குடும்பங்கள் அங்கு வந்து குடிசை கட்டி நிலத்தை உழுது அங்கேயே வாழத் தொடங்கியிருந்தன. அவர்கள் காட்டை முழுதும் சுத்தப்படுத்தி கடுகு, பயறு, காய்கறிகள், இடையிடையே கரும்பு ஆகியவற்றைப் பயிரிட்டார்கள். அது மிகவும் வளமான பூமி. தானியத்தை விதைத்ததும் பார்த்துக்கொண்டிருக்கும்போதே தளதளவென்று கடுகு, பயறு, காலிஃப்ளவர், முட்டைக்கோஸ், முள்ளங்கி, மிளகாய் பயிர்கள் செழித்து வளர்ந்தன.

இலவ மரக் காடு சற்று உயரமான இடத்தில் பரவியிருந்தது. கற்கள் நிரம்பிய மைதானத்தைக் கடந்து, இலவ மரங்களை வெட்டிய பிறகு அமைந்து காட்டுக்குள் சென்ற பாதையில் சற்று தூரம் சென்ற பிறகுதான் இன்னும் கண்ணுக்குத் தென்படாத அகலமான பிரம்மபுத்ரா நதி வரும். இந்தப் பக்கம் சற்று தூரம் ஓடி பிரம்மபுத்ராவில் கலக்கும் குரயீ நதி. இந்த இரண்டு நதிகளுக்கும் இந்தப் பக்கம் கண்ணுக்கெட்டிய தூரம் பச்சைப் பசேல் என்று வயல்களின் பச்சைக் கம்பளம். வீடு - வாசல் அற்ற ஒருசில மக்கள் அங்கு வந்து தங்கள் ரத்தத்தையும் வியர்வையையும் சிந்தி அந்தக் காட்டு நிலத்தை உழுது, காட்டை மிகுந்த எச்சரிக்கையோடு சீராக்கி

வகை - வகையான பயிர் -பச்சைகளால் அலங்கரித்து அதற்கு ஒரு புதிய வடிவம் தந்திருந்தார்கள். பல வேறு பயிர்களைக் கொண்ட வயல்களின் பல வகையான வடிவங்களும், வண்ணங்களும், மணங் களும் கஜேனின் மனதை எப்போதும் வியப்பிலும், பூரிப்பிலும் ஆழ்த்தும். காட்டின் அந்த உயரமான பகுதிக்கு வந்து நின்றதுமே கஜேனுக்கு அந்த மனோரம்யமான காட்சி கண்ணுக்குத் தெரியும். வெகு தூரம் பரவியிருந்த பசுமையுடன் குரயீ நதிக் கரையில் ஒன்றை யொன்று ஒட்டிக்கொண்டு அமைந்த சில குடிசைகள் கண்ணுக்குத் தெரியும். தங்கள் இருப்பிடத்தை விட்டு இந்தப் பக்கம் ஓடி வந்த முஸ்லீம்களின் குடியிருப்பு, அவர்களுடைய புதிய கிராமம்! அங்கேயே ஒரு ஓரத்தில் சற்று தொலைவில் சில நேப்பாளிகள் பராமரிக்கும் மாட்டுக்கொட்டில்கள்.

குரயீகுடிப் பக்கம் மீன் பிடிக்க வந்து போகும்போது கஜேன் அந்த முஸ்லீம் குடும்பங்களோடு நெருக்கமாகிவிட்டான். அங்கிருந்தவர்களில் எல்லாரையும் விட மன்சூர் அலியுடன் மிக நெருக்கமாகியிருந்தான்.

ஒரு நிகழ்ச்சியின் விளைவாக கஜேனுக்கு மன்சூர் அலி குடும்பத்தோடு பரிச்சயம் ஏற்பட்டிருந்தது. அதற்கு முன் போகும் போது - வரும்போது எப்போதாவது பாதையில் சந்தித்து, எப்போதாவது அவர்கள் வயலில் வேலை செய்யும்போது பார்த்து அவன் அவர்களோடு இரண்டொரு வார்த்தைகள் பேசி நலம் விசாரிப்பான். மன்சூர் அலியுடனும், அவன் நண்பர்களுடனும் அவனுடைய சாதாரண பழக்கம் அவ்வளவுதான்!

ஒரு நாள் பிற்பகல் கஜேன் நதியில் மீன் பிடித்துக் கொண்டிருந்தபோது நிர்மலமாக இருந்த வானத்தில் திடீரென்று கனத்த கருமேகங்கள் வந்து குவிந்து வேகமான புயல் காற்றுடன் ஆலங்கட்டிகள் விழத் தொடங்கின. மழையிலிருந்தும் ஆலங்கட்டியி லிருந்தும் தப்புவதற்காக கஜேன் எழுந்து அந்த முஸ்லீம்களின் குடிசைப் பக்கம் ஓடினான், அப்போது பின்னால் யாரோ ஒரு பெண் அழும் சத்தம் கேட்டது.

அவன் நின்று பின்னால் திரும்பிப் பார்த்தான், மிளகாய் வயலுக்கு நடுவில் ஒரு ஆறு - ஏழு வயது சிறுமி அழுது - கூச்சலிட்டுக்கொண்டு ஓடி வந்துகொண்டிருந்தாள். கனத்த மழை, நெற்றியில், உடம்பில் ஆலங்கட்டிகளின் சாடல், அவள் மீது கடும் வேகத்தோடு வீசும் புயல் காற்று. சிறுமி பயத்தில் உயிரைக் கையில் பிடித்துக்கொண்டு வேகமாக ஓட முயற்சித்துக்கொண்டிருந்தாள், தொண்டை கிழிய கத்தி அழுதுகொண்டிருந்தாள். கஜேன் தூண்டிலை ஈர மண்ணில் நட்டு நிறுத்திவிட்டு, பாய்ந்து ஓடினான், அவளை வாரி தூக்கிக்கொண்டான். ஒரு கையை அவள் தலை மேல்

வைத்து ஆலங்கட்டியிலிருந்து அவளைக் காப்பாற்ற முயற்சித்தபடி அவன் ஓடினான்.

“உன் வீடு எங்கிருக்கிறது?” என்று கஜேன் சிறுமியைக் கேட்டான், “அதோ... அது!”. கஜேனின் கழுத்தைக் கட்டியபடியெ அவள் சற்று தொலைவில் இருந்த ஒரு குடிசையைக் காட்டினாள். அந்தப் புயல் -மழையில் அவன் முடிந்த வரை வேகமாக ஓடி அந்த சிறுமி காட்டிய குடிசையின் பக்கம் பாய்ந்தான். இடையில் ஒரு முறை அவன் அவளிடம், “உன் அப்பா பெயர் என்ன?” என்று கேட்டான், அவள், “மன்சூர்!” என்றாள்.

மழை நின்று வெகு நேரம் வரை கஜேன் மன்சூர் அலியின் வீட்டில் இருந்தான். மன்சூர் தன் வீட்டின் முன்னால் ஒரு பகுதியை வருகிறவர்கள் - போகிறவர்கள் உட்காரவும், பேசவும் வசதியாக ஒதுக்கியிருந்தான். அங்கேயே மன்சூரின் மனைவி ஒரு பெரிய வாணலில் நெருப்பு கொண்டுவந்து வைத்தாள், மன்சூர் தன் துணிப் பெட்டியிலிருந்து துவைத்து, மடித்து வைத்த ஒரு வெள்ளை லுங்கியை எடுத்து வந்தான். அதை அணிந்துகொண்டு கஜேன் தன் நனைந்த அரைக்கால் சட்டையையும், அரைக்கை சட்டையையும் நெருப்பில் புரட்டிப் புரட்டிக் காட்டிக் காயவைத்தான். மழை வரும் முன் அவர்கள் சிவப்பு மிளகாயும், பயறும் காயப் போட்டிருந்தார்கள். அவர்கள், பாவம், புயல் வருமோ என்று சந்தேகம் வந்தவுடனே அவற்றை அவசரம் அவசரமாக அள்ளி உள்ளே கொண்டுவர முயற்சித்தார்கள், ஆயினும் கொஞ்சம் நனைந்து விட்டது. மிளகாய் ஒன்றும் கெட்டுப் போகாது, பயறுதான் கெட்டுப் போய்விடும். நிர்மலமான ஆகாயத்தில் திடீரென்று அப்படி புயலும், மழையும் எப்படித்தான் வந்ததோ, ஒன்றும் புரியவில்லை. மன்சூரும் கஜேனும் அது பற்றியும் இன்னும் பல விஷயங்கள் பற்றியும் பேசிக்கொண்டிருந்தார்கள். மன்சூரின் முழுப் பெயர் முகம்மது மன்சூர் அலி. அவன் பேச்சுவாக்கில் தான் ‘மிசிமி’ கப்பலில் வேலை செய்துகொண்டிருந்ததையும், குரயீகுடி வந்ததையும், பிறகு எல்லாவற்றையும் விட்டுவிட்டு அங்கு வந்து குடியேறிவிட்டதையும், தான் அங்கு வந்து குடியேறிய பிறகு தன்னுடைய கிராமத்துக் குடும்பங்கள் பல அங்கு வந்துவிட்டதையும் கூறினான். இவை எல்லாவற்றையும் அறிந்த பிறகு, அந்த மக்களுக்கு தங்கள் சொந்த ஊரில் வாழ்வது எவ்வளவு துன்பம் நிறைந்ததாக இருந்தது என்பதையும், வருஷத்தில் பெரும் பகுதிக் காலம் வெள்ளத்தில் கஷ்டப்பட்டு அரை வயிறு மட்டும் சாப்பிட்டு அவர்கள் வாழ்க்கையைக் கழித்ததையும், அந்த வாழ்க்கைப் போராட்டத்தில் அவதிப்பட்டு, ரத்தமும் வியர்வையும் சிந்தி அவர்கள் தேகமே ஏதோ ஒரு உலோகத்தில் செய்தது போல் ஆகிவிட்டதையும், அதனாலேயே

அவர்கள் ஊரை விட்டு ஓடிவந்து அந்த குரயீகுடித் தீவின் அடர்ந்த காட்டை வெட்டி, கற்கள் நிறைந்த நிலத்தை உழுது, தங்கள் சுக - துக்கத்தை லட்சியம் செய்யாமல், இரவு -பகல் பாராமல் பாடுபட்டு நான்கு - ஐந்து வருஷங்களில் அந்த நிலத்தைப் பசுமையான நிலமாக மாற்றியதையும் கஜேன் அறிந்துகொண்டான்.

அக்கம் பக்கத்திலிருந்த அஸ்ஸாம் கிராமங்களுக்குப் போய் -வந்து, சந்தைகளில் மக்களிடம் பேசி -கேட்டு எப்படியோ அவர்கள் ஓரளவு அஸ்ஸாம் மொழியைக் கற்றுக்கொண்டார்கள். மழைக்காலங்களில் அந்த வட்டாரம் முழுதும் தண்ணீர்க் காடாகும் போது, வயல் -தோட்ட வேலை எதுவும் செய்ய முடியாதபோது அந்த மக்கள் கிராமத்து செல்வந்தர்கள் -மதிப்பிற்குரியவர்கள் வீடுகளுக்குப் போய் நாள் கூலிக்கு வேலை செய்வார்கள். அதன் காரணமாகவும் அவர்களுக்கு அஸ்ஸாம் மக்களை நெருங்குவதற்கான வாய்ப்பு கிடைத்தது. ரத்தன்போக்கரி சனிக்கிழமை சந்தைக்குப் போகும்போது அஸ்ஸாம் மக்களோடு கலந்து பழக மிக நல்ல வாய்ப்பு அமைந்தது.

மன்சூரிடம் பேசிக்கொண்டிருந்ததில் அவனுடைய குடும்பத்தில் அவன், அவன் மனைவி நேரிசா, அவர்களின் ஒரே மகள் ஹசீனா மூன்று பேர்தான் இருந்தார்கள் என்று கஜேன் தெரிந்துகொண்டான். மன்சூரின் குடும்பம் மிகச் சிறியது. எளிமையான வாழ்க்கை, பெரிய கவலை எதுவும் இல்லை, ஆனால் அவன் மனைவிக்கு அடிக்கடி வயிற்றுவலி ஏற்பட்டது. அந்தக் காரணத்தினால்தானோ என்னவோ அவர்களுக்கு வேறு குழந்தைகள் எதுவும் பிறக்கவில்லை. மன்சூர் அவ்வாறு ஒரு புதிய, முன் பின் தெரியாத மனிதனிடம் தன் மனைவிக்கு குழந்தை பிறக்காத கவலையை மிக இயல்பாக வெளிப்படுத்திப் பேசியது நேரிசாவுக்கு மிகவும் கூச்சமாக இருந்தது. அவள் கூடையில் பயறு நிரப்புவதை விட்டுவிட்டு சட்டென்று எழுந்தாள், முகத்திரையின் இடுக்கு வழியே மன்சூரைக் கண்களால் எச்சரித்தபடி உள்ளே ஓடிவிட்டாள்.

மன்சூர் - நேரிசாவின் மிகவும் அருமை - பெருமையான பெண் ஹசீனா. அவள் மிகவும் விஷமக்காரி, துறுதுறுவென்ற தன்மை. எப்போதும் ஒரு காரணமும் இல்லாமல் இங்கும் அங்கும் ஓடி ஆடித் திரிவாள். நாள் முழுதும் யார் வீட்டிலாவது போய் விளையாடிக்கொண்டிருப்பாள். அதனால்தான் கனமழை பெய்த போதும் அவள் தந்தையும் தாயும் கவலையில்லாமல் இருந்தார்கள். எங்கெங்கோ ஆடி அலைந்து திரிபவள் அன்று வசமாக மாட்டிக்கொண்டாள்! கஜேன் வந்திருக்காவிட்டால் ஆலங்கட்டிகள் விழுந்து மண்டை உடைந்திருக்கும். வேலை எதுவும் செய்யாமல் இங்கும் அங்கும் திரிந்துகொண்டிருந்தாலும்

ஹசீனா கூரிய அறிவு கொண்டவள். அங்கு வந்து வயல் -தோட்ட வேலைகளை செய்துகொண்டிருந்த முஸ்லீம்களில் ஓரளவு எழுதப் படிக்கத் தெரிந்தவர் முகம்மது ரஜாக் அலி. அவர் அரபி, பார்சி, வங்காள மொழிகளை எழுதப் படிக்க அறிந்தவர். அங்கு வந்து அவர் அஸ்ஸாம் மொழி புத்தகத்தை வாங்கி அந்த மொழியையும் கற்றுக்கொண்டார். வங்காள மொழி தெரிந்திருந்ததால் அஸ்ஸாம் மொழி கற்பதில் அவருக்கு அதிக சிரமம் ஏற்படவில்லை. அவர் அங்கு இருந்த ஆறு, ஏழு சிறுவர்களை ஒன்றுசேர்த்து அவர்களுக்கு பார்சி, அஸ்ஸாம் மொழிகளைக் கற்பிக்கத் தொடங்கியிருந்தார். ஹசீனாவும் அவர் வீட்டிற்குப் போய் படிக்கத் தொடங்கியிருந்தாள். அவள் அந்த சிறுவர்களோடு சேர்ந்து உட்கார்ந்து படிப்பதில்லை, சிலேட்டில் எழுதிக்கொண்டு வந்து தன் வீட்டிலேயே படிப்பாள், கற்றுக்கொண்ட பிறகு சிலேட் எடுத்துக்கொண்டு ரஜாக் வீட்டிற்குப் போய் புதிதாக ஏதாவது எழுதிக்கொண்டு வருவாள்.

ஹசீனா கஜேனுக்கு சிலேட்டில் தன் பெயரை எழுதிக் காண்பித்தாள். "மிக நன்றாக இருக்கிறது." என்றான் கஜேன், அவளுடைய பெயருக்கு கீழே பென்சிலால் தன் பெயரை எழுதி "இது என் பெயர், படி, பார்ப்போம்!" என்றான்.

ஹசீனா சிலேட்டைத் தன் பக்கம் திருப்பினாள், எழுத்துக் கூட்டிப் படித்து "கஜேன் போரா!" என்றாள்.

"சபாஷ்! நீ பெரிய படிப்பாளி ஆகிவிடுவாய். நான் வீட்டில் எங்கோ மூலையில் கிடக்கும் என்னுடைய பழைய புத்தகங்களை எடுத்துக்கொண்டு வந்து கொடுக்கிறேன், நீயாகவே படி! படிப்பாய், இல்லையா?" "உம்" என்று தலையாட்டிவிட்டு அவள் சிலேட்டில் கஜேனின் பெயரை எழுதத் தொடங்கினாள்.

"நீங்கள் எங்கள் வீட்டு டீயைக் குடிப்பீர்களா?" என்று மன்சூர் கஜேனைக் கேட்டான். "டீ மட்டுமா, கூட வேறு ஏதாவது கொடுத்தாலும் சாப்பிடுவேன்." என்றான் கஜேன். ஆனாலும் மன்சூர் அவனுக்கு எதுவும் சாப்பிடக் கொடுப்பதற்குக் கூசினான். அவன் கடைத்தெருவில் வாங்கி புதிதாக வைத்திருந்த ஒரு கண்ணாடி கிளாசை எடுத்து நேரிசாவிடம் தந்தான். அவள் எப்படியோ டீயை கிளாசில் ஊற்றி கூச்சத்துடன் கஜேனின் பக்கத்தில் தரையில் வைத்துவிட்டுப் போய்விட்டாள்.

அவ்வளவு நேரமாகியும் கஜேனின் துணிகள் காயவில்லை, ஆனால் உடுத்த முடியாதபடி ஈரமாகவும் இல்லை. கஜேன் சுவரின் பக்கம் திரும்பி லுங்கியை அவிழ்த்துவிட்டு தன் உடைகளை அணிந்து கொண்டான். பிறகு வயலில் நட்டு வைத்த தன் தூண்டில்களை எடுக்க வெளியே கிளம்பினான். அவன் ஹசீனாவை அருகில்

அழைத்து அவளுடைய பூப் போன்ற மிக மென்மையான முகத்தை, இன்னும் ஈரம் காயாத தலைமுடியை அன்புடன் தடவினான், அவனுக்கு ஹசீனாவின் கன்னம் பூவின் இதழ் போல் மென்மையாகத் தோன்றியது.

இப்போது வானம் வெளுத்து நிர்மலமாக இருந்தது, ஆனால் வெயில் இறங்கத் தொடங்கியிருந்தது. வெளிச்சம் இருக்கும்போதே அவன் மைதானத்தையும், காட்டுப்பாதையையும் கடந்து போய்விட வேண்டும். இலவ மரக் காட்டின் உயரமான பகுதியைக் கடந்து விட்டால் போதும், பிறகு இருட்டிவிட்டாலும் பயமில்லை. அந்தக் காட்டில் இப்போதும் எப்போதாவது சிங்கங்கள் காணப் படுவதுண்டு.

கஜேன் மன்சூரிடம் விடை பெற்றுக்கொண்டு வீடு திரும்பினான். அந்த நிகழ்வு ஏழு -எட்டு வருஷங்களுக்கு முன் நிகழ்ந்த ஒன்று.

கஜேன் தூண்டில்களை வலதுகையிலிருந்து இடதுகைக்கு மாற்றிக்கொண்டான். அவன் தன் வலதுகை விரல்களால் உள்ளங்கையை மீண்டும் மீண்டும் தொட்டுப் பார்த்தான், சின்னஞ் சிறு பெண்ணான ஹசீனாவுடைய கன்னங்களின் பூப் போன்ற மென்மையின் ஸ்பரிசம் இப்போதும் தன் உள்ளங்கையில், விரல்களில் இருப்பது போல் உணர்ந்தான். அந்த உணர்வு அவனுக்கு எப்போதும் இருந்தது. தாமரையின், ரோஜாவின் மிருதுவான இதழ்களைப் போல எத்தனை அற்புதமான மென்மை! அந்த மென்மை முதல்நாள் இருந்தது போலவே இன்று வரை புதுமை மாறாமல் இருந்தது.

அதே ஹசீனாவுடன் தொடர்புடைய மற்றொரு சம்பவம் இப்போது அவன் நினைவுக்கு வந்துவிட்டது. அன்று குரயீகுடி புயல் -மழையில் ஹசீனாவைத் தூக்கிக்கொண்டு போய் வீட்டில் சேர்த்து பல நாட்களுக்குப் பின்னர் நடந்த சம்பவம் அது. இடையில் இரண்டு - மூன்று வருஷங்கள் கழிந்திருக்கும், அப்போது ஹசீனாவுக்கு எட்டு - ஒன்பது வயது இருக்கும்.

கஜேன் எப்போதும் போல ரத்தன்போக்கரி சனிக்கிழமை சந்தைக்குப் போயிருந்தான். ஸ்கூல் படிப்பை விட்டுவிட்டு அப்போது சந்தைக்குப் போவது மட்டும்தான் கஜேன் மனதிற்குப் பிடித்தமானதாக இருந்தது. அதில் அவனுக்கு மிகப் பிடித்த விஷயம் சந்தையின் கடைசி முனையில் இருந்த கொடி பறக்கும் சூதாட்ட இடம். அவன் இன்னும் அந்த இடத்தின் சர்வாதிகாரி ஆகவில்லை, சாதாரண சூதாட்டக்காரனைப் போல காசு வைத்து ஆடினான், எப்போதும் ஜெயித்துக்கொண்டேயிருந்தான். ஜெயித்து

பணம் சம்பாதிப்பதில் அவனுக்கு அதிக சந்தோஷம் எதுவும் இல்லை, ஜெயிப்பதில்தான் அவனுக்கு சந்தோஷம், குதூகலம்! அவனுடைய உண்மையான மயக்கம் அதில்தான். அவனோடு விளையாடுபவர்களில் இரண்டு வேளை உணவு கூட கிடைக்காத ஏழைகளும் இருந்தார்கள், காய்ச்சலுக்கு மருந்து வாங்கக் கூட பணம் இல்லாதவர்களும் இருந்தார்கள், தங்கள் குழந்தைகளின் உடம்பை மூட துணி வாங்கக் கூட முடியாதவர்களும் இருந்தார்கள், தங்கள் வீட்டில் கல்யாணம் போன்ற சுப காரியங்களை உரிய நேரத்தில் செய்ய பணம் ஏற்பாடு செய்ய முடியாதவர்களும் இருந்தார்கள். சூதாட்டத்தில் ஜெயித்து வீட்டிற்குத் திரும்பும்போது கஜேன் தான் ஜெயித்து கிடைத்த பணத்தை அத்தகைய ஏழைகளுக்குக் கொடுத்துவிடுவான். ஜெயிப்பதற்குத் தரும் முக்கியத்துவத்தை அவன் பணத்திற்குத் தருவதில்லை. சூதாட்டத்தில் ஜெயிக்கும் சந்தோஷம் ஒரு பெரிய மீனைப் பிடிப்பதில் ஏற்படும் சந்தோஷத்தைப் போன்றது. அவன் மீன் பிடித்த பிறகு அது எத்தனை பெரியது, எந்த வடிவத்தில் இருக்கிறது, அல்லது நாள் முழுதும் எத்தனை மீன்கள் பிடிபட்டிருக்கிறது போன்ற நினைவுகளிலேயே சந்தோஷத்தில் மூழ்கிவிடுவான். ஆனாலும் மீன்களின் எண்ணிக்கை, எடையை விட அதிக சந்தோஷம் அவனுக்கு அதைப் பிடிப்பதில் ஏற்பட்டது, மற்ற விஷயங்களை எல்லாம் அவன் மறந்துவிடுவான். எத்தனையோ முறை அவன் தான் பிடித்த எல்லா மீன்களையும் வழியில் வருகிறவர்கள், போகிறவர்களுக்கு பிரித்துக் கொடுத்துவிட்டு வீட்டிற்குப் போய் பருப்பும், சாதமும் சாப்பிட்டிருக்கிறான். அதற்குப் பிறகு அரைக் கிண்ணம் பாலில் ஒரு வாழைப்பழமும், ஒரு கைப்பிடி சாதமும் கலந்து மிகுந்த திருப்தியோடு சாப்பிட்டிருக்கிறான். மீனை சாப்பிடுவதை விட அதைப் பிடிப்பதில் ஏற்படும் கவர்ச்சியும், மயக்கமும் அதிகம். ரத்தன்போக்கரி சந்தைக்குப் போய் சூதாடும் கவர்ச்சியும், மயக்கமும் அதைப் போன்றதுதான்.

அன்று கஜேன் சந்தையில் சூதாடும் இடத்திற்குப் போகாமல் முதலில் அரிசி, பருப்பு, புளி, காய்கறிகள் விற்கும் பகுதிக்கு சென்றான். வீட்டிலிருந்து புறப்படும்போது பாட்டியம்மா அவனிடம் அரிசியும், எள்ளும் வாங்கிவரச் சொல்லியிருந்தாள். அந்த நேரம் அவன் கடைத்தெருவிலிருந்து அவ்வளவு பெரிய அரிசி மூட்டையைத் தன்னால் எடுத்துவர முடியாது என்றும், தங்கள் வயலில் வேலை செய்பவர்களிடம் சொல்லி வாங்கிவரச் சொல்லிவிடுவதாகவும், எள்ளும் குரயீகுடி முஸ்லீம்கள் சந்தையில் விற்பதற்காக கொண்டு வரும்போது அவர்களிடம் சொல்லி வீட்டுக்கு அனுப்பிவிடுவதாகவும் சொல்லிவிட்டு வந்துவிட்டான்.

கஜேன் பாட்டியம்மாவிடம் பேசும்போது முரட்டுத் தனமாகத் தான் பேசுவான். ஆனால் ஒரு முறை பாட்டியம்மா ஏதாவது சொல்லிவிட்டால் அவன் எல்லா வேலையையும் விட்டு விட்டு பாட்டி சொன்ன வேலையைத்தான் முதலில் செய்வான், அவளுக்கு வேண்டியதை வாங்கிக் கொடுத்துவிட்டுதான் மறு வேலை பார்ப்பான்.

அதனால்தான் சந்தைக்குப் போன உடனே முதலில் எள் அனுப்பச் சொல்வதற்கு மன்சூரைத் தேடினான். சூதாட உட்கார்ந்துவிட்டால் அவன் எல்லாவற்றையும் மறந்துவிடுவான்.

சிவப்பு மிளகாய், வெங்காயக் குவியலுக்கு அருகில் மன்சூர் உட்கார்ந்திருந்ததை கஜேன் தூரத்திலிருந்தே பார்த்துவிட்டான். அவன் பக்கத்தில் யார்? அடேடே! ஹசீனா போலிருக்கிறதே!

அன்று ஹசீனாவும் கடைத்தெருவுக்கு வந்திருந்தாள். அவள் எப்போதும் அங்கு வருவதற்கு அடம் பிடிப்பாள். குரயீகுடியி லிருந்து சந்தை ஆறு, ஏழு மைல் தொலைவு இருக்கும். அங்கு பயிர்த்தொழில் செய்யும் முஸ்லீம்களும், பசு -எருமைகளைப் பராமரிக்கும் நேப்பாளிகளும் நடந்தேதான் வருவார்கள். அவர்கள் மட்டுமல்ல, இன்னும் வெகு தூரத்திலிருந்து சுற்றியிருந்த எல்லா கிராமங்களிலிருந்தும் மக்கள் அந்த சந்தைக்கு வருவார்கள். வாங்குபவர்களுக்கும் குறைவில்லை, விற்பவர்களுக்கும் குறைவில்லை. மன்னர்கள் காலத்தில் வெட்டப்பட்ட அந்தப் பெரிய குளத்தின் கரையில் காலியாகக் கிடந்த நிலப்பரப்பில் அந்தப் பெரிய சந்தை நடந்துவந்தது.

கஜேன் மன்சூரை நெருங்கியதுமே, “என்னங்க! இன்று ஹசீனாவும் வந்திருக்கிறாள்!” என்றான், பிறகு ஹசீனாவிடம் “ஏண்டி! இன்று நீயும் கடைத்தெருவுக்கு வந்துவிட்டாய்!” என்றான்.

ஹசீனா பேசாமல் உட்கார்ந்தே இருந்தாள், அதைப் பார்த்து கஜேன், “இவளுக்கு என்ன ஆயிற்று? மௌன விரதமா?” என்று கேட்டான்.

மன்சூர் வாங்குபவர்களுக்கு பொருள்களைக் கொடுத்தபடியே தான் ஹசீனாவை கடைத்தெருவில் சுற்ற விடாததால் அவளுக்கு கோபம் என்றான். உண்மையில் அவளையும் அழைத்துவந்ததால் அவன் நேரம் சென்றுதான் சந்தைக்கு வந்தான், அதற்குள் கூட்டம் கூடிவிட்டது. தான் விற்பதற்குக் கொண்டுவந்த பொருள்களை விட்டுவிட்டும் அவனால் போக முடியவில்லை.

“ஹசீனா! இங்கே வா! நான் சுற்றிக் காட்டுகிறேன்!” என்றான் கஜேன். ஹசீனா அப்பாவின் முகத்தைப் பார்த்தாள், சரி என்று சொல்வாரா என்று பார்த்தாள்.

"போ! கஜேன் அண்ணனோடு போய் சுற்றிவிட்டு வா! இப்படி முகத்தைத் தூக்கி வைத்துக்கொண்டு உட்கார்ந்திருக்காதே!" என்று மன்சூர் அனுமதி கொடுத்தான்.

ஹசீனா எழுந்து வந்துவிட்டாள். கஜேன் அவள் கையைப் பிடித்துக்கொண்டு கடைகளைக் காட்ட அழைத்துப் போனான். சந்தை முழுதும், பசு -எருமை விற்கும் ஒரு முனையிலிருந்து தொடங்கி மறு முனை வரை இரண்டு, மூன்று முறை அவன் ஹசீனாவுக்கு சுற்றிக் காட்டினான். அலங்காரப் பொருள்கள் விற்கும் கடைகளைப் பார்த்தால் ஹசீனா நின்றுவிடுவாள், நகர மாட்டாள். ஒரு பக்கம் சேவல் -சண்டை நடந்துகொண்டிருந்தது, ஒரு பக்கம் பீடி விற்பதற்காக ஒரு சிறுவன் பெண் வேடமிட்டு நடனம் ஆடிக் கொண்டிருந்தான். ஒரு பக்கம் மாயாஜாலக் காட்சிகள், ஒரு பக்கம் பயாஸ்கோப்பில் டில்லி -ஆக்ரா படங்கள் என்று அவள் வெகு நேரம் வேடிக்கை பார்த்துக்கொண்டே இருந்தாள்.

ஹசீனாவின் சின்னஞ்சிறு வாழ்க்கையில் அத்தகைய வண்ண மயமான, விசித்திரமான, மயிர்க்கூச்செறியும் அனுபவங்கள் அன்றுதான் முதல் முறையாக ஏற்பட்டது. எதைப் பார்ப்பது, எதை விடுவது என்று அவளால் தீர்மானிக்க முடியவில்லை. சுவர் இல்லாமல், மூங்கில்கள் மேல் வைக்கோல் கூரை இட்ட டீக்கடையில் உட்கார்ந்துகொண்டு சூடான எண்ணெயில் மிதக்கும் இரண்டரை சுற்று ஜிலேபிகளைப் பார்த்து சந்தோஷத்தில் அவள் கூச்சலிட்டாள்.

கஜேன் வாங்கித் தந்த சிவப்பு ரிப்பனை பின்னலில் கட்டிக் கொண்டு, வண்ணம் வண்ணமான வளையல்கள் கைகளில் கலகலக்க அவள் மன்சூருக்கு அருகில் வந்து உட்கார்ந்தாள்.

மன்சூரிடம் எள் கொண்டுவந்து கொடுக்கும்படி சொல்லிவிட்டு கஜேன் சூதாடும் இடத்திற்குப் போய்விட்டான், அதற்குள் அங்கு நிறைய ஆட்கள் கூடிவிட்டார்கள். சந்தை முடிவதற்கு முன் மன்சூரும், ஹசீனாவும் கஜேனைப் பார்க்க வந்தார்கள். கஜேனுக்கு தலையை உயர்த்திப் பார்க்கக் கூட நேரம் இல்லை. அவன் அங்கிருந்தே ஒரு இரண்டு அணாவை எடுத்து ஹசீனாவிடம் கொடுத்துவிட்டு அவர்களைப் பார்க்காமலே, "நீங்கள் போங்கள், நான் பிறகுதான் போவேன்!" என்றான்.

மன்சூர் இரண்டு காலி கூடைகளையும் ஒன்றினுள் ஒன்றாக வைத்து இடது பக்கம் தொங்கவிட்டுக்கொண்டான். அவற்றில் நேரிசாவுக்கு சேலை, ஹசீனாவுக்கு ஃப்ராக், ஒரு கத்தி, வெல்ல உருண்டை, விலை உயர்ந்த டாக்கா சோப் போன்ற புதிதாக வாங்கிய பல பொருள்கள் இருந்தன. மன்சூர் சந்தையில் எப்போதும் உட்கார்ந்திருக்கும் ஒரு ஃபக்கீரிடம் நேரிசாவின் வயிற்றுவலிக்கு

கொஞ்சம் மருந்தும் வாங்கிக்கொண்டான். கடுகு எண்ணெய், மண்ணெண்ணெய், உப்பு போன்ற ஒரு வாரத்திற்கு வீட்டிற்குத் தேவையான பொருள்கள் எல்லாவற்றையும் அவன் வழியில் பூங்கர்மல் கடையில் வாங்கிக்கொள்வான். பூங்கர்மல் கடைக்கு அப்பால் குரயீகுடி வரை வேறு கடை எதுவும் இல்லை. அதனாலேயே ஒரு வாரத்திற்கு வேண்டிய சமையல் பொருள்களை மன்சூர் கொஞ்சம் சந்தையிலும், மீதியை சந்தையிலிருந்து திரும்பும்போது வழக்கமாக பூங்கர்மல் கடையிலும் வாங்கிக்கொண்டு போவான்.

மன்சூர் முன்னாலும், ஹசீனா அவன் பின்னாலுமாக இருவரும் வீட்டிற்குப் போகும் வழியில் நடந்து போய்க்கொண்டிருந்தார்கள். மாலை ஆகிவிட்டிருந்தது, சந்தைக் கடைகள் சுருட்டப்பட்டுக் கொண்டிருந்தன, ஹசீனா திரும்பித் திரும்பி அந்தப் பக்கமே பார்த்துக்கொண்டு போய்க்கொண்டிருந்தாள். கடைத்தெரு முழுதும் காலியாகிக்கொண்டிருந்தது. அதைப் பார்த்து ஹசீனாவின் மனமும் ஒரு வெறுமையை உணரத் தொடங்கியது.

ரத்தன்போக்கரியின் கிழக்குக் கரையிலிருந்து சற்று தொலைவு வரை லோக்கல் போர்டின் கற்கள் நிறைந்த பாதை இருந்தது. சந்தை முடிந்துவிட்டதால் ஏராளமான மக்கள், கடைக்காரர்களும், வாங்க வந்தவர்களும் சிலர் கால்நடையாகவும், சிலர் சைக்கிளிலும், சிலர் மாட்டுவண்டியிலுமாக தங்கள் தங்கள் கிராமங்களுக்குத் திரும்ப ஆரம்பித்திருந்தார்கள்.

தோளில் கூடைகளைத் தொங்கவிட்டபடி மன்சூர், பாதி பிஸ்கட்டைக் கடித்தபடி துள்ளிக்குதித்துக்கொண்டு ஹசீனா. ஹசீனா ஒரு நேரம் ஓடி முன்னால் போய்விடுவாள், ஒரு நேரம் எதையாவது வேடிக்கை பார்த்துக்கொண்டு பின்தங்கிவிடுவாள், இருவரும் அதே போல போய்க்கொண்டிருந்தார்கள். சற்று தூரம் போன பிறகு திடீரென்று எதிரில் மரப்பாலத்தைப் பார்த்தவுடன் ஹசீனா ஓட ஆரம்பித்தாள். மரப்பால பலகைகளின் இடையில் இடைவெளி இருந்தது, ஹசீனாவின் கால் இடைவெளியில் மாட்டி அவள் தலைகுப்புற விழுந்துவிட்டாள்.

ஹசீனா உரக்கக் கத்தினாள். மன்சூர் ஓடிப்போய் அவளைத் தூக்கி முதுகில் ஒரு அறை வைத்தான், "ஓடாதே ஓடாதே என்று சொன்னேன், இல்லையா? இப்போது தெரிந்ததா?" என்று அதட்டினான்.

ஹசீனா தொப்பென்று உட்கார்ந்துவிட்டாள், காலைத் தடவியபடியே அழத் தொடங்கினாள். அவள் காலில் நன்றாக அடிபட்டுவிட்டது. மன்சூர் அடிபட்ட இடத்தைக் கையால் தடவி மெல்ல அவளைத் தூக்கி நிற்கவைத்தான். அவள் மன்சூரின்

கையைப் பிடித்துக்கொண்டு, விசும்பியபடியே, நொண்டி நொண்டி நடக்கத் தொடங்கினாள். சற்று தொலைவு நடந்துவிட்டு உட்கார்ந்து விட்டாள், "என்னால் நடக்க முடியவில்லை, அப்பா!"

மன்சூர் அவள் காலைத் தடவிப் பார்த்தபோது கணுக்கால் முட்டி வீங்கியிருந்ததைப் பார்த்தான், நன்றாக சுளுக்கியிருந்தது. இப்போது என்ன செய்வது என்று மன்சூர் யோசித்தான். அவளைத் தூக்கிக்கொண்டு போவது சாத்தியமில்லை, அவன் தோளில் இருந்த டோலியில் கூடை நிறைய பொருள்கள் வைத்திருந்தான். அவன் தலையை உயர்த்தி அங்கும் இங்கும் பார்த்தான். கடைத் தெருவிலிருந்து யாரோ சைக்கிளில் வந்துகொண்டிருப்பது தெரிந்தது. அருகில் வந்ததும் நன்றாகப் பார்த்ததில் அவன் டாக்கா புடவைக்காரன் என்பது தெரிந்தது, முன்னாலும், பின்னாலும் புடவை மூட்டைகள் இருந்தன. லுங்கி கட்டியிருந்த அந்த ஆள் கஷ்டப்பட்டு சீட்டில் சாய்ந்தபடி எப்படியோ சைக்கிளை பேலன்ஸ் பண்ணி தள்ளிக்கொண்டு நடந்து வந்துகொண்டிருந்தான். கற்கள் நிரம்பிய பாதையில் அவ்வாறு சுமைகளோடு கஷ்டப்பட்டு சைக்கிளைத் தள்ளிக்கொண்டு போகும்போது அங்கே இங்கே பார்ப்பது, கவனிப்பது ஆபத்தில் கொண்டு விட்டுவிடும். அவன் மன்சூரைக் கடந்து போய்விட்டான். போகும்போது ஒரு முறை கேள்விக்குறியோடு ஒரு வினாடி மன்சூரைப் பார்த்தான், வேறு ஒன்றும் அவனால் செய்ய முடியவில்லை. மன்சூர் உதவி செய்ய ஒருவரும் இல்லாமல் இங்கும் அங்கும் பார்த்துக்கொண்டிருந்தபோது ஒரு மாட்டு வண்டி வருவது கண்ணில் பட்டது.

வண்டி அருகில் வந்ததும் கெஞ்சிக் கூத்தாடி மன்சூர் ஹசீனாவை வண்டியில் ஏற்றிவிட்டான், ஆனால் சற்று தூரம் சென்றதும் ஒரு முச்சந்தியில் அவளை இறக்கி விடவேண்டி நேர்ந்தது, வண்டி வேறு பக்கம் திரும்பிப் போய்விட்டது.

அந்த முச்சந்தி ஓரத்திலேயே ஒரு அரச மரத்தின் கீழ் ஹசீனாவை உட்கார வைத்துவிட்டு மன்சூர் என்ன செய்யலாம் என்று யோசித்தான். ஹசீனா இடை இடையே 'ஐயோ, ஐயோ' என்று அழுதுகொண்டிருந்தாள். மாலை மங்கிவிட்டது. மெல்ல நடந்து போய்விடலாமா என்று அவன் யோசித்துக்கொண்டிருந்தபோது கஜேனைப் போல யாரோ ஒருவன் கடைத்தெருவிலிருந்து வருவது தெரிந்தது... ஆமாம், கஜேன்தான் வந்துகொண்டிருந்தான்!

அருகில் வந்ததும் கஜேன், "என்ன ஆயிற்று? இவ்வளவு நேரத்திற்கு இங்கேதான் வந்திருக்கிறீர்கள்?" என்று கேட்டான். ஹசீனாவின் காலில் அடிபட்டதைக் கூறி அவளை அழைத்துப் போகும் பிரச்சனையை மன்சூர் விவரமாகக் கூறினான்.

கஜேன் ஹசீனாவின் கணுக்காலைத் தொட்டான், நன்றாக வீங்கியிருந்தது. கஜேன் மேற்குத் திசையில் பார்த்துவிட்டு, "சூரியன் மறையப் போகிறது. குரயீகுடி இன்னும் நான்கு மைல் தொலைவு இருக்குமே!" என்றான்.

"என்ன செய்யலாம், சொல்லு! இவ்வளவு சுமை வேறு இருக்கிறது!"

"எங்கள் வீடு பக்கத்தில்தான் இருக்கிறது, வாருங்கள், அங்கேயே போகலாம்." என்று சொல்லிவிட்டு கஜேன் ஹசீனாவை மெல்ல தூக்கி நிறுத்தினான். அவள் அவனைப் பரிதாபமாகப் பார்த்தாள்.

"இரு ஹசீனா! நான் உன்னைத் தூக்கிக்கொள்கிறேன், கையைத் தூக்கு!"

ஹசீனா கூச்சப்பட்டாள். கஜேன் அவள் தயக்கத்தைப் பொருட்படுத்தாமல் கட்டளையிட்டான், "கையைப் பிடி! நான் உட்காருகிறேன், முதுகில் ஏறிக்கொள்!"

ஹசீனா நொண்டிக்கொண்டே கஷ்டப்பட்டு அவன் முதுகில் தொற்றிக்கொண்டாள். அவளுடைய வீங்கிய காலைத் தொட்டு விடாமல் கவனமாக ஒரு பக்கம் தொங்கவிட்டு கஜேன் நடந்தான்.

"ஏண்டி, உன்னை எத்தனை தடவைதான் தூக்குவது? அன்று மழை - ஆலங்கட்டியிலிருந்து காப்பாற்றினேன், இன்று காலை உடைத்துக்கொண்டாய். முதுகில் ரவாரி செய்வதற்கு இன்னும் என்னென்ன சாக்கு தேடுவாயோ, தெரியவில்லை!" என்று கஜேன் அவளை சீண்டினான். கஜேன் ஹசீனாவைத் தூக்கிகொண்டு முன்னால் செல்ல மன்சூர் அலி அவனைப் பின்தொடர்ந்து சென்றான்.

மாலை நேரத்தில் துளசி மாடத்தில் ஏற்றிய விளக்கு வெளிச்சம் கஜேன் வீட்டு முன்வாசலில் பரவியிருந்தது. மன்சூரும் கஜேனும் அந்த மங்கிய முன்வாசல் வெளிச்சத்தில் போய் நின்றார்கள். கஜேன் முதுகில் ஹசீனா. கஜேன் அங்கிருந்தே கூப்பிட்டான், "பாட்டி, விளக்கு கொண்டுவா!" .

மங்கலான சிம்னி விளக்கை எடுத்துக்கொண்டு பாட்டி வராந்தாவிற்கு வந்தாள். "ஓ! நீ வந்துவிட்டாயா?"

கஜேன் ஹசீனாவை மெல்ல இறக்கி விட்டான். ஹசீனா நொண்டியபடி ஒரு அடி முன்னால் போய் மன்சூரை ஒட்டிக் கொண்டு நின்றாள். அவள் இரண்டு கைகளாலும் அப்பாவை இறுக்கிப் பிடித்துக்கொண்டு சுளுக்கிய காலைத் தூக்கி காற்றில் ஊசலாட விட்டாள். "இதோ வந்துவிட்டேன்!" என்று சொல்லிக்கொண்டே பாட்டி முன்வாசலில் இறங்கி வந்தாள். "பாட்டி, கப்பல் அண்ணன்

வந்திருக்கிறார், இது அவர் மகள் ஹசீனா. ரத்தன்போக்ரி சந்தைக்கு வந்திருந்தார்கள், திரும்பிப் போகும்போது கீழே விழுந்து இவள் கணுக்காலில் அடிபட்டுவிட்டது."

கஜேன் தண்ணீர்ப்பானைக்கு அருகில் வைத்திருந்த பாயை எடுத்துவந்து விரித்தான், வராந்தாவிலிருந்தே, "அவளை இங்கே அழைத்து வாருங்கள்!" என்றான். பாட்டி அடங்கிய குரலில், "நில்லு, ஏன் இங்கே கூப்பிடுகிறாய்? என்னுடைய சுத்தமான இடத்தை அசுத்தமாக்க வேண்டுமா?" என்று சொல்லிவிட்டு அருகில் கிடந்த சாக்கை எடுத்து வந்து மன்சூரிடம், "அவளை வலியோடு இவ்வளவு தூரம் கொண்டுவந்திருக்க வேண்டியதில்லை." என்றாள், சாக்கை அவனை நோக்கி வீசிவிட்டு, "ஊம்! அவளை இதிலேயே உட்கார வை!" என்று கட்டளை இட்டாள்.

பாட்டி தூரத்திலிருந்தே சிம்னி விளக்கு வெளிச்சத்தில் ஹசீனாவின் வீங்கிய காலைப் பார்த்துவிட்டு, "ஐயோ கடவுளே! கால் எவ்வளவு வீங்கியிருக்கிறது!" என்றாள். மூவரும் ஹசீனாவை சுற்றி உட்கார்ந்து என்ன செய்வது, எப்படிச் செய்வது என்று அவளைப் பற்றியே யோசித்தார்கள்.

கஜேன், "ஒரு வேலை பண்ணுங்கள், இன்று இங்கேயே தங்கி விடுங்கள். இவளை அழைத்துக்கொண்டு அவ்வளவு தூரம் எப்படிப் போவீர்கள்?" என்று ஆலோசனை சொன்னான்.

"வீட்டில் இவள் அம்மா எப்படி தனியாக இருப்பாள்? அவள் மிகவும் கவலைப்படுவாள். யாரிடமும் தகவலும் சொல்லி அனுப்ப முடியவில்லை, கூட வந்தவர்கள் எல்லாரும் போய்விட்டார்கள்."

"ஐயோ பாவம்! கால் உடைந்த பெண்! ஆனால் கொஞ்சம் இரு, இங்கே நீங்கள் எப்படி இருப்பீர்கள்?" என்றாள் பாட்டி.

"இங்கேயே இருப்பார்கள். இவ்வளவு பெரிய வீட்டில் இடமா இல்லை? இல்லையென்றால் வராந்தாவில் இருப்பார்கள்." என்று கஜேன் தன்னுடைய தீர்ப்பை சொல்லிவிட்டான்.

"கடவுளுக்குதான் தெரியும்... "என்று சொல்லிக்கொண்டே பாட்டி இடுப்பில் கையை ஊன்றி எழுந்தாள், வராந்தாவிற்குப் போய்விட்டாள்.

"இல்லையென்றால் இப்படிப் பண்ணுங்கள், நீங்கள் மட்டும் வீட்டிற்குப் போங்கள், ஹசீனாவை இங்கேயே விட்டுவிட்டுப் போங்கள். ஏண்டி, இருப்பாயா? இங்கே தனியாக இருப்பாயா?" என்று கஜேன் ஹசீனாவைக் கேட்டான். ஹசீனா அருகில் இருந்த மன்சூரின் கையைப் பிடித்துக்கொண்டு, "இல்லை, எனக்கு வீட்டிற்குப் போகவேண்டும்!" என்றாள்.

“அப்படியென்றால் போ! உடைந்த காலை வைத்துக்கொண்டு எப்படிப் போகிறாய் என்று நானும் பார்க்கிறேன்!” என்றான் கஜேன்.

ஹசீனா சற்று நேரம் கஜேனைப் பார்த்தாள், பிறகு தலையைக் குனிந்துகொண்டாள். மன்சூர் அவளுக்கு அறிவுறுத்த முயற்சித்தான், “ஹசீனா, இங்கேயே இரு அம்மா! கஜேன் இருக்கிறார், பாட்டியம்மா இருக்கிறார்கள். உனக்கு ஒரு கஷ்டமும் இருக்காது. நான் காலையில் வந்து அழைத்துப் போகிறேன்.” ஹசீனா மீண்டும் கஜேனைப் பார்த்தாள். இந்த முறை கஜேன் சற்று இதமாக அவளைப் பார்த்து புன்னகை செய்து “உம்!” என்று சொல்லும்படி சமிக்ஞை செய்தான். இந்த முறை ஹசீனாவின் உதட்டிலும் புன்னகை தோன்றியது, அவள் மெல்ல மன்சூரின் கையை விட்டாள்.

மன்சூர் மெல்ல எழுந்து ஹசீனாவின் தலையை வருடினான், பிறகு கஜேனிடமும், பாட்டியிடமும் விடைபெற்றுக்கொண்டு கதவுப் பக்கம் திரும்பினான்.

சற்று நேரம் சென்று பாட்டி ஒரு கிண்ணத்தில் அரைத்த மஞ்சளும், எண்ணெயும் எடுத்துக்கொண்டு வராந்தாவுக்கு வந்தாள், அங்கிருந்தே கஜேனைக் கூப்பிட்டாள், “கஜேன், அவளைக் கொஞ்சம் இங்கே அழைத்துவா!” கஜேன் சந்தேகத்தோடு பாட்டியைப் பார்த்தபடி இன்று பாட்டிக்கு என்ன ஆயிற்று என்று யோசித்தான். அவள் என்ன சொல்கிறாள்! பாட்டி மறுபடியும் கூப்பிட்டாள், “டேய்! அழைத்து வாயேன்! வராந்தாவிலேயே அவள் உட்காரட்டும்.”

ஹசீனா மிகவும் கஷ்டப்பட்டு எழுந்து நின்று கஜேனைப் பிடித்துக் கொண்டாள். கஜேன் ஒரு கையில் சாக்கையும், சிம்னி விளக்கையும் பிடித்துக்கொண்டு மற்றொரு கையால் ஹசீனாவின் கையைப் பிடித்து மெல்ல அவளை அழைத்து வந்து வராந்தாவில் உட்கார வைத்தான், பிறகு கை -கால் கழுவப் போய்விட்டான்.

ஹசீனா வராந்தாவில் சாக்கின் மேல் உட்கார்ந்துகொண்டு பாட்டி மிகவும் எச்சரிக்கையாக வாழை இலையில் வைத்துக் கொடுத்த அரைத்த மஞ்சள், எண்ணெய் கலவையை சுளுக்கிய இடத்தில் தடவத் தொடங்கினாள். தொலைவில் உட்கார்ந்துகொண்டே பாட்டி உதிர்ந்த தலைமுடிக் கொத்து ஒன்றை எண்ணெயில் தோய்த்து ஹசீனாவின் பக்கம் வீசினாள், “இதனால் நான்கு பக்கமும் இருக்கிற மஞ்சளைத் துடைத்துக்கொள்.” என்றாள். அதன் பிறகு உதிர்ந்த நீண்ட தலைமுடியால் கயிறு போல் திரித்த ஒரு பட்டையை ஹசீனா பக்கம் எறிந்து, “இதனால் வீங்கிய கணுக்காலை இறுகக் கட்டிக்கொள்.” என்றாள்.

ஹசீனா எவ்வளவோ முயற்சித்தும் அவளால் அந்தப் பட்டையைக் கட்ட முடியாததால் அழத் தொடங்கினாள். "ஓஹோ, இந்தப் பெண் ஒரு உதவாக்கரை! கொண்டுவா, இங்கே கொண்டுவா உன் காலை, எப்படி கட்ட முடியாமல் இருக்கிறது என்று நானும் பார்க்கிறேன்." என்றாள் பாட்டி.

பாட்டி வாயால் சொல்லி ஒரு காரியமும் நடக்காததைப் பார்த்து தன்னுடைய பழமையான கட்டுப்பாடுகளை, நியமங்களை உடைத்து எறிந்துவிட்டு ஹசீனாவின் காலை மெல்ல இடது கையால் தூக்கி, வலது கையால் இன்னும் கொஞ்சம் எண்ணெய் - மஞ்சளை அவளுடைய காலில் அடிபட்ட இடத்தில் தடவினாள். அதன் பிறகு தலைமுடிப் பட்டையை எடுத்து அதை நன்றாகக் கட்ட முயற்சித்துக்கொண்டிருந்தபோது, கஜேன் "பாட்டி!" என்று அழைத்துக்கொண்டே வந்தவன் அந்த அற்புதமான காட்சியைப் பார்த்து தன் கண்களையே நம்ப முடியாமல் திகைத்தான். கிண்டல் ஒன்றும் செய்யாமல், "பாட்டி, நான் வைத்தியர் வீடு வரை போய் வருகிறேன். இவள் வலிக்கு ஏதாவது மருந்து கிடைக்கிறதா பார்க்கலாம்." என்று மட்டும் சொல்லிவிட்டு ஹசீனாவிடம், "ஏ பொண்ணு, பாட்டியம்மா மருந்து போட்டு விட்டார்கள், இல்லையா! இப்போது எல்லாம் சரியாகிவிடும். அழாதே! நான் இப்போது திரும்பி வந்துவிடுவேன், நீ இங்கேயே பாட்டியோடு இரு" என்றான்.

தர்மானந்தா வைத்தியர் வீட்டில் தினமும் வரும் கூட்டம் கூடியிருந்தது தன் வீட்டு வாசலிலேயே கஜேனுக்குத் தெரிந்துவிட்டது. 'தின வசுமதி' என்ற வங்காள நாளிதழ் படிப்பதிலிருந்து கூட்டம் தொடங்கும். வைத்தியரின் சித்தப்பா நித்யானந்தா வைத்தியர் ஏதோ ஒரு காலத்தில் கூச் பீஹார், ரங்க்பூர் மகாராஜாவிடம் ராஜ வைத்தியராக இருந்தார். தர்மானந்தா சிறுவயதில் அவரிடமே இருந்து சமஸ்கிருதமும், ஆயுர்வேதமும் கற்றுக்கொண்டார். அந்த நாட்களிலிருந்தே தர்மானந்தா வைத்தியருக்கு நாள்தோறும் செய்திப் பத்திரிக்கை படிக்கும் வழக்கம் வந்திருந்தது. அந்த தினப்படி நடவடிக்கையில் அன்று வரை ஒரு நாள் கூட தடங்கல் நேர்ந்ததில்லை. செய்திப்பத்திரிக்கை கல்கத்தாவிலிருந்து அஞ்சலில் அனுப்பப்படும், அது ஒரு வாரம் கழித்து வைத்தியருக்கு வந்து சேரும். அப்படிப் பார்த்தால் செய்தி ஒரு வாரத்திற்கு முந்திய பழைய செய்திதான் என்றாலும் அவருக்கு நாள்தோறும் அந்தப் பழைய செய்தி தவறாமல் கிடைத்துவிடும், அவருக்கு அது புதிய செய்தியாகவே இருக்கும். அவர்களுக்கு வெளி உலகைக் குறித்த ஒவ்வொரு நாள் விவாத அரங்கும் ஒரு வாரம் கழித்தே தொடங்கும். எல்லாரும் அதை இயல்பானதாகவே கருதினார்கள்.

அஞ்சலகம் அங்கிருந்து மூன்று மைல் தொலைவில் இருந்தது. சாதாரணமாக தபால்காரர் கிராமத்தில் வாரத்திற்கு ஒரு முறை ஒரு சுற்று வருவார், அதுவும் அவசியம் நேர்ந்தால்தான்! பொதுவாக கிராமத்து மக்கள் யாருடனும் கடிதத் தொடர்பு வைத்திருப்பதில்லை.அந்த கிராமத்தில் சர்வாயி பண்டிதர், வைத்தியர், கிராமத் தலைவர் கர்கீ மூவருக்கு மட்டும்தான் கடிதம் வரும். கர்கீயின் சமாச்சாரமே வேறு, அவருடைய வேலைக்காரன் அஞ்சலகம் சென்று தானே கடிதங்களை வாங்கி வருவான். அந்த வேலைக்காரன் கையிலேயே யார் கண்ணிலும் படாமல் மறைத்து திருட்டுத்தனமாக எதையோ கொடுத்து வைத்தியர் தன்னுடைய செய்திப் பத்திரிக்கையையும் தினமும் கொண்டுவர ஏற்பாடு செய்திருந்தார். முந்திய தினம் கப்பலில் வந்த தபாலை தபால்காரர் மாலையில்தான் அஞ்சலகத்திற்கு கொண்டுவந்து சேர்ப்பார், அதனால் மறுநாள் காலையில்தான் அஞ்சலகத்தைத் திறந்து தபால்களைப் பிரிக்க முடியும். பெரும்பாலும் தபால்கள் அந்த வட்டார தேயிலைத் தோட்ட முதலாளிகளுக்கு அல்லது மார்வாடி கடைக்காரர்களுக்குதான் வரும், அவற்றை அவர்களுடைய ஆட்களே தினமும் அஞ்சலகம் சென்று வாங்கிக்கொண்டு போய்விடுவார்கள்.

கர்கீயின் தபாலோடு கொண்டுவரப்படும் தின வசுமதி வைத்தியருக்கு காலையில் கிடைத்துவிடும். அவர் காலையிலேயே செய்திப் பத்திரிக்கையை நன்றாகப் படித்துவிடுவார். மாலையில் அவர் கடையில் கூட்டம் கூடும்போது மீண்டும் அதைப் படிப்பார். அந்தக் கூட்டத்தில் ஒரு மனிதர் படிப்பதிலும், ஆலோசனைகள் கூறுவதிலும் முக்கிய பங்கு வகித்தார், அவர் பெயர் யாதவ் பௌரா! சில வயது முதிர்ந்தவர்கள், சில நடுத்தர வயதுக்காரர்களைத் தவிர பல இளைஞர்களும் அந்தக் கூட்டத்தில் இருந்தார்கள், அவர்கள் எல்லாரும் யாதவ் பௌரா வளர்த்துவிட்ட ஆட்கள், அவர் சொல்லுக்கு கட்டுப்பட்டவர்கள். அதுவே யாதவ் பௌராவின் 'சமூக சேவை'களிலும், கெட்ட காரியங்களிலும் அவருக்குத் துணையாக நிற்கும் படை. அவர்களுக்கு செய்திகளைத் தெரிந்துகொள்வதில் எந்த ஆர்வமும் இல்லை. பெரியவர்கள் செய்திகளைக் கேட்டுவிட்டு, ஆலோசனைகளில் பங்கு கொண்டுவிட்டுப் போன பிறகு யாதவ் பௌரா சொல்லும் நல்லது, கெட்டதுகளை செயல்படுத்துவதுதான் அவர்களுடைய வேலை.

அந்த வட்டாரத்தில் யாதவ் பௌராவின் கை ஓங்கியிருந்தது. அங்கு ஆங்கிலம் தெரிந்த இரண்டு, மூன்று பேரில் அவரும் ஒருவர். சதர் கோர்ட்டில் அவருடைய அக்காள் கணவர் கிளார்க்காக இருந்தார். அவருடனேயே அவரும் ஸ்கூலில் படித்தார். பௌரா மெட்ரிக்கில் பாஸ் ஆகவில்லை, அதனால் மேற்கொண்டு படிக்க

முடியவில்லை. திரும்பி வந்து கிராமத்தில் இருந்துகொண்டு வீட்டில் வெட்டிசோறு சாப்பிட்டுக்கொண்டு சமூகசேவை செய்வதாக நாடகம் ஆடிக்கொண்டிருந்தார். அவருடைய அப்பாவுக்கு கொஞ்சம் நிலம் இருந்தது, அப்பா இறந்த பிறகு அவர் அதற்கு தானே ஏகாதிபதி ஆகிவிட்டார். அவருக்கு இரண்டு தம்பிகள் இருந்தார்கள், அவர்களே ஏர் பிடித்து பயிர் செய்தார்கள், கொஞ்சம் நிலத்தை குத்தகைக்கும் விட்டிருந்தார்கள். யாதவ் பௌராவுக்கு வயல் வேலை - தோட்ட வேலைகளில் நாட்டமே இல்லை. ஒரு சைக்கிள் வாங்கி வைத்திருந்தார், அரசாங்க வேலைகளில் இங்கும் அங்கும் ஓடுவதில் மும்முரமாக இருந்தார். அந்த வட்டாரத்தில் யார் யாருக்கு சற்று மதிப்பு இருந்ததோ, கிராமத் தலைவர், கிராம அதிகாரி, இன்ஸ்பெக்டர், தாசில்தார் இன்னும் இரண்டு, மூன்று அரசாங்க ஆபீசர்கள், அவர்கள் எல்லாரிடமும் பௌராவுக்கு நெருங்கிய நட்பு இருந்தது. யாதவ் பௌராவின் சமூகக் கடமைகளை விட வேறு யாராவது ஆபீசரின் அல்லது ஒட்டுமொத்த ஆபீசர்களின் சமூகக் கடமை அதிகமாகிவிடுமோ என்ற பயத்தினாலேயே அந்த நட்பை உறுதியாக வைத்திருக்க வேண்டியது அவசியமாயிற்று. அந்த மதிப்பிற்குரிய மனிதர்களுடன் நெருங்கிய நட்பு இருந்ததால் அந்த வட்டாரப் பொதுக்கூட்டங்களிலும், விழாக்களிலும் யாதவுக்கு நல்ல செல்வாக்கு இருந்தது. அதனால் தொடக்கவிழா போன்ற காரியங்களில் அவரே முன்னால் நிற்பார், அவர்தான் முக்கியமானவர். சமூக வேலைகளில் ஆர்வம் இருந்ததால் சில வருஷங்களுக்கு முன் அவர் 'வெள்ளையனே வெளியேறு' இயக்கத்தின் வட்டாரத் தலைவர் ஆகியிருந்தார். ஆனால் இயக்கத்தின் போக்கு ஆபத்தான திசையில் போவதைக் கண்டும். சில கிராமத் தலைவர்கள், போலீஸ் இன்ஸ்பெக்டர், செல்வந்தர்கள் ஆகியோரின் தாக்கத்தாலும் அவர் மிகவும் கெட்டிக்காரத்தனமாக 'பாம்பும் சாக வேண்டும், தடியும் உடையக்கூடாது' என்ற நியதியைப் பின்பற்றி இயக்கத்தில் பங்கு கொண்ட துணிச்சலுக்கு அனுபவிக்க வேண்டிய தண்டனையிலிருந்து சுத்தமாகத் தன்னைக் காப்பாற்றிக்கொண்டார். சுருக்கமாக சொன்னால், நல்ல அறிவை விட கெட்ட அறிவு மிகுதியாக இருந்ததாலும், அவர் வளர்த்துவிட்ட சில அடியாட்களின் உடல் வலுவைக் கண்டு மக்கள் பயந்ததாலும் அந்த வட்டாரம் முழுதும் அவருடைய அதிகாரம் மேலோங்கி இருந்தது.

யாதவ் பௌரா நாள் முழுதும் பொதுக்காரியங்களையும், தனிப்பட்டவர்களின் வேலைகளையும் முடித்துக்கொண்டு மாலையில் வீடு திரும்பும் முன் எப்போதும் தர்மானந்தா வைத்தியர் கடைக்குப் போய் சற்று நேரம் கூட்டத்தில் பங்கேற்பார். அவர் வந்தவுடனே வைத்தியர் தன் நாற்காலியை விட்டு எழுந்து வலுக்கட்டாயமாக பௌராவை அதில் உட்காரச் செய்வார்.

பௌரா அதில் உட்கார்ந்து எதிரில் மேஜை மேல் இருக்கும் தின வசுமதி பத்திரிக்கையை எடுத்துப் பிரிப்பார். சற்று தூரத்தில் நோயாளிகள் உட்காரும் பெஞ்ச் கிடக்கும். மாலையில் கடையில் எதுவும் வாங்குபவர்களும் இருக்கமாட்டார்கள், நோயாளிகளும் இருக்கமாட்டார்கள், செய்தி சொல்பவர்கள் - கேட்பவர்கள் நிறைந்த அந்தக் கூட்டத்தில் மக்கள் உட்காரும் இடத்திற்கு குறைவிருக்காது. யாதவ் பௌரா பத்திரிக்கையைப் பிரிக்கும் முன் அங்கு வந்திருப்பவர்களை ஒரு முறை பார்ப்பார். பிறகு இரண்டு, மூன்று தினப்படி செய்திகளைப் பேசி அஸ்திவாரம் போட்டுவிட்டு அவர் செய்திகளைப் படிக்கத் தொடங்குவார். யாதவ் பௌரா படிக்கும்போது வங்காள மொழி ஒலிகளைத் தவறாக உச்சரிப்பது மற்றவர்களுக்குத் தெரியாது, ஆனால் வைத்தியருக்குத் தெரியும். ஏதாவது புதிய சொல் பத்திரிக்கையில் இடம் பெற்றிருந்தால் வைத்தியர் அதன் அர்த்தத்தை அஸ்ஸாம் மொழியில் சொல்லுவார். ஏதாவது ஒரு சொல்லைப் படிக்க பௌரா தடுமாறினால் வைத்தியர் சட்டென்று படித்துக் காட்டுவார். அவர் காலையிலேயே பத்திரிக்கை முழுதும் படித்து முடித்திருப்பார், அதனால் அவர் ஒரு பக்கம் ஒரு ஸ்டூலில் உட்கார்ந்துகொண்டு இரண்டாவது முறையாக செய்திகளைக் காதில் வாங்கிக்கொள்வார். பல வருஷங்களாக தின வசுமதி வாடிக்கையாளராக இருந்ததால் அவருக்கு நாட்டு நடப்புகளும், உலக நிகழ்வுகளும் நன்றாகத் தெரியும், ஆனால் யாதவ் பௌராவை போன்ற ஒரு செல்வாக்கு மிக்க மனிதருக்கும், அவருடன் இருப்பவர்களுக்கும் பத்திரிக்கை படிக்க ஒரு வாய்ப்பு அளிப்பது அவருக்கு மிகவும் பெருமைக்குரிய விஷயம்.

நாளும் நடப்பது போல தின வசுமதி படிப்பது அன்றும் நடந்துகொண்டிருந்தது. மேஜை மேல் பத்திரிக்கையைப் பிரித்து வைத்துக்கொண்டு ஹரிக்கேன் லைட் வெளிச்சத்தில் யாதவ் பௌரா படித்துக்கொண்டிருந்தார். மற்றவர்கள் கவனமாகக் கேட்டுக்கொண்டிருந்தார்கள். சர் ஸ்டாஃபோர்ட் க்ரிப்ஸ், க்ரிப்ஸ் மிஷன், காந்தி -ஜின்னா இடையே நடந்த ஆலோசனைக் கூட்டம், வைஸ்ராய் தலைமையில் கூட்டம் போன்ற சில சொற்களை கஜேன் தூரத்திலிருந்தே கேட்க முடிந்தது. அவன் வைத்தியர் அருகில் சென்று மெல்ல பெஞ்சில் உட்கார்ந்தான். எல்லாரும் ஒருமனதாக செய்திகளைக் கேட்டுக்கொண்டிருப்பதை அவன் கவனித்தான். வைத்தியரும் கஜேனை கடைக்கண்ணால் ஒரு முறை உற்றுப் பார்த்தார், பிறகு செய்தி கேட்பதில் கவனம் செலுத்தினார். கஜேன், “வைத்தியரே!” என்று மெல்லக் கூப்பிட்டான். வைத்தியர் காதில் விழுந்தும் விழாதவர் போல் இருந்துவிட்டார். செய்தி வாசிப்பு தொடர்ந்துகொண்டிருந்தது. கஜேன் மீண்டும் ஒரு முறை முயற்சித்தான், “வைத்தியரே!”.

யாதவ் பௌரா படிப்பதை நிறுத்திவிட்டார், தலையை உயர்த்தி கஜேன் பக்கம் பார்த்தார். மற்றவர்களுடைய தலைகளும் திரும்பின. கஜேன் எழுந்து நின்று வைத்தியர் பக்கம் பார்த்தான். வைத்தியர், "ஏண்டா! ஏன் கூப்பிட்டுக்கொண்டே இருக்கிறாய்?" என்று எரிந்து விழுந்தார். கஜேன் திடமான குரலில், "எழுந்திருங்கள் வைத்தியரே! எனக்கு மருந்து வேண்டும்." என்றான்.

வைத்தியர் அவனை உட்காரும்படி கைகாட்டியபடி, "இப்போது உட்கார்! பிறகு மருந்து தருகிறேன். இப்போது நான் செய்தி கேட்டுக் கொண்டிருக்கிறேன்!" என்றார். கஜேன் கோபத்தோடு வைத்தியரை உற்றுப் பார்த்து, "எழுந்திருங்கள் என்று சொன்னேன், இல்லையா! காதில் விழவில்லையா?" என்றான்.

வைத்தியர் சற்று திடுக்கிட்டுதான் போனார், ஆனால் அதை மறைக்க முயற்சித்தபடி எழுந்து நின்றார், "அட சனியனே!"... என்றபடி கஜேனை தோளில் பிடித்துத் தள்ளி, அறைக்கு வரும்படி சைகை காட்டினார், அவன் பக்கத்தில் நடந்தபடி, "பௌரா, நீங்கள் படியுங்கள்!" என்று சொல்லிக்கொண்டே போனார்.

பௌரா படித்தபடியே சற்று தலையை உயர்த்தினார், கஜேனை கடைக்கண்ணால் பார்த்துவிட்டு படிக்கத் தொடங்கினார்.

வைத்தியர் அருகில் இருந்த அறைக்குள் போனார். செய்திகள் தொடர்ந்தன. வைத்தியரின் அந்த அறையில் நான்கு பக்கமும் சுவர் அலமாரிகளில் பல வடிவங்களில் கண்ணாடி பாட்டில்களும், பீங்கான் ஜாடிகளும் இருந்தன, சிறிய காகிதத் துண்டுகளில் மருந்தின் பெயரை எழுதி பாட்டில்கள், ஜாடிகளின் மீது ஒட்டியிருந்தது. ஒரு பழைய கருப்பு வண்ண மேஜை மேல் வேர்களைக் கலக்கவும், பொடிக்கவும், அரைக்கவும், இழைக்கவும் தக்க பல சிறியதும், பெரியதுமான உரல்கள், அம்மிகள், குழவிகள் வைக்கப்பட்டிருந்தன.

வைத்தியர் ஒரு சிறிய பாட்டிலில் மெழுகும், காகிதப் பொட்டலத்தில் மருந்து உருண்டைகளும் தந்து, "கஜேன், நீ சொன்ன விவரத்தைக் கேட்டு மருந்து கொடுக்கிறேன். எலும்பு உடைந்திருந்தால் அதை ஒட்ட வைக்க மருந்து எதுவும் இல்லை. காலப்போக்கில் எலும்புகள் தானாகவே கூடிவிடும். சுளுக்குக்கு மெழுகும், வலிக்கு மருந்தும் கொடுத்திருக்கிறேன். மருந்தை ஒரு நாளுக்கு மூன்று முறை இரண்டிரண்டு உருண்டைகளாகக் கொடுக்க வேண்டும், மெழுகை ஒரு நாளுக்கு இரண்டு முறை மட்டும் மெல்ல தடவ வேண்டும், அழுத்தித் தேய்க்கக் கூடாது. மெழுகைத் தொட்ட கையால் தவறுதலாக கண், மூக்கு, முகத்தைத் தொட்டுவிடக் கூடாது, இதைக் கவனத்தில் கொள்வது மிகவும் அவசியம், நன்றாக

சொல்லிவிடு. இது விஷ மருந்து." என்று கூறினார்.

கஜேன் மருந்தைக் கையில் வாங்கிக்கொண்டு," என்னுடையது?" என்றான்.

"தர மாட்டேன்."

"ஏன்? இன்று தர மாட்டேன் என்று சொல்வதற்கு புதிதாக என்ன வந்துவிட்டது?"

"நான் இன்று மட்டுமல்ல, எப்போதுமே தர மாட்டேன் என்று மறுத்துதான் வந்திருக்கிறேன்."

"நானும் எப்போதும் வாங்கிக்கொண்டுதான் போகிறேன், இன்றும் கொடுத்துவிடுங்கள்."

"அட முட்டாளே! ஏன் புரிந்துகொள்ள மாட்டேன் என்கிறாய்? எப்போதும் எடுத்துக்கொண்டால் பழக்கப்பட்டுப் போய்விடும், பிறகு நீ விரும்பினாலும் விட முடியாது."

"என்ன ஆகும், என்ன ஆகாது என்பது என் தலைவலி, நீங்கள் மண்டையைக் குடைந்துகொள்ளாதீர்கள். கொண்டுவாருங்கள், கொடுங்கள். ஒரு அணாவுக்குக் கொடுங்கள்."

"சொன்னேன் இல்லை, தர மாட்டேன். போ, கிளம்பு!"

கஜேன் திடீரென்று தாவி ஒரு பாட்டிலை எடுத்துக் கொண்டான். வைத்தியரும் பாய்ந்து அதைப் பிடுங்கிக்கொண்டார், "கொஞ்சம் நில்லு. கொடுக்கிறேன், கொடுக்கிறேன்!"

வைத்தியர் ஒரு பாட்டிலில் இருந்து கல் கரண்டியால் ஒரு சக்தி மிக்க, மனதை மகிழ்விக்கும் ஆயுர்வேத மருந்து 'மோதக்'கை எடுத்து காகிதத்தில் மடித்து கஜேனிடம் தந்தார்.

கஜேன் செய்திகள் கேட்டுக்கொண்டிருந்தவர்களின் பக்கமாகப் போய்க்கொண்டிருந்தபோது பௌரா குரல் கொடுத்தார், "கஜாயி தானே!"

கஜேன் இரண்டு அடி திரும்பி வந்தான். அவன் யாதவ் பௌராவிடம் திடமான குரலில், "ஐயா, நான் உங்களுக்குப் பல முறை நினைவுபடுத்தியிருக்கிறேன், என் பெயர் 'கஜாயி' இல்லை, 'கஜேன்.' உங்களுக்கு 'கஜேன்' என்று கூப்பிட கஷ்டமாக இருந்தால், என்னைக் கூப்பிடவே கூப்பிடாதீர்கள் - உங்களுக்கும் நல்லது, எனக்கும் நல்லது." என்று கூறினான்.

"அப்படியா? இவ்வளவு அவசரம் எதற்கு?"

"முக்கியமான வேலை இருக்கிறது."

"எங்கே? மோத்தி மிஸ்த்ரி வீட்டிலா?"

"ஆமாம், மோத்தி மிஸ்த்ரியின் மனைவி மீன் வறுவலும், வேகவைத்த கொண்டைக்கடலையும், நாட்டுக் கள் கிளாசும் தயாராக வைத்துக்கொண்டு உட்கார்ந்திருக்கிறாள், போங்கள், சீக்கிரம் போங்கள்!" என்று சொல்லிவிட்டு கஜேன் பாய்ந்து வெளியே கிளம்பினான். யாதவ் பௌரா ஒரு உறுமலோடு எழுந்து நின்றார், கஜேனுக்குப் பின்னாலிருந்து உரக்கக் கத்தினார், "டேய்! நாக்கை அடக்கிப் பேசு! யாதவ் பௌராவைத் தெரியாதா உனக்கு? பெரிதாக வந்துவிட்டான், ரௌடி!".

பின்னாலிருந்து ஒலித்த யாதவ் பௌராவின் குரலிலிருந்தே அவர் கோபத்தின் அளவை அறிந்துகொண்ட கஜேனுக்கு மிகுந்த குதூகலம் உண்டாயிற்று. அவன் புன்னகைத்துக்கொண்டான். ஆனால் அடுத்த வினாடியே அவ்வளவு பேர் எதிரில் யாதவ் பௌரா தன்னை மோத்தி மிஸ்த்ரியின் மனைவியோடு இணைத்து கிண்டலாக ஏன் பேசினார் என்று நினைத்து அவன் தன் நெஞ்சில், உடலில் நெருப்பு பற்றிக்கொண்டது போல் உணர்ந்தான்.

சற்று தொலைவிலிருந்து கஜேனுக்கு புல்லாங்குழல் ஒலி கேட்டது. முன்னூ, ரூபாயி, தீன் மூவரும் சேலம் ஆற்றின் மரப்பாலத்தில் உட்கார்ந்திருக்கிறார்கள் என்று அவன் புரிந்து கொண்டான். அவர்களுடைய கிராமத்திற்கு குறுக்கே ஓடும் ஒரு சிறிய ஆறு சேலம், அதன் மேல் ஒரு மரப்பாலம் இருந்தது. தினமும் மாலை நேரத்தில் தீனுடன் முன்னூவும், ரூபாயியும் அந்தப் பாலத்தின் ஓரத்தில் உட்கார்ந்து அரட்டை அடித்துக்கொண்டிருப்பார்கள். ரூபாயிக்கு புல்லாங்குழல் வாசிக்கத் தெரியும். அவன் புல்லாங்குழலில் மிக இனிமையான, மனதை மயக்கும் ராகங்களை வாசிப்பான்.

கிராமம் முழுவதிலும் கஜேனுக்கு நண்பர்கள் என்று சொல்லக்கூடியவர்கள் அந்த மூன்று பேர்தான். முன்னூவும் கஜேனும் சம வயது, மற்ற இருவரும் இரண்டு, மூன்று வயது சிறியவர்கள். எந்த விஷயமானாலும், எந்த வேலையானாலும் கஜேனின் கொப்பளிக்கும் துணிச்சல் அந்த மூவரையும் மிகவும் வசீகரித்தது. கஜேன் எப்போதும் அவர்களுடன் இருக்க மாட்டான், தனிமையில் பொழுதைக் கழிக்கத்தான் அவன் விரும்புவான், ஆனால் எப்போதாவது ஏதாவது பேச நினைத்தால், அரட்டை அடிக்க விரும்பினால், சிரித்து மகிழ விரும்பினால் இவர்கள்தான் அவனுக்குத் துணை. பிறை நிலவின் மங்கிய ஒளியில் கஜேனை தூரத்திலிருந்தே பார்த்துவிட்டு ரூபாயி புல்லாங்குழல் வாசிப்பதை நிறுத்தினான். "கஜேன், இங்கே வா!" என்று முன்னூ கூப்பிட்டான்,

கஜேன் சற்று அருகில் வந்ததும், "கஜேன், நாங்கள் உன்னைத்தான் எதிர்பார்த்துக்கொண்டிருக்கிறோம்." என்றான் முன்னூ.

"ஏன்?"

"மாசி மாத விருந்திற்கு உருளைக்கிழங்கு தோண்ட போக வேண்டாமா?"

"துர்க்கீ மகாஜன் வீட்டிலிருந்து தொடங்குவோமா?" என்று கேட்டான் ரூபாயி.

"நான் உருளைக்கிழங்கு - காலிஃப்ளவர் திருட்டெல்லாம் செய்ய மாட்டேன். இப்போதுதான் யாதவ் பௌராவுடன் சண்டை போட்டு விட்டு வருகிறேன்." என்றான் கஜேன்.

"ஏன், எதற்காக சண்டை?" என்று கேட்டான் முன்னூ.

"நான் இப்போதெல்லாம் மோத்தி மிஸ்த்ரி வீட்டுக்குப் போகிறேன், இல்லையா பட்டை சாராயம் குடிக்க? போவேன்...! எங்கோ போகிறேன், அவருக்கு என்ன? நான் எப்போதாவது அவர் அங்கே போவதைத் தடுத்திருக்கிறேனா, தடங்கல் பண்ணி யிருக்கிறேனா? இவர் மிகப் பெரிய மனிதர் இல்லையா! தலைமை தாங்கித் திரிகிறார் இல்லையா! ஏ பெரிய மனிதர்களா, என்னிடமிருந்து விலகி தூரமாகவே இருங்கள், தெரிகிறதா! நான் கெட்டவன், மிகவும் கெட்டவன், ரௌடி!"

கஜேனின் மனதில் இருந்த எல்லா கோபமும், துக்கமும் அவன் வார்த்தைகளில் வெளிப்பட்டன. அவன் அந்த மூவரையும் விட்டு விலகி வீட்டிற்குப் போய்விட்டான்.

வாசல்படியில் காலை வைத்ததுமே ஹசீனா வராந்தாவில் உட்கார்ந்து சாப்பிட்டுக்கொண்டிருப்பதை கஜேன் பார்த்தான். சற்று அருகில் சென்றதும் வாழை இலையில் சாதம் தீரும் நிலையில் இருந்ததை அவன் பார்த்தான். அங்கேயே ஒரு பக்கம் வாணலில் பாதி அணைந்த நெருப்புத் துண்டங்கள் இருந்தன, அதன் அருகிலேயே ஒரு பழைய நெய் பாட்டிலும். கொஞ்சம் கள்ளி இலைகளும் இருந்தன. பாட்டியம்மா பக்கத்திலேயே உட்கார்ந்து கொண்டு பாசத்தோடு சொல்லிக்கொண்டிருந்தாள், "சாப்பிடு அம்மா, நன்றாக வயிறு நிறைய சாப்பிட்டுக்கொள். அதை ஏன் மிச்சம் வைத்துவிட்டாய்? சாப்பிடு!" வராந்தாவில் நின்றபடி கஜேன், "நல்லதாயிற்று, இவளை சாப்பிட வைத்துவிட்டாய்!" என்றான்.

"சமையல் அறையில் சாதம், சூப் எல்லாம் வைத்திருந்தேன், சூடு பண்ணி இவளுக்கு கொடுக்கலாம் என்று நினைத்தேன். நாள் முழுதும் சாதம் சாப்பிட்டிருக்க மாட்டாள், என்னவாவது தின்பண்டம்

தான் தின்றிருப்பாள். சின்னப்பெண், பாவம், பசியாக இருப்பாள், போதும் போதாதற்கு வலி வேறு. சாப்பிட்டுவிட்டுத் தூங்கினால் நன்றாக இருக்கும் என்று நினைத்தேன்."

கஜேன் மெழுகையும், மருந்து உருண்டைகள் பொட்டலத்தையும் ஒரு பெரிய ஸ்டூலில் வைத்துக்கொண்டே வைத்தியர் சொன்ன விதிமுறைகளை பாட்டியம்மாவுக்கு விளங்க வைத்தான். ஹசீனா சாப்பிட்டு முடித்துவிட்டாள், வலது கையால் சாப்பிட்ட இலையை மடக்கி எடுத்தாள், இடது கையால் ஒரு கை தண்ணீர் தெளித்து சாப்பிட்ட இடத்தைத் துடைத்தாள். பிறகு பாட்டியம்மாவைப் பிடித்துக்கொண்டு நொண்டியபடியே போய் வாழை இலையை சாப்பிட்ட மிச்சங்களைப் போடும் இடத்தில் எறிந்துவிட்டு வந்தாள், பாட்டி தண்ணீர் ஊற்ற வாயைக் கழுவிக் கொண்டாள். பாட்டி தன் முந்தானையால் அவள் வாயைத் துடைத்து விட்டாள்.

கஜேன் வராந்தாவிலேயே ஒரு பழைய நாற்காலியில் உட்கார்ந்தான், பாட்டியம்மா சொன்னபடி ஹசீனா எல்லா வேலைகளையும் எப்படி செய்கிறாள் என்று பார்த்துக் கொண்டிருந்தான். அவர்கள் இருவரும் அருகில் வந்ததும், "பாட்டி, இவள் எங்கே தூங்குவாள்?" என்று கேட்டான்.

"உள்ளேதான் தூங்குவாள், வேறு எங்கே தூங்குவாள்? உட்காரும் அறையில் ஒரு விரிப்பு விரித்திருக்கிறேன்."

"அப்படியா, சரி."

கஜேன் எழுந்து உள்ளே உட்காரும் அறைக்கு சென்றான், அங்கு இரண்டு பக்கத்தில் இரண்டு பெரிய பெஞ்ச்கள், ஒரு பக்கம் ஒரு பழைய நாற்காலி, இரண்டு சிறிய ஸ்டூல்கள் இருந்தன. இரண்டு உயரமான ஸ்டூல்களுக்கு இடையில் ஒரு பாயில் விரிப்பு விரித்து சிறிய தலையணை ஒன்று போட்டு ஹசீனா தூங்குவதற்கு ஏற்பாடு செய்யப்பட்டிருந்தது.

"பாட்டி, அவளைப் பாயில் ஏன் படுக்க விட்டாய்?" கஜேனின் மனதில் ஒரு இனம் புரியாத சந்தோஷ அலை எழுந்தது.

"ஒன்றும் ஆகாது. பாவம், சின்னப்பெண்ணாக இருக்கிறாள். பிறகு பாயைக் கழுவிக்கொள்கிறேன். நீ அர்ச்சகரிடமிருந்து கொஞ்சம் கங்கா ஜலம் வாங்கி வா, தெளித்துவிடுகிறேன்."

பேசிக்கொண்டே பாட்டி வைத்தியர் கொடுத்த மெழுகை ஹசீனாவின் கால் சுளுக்கின் மீது மெல்லத் தடவினாள். பிறகு

கைப்பிடி உடைந்த ஒரு கோப்பையில் கொஞ்சம் தண்ணீர் கொடுத்து மருந்தை சாப்பிடச் செய்தாள், மெல்ல தூங்க வைத்தாள்.

பெஞ்சில் உட்கார்ந்துகொண்டு கஜேன் பாட்டியம்மா செய்வதை எல்லாம் கவனமாகப் பார்த்துக்கொண்டிருந்தான்.

"இப்போது எல்லாம் தீட்டாகிவிட்டது. இனி குளித்து விட்டு தான் சமையல் அறைக்குப் போக முடியும். நீ அது வரை இங்கேயே இரு." என்று சொல்லிவிட்டு பாட்டி குளிக்கப் போய் விட்டாள்.

மறுநாள் பிற்பகல் மன்சூர் ஒரு மாட்டு வண்டி கொண்டு வந்தான், ஹசீனாவை குரயீகுடிக்கு அழைத்துப் போனான். போகும் போது பாட்டி ஹசீனாவின் கையில் தேங்காய் லட்டு, பொரி உருண்டை, வீட்டில் பழுத்த வாழைப்பழங்கள் எல்லாம் கொடுத்து அனுப்பிவைத்தாள்.

கஜேன் உணர்ச்சிவசப்பட்டு பார்த்துக்கொண்டே இருந்தான்.

ஹசீனாவை வீட்டிற்கு அழைத்துவந்த அந்த நிகழ்ச்சிக்குப் பிறகு மன்சூர், கஜேன், அவனுடைய பாட்டிக்கிடையே தொடர்பு மிகவும் நெருக்கமாகிவிட்டது. மன்சூர் தன் வயலில் விளையும் பொருள்களை அவர்கள் வீட்டிற்கு கொண்டுவந்து கொடுப்பான். பாட்டியம்மாவும் ஹசீனாவுக்கு ஏதாவது கொடுத்து அனுப்புவாள். ஒவ்வொரு வருஷமும் மாசி மாத விழாவிற்கு மன்சூர் தன் மனைவியையும், ஹசீனாவையும் அழைத்துக்கொண்டு பாட்டியம்மாவை சந்திக்க கட்டாயம் வருவான் விழாவிற்கு முந்திய இரவு விருந்துக்கு மன்சூர் ஒரு பெரிய கூடையில் எள், பயறு, வள்ளிக்கிழங்கு, காலிஃப்ளவர் போன்றவற்றை நிரப்பி எடுத்துக்கொண்டு வருவான். மன்சூர் வரும்போதெல்லாம் வராந்தாவில் உட்கார்ந்து பாட்டியம்மா கையால் செய்த இனிப்பு அதிரசம், தயிர்- வெல்ல அவல், சோளப்பொரி அடங்கிய காலை உணவை வாழை இலைத் தொன்னையில் நெஞ்சும் வயிறும் நிறைய சாப்பிட்டுவிட்டுப் போவான். வைகாசி மாத பௌர்ணமியன்று[1] பாட்டியம்மா தன் கையாலேயே தன்னுடைய தறியில் ஹசீனாவுக்காக விசேஷமாக ஒரு பூ தைத்த இடுப்புக்கச்சை நெய்வாள். அந்தக் கச்சை கையில் கிடைத்தவுடனே ஹசீனா அதைத் தைக்காமலே சுற்றிக்கொண்டு வீடு முழுதும் சுற்றித் திரிவாள். பாட்டியம்மாவிற்கு ஹசீனா மீது ஒரு விசேஷ அன்பு இருந்ததாக கஜேனுக்குத் தோன்றியது. அன்று ஒருநாள் புயல் -மழையில் பயத்திலும், பிறகு ஒருநாள் காலில் அடிபட்டு வலியிலும் வெட்கமின்றி அவனுடைய மடியிலும், தோளிலும் கிடந்த அந்த ஹசீனாவிடம் இந்த எட்டு வருஷங்களில் மிகுந்த

---

1. அஸ்ஸாமில் புத்தாண்டுப் பிறப்பு.

மாற்றம் ஏற்பட்டிருப்பதாகவும் அவனுக்குத் தோன்றியது. சில மாற்றங்கள் உள்ளுக்குள், கண்ணுக்குத் தெரியாத அவள் மனதில் ஏற்பட்டிருக்கத்தான் வேண்டும், வெளி மாற்றங்களே கண் எதிரே தெரிகின்றன. இப்போதெல்லாம் ஹசீனா சிறுபிள்ளைத்தனம் மறைந்து பெரிய பெண் ஆகிவிட்டாள். ஆனால், மன்சூரிடம் பேசும் போது மட்டும் பழைய சிறுமி ஹசீனாவாகவே இருந்தாள். முஸ்லீம் குடும்பங்களில் கடுமையாக பர்தா அனுசரிக்கும் வழக்கம் இருந்தது, ஆனால் கஜேன் விஷயத்தில் அந்த நியமம் தளர்ந்து விட்டது, இப்போது ஹசீனாவும் புர்க்கா அணியத் தொடங்கி விட்டாள், ஆனால் கஜேன் முன்பு மன்சூரின் மனைவியும் புர்க்கா அணிவதில்லை, ஹசீனாவும் அணிவதில்லை. ஹசீனா முதல் முதலில் புர்க்கா அணிந்து தான் பார்த்தது நினைவுக்கு வரும்போதெல்லாம் அந்தக் காட்சி கஜேனுக்கு சிரிப்பு உண்டாக்கும். புர்க்காவை நீக்கியவுடனே, "அடேடே! நீ அதைப் போட்டிருக்கும்போது மூச்சு முட்டி செத்துப் போய்விடுவாயோ என்று பயந்தேன்!" என்று கஜேன் ஹசீனாவை சீண்டினான்.

ஹசீனா... ஹசீனா... எவ்வளவு மாறிப்போய்விட்டாள்! எப்போதாவது முன்பு போல் அவளைத் தூக்க நேர்ந்தால்? இப்போது அவனால் அவளைத் தூக்க முடியுமா? அந்தக் காட்சியைக் கற்பனை செய்து பார்த்ததுமே அவன் சிரித்துவிட்டான்.

கஜேன் பழைய விஷயங்களை நினைத்துப் பார்த்துக்கொண்டே எப்போது மைதானத்தைக் கடந்து குரயீகுடி எல்லையை வந்தடைந்தான் என்று 'அவனுக்கே தெரியவில்லை. அங்கு வந்து குடியேறிய நேப்பாளிகளின் குடியிருப்பு குரயீகுடியிலிருந்துதான் தொடங்கியது. அங்கிருந்துதான் நேப்பாளிகளின் குடிசைகளும், மண் வீடுகளும், அவர்கள் பசு -எருமைகளைப் பராமரிக்கும் மாட்டுக் கொட்டில்களும் தொடங்கின.

அங்கு வந்து குடியேறிய முதல் நேப்பாளிக் குடும்பம் ஜேட்டா, சாயிலா, காயிலா ஆகிய மூன்று சகோதரர்களுடைய குடும்பம்தான், அவர்களுடன் கஜேனுக்கு நெருங்கிய நட்பு இருந்தது, அவர்கள் வீட்டிற்கு வரப் போக இருந்தான். அவர்கள் வந்த சில வருஷங்களில் அங்கு பல நேப்பாளிக் குடும்பங்கள் வந்து குடியேறிவிட்டன. முதல் முதலில் வந்து குடியேறிய காரணத்தால் ஜேட்டா குடும்பம்தான் எல்லாரையும் விடப் பழைய குடிமக்கள். ஜேட்டாவின் உண்மையான பெயர் துர்காராம், சாயிலாவின் பெயர் விஷ்ணுராம், காயிலாவின் பெயர் டீக்காராம், அவர்களுடைய குடும்பப் பெயர் தாப்பா.

கஜேன் ஒருநாள் ஜேட்டா முதலில் அங்கு எப்படி வந்தான், அந்த நிலப்பரப்பு அவனை எப்படி மகிழ்வித்தது, பிறகு எப்படி அவன் அங்கேயே நிரந்தரமாகத் தங்கிவிட்டான் என்ற முழு விவரத்தையும் அவனே சொல்லக் கேட்டான்.

ரங்காஜான் தேயிலைத் தோட்டத்தில் தேயிலை பேக்கிங் பெட்டிகள் செய்வதற்காக ஒரு சீன மெக்கானிக் வந்திருந்தான், அவனுடன் பெட்டிகள் செய்ய, மரம் இழைக்க, மற்ற சிறியதும் பெரியதுமான வேலைகளில் உதவி செய்ய டும்டுமாவிலிருந்து இரண்டு நேப்பாளி இளைஞர்களும் வந்திருந்தார்கள். ஏதோ காரணத்தினால் தோட்ட மானேஜர் கோபத்தில் சீன மெக்கானிக்கை வேலையிலிருந்து நீக்கிவிட்டார். அந்த சீனன் வேறு இடத்திற்குப் போய்விட்டான், ஆனால் அவனுடன் வந்த அந்த இரண்டு நேப்பாளி இளைஞர்களும் அங்கேயே இருந்துவிட்டார்கள். ரத்தன் போக்கரி சந்தைக்குப் போகும்போது, வரும்போது அக்கம் பக்க கிராமத்து மக்கள் சிலருடன் அவர்களுக்குப் பழக்கம் ஏற்பட்டது. டும்டுமாவில் அந்த இளைஞர்கள் காட்டில் மரங்களை வெட்டி மரக்கட்டைகளை அரத்தால் அறுக்கும் வேலையை செய்து கொண்டிருந்தார்கள். பெரிய, பெரிய மரங்களை இருவருமாக சேர்ந்து வெட்டுவார்கள், பிறகு இருவரும் இரண்டு பக்கத்திலும் நின்று ஒரு பெரிய அரத்தை இரண்டு கைகளாலும் பிடித்து அறுத்து பல அளவுகளில் துண்டு துண்டாக வெட்டுவார்கள். அது கடுமையான உழைப்பு தேவைப்படும் வேலை. அதனால்தான் சீனன் அவர்களை ரங்காஜான் தோட்டத்திற்கு வந்து பெட்டிகள் செய்வதில் தனக்கு உதவி செய்ய அழைத்தபோது அவர்கள் சம்மதித்து விட்டார்கள். அந்த வேலையும் செய்ய முடியாத நிலை ஏற்பட்டுவிட்ட பிறகு அவர்கள் பழைய வேலையையே செய்யலாமா என்று யோசித்தார்கள். ஆனால் இந்த முறை அவர்கள் டும்டுமாவுக்குத் திரும்பிப் போகாமல் அங்குமிங்கும் வேலை தேடத் தொடங்கினார்கள். ரத்தன்போக்கரிக்கு அருகில் ஒரு மரக்கடையில் அவர்கள் ஒரு பழைய அரத்தை 'செகண்ட் ஹேண்ட்' விலைக்கு வாங்கிக்கொண்டார்கள். மரம் அறுக்கும் வேலையைத் தேடித் தேடி ஜேட்டாவும், சாயிலாவும் ஒருநாள் கிராமத் தலைவர் கர்கீயின் வீட்டிற்கு போய் சேர்ந்தார்கள். அந்த வீட்டிற்குப் பின்னால் பத்து, பதினைந்து பீகா[1] நிலம் இருந்தது, அதன் அருகில்தான் சேலம் ஆறு ஓடிக்கொண்டிருந்தது. ஆற்றுக்கு அந்தப் பக்கம் பிரம்மபுத்ரா வரை இரண்டு மைல் தொலைவுக்கு மரங்கள் அடர்ந்த காடு இருந்தது. அங்கு ஸால், தேக்கு போன்ற பெரிய பெரிய, உயர்ந்த ஜாதி மரங்கள் இருந்தன. அந்த மரங்களில் ஒன்று, இரண்டை வெட்டும் வேலையை கிராமத் தலைவர் தந்தாலும் தருவார் என்ற

1. ஒரு நில அளவு.

நம்பிக்கையில் அவர்கள் இருவரும் பயந்து -பயந்து அவர் வீட்டுக்கு முன்னால் போய் நின்றார்கள். கிட்டத்தட்ட இரண்டு மணி நேரம் காத்திருந்த பிறகு கிராமத் தலைவர் வெளியில் வந்தார். முதலில் அவர் வேலை இல்லை என்று சொல்லி விரட்டி விட்டுவிட்டார், பிறகு சற்று யோசித்துவிட்டு அவர்களைக் கூப்பிட்டு விட்டார்.

கிராமத் தலைவர் எருமைகள் வைத்திருந்தார், சினை மாடுகள், கறவை மாடுகள், கன்றுகள் எல்லாமாக சேர்ந்து ஒரு இருபது மாடுகள் இருந்தன. முதலில் அந்த மாடுகளை பிரம்மபுத்ரா கரையில்தான் விட்டுவைத்திருந்தார். ஆனால், நல்ல மேய்ச்சல்காரன், பால் கறப்பவன் கிடைக்காததால் அந்த மாடுகளை சரியாக பராமரிக்க முடியவில்லை, சில எருமைகள் இறந்துவிட்டன. ஆரம்பத்தில் மாடுகளைப் பார்த்துக்கொள்ள ஒரு சிறுவன் கிடைத்தான். ஆனால், ஒருநாள் ஏதோ ஒரு விஷயத்தில் கிராமத் தலைவருடன் சண்டை வந்துவிட்டது, அவன் வேலையை விட்டுவிட்டு வேறு எங்கோ போய்விட்டான். வெகு நாட்கள் வரை யாரும் நல்ல ஆளாகக் கிடைக்காததால் கிராமத் தலைவர் மாடுகள் அனைத்தையும் தன் வீட்டிற்குப் பின்னாலேயே கொண்டுவந்து வைத்துக்கொண்டார்.

அவர் மாடுகளைக் கொண்டுவந்துவிட்டாரே தவிர அவற்றை சரியாகப் பராமரிக்க, அங்கேயே தங்கி வேலை பார்க்க அவருக்கு ஒருவரும் கிடைக்கவில்லை, அது ஒரு பெரிய பிரச்சனையாக இருந்தது.

அத்துடன், இன்னொரு கஷ்டம்! அடிக்கடி, அதிலும் மழைக் காலத்தில் பின்புறமிருந்த அடர்ந்த காட்டிலிருந்து சிங்கம் வந்து கொண்டிருந்தது, ஒவ்வொரு முறையும் ஏதாவது ஒரு கன்றை எடுத்துப் போய்க்கொண்டிருந்தது. எருமைகளும் கட்டுத்தறியி லிருந்து அவிழ்க்கும்போது மேய்வதற்கு நேராக காட்டுக்கு ஓடிவிடப் பழகிவிட்டன. குரயீகுடியிலேயே கொட்டில் போட்டு மாடுகளை வைத்துவிட்டால் நல்லது என்று கிராமத் தலைவர் வெகு நாட்களாக நினைத்திருந்தார். நேப்பாளிகள் பசு -எருமை பராமரிப்பில் கெட்டிக்காரர்கள் என்று அவர் கேள்விப்பட்டிருந்தார். இந்த விஷயம் நினைவுக்கு வந்தவுடனே அவர் திரும்பிப் போய்க்கொண்டிருந்த அந்த இரண்டு சகோதரர்களையும் திருப்பி அழைத்துக்கொண்டார்.

ஜேட்டாவும், சாயிலாவும் தொடக்கத்தில் சில நாட்கள் அங்கேயே தங்கி எருமைகளுக்குத் தீனி வைப்பது, தண்ணீர் காட்டுவது, குளிப்பாட்டுவது போன்றவற்றையும், மாடுகள் பராமரிக்கத் தேவையான மற்ற முக்கியமான விஷயங்களையும் கவனமாகப் பார்த்து கற்றுக்கொண்டார்கள். பிறகு அவர்கள் தாங்களே எல்லாவற்றையும் பராமரிப்பதில் தேர்ந்துவிட்டார்கள்.

சில நாட்களுக்குப் பிறகு குரயீகுடியில் மிக நல்ல ஒரு இடத்தைத் தெரிந்தெடுத்து ஒரு உயரமான குன்றின் மேல் வைக்கோல், புல்லால் இருப்பதற்கு ஒரு அறையும், அதற்கு அருகிலேயே நீளமாக கூரை போட்டு மாட்டுக் கொட்டில், சரியாகச் சொன்னால் எருமைக்கொட்டிலும் அமைக்கப்பட்டது. பிறகு இரண்டு எருமைகளை மட்டும் கர்கீயின் வீட்டில் விட்டுவிட்டு மற்றவை அனைத்தும் குரயீகுடிக்கு அனுப்பப்பட்டுவிட்டன. ஜேட்டா, சாயிலா இரு சகோதரர்களும் சேர்ந்து எருமைகளைப் பராமரிக்கும் எல்லா பொறுப்புகளையும் எடுத்துக்கொண்டு வேலை செய்தார்கள். சில நாட்களுக்குப் பிறகு அவர்களுடைய இளைய சகோதரன் காயிலாவும் அங்கேயே வந்துவிட்டான்.

இது பல வருஷங்களுக்கு முந்திய விஷயம். அதற்குப் பிறகு மெல்ல, மெல்ல அந்த மூன்று சகோதரர்களுக்கும் கல்யாணம் நடந்தது, குழந்தைகளும் பிறந்தார்கள்.

இதற்கிடையில் துபடியிலிருந்து ஒரு தீப்பெட்டிக் கம்பெனி குரயீகுடி இலவ மரங்களை வெட்டுவதற்கு வந்து அங்கு தங்கியபோது அவர்களும் பல நேப்பாளி விறகுவெட்டிகளைத் தங்களுடன் அழைத்து வந்தார்கள். அவர்களில் பலர் கம்பெனிக்காரர்கள் திரும்பிப் போன பிறகு அங்கேயே தங்கிவிட்டார்கள். குரயீகுடி மண்ணின் மணம் விறகு வெட்டும் நேப்பாளிகளின் மனதை மயக்கியது. என்ன மாயமோ, என்ன மோகமோ தெரியவில்லை, அது அவர்களை குரயீகுடியிலிருந்து அகன்று போகவே விடவில்லை.

ஜேட்டா, சாயிலா, காயிலா சகோதரர்களின் வீடுகளுக்கு அருகில் குரயீகுடி புதிய குடியிருப்பின் ஒரு கோடியில் இன்னும் பல நேப்பாளி வீடுகளின் வரிசை அமைந்துவிட்டது. அவர்களும் எருமைகள் வளர்த்தார்கள், பால், தயிர், நெய், வெண்ணெய் உற்பத்தி செய்யத் தொடங்கினார்கள். அந்தப் பொருள்கள் தேயிலைத் தோட்டங்களில், செல்வந்தர் வீடுகளில், மார்வாடி கடைகளில் விற்பனை ஆகத் தொடங்கின. இவ்வாறு உழைத்து சம்பாதிக்கும் ஒரு சிறிய நேப்பாளி சமூகம் அங்கு உருவாயிற்று.

ஜேட்டாவும் அவனுடைய சகோதரர்களும் தங்களுக்கென சில எருமைகள் வாங்கி கர்கீயின் எருமைகளோடு அவற்றையும் சேர்த்துப் பராமரித்தார்கள். அது மட்டுமல்ல, ஜேட்டா பல பீகா நிலம் வாங்கி அதற்கு சொந்தக்காரனாகவும் ஆகிவிட்டான். குரயீகுடியின் இந்தப் பக்கம் காட்டுக்கு முன்னால் இருந்த மைதானத்தின் ஒரு பகுதி அவனுடையதாகிவிட்டது. அவன் நெல் பயிரிடத் தொடங்கியதும் பார்த்துக் கொண்டிருக்கும்போதே மற்றும் சில நேப்பாளிகளும் காட்டைத் திருத்தி நெல் விளைவிக்கத் தொடங்கிவிட்டார்கள்.

ஜேட்டாவின் நில எல்லைக்கு அப்பால் ரங்காஜான் ஆற்றின் அந்தப் பக்க நிலப் பரப்பில் வேர்கள், புதர்கள், காட்டுச் செடிகள், புல் கால் அடி எடுத்து வைக்க முடியாத அளவு பரவியிருந்தன. ஆனால் உழைக்கும் மக்கள் வேலை செய்ய எப்போது பயந்திருக்கிறார்கள்! ஒரு வருஷம், இரண்டு வருஷம் ஆகத்தான் செய்தது, ஆனால், இறுதியில் அவர்கள் அந்தக் காட்டு நிலத்தை நெல் வயலுக்குத் தக்கவாறு பண்படுத்திவிட்டுதான் மூச்சு விட்டார்கள். நிலம் தாழ்வாக இருந்ததால் மழைக்காலத்தில் எல்லா பக்கங்களிலிருந்தும் ஆறு, கால்வாய், அருவி தண்ணீர் முழுதும் அங்கு வந்து நிறைந்துவிடும். பல மாதங்கள் வரை முழங்கால் அளவு தண்ணீர் நிறைந்தே இருக்கும். அவர்கள் நீண்ட கால்வாய்கள் பல வெட்டி, மண் அணை கட்டி தண்ணீர் மிகுதிப் பிரச்சனைக்கு ஒரு தீர்வு கண்டார்கள். சதுப்பு நிலப் புல், காட்டுச்செடி -கொடிகள், மரங்கள் நிறைந்த காட்டைத் திருத்தி இரண்டு வருஷம் கழித்து நெல் பயிரிட்டபோது முதலில் பாவோ நெல்தான் விளைவித்தார்கள். அது நன்கு விளைந்து அறுவடை ஆன பிறகு அந்தக் காட்டு நிலம் நல்ல விளைச்சல் நிலமாக தளதளத்து ஜொலித்தது.

நேப்பாளத்தின் களைப்பு அறியாத அந்த உழைப்பாளிகளின் வியர்வை மணமும் பிராணிகளின் கால் குளம்பை வெட்டுவதால் கொட்டும் அவற்றின் கால் நக தசைப்பகுதி ரத்தத்தின் மணமும் கலந்து மணக்கும் காடு இன்று பசுமையான நெல் பயிரும், தங்க நிற நெல் மணிக் கதிர்களும் மணக்கும் மனோரம்யமான பசுமையான பூமி ஆகிவிட்டது. மற்ற நேப்பாளிகளின் வயல்கள் பரந்து பரந்து ஜேட்டாவின் நில எல்லையைத் தொட்டுவிட்டன. இப்போது ஒரு பக்கம் வெகு தூரம் வரை நேப்பாளிகளின் வயல்கள்தான் இருந்தன. அதற்கு ஒரு பெயரும் வைக்கப்பட்டது - ‘குருணைக் கல் வயல்’ -சதுப்பு நிலத்தையும் காட்டையும் திருத்தி அமைத்த வயல்.

குரயீகுடித் தீவில் எருமை வளர்க்கும் பல நேப்பாளிக் குடும்பங்கள் இருந்தன, அவர்கள் அங்கேயே நிரந்தரமாகக் குடியேறி இருந்தார்கள், ஆனால் அவர்களில் சிலர் ரங்காஜான் ஆற்றின் கரை ஓரக் காட்டைத் திருத்தி வயல்களில் பயிரிடவும் தொடங்கிவிட்டார்கள். மழைக்காலத்தில் வயல்களுக்கு அருகில் இருக்கவேண்டி இருந்ததால் அவர்கள் சற்று உயரமான நிலத்தைத் தெரிந்தெடுத்து மழைக்காலத்தில் மட்டும் இருப்பதற்காக குடிசைகள் கட்டிக்கொண்டார்கள். மெல்ல மெல்ல அந்த இரண்டு, மூன்று தற்காலிகக் குடிசைகளுக்கு அருகில் இன்னும் பல குடிசைகள் தோன்றிவிட்டன. பிறகு மழைக்காலத்தில் மட்டும் அந்தக் குடிசைகளில் தங்கியவர்கள் நிரந்தரமாக அங்கேயே இருக்கத் தொடங்கினார்கள். இப்போது ஒரு நேப்பாள வேளாண் சமூகமும்

தோன்றியது, அது காட்டின் ஓரத்தில், ரங்காஜான் நதிக்கரையில் குடியேறிவிட்டது. குரயீ தீவுடன் ஒரு புதிய நேப்பாள கிராமமும் தோன்றியது, அந்த கிராமத்தின் பெயர் குருணை கிராமம்.

அந்த குருணை கிராமத்திற்குப் பின்னால் ஒரு ரகசியக் கதையும் இருந்தது.

கர்கீ குரயீ தீவில் ஜேட்டாவுக்கும் அவன் சகோதரனுக்கும் எருமைகளைப் பராமரிக்க ஒரு இடம் கொடுத்திருந்தார், ஆனால் அவர்களைப் பார்த்து இன்னும் பல நேப்பாளிகள் அங்கு தங்கள் பசு, எருமைகளைக் கொண்டுவந்து குடியேறிவிட்டார்கள், பால் பண்ணைத் தொழிலைத் துவங்கிவிட்டார்கள். அதன் பிறகு ஜேட்டாவே முதல் ஆளாக நெல் பயிரிடத் தொடங்கினான். பிறகு வேறு சிலரும் பயிர்த்தொழில் தொடங்கிவிட்டார்கள். இவ்வாறு குருணைக்கல் அமைந்தது. இந்த முறை கர்கீயே அந்த பூமியை ஜேட்டாவின் பெயருக்கு எழுதிக் கொடுத்திருந்தார். இந்த எல்லா நல்ல காரியங்களையும் கர்கீ ஒரு முக்கியமான தன்னல நோக்கத்தோடுதான் செய்துகொண்டிருந்தார். அவர் முன்னை விட அதிகமாக நல்ல காரியங்கள் செய்வதற்கு அடிப்படைக் காரணமாக இருந்த அந்த ரகசியத் தன்னலம் ஒரு அருவருக்கத்தக்க செயல், கர்கீ குடும்பத்தினர் மிக ரகசியமாக வைத்திருந்த ஒரு களங்கம்.

சில வருஷங்களுக்கு முந்திய விஷயம் அது. கர்கீயின் வளர்ப்பு மகன் ஸ்வர்கராம் அப்போது உயிரோடு இருந்தான். உண்மையில் ஸ்வர்கராமினால் கர்கீ குடும்பத்தில் பல சம்பவங்கள் நடந்துவிட்டிருந்தன, அவற்றினால் ஏற்பட்ட களங்கங்கள் அழித்தா லும் அழியாது. எல்லா சம்பவங்களுக்கும் காரணகர்த்தா ஒருவன்தான், ஸ்வர்கராம்.

அந்த வட்டாரம் முழுதும் கர்கீ என்ற பெயரால் அறியப்பட்ட அந்த சர்வாதிகாரியின் உண்மையான பெயர் கர்க் ராம் சிம்ஹ். அவர் விஷ்ணுஜான் கிராமத்தின் கிராமத் தலைவர். அவர் எழுபது வயதைத் தாண்டியவர், ஆனால் உடல் வலிமையில் நடுத்தர வயது மனிதர்தான்! தேக ஆரோக்கியம் குறையவில்லை, செல்வாக்கும் - மதிப்பும் குறையவில்லை.

அவர் பெயருடன் 'சிம்ஹ்' பட்டம் எப்படி இணைந்தது, ஏன் இணைந்தது என்று யோசித்துப் பார்த்தால் முடி வேரோடு பிடுங்கிக்கொண்டு வருவதுதான் லாபமாக இருக்கும். கர்கீக்கு முந்திய இரண்டாவது தலைமுறை மனிதர், கர்கீயின் தாத்தா பீஹாரிலிருந்து அஸ்ஸாமுக்கு வந்தவர். வந்தவர் அங்கேயே நிரந்தரமாகத் தங்கிவிட்டார். அவருக்கு எப்படியோ ஆங்கில

அரசாங்க அதிகாரிகளுடன் பழக்கம் ஏற்பட்டுவிட்டது, அவ்வளவுதான், அவர் விஷ்ணுஜான் கிராமத்திற்குத் தலைவர் ஆகிவிட்டார், தன் பெயருடன் 'சிம்ஹ்' பட்டத்தையும் ஒட்டிக்கொண்டார். அதே பட்டம் தலைமுறை, தலைமுறையாக வந்து மூன்றாவது தலைமுறையில் விஷ்ணுஜான் கிராமத் தலைவர் ஆகிவிட்டார் கர்க் ராம் சிம்ஹ். மூன்று தலைமுறைக்கு முந்திய பீஹாரி ரத்தம் அவர் நாடி நரம்புகளில் ஓடிக்கொண்டிருந்தது. பார்க்கப் போனால் அவர் உடல் - மனம் இரண்டையும் வளர்த்து வலுவூட்டியது அஸ்ஸாம் நீரும் காற்றும்தான், அவருடைய நினைவுகள், தீர்மானங்கள், பழக்க வழக்கங்கள், பேச்சு, உணவு, நடை, உடை எதுவும் அஸ்ஸாமியர்களிடமிருந்து கடுகளவும் மாறுபட்டதல்ல. அவருடைய மனைவி சந்திரப்பிரபாவை, ஒரு அஸ்ஸாமியப் பெண்ணைத் திருமணம் செய்யும் எண்ணத்துடன் காமேரிச்சூக் கிராம விழா நாட்டியத்தில் அவளுடைய நாட்டியத்தைப் பார்த்து மயங்கி அழைத்துக்கொண்டு வந்து அவர் கல்யாணம் செய்து கொண்டார். அந்த நேரம் அவருடைய தந்தை உயிருடன் இருந்தார். உண்மையில் அவரால் முடிந்திருந்தால் அவர் அந்தக் கல்யாணத்தைத் தடுத்திருப்பார். ஒரு கிராமத்தலைவரின் மகன் அவ்வாறு ஒரு பிச்சைக்காரனின் மகளை வீட்டுக்கு அழைத்து வருவதே மானக்கேடான விஷயம். பிறகு அப்படிப்பட்ட பெண்ணை தன் வீட்டு மருமகள் ஆக்குவதா! ஒருபோதும் முடியாது!! ஆனால் நடக்க இருந்த கல்யாணத்தை யாராலும் தடுத்து நிறுத்த முடியவில்லை, கல்யாணம் நடந்தேவிட்டது.

அஸ்ஸாமின் கீழ்ப்பகுதியில், பிரம்மபுத்ராவின் தெற்கு முனையில் ஒரு சில கிராமங்களைத் தவிர பெரும்பாலான இடங்களில் ஜமீன்தார் முறை வழக்கத்தில் இல்லை. ஆனால் பிரிட்டிஷார் தந்த கிராமத்தலைவர் பட்டமும் ஜமீன்தார் பட்டத்தை விட குறைந்தது அல்ல. அவர்களுடைய செல்வமும், நில புலன்களும் ஜமீன்தார்களுக்கு சமமாக இல்லைதான், ஆனால் கிராமத்தில் இருந்த எந்த கிராமவாசியை விடவும் அதிகமாகவே இருந்தது. கிராமத்திலேயே அவர்கள்தான் எல்லாரையும் விட செல்வந்தர்களாகவும் செல்வாக்கு வாய்ந்தவர்களாகவும் இருந்தார்கள். செல்வம், செல்வாக்கு ஆகியவற்றின் சக்தியால் அவர்கள் தங்கள் விருப்பம் போல் நடந்தார்கள், அநியாயம் -அக்கிரமம், சுகபோகம், கேளிக்கைகளில் ஜமீன்தார்களுக்கு சளைக்காமல் இருந்தார்கள். நேராக சொல்லப்போனால் சாதாரண மக்களை ஏமாற்றுவதே அவர்களுடைய இயல்பான போக்காக இருந்தது.

துரதிருஷ்டவசமாக கல்யாணம் ஆகி நீண்ட நாட்களாகியும் கர்க்ராம் தம்பதிகளுக்கு குழந்தை இல்லை. சில வருஷங்கள் வரை

குழந்தை பிறக்கும் என்ற நம்பிக்கையில் இருந்தார்கள், ஆனால் பிறகு நம்பிக்கை இழந்து கர்க்ராம் ஒரு தீர்மானத்திற்கு வந்தார். அவர் சந்திரப்பிரபாவின் தூரத்து உறவில் சகோதரி முறையில் இருந்த ஒரு பெண்ணின் மகனை தத்து எடுத்து ஸ்வர்கராம் என்று பெயரிட்டு வளர்க்கத் தொடங்கினார்.

கர்க்ராமும் அவர் தந்தையும் அதிகம் எழுதப் படிக்கத் தெரிந்தவர்கள் அல்ல. கர்க்ராம் சிறுவனாக இருக்கும்போது ஸ்கூல்களில் வங்காள மொழி கற்பிக்கப்பட்டுவந்தது. அவருக்கு வீட்டில் ஒரு மாஸ்டரை வைத்து ஆங்கிலமும் கற்றுத் தரப்பட்டது. அந்த மாஸ்டர் பூரி ஜகன்நாத்திலிருந்து வந்த, ஆங்கிலம் அறிந்த ஒரு ஒரிஸ்ஸா பண்டா. கடந்த பல வருஷங்களாக அவர் ஒவ்வொரு வருஷமும் அந்த கிராமத்திற்கு வந்து இரண்டு மாதம் தங்கி வீடு - வீடாகப் போய் ஜகன்நாத் கோவில் பிரசாதத்தைக் கொடுத்து தட்சிணை வாங்கிக்கொண்டிருந்தார். அவ்வாறு வந்து இருக்கும் காலத்தில் அவர் கர்க்ராமுக்கு ஆங்கிலம் கற்பித்தார். மூன்று -நான்கு வருஷங்கள் அவ்வாறு வந்த அவர் பிறகு வருவதை நிறுத்திவிட்டார், அதனால் கர்க்ராம் ஆங்கிலம் கற்பதும் அத்துடன் நின்றுவிட்டது.

ஆனால் ஸ்வர்கராமுக்கு அவ்வாறு எந்தத் தடங்கலும் நேராமல் அவன் நன்றாகப் படிக்க ஏற்பாடு செய்யப்பட்டது. தொடக்கத்தில் சில வருஷங்கள் வரை வீட்டிலேயே ஒரு மாஸ்டரை வைத்து ஆரம்பக் கல்வி அளிக்கப்பட்டது. பன்னிரண்டு வயது இருக்கும்போது மேற்கொண்டு படிக்க அவன் கல்கத்தாவிற்கு அனுப்பி வைக்கப்பட்டான்.

கர்க்ராம் சிம்ஹின் தூரத்து உறவு சகோதரன் ஒருவன் கல்கத்தாவில் இருந்தான். அவனுக்கு சொந்தமாக இருபது பெரிய சரக்குப் படகுகள் இருந்தன. அறுநூறு -எழுநூறு மணங்கு சுமை சுமக்கும் அந்தப் படகுகள் ஹூக்ளி நதியிலிருந்து சரக்குகளை ஏற்றிக்கொண்டு பத்மா -பிரம்மபுத்ரா நதிகளைக் கடந்து அஸ்ஸாமுக்கு வந்துகொண்டிருந்தது, சரக்குகளை இறக்கிவிட்டுத் திரும்பும்போது தேயிலைப்பெட்டிகள், சணல். மரக்கட்டைகள் சுமையை ஏற்றிச் சென்றுகொண்டிருந்தது. இருபது படகுகளுக்கு சொந்தக்காரனான அந்த சகோதரனின் மேற்பார்வையில் ஸ்வர்கராம் கல்கத்தாவில் ஒரு போர்டிங் ஸ்கூலில் சேர்க்கப்பட்டான்.

வருஷத்தில் ஒரு முறை ஸ்வர்கராம் கோடை விடுமுறையில் கல்கத்தாவிலிருந்து வீட்டிற்கு வருவான், பதினைந்து -இருபது நாட்கள் அங்கு இருப்பான். அந்த இரண்டு, மூன்று வாரங்கள் கிராமத்துப் பெரிய வீடும் விஷ்ணுஜான் கிராமத்திற்கு அக்கம்பக்க கிராமங்களும் அமர்க்களப்படும். அந்த நாட்களில் அந்த

வட்டாரத்தின் பல பகுதிகளில் பல சம்பவங்கள் நடக்கும், எல்லா வற்றிற்கும் மையமாக ஸ்வர்கராம் சிம்ஹ் இருப்பான்.

அந்த முறை விடுமுறையில் வந்தபோது ஸ்வர்கராம் கார் ஓட்ட கற்றுக்கொண்டான். அப்போது அவனுக்கு பதினேழு - பதினெட்டு வயதுதான் இருக்கும். டிக்கராயி தேயிலைத் தோட்ட பர்ட்டன் துரையிடமிருந்து ஸ்வர்கராம் அந்த ஃபோர்டு காரை வாங்கியிருந்தான். முதல் நாளே ஸ்வர்கராம் வண்டியை தெரு ஓரத்தில் மேய்ந்துகொண்டிருந்த ஒரு பசு, கன்றின் மீது மோதி தெரு ஓர பள்ளத்தில் போய் விழவைத்துவிட்டான். அந்த வருஷம் ஸ்வர்கராம் வீட்டில் இருக்கும் வரை அல்லது வண்டி ஓட்ட கற்றுக்கொள்ளும் வரை கிராமவாசிகள் தங்கள் ஆடு -மாடுகளைத் தெருவில் விடுவது கஷ்டமாகிவிட்டது. தொலைவில் வண்டி வருவது கண்ணில் பட்டதுமே மக்கள் “ஐயோ பகவானே... காப்பாற்று” என்று வேண்டியபடி தெருவை விட்டு பள்ளத்தில் இறங்கிவிடுவார்கள்.

ஒரு முறை லீவில் வந்து அவன் குதிரை சவாரி கற்றுக் கொண்டான். அவன் குதிரை சவாரி செய்யும்போது மக்கள் அவனைப் பார்த்து நடுங்கினார்கள். அவன் குதிரை மீது ஏறி கர்வத்துடன் தலையைத் தூக்கியபடி கிராமம் முழுதும் சுற்றித் திரிந்தான். அதைத் தவிர சில சமயம் அவன் மீன் பிடிக்கத் தேவையானவற்றை எடுத்துக் கொண்டு நதியில் மீன் பிடிக்கப் போவான், சில சமயம் துப்பாக்கி எடுத்துக்கொண்டு வேட்டையாடப் போவான். ஒவ்வொரு லீவ் நாட்களிலும் அவன் அடிக்கிற கூத்துகளிலிருந்து கிராமவாசிகள் வருஷம் முழுதும் பேசுவதற்குப் போதிய விஷயங்கள் கிடைத்துவிடும். அவனுடைய பொழுதுபோக்கு சாதாரண மக்களுக்கு அவஸ்தை என்று ஆகியிருந்தது.

ஸ்வர்கராம் வளர்ந்து பெரியவன் ஆக ஆக ஒவ்வொரு முறையும் அவன் லீவ் நாட்களில் கிராமத்துப் பெரிய வீட்டில் வந்து தங்குவது ஏதாவது ஒரு புதிய விஷயத்தைத் தோற்றுவித்தது, அதனால் அவனுடைய புதிய, புதிய வலு மிக்க ஒரு வில்லனின் பல பூதாகாரமான வடிவங்கள் உருவெடுத்தன, அவை கிராமம் முழுதும் மக்களை அதிரச் செய்தன. கிராமத்துப் பெரிய வீட்டின் உள்ளேயும், வெளியேயும் விதிமுறைகளுக்கு உட்பட்ட, காலாகாலத்தில் செய்யப்படும் எல்லா செயல்முறைகளும் அவன் இருப்பதாலேயே நிலைகுலைந்து போகும். பெரிய வீட்டிலும், பின்னால் தோட்டத்திலும் எல்லா வேலைக்காரர்களும், அடிமைகளும், அடியாட்களும் மூச்சைப் பிடித்துக்கொண்டு அவனுடைய கட்டளைக்குக் காத்திருப்பார்கள், கட்டளை பிறந்தவுடனே அதை செயல்படுத்துவதில் முனைந்து விடுவார்கள்.

குரயீகுடி நேப்பாளி ஜேட்டாவும் ஒரு முறை ஏதோ ஒரு காரணத்தால் ஸ்வர்கராமை சந்திக்க நேர்ந்தது, ஆனால் அந்த சந்திப்பு இனிமையானதாக இல்லை.

ஜேட்டா கிராமத் தலைவரின் பழைய மாட்டுக்காரன் கனட்டியிடம் ஸ்வர்கராமைப் பற்றி விசாரித்து அறிந்திருந்தான். அவனுடைய அநியாயங்களைப் பற்றியும் தெரிந்து வைத்திருந்தான். அவனுடைய கெட்ட குணமும், மனம் போனபடி நடப்பதும் எல்லாரும் அறிந்ததுதான்.

ஸ்வர்கராம் ஒரு முறை கிராமத்து பெரிய வீட்டில் ஒரு கூண்டில் அடைபட்ட புலியைப் பார்க்க வந்த கிராமவாசிகள் மீது ஒரு காரணமும் இல்லாமல் துப்பாக்கியால் சுட்டான். அவன் கார் டிரைவர் புதராமை ஒரு அற்ப விஷயத்திற்கு மண்டையை உடைத்து கொன்றேவிட்டான், புதராமின் மனைவி ராசமனியை பலாத்காரம் செய்யவும் முயற்சித்தான். அவனுடைய அப்படியான பல பெரிய அருவருக்கத்தக்க செயல்களை கனட்டி ஜேட்டாவுக்கு தெரியப்படுத்தி இருந்தான். ஸ்வர்கராமின் அநியாயங்களையும் அக்கிரமங்களையும் வாயை மூடிக்கொண்டு சகித்துக்கொண்டிருக்க முடியாமல் தான் தவித்தது, உயிர் போகும் ஆபத்தான நிலையில் தன்னை வைத்திருந்தும் கிராமத் தலைவருடைய மாட்டுத் தொழுவத்தை மட்டுமல்ல, அந்த வட்டாரத்தை விட்டே அகன்று நதிக்கு அப்பால் நிஹாலியில் குடியேறத் துணிந்தது ஆகியவற்றை கனட்டியே ஜேட்டாவிடம் விவரித்திருந்தான்.

பிறகு ஒருநாள் ஸ்வர்கராம் சிம்ஹின் விஷப்பல் ஜேட்டாவின் வீட்டையும் தீண்டியது. கோடை விடுமுறையில் வீட்டிற்கு வரும் போது ஸ்வர்கராமின் பொழுதுபோக்குக் காரியங்களில் பிக்னிக் போவதும் ஒன்று, சில சமயம் காட்டுக்குப் போவான், சில சமயம் நதிக்கரைக்குப் போவான். மீன் பிடிப்பதும் அதில் ஒரு முக்கியமான பகுதி. அதற்கு மிகவும் ஏற்ற இடம் குரயீகுடிதான். அவன் குரயீகுடித் தீவிற்குப் போகும்போதெல்லாம் கட்டாயம் ஒரு முறை ஜேட்டாவின் வீட்டுப் பக்கம் போய் ஒரு சுற்று சுற்றுவான். அதற்கு இரண்டு காரணங்கள் இருந்தன. முதலாவது காரணம், முக்கியமான காரணம், ஜேட்டாவுக்கும், மற்ற நேப்பாளிகளுக்கும் தன் மதிப்பைக் காட்டிக்கொள்வது, இரண்டாவது காரணம், படகு, காய்கறி, உருளைக்கிழங்கு - வெங்காயம், பால் -தயிர், நெய் -வெண்ணெய் போன்ற எல்லா அவசியமான பொருள்களையும் அங்கேயே சேகரித்துக் கொள்வது. அப்படி ஒரு முறை பிக்னிக் போனபோது ஸ்வர்கராமின் பார்வை ஜேட்டாவின் சிறிய சகோதரனின் அழகிய மனைவி மீது பட்டுவிட்டது. ஸ்வர்கராம் கல்கத்தா போன்ற ஒரு பெரிய நகரத்தின் எந்த சிவப்பு விளக்குப் பகுதியையும்,

கிளப்பையும் விட்டு வைத்ததில்லை. விஷ்ணுஜான் வட்டாரத்திலும் இந்தக் கோடியிலிருந்து அந்தக் கோடி வரை சல்லடை போட்டு அலசியிருந்தான் - விஷ்ணுஜான் கிராமம் மட்டுமல்ல, அதற்கு அக்கம்பக்கம் இருபது, இருபத்தைந்து மைல் சுற்றுவட்டாரத்தில் எந்த கிராம விழா நாட்டியமும் ஸ்வர்கராம் இல்லாமல் நடந்ததில்லை. விழாக்களில் அவன் அது வரை நூற்றுக்கணக்கான அழகிய இளம்பெண்கள் நாட்டியம் ஆடுவதையும், மேளதாளத்திற்கு ஏற்ப அசைவதையும் பார்த்திருந்தான். ஆனால் அன்று வரை அத்தகைய ஒன்றும் அறியாத, புதிதாக மணமான, கிராமத்து இளம்பெண், வித்தியாசமான அழகி, கவர்ச்சிகரமான, கூரிய கண்பார்வையுடன் கட்டான உடல்வாகுடையவள், எந்த ஆண்மகனின் ரத்தத்தையும் உத்வேகப்படுத்தி தூண்டிவிடும் எந்தப் பெண்ணும் ஸ்வர்கராமின் பார்வையில் தட்டுப்பட்டதில்லை. என்று ஸ்வர்கராம் சுரமாயாவை முதல் முதலாகப் பார்த்தானோ அன்றே அவன் தன் தூண்டிலை குரயீ நதித் தண்ணீரில் போட்டுவிட்டு நாள் முழுதும் பிரமை பிடித்துப்போய் உட்கார்ந்திருந்தான். அவனுக்கு நதியின் தெளிந்த நீரில் தூண்டிலின் அந்த முனையில் சுரமாயாவின் முகமே மீண்டும் மீண்டும் அழகிய மீனைப் போல துள்ளி ஆடியபடி, மின்னியபடி கண்ணில் தோன்றியது. எப்படி அந்த ஆடும் மீனை நோகாமல் எடுத்து அதன் மென்மையான உடலை மெல்ல கையால் வருடுவது என்று அவன் யோசித்தான். எப்படி.... எப்படி? எப்போது ஒரு பெரிய முள் மீன் தூண்டில் தீனியைக் கவ்வியது, மெல்ல மெல்ல அதைக் கடித்துத் தின்றது, எப்போது தீனி முழுதும் தின்றுவிட்டு தண்ணீரின் மேல் பரப்பில் நீந்தித் திரிந்தது, எதுவும் அவன் கவனத்தில் இல்லை. சுரமாயாவின் உடல் கட்டும் அவளுடைய இளமை கொழிக்கும் முகமும் ஸ்வர்கராமின் கண்களில் குடியேறிவிட்டது.

வெகு நேரம் சுரமாயாவின் நினைவுகளில் தன்னை மறந்து உட்கார்ந்திருந்த பிறகு ஸ்வர்கராம் சுரமாயாவைத் தனக்காகவே அதிருஷ்ட தேவதை குரயீகுடிக்கு அழைத்து வந்திருக்கிறது என்று முடிவு செய்தான். ஒரு ஒன்றும் தெரியாத முட்டாளின் கையில் இத்தகைய அபூர்வமான தங்கப்பதுமையை வீணாக அழிய விடுவது அறிவுடைமை ஆகுமா! அந்த முட்டாளுக்கு தங்கத்தின் மதிப்பு தெரியுமா! அந்தத் தகுதியற்ற ஆளின் பிடியிலிருந்து அவளை விடுவிக்கத்தான் வேண்டும். அந்த அப்பாவிப் பெண்ணை ஸ்வர்கராம்தான் மீட்கவேண்டும் என்று அவன் தீர்மானித்துக் கொண்டான், தன் கெட்ட, தந்திர புத்தியைப் பயன்படுத்தி தீவிரமாக யோசிக்கத் தொடங்கினான்.

இதற்கிடையில் ஜேட்டாவின் வீட்டில் எல்லாருக்கும் முதலில் ஒரு தெளிவற்ற நிலையிலும், பின்னர் மெல்ல மெல்ல பல

விஷயங்களை யோசித்துத் தெளிவாகவும், ஏதோ நடக்கவிருக்கிறது என்று தெரிந்துவிட்டது. பூமிக்கடியில் மிகுந்த ஆழத்தில் வலுவான அதிர்வு ஏற்பட்டிருக்கிறது என்று அவர்கள் அனுமானித்து விட்டார்கள். எப்போது பூமி அதிரும், எப்போது எல்லாம் நிலைகுலைந்து தலைகீழாகிவிடும், ஒன்றும் தெரியவில்லை. அந்த இறுக்கத்தின் தாக்கம் அவர்களுடைய தினப்படி வாழ்க்கையிலும் ஏற்பட்டுக்கொண்டிருந்தது. ஒருநாள் ஒரு அற்ப விஷயத்திற்கு ஜேட்டா சாயிலாவை அடித்துவிட்டான், மற்றொரு நாள் ஏதோ ஒரு சிறிய தவறுக்காக சுரமாயாவை கடுமையாக திட்டினான், அதட்டினான். என்ன நடக்குமோ, ஏது நடக்குமோ என்ற ஒரு பதைப்பான சூழல் நிலவியது, அதில் புயலுக்கு முந்திய அமைதியும் தெளிவற்ற தன்மையும் இருந்தது. சுரமாயாவைக் குறித்து வீட்டிலிருந்த எல்லாரும் அமைதியற்று இருந்தார்கள்.

பிறகு திடீரென்று ஸ்வர்கராம் காரணத்தோடும் - காரணமின்றியும் தினமும் குரயீகுடிக்கு வரத் தொடங்கினான். கிராமத் தலைவர் வீட்டிலிருந்து யார், எப்போது குரயீகுடிக்கு வந்தாலும் ஜேட்டாவின் வீட்டுப்பக்கம் ஒரு சுற்று சுற்றுவது இயல்புதான், ஜேட்டா கிராமத் தலைவருடைய மாடுகளைப் பராமரிப்பவன் அல்லவா! அந்த வீட்டின் இந்த வழக்கத்தை ஸ்வர்கராம் மிக சிரத்தையாகப் பின்பற்றினான். முன்பெல்லாம் மீன் பிடிக்கப் போகும்போது கட்டாயம் வீட்டை ஒரு சுற்று சுற்றிவிட்டுப் போவான், இப்போது திரும்பிப் போகும்போதும் வீட்டிற்கு வரத் தொடங்கினான். மிக சாமர்த்தியமாக அவன் தன்னுடைய தேனொழுகும் புகழ்ச்சி வார்த்தைகளால் சாயிலாவை மயக்கி அவனுடன் நல்ல நட்பு ஏற்படுத்திக்கொண்டான். சாயிலா ஏற்கனவே ஒரு முட்டாள், அவன் எப்படி ஸ்வர்கராமின் தந்திரங்களைப் புரிந்துகொள்வான்? மெல்ல, மெல்ல ஸ்வர்கராமின் பல விலைமதிப்பு மிக்க பொருள்கள் சாயிலாவிடம் வந்து சேர்ந்தன. அவன் ஸ்வர்கராமின் விலை உயர்ந்த உடைகளை விருப்பப் பட்ட போது அணியத் தொடங்கினான்.

தொடக்கத்தில் ஜேட்டா வீட்டினர் ஸ்வர்கராமின் அந்த தாராளங்களை சாயிலாவின் அற்ப புத்தி, ஆசைகளுக்கு இரங்கி அவன் செய்ததாக நினைத்திருந்தார்கள், ஆனால் அந்த தாராளங்கள் கொஞ்சம் அதிகமாகவே கூடத் தொடங்கியபோது அவர்கள் எல்லாருக்கும் அது உறுத்தத் தொடங்கியது. சாயிலாவை அந்த விஷயத்தில் சற்று கவனமாக இருக்கும்படி அவர்கள் பல முறை எச்சரித்தார்கள், அவன் மண்டையில் ஏதாவது இருந்தால்தானே! நாளாக, நாளாக எல்லாருடைய மனதிலும் ஏதோ நிகழக்கூடாத ஒன்றின், ஒரு விபத்தின் கவலை குடி கொண்டது. ஆனால் யாரும்

உண்மையான விவரத்தை சற்று அறியும் முன்பே எரிமலை வெடித்தது.

எல்லா வருஷமும் செய்வது போல அந்த வருஷமும் கோடை விடுமுறை முடிவதற்கு மூன்று நாட்களுக்கு முன்பு கிராமத் தலைவர் தன்னுடைய ஃபோர்டு காரில் கீழ் அஸ்ஸாம் செல்லும் டிரெயினைப் பிடிக்க மகனை அழைத்துக்கொண்டு சதருக்கு செல்ல இருந்தார். ஸ்வர்கராம் தன் அறிவுக்கூர்மையை வெளிப்படுத்தி கானூ பாபுவின் பஸ் சதர் வரை போகும்போது தன்னை விட்டுவிட்டு வருவதற்காக மட்டும் அவர் ஃபோர்டு காரை எடுத்துக்கொண்டு தேவையில்லாமல் அவ்வளவு தூரம் ஏன் வரவேண்டும், முதல் நாள் போகும் அதே பஸ் மறுநாள் திரும்பிவரும், தான் அந்த பஸ்ஸிலேயே போய்விடுவதாகவும், கானூ பாபு அவனிடம் பணமும் வாங்க மாட்டார், அவர் தானே பஸ் ஓட்டுவதால் தன் அருகிலேயே உட்கார வைத்துக்கொள்வார் என்றும் கூறி இந்த முறை தான் கானூ பாபு பஸ்ஸிலேயே போவதாகக் கூறினான்.

திடீரென்று அவன் அவ்வாறு கூறியதும் ஸ்வர்கராம் வயதுக்குத் தக்கவாறு புத்திசாலி ஆகிவிட்டான், யோசித்து காரியம் ஆற்றும் தகுதி பெற்றுவிட்டான் என்று கிராமத் தலைவருக்குத் தோன்றியது.

ஸ்வர்கராம் கல்கத்தாவுக்குப் பயணப்படுவதாகக் கூறி கானூ பாபுவின் பஸ்ஸில்தான் ஏறினான், ஆனால் இரண்டு மணி நேரம் சென்று திடீரென்று போலாநாத் நாற்சந்தியில் பஸ்ஸிலிருந்து இறங்கிவிட்டான். அவன் கானூ பாபுவிடம் அங்கு தன்னுடைய உறவுக்காரன் ராம் ப்ரசாத் சிம்ஹ் இருப்பதாகவும், தான் அங்கு ஒரு நாள் தங்கி ஓய்வு எடுத்துக்கொண்டு போவதாகவும், கல்லூரி திறக்க இரண்டு, மூன்று நாட்கள் இருப்பதாகவும் கூறிவிட்டான். அவன் சொன்னது மிக இயல்பாக இருந்ததால் கானூ பாபுவுக்கு சற்றும் சந்தேகம் ஏற்படவில்லை.

ஸ்வர்கராம் கல்கத்தாவுக்குப் பயணப்பட்டுப் போய் நான்காவது நாள் ஜேட்டா கிராமத் தலைவர் வீட்டிற்கு வந்து தன் தம்பி சாயிலாவின் மனைவி சுரமாயாவை முந்திய நாளிலிருந்து காணவில்லை என்றும், குரயீகுடித் தீவு முழுதும் சல்லடை போட்டுத் தேடியும் அவள் அகப்படவில்லை என்றும் கூறினான்.

விஷயம் சிக்கலானது, ஜேட்டா மிகவும் கவலையாக இருந்தான். ஆனால் கிராமத் தலைவர் பெரிதாக சிரித்து அவனை ஏளனமாகப் பார்த்தார்," அந்த முட்டாளுக்கு தேடித் தேடி அந்த அழகியை நீதானே கொண்டு வந்தாய்! அந்த எரியும் நெருப்பை சாயிலா மாதிரி ஒரு உதவாக்கரை எப்படி சமாளிப்பான்! ஓடிப் போயிருப்பாள், சிங்கத்தை ஒத்த ஒரு ஆண்மகனோடு!" என்றார்.

அவருடைய ஏளனச் சிரிப்பு ஜேட்டாவின் பதிலைக் கேட்டு சட்டென ஒரு பிரேக் போட்டு நின்றது.

அந்த ஆண்மகன், சிங்கத்தைப் போன்ற இளைஞன், அவருடைய வளர்ப்பு மகன் ஸ்வர்கராம்தான் என்றும் அதில் தனக்கு எந்த சந்தேகமும் இல்லை என்றும் ஜேட்டா சொன்னான்.

கிராமத் தலைவரின் உதட்டுச் சிரிப்பு மறைந்துவிட்டது, கண்களில் கோப நெருப்புப் பொறி பறந்தது. அவ்வாறு தன்னுடைய மகன் மீது சந்தேகப்பட்டு அதைக் கூற ஜேட்டாவுக்கு எப்படி துணிச்சல் வந்தது? அந்த துணிவான வார்த்தைகள் அவன் நாவில் எப்படி வந்தது? அதுவே அவனுடைய பெரிய குற்றமாகக் கருதப் பட்டது.

கிராமத் தலைவர் கர்ஜித்து, திட்டி, அதட்டி ஜேட்டாவை விரட்டி விட்டார், ஆனால் அவன் போனவுடனே நிலைமையின் தீவிரத்தை நினைத்து திடுக்கிட்டார். அந்த வினாடியே அவர் சாமர்த்தியமாகத் தேடும் முயற்சியில் இறங்கினார்.

ஸ்வர்கராம் போலாநாத் நாற்சந்தியில் இறங்கிவிட்டதை அவர் கானுபாபு வழியாகத் தெரிந்துகொண்டார். அதிலிருந்து நூல் பிடித்தாற் போல அவர் ஒவ்வொரு அடியாக முன்னேறி ஸ்வர்கராம் நிஹாலி துறையில் கப்பல் ஏறியது வரை எல்லா விஷயத்தையும் அறிந்தார். அந்த ஆதாரத்தின் அடிப்படையில் மேலும் தேடி அவர் ரங்காகட் ஸ்டேஷனில் போலீஸாரால் பிடிக்கப்பட்ட ஒரு இளம் வயது ஆணையும் பெண்ணையும் பார்க்கச் சென்றபோது சந்தேகத்தின் பேரில் கைதுசெய்யப்பட்ட அவர்கள் வேறு யாருமல்ல, ஸ்வர்கராமும் சுரமாயாவும்தான் என்பதைக் கண்டார்.

கிராமத் தலைவர் ஸ்வர்கராமை விடுவித்து டிரெயினில் ஏற்றி கல்கத்தாவுக்கு அனுப்பி வைத்தார், சுரமாயாவைப் பிடித்து தன் வீட்டுப் பின்தோட்டத்திற்கு அழைத்து வந்து மரக்கட்டைகள் அடுக்கும் அறையில் அடைத்து வைத்துவிட்டு ஜேட்டாவைக் கூப்பிட்டு அனுப்பினார்.

அந்த நடத்தை தவறிய பெண்ணை ஒருபோதும் தன் வீட்டில் கால் அடி எடுத்து வைக்க விடமாட்டேன் என்று ஜேட்டா பிடிவாதமாக இருந்தான். முட்டாள் சாயிலா பின்தோட்டத்திற்கு வந்து பைத்தியம் பிடித்தவன் போல தனக்கு சுரமாயா வேண்டும் என்றும், தான் அவளை வீட்டிற்கு அழைத்துப் போவதாகவும் அழுது கூச்சலிட்டான்.

இரண்டு சகோதரர்களுக்கும் இடையில் தகராறு ஏற்பட்டு விட்டதும் கிராமத் தலைவர் அவர்களை சமாதானப்படுத்த வேண்டி வந்துவிட்டது. காட்டிற்கு அந்தப் பக்கம் சில பீகா நிலத்தைத் தருவதாகவும், அவன் சாயிலாவை அங்கேயே ஒரு தனி குடிசையில் மனைவியோடு இருக்கும்படி சொல்லிவிடும்படியும், அவர்கள் அங்கேயே இருந்து பயிர் சாகுபடி செய்யட்டும் என்றும் ஜேட்டாவுக்கு அவர் உபாயம் சொன்னார். அப்படி பாம்பும் செத்தது, தடியும் உடையவில்லை!

மிகத் தொலைவான ஒரு எதிர்காலத்தில் தன்னுடைய ஒரு கனவு நனவாகக்கூடிய ஒரு நம்பிக்கை ஒளி தென்படவே ஜேட்டா அதற்கு ஒத்துக்கொண்டான். கிராமத் தலைவரும் கொஞ்ச செலவில் ஒரு பெரிய களங்கத்தை மூடி மறைத்துவிட்டோம் என்ற நம்பிக்கையால் கவலையிலிருந்து விடுபட்டார்.

காட்டிற்கு அந்தப் பக்கம் விசாலமான புல் மூடிய மைதானத்தின் ஒரு மூலையில் ஒரு நாள் ஒரு புதிய குடிசை தோன்றியது. சாயிலாவும் சுரமாயாவும் தங்கள் புதிய வீட்டில் இருக்கத் தொடங்கினார்கள். சாயிலா அங்கு குடியேறிவிட்டானே தவிர அவனுடைய புத்தி சாதுர்யம், சாமர்த்தியத்தால் அந்தப் புதிய பூமியை உழுது பண்படுத்தி அங்கு பயிர் சாகுபடி செய்வது சாத்தியமாக இல்லை. அதனால் தொடக்கத்தில் ஜேட்டாவும், காயிலாவும் குரயீகுடியிலிருந்து நாள்தோறும் அங்கு போய் தங்கள் ரத்தத்தையும், வியர்வையையும் சிந்தி பயிர் சாகுபடி செய்தார்கள்.

ஐந்து வருஷங்களில் மூன்று குழந்தைகளைப் பெற்றெடுத்த பிறகு சுரமாயா சில குணப்படுத்த முடியாத நோய்களால் வாடி வதங்கி அரை உயிராகிவிட்டாள். பகல் பொழுதிலேயே அவள் திடீரென்று முன்னால் வந்து நின்றால் பிசாசைப் பார்த்தது போல் இருக்கும். அவள் உடலில் எலும்புக்கூடு மட்டுமே இருந்தது. ஒரு நாள் காலையில் சாயிலா அவளை மீண்டும் மீண்டும் கூப்பிட்டான், எழுப்புவதற்கு முயற்சி செய்தான், ஆனால் அவள் எழவில்லை, நிரந்தரமாகத் தூங்கிவிட்டாள். சாயிலா நெஞ்சில் அடித்துக் கொண்டு அழுது கதறினான்.

சிறிய குழந்தைகளை வைத்துக்கொண்டு சாயிலா அங்கே தனியாக எப்படி இருப்பான் என்று யோசித்து வீட்டை மேலும் சற்று பெரிதாக எடுத்துக் கட்டி எல்லா வசதிகளையும் செய்துகொண்டு ஜேட்டாவின் குடும்பமும் அங்கேயே வந்து குடியேறியது.

சில நாட்களுக்குப் பிறகு காயிலாவும் தன் குடும்பத்துடன் அவர்களுக்கு அருகிலேயே வந்து இருக்கத் தொடங்கினான், பயிர் சாகுபடியிலும் இறங்கிவிட்டான்.

மூன்றாவது சகோதரன் மாயிலா குரயீகுடி பசு - எருமை களைப் பராமரித்துக்கொண்டு தன் குடும்பத்தோடு தனியாக குரயீ குடியிலேயே இருந்தான்.

இதுதான் குருணை கிராமத்தின் வரலாறு, அதன் விதை களங்கச் சேற்றில் விதைக்கப்பட்டு முளைத்து எழுந்திருந்தாலும் பின்னர் அதுவே சில எளிய மக்களுக்கு செழிப்பிற்கான ஆசீர்வாதமாக அமைந்தது. நேப்பாளி மக்களில் சிலர் குரயீகுடி கிராமத்திலேயே இருந்துவிட்டார்கள், மற்ற எல்லாரும் தங்கள் பசு -எருமைகளோடு குருணை கிராமத்திற்கு சென்று குடியேறிவிட்டார்கள், அங்கேயே பயிர் சாகுபடி செய்யத் தொடங்கினார்கள்.

கஜேனுக்கு மிக அருகில், அந்த சதுப்பு நிலப் புல் காட்டிலிருந்து திடீரென்று ஒரு கொக்குக் கூட்டம் எழுந்து பறந்ததும், அவன் திடுக்கிட்டான். எவ்வளவு நேரமாக அவன் குரயீகுடி கிராமத்து, குருணை கிராமத்து நேப்பாளிகள் அங்கு வந்து தங்கிய விஷயங்களைப் பற்றி யோசிப்பதிலேயே தன்னை மறந்து நடந்துகொண்டிருந்தானோ தெரியவில்லை. அந்த முழுக் கதையையும் அவன் கொஞ்சம் - கொஞ்சமாக, வெவ்வேறு சமயங்களில், வெவ்வேறு சந்தர்ப்பங்களில் ஜேட்டா சொல்லக் கேட்டிருந்தான். கடந்த நாற்பது ஆண்டுகளில் ஒரு காட்டின் நடுவில் செழித்து வளர்ந்த அந்த வயல்-தோட்டம், குரயீ தீவில் அமைந்த கிராமம், குருணை கிராமம், அந்த எல்லாவற்றின் வரலாறுக்கும் அடிப்படையாக அமைந்தது ஜேட்டாவின் குடும்பம்தான் என்பதால் கஜேன் அதை ஜேட்டா தன் வாயாலேயே வெவ்வேறு சந்தர்ப்பங்களில் விவரிக்கக் கேட்டது மிகவும் இயற்கைதான்.

கஜேன் தூண்டில்களை ஒரு தோளிலிருந்து மறு தோளுக்கு மாற்றிக்கொண்டு ஆகாயத்தில் பார்வையை ஓட விட்டான். சூரியன் உச்சிக்கு வருவதற்கு இன்னும் சற்று நேரமாகும். வீட்டிலிருந்து புறப்படும்போது அவன் சர்வாயி பண்டிதரை ஸ்கூல் பக்கம் போகக் கண்டான், அப்படியென்றால் அந்நேரம் ஒன்பதரை மணி இருக்கும். அந்தக் கணக்குப்படி பார்த்தால் இப்போது பத்தரை மணி ஆகியிருக்க வேண்டும். குருணை கிராம வயல்களின் ஓரமாகவே நடந்து அவன் காட்டைக் கடந்து, உயரமான பாறையிலிருந்து கீழே இறங்கி குரயீகுடி வயல்களை வந்தடைந்தான். இடது பக்கம் சில நேப்பாளிகளின் வீடுகள் இருந்தன, நேராகப் போனால். எதிரில் மன்சூர் அலி வீடு. மன்சூர் அலி வீட்டிற்குப் பின்னால் குரயீ நதி ஓடுகிறது. அங்கிருந்து ஒன்றரை மைல் தூரம் ஓடி குரயீ நதி பிரம்மபுத்ராவில் இணைகிறது.

நான்கு பக்கமும் தளதளக்கும் பசுமை, அதற்குப் பின்னால் ஜாவூ காடு, அதற்குப் பின்னால் வெகு தூரம் வரை மனதை மயக்கும் மணல் மட்டும்தான், அதற்கும் பின்னால் மினுமினுக்கும் நதி நீர், நதிக்கு அந்தப் பக்கம் அடர்ந்த காஜிரங்கா காட்டின் கருங்கோடு... அதற்குப் பின்னால் தொடுவானம் வரை நீல வானம்... வானம் மட்டும்தான்! கண் முன் விரிந்த காட்சிகளும், வண்ணங்களும் கஜேனின் கண்களில் படிந்தன. வண்ணங்களின் கோலாகலத்தால் அவன் மனதில் அலை போன்ற ஒன்று ஓங்கி எழுந்தது, சிலிர்ப்பு அலை. அதன் வேகம் தீவிரமாகிவிட்டது.

எப்போதும் முதலில் மன்சூர் வீட்டிற்குப் போய் நலம் விசாரிப்பது கஜேனின் வழக்கம். ஹசீனாவிடம் சற்று நேரம் சிரித்துப் பேசிவிட்டு, நேரிசாவின் உடல்நலத்தை விசாரித்துவிட்டு அவன் போய்விடுவான். போவதற்கு முன்பு மீன் பிடிக்கும்போது உட்கார்ந்து சாப்பிடுவதற்கு வாழை இலையில் வெள்ளரிக்காய், முள்ளங்கி, கேரட், உப்பு, மிளகாய் கட்டி எடுத்துப் போவது அவனுடைய இன்னொரு வழக்கம். அந்த சின்ன, சின்ன வேலைகளை செய்வதில் மூவரும் மும்முரமாக இருப்பதைப் பார்த்து கஜேனுக்கு மிகவும் மகிழ்ச்சியாக இருக்கும். அவசரத்தில் எப்போதாவது ஏதாவது விட்டுப்போய் விட்டால் பிறகு ஹசீனா நதிக்கரைக்கு கொண்டுவந்து தந்துவிட்டுப் போவாள். அப்படி பொருள்களைக் கொண்டு கொடுப்பது ஒரு சாக்குதான், உண்மையில் கஜேனை சீண்டுவதும் எத்தனை மீன் அகப்பட்டது என்று கேட்டு அவனுக்கு கோபம் வரச் செய்வதும் ஹசீனாவுக்கு வழக்கம்தான். மீன் பிடிக்கும்போது எந்த வகைத் தடங்கலையும் அவன் அனுமதிக்கமாட்டான், முழு ஈடுபாட்டோடு மீன் பிடித்துக்கொண்டிருப்பான், அந்த ஈடுபாடு சற்று குலைந்தாலும் அவன் நெருப்பு போல் சீறி எழுவான், அவனுடைய அந்தக் கோபம்தான் ஹசீனாவுக்குப் பிடிக்கும்.

ஹசீனாவின் அந்த சீண்டலையும், சந்தோஷத்தையும் நினைத்து தனியாக இருக்கும்போதும் கஜேனுக்கு சிரிப்பு வந்து விட்டது. முகத்தில் புன்னகையுடன் கஜேன் மன்சூர் வீட்டு முன்வாசலில் அடி எடுத்து வைத்தபோது சட்டென்று யாரும் எங்கும் கண்ணில் படாததைக் கவனித்தான். சாதாரணமாக அந்த நேரம் மூவரும் அல்லது குறைந்தது யாராவது ஒருவராவது வீட்டிற்கு வெளியிலேயே இருப்பார்கள். இன்று என்ன ஆகிவிட்டது - யாரையும் காணவில்லை, எங்கும் சத்தம் எதுவும் இல்லை... சுற்றிலும் எவ்வளவு அமைதியாக இருக்கிறது!

என்ன ஆகியிருக்கும் என்று மனதிற்குள்ளேயே யோசித்தபடி கஜேன் முன்னால் சென்றான், மன்சூர் வீட்டின் கூரையில் நீட்டிக் கொண்டிருந்த மூங்கில்களில் தூண்டில்களை சார்த்தி வைத்துவிட்டு

அருகிலேயே தோளில் தொங்கிய பையை இறக்கித் தொங்க விட்டான், கதவருகில் சென்று மெல்ல "கப்பல் அண்ணா!" என்று கூப்பிட்டான்.

ஹசீனா அவ்வளவு நேரம் கவலையோடு கஜேனின் வரவையே எதிர்பார்த்துக் காத்திருந்தவளைப் போல வெளியே ஓடி வந்தாள், "மாமா, மாமா, சீக்கிரம் உள்ளே வாருங்கள்! பாருங்களேன், அம்மாவுக்கு என்ன ஆயிற்று என்றே தெரியவில்லை." அவள் பயமும் உணர்வுவேகமும் நிறைந்த குரலில் பேசினாள்.

நிலைமையின் தீவிரத்தை உணர்ந்து சட்டென்று கஜேன், "அம்மாவுக்கு என்ன ஆயிற்று?" என்று கேட்டான்.

"வாருங்களேன்! சீக்கிரம் உள்ளே வந்து அம்மாவுக்கு எவ்வளவு கடுமையான ஜுரம் என்று பாருங்கள். ஜுரத்தில் மயக்கமாக இருக்கிறாள்."

"ஜுரமா? எப்போது ஜுரம் ஆரம்பித்தது? அப்பா எங்கே?" என்று கேட்டபடி ஹசீனாவின் பின்னாலேயே கஜேன் குடிசைக்குள் சென்றான். உள்ளே வெளிச்சம் மிக மங்கலாக இருந்தது. வெளியே வெயிலில் இருந்துவிட்டு திடீரென்று உள்ளே வந்ததால் அவனுக்கு ஒரே இருட்டாக இருந்தது, ஒன்றும் தெரியவில்லை. சற்று நேரத்தில் கண்கள் இருட்டிற்குப் பழகியதும், ஒரு பழைய மூங்கில் கட்டிலில் பாய் விரித்து ஹசீனாவின் அம்மா தூங்கிக்கொண்டிருப்பதை அவன் பார்த்தான். அவள் உடல் மீது ஒரு பழைய கசங்கிய அழுக்குப் போர்வை போர்த்தியிருந்தது. அவள் கண்கள் பாதி திறந்தபடி இருந்தன. பாதி திறந்த கண்களால் யாரென்றே தெரியாத மாதிரி அவள் கஜேனையே நிலைகுத்திப் பார்த்துக்கொண்டிருந்தாள்.

"நான்கு நாட்களாக ஜுரம். இரண்டு நாட்களாக கடுமையாக ஜுரம் அடிக்க ஆரம்பித்துவிட்டது. என்ன சொல்கிறாள் என்றே புரியவில்லை. என்னை அவளுக்கு அடையாளமே தெரியவில்லை. இன்று காலை அப்பா மருந்து வாங்க டாக்டரிடம் போனார். அவர் போன பிறகு வெகு நேரம் வரை அம்மா என்னவோ உளறிக் குளறிக்கொண்டிருந்தாள், ஒன்றும் புரியவில்லை. இப்போது பேச்சும் நின்றுவிட்டது!" ஹசீனா சொன்னதைக் கேட்டுவிட்டு கஜேன் அவள் அம்மாவைப் பார்த்தபோது அவள் கண்கள் மூடி இருந்ததைப் பார்த்தான். "தூங்கிவிட்டாள். நல்லது, கொஞ்சம் தூங்கி எழுந்தால் ஜுரம் தணிந்துவிடும்." என்று சொல்லிவிட்டு கஜேன் குனிந்து நன்றாகப் பார்த்தான். நாசித்துவாரங்கள் லேசாக அசைந்துகொண்டிருந்தன, முகம் கணகணவென்று இருந்தது, மெல்ல சூடான மூச்சுக்காற்று வந்துபோய்க்கொண்டிருந்தது. "அப்பா எந்த டாக்டரிடம் போய் இருக்கிறார், தோட்டத்து

டாக்டரா, அரசாங்க டாக்டரா?" என்று கேட்டான் கஜேன். நனைந்த கண்களோடு, பரிதாபமாக கஜேனைப் பார்த்துக்கொண்டே "தெரியவில்லை." என்றாள் ஹசீனா.

"வா, வெளியே போவோம், இங்கே மிகவும் இருட்டாக இருக்கிறது." என்று சொல்லிவிட்டு கஜேன் வெளியே வந்தான், அவன் பின்னாலேயே ஹசீனாவும் வெளியே வந்தாள். அவன் வெளியே வந்து ஒரு ஸ்டூலில் உட்கார்ந்து தொலைவில் எங்கோ சூனியத்தை நோக்கியபடி யோசனையில் ஆழ்ந்தான், ஏதோ கவனத்துடன் "எனக்குக் கொஞ்சம் தண்ணீர் கொடு, மிகவும் தாகமாக இருக்கிறது." என்றான்.

ஹசீனா கஜேனுக்காக தனியாக வைத்திருந்த கண்ணாடி கிளாசை எடுத்து வந்து தண்ணீர் ஜாடியைக் கவிழ்த்தபோது ஒரு சொட்டுத் தண்ணீர் கூட இல்லாததைக் கண்டாள். காலையிலிருந்து தண்ணீர் எடுக்கவே போகவில்லை என்பது அவளுக்கு நினைவு வந்தது. அவள் குடத்தை எடுத்துக்கொண்டு தண்ணீர் கொண்டுவரக் கிளம்பினாள். போகும்போதே, "மாமா, கொஞ்சம் இருங்கள்... தண்ணீர் கொண்டுவந்துவிடுகிறேன். வீட்டில் கொஞ்சம் கூட தண்ணீர் இல்லை." என்று சொல்லிவிட்டு அவள் நதியை நோக்கி ஓடினாள். குரயீ நதிக் கரை மணலில் ஒரு பெரிய குழி தோண்டி குடிக்கிற தண்ணீருக்கு ஏற்பாடு செய்யப்பட்டிருந்தது. அந்தக் குழியில் எப்போதும் மிக சுத்தமான, குளிர்ந்த தண்ணீர் நிறைந்தே இருக்கும்.

ஹசீனா நதிப் பக்கம் போவதைப் பார்த்து கஜேன் மீண்டும் யோசனையில் ஆழ்ந்தான் - மன்சூர் டாக்டரைத் தேடி எங்கே போயிருந்தாலும் எட்டு, பத்து மைல் தொலைவு போகவேண்டும். திரும்பி வர மாலைப்பொழுது ஆகிவிடும். அப்படியும் மருந்தால் மட்டும் ஒன்றும் ஆகாது, நாடித்துடிப்பு நன்றாக இல்லை, டாக்டர் தானே நேரில் வந்து பார்த்தால் நல்லது. ஆனால் மன்சூர் அண்ணன் சொன்னால் டாக்டர் இங்கே வருவாரா, என்ன? ஏதாவது செய்ய முடியுமா என்று நானே முயற்சி செய்து பார்க்கிறேன்! ஆனால், டாக்டரை இங்கே எப்படி அழைத்து வருவது? தோட்டத்து டாக்டரை படகில் உட்கார வைத்து குரயீ நதி வழியாக அழைத்து வரலாம், ஆனால் அதில் இன்று ஒரு நாள் பொழுதும் போய்விடும். அதனாலேயே ஞாயிற்றுக்கிழமை தவிர மற்ற நாட்களில் தோட்டத்து டாக்டரை அழைத்துவர முடிவதில்லை. அரசாங்க டாக்டரை சதரிலிருந்து மாட்டுவண்டியில் படகுத்துறை வரை அழைத்துவந்து அங்கிருந்து படகில் பிரம்மபுத்ரா வழியாக அழைத்துவரலாம், ஆனால் அவர் இந்த மழைக்காலத்தில் நதி வழியாக சேறும் - சகதியுமான வழியில் இவ்வளவு தூரம் வருவாரா! ஃபீஸூம் நிறைய கேட்பார். சரி! பண

விஷயத்தை எப்படியும் சமாளித்துவிடலாம், மன்சூர் அண்ணனால் தரமுடியவில்லை என்றால் தானே தந்துவிடலாம். அவன் வீட்டில் சேமித்து வைத்த நெல் இன்னும் பாதி மீந்திருக்கிறது. நெல் அறுவடைக் காலத்தில் மலிவாக வாங்கி வைத்து மழைக்காலத்தில் அதிக விலைக்கு விற்று செல்வந்தர்கள் பணம் சேர்த்துவிடக் கூடாது என்று அவன் நெல்லை சேமித்து வைத்துவிடுவான். அத்துடன் அவன் அவ்வாறு நெல் சேமித்து வைக்க மற்றொரு காரணமும் இருந்தது. கிராமத்தில் மிகவும் ஏழ்மையான நிலையில் இரண்டு, மூன்று பேர் இருந்தார்கள், அவர்கள் எப்போதாவது இரண்டு கை நெல் கேட்டு அவன் முன்னால் பையைத் தூக்கிக்கொண்டு வந்து நிற்பார்கள், அவன் அவர்களை ஒருபோதும் வெறுங்கையுடன் திருப்பி அனுப்பமாட்டான். என்ன ஆனாலும் சரி, நெல் இருக்கிறது, பணத்திற்குக் கவலைப்படக்கூடாது, ஏதாவது ஏற்பாடு செய்துதான் ஆகவேண்டும். இன்னொரு வழியும் இருக்கிறது, நோயாளியையே கொஞ்ச தூரம் மாட்டுவண்டியிலும், பிறகு படகிலும் படுக்கவைத்து டாக்டரிடம் அழைத்துப் போனால்? ஆனால், இந்த மோசமான நிலையில் நோயாளியை மாட்டுவண்டியில் குலுங்கக் குலுங்க அழைத்துப் போவது சரியாக இருக்குமா? இல்லை, இல்லை, பத்து - பதினைந்து மைல் தூரம் நோயாளியை அப்படி அழைத்துப் போக முடியாது. ஆனால், பிறகு என்ன செய்வது? கஜேன் யோசனையில் ஆழ்ந்தான்.

திடீரென்று கஜேனுக்கு ஒரு நினைவு வந்தது - ஏன் தர்மானந்தா வைத்தியரை அழைத்து வந்து காட்டக்கூடாது! அவர் வீடு ஐந்து மைல் தூரத்தில்தான் இருந்தது. அவர் நாடியில் கை வைத்துப் பார்த்தவுடனே என்ன வியாதி என்று தெரிந்துகொண்டுவிடுவார் என்று எல்லாரும் சொல்கிறார்கள். கிராமத்தில் மோசமான நிலையில் இருந்த பல நோயாளிகள் அவருடைய மருந்தால் புது வாழ்வு பெற்றிருக்கிறார்கள், அதை அவனே நேரில் பார்த்திருந்தான். தனிப்பட்ட முறையில் அவனுக்கு தர்மானந்தா வைத்தியரைப் பிடிக்காதுதான், ஆனால் அது வேறு விஷயம். கஞ்சா உருண்டையில் அதிகமாக வெல்லம் கலக்கிறார் என்று பல முறை அவன் விமரிசித்திருக்கிறான். அத்துடன் அவனால் சகித்துக்கொள்ள முடியாத மற்றொரு விஷயம் - நாள்தோறும் மாலையில் வசுமதி பத்திரிக்கை படிக்கும் சாக்கில் அவர் வீட்டில் கூடும் கூட்டம், அதில் மீனாதர் ஷயிக்கீயா, நந்தி மகாஜன், கிராம அலுவலக மெம்பர் மஹிராம், முக்கியமாக யாதவ் பௌரா தன் அடியாட்களோடு இன்றியமையாமல் அங்கு வந்து இருப்பது. அவனால் அவர்களோடு ஒருபோதும் கலந்து பழக முடிந்ததில்லை. அதனால் வைத்தியர் அவன் சொன்னதைக் கேட்டு அங்கு வர மறுக்கலாம். இல்லை, இல்லை, அப்படிக் கூட செய்வாரா, என்ன?

ஆனால் செய்யவும் கூடும், அவரோ விடியற்காலையில் ஸ்நானம் செய்து நெற்றியில் சந்தன திலகம் இட்டு நாள் முழுதும் சமஸ்கிருத சுலோகங்களைப் படிக்கும் வைதிக பிராமண பண்டிதர்! அவரை ஒரு முஸ்லீம் பெண்ணைத் தொட்டு அவள் நாடியைப் பரிசோதிக்கச் சொன்னால் கேட்டவுடனே ஆகாயத்துக்கும் பூமிக்குமாகக் கொதித்துப் போவார். நல்லது! இப்போது என்ன ஆனாலும் சரி, கஜேன் ஒன்றை செய்யத் தீர்மானித்துவிட்டால் அது பாதியில் நிற்பதாவது...! இப்போதும் அவன் தீர்மானித்துவிட்டான்...!

"மாமா! இதோ தண்ணீர்! குடியுங்கள்!" ஹஸீனாவின் குரலைக் கேட்டுத் திடுக்கிட்ட கஜேன் தன்னுணர்வு பெற்றான். "கொடு!" என்று சொல்லி அவன் கிளாசை வாங்கிக்கொண்டான், ஒரே மூச்சில் கிளாசைக் காலி செய்துவிட்டு "ஹஸீனா! நான் போய் வைத்தியரை அழைத்து வருகிறேன். போக வர இரண்டு மணி நேரம் ஆகிவிடும், அதற்குள் அப்பா மருந்து வாங்கிக்கொண்டு வந்துவிட்டால் கொடுங்கள், ஆனால் நோயாளியைப் பார்க்காமல் மருந்து கொடுப்பதால் என்ன பயன்?" என்று சொல்லிவிட்டு அவன் எழுந்து உள்ளே சென்றான், ஹஸீனாவும் அவன் பின்னாலேயே போனாள்.

"மாமா, எனக்கு பயமாக இருக்கிறது. அம்மா நிலைமை எப்படி ஆகிவிட்டது, பாருங்கள்!" என்று சொல்லிக்கொண்டே ஹஸீனா கஜேனின் கையை இறுக்கிப் பிடித்துக்கொண்டாள். ஹஸீனாவின் அம்மா கண்ணை அகல விழித்து ஹஸீனாவையே பார்த்துக்கொண்டிருந்தாள். கஜேன் மெல்ல ஹஸீனாவின் மிருதுவான கையை விலக்கினான், அவளுடைய அம்மாவின் பக்கம் சென்றான்.

"நீ பயப்படாதே! நான் ரஹீமிடம் சொல்லிவிட்டுப் போகிறேன், அவர் இங்கே உனக்குத் துணையாக யாரையாவது அனுப்பிவைப்பார். டாக்டரோ, வைத்தியரோ யாரையாவது சீக்கிரம் அழைத்துவந்து காட்டவேண்டும்." என்று சொல்லிவிட்டு கஜேன் வெளியே வந்தான். அவன் மீன் பிடிக்கும் சாமான்களை எடுத்துக்கொண்டு போய் பின்பக்க சுவர் அருகில் வைத்துவிட்டு வந்தான், நீளம் - நீளமாக கால் அடி எடுத்து வைத்து வயலில் களை எடுத்துக்கொண்டிருந்த ரஹீம் பெரியவரிடம் போனான். ஹஸீனா வீட்டு வாசலில் நின்று பார்த்துக்கொண்டே இருந்தாள் - கஜேன் அவள் வீட்டிலிருந்து புறப்பட்டு மிளகாய் வயலில் புல் பொறுக்கிக்கொண்டிருந்த ரஹீம் பெரியவரிடம் போய் தன் வீட்டின் பக்கம் கையைக் காட்டி ஏதோ சொல்வதைப் பார்த்தாள், பிறகு அங்கிருந்து வயலையும், பாறையையும் கடந்து கஜேன் அவள் பார்வையிலிருந்து மறைந்துவிட்டான்.

பன்னிரண்டு மணி இருக்கும் என்று கஜேன் மனதிற்குள்ளேயே கணக்கு போட்டு பார்த்துக்கொண்டான். வெயில் கடுமையாகி விட்டது. கஜேனின் மனக்கண்ணில் இரண்டு முகங்கள் மட்டுமே மீண்டும் மீண்டும் தோன்றின - ஹசீனாவின் முகம், அவள் அம்மாவின் முகம்!

ஹசீனாவின் உணர்வு பொங்கும் பரிதாபமான முகம், அழுகை முகம், பயம் நிரம்பிய, கண்ணீர் ததும்பும் கண்களுடன் கருணை முகம். அவள் அம்மாவின் ஜுர வேகத்தில் தகதகக்கும் முகம், உணர்வற்று மின்னும் கண்கள் கொண்ட முகம், பலவீனத்தில் மெலிந்த முகம். இன்னும் சற்று வேகமாக நடக்கவேண்டிய அவசியத்தால் நீளமாக அடி எடுத்து வைத்து அவன் தலை நிமிர்ந்து பார்த்தபோது சர்வாயி பண்டிதரின் ஸ்கூல் அருகில் தான் வந்திருப்பதைக் கண்டான். நீண்ட ஸ்கூல் வராந்தாவில் அவன் ஸ்கூலில் படிக்கும்போது வைத்திருந்ததைப் போலவே இன்றும் பண்டிதரின் சைக்கிள் சுவரில் சார்த்தி வைக்கப்பட்டிருந்தது. அவன் மூளையில் திடீரென்று ஒரு யோசனை மின்னியது. ஒரு வினாடி அவன் தயங்கினான், ஆனால் அடுத்த வினாடியே அவன் ஸ்கூலுக்குள் இருந்தான்.

ஸ்கூல் வராந்தாவில் நின்று கதவுக்கு வெளியில் இருந்தே அவன் குரல் கொடுத்தான், “சார், உங்களிடம் கொஞ்சம் பேசவேண்டும்.”

டிக்டேஷன் பிரதிகளைப் பார்த்துக்கொண்டிருந்த பண்டிதர் தலையை உயர்த்திப் பார்த்தபோது கஜேன் நின்றிருப்பதைப் பார்த்தார். சர்வாயி பண்டிதர் வெளியே வராந்தாவிற்கு வந்தார், “ஏண்டா கஜேன்! மீன் பிடிக்கக் கிளம்பிவிட்டாயா?” என்று கேட்டார்.

“சார், ஒரு சங்கடம் வந்திருக்கிறது...” கஜேன் மன்சூருடைய மனைவியின் ஆபத்தான நிலையையும், வைத்தியரை உடனே அழைத்துச் செல்லவேண்டிய அவசியத்தையும் விவரித்து அவரிடம் சைக்கிள் தரும்படி வேண்டிக்கொண்டான், “சார், வைத்தியர் வீடு வரை சைக்கிளில் போனால் நிறைய நேரம் மிச்சமாகும், இப்போது போய்விட்டு இப்போதே வந்துவிடுவேன். ஸ்கூல் விடுவதற்கு முன்பே சைக்கிளைத் திருப்பித் தந்துவிடுவேன். சார், நேரம் ஆகிவிட்டால் அந்த அம்மாவின் உயிரே போனாலும் போய்விடும்.” என்று கூறினான்.

கஜேனின் சொற்களில் வெளிப்பட்ட துயரம், கவலை, அவனுடைய முயற்சியில் இருந்த தன்னலமற்ற தன்மை ஆகியவற்றை உணர்ந்த பண்டிதருக்கு மறுப்பு சொல்லத் தோன்றவில்லை. அத்துடன் அடுத்தவர்களுக்குக் கஷ்டம் நேர்ந்தால் தன்னால் இயன்ற வரை முயற்சி செய்து உதவி செய்யும் கஜேனுடைய பரோபகார இயல்பை சிறு வயதிலிருந்தே அவர் பார்த்திருந்தார்.

அந்த கிராமத்தில் கஜேனை அவரை விட நன்கு அறிந்தவர் யார்! அவன் கேட்டுக்கொண்டபடி ஒன்றும் சொல்லாமல், கேட்காமல் அவர் சைக்கிளைக் கொடுத்தார்.

சைக்கிளில் தாவி ஏறி உட்கார்ந்ததிலிருந்து கண்ணிலிருந்து மறையும் வரை பண்டிதர் கஜேனையே பார்த்துக்கொண்டிருந்தார்.

வைத்தியருடைய கடையின் வெளி சுவரில் எப்படியோ சைக்கிளை சார்த்தி வைத்துவிட்டு வேகம் வேகமாக இரண்டு, மூன்று அடிகளில் கஜேன் உள்ளே போய்விட்டான். வைத்தியர் ஒரு பெரிய உரலில் ஏதோ மெழுகை மசித்துக்கொண்டிருந்தார். கஜேன் அப்படி திடீரென்று எதிரில் போய் நின்றதும் அவர் திடுக்கிட்டு அதட்டலான குரலில், "ஏண்டா, நேராக உள்ளே வந்துவிடுவதா? வெளியில் இருந்து குரல் கொடுக்கக் கூடாது?" என்று கேட்டார்.

கஜேன் அவர் கோபத்தைப் பொருட்படுத்தாமல் ஒரு அடி முன்னால் வந்தான். அவருக்கு மிக அருகில் சென்று உரலை மேஜையில் சற்று நகர்த்தி வைத்துவிட்டு, "வைத்தியரே, ஒரு மிகப் பெரிய கஷ்டம் வந்திருக்கிறது. ஒரு நோயாளியின் நிலைமை மிகவும் மோசமாக இருக்கிறது. இப்போதே உடனே வந்து மருந்து கொடுக்கவேண்டும். வாருங்கள்!" என்றான்.

வைத்தியர் உரலை மீண்டும் அருகில் இழுத்து மெழுகை மசித்துக்கொண்டே "இந்த நடுப்பகலில் அப்படி யாருக்கு என்ன வந்துவிட்டது?" என்று கேட்டார்.

கஜேன் மீண்டும் உரலை நகர்த்தி வைத்துவிட்டு, "இந்த மசிப்பது -அரைப்பது எல்லாம் பிறகு பார்த்துக்கொள்ளலாம். உடனே குரயீகுடிக்குப் போகவேண்டும். மன்சூரின் மனைவி சாகக் கிடக்கிறாள்!" என்றான்.

வைத்தியரின் புருவங்கள் சுருங்கின, நேராக ஆச்சரியத்துடன் கஜேனின் கண்களைப் பார்த்தபடி, "குரயீகுடி? நான் அப்படி ஒரு பெயரைத்தான் கேட்டிருக்கிறேன், இன்று வரை நான் அங்கு அடி எடுத்து வைத்ததில்லை. இன்று, இந்த நேரத்திலா? இவ்வளவு தூரம்..." என்று இழுத்தார்.

"நான் சைக்கிள் எடுத்துக்கொண்டு வந்திருக்கிறேன், தூரத்தைப் பற்றி நீங்கள் கவலைப்படவேண்டாம். பாதி தூரத்திற்கு மேல் சைக்கிளில் போகலாம், பிறகு கோவிலுக்கு அருகே உள்ள ஒற்றையடிப் பாதையில் நடந்தே போய்விடலாம். வெகு நேரம் ஆகாது."

"எனக்கு சைக்கிள் விடத் தெரியாது."

"நான் ஓட்டுகிறேன், நீங்கள் பின்னால் உட்காருங்கள்."

"இந்த வயதான காலத்தில் என் இடுப்பு உடைந்து போகவா? போ, போ, எனக்கு வேறு வேலை இல்லையா? நான் ஒரு முஸ்லீம் வீட்டிற்குப் போய் நோயாளியைப் பார்க்கமாட்டேன். போ, விலகு, என்னை வேலை செய்ய விடு."

வைத்தியர் உரலை அருகில் இழுத்து மசிக்கத் தொடங்கியதுமே கஜேன் உரலை ஓங்கித் தட்டி மேஜையில் இருந்து தூரத்தில் போய் விழச் செய்தான், வைத்தியரின் தோள்களைப் பிடித்துக் குலுக்கி மிரட்டல் குரலில் "வருகிறீர்களா, இல்லையா?" என்று கேட்டான்.

இப்போது வைத்தியர் கஜேனைப் பார்த்த பார்வையில் ஒரு குழந்தையின் ஒன்றுமறியாத தன்மை இருந்தது. அவர் பார்வையின் கடுமை குறைந்துவிட்டது, கைகள் தளர்ந்து மேஜைக்குக் கீழே தொங்கின.

கஜேன் வற்புறுத்தி வைத்தியரை சம்மதிக்கச் செய்தான், வலுக்கட்டாயமாக அவரை சைக்கிளின் முன் பக்க ராடில் உட்கார வைத்து முழு சக்தியையும் செலுத்தி குரயீகுடியை நோக்கிச் சென்றான். சற்று தொலைவு சென்றதும் லோக்கல் போர்டு போட்ட பாதை, அதற்கு அப்பால் புல், மணல் பாதை, பாதையின் இரு பக்கமும் மாட்டுவண்டித் தடம். அந்தத் தடத்திலேயே கஜேன் ஒரே யோசனையாக வேகமாக சைக்கிளை செலுத்தினான். அவன் மனதில் இப்போதும் அதே இரண்டு முகங்கள், ஹசீனா, அவன் அம்மா. சைக்கிள் ராடில் மிகுந்த கஷ்டத்தோடு எப்படியோ உட்கார்ந்திருந்த வைத்தியர் அங்கு, இங்கு பார்க்காமல் தலை கவிழ்ந்து கீழேயே பார்த்தபடி மிகுந்த வெறுப்பில் மூழ்கி இருந்தார். அவர் அவ்வாறு கஜேனின் சைக்கிளில் உட்கார்ந்து போவதைப் பார்க்கும் கிராம மக்கள் என்ன நினைப்பார்கள், என்ன பேசுவார்கள், அதை எதிர்நோக்கும் துணிவும் அவருக்கு இல்லை, இயல்பான எளிய குணமும் இல்லை. அவர் பழுத்த பழமைவாதி. சர்வாயி பண்டிதரின் ஸ்கூலை அடைவதற்கு சற்று தூரத்திலேயே கஜேன் வைத்தியரை இறக்கி விட்டுவிட்டு, "வைத்தியரே, நீங்கள் நடந்து போய்க்கொண்டே இருங்கள். நான் கொஞ்சம் இந்த சைக்கிளை சாரிடம் கொடுத்துவிட்டு வருகிறேன். நீங்கள் சாரைப் பார்த்தால் நான் உங்களை சைக்கிளில் அமர்த்தி அழைத்து வந்ததை சொல்லிவிடாதீர்கள்." என்றான்.

"போ, போ, உன் பேச்சை உன்னோடு வைத்துக்கொள். நான் உன் சைக்கிளில் உட்கார்ந்து வந்ததை கிராமம் முழுதும் பார்த்துவிட்டது. நான் பைத்தியமாகிவிட்டேன், அல்லது நானும் உன்னைப் போல

கஞ்சா உருண்டை விழுங்கிவிட்டேன் என்று எல்லாரும் நினைத்திருப்பார்கள். பண்டிதருக்கும் பிறகு தெரியத்தான் போகிறது."

"பிறகு நடப்பதைப் பிறகு பார்த்துக்கொள்ளலாம். இப்போது எதையும் சொல்லி நேரமாக்கிவிடாதீர்கள், இப்படியே நடந்து கொண்டிருங்கள்." என்று சொல்லிவிட்டு கஜேன் சைக்கிளை சுவரில் சார்த்தி வைத்தான், ஜன்னல் வழியாக எட்டிப் பார்த்து ஜாடையிலேயே தான் திரும்பி வந்து சைக்கிளை உரிய இடத்தில் வைத்துவிட்டதை பண்டிதருக்கு உணர்த்திவிட்டுக் கிளம்பினான். சர்வாயி பண்டிதரும் அப்போது போர்டில் மாணவர்களுக்கு மூன்று இலக்க சதவிகிதக் கணக்கை சொல்லிக்கொடுப்பதில் மும்முரமாக இருந்தார், அவர் தலையை மட்டும் ஆட்டி சரி என்று தெரிவித்து விட்டார். அப்படி அன்றைய தினம் வைத்தியரை கஜேன் சைக்கிளில் அமர்த்தி அழைத்துவந்த விஷயம் அவருக்குத் தெரியாமல் போயிற்று.

அந்த இடத்திற்குப் பிறகு சைக்கிளில் போக நல்ல பாதை இல்லை, சற்று தூரம் சென்று புல் நிரம்பிய ஈர நிலம், பிறகு பாறைப் பிரதேசம், ஆகையால் கால்நடையாகத்தான் போகவேண்டும். காட்டில் நடந்து போகும் கஷ்டத்தோடு வைத்தியருக்கு சிங்கம் வந்துவிடுமோ என்ற பயமும் இருந்தது. வைத்தியர் திடீரென்று தயங்கி நின்றுவிட்டார், முன்னால் போய்க்கொண்டிருந்த கஜேனைக் கூப்பிட்டு, "ஏய் கஜேன்! இந்தக் காட்டில் சிங்கம் வருமே, நான் வரமாட்டேன்!' என்றார்.

கஜேன் திரும்பி பாய்ந்து வந்தான், அவர் தோள்களை இறுக்கிப் பிடித்து கண்ணை உருட்டி சொன்னான், "நேராக நடக்கிறீர்களா, இல்லையா? நான் இப்போது இங்கே உங்கள் கழுத்தை நெறித்துக் கொன்றுபோட்டால் கூட யாருக்கும் தெரியாது!"

வைத்தியர் மெல்ல அவன் பிடியிலிருந்து விலகி நடந்தார். கஜேன் வேகமாக முன்னே போவதைப் பார்த்து, "என்னை விட்டு விட்டுப் போய்விடாதே!" என்று சத்தம் போட்டுக் கூறினார்.

அவர்கள் இருவரும் வேகமாக நடந்து பாறைப் பிரதேசத்தில் வலது புறம் நேப்பாளிகளின் குடியிருப்பும், எதிரில் மன்சூர் அலி மற்றும் பிற முஸ்லீம்களின் பரந்த குடியிருப்பும் தொடங்கும் இடத்தை அடைந்தார்கள்.

பாறையில் ஏறத் தொடங்கியதுமே தொலைவில் யாரோ ஒரு பெண்ணின் அழுகுரல் கேட்டது. கஜேன் ஓடிப்போய் பாறையின் மேல் ஏறி தொலைவிலிருந்தே பார்க்க முயற்சித்தான். மன்சூர் வீட்டின் முன் ஒரு சிறிய கூட்டம் நிற்பது போல் தோன்றியது.

அழுகைக் குரலும் அங்கிருந்துதான் வருவது போல் தோன்றியது. கஜேன் அங்கேயே நின்றுவிட்டான். வைத்தியரும் பாறை மேல் ஏறி அவன் அருகில் வந்து நின்றுவிட்டார்.

"அதுதான் மன்சூர் வீடு." என்று தனக்குத் தானே சொல்லிக் கொள்வது போல கஜேன் சொன்னான். கூட்டத்தைப் பார்த்துவிட்டு வைத்தியர், "அப்படியா? எல்லாம் முடிந்துவிட்டதோ?" என்று தன் கருத்தைக் கூறினார். "ஆமாம், அப்படித்தான் தோன்றுகிறது. வாருங்கள், சீக்கிரம் வாருங்கள்." என்று சொல்லியபடி கஜேன் பாறையிலிருந்து இறங்கி ஓடத் தொடங்கினான்.

"ஏய், நான் வரமாட்டேன். வீணாக ஒரு பிணத்தைத் தொட வேண்டியிருக்கும். பூணூல் மாற்ற வேண்டியிருக்கும். குறைந்தது மூன்று பசு பிராயச்சித்தம்..."

அப்போது ஒரு பயங்கரமான கூச்சல் கேட்டது. சந்தேகமே இல்லை, அது ஹசீனாவின் சத்தம்தான். அதற்குள் கஜேன் பாறை, புல், காடு, வேர் எல்லாவற்றையும் கடந்து மன்சூரின் குடிசைப் பக்கம் வெகு வேகமாக ஓடிக்கொண்டிருந்தான். தர்மானந்தா வைத்தியர் ஒரு அடி கூட எடுத்து வைக்காமல் நின்றுகொண்டிருந்தார். அவர் பாறை மேல் ஒரு இலவ மரத்தின் கீழ் நின்று தொலைவிலிருந்தே அதிகரிக்கும் கூட்டத்தையும் ஓடிக்கொண்டிருந்த கஜேனையும் பார்த்துக் கொண்டிருந்தார். ஆண்களும் பெண்களும் ஒன்றாக அழும் சத்தம் துல்லியமாக கேட்டுக்கொண்டிருந்தது.

"பாட்டியம்மா, பாட்டியம்மா, கதவைத் திற!" இரவு பத்து மணிக்கு கஜேன் வீடு போய்ச் சேர்ந்து வயதான பாட்டியை எழுப்பினான். அவன் மீன் பிடிக்கும் தூண்டிலை சுவரின் மீது சார்த்தி வைத்துவிட்டு வராந்தாவுக்கு வெளியே தாழ்வாரத்திலேயே நின்றுகொண்டு பாட்டியை எதிர்பார்த்து காத்திருந்தான். வயதான பாட்டி கெரசின் விளக்குத் திரியை சற்று உயர்த்தி தாழ்ப்பாளை நகர்த்தி கதவைத் திறந்தாள், வெளியே வராந்தாவிற்கு வந்து, "நடு இரவு வரை மீன்தான் பிடித்துக்கொண்டிருந்தாயா?" என்றாள்.

கஜேன் அவள் அதட்டலைக் காதில் வாங்காமல் சட்டையைக் கழற்றிக்கொண்டே, "பாட்டி, வேட்டியும் துண்டும் எடுத்து வை, நான் சீக்கிரம் போய் நதியில் ஒரு முழுக்கு போட்டுவிட்டு வருகிறேன்." என்று சொல்லிவிட்டு சட்டையைத் தோளில் போட்டுக்கொண்டு வீட்டின் பின்பக்கம் ஓடும் நதியை நோக்கி போய்விட்டான். பாட்டி ஒன்றும் யோசிக்காமல் வழக்கம் போல வேஷ்டியும் துண்டும் எடுத்து வர உள்ளே சென்றாள்.

வேஷ்டியும் துண்டும் கையில் வைத்துக்கொண்டு மங்கிய விளக்கு வெளிச்சத்தில் பாட்டியம்மா கஜேன் வருவதைப் பார்த்துக் கொண்டிருந்தாள். கழற்றிய சட்டையை கஜேன் துவைத்துப் பிழிந்து கொண்டுவந்து வெளிக் கயிற்றுக் கொடியில் போட்டதைப் பாட்டி பார்த்தாள். அவள் மனதில் சந்தேகம் தோன்றியது. கஜேன் ஈர உடம்புடனேயே அவள் கையிலிருந்து வேஷ்டி - துண்டை வாங்கியபோது, "இந்த இருட்டு நடு இரவில் குளிக்கவேண்டிய அவசியம் என்ன வந்துவிட்டது?" என்று கேட்டாள்.

வேஷ்டியை கயிற்றில் தொங்க விட்டுவிட்டு துண்டால் உடம்பைத் துடைத்தபடி, "மிகவும் கெட்ட செய்தி, பாட்டி! மன்சூர் அண்ணன் இருக்கிறார், இல்லையா? அவர் மனைவி இறந்து விட்டாள்." என்றான் கஜேன்.

பாட்டி அதிர்ந்து போய், "என்ன? என்ன சொன்னாய்! மன்சூரின் மனைவியா? அவளுக்கு என்ன ஆயிற்று?" என்று கேட்டாள்.

"ஜுரம்தான் கடுமையாகிவிட்டது." கஜேன் ஈரத் துணியைப் பிழிந்து கயிற்றில் விரித்துப் போட்டுக்கொண்டே மெல்ல, மெல்ல நடந்த எல்லாவற்றையும் சுருக்கமாக சொன்னான்.

"ஐயய்யோ! பாவம், அந்தப் பெண் தனியாக இருப்பாளே!"

பாட்டி விளக்கை எடுத்துக்கொண்டு உள்ளே போய்க் கொண்டே இருந்தவள் கதவருகில் நின்று திரும்பிப் பார்த்தாள், "சாதத்தை இங்கேயே கொண்டுவரட்டுமா? நீ முஸ்லீம் வீட்டு சவப்பெட்டியைத் தொட்டிருப்பாய், இல்லையா? நாளைக்கு கோவிலில் பிராயச்சித்தம் செய்துவிட்டு வரவேண்டும், ஆமாம், சொல்லிவிட்டேன்!"

"அதெல்லாம் பிறகு பார்த்துக்கொள்ளலாம். நீ இப்போது போ! போய்த் தூங்கு. எனக்கு சாதம் கீதம் ஒன்றும் வேண்டாம்."

கஜேன் மிகவும் திடமான குரலில் சொன்னான். கஜேன் அப்படிப் பேசி பாட்டியம்மா எப்போது கேட்டிருக்கிறாள்? எப்போதும் அவன் சடசடவென்று பொரிந்து தள்ளித்தான் கேட்டிருக்கிறாள். பேச்சின் தொனியிலிருந்து அவன் மனநிலையை அவள் புரிந்துகொண்டாள். மன்சூர் வீட்டில் எல்லாருடனும் அவன் மிகவும் நெருக்கமாக இருந்தது அவளுக்குத் தெரியும். அதனால் ஹசீனாவின் அம்மா இறந்துபோனது அவன் மனதை மிகவும் காயப்படுத்தி இருக்கிறது என்பதை யோசித்து அவள் மௌனமாக இருந்தாள். ஒரு நீண்ட பெருமூச்சு விட்டுவிட்டு அவள் உள்ளே போய்விட்டாள், விளக்கை அணைத்துவிட்டு படுக்கையில் படுத்துக் கொண்டாள்.

கஜேன் தன் அறைக்குப் போய் மங்கிய வெளிச்சத்தில் முதலில் சீப்பை எடுத்து தலையை சீவினான், பின்னர் தலையணைக்கு அருகில் இருந்த பீடிக் கட்டை எடுத்தான், தீப்பெட்டியை எடுத்தான், வராந்தாவிற்கு வந்து பழைய நாற்காலியில் உட்கார்ந்தான். பீடிப் புகையை இழுத்துக்கொண்டே கஜேன் அன்று பகல் நடந்த எல்லா நிகழ்ச்சிகளையும் வரிசையாக ஒன்றன் பின் ஒன்றாக திருப்பி நினைத்துப் பார்க்கத் தொடங்கினான். ஒவ்வொன்றாக எல்லா காட்சியும் அவன் கண் முன் வந்து போயின. கடைசியில் இறுதிக் காட்சி வந்து அப்படியே நின்றுவிட்டது. ஹசீனா தன் அம்மாவின் உடலைக் கட்டிக்கொண்டு அழுத காட்சி. அவளுடைய இதயத்தைப் பிளக்கும் அழுகை இப்போதும் அவன் காதுகளில் ஒலித்துக்கொண்டிருந்தது. ஹசீனாவுடைய அம்மாவின் ஜுரத்தில் தகதகக்கும் முகம், நிலைகுத்திப் பார்க்கும் பெரிய -பெரிய கண்கள், அவனுடைய கைகளை இறுக்கிப் பிடித்தபடி பரிதாபமாக அவனையே பார்த்துக்கொண்டிருக்கும் ஹசீனாவின் முகம், அவன் வைத்தியரை அழைத்துவரப் போனது, ஒரு ஆபத்தான நிலையில் இருந்த நோயாளியின் உயிரைக் காப்பாற்ற அவன் உயிரை விட்டு செய்த முயற்சி, ஒரு டாக்டர் கிடைப்பதிலும், கிடைத்தாலும் அவரை நோயாளியைப் பார்க்க அழைத்து வருவதிலும் உள்ள பிரச்சனைகள் ஆகியவையும் மேலும் பல விஷயங்களும் அவன் நினைவில் கொந்தளித்தன. திடீரென்று அவனுக்கு மதனின் நினைவு வந்தது. பல வருஷங்களுக்கு முன்பு அவன் மதனை குரயீகுடி வரை அழைத்துச் செல்லப் போயிருந்தான். அப்போது மதன் அவனிடம் நாடு சுதந்திரம் அடைந்துவிட்டால் இப்படி காட்டில் கரடுமுரடான பாதையில் நடக்கவேண்டிய அவசியம் இருக்காது, நல்ல, உறுதியான சாலைகள் அமைந்துவிடும், ரயில், பஸ் போகத் தொடங்கிவிடும், டாக்டர், இஞ்சீனியர் எல்லாரும் நம் நாட்டினராகவே இருப்பார்கள், ஸ்கூல் -காலேஜ்களும் இருக்கும், கிராமங்களில் ஆங்காங்கு மருத்துவ வசதி இருக்கும் என்று சொல்லியிருந்தான்.

இப்போது நாடு சுதந்திரம் அடைய இருக்கிறது. எல்லாரும் அதைப் பற்றியேதான் பேசிக்கொண்டிருக்கிறார்கள். அவன் வைத்தியருடைய கடையில் பத்திரிக்கை படித்தும், அதில் உள்ள செய்திகளைக் குறித்துப் பேசும் பேச்சுகளைக் கேட்டும், தனிமையில் தானே கொஞ்சம் பத்திரிக்கைகளைப் படித்தும் காந்தி, ஜின்னா, ஜவஹர்லால் நேரு முதலிய தலைவர்கள் இந்தியாவின் சுதந்திரத்தைப் பற்றி ஆங்கிலேயர்களிடம் தொடர்ந்து விவாதித்துக் கொண்டிருக்கிறார்கள் என்று அறிந்து கொண்டிருந்தான். இப்போது இந்த நாடு எவ்வளவு விரைவாக சுதந்திரம் அடைகிறதோ அவ்வளவுக்கு நல்லது, சுதந்திர நாடாகிவிட்டால் டாக்டருடைய

சிகிச்சை கிடைக்காததால் ஹசீனாவின் அம்மா இறந்தது போல் இன்னும் பலர் உயிர் இழக்கமாட்டார்கள். கஜேனுக்கு மீண்டும் மதனின் நினைவு வந்துவிட்டது. அவன் எப்படியாவது ஒரு முறை மதனை சந்திக்க மிகவும் விரும்பினான். மதனின் வாயால் நாட்டு விடுதலையைப் பற்றி அவ்வளவு விஷயங்கள் கேட்டு அவனுக்கு மிகவும் மகிழ்ச்சியாக இருந்தது. இன்று மீண்டும் யாராவது அப்படியான விஷயங்களையே பேசவேண்டும், நாட்டில் நல்ல, உறுதியான சாலைகள், டாக்டர்கள் -இஞ்சீனியர்கள் இருப்பது, டாக்டர்கள் ஹசீனாவின் அம்மாவைப் போன்ற நோயாளிகளுக்கு சிகிச்சை அளித்து குணப்படுத்துவது ஆகிய விஷயங்களையே பேச வேண்டும், தான் கேட்கவேண்டும் என்று அவன் மனம் விரும்பியது. அவன் தன் மனதிற்குள்ளேயே சுதந்திர நாடு எப்படி இருக்கும் என்று அந்த நாட்டின் ஒரு சித்திரத்தைக் கற்பனை செய்ய முயற்சித்தான், அந்தக் கற்பனையிலேயே தூங்கிவிட்டான்.

கிராமத் தலைவருடைய பெரிய வீடு. லோக்கல் போர்டு அமைத்த உறுதியான, அகன்ற சாலையிலிருந்து ஒன்றரை ஃபர்லாங் தொலைவுக்கு ஒரு நீண்ட, ரூல் தடியைப் போன்ற பாதை சென்று கிராமத் தலைவருடைய பெரிய வீட்டின் வெளித் தாழ்வாரத்தில் முடிந்திருந்தது. உண்மையில் அது பெரிய வீட்டின் பாதை. அதைப் பராமரிப்பது கிராமத் தலைவருடைய தனிப்பட்ட பொறுப்பு. அந்தப் பாதையின் இரு பக்கமும் இருந்த சக்கரத் தடத்தில் தேயிலைத் தோட்டத்திலிருந்து கரித் துண்டுகள் கொண்டுவந்து நிரப்பப்பட்டுவிடும், கிராமத் தலைவருடைய ஃபோர்டு கார் அந்தப் பாதையில்தான் வரும், போகும். எப்போதாவது தேயிலைத் தோட்டத்திலிருந்து வெள்ளையர்களின் வண்டிகள் வரும். கிராமத் தலைவரிடம் இரண்டு குதிரைகளும் இருந்தன. அவர் பெரும்பாலும் குதிரையில்தான் வருவார், போவார். அந்தப் பாதையின் இரு பக்கமும் இருந்த நிலம் கிராமத் தலைவருடையதுதான். அங்கு சில வீடுகள் மீனவர்களுடையது, சில வீடுகள் நேப்பாளிகளுடையது. அவர்களை கிராமத் தலைவர்தான் அங்கு குடியமர்த்தினார். பாதை முழுதும் இரண்டு பக்கமும் சமமான இடைவெளி விட்டு பூ மரங்கள் நடப்பட்டிருந்தன. அந்த மரங்களை நட்டு பல வருஷங்கள் ஆகிவிட்டன, ஆனால் இன்றும் அவை திடமாகவே இருந்தன. அந்தப் பாதை வெளித் தாழ்வாரத்தில் சென்று முடியும் இடத்தில் ஒரு சிறிய அறை இருந்தது, அதில் நேராகச் சென்றால் விசாலமான பெரிய வீடு.

தாழ்வாரத்தின் இடது பக்கம் கிராம அலுவலகத்தின் நான்கு அறைகள் இருந்தன. அவற்றின் மூன்று பக்கமும் மர ரேலிங் அமைக்கப்பட்டு ஒரு பக்கம் மட்டும் திறந்து இருந்தது. உள் பக்கம்

இரண்டு அறைகள் இருந்தன, அவற்றில் ஒன்றில் கிராமத் தலைவர் உட்காருவார், மற்றொன்றில் வேலைக்காரர்கள், அலுவலர்கள் உட்காருவார்கள். அறைகளின் நான்கு பக்கமும் அலமாரிகள் இருந்தன, அவற்றில் காகிதங்கள், ஃபைல்கள் நிறைந்திருந்தன. அலுவலகத்தின் திறந்த பகுதியில் கதவிற்கு அருகிலேயே பிரம்பால் பின்னிய அழகிய மஹாகனி மரத்தால் செய்த சாய்வு நாற்காலி இருந்தது, அது சாதாரண சாய்வு நாற்காலிகளை விட மிகப் பெரியது. அதற்கு சற்று தொலைவில் இரண்டு, மூன்று மர நாற்காலிகள், மூன்று நீண்ட பெஞ்ச்கள் போடப்பட்டிருந்தன. உட்காரும் அறை போன்ற அந்த அறையில் குறைந்தது இருபது, இருபத்தைந்து பேர் வசதியாக உட்காரலாம். வரி கட்ட வருபவர்கள் அங்கேதான் உட்காருவார்கள். அதைத் தவிர கிராமத் தலைவர் கிராமப் பஞ்சாயத்துத் தலைவர்களோடு அல்லது பொது மக்களோடு உட்கார்ந்து ஏதாவது கலந்து பேசவேண்டியிருந்தால் எல்லாரும் அங்குதான் வந்து உட்காருவார்கள்.

மாவட்ட ஆட்சியர் ஆகட்டும், போலீஸ் அதிகாரிகள் ஆகட்டும், சிவில் சர்ஜன், போலீஸ் சூப்ரிண்டெண்ட் ஆகட்டும் எல்லாருமே ஏதாவது ஒரு வேலையை முன்னிட்டு அங்கு வந்தால் அவர்கள் கிராமத் தலைவர் வீட்டில் மாமிசம், மீன், பலகாரங்களோடு விருந்து சாப்பிட்டுவிட்டுதான் போவார்கள். அவர்கள் எப்போதாவது, ஏதாவது காரணத்தினால் கிராமவாசிகளை சந்திக்க வேண்டியிருந்தாலும், ஏதாவது முக்கிய விஷயத்தைப் பற்றி அவர்களிடம் பேசவேண்டியிருந்தாலும் கிராமத் தலைவரின் அந்த அலுவலக உட்காரும் அறையில்தான் கிராம மக்களை அழைத்து உட்கார வைப்பார்கள். போலீஸ் ஸ்டேஷன் சூப்ரிண்டெண்ட் சாதாரண திருடர்களைப் பிடித்தால் அங்கேதான் அழைத்துவருவார். அங்கு வைத்து அவர் திருடர்களை அடித்து -உதைத்து குற்றத்தை ஒப்புக்கொள்ளச் செய்து திருடிய பொருள்களை ஒப்படைக்கச் செய்வார், குற்றவாளிக்கு தண்டனையும் விதிக்கப்படும். அப்படி இல்லையென்றால் திருடர்களை பதினான்கு மைல் தூரத்திலிருந்த போலீஸ் ஸ்டேஷனுக்கு கைவிலங்கு பூட்டி கால்நடையாகவே அழைத்துச் செல்லவேண்டும், அங்கே அவர்களை சிறையில் வைத்திருந்து சதர் போலீஸ் ஸ்டேஷனுக்கு அனுப்பவேண்டும் -அவ்வாறு பல பிரச்சனைகள் எழும். அதனாலேயே பெரும்பாலான பிரச்சனைகளுக்கு அங்கேயே தீர்வு காணப்பட்டுவிடும். சிறிய குற்றங்களுக்கு மட்டுமல்ல, கிராமத் தலைவரின் கையொப்பத்துடன் பல முறை பெரிய குற்றங்களுக்கும் அங்கேயே தண்டனை விதிக்கப் பட்டுவிடும். அங்கு நியாயம் வழங்கும் விதமே தனிப்பட்ட முறையில் இருந்தது. அங்கு கையொப்பத்திற்கான அர்த்தமே வேறு, கிராமத் தலைவரின் மத்யஸ்தத்தினால் போலீஸ் அதிகாரிகளுக்கு கொஞ்சம்

தானம் -தட்சிணை தர ஏற்பாடு செய்யவும், தட்சிணை எவ்வளவு என்று தீர்மானிக்கவும், குற்றவாளியை நிரபராதி என்று அறிவிக்கவும் அந்தக் கையொப்பம் போதும்.

கிராமத் தலைவரின் அந்தப் பெரிய வீட்டில் விசேஷமான விருந்தாளிகளுக்கான டிராயிங் ரூமின் அமைப்பு, அலங்காரம் எல்லாமே முற்றிலும் வேறுபட்டது. மிக அழகான டிசைன்களுடன் விலை உயர்ந்த மரத்தில் செய்த மேஜை -நாற்காலிகள், சோஃபா, மஹாகனி, தேக்கு மரத்தில் பித்தளை, தாமிர, வெள்ளி வேலைப்பாடுகள். சுவர்களில் விலை மதிப்பு வாய்ந்த பொருள்களின் வரிசைகள், ஃபோட்டோக்கள், ஓவியங்கள், புலித் தோல்கள், மிருகங்களின் பாடம் பண்ணிய தலைகள்.

ஒரு மூலையில் வைக்கோல் நிரப்பிய யானைப் பாதம் அலங்கரித்து வைக்கப்பட்டிருந்தது. உண்மையில் கிராமத் தலைவர் கர்கீயின் தந்தை நல்ல வேட்டைக்காரர், ஒரு காலத்தில் கர்கீயும் தவறாமல் வேட்டையாடச் சென்றுகொண்டிருந்தார். இப்போது வேட்டைக்குச் சென்று பல வருஷங்கள் ஆகிவிட்டன, வளர்ப்பு மகனின் இறப்பிற்குப் பிறகு அவர் வேட்டைக்குப் போவதையே விட்டுவிட்டார்.

வேட்டை மோகம் விடுபட்டுவிட்டது, ஆனால் வேட்டை நண்பர், கிராமத்துப் பிரமுகர் பேத்தாயியுடன் அவருக்கு சிறு வயது தொடங்கி இருந்த நட்பு அப்படியே மாறாமல் இருந்தது. மக்களின் பார்வையில் அவர்கள் இருவரும் சமூக நியதிகளுக்கேற்ப தங்கள் அந்தஸ்த்தைக் காப்பாற்றிக்கொள்ள ஒருவரையொருவர் மிகவும் நெருங்காமல் தொலைவை நிலைநிறுத்தியிருந்தார்கள். ஆனால் அது வெளித்தோற்றத்திற்கு மட்டும்தான். உண்மையில் அவர்கள் இன்றும் ஆத்மார்த்த நண்பர்கள். கர்கீயின் மிக நெருங்கிய நண்பர்களில் ஒருவரான இந்த பேத்தாயி சந்திக்கை சிறு வயதில் ஸ்கூலில் அவருடன் ஒன்றாகப் படித்தவர். ஸ்கூலை விட்டு வந்த பிறகு பேத்தாயியின் படிப்பிற்கு முற்றுப்புள்ளி வைக்கப்பட்டது, ஆனால் கர்கீ வீட்டிலேயே ஓரிஸ்ஸா ஆசிரியரிடம் ஆங்கிலம் கற்றுக்கொண்டிருந்தார். ஆனால் ஸ்கூல் நண்பன் பேத்தாயி என்னும் பேத்தாராமுக்கும் கர்கீ சிம்ஹுுக்கும் இடையில் இருந்த நட்பு ஒரு கண்ணுக்குத் தெரியாத கயிற்றால் கட்டப்பட்டு நாளுக்கு நாள் உறுதியாகிக்கொண்டு இருந்தது. கிராமத் தலைவருடைய பெரிய வீட்டில் எந்த சாதாரண மனிதனும் எட்டிப் பார்க்கக் கூட துணியாத நாட்களிலும் வீட்டில் யாரும் இல்லையென்றால் பேத்தாராம் பல முறை அங்கு கிராமஃபோனில் பாட்டும், நாட்டுப்புறப் பாடலும் கேட்டிருந்தார்.

அந்தக் காலத்தில் கர்கீசிம்ஹ் பெரிய வீட்டிற்கு வெளியே சென்று சாதாரண மக்களைப் போல விழா பிஹூ நாட்டியம் பார்ப்பது தடை செய்யப்பட்டிருந்தது. ஆங்கிலேயர்களுடன் உட்கார்ந்து எழுந்து அந்த நவீன கலாச்சார வண்ணத்தைப் பூசியிருந்த கிராமத் தலைவர் வீட்டினருக்கு அரச மர நிழலில் குதித்து ஆடும் விழா நாட்டியக்காரர்கள் ஒரு நாகரிகமற்ற, கறைபட்ட கலாச்சாரத்தின் பிரதிநிதிகளாகவே இருந்தார்கள். ஆனால் அந்த இளமைக்காலத்தில் யாரை யாரால் தடுக்கமுடிந்தது? இளைஞன் கர்கீசிம்ஹூம் ஒளிந்து மறைந்து பேத்தாராமின் உதவியோடு விழா நாட்டியம் பார்க்கப் போய்விட்டான். அது மட்டுமல்ல, அவன் அந்த நாட்டியக்காரிகளில் ஒரு அழகிய இளம் பெண்ணிடம் மனதைப் பறி கொடுத்துவிட்டான். மேலும் ஒரு அடி முன்னால் சென்று பேத்தாவின் உதவியுடனேயே விழா முடிந்து திரும்பும்போது அவன் அந்தப் பெண்ணை சந்தித்து முதல் முத்தத்தின் சுகத்தையும் அடைந்தான். அந்த நாளை அவனால் மறக்கவே முடியவில்லை, ஏனெனில் வாழ்க்கையில் முதல் முறையாக அன்றுதான் அவனுக்கு ஒரு பெண்ணை முத்தமிடும், அவளுடைய விம்மிப் பூரித்த மார்பகங்களைப் பார்க்கும், தொடும், முத்தமிடும் அனுபவம் கிடைத்தது. பிறகு என்ன, இளைஞன் கர்கீயின் இளம் ரத்தத்தில் அலைகள் எழத் தொடங்கின. அந்தப் பெண்ணைத் தனிமையில் தன்னுடன் மட்டுமே முழுமையாக அடைய அவன் துடித்து பைத்தியக்காரன் ஆகிவிட்டான். அந்தப் பெண்ணின் பெயர் சந்திரப்பிரபா, எல்லோரும் அவளை சந்திரா என்று அழைத்தார்கள்.

இரண்டு பக்கமும் நெருப்பு சரியாகப் பற்றிக்கொண்டது. தறியில் துணி நெய்கையில் சந்திராவின் கைகள் நழுவத் தொடங்கின. தறி பாவு - ஊடு எண்ணுவதில் தவறு ஏற்பட்டது, டிசைன்கள் தவறாகிப் போயின. சில சமயம் எண்ணெயில் தாளிக்க மறந்துபோனாள், சில சமயம் நினைவுகளில் மூழ்கி உலகையே, தன்னையே மறந்தாள்.

சில விசேஷமான குறிப்பிட்ட நாட்களில் வீட்டிலிருந்து புறப்பட அவளுக்கு ஆர்வமும் துடிப்பும் மிகுந்தது. பிறகு என்ன நடக்கவேண்டுமோ அதுதான் நடந்தது. சில நாட்களிலேயே சந்திரப்பிரபா, கர்கீசிம்ஹ் காதலின் மணம் ஒரு ருசியான செய்தியாக உருவெடுத்தது. மணம் மறைத்தாலும் எப்போதாவது மறைந்ததுண்டா? விரைவிலேயே அந்த செய்தி கர்கீ, சந்திரப்பிரபா இருவரின் தாய்- தந்தையர் காதுக்கும் எட்டியது. காதல் மயக்கத்தின் ஆவேச அலைகள் பல வகைத் தடங்கல் பாறைகளின் மீது மோத நேர்ந்தது. தன்னுடைய பெண் சுண்டுவிரல் அளவு இருந்துகொண்டு வீணாக ஏன் ஆகாயத்தில் இருக்கும் நிலவை அடைய குதிக்கிறாள்? ஏழை -பணக்காரன் வேற்றுமை மட்டுமில்லை, ஜாதிப் பிரச்சனையும்

இருக்கிறது, கர்க்ராம்சிம்ஹின் முன்னோர் பீஹார் பிரதேசத்தில் எந்த ஜாதியை சேர்ந்தவர்களோ, என்ன வழிமுறையோ! என்பது சந்திரப்பிரபாவுடைய தந்தையின் வாதம். அந்தப் பக்கம் கர்கீயின் தந்தையும் நெருப்புக் குழம்பாக இருந்தார். அவர் தன்னுடைய குடும்பத்தின் உயர்தரமான சூழலில் ஒரு சாதாரண பெண்ணை அனுமதித்து கறை பட விடமாட்டார், அப்படியான ஒரு பெண்ணை அந்த வீட்டின் மருமகளாக்கும் பேச்சிற்கே இடமில்லை என்பது அவருடைய வாதம்.

அப்போது அந்தக் காதல் ஜோடிக்கு தொடங்கியது சோதனை! கர்கீ எந்நேரமும் தீய எண்ணத்திலும் பயத்திலும் இருந்தான். அந்தப் பக்கம் சந்திரப்பிரபாவின் ஆழ்ந்த வேதனைப் பெருமூச்சுகளிலும், மௌனமாகப் பெருகிய கண்ணீர் மழையிலும் ஒரு வைகாசி மாதம் கழிந்துவிட்டது. ஒரு நல்ல முடிவை எதிர்பார்த்து, எதிர்பார்த்து இரண்டாவது வைகாசி மாதமும் முடிந்துவிட்டது. போதும், இனி இல்லை... இனியும் காத்திருக்க முடியாது... ஏதாவது செய்தே ஆக வேண்டும்.

மூன்றாவது வைகாசி மாதம் பிறக்கும் முன் கர்கீயும், பேத்தாயியும், சந்திரப்பிரபாவும் என்ன செய்வதென்று தீர்மானித்து விட்டார்கள். திருவிழா நாள் அன்று உழவு மைதானத்தில் அரச மரத்தின் கீழே விழா நாட்டியம் முழு வேகத்தில் நடந்துகொண்டிருந்தது. அப்போது ஆடிக்கொண்டிருந்த சந்திரப்பிரபா திடீரென்று மயக்கம் வந்து நாட்டியக் கூட்டத்திலிருந்து விலகி வெளியே வந்தாள். அந்தப் பக்கம் இளைஞர்கள் கூட்டத்திலிருந்து பேத்தாராமும் உடனே ஆடுவதை விட்டுவிட்டு வெளியில் வந்தான், கவலையோடு, "ஏண்டி சந்திரா, என்ன ஆயிற்று?" என்று கேட்டான்.

"தலை சுற்றுகிறது, உடம்பு சரியாக இல்லை. என்னால் இனி ஆடமுடியாது, நான் வீட்டிற்குப் போகிறேன்." என்றாள் சந்திரப் பிரபா.

"நட. நான் உன்னை வீட்டில் விட்டுவிட்டு வருகிறேன், தனியாகப் போகவேண்டாம்." என்றான் பேத்தாராம்.

அருகில் இருந்த நண்பர்களும் அவர்கள் பேசுவதைக் கேட்டார்கள், சந்திரப்பிரபாவுக்குத் தலை சுற்றியதும், பேத்தாராம் அவளை வீட்டில் கொண்டுவிடப் போனதும் அவர்களுக்கு மிகவும் இயல்பானதாகவே தோன்றியது. அதனால் யாரும் அதைப் பெரிதாக கவனிக்கவில்லை. அத்துடன் விழா -நாட்டியத்தின் உச்சகட்டத்தில் எல்லாருடைய முழு கவனமும் இன்று யாருக்கு யாரைப் பிடித்திருக்கும், யார் யாரைக் கல்யாணம் செய்துகொள்ள சம்மதிக்கச் செய்வார்கள் என்று பார்ப்பதிலேயே இருந்தது. அந்த நாட்டியத்தின்போது

இளைஞர்கள் தங்களுக்குப் பிடித்த பெண்களைத் துணையாக தெரிவு செய்யும் வழக்கம் இருந்தது. அன்று நாட்டியத்தில் அந்தப் போட்டிதான் நடந்துகொண்டிருந்தது. எல்லாருடைய பார்வையும் நாட்டியக்காரிகள் மீது பதிந்திருந்தது. அந்த சமயம் ஒரு உணர்ச்சி மிக்க, ஆவேசமான சூழலில் இளைஞர்களின் பார்வையும், கவனமும் நாட்டியப்பெண்களின் வளைந்து நெளியும் இடுப்பிலும், குலுங்கும் மார்பகங்களிலும், மென்மையான பாதங்களின் அசைவிலும் இருந்தது. இளம்பெண்களின் கண்கள் திடமான, கவர்ச்சியான இளைஞர்களின் கைதட்டலிலும், வாத்தியங்களின் ஒலியிலும், மேளத்தின் தட்டலிலும் நிலைத்திருந்தன. மேளத்தைத் தட்டும் இளைஞர்களின் விரல்களிலும், நாட்டியமாடும் நளினமான பாதங் களின் அசைவிலும் மூழ்கியிருந்த கிராம மக்களுக்கு சுற்றிலும் என்ன நடக்கிறது என்று கவனிப்பதற்கு உணர்வு எங்கே இருந்தது! பேத்தாராமும் சந்திரப்பிரபாவும் ஏதோ நாடகமாடி விழா நாட்டியத்தை விட்டுவிட்டு எங்கோ போய்விட்டார்களோ என்று கடுகளவும் சந்தேகப்பட யாருக்கும் நேரம் இல்லை.

வாரம் முழுதும் சந்திரப்பிரபா, பேத்தாராம், கிராமத்துப் பெரிய வீட்டு கர்க்ராம் மூவரும் கிராமத்திலிருந்து மாயமாகி இருந்தார்கள். பேத்தாராமின் தந்தை குனாராமிடமும் கிராமத் தலைவர் என்ற பட்டம் இருந்தது, ஒரு நீண்ட குழாய்த் துப்பாக்கியும் இருந்தது. அங்கே கர்க்ராமின் தந்தையிடம் இரட்டைக்குழாய்த் துப்பாக்கி! இருவரும் தங்கள் துப்பாக்கிகளில் குண்டுகளை நிரப்பி வைத்துக்கொண்டு சந்திரப்பிரபாவை அழைத்துக்கொண்டு யார் வந்தாலும் இருவரையும் சுட்டுக் கொன்றுவிடத் தயாராக இருந்தார்கள்.

கர்க்ராம் மாயமாகி ஒரு வாரம் சென்று நடந்த விஷயம். ஒரு நாள் இரவு வெகு நேரம் ஆகிவிட்டது, கிராமத்தில் அநேகமாக எல்லாருடைய வீட்டு விளக்குகளும் அணைந்துவிட்டன. வெளியே கனத்த இருட்டில் மின்மினிகள் மட்டும் மின்னிக் கொண்டிருந்தன. நட்சத்திரங்களின் ஜொலிப்பு ஆகாயத்தை அழகுபடுத்திக் கொண்டிருந்தது, மின்னும் நட்சத்திரங்களின் ஒளியில் அமாவாசை இருட்டு மங்கிவிட்டிருந்தது. பக்கத்து கிராமத்தில் நாடக ஒத்திகை நடந்துகொண்டிருந்தது.

ஹார்மோனியம், டோலக், மஞ்ஜீராவின் ஒலி மெல்ல ஒலித்துக் கொண்டிருந்தது. அந்த ஒலிகளைத் தவிர எங்கும் அமைதி நிலவியது.

அந்த இரவு இருட்டில் குனாராம் தலைவரின் வீட்டு வாசலில் நான்கு பேர் வந்து நின்றார்கள் -இரண்டு ஆண்கள், இரண்டு பெண்கள். அவர்களில் ஒருத்தி கேட்டைத் திறந்துகொண்டு முன்

வாசலையும் வராந்தாவையும் தாண்டி வீட்டின் தலைவாசலில் போய் நின்றாள். வீட்டின் ஒரு அறையில் விளக்கு வெளிச்சம் தெரிந்தது. வெளிச்சம் வந்துகொண்டிருந்த ஜன்னல் கம்பிகளின் அருகில் சென்று அந்தப் பெண் மிக அடங்கிய குரலில், "அண்ணா, அண்ணா! தூங்கிவிட்டீர்களா?" என்று கூப்பிட்டாள்.

சற்று நேர மௌனத்திற்குப் பிறகு குனாராம் உள்ளிருந்தே, "யாரது?" என்று கேட்டார்.

"நான்தான் அண்ணா, தமயந்தி! எழுந்திருங்கள், கதவைத் திறவுங்கள்!" என்று மெல்லிய குரலிலேயே தமயந்தி கூறினாள்.

உள்ளே காலடி ஓசை மெல்ல மெல்ல நெருங்கி வந்தது கேட்டது. குனாராம் அவசரமாக கதவைத் திறந்தார், விளக்கை உயர்த்திப் பிடித்து வந்தவளின் முகத்தைப் பார்த்துவிட்டு வியப்புடன், "தமயந்தி, நீயா? இரவு இவ்வளவு நேரம் சென்று இங்கே? தனியாக...?"

"இல்லை, இல்லை, தனியாக வரவில்லை, இவர்களும் கூட வந்திருக்கிறார்கள்!"

"இவர்களா? யார்?" என்று மேலும் வியப்புடன் அவர் கேட்டார். ஆனால் ஒருசில வினாடிகள் யோசித்த பிறகு அவரே சொன்னார், "நல்லது! இவர்கள் வந்திருக்கிறார்களா? உன் வீட்டிற்கு வந்து ஒளிந்துகொண்டார்களா இவர்கள்? ஜாக்கிரதை! என் வீட்டில் அடி எடுத்து வைக்கவேண்டாம். துப்பாக்கியில் குண்டு நிறைந்திருக்கிறது, யார் முன்னால் வந்தாலும் சுட்டுவிடுவேன்!"

"கொஞ்சம் கேளுங்களேன், அண்ணா! இவ்வளவு கோபப் படாதீர்கள். என் மேல் ஆணை, வாருங்கள், உள்ளே போகலாம். நீங்கள் இப்படி ஏதாவது செய்வீர்கள் என்று பயந்துதான் நானே இவர்களோடு வந்தேன். உங்களை கைகூப்பி வேண்டிக்கொள்கிறேன், இவர்களை உள்ளே வரவிடுங்கள். அண்ணா, யோசித்துப் பாருங்கள், இந்தப் பெண் உங்கள் மகனோடு ஓடிப் போகவில்லை, கிராமத் தலைவரின் மகனோடுதான் ஓடிப் போயிருக்கிறாள்."

"அதனால்தான் விஷயம் இன்னும் சிக்கலாகிவிட்டது. என் மகன் அவளை அழைத்துக்கொண்டு வந்திருந்தால் நடந்தது நடந்து விட்டது, இருக்கட்டும் என்று வீட்டிற்குள் வரவிட்டிருப்பேன். ஆனால் கிராமத் தலைவர் மகன் செய்த இந்த அக்கிரமத்தில் இந்த உதவாக்கரை ஏன் முன்னால் போய் உரலில் தலையை விட்டான்? கிராமத் தலைவர் என்னை உயிரோடு விடுவாரா?"

"விடுங்கள், கோபத்தை விட்டுத் தள்ளுங்கள். அண்ணா, நான் சொல்கிறேன் இல்லையா, உள்ளே போங்கள். கதவுக்குப் பக்கத்தி

லேயே இப்படி நீங்கள் நின்றுகொண்டிருந்தால் இவர்களுக்கு உள்ளே வர துணிவே வராது. போங்கள், நீங்கள் முதலில் உள்ளே போங்கள்!”

அந்தப் பெண் குனாராமின் கையிலிருந்த விளக்கைத் தன் வலது கையில் வாங்கிக்கொண்டு இடது கையால் அவரைத் தள்ளினாற்போல உள்ளே போகச் செய்தாள். பிறகு வெளிப்பக்கம் பார்த்து, “நீங்கள் உள்ளே வந்துவிடுங்கள், வெளியே ஏன் நிற்கிறீர்கள்?” என்றாள்.

இதற்கிடையில் குனாராமின் மனைவியும் வெளியே வந்து, “ஓ, தமயந்தியா!” என்றாள். அதே சமயம் பேத்தாராம் எல்லாருக்கும் முன்னால் உள்ளே நுழைந்தான், அவனுக்குப் பின்னால் பேசாமல் அடி எடுத்து வைத்தாலே பூமிக்கு காயம் பட்டுவிடுமோ என்று பயந்தவர்களைப் போல மெல்ல அடி எடுத்து வைத்து சந்திரப் பிரபாவும், கர்க்ராமும் உள்ளே வந்தார்கள். அவர்கள் வருவதற்கு முன்பே காலில் இருந்த செருப்பை உதறி எறிந்துவிட்டு குனாராம் உள்ளே போய்விட்டார்.

“அண்ணி! இவர்களை உள்ளே அழைத்துப் போய் தங்குவதற்கு ஏற்பாடு செய்யுங்கள். இன்று ஒருநாள் இங்கேயே இருக்கவிடுங்கள். இரவுப்பொழுது கழியட்டும், பிறகு ஒரு தீர்வு ஏற்பட்டுவிடும்.”

தமயந்தி தன் அண்ணியிடம் அவ்வாறு சொன்னதின்பேரில் தன்னுடைய தீர்மானத்தைக் கூறியபடியே குனாராம் வெளியே வந்தார், “தீர்வு பிறகு அல்ல, இப்போதே ஏற்பட்டுவிடும், நில் கர்கீ, நில், உள்ளே வரவேண்டாம். நீ இப்போதே என்னோடு பெரிய வீட்டிற்கு நட.”

குனாராம் ஐந்து பேட்டரிகள் கொண்ட பெரிய டார்ச் லைட்டை எடுத்துக்கொண்டு தோளில் துண்டைப் போட்டுக் கொண்டு வராந்தாவுக்கு வந்தார். அவருக்கு அருகிலேயே ஓரமாக நழுவி உள்ளே சென்ற கர்கீயை அவர் தடுத்து தன்னுடன் நடக்கச் சொன்னார்.

அவர் சொன்னதைக் கேட்டு கர்கீயின் தொண்டை அடைத்துக் கொண்டது. மிகவும் பயந்த குரலில், “இப்போதா? இப்போதே போக வேண்டுமா? அப்பா என்ன சொல்வாரோ!” என்றான்.

“என்ன சொல்வார், என்ன செய்வார், அதெல்லாம் எனக்குத் தெரியாது. நீ இப்போதே என்னோடு நட. அந்தப் பெண் என் மகனோடு வந்திருந்தால் என்ன தீர்வு காணவேண்டுமோ அதை நானே செய்திருப்பேன், ஆனால் உன்னை அந்தப் பெண்ணோடு என் வீட்டில் வைத்துக்கொண்டு என் துரதிருஷ்டத்தை நானே

அழைத்துக்கொள்ள வேண்டியதில்லை. நட, நான் கூட இருக்கிறேன், இல்லையா! கிராமத் தலைவர் துப்பாக்கியால் சுட வந்தால் கூட நான் காப்பாற்றுகிறேன். நீ பயப்படத் தேவையில்லை, நட!" என்று குனாராம் அதிகார தொனியோடு ஒரே மூச்சில் சொல்லிவிட்டு வெளியே செல்ல வெளித் தாழ்வாரத்தில் இறங்கிவிட்டார்.

"வா கர்கீ, நட!" என்று டார்ச்சை அடித்தபடி குனாராம் முன்னால் நடந்தார், கர்கீ அவரைப் பின்தொடர்ந்தான்.

தீர்வு அன்று இரவே காணப்பட்டுவிட்டது.

பெரிய வீட்டின் ஒரு அறையில் கர்கீராம் தலைகுனிந்து உட்கார்ந்திருந்தான். அதே அறையின் உள் கதவு அருகால்படிக்கு அருகில் கர்கீயின் அம்மா ஹேமவந்தி, ஹேமா பேசாமல் நின்றிருந்தாள். வெளிக்கதவின் அருகிலேயே ஒரு ஸ்டூலில் குனாயி, குனாராம் உட்கார்ந்திருந்தார். அருகிலேயே மஹாகனி மரக் கருப்பு பெஞ்சில் கர்கீயின் தந்தை உட்கார்ந்திருந்தார், அவரை ஒட்டி இரட்டைக்குழாய் துப்பாக்கி இருந்தது. ஒரு சிதார் கலைஞனுடன் இணைந்து வாசிக்கும் முயற்சியில் ஒரு தபேலா கலைஞனின் விரல்கள் தபேலாவில் நடமிடுவது போல அவருடைய கைவிரல்கள் துப்பாக்கிக் குதிரையில் நடமிட்டுக்கொண்டிருந்தன.

அவர் எழுந்து நின்றார். காற்று வீசாத காலத்தில் ஏதோ ஒரு மரம் ஆடாமல், அசையாமல் நிற்பது போல் தோன்றியது. அவர் கூரிய பார்வையோடு தலைகுனிந்து உட்கார்ந்திருந்த கர்க்ராமை உற்றுப் பார்த்தார். அது புயலுக்கு முன் நிலவும் அமைதி இல்லை, புயல் அடித்து முடிந்த பின் நிலவும் குளிர்ந்த காற்றினால் அமைதியான சூழல். புயலைப் போல கோபம், திட்டு-வசவு, இடி எல்லாம் நடந்து முடிந்துவிட்டது. அவர் போதுமான அளவு கடுமையாக திட்டிவிட்டார், தன் பெருமைக்கும், வம்சத்திற்கும் களங்கம் உண்டாக்கியதற்காக மகனை மனதாரத் திட்டித் தீர்த்திருந்தார். இரண்டு, மூன்று முறை துப்பாக்கியை எடுத்து சுட்டு விடுவதாகவும் சத்தமிட்டார்.

துப்பாக்கியால் சுடும் அளவு ஆவேசப்பட்டு கோபத்தின் உச்ச எல்லைக்குப் போன பிறகு அந்த நிலையிலேயே அவருடைய ஆவேசம் சற்றுக் குறைந்தது, சற்று திடமான மன நிலையில் தெளிவான சிந்தனையோடு அந்தப் பிரச்சனைக்குத் தீர்வு காண முயற்சி செய்தார். யாரும் எதுவும் பேசவில்லை. ஒரு பயங்கரமான மௌனம் நிலவியது. தலையிலிருந்து தொடங்கி தோள், இடுப்பு என முழு உடலிலும் பரவி பின்னர் அறிவையும், மனதையும் ஆக்கிரமித்த மௌனம்.

கர்கீயின் தந்தை முற்றிலும் ஆவேசம் தணிந்த திடமான குரலில், "நல்லது, நடந்தது நடந்துவிட்டது. இப்போது ஒன்று மட்டும் உண்மையாக சொல். உன் பதிலைப் பொறுத்துதான் நான் மேற்கொண்டு எடுக்கும் நடவடிக்கை அமையும்."

கர்க்ராம் மெல்ல தலையை உயர்த்தி அவர் முகத்தைப் பார்த்தான், அவர் என்ன கேட்கப் போகிறார் என்று காத்திருந்தான்.

அவர், "நீ கடந்த சில நாட்களில் அந்தப் பெண்ணோடு படுத்துத் தூங்கினாயா?" என்று கேட்டார். கர்கீ பதில் எதுவும் சொல்லவில்லை. அவர் மீண்டும் உரக்கக் கேட்டார், "நான் என்ன கேட்கிறேன், காதில் விழுகிறதா, இல்லையா?"

மீண்டும் தலையைக் குனிந்துகொண்டு கர்கராம், "பேத்தாயியின் அத்தை வீட்டில் இருந்தபோது தூங்கவில்லை." என்றான்.

"பிறகு எங்கே இருக்கும்போது தூங்கினாய்?"

"குரயீ நதியைக் கடக்க முடியாத முதல்நாள், இரவு ஆகி விட்டது, அங்கேயே கரை மணலில்."

"உம், புரிந்துகொண்டேன், அப்போது ஒன்றாகத் தூங்கினாய், ஆனால் அவளோடு ஒன்றும் செய்யவில்லை, இல்லையா?".

அந்தக் கேள்வியைக் கேட்டு ஹேமவந்தி அவரை தன் பெரிய பெரிய கண்களால் உறுத்துப் பார்த்தாள், பிறகு திரும்பி உள்ளே போய்விட்டாள். கர்க்ராம் தலை குனிந்து உட்கார்ந்திருந்தான்.

"ஏண்டா, ஏன் வாயைத் திறக்கமாட்டேன் என்கிறாய்? அவளோடு விஷமம் ஒன்றும் செய்யவில்லையே? அப்படி -இப்படி ஏதாவது செய்திருந்தால் சொல்லிவிடு, அப்படியென்றால் நாளையே அவளைக் கல்யாணம் செய்து அழைத்துவர வேண்டியிருக்கும். ஒன்றும் ஆகவில்லையென்றால் அவளை அவள் வீட்டிற்கு அனுப்பி விடலாம். நேராகக் கேட்கிறேன், என்ன விஷயம் என்று உண்மை யைச் சொல், ஏதாவது ஆயிற்றா, இல்லையா?".

தலையைக் குனிந்தபடியே கர்க்ராம் மிக அடங்கிய குரலில், "ஆயிற்று!" என்றான்.

"போதும்- ஒரு முடிவுக்கு வருவதற்கு இது போதும். எப்போது நம் வம்சத்தின் வீரியம் அவள் உடம்பிற்குள் போய்விட்டதோ அப்போது அவள் தெய்வமோ, சூனியக்காரியோ, அழகியோ, அழகில்லாதவளோ அவளை நம் வீட்டுப்பெண்ணாக அங்கீகரித்துதான் ஆகவேண்டும். அவளும் இந்நேரம் என்ன நிலைமையில் இருக்கிறாளோ, தெரிய வில்லை. கர்ப்பமாகியிருந்தால்? நம் வம்சத்தின் வித்து வேறு ஒரு

இடத்தில் வளர விடமுடியாது, இல்லையா!"

நீதிமன்ற நீதிபதி போல கர்க்ராமின் தந்தை தன் தீர்ப்பைக் கூறிவிட்டார். அதன் பிறகு தன் மகனைப் பார்த்து, "பெரிய மனிதா! இப்போது உள்ளே போ. ஒரு பெண்ணை அழைத்துக்கொண்டு ஓடிவந்து மிக நல்ல பெயர் சம்பாதித்துவிட்டாய். என் தலையில் இதெல்லாம் எழுதியிருக்கிறது. போ, போ உள்ளே!" என்று அதட்டி அவனை உள்ளே அனுப்பிவிட்டார்.

கர்கீ படபடத்து எழுந்து உள் கதவின் பக்கம் போய்விட்டான். அவனுக்கு தன் உடலும் மனமும் லேசாகிவிட்டது போல இருந்தது. கதவின் அந்தப் பக்கம் மறைவில் நின்றிருந்த கர்கீயின் அம்மா மகனின் முதுகை மெல்ல கையால் வருடி அவனைப் பாசத்தோடு உள்ளே அழைத்துச் செல்வதை அவன் தந்தை பார்த்தார்.

குனாராம் நாற்காலியிலிருந்து எழுந்து போகும் முன், "இப்போது பீத்தமல்லின் பெண்ணை என்ன செய்வது? அவளை அவள் வீட்டில் கொண்டு விட்டுவிடட்டுமா?" என்று கேட்டார்.

"உட்காருங்கள் குனாராம், உட்காருங்கள். இன்று மாலை விஷ்ணுஜான் தோட்டத்து பர்ட்டன் துரை வந்திருந்தார். ஆறுமாதத்திற்குப் பிறகு அயல்நாட்டிலிருந்து திரும்பியிருக்கிறார். நினைவு வைத்துக்கொண்டு எனக்கு ஒரு பெரிய பாட்டில் கொண்டு வந்திருக்கிறார். மாலையில் திறக்கமுடியவில்லை, வாருங்கள், இப்போது திறப்போம். இங்கேதான் இருக்கிறது, கொஞ்சம் இருங்கள்.".

அவர் எழுந்து அதே அறையின் அலமாரியிலிருந்து ஒரு பெரிய ஸ்காட்ச் விஸ்கி பாட்டிலை எடுத்து வந்தார்.

"இந்த நடு இரவு நேரத்திலா?" என்று குனாராம் சற்று தயக்கத்தைக் காட்டினார்.

"நடு இரவு, முழு இரவு என்ற பேச்சுக்கே இடமில்லை, இந்தப் புயல் என் மூளை நரம்புகளை இறுக்கிக்கொண்டிருக்கிறது. என் தலை வெடித்துப் போகிறது. அந்தப் பிச்சைக்காரன் பீத்தமல்லின் அந்த அறியாத பெண்ணை இந்த வீட்டு மருமகளாக்கி கொண்டு வரவேண்டும். பீத்தமல்லுக்கு கொஞ்சம் பணம், இரண்டு, மூன்று பீகா நிலம் கொடுத்து எல்லா விஷயத்தையும் சத்தமில்லாமல் ஒரேயடியாக முடித்துவிடலாம், ஆனால் இப்போது அந்த வழியைக் கையாள முடியாது, இல்லையா! இவன் அந்தப் பெண்ணை முழுக்க தன்னுடையவளாக்கிக் கொண்டிருக்கிறான். அவள் தன் உடல் -மனம் எல்லாம் இவனுக்கு அர்ப்பணித்திருக்கிறாள்! இப்போது எப்படி இருந்தாலும் இவளை மருமகளாக்கிக் கொள்வதைத் தவிர வேறு வழி இல்லை, நம் வீட்டு வீரியத்தைப் பாதுகாக்கவும் வேண்டும்."

கிராமத்துப் பெரிய வீட்டின் ஒரு அறையில் நடு இரவில் கையில் அயல்நாட்டு மது கிளாசைக் கையில் வைத்துக்கொண்டு கிராமத் தலைவர் தன் மகன் கர்க்ராமின் வீரியத்தைப் பாதுகாத்து வம்சத்தின் பெருமையை நிலைநிறுத்துவதற்கு ஒரு மிக அபூர்வமான தீர்மானத்தை அறிவித்தார்.

ஒரே நாளில் மேளதாளத்தோடு கல்யாண ஏற்பாடுகள் செய்யப்பட்டுவிட்டன. பெண் வீட்டு சார்பாக குனாராமின் வீட்டு முன் வாசலில் கல்யாண மண்டபம் அலங்கரிக்கப்பட்டது. பீத்தமல் வீட்டு முன் வாசலில் ஷாமியானா போடுவதும், மாப்பிள்ளை ஏறி வரும் யானையைக் கட்டுவதும், வாத்தியங்களோடு வரும் மாப்பிள்ளை ஊர்வல மனிதர்களை உட்கார வைத்து விருந்து படைப்பதும் தொலை தூரத்து விஷயம், அங்கே எல்லாரும் நிற்கக் கூட இடம் இல்லை. அதனாலேயே குனாராம் வீட்டு முன் வாசலில் ஒரு விசாலமான ஷாமியானா போட்டு அங்கேயே கல்யாண மண்டபம் அமைக்கப்பட்டது. அந்த முன் வாசல் ஒரே சமயத்தில் இரண்டு கேப்[1] அரிசியை இடித்து மாவாக்கும் அளவு மிகப் பெரியது. தலை வாசலில் மூங்கில் குச்சிகளில் பிரகாசமான வெள்ளிப் பூக்கள் நிறைந்த மரத்தின் மின்னும் பச்சை இலைகள் அலங்கரித்த கேட் அமைக்கப்பட்டது.

கணேஷ் தையல்காரனின் முழு கவனிப்பில் சிவப்பு, நீலம், பச்சை. மஞ்சள், ஊதா வண்ண தோரணங்கள் தொங்கவிடப்பட்டன. நான்கு, ஐந்து பெட்ரோமாக்ஸ் விளக்குகள், இரண்டு டே -லைட்டுகள் முன்னூவின் பொறுப்பில் விடப்பட்டன. செலவைப் பொருட்படுத்தாமல், சற்றும் கஞ்சத்தனம் பண்ணாமல், யாருக்கும், எங்கும் எவ்வளவு தரவேண்டியிருந்தாலும் அதை உடனே குனாராம் தன் பையிலிருந்து தயங்காமல் தந்துவிடும்படி சொல்லப் பட்டிருந்தது. கல்யாணம் நல்ல விதமாக நடந்து முடிந்த பிறகு எல்லா செலவுப் பணமும் திருப்பித் தரப்படும் என்று உறுதி கூறப்பட்டிருந்தது. மூங்கில், தார்ப்பால், பாத்திரங்கள் எது வேண்டுமானாலும் கிராமத் தலைவரின் பெரிய வீட்டிலிருந்து வண்டியில் வரவழைத்துக் கொள்ளும்படியும் சொல்லப்பட்டிருந்தது. பேத்தாராம் காலில் இறக்கை கட்டிக்கொண்டு ஒரு இடத்திலிருந்து இன்னொரு இடத்துக்கு ஓடி ஓடி எல்லா வேலைகளையும் மேற்பார்வை பார்த்துக்கொண்டிருந்தான். குரயீகுடி நேப்பாளிகள் மறுநாள் ரத்தன்போக்கரி சந்தையில் விற்பதற்காக சேர்த்து வைத்திருந்த எல்லா தயிரையும் கல்யாண வீட்டிற்குக் கொண்டுவந்துவிட்டார்கள். கிடைத்த அவல், பொரி எல்லாம் கொண்டுவந்து சேர்க்கப்பட்டது. கணபத்தின் கடையில் இருந்த வெல்ல மூட்டைகள் எல்லாம் எடுத்துக்கொள்ளப்பட்டன.

1. ஒரு அளவு.

ஒரு நாளில் எல்லா ஏற்பாடும் செய்துவிட முடியுமா என்று கவலைப்பட்டவர்கள் வாய் மூடிப் போனார்கள். சாப்பிட, குடிக்க எந்துப் பொருளுக்கும் குறைவில்லை, சாப்பிடுபவர்களுக்கும் குறைவில்லை! சாப்பிடுபவர்கள் வந்துகொண்டே இருந்தார்கள், சாப்பாடு பரிமாறுபவர்கள் பரிமாறிக்கொண்டே இருந்தார்கள், ஓய்வில்லாமல்... ஒழிவில்லாமல்!

குனாராமும் பேத்தாராமும், தந்தையும் மகனும், எல்லா விருந்தாளிகளையும் வரவேற்று உபசரிப்பதில் முனைந்திருந்தார்கள். பேத்தாராமின் அம்மாவும் அத்தையும் வந்த பெண்களை வரவேற்பதில் ஈடுபட்டிருந்தார்கள். கல்யாணத்திற்கு வந்தவர்கள் எல்லாரும் குனாராமுக்கு 'ராம் -ராம்' என்று சொல்லி வணங்கி விட்டே சென்றார்கள். நான்கு பக்கமும் மகிழ்ச்சியான சூழல் நிலவியது. அந்தக் கொண்டாட்டத்திலும், சத்தத்திலும் அந்த அப்பாவிப் பெண்ணின் தாய் -தந்தையரின் நிலைமை குறித்து யாருக்கும் கவனமே இல்லை. பெண்ணின் தந்தை பீத்தமல் ஒரு மூலையில் உட்கார்ந்து வாழை இலைத் தண்ணீரைத் துண்டால் துடைத்துக்கொண்டிருந்தான். பெண்ணின் தாய்? அந்த அப்பாவியும் வராந்தாவின் ஒரு மூலையில் பேசாமல் உட்கார்ந்து பாக்கை உரித்து நறுக்கி வைத்துக்கொண்டிருந்தாள். அவள் கைகளில் தோல் உரிந்து போயிருந்தது, அவளுக்கு அதைப் பற்றிய உணர்வு கூட இல்லை.

திலகமிடும் சடங்கு இல்லை, மணமகன் பரிசு வரவில்லை, திருமண எண்ணெய் - மஞ்சள் கலவையும் இல்லை. அதனால் என்ன! அவை எல்லாம் இல்லாமலும் கல்யாணத்தில் எந்தத் தடங்கலும் நேரவில்லை. பிற்பகலுக்கு முன் கர்க்ராமின் தாய் ஹேமவந்தி தன் பெட்டியிலிருந்து பல விலை உயர்ந்த பட்டுச் சேலைகளை ஒரு தோல் பையில் வைத்து அத்துடன் பெரிய வெள்ளி அலங்காரப் பெட்டியில் தன் தங்க நகைகளில் கழுத்துப் பதக்கம், வளையல், தோடு, கல்கத்தா டிசைன் நெக்லஸ் போன்ற பலவகையான நகைகளை எடுத்துக்கொண்டு தன் ஃபோர்டு காரில் குனாராம் வீட்டுக்கு வந்துவிட்டாள். வழியில் கணபத் கடையில் செண்ட்டும் ஒரு பாக்கெட் குங்குமமும் வாங்கி குங்குமத்தை தான் கொண்டுவந்திருந்த வெள்ளி குங்குமச் சிமிழில் கொட்டிக்கொண்டாள். ஹேமவந்தி சம்பிரதாயப்படி பித்தளைத் தட்டில்[1] வெற்றிலை -பாக்கு வைத்து அழகிய வேலைப்பாடுடன் கூடிய மூடியால் மூடி காரில் வைத்தாள், உடனே கிராமத் தலைவர் தட்டை காரிலிருந்து எடுத்துவிட்டார். பித்தளைத் தட்டில் வெற்றிலை -பாக்கு வைத்துத் தருவது அஸ்ஸாம் மக்களின் மிக விசேஷ மரியாதை வழக்கம், அதை செய்ய கிராமத் தலைவர்

1. அழகிய வேலைப்பாடுகளுடன் கூடிய திருமண பித்தளைத் தட்டு அஸ்ஸாம் கலாச்சாரத்தின் இணையற்ற சின்னம்.

எப்படி விடுவார்? "அந்த பீத்தமல்லின் பெண்ணை மருமகளாக்கி கொண்டு வருவதற்கு இந்த வெற்றிலை - பாக்குத் தட்டு மரியாதை தேவையில்லை." என்று அவர் எரிந்துவிழுந்தார்.

ஹேமவந்தி பேசாமல், யாரிடமும் எதுவும் சொல்லாமல் தன் வண்டியில் கல்யாண வீட்டிற்குப் போய் சேர்ந்தாள். குனாராமும் பேத்தாராமும் வண்டியைப் பார்த்தவுடன் விழுந்தடித்து ஓடி வந்தார்கள். சுற்றுமுற்றும் இருந்த எல்லா சிறுவர், சிறுமியரும் வண்டியை சூழ்ந்துகொண்டார்கள்.

ஹேமவந்தி வண்டியிலிருந்து இறங்கி உள்ளே போனாள், குனாராம் அங்கு கூடியிருந்தவர்களை விலக்கி அவளுக்கு வழி ஏற்படுத்திக் கொடுத்தவாறு முன்னால் சென்றார்.

கார் டிரைவர் புதராமின் கையிலிருந்து அயல்நாட்டு சூட்கேசை வாங்கி தோளில் வைத்துக்கொண்டு பேத்தாராம் பின்னால் வேகம் வேகமாக சென்றான்.

உள்ளே ஷாமியானாவுக்குக் கீழே நின்று ஹேமவந்தி, "கல்யாணப் பெண் எங்கே?" என்று கேட்டாள்.

"உள்ளே உட்காரும் அறையில் தன் தோழிகளோடு உட்கார்ந்திருக்கிறாள்." என்றார் குனாராம்.

"என்னை அவளிடம் அழைத்துப் போங்கள்."

ஹேமவந்தி குனாராமுடன் கல்யாணப்பெண் உட்கார்ந்திருந்த அறைப் பக்கம் நடந்தாள். நான்கு பக்கமும் கூட்டத்தில் இருந்த சத்தமும், கலகலப்பும் சட்டென்று நின்றுவிட்டது, கசமுசவென்ற மெல்லிய பேச்சு சத்தம் மட்டும் கேட்டது. எல்லாரும் வாயைப் பிளந்துகொண்டு ஹேமவந்தியையே பார்த்துக்கொண்டிருந்தார்கள். பாதங்களில் ஜரிகை செருப்பு, விலை உயர்ந்த ஜரிகைப் பூக்கள் போட்ட பட்டு இடுப்புக் கச்சை- ப்ளவுஸ், அதன் மேல் போர்த்திய சால்வை, காது, மூக்கு, கழுத்து, கைகளில் தங்க நகைகள், நெற்றியில் பெரிய பொட்டு. சற்று பூசிய உடலுடன், உயரமான கோதுமை நிற, மதிப்பு மிக்க அந்துப் பெண்மணி மெல்ல, கம்பீரமாக அடி எடுத்து வைத்து உட்காரும் அறைக்குள் சென்றாள். பூக்கள் டிசைன் செய்த அழகிய மணையின் மீது கல்யாணப் பெண் அமர்ந்திருந்தாள், அருகிலேயே இன்னும் சில பெண்கள். அந்தப் பெண்கள் ஹேமவந்தியைப் பார்த்த உடனே எழுந்து நின்றார்கள். அன்று வரை அவர்கள் ஹேமவந்தியை தொலைவிலிருந்துதான் பார்த்திருந்தார்கள். ஃபோர்டு காரில் அவள் போகும்போது கண்ணில் பட்டாலும் வண்டி சர்ரென்று போய்விடும், அவர்கள் பார்த்துக்கொண்டே நின்றுவிடுவார்கள், சரியாகப் பார்க்கக் கூட

முடியாது.

ஓரிரு முறை அவள் ராமலீலா, நாடகம் போன்றவை பார்க்கவும் வந்ததுண்டு, ஆனால் கொஞ்ச நேரம்தான் இருப்பாள். இன்று அவர்கள் ஹேமவந்தியை மிக அருகில், தொட்டுவிடும் தொலைவில், தங்கள் அருகிலேயே நிற்கக் கண்டதும் ஆச்சரியத்தில் கண் இமைக்காமல் பார்த்துக்கொண்டே இருந்தார்கள். பேத்தாராம் ஓடிப்போய் மணப்பெண்ணின் தாயையும், அத்தையையும் அழைத்து வந்தான். அத்தை ஒரு அழகான பாயை எடுத்து வந்து மணப்பெண்ணின் முன் விரித்து ஹேமவந்தியை அதன் மேல் உட்காரும்படி வேண்டிக்கொண்டாள். வீணாக நேரத்தைக் கழிக்காமல் ஹேமவந்தி உட்கார்ந்தாள், மணப்பெண்ணின் மணையின் மேலேயே சூட்கேசிலிருந்து பொருள்களை எடுத்து வைக்கத் தொடங்கினாள். அவள் ஓரிரு முறையே உடுத்திய பல அழகிய பவழம் தைத்த பட்டு இடுப்புக் கச்சைகள், சமீபத்தில் கல்கத்தா போய்விட்டுத் திரும்பி வரும்போது கவுஹாத்தியில் வாங்கிய விலை உயர்ந்த கொடி டிசைன் செய்த பட்டு இடுப்புக் கச்சை- சால்வை- ப்ளவுஸ் செட். திடீரென்று அவள் பார்வை சந்திரப்பிரபாவின் உடைகள் மீது சென்றது. அவள் பட்டு இடுப்புக் கச்சை- சால்வைதான் அணிந்திருந்தாள், ஆனால் அது பழையதாக இருந்தது. ஒருக்கால் அது குனாராமின் மனைவியுடையதாக இருக்கலாம் அல்லது மகளுடையதாக இருக்கலாம். ஹேமவந்தி ஒரு முறை தன்னைச் சுற்றிக் கூடியிருந்தவர்கள் முகத்தைப் பார்த்தாள். ஏதோ அற்புதமான நிகழ்ச்சி நடந்துகொண்டிருப்பது போலவும், அதைப் பார்க்கவே அவ்வளவு கூட்டமும் கூடியிருப்பது போலவும் தோன்றியது.

"பேத்தாராம், இவர்களைக் கொஞ்சம் வெளியே போகச் சொல், நீயும் வெளியே போய் கதவை சாத்து. மணப்பெண்ணுக்கு புதிய துணி அணிவித்து அழகுபடுத்தவேண்டும்." பேத்தாராம் அறையில் கூடியிருந்தவர்களை வெளியே போகச் செய்தான், பிறகு தானும் வெளியே போய் கதவை சாத்திவிட்டு வேறு யாரும் அறைக்குள் போக முடியாதபடி அங்கேயே உட்கார்ந்துவிட்டான்.

அறைக்குள் மணப்பெண்ணின் இரண்டு தோழிகளின் உதவியோடு ஹேமவந்தி மணப்பெண்ணை அலங்கரிக்கத் தொடங்கினாள். முதலில் அவளுக்கு பூக்கள் டிசைன் செய்த, கவுஹாத்தியிலிருந்து சமீபத்தில் வாங்கி வந்த பட்டுப் பாவாடை- சால்வையை அணிவித்தாள், அதன் ப்ளவுஸ்- சால்வையை நகைகளை அணிவித்த பிறகு போர்த்துவதற்காக அருகிலேயே வைத்தாள். அவள் தன்னுடைய சால்வையில் தோள் அருகில் மாட்டியிருந்த பட்டாம்பூச்சி வடிவிலான வெள்ளி ப்ரோச்சைக் கழற்றி மணப் பெண்ணின் சால்வையில் பொருத்தினாள். பிறகு கொஞ்சம் சென்ட்

தடவினாள், பின்னர் அவள் கைகளில் வளையல், கங்கணம், மோதிரச் சங்கிலி அணிவித்தாள். கழுத்தில் வங்காள டிசைன் பதக்கத்தோடு ஒரு செயின். இரண்டாவது செயினில் விசேஷ அஸ்ஸாம் டிசைன் பதக்கம், கல் பதித்த மாலை அணிவித்தாள். காதுகளில் மீன் வடிவ நீண்ட ஜிமிக்கிகள். விரல்களில் அணிவித்த மோதிரங்களில் ஒன்றில் நான்கு பக்கமும் வண்ணக் கற்கள் பதித்து நடுவில் ஒரு பெரிய சிவப்புக்கல் பதித்திருந்தது. அதன் பிறகு அவள் ஹிமானி பாட்டிலைத் திறந்து கொஞ்சம் லோஷனை எடுத்து சந்திரப்பிரபாவின் கன்னங்களில் தடவினாள், அதன் மீது குட்டிக்கூரா பவுடரை லேசாகப் பூசினாள். அதன் பிறகு சிவந்த கன்னங்களில் ரூஜ் தடவி லிப்ஸ்டிக்கும் போட்டு விட்டாள்.

கடைசியாக வெள்ளி குங்குமச் சிமிழிலிருந்து சிறிதளவு குங்குமம் எடுத்து நெற்றியில் பெரிய திலகம் இட்டாள், வகிட்டிலும் குங்குமம் வைத்தாள். இதற்கிடையில் ஹேமவந்தி சொன்னபடி பேத்தாராம் கதவைத் திறந்து விட்டான். கதவைத் திறந்தவுடனே ஒரு பெண்கள் கூட்டம் உள்ளே வந்துவிட்டது. வந்தவுடனே அவர்கள் குலவை இட்டு மங்கள ஒலி எழுப்பினார்கள். ஹேமவந்தி மணப்பெண்ணுக்கு முகத்திரையை இட்டு முகத்தை மூடிய பிறகு அவள் மோவாயைப் பிடித்து முகத்தை சற்று உயர்த்தியவள் அவள் முகத்தைப் பார்த்துக்கொண்டேயிருந்தாள். உண்மையிலேயே அந்தப் பெண் மிக அழகாக இருந்தாள், அதைப் பார்த்து ஹேமவந்தி மிகவும் மகிழ்ச்சி அடைந்தாள். பெரிய கண்கள், கூரிய மூக்கு, மென்மையான கன்னங்கள் –எல்லாமே மிக அழகாக இருந்தன, உண்மையில் மனதை மயக்குவனவாக இருந்தன. ஹேமவந்தி மெல்ல சந்திரப்பிரபாவின் இரண்டு கன்னங்களிலும் முத்தமிட்டாள்.

அதே சமயம் சுற்றி நின்றிருந்த பெண்களில் ஒருத்தி விம்மி அழும் சத்தம் கேட்டது. ஹேமவந்தி திரும்பி அவளைப் பார்த்துக் கேட்டாள் -

"இவளுக்கு என்ன ஆயிற்று? இவள் யார்?"

"வேறு யார்? உங்கள் சம்பந்திதான். மகள் வேறு வீட்டிற்குப் போகிறாள், அதை நினைத்து அழுகிறாள்."

ஹேமவந்தி இந்த முறை அவளைத் தலை முதல் கால் வரை கூர்ந்து பார்த்தாள்.

'உங்கள் சம்பந்தி' இந்த இரண்டு சொற்கள் அவள் காதுகளில் கணீரென்று ஒலித்தது.

அதற்குள் உள்ளேயிருந்து வெற்றிலை, பாக்கு நிரம்பிய பித்தளைத்தட்டை எடுத்துக்கொண்டு பேத்தாராமின் அத்தை

வந்தாள். அவள் தட்டை சந்திராவின் அருகில் வைத்தபடி, "சந்திரா, கொஞ்சம் எழுந்திரு! மாமியார் காலில் விழுந்து நமஸ்காரம் செய்." என்றாள்.

அருகில் உட்கார்ந்திருந்த தோழிகளில் ஒருத்தி சந்திராவின் தோளைப் பிடித்து அவள் எழுந்திருக்கவும், மாமியார் காலில் விழுந்து நமஸ்கரிக்கவும் உதவி செய்தாள். ஹேமவந்தி மீண்டும் ஒரு முறை கழுத்தைத் திருப்பி நான்கு பக்கமும் நின்றிருந்த பெண்களை கவனமாகப் பார்த்தாள். அவளுக்கு சற்று உறுத்தலாக இருந்தது. பேத்தாயியின் அத்தை வாயிலிருந்து வந்த 'மாமியார்' என்ற சொல் அப்போதும் அவள் காதுகளில் ரீங்கரித்துக்கொண்டிருந்தது. கம்பீரத்துடனும் மரியாதையுடனும் சொல்லப்பட வேண்டிய அந்த சொல் அவ்வாறு சொல்லப்படவில்லையென்று அவளுக்குத் தோன்றியது.

சந்திரா நமஸ்கரித்ததும் அவளைத் தூக்கி ஆசீர்வாதம் செய்யப் போகும்போது தன் விரல்களில் அணிந்திருந்த மோதிரங்களில் ஒன்றைக் கழற்றி அவளுக்கு அணிவிக்க ஹேமவந்தியின் மனம் விரும்பியது. சட்டென்று அவள் பார்வை பேத்தாராமின் அத்தை யின் பார்வையை சந்தித்தபோது அவள் அந்தப் பார்வையில் கேலிச்சிரிப்பு மின்னுவதைக் கண்டாள். உடனே மோதிரத்தைக் கழற்ற நீண்ட அவளுடைய கை நின்றது.

"சரி, நான் போகிறேன். நீங்கள் எல்லாப் பொருள்களையும் சூட்கேசில் சரியாக வைத்துக்கொள்ளுங்கள்." என்று சொல்லிக் கொண்டே ஹேமவந்தி அவசரமாகத் திரும்பினாள், கம்பீரத்துடன் வேகமாக அடி எடுத்து வைத்து கதவை நோக்கி சென்றாள். மண்டபத்திலிருந்து அவள் வெளியே நேராக மெயின் கேட்டை நோக்கிப் போய்க்கொண்டிருந்தபோது அவள் போவதைப் பார்த்து விட்டு குனாராமும், பேத்தாராமும் அவள் பின்னாலேயே கேட்டை நோக்கி ஓடினார்கள். "நான் மங்கள காரியங்களுக்காக சுத்தமான தயிர் ஒரு பூஜைக் கிண்ணத்தில் கொண்டுவந்து வைத்திருக்கிறேன்." என்று சொல்லியபடியே குனாராம் பின்னாலேயே ஓடிவந்தார், ஆனால் ஹேமவந்தி எதையும் கவனிக்காமல் வேகமாக வெளியே சென்று புதராம் கதவைத் திறந்து விட்ட காரில் ஏறி பின்சீட்டில் உட்கார்ந்தாள். குனாராமும் பேத்தாராமும் கையைப் பிசைந்து கொண்டு நின்றார்கள். புதராம் வண்டியை ஸ்டார்ட் செய்து ஆக்சிலரேட்டரை மிதித்தான், வண்டி கிளம்பிவிட்டது.

வண்டி போகும் சத்தத்திலும், சுற்றி நின்ற சிறுவர்களின் சத்தத்திலும் கூட அந்த இரண்டு சொற்கள் ஏதோ பூச்சி ஒன்று காதுகளைக் குடைவது போல குடைந்துகொண்டிருந்தன. அவளுக்கு

இப்போது ஒரு 'சம்பந்தி' இருக்கிறாள், அந்த சம்பந்தியின் மகளுக்கு அவள் அன்றிலிருந்து 'மாமியார்'!

அங்கே கிராமத் தலைவரின் பெரிய வீட்டில் மகனின் கல்யாணத்திற்காக எந்த ஏற்பாடும், அலங்காரமும் செய்யப்பட வில்லை, வருபவர்களுக்கு ஒரு கப் டீ கொடுக்கக் கூட அங்கு ஏற்பாடு செய்யப்படவில்லை. எல்லாம் சாதாரண நாட்களைப் போலவே நடந்துகொண்டிருந்தது, அந்த நாளும் சாதாரண நாளைப் போலவே கழிந்துவிட்டது. கிராமத் தலைவர் காலையிலேயே சிற்றுண்டி சாப்பிடும்போது ஹேமவந்திக்கு நீண்ட லெக்சர் கொடுத்திருந்தார், "இதோ பார், கல்யாணத்தில் மங்கள காரியம் எல்லாம் முடிந்த பிறகு பெண்ணை வீட்டிற்கு அழைத்துவருவார்கள். அந்த மங்கள காரியங்கள் பெண் வீட்டில் மண்டபத்தில் செய்வார்கள். அங்கேதான் எல்லாரையும் அழைத்து விருந்து வைப்பார்கள். இந்த எல்லாக் காரியத்திற்கும் குனாராம் வீட்டில் ஏற்பாடு செய்தாகிவிட்டது. நான்தான் எல்லா ஏற்பாட்டையும் செய்யச் சொல்லியிருக்கிறேன். மங்கள காரியம் என்ற பெயரில் இங்கே மாப்பிள்ளை வீட்டில் ஒன்றும் நடக்காது. அதனால் நம் வீட்டில் ஷாமியானா கிடையாது, மேளம் கொட்டி கிராமம் முழுதும் அழைத்து ஐம்பத்தாறு வகைப் பலகாரத்தோடு விருந்து வைப்பதும் கிடையாது, புரிந்ததா? பெண் வீட்டில் எவ்வளவு சாப்பிட வேண்டுமோ சாப்பிடட்டும்! எவ்வளவு பணம் செலவானாலும் சரி எந்தக் குறையும் இல்லாமல் செய்துவிடும்படி நான் குனாராமிடம் சொல்லிவிட்டேன். எவ்வளவு பணம் செலவாகிறதோ அதை நான் கொடுத்து விடுவேன். அவ்வளவுதான். நம் வீட்டில் எதுவும் நடக்காது. பெண் கல்யாணத்திற்கு ஷாமியானா, மேளம், பேண்ட், பெட்ரோமாக்ஸ் லைட் எல்லாவற்றிற்கும் ஏற்பாடு செய்திருக்கிறது. விருந்திலும் தயிர் -அவல் - வெல்லமானாலும் சரி, டவுனிலிருந்து சமையல்காரனை அழைத்து லட்டு -ஜிலேபி செய்தாலும் சரி எல்லாம் அங்கேதான். கேட்டுக்கொள், கோவில் அர்ச்சகர் பாபுதேவ்தான் புரோகிதர். முகூர்த்தம் எட்டு மணிக்கு என்று அவர் சொல்லியிருக்கிறார். நான் மாப்பிள்ளையையும் புரோகிதரையும் அழைத்துக்கொண்டு ஏழேகால் மணிக்குப் புறப்படுகிறேன்."

இது காலையில் நடந்த விஷயம். ஆனால் கிராமத் தலைவர் நிர்ணயித்த காரியங்களுக்கு அப்பாற்பட்டு யாரிடமும் கேட்காமல், யாருக்கும் தெரிவிக்காமல் ஹேமவந்தி தானும் ஒரு கணக்கு போட்டு சிலவற்றைத் தீர்மானித்திருந்தாள், அது பிற்பகலுக்குப் பிறகுதான் கிராமத் தலைவருக்குத் தெரியவந்தது. அதுவும் ஹேமவந்தி மணப் பெண்ணுக்கான ஆடை, அணிகலன்களை சூட்கேசில் எடுத்துக் கொண்டு போன பிறகுதான் தெரிந்தது.

மாலையில் பெரிய வீட்டின் முன் மாப்பிள்ளையை அழைத்துச் செல்ல அலங்கரிக்கப்பட்ட யானை கொண்டுவந்து நிறுத்தப் பட்டது.

சரியாக ஏழேகால் மணிக்கு மாப்பிள்ளை ஊர்வலம் புறப்பட்டது. எல்லாருக்கும் முன்னால் ராமு சர்தார் போய்க் கொண்டிருந்தான். அவனுடைய ஒரு கையில் பெட்ரோமாக்ஸ் லைட், மறு கையில் அவனுடைய கைத்தடி. அவனுக்குப் பின்னால் அலங்கரித்த யானை மீது யானைப்பாகன் கோவர்தனும், புரோகிதர் பாபுதேவும் சென்றார்கள். அம்பாரியில் மாப்பிள்ளை கர்க்ராம் உட்கார்ந்திருந்தான், அவனுக்குப் பின்னால் தலைக்கு மேல் குடை, குடை அருகில் போலீஸ் ஸ்டேஷனில் வேலை செய்யும் போனாராம். யானைக்குப் பின்னால் குறைந்த வேகத்தில் ஃபோர்டு கார் வந்துகொண்டிருந்தது, அதில் பின்சீட்டில் மாப்பிள்ளையின் தந்தை உட்கார்ந்திருந்தார். புதராம் வண்டியை செலுத்திக்கொண்டிருந்தான். அவனுக்கு அருகிலேயே கிராமத் தலைவரின் மிகுந்த நம்பிக்கைக்குரிய வேலைக்காரன் மணிராம் உட்கார்ந்திருந்தான். அவனிடம் மிகப் பெரிய பொறுப்பு ஒப்படைக்கப்பட்டிருந்தது. மண்டபத்தில் மாப்பிள்ளை உட்காரும் இடத்தில் வீட்டிலிருந்து கொண்டுவந்த காஷ்மீர் கம்பளத்தை விரிப்பதிலிருந்து கர்க்ராமின் ஒவ்வொரு தேவையையும் கவனித்து அவனுக்கு என்ன வேண்டுமோ அதை உடனே நிறைவேற்றுவது, புரோகிதருக்காக கொண்டுவந்த தட்சிணையிலிருந்து ஒவ்வொரு முறையும் அவர் சொன்னபடி உடனே எடுத்துத் தருவது வரை எல்லாம் மணிராமின் வேலை.

யானை கல்யாண வீட்டின் முன் போய் நின்றது. மாப்பிள்ளை யானையிலிருந்து இறங்கியதும் பேத்தாராம் அவனை அழைத்துக் கொண்டு மண்டபத்திற்கு சென்றான்.

மாப்பிள்ளை மண்டபத்தை நோக்கி அழைத்துச் செல்லப் பட்டதும் கிராமத் தலைவர் குனாராமை அருகில் அழைத்தார், காரில் உட்கார்ந்தபடியே, "குனாராம், நான் போகிறேன். எனக்கு இங்கு ஒரு வேலையும் இல்லை. கார் இங்கேயே இருக்கட்டும். நான் யானை மீது திரும்பிப் போகிறேன். கல்யாணம் முடிந்த பிறகு மாப்பிள்ளையும் பெண்ணும் காரில் வரட்டும். நினைவிருக்கட்டும், மாப்பிள்ளையோடு பெண் மட்டும்தான் வரவேண்டும், வேறு யாரும் வரக்கூடாது. இந்தப் பையை வாங்கிக்கொள்ளுங்கள், உங்களுக்குத் தருவதற்கு கொஞ்சம் எடுத்து வந்திருக்கிறேன். எவ்வளவு இருக்கிறதோ, தெரியவில்லை. மாலையில்தான் சீல் திறந்தேன். அயல்நாட்டு சரக்கு. கல்யாணத்திற்குப் பிறகு எடுத்துக்கொள்ளுங்கள், களைப்பெல்லாம் போய்விடும். இந்தாருங்கள், பிடியுங்கள்." என்று

சொல்லிவிட்டு அவர் பாதி பாட்டில் அயல்நாட்டு விஸ்கி இருந்த பையை குனாராம் கையில் வைத்தார், பிறகு காரிலிருந்து இறங்கி யானையை நோக்கி சென்றுவிட்டார்.

இருண்ட இரவு நேரத்தில் யானை மீது அமர்ந்து தனியாக வீட்டை நோக்கி செல்லும்போது கிராமத் தலைவர் இன்று வம்ச வீரியத்தைக் காப்பாற்றுவதற்காக தான் எவ்வளவு பெரிய தியாகம் செய்யவேண்டியிருந்திருக்கிறது, சமரசம் செய்துகொள்ள நேர்ந்திருக் கிறது என்று யோசித்தபடி சென்றார். விதியின் அந்த விளையாட்டை நினைத்து அவர் அந்த இருட்டில் உரக்க சிரித்தார்.

விதியின் அந்த விளையாட்டு யாரும் அறியாத ஒரு ரகசியம் வெளிப்பட்டபோது ஒரு குரூர விளையாட்டாக முடிந்துவிட்டது.

எந்த வம்ச வீரியத்தைக் காப்பாற்றுவதற்காக அவ்வளவு நிகழ்ச்சிகளும் நடந்ததோ அது இல்லவே இல்லை!

கர்க்ராம் வீரியமற்றவனாக இருந்தான். அவன் ஒரு குழந்தைக்குத் தந்தையாகும் சக்தி அற்றவனாக இருந்தான். சந்திரப்பிரபாவைக் கல்யாணம் செய்து பல வருஷங்கள் ஆகியும் அவர்களுக்கு குழந்தை பிறக்காததால் கர்க்ராமுக்கு இரண்டாவது கல்யாணம் செய்து வைக்கப்பட்டது. ஆனால் பாவம்! பல வருஷங்கள் காத்திருந்தும் மீண்டும் நிராசையில்தான் முடிந்தது.

அதனால் கர்க்ராம் சந்திரப்பிரபாவின் அக்காள் மகனை தத்து எடுத்து அவனுக்கு ஸ்வர்கராம் என்று பெயரிட்டார். மிகுந்த செல்லம் கொடுத்து வளர்க்கப்பட்டு கெட்டுப்போன இதே ஸ்வர்கராம் தான் பெரியவனாகி அருவருக்கத்தக்க கொடுமையின், பெண் மோகத்தின் வடிவெடுத்து அந்நியனின் மனைவியோடு ஓடிப்போய் களங்கத்தையும் பூசிக்கொண்டான். இறைவனால் கூட அவனை மன்னிக்க முடியவில்லை போலிருக்கிறது! இருபது வயதிலேயே க்ஷயரோகத்தால் அவன் இறந்துபோனான்.

மீண்டும் பிள்ளை இல்லாதவராகிவிட்டார் கிராமத் தலைவர் கர்க்ராம். கிராமத் தலைவரின் பெரிய வீடு, அளவற்ற செல்வம், கணக்கற்ற நிலபுலன்கள்! அதை எல்லாம் கர்க்ராம் என்ன செய்வார்? யாருக்கு விட்டுச் செல்வார்?

தனக்குப் பின்னால் தான் சேர்த்த சொத்துகளை விட்டுச் செல்ல யாரும் இல்லாமல் போனாலும் கொள்ளை அடித்து செல்வத்தை சேர்த்துக்கொண்டே செல்லும், உரிமை இல்லாமலே அடுத்தவர்களுடைய நிலத்தை, பணத்தைப் பிடுங்கிக் கொள்ளும் பேராசை இப்போதும் அவரை விட்டு நீங்கவில்லை.

அவருடைய அநியாயங்களின் நீண்ட பட்டியலில் இன்னும் ஒன்று சேர இருந்தது. கிராமத்து மக்கள் மீன் பிடிக்கும், அவர்களுடைய ஆடு, மாடுகள் தண்ணீர் குடிக்கும் குளம் அவர் கண்ணை உறுத்தியது. சாம, தான, பேத, தண்ட உபாயங்களில் எதையாவது ஒன்றைக் கையில் எடுத்து அவர் அதைத் தன்னுடைய சொத்தாக்கியே தீருவார். ஒவ்வொரு அநியாயத்திலும் எப்போதும் அவருக்குத் துணையாக நிற்கும் ஒருவருக்காக அவர் தன்னுடைய உட்காரும் அறைக்கு முன்னால் சாய்வு நாற்காலியில் உட்கார்ந்து காத்திருந்தார். அந்த மனிதர் வேறு யாரும் இல்லை, யாதவ் பௌராதான்.

கர்க்ராமின் தலைக்கு மேல் மயில் இறகால் செய்த பெரிய விசிறி இருந்தது, அதை அறையின் ஒரு மூலையில் உட்கார்ந்திருந்த ஒரு சிறுவன் கயிற்றால் இழுத்து விசிறிக்கொண்டிருந்தான். முப்பது வருடங்களுக்கு முந்திய இளமைக்கால நினைவுகளும், விசிறியின் மெல்லிய காற்றும் அவரை மெய் மறக்கச் செய்தன.

சற்று நேரத்தில் யாதவ் பௌராவும் வந்து சேர்ந்தார். சைக்கிளை வெளி சுவரில் சார்த்தி வைத்துவிட்டு அவர் உட்காரும் அறைக்கு வந்தார். வந்ததுமே அவர் கர்க்ராமின் முழங்கால் முட்டியைத் தொட்டு, தலை குனிந்து வணங்கினார், பிறகு ஒரு நாற்காலியை இழுத்துவந்து கிராமத் தலைவர் அருகில் போட்டு உட்கார்ந்தார்.

"ஐயா, வருவதற்கு கொஞ்ச நேரம் ஆகிவிட்டது, ஆனால் எல்லா ஏற்பாடும் செய்துவிட்டுதான் வந்திருக்கிறேன். தொந்தரவு தொடங்கிவிட்டது, ஆனால் எப்படியோ சமாளித்துவிட்டேன்." என்றார் யாதவ் பௌரா.

"என்ன தொந்தரவு? நீங்கள் எப்படி சமாளித்தீர்கள்?" என்று கேட்டார் கிராமத் தலைவர்.

"ஐயா, இந்த கடைக்காரன் தீன் இருக்கிறானே, அவனுக்கு சைக்கிள் விடத் தெரியாது. அவனால் வேகமாக நடக்கவும் முடியாது, கொஞ்சம் பலவீனமான ஆள், அதனால் அவனைக் காலையிலேயே எழுப்பி பயணப்பட சொல்லிவிட்டு வந்திருக்கிறேன். அவன் குரயீகுடி வழியாக நேராகப் போய்விடுவான். அது ஒரு எட்டு மைல் இருக்கும். அவன் நில அதிகாரியின் அலுவலகம் திறப்பதற்கு முன் போய்விடுவான்."

"பண்டிதரும் கூடவே போகிறாரா?"

"அவருக்கு செய்தியே சொல்லவில்லை. மஹாஜனிடமும், தீனிடமும் வாயைத் திறக்கக்கூடாது என்று கண்டித்து சொல்லி யிருக்கிறேன். நேராக நில அதிகாரி அலுவலகத்தில்தான்

சந்திப்போம்."

"நேராக சொல்கிறேன், எல்லாப் பொறுப்பும் உங்களுடையது தான். நில அதிகாரி என்ன கேட்டாலும் நீங்கள்தான் பதில் சொல்ல வேண்டும். ரவியும், தீனும் வாயைத் திறந்தால் ஒன்று கிடக்க ஒன்று சொல்லிவிடுவார்கள். யாரிடம் என்ன பதிலை வாங்குவது என்று நில அதிகாரிக்கும் தெரியும்."

"நீங்கள் கவலையே படாதீர்கள். தீனுக்கும், ரவிக்கும் நான் எல்லாம் சொல்லிக் கொடுத்துவிடுகிறேன். ஆனால், ஐயா, நீங்கள் சர்வாயி பண்டிதரையும் போகச் சொல்லியிருக்கிறீர்கள், அவரால் எதுவும் குளறுபடி ஆகிவிடக் கூடாது. அவர் போகாமல் இருந்தால் நல்லது."

"இல்லை, இல்லை, பண்டிதர் மிகவும் நல்லவர். எல்லாரும் அவர் சொல்லை மதிக்கிறார்கள். அவர் என் சார்பாக சாட்சி சொல்லப் போகிறார் என்று தெரிந்தால் மற்றவர்களும் வாயை மூடிக்கொள்வார்கள்."

"அது சரிதான், ஆனால் பண்டிதர் என்ன சொல்லுவாரோ! நீங்கள் அவரிடம் நன்றாக சொல்லிவிட்டீர்கள், இல்லையா! அவர் என்ன சொல்லப் போகிறார் என்று கொஞ்சமாவது தெரிந்தால் நல்லது."

"இல்லை, நான் அவரிடம் விவரமாக ஒன்றும் சொல்லவில்லை. நிஹாலி நிலம் -சொத்து பத்திரங்களை வைத்திருக்கும் அலுவலகர் கூப்பிட்டிருக்கிறார் என்று மட்டும் சொல்லியிருக்கிறேன்."

"தக்க சமயத்தில் அவர் நமக்கு எதிராகத் திரும்பிவிட்டால்?" என்று யாதவ் பௌரா சந்தேகத்தை வெளிப்படுத்தினார்.

"நீங்கள் மூன்று பேரும் என் சார்பாக சொல்லும் சாட்சியே போதும்."

"பண்டிதர் உங்கள் சார்பாகத்தான் சாட்சி சொன்னார் என்று நாம் இங்கே எல்லாருக்கும் சொல்லிவிடுவோம். நீங்கள் கவலைப்படாதீர்கள், ஐயா, எல்லாம் சரியாக நடக்கும். நீங்கள் அந்தக் குளத்தை நல்ல காரியங்களுக்குதான் உபயோகப்படுத்துவீர்கள் இல்லையா! ஜனங்கள் என்ன சொல்லவேண்டுமோ சொல்லிக் கொள்ளட்டும், அவர்கள் சொல்வதால் என்ன ஆகிவிடப் போகிறது! குளம் உங்களுக்குதான், அதை நில அதிகாரிக்கு நன்றாகப் புரிய வைத்துவிடுவோம், அவ்வளவுதான்."

"குளத்தை என்ன செய்வோம், என்ன செய்யமாட்டோம் என்பது இங்கே கேள்வி இல்லை. கேள்வி, அது யாருக்கு சொந்தம் என்பது

தான். குளத்துக்கு சொந்தக்காரன் நான், அதை உறுதி செய்ய வேண்டும்."

கிராமத் தலைவர் 'சொந்தக்காரன்' என்ற சொல்லுக்கு அழுத்தம் கொடுத்துக் கூறினார். அவர் மேலும் தொடர்ந்து கூறினார், "என்னோடு சண்டை போட்டு இந்த ஜனங்களுக்கு என்ன கிடைக்கும்! யாருக்கும் முணுமுணுக்கக் கூட தைரியம் கிடையாது. ஆமாம், ஒருத்தன் இருக்கிறான் - காட்டுநாய் மாதிரி! கஜேன்.. அது மாதிரிதான் ஏதோ ஒரு பெயர்! அப்பாவுடைய ரத்தத்தின் கொதிப்பு மகனின் நரம்புகளிலும் கொதிக்கிறது போலிருக்கிறது. அப்பாவுக்கு கடைசியில் ஜெயில் ரொட்டிதான் கிடைத்தது. மகனுக்கும் அதே கதிதான், இது தெரியாதா!"

"ஐயா, நீங்கள் ஏன் இவ்வளவு கவலைப்படுகிறீர்கள்? கஜேனும் வாலை சுருட்டிக்கொண்டு ஓடிவிடுவான். இதெல்லாம் என்னிடம் விட்டுவிடுங்கள். நான் போய்வரட்டுமா?" என்று யாதவ் பௌரா கிராமத் தலைவருக்கு நம்பிக்கை கொடுத்துவிட்டு எழுந்தார்.

"சரி, போய் வாருங்கள். நாளை நிஹாலியிலிருந்து திரும்பி வந்த பிறகு ஒரு முறை வாருங்கள்."

வைத்தியரின் கடையில் எப்போதும் போல செய்தித்தாள் படிக்க ஏற்பாடுகள் நடந்துகொண்டிருந்தன. படிப்பைத் தொடங்கி வைக்கும் யாதவ் பௌரா இன்னும் ஏன் வரவில்லை என்று தெரிய வில்லை! இன்று வெகு நேரம் ஆகிவிட்டது. கிராமத்து சிறியவர்கள் - பெரியவர்கள், இன்னும் சில வெளி மனிதர்கள் வந்து கூடியிருந்தார்கள். வழக்கமாக சற்று தூரத்திலிருந்த பக்கத்து கிராமங்களிலிருந்தும் இரண்டு, மூன்று பேர் சைக்கிளில் வருவார்கள். அவர்களுக்கு தங்கள் கிராமங்களில் நல்ல செல்வாக்கு இருந்தது. கஜேனின் நண்பர்கள் முன்னூவும், ரூபாயியும் கூட வந்திருந்தார்கள். அவர்கள் இருவரும் ஒன்றும் சொல்லவும் மாட்டார்கள், கேள்வி கேட்கவும் மாட்டார்கள், எல்லா செய்திகளையும், செய்திகள் குறித்த பேச்சுகளையும் கேட்பார்கள், அவ்வளவுதான், பிறகு தங்கள் வீடுகளுக்குப் போய்விடுவார்கள். யாதவ் பௌராவின் ஒரு அடியாட்கள் கூட்டமும் அங்கு வரும். அவர்களுக்கு செய்திகள் கேட்பதில் எந்த ஆர்வமும் இல்லை, கேட் அருகில் உலாவிக்கொண்டிருப்பார்கள், அவ்வளவுதான். வைத்தியர் கடையில் யாதவ் பௌரா செய்தித்தாள் படித்து கூட்டத்தை முடித்துவிட்டுத் திரும்பும் வரை அவர்கள் அங்கேயே இருப்பார்கள்.

எப்போதாவது ஏதாவது காரணத்தினால் யாதவ் பௌரா வரவில்லையென்றால், அல்லது அவர் வர தாமதமானால் செய்தித்தாள் படிக்கும் வேலையை வைத்தியரே செய்வார். இன்றும்

நேரம் ஆவதைப் பார்த்து வைத்தியர் படிக்கத் தொடங்கும் தருணம் யாதவ் பௌராவே வந்துவிட்டார்.

"இன்று நேரம் ஆகிவிட்டது. என்ன செய்வது, ஒரு முக்கியமான விஷயத்தைக் குறித்து ஆலோசனை செய்வதற்காக கிராமத் தலைவர் கூப்பிட்டு விட்டார். என்னுடன் கலந்து பேசாமல் காரியம் நடக்காது, இல்லையா?" அவர் பேச்சில் மிகைப்படுத்தலும், கர்வமும் தெளிவாகத் தெரிந்தது, ஆனால் கிராமத்து மக்கள் அதற்குப் பழக்கப் பட்டுப் போயிருந்தார்கள், தன்னை மிகவும் அறிவாளி என்று நிலைநிறுத்திக்கொள்வதற்காக அவ்வப்போது, ஆங்காங்கு அவ்வாறு சுய தம்பட்டம் அடித்துக்கொள்வது அவருடைய வழக்கம். மக்கள் அதைப் பெரிதாக எடுத்துக்கொள்வதில்லை.

யாதவ் பௌரா தன் நாற்காலியை இழுத்துப் போட்டுக்கொண்டு வைத்தியரின் கையிலிருந்த செய்தித்தாளை வாங்கினார். வங்காள செய்தித்தாள் படிக்கும்போது முதலில் தலைப்புச் செய்திகளை உரக்கப் படித்துவிட்டுப் பிறகு சுவாரஸ்யமான, கவர்ச்சியான செய்திகளுக்கு முக்கியத்துவம் கொடுத்துப் படிப்பது அந்த மக்களின் வழக்கம். ஒவ்வொரு செய்தியையும் அஸ்ஸாம் மொழியில் சுருக்கமாக எல்லாருக்கும் சொல்லுவதும் வழக்கம்.

அன்றைய மிக முக்கியமான செய்தி இதுதான் - டில்லியில் வைஸ்ராய் வாவேல் இந்திய தேசீய காங்கிரஸ் தலைவர் ஜவஹர்லால் நேருவை இந்தியாவில் தற்காலிக மைய அரசு அமைக்க விடுத்த அழைப்பிற்கிணங்க பதினான்கு உறுப்பினர்களைக் கொண்ட கேபினட் நிலை மந்திரி சபை அறிவிக்கப்பட்டுள்ளது. இந்த தற்காலிக அரசு அமைப்பில் முகம்மது அலி ஜின்னா தலைமையில் முஸ்லீம் லீக்குக்கும் ஒரு பங்கு ஒப்புக்கொள்ளப்பட்டிருந்தது, ஆனால், கடைசியில் கேபினட்டின் வடிவமைப்பைக் குறித்து காங்கிரஸுக்கும் முஸ்லீம் லீக்குக்கும் இடையில் கருத்து வேறுபாடு தோன்றிவிட்டது. அதையே கவனத்தில் கொண்டு எதிர்கால பிரதம மந்திரி நேரு மந்திரி சபையில் ஆசப் அலிக்கும், அபுல் கலாம் ஆஜாதிற்கும் இடம் அளித்தார். அதை ஜின்னா ஆட்சேபித்து மந்திரி சபையின் ஐந்து முஸ்லீம் உறுப்பினர்களையும் முஸ்லீம் லீக்தான் தேர்ந்து எடுக்கவேண்டும் என்று வேண்டுகோள் விடுத்தார். ஜவஹர்லால் நேரு அந்த வேண்டுகோளை நிராகரித்து தன்னுடைய நிலைப்பாட்டில் உறுதியாக இருந்தார். தன்னுடைய மந்திரி சபையில் ஐந்து முஸ்லீம்களில் இருவர் முஸ்லீம் லீக்கை சேர்ந்தவர்கள் இல்லையென்றால் அதனால் என்ன, மற்ற உறுப்பினர்களிலும் பலர் காங்கிரஸை சேர்ந்தவர்கள் இல்லையே என்பது அவருடைய வாதம். ஜின்னா அத்தகைய மந்திரி சபையை ஒத்துக்கொள்ள மறுத்துவிட்டதோடு மந்திரி சபை அமைப்பில் முஸ்லீம் லீக்கின்

பங்களிப்பை மீண்டும் வலியுறுத்தினார். பிறகு என்ன, உடனே முஸ்லீம் லீக் ஒரு உறுதியான அறிக்கையை விடுத்தது, அதன்படி 1946, ஆகஸ்டு 16 -ஆம் நாள் இந்தியா முழுதும் டைரக்ட் ஆக்ஷன் நாள் என்று அறிவிக்கப்பட்டது, அதாவது காரியக் கிரமங்களின் ஒழுங்கான செயல்பாடு, நாட்டின் ஒரு தனிப் பகுதியில் பாகிஸ்தான் அமைக்கப்படும் என்ற அறிக்கை. இதற்கிடையில் வைஸ்ராய் வாவேல் மகாத்மா காந்தியையும் நேருவையும் தனித் தனியாக சந்தித்துப் பேசினார்.

அந்த நீண்ட செய்தியை முழுதும் படிப்பதிலும், பிறகு அதற்கு சார்பாகவும், விரோதமாகவும் கருத்துகளைக் கூறுவதிலும், விவாதம் செய்வதிலும் யாதவ் பௌராவுக்கும் மற்றவர்களுக்கும் வெகு நேரம் கழிந்தது. எல்லா ஆலோசனைகளிலும் ஒரு குறிப்பிட்ட விஷயத்தில் யாதவ் பௌரா தன் அச்சத்தை வெளிப்படுத்தினார். முஸ்லீம் லீக் அவ்வாறு தன் பிடிவாதத்தில் உறுதியாக இருந்தால் நாட்டில் ஹிந்துக்களுக்கும் முஸ்லீம்களுக்கும் இடையில் சந்தேகமும், சண்டையும் இன்னும் அதிகமாகிவிட வாய்ப்பு இருக்கிறதே என்ற சந்தேகத்தை அவர் வெளிப்படுத்தினார். எவ்வளவோ தியாகங்கள் செய்து அவர்கள் இந்த சுதந்திரப் போராட்டத்தை நடத்தி யிருக்கிறார்கள், அந்த தியாகங்களுக்கெல்லாம் ஒரு பலன் கிடைக்கும் சமயத்தில் முஸ்லீம் லீக் இடையில் வந்து இனாமாகவே தனக்கு பங்கு கேட்கிறது என்று அவர் மிகுந்த வருத்தத்துடன் கூறினார். (இப்போது இந்த விஷயத்தை சொல்லிவிடுவது அவசியம் - 1942 -ஆம் வருஷ போராட்டத்தின்போது தற்செயலாக யாதவ் பௌரா இரண்டு, மூன்று நாட்கள் சாந்திசேனைத் தலைவராக இருந்தார், அது தொடர்பாகவே அவருக்கு ஒரு மாத சிறைத் தண்டனையும் விதிக்கப்பட்டது. கிராமத் தலைவருக்கு ஐஸ் வைத்து, தன் தாய்க்கு ஆபத்தான நோய் என்று பொய்யான உறுதிக் கடிதம் வழங்கி ஜெயிலர் பி.ஆர்.பாண்ட் தருவதை நிறுத்தச் செய்து அவர் சிறையிலிருந்து வெளியே வந்துவிட்டார்.) இப்போது யாதவ் பௌரா பெரிய அறிவாளி, ராஜதந்திரி போல செய்திகளைக் குறித்தும், முஸ்லீம் லீக் பாகிஸ்தான் என்ற தனி நாட்டைக் கேட்பது பற்றியும் ஒவ்வொரு அரசியல் நடவடிக்கையும் தனக்குத் தெரிந்த பாவனையில் தன் கருத்தைக் கூறிக்கொண்டிருந்தார்.

அவர் சொல்வதை சொல்லிவிட்டார், மக்களும் அவர் சொன்னதைக் காதில் வாங்கிக்கொண்டார்கள். ஆனால், இந்த ஒரே நாட்டில் பாகிஸ்தான் என்ற பெயரில் ஒரு புதிய நாடு எப்படி உருவாக முடியும், ஒரு நாட்டை எப்படி இரண்டு துண்டாக்க முடியும், இரண்டு துண்டாக்கி இரண்டு நாடுகளாக அமைத்தாலும் நாட்டு மக்களை எப்படி இரண்டு பகுதிகளாகப் பிரிப்பார்கள் -

என்ற கேள்விகளை சரியாகப் புரிந்துகொள்வதில், அங்கீகரிப்பதில், உண்மையில் ஒரு சித்திரம் வரையும் கற்பனையில் எல்லாரும் மூழ்கி விட்டார்கள்.

“இன்று இத்துடன் முடித்துவிடலாமா? போவோமா? ரவி, நீங்கள் கொஞ்சம் என்னோடு வாருங்கள்!” என்று நாற்காலியிலிருந்து எழுந்திருக்கும்போதே யாதவ் பௌரா ரவியைத் தன்னுடன் அழைத்துக் கொண்டார்.

“நாளை ஒன்றாகவே புறப்படுவோம், சரியா! நீங்கள் காலையில் என் வீட்டிற்கு வந்துவிடுங்கள்.” என்று ரவி யாதவ் பௌராவின் பின்னால் நடந்துகொண்டே சொன்னார்.

“ஏன், என்ன விஷயம்?” என்று வைத்தியர் கேட்டதும் ரவி திடுக்கிட்டார். அவர் பின்னால் திரும்பி சொன்னார், “ஒன்றுமில்லை, கிராமத் தலைவருடைய அந்தக் குளம் இருக்கிறது, இல்லையா, அதைப் பற்றிதான். நம் ஜனங்களில் சிலர் குறுக்கே நிற்கிறார்கள், இல்லையா! அவர்கள் குளம் தங்களுடையது என்கிறார்கள். அதனால் தான் நாங்கள் நிலம் -சொத்துகள் அதிகாரியிடம் போய்...”

“போதும், போதும். நிறைய நடந்துவிட்டது, இப்போது மறுபடியும் ஏன் அந்தப் பழைய பாட்டையே பாடுகிறீர்கள்? கொஞ்சம் சீக்கிரம் வாருங்கள்.” என்று யாதவ் பௌரா சற்று உரத்த குரலில் அழைத்தார். ரவி மகாஜனும் அவர் ஜாடையாக சொன்னதைப் புரிந்துகொண்டு வேகமாகப் போய்விட்டார்.

அன்று கஜேன் செய்தி கேட்க வரவில்லை. அவன் தவறாமல் செய்தி கேட்க வருபவனும் அல்ல. சாதாரணமாக அவன் தன் இஷ்டப்படி பகலில் ஓழிந்த நேரத்தில் அல்லது எப்போதாவது இரண்டு -மூன்று நாட்களுக்கு ஒரு முறை வருவான், மேலோட்டமாக முக்கியமான செய்திகளை ஒரு பார்வை பார்த்துவிட்டுப் போய் விடுவான். அவ்வாறு செய்தித்தாள் படித்துப் படித்து ஓரளவு வங்காள மொழியைப் புரிந்துகொள்ளத் தொடங்கியிருந்தான். அன்று அவன் கடையில் கஞ்சா உருண்டை வாங்க வந்தபோது வைத்தியர் வீட்டி லிருந்து எல்லாரும் போய்விட்டிருந்தார்கள். வைத்தியர் உள்ளே உரலில் ஏதோ ஒரு வேரை இடித்துக்கொண்டிருந்தார்.

வைத்தியருடைய மேஜை மேல் சக்தி தரும் மோதக் உருண்டைகளின் சின்ன, சின்ன பொட்டலங்கள் ஒரு காலி பிஸ்கட் டப்பாவில் வைக்கப்பட்டிருந்தது. ஒரு அணாவுக்கு ஒரு பொட்டலம். கஜேன் ஒரு இரண்டணா நாணயத்தைக் கொடுத்து இரண்டு பொட்டலங்கள் வாங்கிக்கொண்டான். அவன் வைத்தியரிடம், “நீங்கள் முன்னூறையும் ரூபாயியையும் பார்த்தீர்களா?” என்று

கேட்டான்.

“பார்த்த மாதிரிதான் நினைவு. இந்நேரம் அவர்கள் வீட்டிற்கே போய் சேர்ந்திருப்பார்கள்.” வைத்தியர் தலையை உயர்த்தாமலே சொன்னார். அவர் மனதில் கஜேன் மீது எப்போதுமே ஒரு விரோத மனப்பான்மை இருந்தது. ஆனால் அவனிடம் அவருக்கு ஒரு அற்புதமான கவர்ச்சி இருந்ததும் உண்மைதான், அதை அவர் கண்டுகொள்ளாமல் இருக்க முடியவில்லை. எந்த ஒரு சாதாரண வீட்டிலும் தன் வீணாய்ப் போன முரட்டு இளைய சகோதரனிடம் மூத்த சகோதரன் ஒரு திருப்தியற்ற வகையில் நடந்துகொள்வது போலத்தான் அவர் கஜேனிடம் நடந்துகொண்டார்.

வைத்தியருடைய கடையிலிருந்து சற்று தொலைவில் இடது பக்க வளைவில் பாதையின் இரண்டு பக்கமும் அடர்ந்த மூங்கில் புதர்களின் இடையில் சென்ற வழி மேடும் பள்ளமுமாக குண்டும் குழியுமாக இருந்தது. அதுதான் மோத்தி மிஸ்த்ரி வீட்டிற்குப் போகும் வழி. அந்தப் பகுதியே சற்று சூனியமாக இருந்தது. உண்மையில் அந்த வீடு வயல்களின் ஒரு மூலையில் பேய் -பிசாசு பயத்தால் யாரும் வசிக்கத் துணியாத இடத்தில் இருந்தது. அந்த வீடு கிராம அதிகாரியின் வீடு. பல வருஷங்களுக்கு முன் கிராம அதிகாரியின் மகன் தருண் மரக் கட்டைகள் விற்பனை தொடங்கியபோது எப்படியோ அவனுக்கு மோத்தி மிஸ்த்ரியுடன் நட்பு ஏற்பட்டது. மோத்தி முன்பு ஏதோ ஒரு காலத்தில் வீடு கட்டும் கொத்தனாக இருந்தவன். அவன் சிமெண்ட் வேலைகள் செய்வதில் மிகவும் கெட்டிக்காரனாக இருந்தான், ஆனால் தருணை சந்தித்த பிறகு அவன் மரக் கட்டைக் குவியலில் தினக் கூலிக்கு வேலை செய்யும் நேப்பாளி -பீஹாரி கூலித் தொழிலாளர்களை மேற்பார்வை செய்துகொண்டிருந்தான். தருண் மரக் கட்டைகள் விற்பனைத் தொழிலில் சரியாகக் கால் ஊன்றும் முன்பே அவன் அந்தத் தொழிலை விட்டுவிட நேர்ந்தது. எந்தத் தொழிலையும் வெற்றிகரமாக செய்வதற்கு துணிச்சல் வேண்டும், அதை விட அதிகமாக சிரமங்களை சகித்துக்கொள்ளும் சக்தி வேண்டும். சுகபோகமாக வளர்க்கப்பட்ட பிள்ளைகளுக்கு துணிச்சல் ஏது, சகிப்புத்தன்மை ஏது! தந்தையின் சொத்தை அனுபவிப்பது அவர்களுடைய பிறப்புரிமை! தருண் வீட்டை விட்டுப் புறப்படும் போது அவனிடம் கத்தை கத்தையாக ஏராளமான ரூபாய் நோட்டுகள் இருந்தன. மோத்தி போன்ற நண்பனின் கருணையால் பெண்கள் மற்றும் பல மனதை மகிழ்விக்கும் பொருள்களில் பணத்தை அள்ளி அள்ளி வீசியதில் விரைவில் ரூபாய் நோட்டுகள் எல்லாம் தீர்ந்துபோய்விட்டன, பணத்திற்கு வேறு வழி இல்லாததால் தருண் வீட்டிற்கே திரும்பி வந்துவிட்டான். வேலை -தொழில் எல்லாம் விட்டுப் போய்விட்டது, ஆனால் மோத்தி மிஸ்த்ரியின் நட்பு

விட்டுப் போகவில்லை, அதனால் தருண் மோத்திக்கு அரசாங்கத் தச்சு வேலை வாங்கித் தருவதாக உறுதி கூறி தன்னுடன் வர சம்மதிக்கும்படி செய்தான். தச்சு வேலையில் நல்ல வருமானம் கிடைக்குமோ, கிடைக்காதோ என்று யோசித்து மோத்தி நல்ல வரும்படிக்கு ஒரு நிச்சயமான வழியைத் தேடிக்கொண்டான், தருணோடு கிளம்புவதற்கு முன்பே நடு இரவில் டீக்காராம் கரத்தியாலின் மனைவியை இழுத்துக்கொண்டு வந்துவிட்டான். அவள் மிக நன்றாக நாட்டு சாராயம் தயாரிப்பாள்.

மோத்தி மிஸ்த்ரி வீட்டின் உள்புறக் காட்சி! கஜேன் உள்ளே நுழைந்ததுமே வெளி அறையிலேயே மோத்தியின் மனைவி எதிர்ப் பட்டாள். அவள் கஜேனை உட்காரச் சொன்னாள். கஜேன் உட்கார்ந்த படியே அரை பாட்டில் சாராயத்திற்கு ஆர்டர் கொடுத்தான். மோத்தி யின் மனைவி திரையை விலக்கிக்கொண்டு உள்ளே போனாள், கஜேன் அவளை ஏறிட்டுப் பார்த்தான். அவள் ஒரு சிவப்பு சேலை உடுத்தியிருந்தாள், ப்ளவுஸ் அணியவில்லை. அவள் சேலையை சுருட்டிப் போட்டிருந்ததால் வெற்று முதுகு முழுதும் தெரிந்தது.

அருகில் இருந்த அறையில் நிறைய கூட்டம் கூடிவிட்டிருந்தது. அது வழக்கமாக வரும் கூட்டம். சூடாக விவாதம் மூண்டிருந்தது. அங்கே யார், யார் உட்கார்ந்திருந்தார்கள் என்று பார்க்காமலே கஜேனால் சொல்லமுடியும். செய்தித்தாள் படிக்கும் இடத்தைப் போலவே அங்கும் அந்தக் கூட்டத்திற்குத் தலைவர் யாதவ் பௌராதான். அன்று அவர் பேச்சைக் கேட்கும்போது அவர் குரலில் ஆவேசம் சற்று அதிகமாகவே இருப்பதாகத் தோன்றியது. கஜேன் எழுந்து சென்று திரையை விலக்கினான், கதவு அருகிலேயே நின்று எதிரில் உட்கார்ந்திருந்தவர்கள் மீது பார்வையை ஓட விட்டான். ராமச்சந்திரன், மஹிம், போலா, தருண் போன்ற நான்கு, ஐந்து இளைஞர்கள் இருந்தார்கள். அவர்களில் சிலர் கஜேனை ஒத்த வயதுடையவர்கள், இரண்டொருவர் சிறியவர்கள். அவர்கள் மோடா, ஸ்டூல், மரப் பலகைகளில் உட்கார்ந்திருந்தார்கள். சிலர் சாராய கிளாசைக் கையிலும், சிலர் பக்கத்திலும் வைத்திருந்தார்கள். ஒரு பக்கம் ஒரு அழுக்கு விரிப்பு விரித்த படுக்கை இருந்தது அதன் மீது சுவரின் பக்கம் சுருட்டி மடக்கிக்கொண்டு மோத்தி படுத்திருந்தான், முன்னால் யாதவ் பௌரா சப்பணமிட்டு உட்கார்ந்திருந்தார். எதிரில் மேஜை மேல் ஒரு பெரிய சாராய பாட்டிலும், கிளாசும் இருந்தது, அதன் அருகிலேயே ஒரு எனாமல் தட்டில் வெங்காயம், பச்சை மிளகாய், வேகவைத்த கொண்டைக்கடலை இருந்தது. கதவிற்கு எதிரில் ஒரு மர ஷெல்ஃபில் சாராய பாட்டில்கள், கிளாஸ்கள் இருந்தன. மோத்தியின் மனைவி அங்கிருந்து ஒரு பெரிய பாட்டிலை எடுத்து குப்பி வழியாக அரை பாட்டிலில் சாராயம்

ஊற்றப் போனாள். மீண்டும் ஒரு முறை கஜேனின் பார்வை அவளுடைய திறந்த முதுகின் மீது சென்றது. அருகில் சுவரில் தொங்கிய ஹரிக்கேன் லைட் வெளிச்சம் மங்கலாகத்தான் இருந்தது, ஆனாலும் எல்லாம் துல்லியமாகத் தெரிந்தது.

கஜேன் திரையை விலக்கி அவ்வாறு அறைக் காட்சியை ஆராய்வதைப் பார்த்து எல்லாருடைய கழுத்தும் அவன் பக்கம் திரும்பியது. ஆவேசமாகப் பேசிக்கொண்டிருந்த யாதவ் பௌராவும் வாக்கியத்தைப் பாதியிலேயே நிறுத்திவிட்டு மௌனமானார்.

பிறகு அவரே மௌனத்தை உடைத்துவிட்டு சொன்னார், "கஜாயி, வா, உள்ளே வா! நீ எங்களோடு உட்காருவதே இல்லை. எங்களைத் தீண்டத் தகாதவர்கள் என்று நினைத்துவிட்டாய் போலிருக்கிறது, இல்லையா! வா, ஒரு பெக் எடுத்துக்கொள், இன்று நானே உனக்கு வாங்கித் தருகிறேன்."

"இல்லை, இல்லை, இருக்கட்டும். நான் தவறாக திரையை விலக்கிவிட்டேன்."

"தவறாக என்றால் என்ன அர்த்தம்? இங்கே யாரும் இல்லை என்று நினைத்தாயா? மோத்தியின் மனைவி இங்கு தனியாக இருப்பாள் என்று நினைத்தாயா? அப்படியென்றால் நாங்கள் போய் விடுகிறோம்."

அக்கம் பக்கம் உட்கார்ந்திருந்த இளைஞர்கள் தலையைக் குனிந்து கொண்டார்கள், ஆனால் யாரோ ஒருவனின் சிரிப்பு மட்டும் அடக்கியும் அடங்காமல் கிக்கிக் என்று ஒலித்தது.

கஜேனுக்கு வசவுச் சொற்கள் வாய் வரை வந்துவிட்டன, ஆனால் அவன் அதை விழுங்கிக்கொண்டு, "ஏம்மா! பாட்டிலை நிரப்ப இவ்வளவு நேரமா? கொடு, சீக்கிரம் கொண்டுவந்து கொடு." என்றான்.

கஜேன் திரையைப் போட்டுவிட்டு மீண்டும் வெளி அறைக்கு வந்துவிட்டான். யாதவ் பௌராவின் பேச்சைக் கேட்டு தன் ரத்தம் கொதிப்பதை அவன் உணர்ந்தான். அவன் பல்லைக் கடித்துக் கொண்டு நின்றான். உள்ளே யாதவ் பௌராவின் சொற்பொழிவு மீண்டும் தொடங்கிவிட்டது.

"ஏய், ஏன் இன்னும் சரக்கு கொண்டுவரவில்லை?" என்று கத்திக்கொண்டே கஜேன் எதிரில் இருந்த ஸ்டூலை எட்டி உதைத்தான். உடனே மோத்தியின் மனைவி அவன் ஆர்டர் பண்ணிய அரை பாட்டில் சாராயத்தையும், ஒரு கிளாசையும் எடுத்துவந்தாள். கூடவே ஒரு பொட்டலத்தில் மிளகாய் -வெங்காயம், கொண்டைக்கடலை கொண்டுவந்து மரப்பெட்டி மேல் வைத்தாள்,

அதன் பிறகு கவிழ்ந்து கிடந்த ஸ்டூலை எடுத்து வந்து கஜேன் பக்கத்திலேயே சரியாக வைத்தாள்.

கஜேன் பாட்டிலை எடுத்து வாயில் வைத்தான், ஒரே மூச்சில் பாதியைக் காலி பண்ணிவிட்டான், மீதி இருந்ததை கிளாசில் ஊற்றிக்கொண்டான்.

அருகில் இருந்த அறையில் அறிவாளிகள் சூழ்ந்த யாதவ் பௌராவின் பேச்சு தங்குதடையின்றி நடந்துகொண்டிருந்தது, "உங்களுக்கு... உங்களுக்கு என்ன தெரியும்? நீ... ராமச்சந்திரா, நீ பெரிய மனிதர் வீட்டுப் பிள்ளை, நீ... தருண்... மண்ணின் ராஜா கிராம அதிகாரியின் மகன், நீ... சந்திரன்... கிராமத் தலைவரின் தூரத்து உறவு மருமகன். உங்களுக்குள் தூரத்து உறவு என்று ஒன்று இருக்கிறதோ, இல்லையோ, யாருக்குத் தெரியும்! கிராமத் தலைவன் ஒருபோதும் உன் அப்பாவை சகோதரன் என்று சொன்னதில்லை. எங்கேயோ பீஹாரிலிருந்து வந்து ஒரே நாட்டை சேர்ந்தவன்தான் என்று சொல்லி உறவுமுறை கொண்டாடுகிறானா? பெரிய மனிதன் என்று சொல்லிக்கொள்ளப் பார்க்கிறான்!!"

'இல்லை, இல்லை, நாங்கள் உண்மையில் ஒரே வம்சத்தை..." என்று ராமச்சந்திரன் தன் வம்சத்தின் சுத்தத்தை உறுதிப்படுத்த முயன்றான்.

"வாயை மூடுடா! வம்சத்தின் பெருமையை பறை சாற்றுகிறாயா? அதுவும் நீ? லலித், கினாராம் காண்ட்ராக்டரின் செல்லப்பிள்ளை! உன் அப்பா மூங்கிலில் பாலம் கட்டிவிட்டு மர விலைக்கு பில் போடுகிறான், அநியாயமாக காசு சம்பாதிக்கிறான்.. இந்த மோத்தி அயோக்கியன்! இவன் விஷயமே வேறு... களர் மண்ணைப் போட்டு நாட்டு சாராயம் தயாரிக்கிறான், அரசாங்கத் தச்சன் என்று சொல்லிக்கொள்கிறான். எல்லாம் ஒரே மாதிரிதான் இருக்கிறீர்கள்! தியாகம் என்றால் என்ன என்று உங்களுக்கு எப்படித் தெரியும்?"

"ஐயா, நீங்களே அது என்ன என்று சொல்லிவிடுங்களேன்!" என்று யாரோ ஒருவன் தடுமாறிய குரலில் சொன்னான். அதைக் கேட்டு யாதவ் பௌராவின் உற்சாகம் இன்னும் அதிகரித்தது. எதிரில் வைத்திருந்த பாட்டிலை எடுத்து அவர் கடக் -கடக் - கடக்கென்று நிறைய குடித்துக்கொண்டார். பிறகு பாட்டிலை மேஜை மேல் வைத்துவிட்டு புதிய தலைப்பில் பேசத் தொடங்கினார், "தியாகம்... தியாகம் என்றால்... விடு, தியாகத்தைப் பற்றி உங்களுக்கு என்ன தெரியும்? அது என்ன என்று எங்களுக்குதான் தெரியும். யாதவ் பௌராவுக்குத் தெரியும். நாங்கள் தியாகம் செய்து, சிறைக்கு சென்று, எவ்வளவோ கஷ்டங்களைப் பட்டு, எங்கள் வாழ்க்கையைப் பணயம் வைத்து சுதந்திரத்தை வாங்கியிருக்கிறோம். நீங்கள் உதவாக்கரைகள்,

வெட்டியாக உட்கார்ந்திருந்துவிட்டு அதை அனுபவித்துக் கொண்டிருக்கிறீர்கள்.. போங்கள்.. நன்றாக அனுபவியுங்கள் இதை.. இந்த சுதந்திரத்தை!"

"நமக்கு சுதந்திரமா... நிஜமாகவே சுதந்திரம் கிடைத்துவிடுமா?" என்று கேட்டான் ராமச்சந்திரன்.

போதையில் யாதவ் பௌராவின் நாக்கு எழவில்லை, பேச முடியவில்லை, ஆனால் பேசும் உற்சாகம் அதிகரித்துக்கொண்டே போயிற்று.

"டேய் மடையா, இன்றுதான் செய்தித்தாளில் படித்துவிட்டு வந்திருக்கிறேன், நமக்கு பிரிட்டிஷ் அரசாங்கம் சுதந்திரம் கொடுத்து விடும், ஆனால் இரண்டு துண்டாக்கிதான் கொடுக்கும், நாடு இரண்டு துண்டாகிவிடும். ஒன்று இந்தியா, இன்னொன்று பாகிஸ்தான். இந்தியாவில் ஹிந்துக்கள் இருப்பார்கள், பாகிஸ்தானில் முஸ்லீம்கள். அன்று செய்தித்தாளில் மற்றொரு செய்தியும் போட்டிருந்தது, இல்லையா!"

"என்ன செய்தி?" என்று பலரும் ஒருமிக்கக் கேட்டார்கள்.

"அவர்கள் நம் அஸ்ஸாமை தந்திரம் செய்து பாகிஸ்தானில் சேர்த்துவிடுவதாக இருந்தார்கள், ஆனால் நம் போர்தோலோயி இருக்கிறார், இல்லையா, கோபிநாத் போர்தோலோயி? அவர் காந்திஜியைப் போய் பிடித்துக்கொண்டார், அவரைக் கடிதம் எழுதச் சொன்னார், அதனால்தான் அது நின்றுபோய்விட்டது."

யாரோ ஒருவன், "அப்படியானால் அஸ்ஸாம் போய்விட்டது!" என்றான்.

யாதவ் பௌரா மீண்டும் உணர்ச்சிவேகத்தில் கொந்தளித்தார், மிகவும் சிரமப்பட்டுக் கூறினார், "எப்படிப் போகும், மடையா? ஏராளமான கஷ்டங்களுக்குப் பிறகு சுதந்திரம் கிடைத்திருக்கிறது. நாங்கள் தியாகம் செய்திருக்கிறோம்,... எவ்வளவோ தியாகம் செய்திருக்கிறோம். நாங்கள் காந்திஜியோடு சேர்ந்து போராடியிருக் கிறோம். எல்லாருக்கும் தெரியும், இல்லையா, நான் தொண்டர்களின் லீடர், சாந்திசேனைத் தலைவன், தலைவன், கமாண்டர், தெரியுமா?... செய்வோம் அல்லது செத்து மடிவோம்... செய்வோம்... செத்து... மடிவோம்..." அவருடைய தெளிவற்ற சொற்களைக் கேட்டு மற்ற குடிகாரர்களும் அவர் கூறிய சொற்களையே தாங்களும் கூறத் தொடங்கினார்கள். தங்களுடைய தெள்ிவற்ற சத்தத்தைக் கேட்டு எல்லாரும் தாங்களே ஹாஹா என்று சிரித்தார்கள்.

கஜேன் பாட்டிலைக் காலி செய்துவிட்டு ஒரு நாணயத்தை

மேஜை மேல் வைத்துவிட்டு மெல்ல எழுந்து வெளியே புறப்பட்டான்.

சேலம் நதி பழைய பாலத்தின் மர ரேலிங் மீது முன்னூவும் ரூபாயியும் சாய்ந்து உட்கார்ந்திருந்தார்கள். ரூபாயி புல்லாங்குழல் வாசித்துக்கொண்டிருந்தான்.

மாலைப்பொழுது கழிந்து இருட்டிவிட்டது. தேய்பிறைக் கால இரவு, கனத்து இருண்ட இரவு. வானம் முழுதும் தங்க நிற நட்சத்திரங்களால் மின்னிக்கொண்டிருந்தது. கண்ணுக்குத் தெரியாத பொற்கொல்லர்கள் தங்கள் தங்க வேலைப்பாடுகளால் ஆகாயத்தை அலங்கரித்திருந்தார்கள். அந்தத் தங்க நிற மினுமினுக்கும் ஒளியின் பிரதிபிம்பம் சேலம் நதியின் ஓடும் நீரிலும் தகதகத்துக்கொண்டிருந்தது. இருட்டிலும் தண்ணீரில் தங்க அலைகள் எழுவது போல் தோன்றியது. நாலாபுறமும் நிசப்தம் நிலவியது. ஓடும் நதி நீரின் சலசலவென்ற மெல்லிய ஒலி மட்டும் கேட்டுக்கொண்டிருந்தது. நதியும் புல்லாங்குழல் வாசித்துக்கொண்டிருந்தது. சலசலவென்ற இனிய ஒலி நதியின் உதடுகளில் பொருந்திய புல்லாங்குழலின் ஒலி.

ரூபாயி தன்னை மறந்து புல்லாங்குழல் வாசித்துக் கொண்டிருந்தான். அவன் முதலில் ஒரு ராகத்தின் ஆரோகணம் - அவரோகணத்தை வாசித்தான், பிறகு ஜயமதி நாடகத்தின் ஒரு பாடலை வாசித்தான். அது எல்லாருக்கும் மிகப் பிடித்த இனிய பாடல்.

கடந்த சில வருஷங்களாக சுற்றுமுற்றும் இருந்த தேயிலைத் தோட்ட முதலாளிகள் சேர்ந்து ஒரு மைய இடமான தானி கிராமத்தில் துர்க்கா பூஜை செய்யவும், கூடவே மூன்று இரவுகள் நாடகம் நடத்தவும் தொடங்கியிருந்தார்கள். அந்த மூன்று நாட்களும் துர்க்கா பூஜையும், நாடக ஏற்பாடுகளும் சுற்றியிருந்த எல்லா கிராமங்களுக்கும் அந்த இடத்தை ஒரு கவர்ச்சிகரமான மையமாக்கியிருந்தன. எல்லா கடைகளும், கடைத்தெருவும் ஒரு சந்தை போல வடிவெடுத்துவிடும். அங்கு பூஜைக்காக ஒரு மண்டபமும், நாடகத்திற்காக ஒரு நாடக மேடையும் அமைக்கப்பட்டிருந்தது. அது ஒரு நீண்ட தனி வரலாறு.

சந்தையில் ஒரு இனிப்புக்கடையில் கடைக்காரன் வாங்குபவர் களைக் கவர்வதற்காக மீண்டும் -மீண்டும் ஜயமதி, சகுனியின் பழி வாங்கல் நாடகப் பாடல்களின் இசைத்தட்டுகளைப் போட்டுக் கொண்டிருப்பான். அந்த நாட்களில் ரூபாயி இசைத்தட்டுகளில் ஒலிக்கும் அந்த நாடகப் பாடல்களைக் கேட்பான். அங்கேதான் அவன் அந்த ஜயமதி நாடகப் பாடல்களைக் கற்றுக்கொண்டான்.

முன்னூவும், ரூபாயியும் சேலம் நதிப் பாலத்தில் இருப்பது கஜேனுக்கு தொலைவிலேயே தெரிந்துவிட்டது. அவன் வேகம்

வேகமாக அடி எடுத்து வைத்து பாலத்தை நோக்கி சென்றான், அங்கிருந்து வந்துகொண்டிருந்த புல்லாங்குழலின் அந்த இனிய ஒலி அவனை மயக்கிவிட்டது.

யாதவ் பௌராவின் அருவருப்பான சொற்களால் அவன் மனதிலும் உடலிலும் பற்றிய தீ சற்று தணிந்தது போல் தோன்றியது.

கஜேனும் அவர்கள் அருகிலேயே மர ரேலிங்கில் சாய்ந்து உட்கார்ந்தான். ரூபாயி புல்லாங்குழல் வாசிப்பதை நிறுத்தினான்.

"ஏன் நிறுத்திவிட்டாய்? வாசியேன்! மிக இனிமையாக இருக்கிறது. கேட்க மிகவும் சுகமாக இருக்கிறது." என்றான் கஜேன்.

ரூபாயி முகத்தைத் தூக்கி வைத்துக்கொண்டு வெறுப்புடன், "ஏன், நீயும் புல்லாங்குழல் வாசிக்கிறாயா? கஜேன், நீ இன்று நிறைய குடித்துவிட்டு வந்திருக்கிறாய். அந்த அழுகிப்போன சரக்கை எப்படித்தான் குடிக்கிறாயோ! எனக்கு அந்த நாற்றமே வாந்தி எடுக்க வருகிறது." என்று சொன்னான். உடனே முன்னூவும் அதை ஆமோதித்து, "இவ்வளவு நேரம் நதியின் குளிர்ந்த காற்று உடலையும் மனதையும் குளிரவைத்துக்கொண்டிருந்தது. அந்தக் கரை போக்மன் தோட்டத்திலிருந்து சம்பங்கிப் பூ மணம் காற்றில் நிறைந்து வீசிக் கொண்டிருந்தது, இப்போது உன் வாய் நாற்றத்தால் எல்லாம் கெட்டுப் போய்விடும்." என்றான்.

"சரி, நீங்கள் இங்கே உட்காருங்கள், சம்பங்கிப் பூ வாசத்தை ஆனந்தமாக அனுபவியுங்கள். நான் போகிறேன்." கஜேன் எழுந்து நின்றான்.

"கஜேன், கொஞ்சம் நில்லு. உனக்கு கோபம் பட்டென்று ஆகாயம் வரை ஏறிப் போகிறது. உட்காரேன்! நிறைய விஷயம் சொல்ல வேண்டியிருக்கிறது."

முன்னூ கஜேனின் கையைப் பிடித்து சமாதானமாக சொன்னதும் அவன் உட்கார்ந்தான், "என்ன விஷயம்?" என்று கேட்டான்.

"நாளை ரவி மகாஜனும் மற்றவர்களும் ஏதோ கேந்தாயி குளம் விஷயமாக நிஹாலிக்கு நில அதிகாரியைப் பார்க்கப் போகிறார்கள் என்று கேள்விப்பட்டோம்." என்றான் முன்னூ.

"கேந்தாயி குளம் விஷயமாகவா? அப்படி என்ன அவசியம் வந்தது?" என்று சொல்லிவிட்டு கஜேன் ஏதோ யோசித்தான்.

"தெரியவில்லை, ஒன்றும் புரியவில்லை. யாதவ் பௌரா கட்டாயம் போகவேண்டும் என்று வற்புறுத்தி சொல்லியிருக்கிறார்.

அவரும் போகிறார், அவ்வளவுதான் தெரியும்."

"இந்த விஷயத்தை நீ எங்கே கேள்விப்பட்டாய்?"

"வைத்தியர் கடையில் செய்தித்தாள் படிப்பது முடிந்து எல்லாரும் போன பிறகு வைத்தியர் ரவி மகாஜனும் மற்றவர்களும் நாளை எங்கே போகிறார்கள் என்று தெரிந்துகொள்ள விரும்பி விசாரித்தார். மகாஜன் பதில் சொல்லிக்கொண்டிருக்கும்போதே பாதியில் யாதவ் பௌரா குறுக்கிட்டு அவர் வாயை மூடிவிட்டார். பேச்சு பாதியில் நின்றுவிட்டது. நான் அருகில்தான் நின்றேன், அப்போதுதான் கேட்டேன்."

கஜேன் சற்று நேரம் ஏதோ யோசனையில் மூழ்கி இருந்தான், பிறகு ரூபாயியிடம், "உம்! ரூபாயி, வாசி, புல்லாங்குழல் வாசி!" என்றான்.

இந்த முறை ரூபாயி புல்லாங்குழலில் அஸ்ஸாம் மொழியின் ஒரு இனிமையான பாடலை வாசித்தான். சற்று நேரம் தன்னை மறந்து கேட்டுக்கொண்டிருந்துவிட்டு சட்டென்று கஜேன், "சரி, ரூபாயி, போதும். இரவு நிறைய நேரம் ஆகிவிட்டது, இப்போது நீ வீட்டிற்குப் போ!" என்றான்.

ரூபாயி புல்லாங்குழலை வாயிலிருந்து எடுத்துவிட்டு, "நீ வீட்டிற்குப் போகவில்லையா?" என்று கேட்டான்.

"நான் சற்று நேரம் கழித்துப் போகிறேன். யாதவ் பௌரா இந்த வழியாகத்தான் போவார். நான் அவரைக் கொஞ்சம் பார்த்து விட்டு பிறகு போகிறேன்."

"அவரிடம் சண்டை போட உனக்கு என்ன அவசியம்? அவரோடு எப்போதும் ரௌடிகள் இருக்கிறார்களே!"

"நான் எப்போதாவது யாரிடமாவது சண்டை போட்டிருக் கிறேனா? நீங்கள் வீட்டிற்குப் போங்கள், இரவு வெகு நேரம் ஆகி விட்டது."

"சரி, நாங்கள் போகிறோம். ஆனால் நீ அவர்களை சீண்டி விடாதே"

ரூபாயியும் முன்னூரவும் வீட்டிற்குப் போன பிறகு சற்று நேரம் சென்று யாதவ் பௌரா தன் சைக்கிளைத் தள்ளியபடி பாலத்தின் அருகில் வந்தார். சாராய போதையில் அவருடைய கால்கள் தடுமாறிக்கொண்டிருந்தன. அவர் சைக்கிளை மிகவும் கஷ்டப்பட்டு பிடித்துக்கொண்டிருந்தார். வாய் குழறியது, ஆனாலும் அவர் வாயில் பாட்டு ஓயவில்லை.

கஜேன் பாலத்தின் மேல் தனியாக உட்கார்ந்திருந்தான். பாலத்தில் அடி எடுத்து வைத்ததுமே யாதவ் பௌராவின் பாட்டு நின்றுவிட்டது, அவர் தனக்குத் தானே பேசிக்கொண்டார், “ஓ! பாலம் வந்துவிட்டது!” அவர் பாலத்தில் பாதி வழி வந்ததும் கஜேன் கூப்பிட்டான் -

“யாதவ் பௌரா!”

“யார்?” என்று கேட்டுக்கொண்டே அவர் தடுமாற்றத்தோடு அடி எடுத்து வைத்து கஜேனுக்கு நேர் எதிரில் வந்து நின்றார், குனிந்து அவன் முகத்தைப் பார்த்தார். “நான்தான் கஜேன்!” என்றான் கஜேன்.

“ஓ! நீயா!” யாதவ் பௌரா சைக்கிளைப் பிடித்தபடி நேராக நிற்க முயற்சித்தார். கஜேனும் அவருடைய சைக்கிள் ஹேண்டிலைப் பிடித்தபடி நேராக நின்றான், அவரை நேருக்கு நேர் பார்த்து, “நான் உங்களுக்காகத்தான் இங்கே காத்து நிற்கிறேன்.” என்றான்.

“எதற்காக? போதையில் இப்போது புதிதாக ஏதாவது சண்டை பிடிக்கப் போகிறாயா?”

“நாளை நிஹாலியில் நில அதிகாரியிடம் என்ன விஷயமாகப் போகிறீர்கள்?”

“அது தெரிந்து நீ என்ன செய்யப் போகிறாய்?”

சைக்கிள் ஹேண்டிலைப் பிடித்திருந்த கஜேன் சட்டென்று முன் பக்க சக்கரத்தை உயரத் தூக்கி தொப்பென்று கீழே போட்டான், “சொல்கிறீர்களா, இல்லையா?”

தடுமாறி கீழே விழ இருந்த யாதவ் பௌரா சமாளித்துக் கொண்டு நின்றார், மேல் அண்ணத்தில் ஒட்டிய நாக்கோடு,” ஏன், என்னை அடிக்கப் போகிறாயா?” என்று கேட்டார்.

கஜேன் இப்போதும் ஹேண்டிலைப் பிடித்தபடிதான் நின்றான், “அடிக்கவேண்டுமென்றால் நான் பகல் வெளிச்சத்தில் எல்லார் முன்பும்தான் அடிப்பேன். இந்த இருட்டில் யாருமில்லாத இடத்தில், தனிமையில் நான் ஒரு குடிகாரன் மீது கையை ஓங்கமாட்டேன். சொல்லுங்கள், நாளை நில அதிகாரி வீட்டில் என்ன வேலை?”

“சட்! நீ எல்லா போதையையும் இறக்கிவிடுவாய் போலிருக்கிறது. எனக்கு கோபம்தான் வருகிறது. ஆமாம், நான் நாளை போகிறேன். நான் எந்த வேலையாகப் போனால் உனக்கு என்ன?”

“எனக்கு ஒன்றும் இல்லைதான், ஆனால் சொல்லுங்கள், நாளை என்ன வேலை?”

“சரி, கேட்டுக்கொள். நாளை கிராமத் தலைவர் பெயரில் கேந்தாயி குளத்தை பட்டா எழுதிக் கொடுக்க நாங்கள் சாட்சி சொல்வோம். இதில் என்ன தவறு? கிராமத் தலைவர்தானே சுற்றி வேலி கட்டி குளத்தை சீராக்கியிருக்கிறார்?”

“வேறு யார் -யார் போகிறார்கள்?”

“ரவி மகாஜன், தீன், கடைக்காரர், சர்வாயி பண்டிதர்.”

“சர்வாயி பண்டிதரா! சாரும் போகிறாரா!” என்று சொல்லும் போதே ஹேண்டிலைப் பிடித்திருந்த கஜேனின் கை தளர்ந்துவிட்டது. அவன் கையை எடுத்துக்கொண்டான்.

“ஆமாம், கட்டாயம் போகிறோம். உனக்கு நான் மட்டும்தான் கண்ணுக்குத் தெரிகிறேன்... மடையா...! நல்ல காரியத்துக்கு யார்தான் உதவமாட்டார்கள்? நாங்கள் எப்போதும் தியாகம் செய்து கொண்டே வந்திருக்கிறோம் .. சத்தியத்திற்காக போராடி வந்திருக்கிறோம்... எங்கள் தியாகம்... எங்கள் தியாகம்...”

மிகுந்த சிரமத்துடன் யாதவ் பௌரா விழுந்து -எழுந்து பாலத்தைக் கடந்து சென்றார், பாலத்திலிருந்து இறங்கியதுமே சைக்கிளில் ஏறி பறந்துவிட்டார். குளறும் வாயில் அதே பாட்டு.

கஜேனின் மனதில் ஒரு விநோதமான சோகம் எழுந்தது. ஒரு முறை பண்டிதர் வீட்டுக்குப் போய்விட்டு வந்தால் என்ன என்று யோசிக்கத் தொடங்கினான். ஆனால் அதற்கு இரண்டு தடங்கல்கள் இருந்தன. ஒன்று சர்வாயி பண்டிதர் இரவில் சீக்கிரம் தூங்கிவிடும் வழக்கம் உள்ளவர், இரண்டாவது வாயில் வீசும் சாராய நாற்றத்தால் அவன் அவரிடம் மாட்டிக்கொள்வான், அதை நினைத்து அவன் மிகவும் சங்கோஜப்பட்டான். அவர் ஒருவர் முன்தான் அவன் அன்று வரை கஞ்சா, சாராயம், பீடியை கையால் கூட தொட்டதில்லை. எப்போதாவது ஏதாவது எடுத்திருந்தால் கண்ணில் படாமல் ஓரமாக ஒதுங்கிப் போய்விடுவான். அதனால் காலையில் போய் அவரைப் பார்த்து உண்மையைத் தெரிந்துகொள்ளலாம் என்று தீர்மானித்தான்.

கஜேன் காலையில் சர்வாயி பண்டிதர் வீட்டிற்குப் போய் அவர் வீட்டு கேட்டைத் திறக்கப் போகும்போது விடியற்காலையில் கூட்டி மெழுகி சுத்தம் செய்திருந்த முன் வாசல் மண்ணின் மீது கால் அடித் தடமும் சைக்கிள் சக்கரத் தடமும் பதிந்திருந்தது அவன் பார்வையில் பட்டது. பண்டிதர் போய்விட்டாரோ என்று கஜேன் யோசித்தான். ஆனாலும் அவன் கேட்டைத் திறந்துகொண்டு உள்ளே போனான். இரண்டு அடி உள்ளே சென்றதுமே பண்டிதரின்

மனைவி, அப்போதுதான் குளித்துவிட்டு வந்தவள் கயிற்றில் துணி காய வைப்பதை அவன் பார்த்தான். ஈர தலைமுடியைத் துண்டில் சுற்றி அவள் போட்டிருந்த கொண்டையும், முதுகும்தான் அவன் கண்ணுக்குத் தெரிந்தது. என்ன செய்வது என்று யோசித்தபடியே அவன், "அத்தை!" என்று அழைத்தான்.

பண்டிதர் மனைவி கஜேனைத் திரும்பிப் பார்த்து, "ஓ, கஜேனா, கொஞ்சம் இரு." என்று கூறியபடி ஈரத் துணிகள் வைத்திருந்த பித்தளை வாளியை எடுத்துக்கொண்டு முன்னால் வந்தாள்.

"கஜேன், காலையில் இவ்வளவு சீக்கிரம் வந்திருக்கிறாய், என்ன விஷயம்?" என்று கேட்டுக்கொண்டே அவள் வாளியை வராந்தாவில் வைத்தாள். காலையில் எழுந்ததுமே மெழுகி சுத்தம் செய்த வழுவழுப்பான வராந்தா கஜேனுக்கு மிகவும் பிடித்திருந்தது. அங்கிருந்தே தொடங்கிய சைக்கிள் சக்கரத் தடங்களின் மீது மீண்டும் அவன் பார்வை சென்றது. அவன் பண்டிதர் மனைவியிடம், "நான் சாரைப் பார்க்க வந்தேன், ஆனால்…" என்று தயங்கினான்.

"அவர் காலையிலேயே போய்விட்டாரே! நிஹாலிக்குப் போக வேண்டியிருந்தது, இல்லையா! நில அதிகாரி கூப்பிட்டிருக்கிறார் என்று சொன்னார். சைக்கிளில்தான் போயிருக்கிறார். திரும்பி வரும் போது டேக்கேலா -தோட்டத்தில் மஞ்சலியைப் பார்த்துவிட்டு வருவார், அங்கேதானே ஒரு ஃபிட்டருக்கு அவளைக் கல்யாணம் செய்து கொடுத்திருக்கிறோம்!"

"அப்படியென்றால் அவர் திரும்பி வர வெகு நேரம் ஆகிவிடும்."

"ஆமாம், அனேகமாக இரவு ஆகிவிடும். மஞ்சலி வீட்டில் கொஞ்சம் தங்கி ஓய்வு எடுத்துக்கொண்டுதான் வருவார். உட்கார், கஜேன்!"

"இல்லை அத்தை, நான் போகிறேன். பிறகு வருகிறேன்."

கஜேன் வேகம் வேகமாக வீட்டிற்குத் திரும்பினான். அவன் உடல் முழுதும் ஒரு நடுக்கம் பரவியது. சென்ற இரவு போலவே அவன் மனம் ஒரு இனம் புரியாத துயரத்தில் குமுறியது. தன் மனம் அவ்வாறு துயரப்படும்போது அல்லது அமைதி இழந்து போகும் போது அவன் கோடாலி எடுத்து வெட்டத் துடிப்பான். சற்று நேரம் கோடாலியை ஓங்கி ஓங்கி மரக் கட்டைகளை வெட்டிய பிறகுதான் அவன் நிம்மதி அடைவான், அவன் உடலின் நடுக்கம் குறையும். அன்றும் கஜேன் கோடாலியை எடுத்துக்கொண்டு நேராக முன் வாசலுக்கு சென்றான், பலா மரத்தின் அடிப் பகுதியில் கோடாலியால் வெட்டி, வெட்டி அவன் தன் மனக் கொந்தளிப்பை ஆற்ற வேண்டியிருந்தது. வெகு நேரம் வரை அவன் தன் சக்தி

முழுதும் செலுத்தி கோடாலியால் வெட்டிக்கொண்டிருந்தான், பிறகு தான் அவன் மனம் சற்று ஆறுதல் அடைந்தது.

மாலை ஆனதுமே கஜேன் மீண்டும் மோத்தி மிஸ்த்ரி வீட்டிற்குப் போனான். அன்று அவன் சற்று நேரத்திலேயே ஒரு பெரிய பாட்டிலைக் காலி பண்ணிவிட்டான். மோத்தியின் மனைவி, வெகு நேரம் அவன் குடிப்பதைப் பார்த்துக்கொண்டிருந்தவள் அருகில் சென்று, “கஜேன், இவ்வளவு சீக்கிரம் சீக்கிரம் கிளாஸ் மேல் கிளாஸாக ஏன் குடிக்கிறாய்? அதிகம் போதை ஏறிவிட்டால்?” என்றாள்.

“சாராயத்தை போதை ஏறுவதற்கு குடிக்காமல் இறங்குவதற்கா குடிப்பார்கள்?”

“இப்போதெல்லாம் உனக்கு என்ன ஆகிவிட்டது? தினமும் குடிக்க வருகிறாய். முன்பெல்லாம் பத்து, பதினைந்து நாட்களுக்கு ஒரு முறைதான் வருவாய். நேற்றுதான் குடித்துவிட்டுப் போனாய், இன்று மறுபடியும் வந்து இப்படி குடித்துக்கொண்டு இருக்கிறாய். இப்படி தினமும் குடிக்கிற பழக்கம் வந்துவிட்டால் சீக்கிரமே யாதவ் பௌரா போல ஆகிவிடுவாய்.”

“ஓஹோ! நீ நன்றாக லெக்சர் அடிக்கக் கற்றுக்கொண்டுவிட்டாய். இன்னொரு கிளாஸ் கொண்டுவா! நான் சீக்கிரம் போகவேண்டும்.”

மோத்தியின் மனைவி ஒரு கிளாஸ் சாராயம் கொண்டு வந்தாள், கொடுக்கும்போது, “இதுதான் கடைசி கிளாஸ். இன்று நிறைய குடித்தாகிவிட்டது.” என்று எச்சரித்தாள். கஜேன் ஒரே மடக்கில் கிளாஸ் முழுவதையும் காலி செய்துவிட்டு கிளாசைப் பெட்டியின் மீது வைத்தான், “ஆகட்டும், விடு! இப்போது பண்டிதரைப் பார்க்கப் போகவேண்டும், இல்லையா!” என்றான்.

கஜேன் எழுந்தான், வேஷ்டி முடிச்சிலிருந்து மின்னும் ஒரு ரூபாய் நாணயம் ஒன்றை எடுத்து கிளாசின் அருகில் வைத்துவிட்டு நேராக வெளியே கிளம்பிவிட்டான்.

சேலம் நதிப் பாலத்தில் அன்று மீண்டும் கஜேன், முன்னூ, ரூபாயி மூவரும் சேர்ந்து உட்கார்ந்திருந்தார்கள். கஜேன் பல முறை அவர்கள் இருவரையும் வீட்டிற்குப் போகும்படி கூறினான், ஆனால் ரூபாயி, “இன்று நீ இருக்கும் நிலைமையில் உன்னைத் தனியாக விடமாட்டோம். தனியாக இருந்தால் நீ என்ன செய்துவிடுவாயோ, தெரியவில்லை.” என்றான்.

வெகு நேரம் வரை மூவரும் இருட்டில் பேசாமல் உட்கார்ந்திருந்தார்கள். எப்போதாவது பாலத்தின் வழியாக யாராவது

தெரிந்தவர்கள் போனால் ரூபாயிதான் ஏனோதானோ என்று நலம் விசாரித்தான், எப்போதாவது முன்னூ சலாம் சொன்னான், அவ்வளவுதான்! அதைத் தவிர எங்கும் நிசப்தம் நிலவியது. அது ஏதோ எதிர்வரும் புயலுக்கு முன் நிலவும் அமைதி.

கடந்து சென்ற ஒவ்வொரு வினாடியுடன் கஜேனின் தீர்மானம் மேலும் மேலும் உறுதிப்பட்டுக்கொண்டிருந்தது. தானே கற்பனை செய்து கூட பார்க்க முடியாத ஒரு நிகழ்ச்சிக்கு அவன் தன்னைத் தானே தயார் செய்துகொண்டிருந்தான். அது நடந்தே தீரும், அதை நிகழ்த்துவதற்காகவே அவன் காலையில் கோடாலியை ஓங்கி தான் வெட்டிய ஒவ்வொரு முறையும் சங்கற்பம் செய்துகொண்டிருந்தான். சர்வாயி பண்டிதர் எல்லாருடைய மதிப்பிற்கும், மரியாதைக்கும் உரியவர் என்று அந்த வட்டாரம் முழுதும் குழந்தைகளுக்குக் கூடத் தெரியும். அவர் முன் ஒரு விரலைக் கூட உயர்த்திப் பேசக்கூடிய மனிதன் எவனும் அன்று வரை பிறக்கவில்லை. இல்லை... இல்லை ... அப்படி இல்லை... ஒருவன் இருக்கிறான்... அவன் பெயர் கஜேன்! கஜேனை முழுதும் காட்டுமிராண்டித்தனத்திற்கு மாற்றக் கூடிய, அவன் தன் அறிவாலும், மனதாலும் சார் மீது கொண்டிருந்த மதிப்பை முழுதுமாக அழிக்கக் கூடிய சக்தி நாட்டு சாராயத்தின் போதைக்குக் கூட இல்லை. ஆனாலும் அன்று அவன் தனக்குத் தானே போராடிக்கொண்டிருந்தான், தன்னுடைய இரு மனப் போராட்டத்தைப் போக்கிக்கொண்டு அன்று அவன் இந்த உலகம் முழுதும் தன்னுடைய மதிப்பிற்கும், மரியாதைக்கும் உரிய ஒரே மனிதரான தன்னுடைய 'சாரை' அவமானப்படுத்திவிட்டே மூச்சு விடத் தயாராகிக்கொண்டிருந்தான். திடீரென்று முன்னூ, "அதோ பார், சார் வருகிறார்." என்றான்.

மூவரும் பாலத்தின் ரேலிங்கிலிருந்து இறங்கி வந்தார்கள். "நீங்கள் இருவரும் வாயைத் திறக்கக் கூடாது, ஆமாம்!" என்றான் கஜேன்.

சார் பாலத்தின் மீது சைக்கிளை ஏற்றும் முன் மணி அடித்தார். இருண்ட இரவு. மேகங்கள் அற்ற வானத்தில் நட்சத்திரங்கள் மின்னிக் கொண்டிருந்தன. பண்டிதர் கஜேனையும், மற்றவர்களையும் கடந்து செல்கையில் கஜேன் கோபத்தோடு, "பண்டிதரே, பயணம் முடிந்து வந்துவிட்டீரா? கிராமத் தலைவரின் எச்சிலை நக்கி முடித்தாகிவிட்டதா?" என்றான்.

சர்வாயி பண்டிதர் சைக்கிளிலிருந்து இறங்கினார், பின்னால் திரும்பிப் பார்த்து, "அடே! இது யார் பேசுவது?" என்று கேட்டார்.

கஜேன் வேகமாக இரண்டு அடி முன்னால் வந்தான். பண்டிதரும் சற்று முன்னால் சென்று கஜேனின் முகத்தை நெருங்கி

கூர்மையாகப் பார்த்தபடி, "ஓ! கஜேனா! இன்று நன்றாக ஏற்றிக் கொண்டு வந்திருக்கிறாய். குடிக்காமல் எதிர்க்கத் துணிச்சல் இல்லையா? நரகத்திற்குப் போக இது ஒன்றுதான் மிச்சமாக இருந்தது."

பண்டிதர் சைக்கிளைத் தள்ளியபடியே வேகமாக முன்னால் போய்விட்டார். கஜேனும் பின்னாலேயே பாய்ந்து போய்க் கொண்டே சொன்னான்,"சார், நில்லுங்கள். உங்களிடம் கொஞ்சம் பேசவேண்டும். சார், கேளுங்கள்."

கஜேன் சற்று தூரம் சென்று நின்றுவிட்டான். அவன் கையை உயர்த்தி ஆட்டியபடி உரக்க சொன்னான், "சார்! நீங்கள் கூட இப்படி கிராமத் தலைவருக்கு ஆமாம் சாமி போடுவீர்கள் என்று நான் நினைத்துக் கூட பார்க்கவில்லை. பண்டிதரே, நினைவு வைத்துக் கொள்ளுங்கள், அது மக்கள் குளம், மன்னர் காலத்திலிருந்து அது மக்களுடையதாகத்தான் இருந்திருக்கிறது. இன்று கிராமத் தலைவர் துப்பாக்கியைக் காட்டி வேலி போட்டுவிட்டால் என்ன, நாங்கள் வேலியை உடைத்து எறிவோம். நீங்கள் நில அதிகாரியிடம் போய் பட்டா எழுதிக்கொண்டு வந்துவிட்டால் அதனால் ஒன்றும் நடக்காது. நாங்கள் வேலியை உடைத்தே தீருவோம். நீங்கள் வாலை சுருட்டிக்கொண்டு கிராமத் தலைவரின் எச்சில் இலையை நக்கிக்கொண்டு இருங்கள். என் மூளை சரியாகத்தான் இருக்கிறது, நான் தெளிவான நிலையில்தான் சொல்கிறேன்- நாங்கள் வேலியை உடைத்துவிட்டுதான் மூச்சு விடுவோம்."

கஜேன் கோபத்தில் உளறிக்கொண்டே இருந்தான். பண்டிதர் அதற்குள் எங்கேயோ போய்விட்டிருந்தார். தொலைவிலிருந்து வந்த சைக்கிளின் கரகரத்த ஒலியும் நின்றுவிட்டது.

வேப்ப மர மைதானத்தில் கிராமவாசிகளின் கால்நடைகள் மேய்ந்துகொண்டிருந்தன. அந்த மைதானத்தின் அந்தப் பக்கத்தில் தான் கலவரத்தின் வேராக இருந்த கேந்தாயி குளம் இருந்தது. கிராமத் தலைவரின் வீட்டுப் பின் புறப் பகுதி ஒரு மைல் தூரம் வரை விஸ்தரித்திருந்ததாகக் கருதப்பட்டது. அதன் ஒரு கோடியில் குளமும், மறு கோடியில் பெரிய வீடும் தோட்டமும் இருந்தது. இரு புறமும் வயலும், மேய்ச்சல் நிலமும் இருந்தன. வயலிலும், மைதானத்திலும் மேய்ச்சலுக்கு வரும் கால்நடைகள் குளத்தில் தண்ணீர் குடிக்கும், முக்கியமாக தண்ணீர் வறண்ட காலங்களில் சேலம் நதி வரை வறண்டுபோகும் காலங்களில் அங்குதான் தண்ணீர் குடிக்க வரும். அந்த காலங்களில் எங்கேயாவது குழிகளில்தான் கொஞ்சம் தண்ணீர் இருக்கும். ஒரு முக்கியமான விஷயம் - மாசி மாத பண்டிகைக்கு முன் சங்கராந்தி அன்று இரவு கிராமம் முழுதும்

அமர்ந்து உண்ணும் பெரிய விருந்திற்கு வேண்டிய மீன்கள் எல்லாம் அன்று வரை பாரம்பரியமாக அந்தக் குளத்தில்தான் பிடிக்கப்படும். எந்தக் காலத்திலிருந்து தொடங்கியது என்று யாரும் அறியாத அந்தப் பாரம்பரியத்தை கிராமத் தலைவர் ஒரு காரணமும் இல்லாமலே சட்டென்று நிறுத்திவிட்டார், அது மட்டுமல்ல, மூங்கிலால் சுற்றி வேலியும் போட்டுவிட்டார், முன்னோர்கள் காலத்திலிருந்து கிராமத்திற்கு சொந்தமான அந்தக் குளத்தை சட்டென்று தனக்கு சொந்தமாக்கிக் கொண்டுவிட்டார். இப்போது வறண்ட காலங்களில் கால்நடைகள் எங்கே போய் தண்ணீர் குடிக்கும்? விருந்திற்கு மீன்கள் பிரச்சனையும் பெரிய பிரச்சனைதான். சாட்சிகளின் பலத்தில் கிராமத் தலைவர் நில அதிகாரியிடம் பேசி குளத்துப் பட்டாவைத் தன் பெயரில் எழுதிக்கொண்டதாக சொல்லப்பட்டது.

வேப்ப மர மேய்ச்சல் நிலத்தில் பசு -எருமைகளை மேய்க்க வருபவர்கள் அங்கே சேர்ந்து உட்கார்ந்து பேசிக்கொண்டிருப்பார்கள், சுக -துக்கங்களைப் பகிர்ந்துகொள்வார்கள். மிருதுவான புல்வெளி தான் மேய்ச்சல் நிலம். வருஷம் முழுதும் அங்கு ஒரே மாதிரி பசுமை பரவியிருக்கும். ஒரு பக்கம் ஒரு விசாலமான அரச மரம், அதை சுற்றி பல சிறிய மண் மேடுகள். ஒரு காலத்தில் அவை எறும்புப் புற்றுகளாக இருந்திருக்கலாம், ஆனால் இப்போது அந்த மண் மேடுகளில் புல் முளைத்திருந்தது.

அன்று எல்லா கிராமவாசிகளும், மாடு மேய்ப்பவர்களும், மேய்க்காதவர்களும் அந்த அரச மரத்தடியின் கீழ் வந்து கூடிக் கொண்டே இருந்தார்கள். எல்லார் மனதிலும் கேந்தாயி குளப் பிரச்சனைக்கு ஏதாவது தீர்வு கிடைக்குமா, கிடைக்காதா என்ற ஒரே கேள்விதான். அன்று அமாவாசை, வயல் வேலை ஒன்றும் இல்லை, அதனால்தான் எல்லாரும் அங்கு வந்து குவிந்திருந்தார்கள். வெகு நேரம் கூடிப் பேசிய பிறகு செய்ய ஒன்றுமில்லை என்ற நிலை ஏற்பட்டது. நிராசையுடன் எல்லாரும் மௌனமாகிவிட்டார்கள். எல்லார் முகத்திலும் கனத்த கவலை படர்ந்தது.

அவ்வளவு நேரமும் ஒரு மண் மேட்டின் மீது மௌனமாக உட்கார்ந்திருந்த கஜேன் எல்லாரையும் பார்த்துக்கொண்டும், அவர்கள் பேசுவதைக் கேட்டுக்கொண்டும் இருந்தான். அவன் கால்களுக்கு அருகில் முன்னூவும் ரூபாயியும் உட்கார்ந்திருந்தார்கள். கஜேன் அங்கே உட்கார்ந்த இடத்திலிருந்தே கிராமவாசிகளைப் பார்த்து, "இதில் இவ்வளவு யோசிக்க என்ன இருக்கிறது? நாம் எல்லாரும் சேர்ந்து இப்போதே போவோம், குளத்தை சுற்றி இருக்கும் மூங்கிலைப் பிடுங்கி வேலியை உடைத்து எறிவோம்." என்றான்.

கூட்டத்தில் ஒருவன் பயத்துடன், "இப்போது விஷயம் வேறு மாதிரி ஆகிவிட்டது, இல்லையா! நில அதிகாரி குளத்து உரிமையை கிராமத் தலைவருக்குக் கொடுத்துவிட்டிருந்தால்?" என்றான்.

"நிஹாலியில் உட்கார்ந்துகொண்டு அதிகாரி அவர் இஷ்டத்துக்கு ஏதாவது செய்வார், நாம் அவர் முகத்தைப் பார்த்துக் கொண்டு உட்கார்ந்திருப்போமா?" கஜேனின் குரல் மிகவும் வறண்டிருந்தது. அப்போது பாடக், "கொஞ்சம் இரு. என் நடு மாப்பிள்ளை நவீன் எஸ். டி.சி. ஆபீசில்தான் வேலை பார்க்கிறான். அவன் நேற்று இரவு வந்து குளத்துப் பட்டா கிராமத் தலைவர் பெயரில் எழுதியாகிவிட்டது என்று சொன்னான். எல்லாம் யாதவ் பௌராவும் மற்றவர்களும் சொன்ன சாட்சியின் ஆதாரத்தில்தான் நடந்திருக்கிறது." என்றார்.

"ஓஹோ! சாட்சி சொல்லிவிட்டால் எல்லாம் ஆகிவிட்டதா?" என்று கோபத்தில் கொந்தளித்துக் கேட்டான் கஜேன்.

"சர்வாயி பண்டிதர் மட்டும்தான் மறுப்பு தெரிவித்தார் என்று அவன் சொன்னான்." என்று பாடக் மேலும் ஒரு தகவலைக் கூறினார்.

சட்டென்று கஜேன், "அது எப்படி?" என்று கேட்டான்.

"குளம் கிராமத் தலைவருடையதா, இல்லையா என்று தனக்குத் தெரியாது, ஆனால் அந்தக் குளத்தில்தான் கிராமத்துக் கால்நடைகள் தண்ணீர் குடிக்கின்றன, அதில்தான் கிராமத்து மக்கள் மீன் பிடிக்கிறார்கள் என்று நிச்சயமாகத் தெரியும், மக்களுக்குத் தெரிந்த வரை மன்னர் காலத்திலிருந்து அந்தக் குளம் கிராம மக்களுக்குதான் பயன்பட்டு வந்திருக்கிறது என்று பண்டிதர் திட்டவட்டமாகக் கூறிவிட்டதாகக் கேள்விப்பட்டேன்."

"அப்படியா! சார் அதெல்லாம் சொன்னாரா?" கஜேன் திடீரென்று யோசனையில் ஆழ்ந்தான்.

"ஆமாம். என் நடு மாப்பிள்ளை அப்படித்தான் சொன்னான். அவன் தன் காதால் கேட்டதை மட்டும்தான் சொல்வான், தானாக எதையும் திரித்து ஏன் சொல்லப்போகிறான்! யாதவ் பௌரா, ரவி மகாஜன், தீன் எல்லாரும் கேந்தாயி குளம் கிராமத் தலைவர் வீட்டிற்குப் பின்னால் அவருக்கு சொந்தமான நிலத்தில்தான் இருக்கிறது, எப்போதுமே அவருடைய பாட்டனார் காலத்திலிருந்து அது அவருடையதுதான், எல்லாருக்கும் அது தெரியும் என்று எழுதி கையெழுத்து போட்டுக் கொடுத்துவிட்டார்களாம். மூன்று பேரும் ஒரே மாதிரி சொல்லி சாட்சி அளித்த பிறகு பண்டிதர் ஒருவருடைய பேச்சை யாரும் காதில் போட்டுக்கொள்ளவில்லையாம்."

கஜேன் சட்டென்று எழுந்து நின்றான், இடுப்பில் கட்டியிருந்த துண்டை இன்னும் இறுக்கிக் கட்டிக்கொண்டு திடமான குரலில், “சரி, இப்போது யாரெல்லாம் என்னோடு வரத் தயாராக இருக்கிறீர்களோ வாருங்கள். நந்த மாமா, பாடக் பெரியப்பா, இன்னும் பெரியவர்கள் - வயதானவர்கள் இங்கேயே இருங்கள். மற்ற எல்லா இளைஞர்களும் வாருங்கள்.” என்றான்.

கிராம மக்கள் ஒருவர் முகத்தை ஒருவர் பார்த்துக் கொண்டார்கள். கஜேன் மீண்டும் கடுமையான குரலில் கேட்டான், “குளத்து வேலியை உடைக்க இளைஞர்கள் என்னோடு வருகிறீர்களா, இல்லையா?”

ஒருவன் தயக்கத்தோடு, “பட்டா எழுதியாகிவிட்டது, இப்போது போலீஸ் கேசாகிவிட்டால்?” என்றான்.

மற்றொருவனும் கையாலாகாத தன்மையுடன், “அன்று போல கிராமத் தலைவர் மறுபடியும் துப்பாக்கி எடுத்துக்கொண்டு வந்து விட்டால்?” என்றான்.

இன்னொருவன் தன் பக்கத்திலிருந்தவனிடம், “அதெல்லாம் இருக்கிறது, கூடவே கிராமத் தலைவரின் குண்டர்களும் இருக்கிறார்களே, அந்த குடிகாரக் கூட்டம், யாதவ் பௌராவின் குண்டர் கூட்டம்.” என்றான்.

கஜேன் கூரிய பார்வையோடு எல்லா இளைஞர்களையும் ஒவ்வொருவராகப் பார்த்தான். இளைஞர்கள் முதலில் ஒருவர் முகத்தை ஒருவர் பார்த்துக்கொண்டு இருந்தார்கள், கஜேனின் பார்வை ஒவ்வொருவர் முகத்திலும் படப் பட ஒவ்வொருவனும் தலையைக் குனிந்துகொண்டான். முன்னூவும் ரூபாயியும் மட்டும் தலையை உயர்த்தி கஜேனைப் பார்த்தார்கள்.

கஜேன் மண் மேட்டிலிருந்து எழுந்தான், கேந்தாயி குளத்தை நோக்கி இரண்டு, மூன்று அடி எடுத்து வைத்தவன் நின்றான், திரும்பி கிராம மக்கள் கூட்டத்தைப் பார்த்து கோபத்துடன் கத்தினான், “பயந்தாங்கொள்ளிகள், எல்லாரும் பயந்தாங்கொள்ளிகள்! ஒருவனுக்கும் முதுகெலும்பு கிடையாது. வேஷ்டி உடுத்தி ஆண் பிள்ளைகள் என்று ஏமாற்றிக்கொண்டிருக்கிறீர்களா? நீங்கள் எல்லாரும் உங்கள் மனைவியின், மனைவி இல்லையென்றால் உங்கள் சகோதரிகளின் பெட்டிகோட்டை அணிந்து, கையில் வளையல் போட்டுக்கொண்டு...”

எல்லாரும் அவமானத்தில் தலை குனிந்து உட்கார்ந்திருந் தார்கள். பிறகு கஜேன் இரண்டு, மூன்று அடி எடுத்து வைத்து நின்றான். கோபத்தில் கொதித்த அவன் மீண்டும் கத்தினான், “நான்

ஏர் பிடித்து உழவில்லை, என்னிடம் பசு -எருமைகள் கிடையாது, குளம் உங்களுக்குதான் வேண்டும், இல்லையா!"

அவன் மீண்டும் சில அடிகள் எடுத்து வைத்துவிட்டுத் திரும்பிக் கத்தினான், "எனக்கு எதுவும் தேவையில்லை, ஆனாலும் தடி எடுத்து கிராமத் தலைவர் மக்கள் குளத்தை ஏன் பிடுங்குகிறார் என்று இந்த விஷயம்தான் என்னை அலட்டுகிறது. நான் இவ்வாறு பிடுங்க விடமாட்டேன், இதுதான் என் பிடிவாதம். ஆனால் நான் தனியாகவே சண்டை போட்டுக்கொண்டிருப்பேனா? நான் தனியாகவே சண்டை போட்டு என் அப்பாவைப் போல ஜெயிலில் அழிந்து போகட்டுமா?"

கஜேன் கொதிப்புடன் குளத்தை நோக்கிப் போய்விட்டான். மக்கள் கூட்டம் கலையத் தொடங்கியது. ஒருவர் ஒருவராக கஜேன் போன திசைக்கு எதிர் திசையில் போக ஆரம்பித்தார்கள். ஓரிரு முதியவர்கள் கஜேன் போவதையே பார்த்துக்கொண்டிருந்தார்கள்.

கஜேன் குளத்தின் உயரமான கரையில் ஏறத் தொடங்கியபோது பின்னால் திரும்பிப் பார்த்தான், முன்னூவும் ரூபாயியும் அவனுக்குப் பின்னாலேயே வந்துகொண்டிருந்தார்கள். கஜேன் நின்றுவிட்டான், அவர்கள் சற்று தொலைவில் இருக்கும்போதே அவர்களையும் அதட்டினான், "நீங்கள் இருவரும் ஏன் பயந்தாங்கொள்ளிகளை விட்டு வந்துவிட்டீர்கள்?"

முன்னூ கொஞ்சம் சந்தேகம், கொஞ்சம் பயம், கொஞ்சம் கவலையோடு, "நீ என்ன தனியாகவே வேலியை உடைப்பாயா?" என்று கேட்டான்.

"ஏன், நான் தனியாகவே உடைப்பேன் என்பதில் உனக்கு என்ன சந்தேகம்?" என்று கஜேன் கேள்விக்கு விடை கேள்வியிலேயே தந்துவிட்டு வேகமாக குளத்தின் உயரமான பகுதியில் ஏறினான். முன்னூவும் ரூபாயியும் கீழேயே நின்றுவிட்டார்கள்.

கஜேன் வேலிக்கு அருகில் சென்று நின்றான். தடிமனான, உயர்ந்த வகை மூங்கிலைக் கொண்டு அழகிய வேலி அமைக்கப் பட்டிருந்தது. மூங்கில்களின் கூம்பை அவன் கையால் தடவினான். முன்னூவும் ரூபாயியும் அவன் என்ன செய்ய விரும்புகிறான் என்று ஊகிக்க முயற்சித்துக்கொண்டிருந்தார்கள்.

கஜேன் தன் கட்டுப்பாட்டை இழந்து வேலி மீது முழு பலத்தையும் செலுத்தி உதைக்கவும், குத்தவும் தொடங்கினான். திடீரென்று களைத்து தோற்றவன் போல அவன் அங்கேயே உட்கார்ந்துவிட்டான். அவன் துயரத்தைப் பார்த்து முன்னூவும் ரூபாயியும் ஓடோடி வந்து அவன் அருகில் உட்கார்ந்தார்கள்.

“இப்படி தோல்வியை ஒப்புக்கொள்ளும்போது மனம் சுக்குநூறாக உடைந்துபோகிறது.” என்று சொல்லும்போதே கஜேனின் தொண்டை அடைத்தது, கண்கள் கண்ணீரால் நிறைந்தன. முன்னூவும் ரூபாயியும் கஜேனைப் பார்த்தபோது அவன் கண்களைத் துடைத்தபடி காணப்பட்டான்.

மூவரும் சற்று நேரம் அப்படியே பேசாமல் உட்கார்ந்திருந் தார்கள், பிறகு சட்டென்று கஜேன் எழுந்தான், வேகமாக நடந்தான். முன்னூவும் ரூபாயியும் அவனோடு சேர்ந்து நடக்க முயற்சித்து வேகமாக நடக்கத் தொடங்கினார்கள். நடந்துகொண்டே ரூபாயி,” எங்கே போகிறாய்?” என்று கேட்டான்.

“சார் வீட்டிற்கு...” என்றான் கஜேன்.

சர்வாயி பண்டிதர் வீட்டு முன் வாசலில் கஜேன், முன்னூ, ரூபாயி மூவரும் நின்றிருந்தார்கள். பண்டிதர் வெளியில் ஏதோ சத்தம் கேட்டு வராந்தாவிற்கு வந்தார். அவர் வெளியில் வந்ததுமே கஜேன் தாவி முன்னால் சென்றான், அவர் காலில் விழுந்து இரண்டு கைகளாலும் அவர் பாதங்களை இறுகப் பிடித்துக்கொண்டான். அவன் தன் தலையை அவர் கால்களில் வைத்தான். துயரத்தால் நிறைந்து அவன் அழுதான், “சார், சார், என்னை மன்னித்துவிடுங்கள். என்னை அடியுங்கள், திட்டுங்கள், சாபம் கொடுங்கள் சார், நான் அதற்குதான் தகுந்தவன்.” அவன் பைத்தியக்காரனைப் போல பேசிக் கொண்டேயிருந்தான், பாவம், சார்! அவருக்கு விஷயம் என்ன என்றே புரியவில்லை.

சர்வாயி பண்டிதர் மிகவும் சிரமப்பட்டு அவன் பிடியிலிருந்து தன் கால்களை விடுவித்துக்கொண்டு, “இந்தப் பைத்தியக்காரனுக்கு என்ன ஆகிவிட்டது? இன்று என்ன இப்போதே சாராயத்தை ஏற்றிக் கொண்டுவிட்டானா?” என்று கேட்டார்.

கஜேன் கையைக் கூப்பியபடி எழுந்து நின்றான், “இல்லை சார்! நான் சரியாகத்தான் இருக்கிறேன். நான் சாராயம் துளிக் கூட குடிக்கவில்லை. என் வாய் புழுத்துப் போகட்டும்... நேற்று இரவு நான் எவ்வளவு மோசமாக உங்களை அவமானப்படுத்தினேன்- ஏன் சார்- ஏன்? சார், சத்தியமாக சொல்கிறேன், எனக்கு எதுவும் சரியாகத் தெரியாமல் போய்விட்டது. எனக்கு தவறான தகவல் கிடைத்து விட்டது, சார்! யாதவ் பௌரா சொன்ன விதத்தில் யாராக இருந்தாலும் தவறாகத்தான் புரிந்துகொள்வார்கள். நீங்கள் அதிகாரி முன் கிராமத் தலைவர் சார்பாக சாட்சி சொல்லவில்லை என்று எனக்குப் பிறகுதான் தெரிந்தது.”

“உனக்கு இந்த செய்தியைத் தந்தது யார்?”

"பாடக் பெரியப்பா. அவர்தான் உண்மையான விஷயத்தை தன் நடு மாப்பிள்ளை சொல்லக் கேட்டார்."

"நான் இப்போது அதைப் பற்றி என்ன சொல்வது? யாரோ சொன்னதைக் கேட்டு உனக்கு என் மேல் எப்படி சந்தேகம் வந்தது? என் மேல் நம்பிக்கை இல்லையா?"

"இருக்கிறது சார், நிச்சயம் இருக்கிறது. நேற்று இரவே நீங்கள் உண்மையான விஷயத்தை சொல்லியிருக்கலாமே, சார்!"

"நீ அதற்கு சந்தர்ப்பம் கொடுத்தாயா என்ன? நீ வயதைப் பார்க்கவில்லை, மரியாதையைப் பார்க்கவில்லை, உடனே என்னை எச்சில் இலையை நக்கும் நாய்கள் கூட்டத்தில் சேர்த்துவிட்டாய்!"

"போதும் சார், போதும்! மேற்கொண்டு எதுவும் சொல்லாதீர்கள். நான் சொன்னதற்கெல்லாம் என் வாய் புழுத்துதான் போகும்."

கஜேன் மீண்டும் சார் கால்களில் விழுந்து பாதங்களைப் பிடித்துக்கொண்டான், "சொல்லுங்கள் சார், ஒரு முறை சொல்லுங்கள், என்னை மன்னித்துவிட்டேன் என்று சொல்லுங்கள், இல்லையென்றால் எனக்கு சாபம்தான் கிடைக்கும்."

"சரி, சரி, காலை விடு. நான் நீ சொன்னதை எல்லாம் மறந்து விடுகிறேன், போதுமா! இங்கே உட்கார். நீங்கள் மூவரும் டீ குடித்து விட்டு கொஞ்சம் பலகாரம் சாப்பிட்டுவிட்டுப் போங்கள். நான் ஸ்கூல் போகிறேன்."

கஜேன் சாருடைய பாதங்களிலிருந்து கையை எடுத்தான், "சரி சார்! நீங்கள் ஸ்கூலுக்குப் போங்கள். இப்போது டீ எதுவும் வேண்டாம், பிறகு வருகிறோம். இன்று நாங்கள் போய்வருகிறோம் சார், ஆனால் நீங்கள் எங்கள் எல்லாத் தவறுகளையும் மன்னித்து விடுங்கள்." என்றான்.

கஜேன் மீண்டும் ஒரு முறை துயரமும் பயமும் நிறைந்த பார்வை பார்த்தான். அவர் மெல்லிய புன்னகையோடு கூறினார், "ஏண்டா, ஸ்கூல் பிரம்பால் நான்கு அடி வாங்காமல் சொல்வது புரியாதா? நான் சில புதிய புத்தகங்கள் வாங்கி வந்திருக்கிறேன், இன்னும் முழுதும் படித்து முடிக்கவில்லை, நான் முதலில் படித்துவிடுகிறேன், பிறகு ஒரு வாரம் சென்று வந்து வாங்கிக்கொண்டு போ. இப்போது போ."

அவ்வளவு நேரம் சென்று அப்போதுதான் கஜேன் உதட்டில் சற்று புன்னகை தோன்றியது. சார் தன்னை மன்னித்துவிட்டார் என்று அறிந்த பிறகு அவன் மனம் லேசாகிவிட்டது.

சார் மீது அவனுக்கு இருந்த, நேற்று ஏறக்குறைய தொலைந்து போயிருந்த அதே மதிப்பு இன்று அவன் மனதில் நிறைந்தது. அவன் உதட்டில் புன்னகை இருந்தாலும் கண்கள் மகிழ்ச்சிக் கண்ணீரால் நனைந்தன.

வீடு திரும்பும் முன் வழியில் அவர்கள் மூவரும் இடுப்பில் துண்டைக் கட்டிக்கொண்டு சேலம் நதியில் பாய்ந்து வெகு நேரம் நீந்தி விளையாடினார்கள். நீந்திய பிறகு மூவரும் கரை ஏறி தங்கள் தங்கள் உடைகளை அணிந்துகொண்டார்கள், ஈரத் துண்டைப் பிழிந்து தோளில் போட்டுக்கொண்டு போய்விட்டார்கள். தன் மனம் முற்றிலும் ஆறிவிட்டதை கஜேன் உணர்ந்தான். குளத்தைப் பொறுத்த வரை அவனுடைய கையாலாகாத தன்மை அப்போதும் இருந்தது, ஆனால் சாரைக் குறித்து அவனை அலைக்கழித்த விஷயம் இப்போது இல்லை.

நதியில் குளித்ததால் தன் உடல் மட்டுமல்லாமல் மனமும் சுத்தமாகிவிட்டதாக அவனுக்குத் தோன்றியது. அவன் உடனே அம்மன் கோவிலுக்குப் போய் தன் குருவை அவமானப்படுத்திய குற்றத்திற்கு மன்னிப்பு கேட்க விரும்பினான். அம்மன் எல்லாருடைய விஷயங்களையும் நன்கு அறிந்தவள். பாபுதேவையும் நீண்ட நாட்களாக சந்திக்கவில்லை. பாவம், அவர் பித்த ஜுரத்தால் வெகு நாட்களாக அவதிப்படுகிறார். ஜவாவுக்கு நேர்ந்த அந்த நிகழ்ச்சிக்குப் பிறகு பல நாட்கள் வரை அவன் தொடர்ந்து அவரைப் போய்ப் பார்த்துக்கொண்டிருந்தான், வைத்தியரிடமிருந்து மருந்து வாங்கிப் போய்க் கொடுத்துக்கொண்டிருந்தான். நினைவுதான் வந்துவிட்டதே, அங்கே போய் ஏன் ஒரு சுற்று சுற்றிவிட்டு வரக்கூடாது என்று நினைத்து அவன், "முன்னூ, ரூபாயி! நீங்கள் வீட்டிற்குப் போங்கள். நான் கொஞ்சம் அம்மன் கோவிலுக்குப் போய்விட்டு வருகிறேன். பாபுதேவையும் பார்த்துவிட்டு வருகிறேன். நீங்கள் போகும்போது பாட்டியம்மாவிடம் நான் கோவிலுக்குப் போய்விட்டு வருகிறேன் என்று சொல்லிவிட்டுப் போங்கள். சொல்லிவிட்டால் பாட்டி சாப்பிட்டு விடுவாள், இல்லையென்றால் எனக்காக சாப்பிடாமல் காத்திருப்பாள். சாப்பிட்டதும் வாழைப்பழத்துடன் பால்சாதம் கலந்து கொடுக்கும் வழக்கம் அவளை விட்டுப் போகுமா?" என்றான்.

நண்பர்களிடம் அவ்வாறு சொல்லிவிட்டு அவன் நேராக கோவிலை நோக்கி நடந்தான்.

கஜேன் கோவிலுக்கு சென்று பஜனை- கீர்த்தனைகள் நடக்கும் மண்டபத்தைக் கடந்து நேராக கோவில் உள் பிரகாரத்தை அடைந்தான். அங்கு அம்மன் விக்கிரகத்தின் முன் சாஷ்டாங்கமாக விழுந்து வணங்கினான். குருவை அவமானப்படுத்தி அவரை

இழிவாகப் பேசிய தன் மிகப் பெரிய குற்றத்தை ஒப்புக்கொண்டான். தேவி அந்தக் குற்றத்திற்காக தன்னைத் தண்டித்துவிட வேண்டாம், தனக்குக் கெடுதல் செய்துவிட வேண்டாம் என்று அவன் பயத்துடன் வேண்டிக்கொண்டான். வெகு நேரம் அப்படியே கிடந்த பிறகு அவன் எழுந்து மண்டியிட்டு உட்கார்ந்து கண்களை மூடி பிரார்த்தனை செய்துகொண்டிருந்தான். சற்று நேரம் பிரார்த்தனை செய்த பிறகு அவன் மெல்லக் கண்களைத் திறந்தான்.

ஆச்சரியம்! அவன் முன்னர் எப்போதும் பார்த்திராத ஒரு காட்சி!!

சாதாரணமாக கோவிலுக்குள் இருண்டு இருக்கும். அகல் விளக்கு வெளிச்சத்தில் காளிதேவியின் விக்கிரகம் மின்னிக் கொண்டிருக்கும். இப்போது அந்த தேவி விக்கிரகத்தின் அருகிலேயே ஒரு பெண் விக்கிரகம் நின்றிருந்தது! தலையிலிருந்து கால் வரை மங்கிய வெள்ளை உடை போர்த்திய ஒரு இளம்பெண் விக்கிரகம்!! உடலில் பெயருக்குக் கூட ஒரு அலங்காரம் இல்லை. நெற்றி வெறுமையாக இருந்தது. தலையின் இரு புறமும் அடர்ந்து விரிந்த கருங்கூந்தலின் நடுவில் சூனியமான வகிடு. அவிழ்ந்த முடி இடுப்பிற்குக் கீழே தொங்கிக்கொண்டிருந்தது. அவள் கையிலிருந்த பூக்கூடையில் செம்பருத்திப் பூக்கள் நிறைந்திருந்தன. சிவப்பு செம்பருத்திப் பூக்கள்.

யார் இந்த தேவி? சாமுண்டா தேவியின் பக்கத்தில் வெள்ளை உடை அணிந்த வெண்மையான இந்த தேவி விக்கிரகம் யார்?

"கஜேன்! ஏன் இப்படிப் பார்த்துக்கொண்டே இருக்கிறாய்?" ஜவாவின் குரலைக் கேட்டு கஜேனுக்கு உணர்வு திரும்பியது.

"ஜவா! நீயா?" கஜேனின் வாயிலிருந்து மிகக் கஷ்டப்பட்டு எப்படியோ இந்த இரண்டு சொற்கள் வெளிவந்தன. அவன் மெல்ல எழுந்து நின்றான்.

"முன்பு என்னைப் பார்த்ததே இல்லை போல பார்த்துக் கொண்டிருக்கிறாய்!"

"உண்மையில்... இப்படி உன்னை இப்போதுதான் முதல் முறையாகப் பார்க்கிறேன்."

"ஓ! அதுதான் விஷயமா? நான் பின் கதவு வழியாக உள்ளே வந்தபோது தேவிக்கு முன்னால் கண்ணை மூடி மண்டியிட்டு உட்கார்ந்திருந்த உன்னை தொலைவிலேயே அடையாளம் கண்டு கொண்டேன். உன்னுடைய திடமான கைகளையும், அகன்ற தோள் களையும் நான் மறக்கவில்லை. என் ஊகம் சரியா, இல்லையா என்று பார்ப்பதற்காக நீ தலையைத் தூக்குவதற்குக் காத்திருந்தேன். நான்

சரியாகத்தான் ஊகித்திருக்கிறேன்."

அது வரை கஜேன் ஜவாவை மிகுந்த ஆச்சரியத்துடன் கண் இமைக்காமல் பார்த்துக்கொண்டே இருந்தான்.

"கஜேன், கொஞ்ச நேரம் இரு, நான் பூஜை செய்துவிடுகிறேன். காலையில் கோவிலைக் கூட்டி மெழுகிவிட்டுப் போயிருந்தேன், அப்போது என்னால் பூஜையை செய்யமுடியவில்லை. அப்பா சற்று நேரத்திற்கு முன்புதான் பூஜையை முடித்துவிட்டுப் போனார்."

பேசிக்கொண்டே ஜவா தேவியின் பாதங்களுக்கு அருகில் பவழமல்லிகைப் பூக்களை வைத்து அலங்கரித்தாள். எரிந்து கொண்டிருந்த உயரமான பித்தளை விளக்கில் சிறிது எண்ணெய் விட்டு திரியை சரி செய்தாள், பிறகு மண்டியிட்டு தலை குனிந்து மிகுந்த பயபக்தியுடன் நீண்ட நேரம் ஏதோ பிரார்த்தனை செய்து கொண்டிருந்தாள்.

அவ்வளவு நேரமும் கஜேன் உள் பிரகாரத்திற்கு வெளியே நின்று என்ன செய்வதென்று தெரியாதவனாக அவளையே பார்த்துக் கொண்டிருந்தான். அவள் உடலில் நிரம்பித் ததும்பிய இளமை அவளுடைய விதவைக் கோலத்தை கேலி செய்துகொண்டிருந்தது. வண்ணமற்ற உடை, திலகம் இல்லாத நெற்றி, குங்குமம் இல்லாத வகிடு என்று இருந்தாலும் அவள் எந்த ஒரு சாதாரண இளம் பெண்ணையும் போலவே கவர்ச்சிகரமாக விளங்கினாள். உடல் செழுமையாகவே இருந்தது, ஆனால் அவள் மனம்? ஜவாவின் மனதில் என்ன இருந்தது? இந்த இளம் வயதிலேயே அவள் மனம் விதவைத்தன்மை அடைந்துவிட்டதா? அப்படி ஆவது சாத்தியமா?

ஒரு பிராமணப் பெண் ருது ஆவதற்கு முன்பே கல்யாணம் செய்து கொடுக்கப்படவேண்டும் என்ற நியதியைக் காப்பாற்றுவதற்காகவே ஒரு நடுத்தர வயது, நோயாளியான மனிதனுக்கு அந்தப் பெண் திருமணம் செய்து கொடுக்கப்பட்டாள். கடந்த பல வருஷங்களாக ஜவா ஒரு துன்பம் நிறைந்த - சபிக்கப்பட்ட வாழ்க்கையை வாழ்ந்த பிறகு சில மாதங்களுக்கு முன்புதான் கணவன் இறந்துவிட்டதால் விதவை ஆகிவிட்டாள். விதவை ஆன பிறகு முதல் முறையாக அவள் தன் தந்தை வீட்டிற்கு வந்திருந்தாள். அதனால்தான் கஜேனும் முதல் முறையாக அவளை விதவைக் கோலத்தில் பார்த்தான்.

பிரார்த்தனை செய்துவிட்டு எழுந்த பிறகு ஜவா இரண்டு, மூன்று அடி பின்னால் சென்று கோவிலின் உள் பிரகாரத்திற்கு அருகில் வந்தாள். கஜேன் கதவிலிருந்து சற்று விலகினான், ஜவா வெளியே வந்தாள், கஜேனின் அருகில் வந்து நின்றாள்.

“ஏண்டா கஜேன்! இப்போது எங்கே இருக்கிறாய்? நான் வந்து பத்து நாள் ஆகிவிட்டது, உன்னைக் காணவே இல்லை. வா, ஒரு முறை வீட்டிற்கு வரமாட்டாயா?”

“கட்டாயம் வருகிறேன். பாபுதேவைப் பார்க்காமல் எப்படிப் போவேன்?”

இருவரும் கோவிலுக்கு வெளியே தோட்டத்தின் ஒரு மூலையில் இருந்த குடிசைப் பக்கம் போய்க்கொண்டிருந்தபோது வீட்டை நோக்கித் திரும்பிய ஜவா, “உன்னிடம் ஒரு விஷயம் சொல்ல மறந்தே போனேன்.” என்றாள்.

“என்ன விஷயம்?” கஜேன் தலையை உயர்த்தினான்.

“மதன் சார் வந்திருக்கிறார், இல்லையா!”

“மதன் சாரா? எப்போது வந்தார்? பார், இவ்வளவு நேரம் பேசிக்கொண்டிருக்கிறாய், இந்த விஷயத்தை சொல்லவில்லை.”

“நேற்று வந்தார், மாலையில். உன்னைப் பற்றி அப்பாவிடம் கேட்டுக்கொண்டிருந்தார். அதோ பார், மகிழ மரத்தடியில் பாறை மேல் உட்கார்ந்திருக்கிறார், எப்போதும் உட்கார்ந்து புத்தகம் படித்துக்கொண்டே இருக்கிறார்.”

“கொஞ்சம் இரு, ஒரு முறை பார்த்துவிட்டு வந்து விடுகிறேன். நீ இருக்கிறாயே! முதலில் அவரைப் பற்றிதானே சொல்லியிருக்க வேண்டும்!”

“போ, போய் அவரைப் பார். இப்போது டீ எல்லாம் தர மாட்டேன், நேராக சாப்பாடு சாப்பிட்டுவிட்டுதான் போக வேண்டும்.”

கஜேன் கோவிலின் ஓரமாக நதியை நோக்கி செல்லும் வழியிலிருந்து விலகி மகிழ மரத்தின் பக்கம் சென்றான், ஜவா வீட்டிற்குப் போய்விட்டாள்.

முன்னோர்கள் காலத்திலிருந்தே அம்மன் கோவிலின் நான்கு பக்கமும் சில விசேஷமான பெரிய மரங்கள் இருந்தன, அவை அந்த இடத்தையும், சுற்றுப்புற சூழலையும் சுத்தமான மணம் நிறைந்ததாக, பசுமையாக ஆக்கியிருந்தன. அந்த மரங்கள் அங்கு இருப்பது மிகவும் அவசியம், பாபுதேவுக்கு அடிக்கடி பூஜைக்காக மா, பலா, மகிழ, அரச, ஆல இலை என ஐந்து வகை இலைகள் தேவைப்படும். மகிழ மரம் நதி ஓரம் தனியாக நின்றது. மற்ற நான்கு மரங்களும் அதிலிருந்து சற்று தொலைவில் அருகருகே ஒரு கூட்டம் போல அமைந்து மௌனமாக தங்களுக்குள் பேசிக்கொண்டிருப்பது போலத் தோன்றின. காலக் கணக்குப்படி பார்த்தால் மகிழ மரம் மற்ற

நான்கு மரங்களை விட வயதில் குறைந்தது. பச்சை இலைகள் அடர்ந்து தழைத்த மகிழ மரம் கிளைகள் -கொம்புகள் நிறைந்து பூத்துக் குலுங்கி ஏதோ இளமை நிறைந்து ததும்பும் பெண்ணைப் போல தோன்றியது. இந்த அழகிய இளம்பெண் அந்த நான்கு நடுத்தர வயது மரங்களை தன் இளமையைக் காட்டி கவர்ந்தது, சீண்டியது, அந்த நான்கு மரங்களும் தொலைவிலிருந்து அதை கேலி செய்துகொண்டிருந்தன.

தன் இளமை அந்த நான்கு மரங்களின் வெறுமையான வாழ்க்கையில் இனிமை சேர்க்கிறது, அவை சிரித்து கேலி செய்யத் தூண்டுகிறது, அவற்றின் தளர்ந்த வயதிலும் அவற்றின் வறண்ட நெஞ்சங்களில் ஒரு இனம் தெரியாத அன்பை நிறைக்கிறது என்று மகிழ மரத்திற்கும் தெரியும். மகிழ மரம் தன் கவர்ச்சிகரமான இருப்பை உணர்ந்தே இருந்தது. வெளித் தோற்றத்திற்கு கம்பீரமாகக் காணப்பட்டாலும் மகிழ மரத்திற்கு உள்ளுக்குள் ஒரு சிலிர்ப்பு இருந்தது.

மகிழ மரத்தின் இளமையே மற்ற மரங்களின் வாழ்க்கையில் உயிரோட்டம் ஏற்படுத்துவது போல் தோன்றியது. அவற்றின் சாரமற்ற வாழ்க்கையில் பனிக்காலத்தின் முதல் பனித் துளியை, மழைக் காலத்தின் இதமான வெயிலை, குளிர்காலத்தின் குளிர்ந்த காற்றை, வசந்தத்தின் ரம்யமான வண்ணக் கலவையை அதுவே கொண்டுவந்தது. மகிழ மரத்தின் இளமை மணமே ஒவ்வொரு வருஷமும் மா, பலா, அரச, ஆல மரங்களில் மென்மையான இளந் தளிர்களைத் துளிர்க்கச் செய்தது.

கஜேன் சத்தமின்றி அடி எடுத்து வைத்து மதனின் பின்னால் சென்று நின்றான். மதன் அந்த மகிழ மரத்தின் கீழே பாறையில் உட்கார்ந்து பேசாமல் தலையை உயர்த்தி மரங்களின் சலசலப்பைத் தன்னை மறந்து பார்த்துக்கொண்டிருப்பதை கஜேன் பார்த்தான். அவன் மடியில் ஒரு கனத்த புத்தகம் திறந்து கிடந்தது.

கஜேன், “மதன் சார்!” என்று மெல்ல அழைத்தான். தலையைத் திருப்பி கஜேனின் முகத்தைப் பார்த்ததுமே மதனின் முகம் மலர்ந்தது. மரத்தின் அடிப்பகுதியில் சாய்ந்து உட்கார்ந்திருந்தவன் நேராக நிமிர்ந்து உட்கார்ந்தான், மிகுந்த மகிழ்ச்சியுடன் ஒரே மூச்சில், “அடே! கஜேன்! வா,வா, நான் வந்ததுமே ஜவாவிடம் உன்னைப் பற்றிக் கேட்டேன். இன்று நான் உன்னைத் தேடி வருவதாக இருந்தேன். வா, இப்படி உட்கார். நதி ஓரம் எவ்வளவு அமைதியாக இருக்கிறது! நகரத்தில் இத்தகைய நிசப்தம் எங்கே கிடைக்கிறது! வா, வா, நீயும் கொஞ்ச நேரம் இங்கே உட்கார்.” என்று படபட வென்று பேசிக்கொண்டே போனான்.

மதன் மடியில் வைத்திருந்த புத்தகத்தை எடுத்து மூடி பக்கத்தில் வைத்துக்கொண்டான். மதன் உட்கார்ந்திருந்த அதே இடத்தில் சற்று சிறிய பாறையில் உட்கார்ந்து கஜேன் மிகவும் ஆர்வத்துடன் புத்தகத்தைப் பார்த்தான். உற்சாகத்தை மறைக்காமலே அவன், "மதன் சார்! உங்கள் புத்தகம் மிகவும் பெரியதாக இருக்கிறதே! அது என்ன புத்தகம்?" என்று கேட்டான்.

"ஜவஹர்லால் நேரு எழுதிய 'தி டிஸ்கவரி ஆஃப் இண்டியா'. இப்போதுதான் சில நாட்களுக்கு முன்பு அச்சிட்டு வெளியாகி இருக்கிறது."

"ஓ! இது ஆங்கில புத்தகம், என்னால் இதைப் படிக்க முடியாது."

"ஆமாம். ஆங்கில புத்தகம்தான், ஆனால் மிகவும் நல்ல புத்தகம். நேரு ஜெயிலில் இருந்தபோது எழுதியது."

மதன் கஜேனின் ஆர்வத்தைப் பார்த்து அவனுக்கு எளிமையான சொற்களில் 'டிஸ்கவரி ஆஃப் இண்டியா'வைப் பற்றிக் கூறினான், நேரு பார்க்கும் பார்வை, அவர் தன்னுடைய திருஷ்டிகோணத்தில் பார்த்த -புரிந்துகொண்ட பாரதவர்ஷ வரலாற்றின் ஒரு வரை படத்தை வரைந்தான். அதன் பிறகு அவன், "கஜேன், உனக்குப் புத்தகங்கள் படிக்கப் பிடிக்குமா?" என்று கேட்டான்.

"ஆமாம். கொஞ்சம் படிக்கிறேன். அநேகமாக சார் வீட்டிலிருக்கும் அஸ்ஸாம் மொழி புத்தகங்கள் எல்லாவற்றையும் படித்துவிட்டேன். லக்ஷ்மிநாத் பேஜபருவா, ரஜனிகாந்த் போர்தோலோயி, பத்மநாத் கோஹாயி பருவா, யத்தீன் துபரா, கணேஷ் கோகோயி -இவர்களுடைய அநேகமாக எல்லா புத்தகங்களையும் படித்துவிட்டேன். என் வீட்டிலும் நிறைய புத்தகங்கள் இருக்கின்றன. நாம கீர்த்தனை, ராமாயணம், மஹாபாரதம் எல்லாம் அப்பா காலத்தில் இருந்தே இருக்கின்றன."

"இது மிக நல்ல விஷயம்தான். ஆங்கிலம் இல்லை என்றால் என்ன, அஸ்ஸாம் மொழியிலேயே நல்ல புத்தகங்கள் நிறைய இருக்கின்றன, இன்னும் அச்சிடப்பட்டுக்கொண்டுதான் இருக்கும். அதை எல்லாம் படித்துக்கொண்டிருந்தாலே போதும். சரி. இப்போது உன் நிலைமையை சொல், கிராமத்தைப் பற்றி சொல். நீ கேள்விப்பட்டிருப்பாய், விரைவில் நமக்கு சுதந்திரம் கிடைத்துவிடும்."

"அந்த விஷயம் எல்லாம் பிறகு பார்ப்போம், முதலில் நீங்கள் உங்களைப் பற்றி சொல்லுங்கள். நீங்கள் கோர்ட்டில் வக்கீலாக இருக்கிறீர்கள் என்று கேள்விப்பட்டேன்."

"நான் வக்கீல் ஆனது உனக்கு எப்படித் தெரியும்?"

"எனக்கு பாபுதேவ் சொன்னார். ஜவாவின் கணவன் இறந்த பிறகு அவருடைய சிரார்த்த காரியத்திற்காக அவர் போயிருந்தபோது ஜவா இந்த விஷயத்தை சொல்லியிருக்கிறாள்."

மதன் அதைக் கேட்டுவிட்டு தான் வக்கீல் ஆனதைப் பற்றி எதுவும் சொல்லாமல் பேச்சை வேறு பக்கம் திருப்பினான். ஜவாவின் கல்யாணம், அவளுடைய மணவாழ்வு, அவளுடைய கணவனின் மரணம், இப்போது இந்த விதவை நிலைமையின் அவலம் ஆகியவற்றைப் பற்றி அவர்கள் பேசினார்கள். மதன் ஜவாவின் வாழ்க்கையைப் பற்றி மிகவும் விவரமாகக் கூறினான்.

சென்ற முறை தான் அங்கு வந்துவிட்டுப் போன பிறகு ஜவாவின் திருமணத்தைப் பற்றி ஒரு நீண்ட கடிதம் எழுதி பாபுதேவுக்கு அனுப்பியதாக மதன் கூறினான். உண்மையில் அன்று இரவு ஜவாவைத் திருமணம் செய்துகொள்வதாக தான் கூறியதற்கு காரணம் என்ன என்று அவன் விவரமாக அந்தக் கடிதத்தில் எழுதியிருந்தான், அதில் ஜவாவைத் தானே திருமணம் செய்துகொள்வதாக மீண்டும் அவன் எழுத்து வடிவத்தில் உறுதி கூறியிருந்தான்.

அவனுடைய கடிதத்திற்கு பதிலாக பாபுதேவ் எழுதியிருந்தார் -"மதன்,

இரவு -பகல் சாமுண்டா தேவியின் பூஜை - சேவை, அர்ச்சனையில் மூழ்கியிருக்கும் என் மந்த குணம் பொருந்திய மனதிற்கு விவாதிக்கத் தெரியாது. உன் கடிதத்தைப் படித்து என் மனதில் ஒரு பயங்கர எதிர்விளைவு ஏற்பட்டது என்பதை நான் ஒப்புக்கொள்கிறேன். கூடவே உன் மீது என் மனதில் ஒரு பிரியமும் அன்பும் இருக்கிறது, அது என்னைத் தடுக்கிறது என்பதையும் நான் ஒப்புக்கொள்கிறேன். ஆகையால் நான் ஆவேசமான சொற்கள் எதையும் எழுதாமல் வேதனை நிறைந்த மனதுடன் தெரிவிக்கிறேன் உன்னுடைய இந்தக் காதில் கேட்கத் தகாத சொற்கள் முற்றிலும் அநீதி நிறைந்தவை, ஆகையால் ஒருபோதும் ஒத்துக்கொள்ள முடியாதவை. நான் பிறந்து வளர்ந்து இன்றும் வாழ்ந்துகொண்டிருக்கும் உலகத்தில் உன்னுடைய புதிய பார்வை என்னும் கேடு ஒருபோதும் பிரவேசிக்க முடியாது. யாக்ஞவல்கியர் மைத்ரேயி யிடம் சொன்னார் தானே அறிவாளியாக இருப்பவனை நீ எப்படி அறிவாய்?

நூறாண்டு வாழ்க!

உன் நம்பிக்கைக்குரிய
ரத்னகாந்த தேவசர்மா

இந்தக் கடிதத்திற்குப் பிறகு கொஞ்ச காலம் வரை மதனுக்கு ஜவாவைப் பற்றி எந்தத் தகவலும் இல்லை. இதற்கிடையில் சுதந்திரப் போராட்டத்தில் பங்கு கொண்டு அவன் ஜெயிலுக்குப் போய்விட்டான்.

நடந்தது இதுதான் - ஒரு நாள் நடு இரவு நேரம். மதன் போலீஸ் ஸ்டேஷன் கேட்டுக்குள் நுழைந்துவிட்டான், இரவின் இருட்டில் ஸ்டேஷனில் பறந்த 'யூனியன் ஜாக்' கொடியை இறக்கி கிழித்துவிட்டான், அதன் மீது தார் எறிந்த பிறகு ஸ்டேஷனில் மூவர்ணக் கொடியைப் பறக்க விட்டான். அவன் கம்பத்தில் தங்கள் கொடியைப் பறக்க விட்டுவிட்டுத் திரும்பும்போது முன்பே செய்யத் தீர்மானிக்காத செயலாக இருந்தபோதும் உணர்ச்சிவசப்பட்டு 'வந்தே மாதரம், சுதந்திர இந்தியாவுக்கு ஜே, மகாத்மா காந்திக்கு ஜே' போன்ற கோஷங்களை எழுப்பத் தொடங்கிவிட்டான். பிறகு என்ன! வெளியே பாதை ஓரத்தில் நின்றிருந்த அவன் நண்பர்களும் அந்த கோஷங்களை எழுப்பத் தொடங்கினார்கள். அதற்குள் போலீஸாரின் விசில்கள் ஒலிக்கத் தொடங்கின. ஸ்டேஷனின் உள்ளே இருந்து 'உஷார் உஷார்' என்ற சத்தத்துடன் துப்பாக்கி ஏந்திய சிப்பாய்கள் வெளியே ஓடி வந்தார்கள், போலீஸ் ஆகாயத்தை நோக்கி சுட்டதும் ஸ்டேஷனுக்கு அக்கம் பக்கத்திலிருந்த வீடுகளுக்கு இடையே இருந்த தெருக்களில் புகுந்து மதனின் நண்பர்கள் ஓடிவிட்டார்கள். அவர்கள் ஸ்டேஷனுக்கு வெளியே இருந்ததால் ஓடிவிடுவது சாத்தியமாக இருந்தது, ஆனால் மதன் உள்ளே இருந்ததால் டார்ச் லைட்டின் முழு வெளிச்சமும் அவன் மீது விழுந்தது, அவன் ஓட முயற்சித்தால் சுடப்படுவான் என்று எச்சரிக்கை விடுக்கப்பட்டது. மதன் நின்றுவிட்டான். ஆயுதம் ஏந்திய போலீஸ் அவனை சுற்றி வளைத்து கைது செய்தது. ஆங்கிலேயர்களின் 'யூனியன் ஜாக்' கொடியை அவமதித்தது தான்தான் என்றும் ஸ்டேஷன் கம்பத்தில் மூவர்ணக் கொடியை ஏற்றியதும் தான்தான் என்றும் மதன் தயக்கமின்றி ஒத்துக்கொண்டான். அவனுக்கு ஒரு வருஷ சிறைத் தண்டனை விதிக்கப்பட்டது.

ஜெயிலுக்குப் போய் சில நாட்களிலேயே மதனுடைய அம்மா ஒரு நாள் அவனிடம் ஒரு போஸ்ட் கார்டைத் தந்தாள்.

அது மதனின் தந்தைக்கு ஜவாவின் தந்தை அனுப்பிய ஜவாவின் திருமண அழைப்பு. ஆனால் அவளை யாருக்கு திருமணம் செய்து கொடுத்தார்கள் என்ற விவரம் எதுவும் அதில் இல்லை.

அதன் பிறகு மதன் ஜவாவை சந்தித்தது நாடகங்களில் நடந்தது போல நடந்தது.

ஜெயிலிலிருந்து விடுதலை ஆனதும் மதன் மீண்டும் காலேஜில் சேர்ந்தான், பிஏ. பட்டமும் பிஎல். பட்டமும் பெற்றான். பிஎல். டிகிரி கிடைத்ததும் அவன் வக்கீல் தொழிலை செய்யத் தொடங்கினான். ஒரு வருஷத்திற்கும் மேல் ஆகிவிட்டது. ஆறு மாதங்களுக்கு முன் ஒரு நாள் மதன் ஒரு பெரிய மனிதரிடம் ஏதோ சாட்சியம் எழுதி வாங்கிக்கொண்டிருந்தான். அப்போது பகல் பன்னிரண்டு மணி இருக்கும், சட்டென்று அவன் பார்வை சற்று தொலைவில் டைப் அடித்துக்கொண்டிருந்த ஒருவரிடம் ஏதோ கேட்டுக்கொண்டிருந்த ஒரு இளம் பெண்ணின் மீது விழுந்தது. அவள் மிக மெலிந்த பெண்ணாகத் தோன்றினாள். பின்னலின் மேல் சால்வை போர்த்தி யிருந்ததால் திருமணமானவள் என்றே தோன்றியது. அவளோடு அவள் வயதை ஒத்த ஒரு இளைஞனும் இருந்தான். டைப் அடித்துக் கொண்டிருந்தவர் தலையைத் தூக்கிக் கூடப் பார்க்கவில்லை, அவர் டைப் அடிப்பதில் மும்முரமாக இருந்தார். அந்தப் பெண்ணுக்கு இன்னும் எந்த வக்கீலும் அமையவில்லையென்றால் அவளைத் தன் சீனியரிடம் அழைத்துப் போகலாம் என்று மதன் நினைத்தான். டைப் அடித்துக்கொண்டிருந்தவர் தலையைத் தூக்காமலே அவளை அப்பால் போகச் சொல்லி கையால் சைகை செய்தார். மதனின் மனதில் ஒரு வழக்கு கிடைக்கும் என்ற நம்பிக்கை எழுந்தது. அந்தப் பெண் இங்கும் அங்கும் பார்க்கத் தொடங்கினாள், ஆனால் எந்தப் பக்கம் போவதென்று தெரியாமல் நின்றாள். அவள் முகத்தைப் பார்த்ததுமே மதனின் திறந்த கண்கள் திறந்தபடியே நிலைத்தன. ரத்த ஓட்டம் அதிகரித்தது, நெஞ்சு படபடத்தது. நெற்றியில் திலகம், வகிட்டில் குங்குமம், பின்னலை சால்வையால் மூடியிருந்த அந்தப் பெண் வேறு யாரும் அல்ல, ஜவா!

"நீங்கள் எழுதிக்கொண்டே இருங்கள், நான் இதோ வந்து விட்டேன்." என்று சொல்லிவிட்டு மதன் ஜவாவை நோக்கிப் பாய்ந்தான். ஜவாவும் கழுத்தைத் திருப்பியபோது எதிரில் மதன் வருவதைப் பார்த்தாள். அவளும் ஏறக்குறைய ஓட்டமாகவே சென்று மதனை அடைந்தாள்.

"ஜவா, நீ இங்கே?" என்று மிகுந்த ஆச்சரியத்துடன் மதன் ஜவாவைப் பார்த்துக் கேட்டான்.

"காலையிலிருந்து உங்களைத் தேடி உலகத்தின் மூலை முடுக்கெல்லாம் அலைந்துவிட்டேன்." ஜவா ஏதோ இனம் தெரியாத துயரத்தில் அல்லது கடைசியில் மதன் கிடைத்துவிட்ட மகிழ்ச்சியில் அழுதுவிட்டாள்.

"வா, இங்கிருந்து போய்விடலாம். அங்கே எங்காவது போய் உட்கார்ந்து சாவகாசமாகப் பேசலாம்."

ஜவா மதனின் பின்னால் நடந்தாள், அவள் பின்னால் அவளோடு வந்த இளைஞன் நடந்தான். சற்று தூரம் போன பிறகு கோர்ட்டுக்கு அருகிலேயே ஒரு பூங்கா இருந்தது, அங்கே ஒரு சிறிய குளத்தின் ஓரம் ஒரு இரும்பு பெஞ்சில் மூவரும் உட்கார்ந்தார்கள். பெஞ்சின் மீது ஒரு பெரிய பலா மரத்தின் நிழல் படிந்திருந்தது.

"இவர் யார்?" என்று கேட்டான் மதன்.

"என் சிறிய மைத்துனர்." என்றாள் ஜவா.

"இங்கேயே உட்கார்ந்து பேசலாம்."

"அண்ணி, நான் கொஞ்சம் கோர்ட்டுக்குப் போய்விட்டு வருகிறேன்." என்று கூறிவிட்டு அந்த இளைஞன் ஜவா எதுவும் சொல்லும் முன்பே போய்விட்டான்.

"மிகவும் நேரமாக்கிவிடாதீர்கள் மைத்துனரே, நாம் விரைவாகவே புறப்பட்டுவிட வேண்டும்." என்று ஜவா நினைவூட்டினாள்.

ஜவாவும், மதனும் பெஞ்சில் ஒருவரை ஒருவர் பார்த்து உட்கார்ந்தார்கள். மதன் பேச்சைத் தொடங்கினான், "சொல்லு ஜவா, என்ன விஷயம்?"

ஜவா எப்படியோ தன் நீண்ட கதையை சுருக்கமாக சொன்னாள். ஒரு சமயம் உணர்ச்சி எதுவும் இல்லாமலும், ஒரு சமயம் உணர்ச்சிவசப்பட்டும் ஜவா சொல்லிக்கொண்டே இருந்தாள், மதன் கேட்டுக்கொண்டே இருந்தான்... மதனின் கடிதம் கிடைத்து அதற்கு பதிலாக பாபுதேவ் மறுப்புக் கடிதம் அனுப்பி மூன்று மாதங்களுக்குப் பிறகு, ஜவாவின் திருமணம் நிச்சயமாயிற்று. மணமகனின் வயது அதிகம், ஆனால் அவன் சற்று வசதியான பிராமண குடும்பத்து இளைஞன். இளைஞன் அல்ல, மனிதன் என்று சொன்னால் சரியாக இருக்கும். ஏதோ ஒரு காலத்தில் மணமகனின் தந்தை தேயிலைத் தோட்டத்தில் வேலை பார்த்துக்கொண்டிருந்தார். அங்கிருந்து ஓய்வு பெற்றபோது அவர் பக்கத்திலேயே கொஞ்சம் நிலம் வாங்கியிருந்தார், அதை சார்ந்தே அவர் நன்றாக வாழ்ந்து கொண்டிருந்தார். அவர் தன் நான்கு பெண்களுக்கும், மூன்று பிள்ளைகளில் இரண்டாமவனுக்கும் கல்யாணம் செய்துவிட்டார். இளையவன் படித்துக்கொண்டிருந்தான், இன்னும் கல்யாண வயது ஆகவில்லை.

பெரியவன், ஜவாவுக்குப் பார்த்த மணமகன், ஒரு முக்கியமான காரணத்தால் திருமணம் செய்துகொள்ள விருப்பமில்லாதவனாக இருந்தான். பல வருஷங்களாக தாய் -தந்தையர் அவனுக்குத் திருமணம் செய்து வைக்க முயற்சி செய்துகொண்டிருந்தார்கள்,

ஆனால் கல்யாணம் எப்படி நடக்கும்! அவனுக்கு ஆஸ்துமா, வலிப்பு இரண்டு நோய்களும் இருந்தன. எப்போதும் படுத்த படுக்கையாகவே இருந்தான். பாபுதேவுக்கு ஜவா புஷ்பவதி ஆகிவிடக் கூடாதே என்ற பயம் தலைக்கு மேல் இருந்தது. ஆகவே, அவர் நடுத்தர வயது, நோயாளி என்பதைப் பார்க்காமல் வசதியான வீடு, பிராமண குடும்பம் என்பதற்கு மட்டும் முக்கியத்துவம் தந்து அந்த நிஹாலி மனிதனுக்கு ஜவாவை திருமணம் செய்து கொடுத்தார். திருமணம் நடந்து நான்கு மாதங்களுக்குப் பிறகு ஜவா புஷ்பவதி ஆனாள். அதற்குப் பிறகு ஒரு மாதம் கழித்து சடங்குகள் செய்து அவள் புகுந்த வீட்டிற்கு அழைத்துச் செல்லப்பட்டாள். ஜவாவின் மனதில் கணவனைப் பற்றியோ, புகுந்த வீடு பற்றியோ எந்த வண்ணக் கனவுகளும் இல்லை. எப்படி இருக்கும்! அந்த இளம் வயதில் ஒரு அழகிய மண வாழ்வு என்றால் என்ன என்று அவளுக்கு எப்படித் தெரியும்! தனக்குத் திருமணம் ஆகி ஒருவனுக்கு மனைவியாக அவனுடன் போகும்போது அவன் நிச்சயம் பார்ப்பதற்கு நன்றாக இருப்பான், தன்னிடம் அன்பு காட்டுவான், தன்னைப் பராமரிப்பான், தன்னை நன்கு கவனிப்பான் என்ற நம்பிக்கை மட்டும் அவளுக்கு இருந்தது. தான் அவனோடு இரவு -பகல் மகிழ்ச்சியோடு வாழ்வோம் என்ற நம்பிக்கையுடன் அவள் சென்றாள்.

ஆனால் சந்தித்த முதல் நாள் இரவே தன் கணவனுக்கு வலிப்பு நோய் கண்டு அவனை ஒரு வலிப்பு நோயாளியாக அவள் பார்த்தாள்! ஐயோ, எத்தகைய பயங்கரமான ஒரு உண்மை அவள் கண் முன் விரிந்தது!!

ஜவாவின் வாழ்க்கையில் இரவு நேரங்கள் இனிய சந்திப்பின் ஆர்வம், மகிழ்ச்சி, ஆவேசங்களைக் கொண்டு வராமல் பயத்தையும், கவலையையும், நடுக்கத்தையும் கொண்டு வந்தது. பகல் நேரங்கள் எப்படியோ கழிந்தன, ஆனால் அவளுடைய ஒவ்வொரு நாள் இரவும் கணவனுடன் தனிமையில் பயத்தில் நடுங்கியபடி கழிந்தது. ஒவ்வொரு வினாடியும் எப்போது அவனுக்கு வலிப்பு நோய் வந்து விடுமோ, கணவனுடைய அந்த பயங்கரமான நிலை கண் முன் விரிந்துவிடுமோ என்ற பயம். எப்போதாவது ஆஸ்துமா நோயால் அவன் அவதிப்படும்போது அவனுக்கு சேவை செய்வதிலும், மருந்து கொடுப்பதிலும் இரவுகள் கழிந்தன.

மறு பக்கம் அந்த வீட்டின் இரண்டாவது மருமகள், அவளுடைய தாய்வீடு பணக்கார வீடு, புதிய நாகரிகப் பெண். அவள் வரதட்சணையும் நிறைய கொண்டுவந்திருந்தாள். எல்லாவற்றிலும் பெரிய ஆயுதம் அவளுடைய கொடிய நாக்கு, அதற்கு நேரம் -காலமோ, காரணங்களோ கிடையாதோ என்று ஒவ்வொரு வினாடி யும் அது ஜவாவை உணரச் செய்தது.

இளைய மைத்துனன் மட்டும் அந்தக் குடும்பத்தில் வேறுபட்டு இருந்தான், அவன் ஜவாவிடம் நல்ல முறையில் நடந்துகொண்டான். திருமணத்திற்குப் பிறகு அவள் புகுந்த வீட்டிற்குப் போன புதிதில் குழந்தையிலிருந்தே பழகிய பழக்கப்படி காலையில் சீக்கிரம் எழுந்து குளித்து கீதையும், சண்டி ஸ்தோத்திரமும் சொல்வாள். அவள் நல்ல சுரத்தோடு பாடுவதை இளைய மருமகள் கேலி செய்வாள், வீட்டிலிருந்த மற்றவர்கள் அலட்சியமாக சும்மா இருப்பார்கள். அதைப் பார்த்து அவள் சுலோகம் சொல்வதை நிறுத்திவிடத் தீர்மானித்தாள். அப்போது சிறிய மைத்துனன் அவளை அவ்வாறு செய்யாமல் தடுத்ததோடு அவளை உற்சாகப்படுத்தினான். இரண்டாவது மருமகளின் கடுமையான போக்கு நாளுக்கு நாள் அதிகரித்துக்கொண்டே போயிற்று. வீட்டுப் பெரிய மருமகள் என்ற மதிப்பு கிடைப்பது இருக்கட்டும், வீட்டில் இருந்தவர்கள் எல்லாரும் அவளை ஒரு அலட்சியம், ஒரு இழிவு நிறைந்த பார்வை பார்த்தார்கள். இரண்டாவது மருமகளின் இரண்டு குழந்தைகள் கூட அம்மா திட்டுவாள் என்ற பயத்தில் ஜவாவை நெருங்க அஞ்சினார்கள். எல்லாரும் காலையிலிருந்து மாலை வரை எல்லா வேலைகளையும் ஜவா மீதே சுமத்தினார்கள். நாள் முழுதும் இடுப்பு ஒடிய வேலை செய்தாலும் வளரும் வயது என்பதால் அவளுடைய உடல் அத்தனையையும் தாங்கிக்கொண்டு கட்டுக் குலையாமல் இருந்தது. ஆனால், அவள் மனதின் உள்ளே ஏதோ ஒன்று உடைந்து கொண்டிருந்தது.

ஒவ்வொரு நாளும் இரவு நேரம் ஆக ஆக அவளுடைய படபடப்பு அதிகரித்துக்கொண்டே போகும், விடியற்காலையின் வெளிச்சம் வந்து தைரியம் தரும் வரை அவள் மனம் நடுங்கிக் கொண்டே இருக்கும். ஒரு நாள் கூட அவளால் சரியாகத் தூங்க முடியவில்லை. எப்போதாவது தூக்கம் வந்துவிட்டாலும் ஏதாவது பயங்கரக் கனவு வந்து தூக்கம் கலைந்துவிடும். படபடத்து எழுந்தால் அவளுடைய கணவன் மூச்சு விடக் கஷ்டப்பட்டுக்கொண்டே நெஞ்சைப் பிசைந்துகொண்டிருப்பான். அவள் எழுந்து அவன் மார்பை மெல்ல தடவிக் கொடுத்து மருந்து கொடுப்பாள், தண்ணீர் தருவாள். அப்படியே அவளுடைய இரவுகள் கழிந்துகொண்டிருந்தன.

இதற்கிடையில் ஒரு நாள் திடீரென்று ஜவாவின் மாமனாருக்கு ஹார்ட் அட்டாக் ஏற்பட்டு இறந்துவிட்டார். அவருடைய முதல் சிரார்த்தத்தின்போது வெறும் உடம்புடன் இருப்பது, தரையில் பாய் விரித்து தூங்குவது, பிண்டதானத்தின்போது ஈரத் துணியோடு இருப்பது போன்ற பல நியமங்களை மூத்த மகன், ஜவாவின் கணவன் அனுசரிக்கவேண்டியிருந்தது. அதன் விளைவாக அவனுடைய நோய் இன்னும் அதிகரித்துவிட்டது, கடந்த நான்கு - ஐந்து

மாதங்களாக படுத்த படுக்கையாகிவிட்டான். அவர்கள் லோக்கல் போர்டு, தேயிலைத் தோட்ட டாக்டர்களிடம் வைத்தியம் பார்த்தார்கள், கிராமத்து மந்திரவாதியிடம் மந்திரித்து வேப்பிலை அடிக்கச் செய்தார்கள், வைத்தியரிடம் மருந்து வாங்கித் தந்தார்கள், பூஜை - வேண்டுதல் எல்லாம் செய்து பார்த்துவிட்டார்கள். எல்லா வற்றையும் ஜவா தனியாகவே செய்யவேண்டியிருந்தது. மாமனார் இறந்த பிறகு இரண்டாவது மைத்துனரும், மருமகளும் முழுக்க முழுக்க அலட்சியம் காட்டினார்கள். அவர்கள் எப்போதாவது, ஏதாவது தேவைப்படும்போது கொஞ்சம் பணம் கொடுத்துவிட்டு பொறுப்பிலிருந்து கழன்றுகொண்டுவிடுவார்கள். அவர்கள் அலட்சியம் அதிகரித்துக்கொண்டே போகப் போக ஜவாவின் மனதில் கணவனின் உடல்நிலையை சரி செய்யும் பிடிவாதம் அதிகரித்துக்கொண்டே போயிற்று.

அவள் திட சங்கற்பத்துடன் தன் கணவனைக் காப்பாற்ற இயன்ற முயற்சிகளை எல்லாம் செய்வதில் ஈடுபட்டபோது எங்கிருந்தோ அவளுக்குள் அபாரமான சக்தி வந்து நிறைந்தது. அவள் மனதில் முன்பு இருந்த பயம் -சந்தேகம் -கவலை எல்லாம் அகன்றுவிட்டன. இப்போதெல்லாம் கணவனுக்கு வலிப்பு வரும்போது அவள் பயந்து கூச்சலிடுவதில்லை, கைகள் நடுங்குவதில்லை, திடமான மனதோடு முதலில் அவன் வாயிலிருந்து வரும் நுரையைத் துடைத்துவிட்டு, பின்னர் அவனுடைய இறுகிய பற்களின் இடையில் கரண்டியை செருகி இறுக்கத்தை விடுவிக்க முயற்சிப்பாள், மூடிய கைகளின் முஷ்டியை வலுவாகப் பிரித்துவிடுவாள், கண்கள் மீது தண்ணீர் தெளிப்பாள். அவள் யாரையும் தேடுவதில்லை, கூப்பிடுவதில்லை, எல்லாவற்றையும் தானே செய்வாள். அவள் உடலும் மனமும் ஒன்றி இரவு -பகலாக கணவனுக்கு சேவை செய்வதிலும், அவனைக் குணப்படுத்தும் முயற்சியிலும் ஈடுபட்டிருந்தாள். அவளால் செய்ய முடியாத வேலைக்கு மட்டும் இளைய மைத்துனரைக் கூப்பிடுவாள், அவனும் முழு மனதோடு உதவி செய்வான்.

அவ்வளவு செய்தும் அவள் செய்ததெல்லாம் வீணாகப் போய்க் கொண்டிருந்தது. இரண்டு வாரங்களாக நோயின் நிலைமை மோசமாகிக் கொண்டிருந்தது. அது வரை பார்த்துக்கொண்டிருந்த லோக்கல் போர்டு டாக்டர் நோயாளியை ஒரு முறை சதர் ஆஸ்பத்திரிக்கு அழைத்துச் சென்று சிவில் சர்ஜனிடம் காட்டச் சொன்னார். ஜவா அந்த விஷயத்தை இரண்டாவது மைத்துனரிடமும், மருமகளிடமும் சொல்லி இரண்டு, மூன்று முறை நினைவூட்டியும் அவர்கள் அதைக் கண்டுகொள்ளவே இல்லை, திருப்பித் திருப்பி சொல்லி தங்களுக்கு மிகவும் தொல்லை கொடுப்பதாகக் கடுப்பு காட்டினார்கள்.

முற்றிலும் நம்பிக்கை இழந்து இருந்த அந்த நேரத்தில் ஜவாவுக்கு மதன் சதரில் இருந்தது நினைவுக்கு வந்தது. மதனின் தந்தை ஹைஸ்கூலில் ஆசிரியர் என்பதும் நினைவு வந்தது. எப்படியாவது அவர்களைத் தேடிப் பிடிப்பது என்று தீர்மானித்தாள். அவர்கள் வீட்டைத் தேடிக் கண்டுபிடிக்க முடியாவிட்டாலும் ஹைஸ்கூல் எங்கே இருக்கிறது என்று எல்லாருக்கும் தெரிந்திருக்கும். ஸ்கூலுக்குப் போய் அவர்கள் வீட்டைப் பற்றித் தெரிந்துகொள்ளலாம். அவர்கள் வீட்டிற்குப் போய் மதனைப் பார்த்து எல்லா பிரச்சனைகளையும் அவரிடம் சொல்லிவிடலாம், பிறகு அவர் தானே எல்லாவற்றையும் பார்த்துக்கொள்வார்.

ஒரு நாள் ஜவா தன் இளைய மைத்துனரோடு வெகு நேரம் கலந்து பேசி யோசித்தாள், பிறகு இருவரும் சேர்ந்து ஒரு முடிவு செய்தார்கள்.

அந்த முடிவின்படியே காரியங்கள் நடந்தன.

அந்த நாட்களில் பிரம்மபுத்ராவில் பயணிகள் கப்பல் மீண்டும் போக ஆரம்பித்திருந்தது. உலகப் போர்க்காலத்திலும், அதற்குப் பிறகும் இரண்டு வருஷங்கள் வரையிலும் பயணிகள் கப்பலின் போக்குவரத்து நிறுத்தப்பட்டிருந்தது, சரக்குக் கப்பல்கள் தான் போய்க்கொண்டிருந்தன. பஸ் போக்குவரத்து இருந்தது, ஆனால் ஒரு நாளைக்கு ஒரு பஸ் தான் போய்க்கொண்டிருந்தது, அதனால் இருக்கைகளை விட அதிகமாக பயணிகள் போய்க் கொண்டிருந்தார்கள். பஸ்ஸின் மேற்கூரையிலும் மக்கள் போனார்கள், அவ்வளவு கூட்டம். போலீஸ் ஸ்டேஷனை நெருங்கும்போது முன் கூட்டியே அதிகமாக ஏற்றிய பயணிகளை பஸ்ஸிலிருந்து இறக்கி விட்டுவிடுவார்கள், அவர்கள் கால்நடையாகவே நடந்து போலீஸ் ஸ்டேஷனைக் கடந்து சென்று நிற்பார்கள். பஸ்ஸும் போலீஸ் ஸ்டேஷனுக்கு சென்று எண்ட்ரி போட்டுவிட்டு சற்று தூரம் சென்று நின்றுகொண்டிருப்பவர்களை ஏற்றிக்கொள்ளும்.

வழியில் பழைய, பலவீனமான பாலம் ஏதாவது வந்துவிட்டால் அங்கும் சில பயணிகளை பாலத்திற்கு இந்தப் பக்கம் இறக்கி விட்டு விடுவார்கள், அவர்கள் கால்நடையாக பாலத்தைக் கடந்து அந்தப் பக்கம் சென்று பஸ்ஸில் ஏறிக்கொள்வார்கள். அத்துடன் சில பெரிய நதிகளில் மழையில் பாலம் தண்ணீருக்கு அடியில் இருப்பதால் பஸ்ஸும் பயணிகளும் படகில் ஒன்றாகவே நதியைக் கடப்பார்கள். குளிர்காலங்களில் ஒருசில நதிகளின் மீது கோல்டு வெதர் ப்ரிட்ஜ் எனப்படும் மூங்கில் பாலம் போட்டிருக்கும், அத்தகைய பாலங்கள் மீது போகும் போது பயணிகளை பஸ்ஸிலிருந்து இறக்கி விட்டுவிடுவார்கள். எல்லாவற்றிலும் பெரிய, முக்கியமான பாதையைப் போட்டது

பி.டபிள்யூ.டி.தான், அதுவும் மண் பாதைதான். தார் போட்ட உறுதியான பாதைகள் அப்போது எங்கும் இல்லை. அதன் காரணமாக அந்தப் பாதைகளில் போகும் பஸ்கள் மிகவும் குலுங்கிக் குலுங்கிப் போகும், மண்ணும் தூசியும் மிகுதியாக எழும்பும்.

பஸ்ஸில் போவதில் ஒரு நன்மை உண்டு, பகலிலேயே சதருக்குப் போய் சேர்ந்துவிடலாம். நிஹாலியிலிருந்து ஐந்து, ஆறு மணி நேரத்தில் பஸ் சதருக்குப் போய்விடும். கஷ்டம் என்னவென்றால் ஜவாவின் நோயாளிக் கணவனை பஸ்ஸில் அழைத்துப் போனால் அவனுடைய சிரமம் இன்னும் அதிகமாகிவிடும். கப்பலில் போகலாம் என்றால் வெகு நேரம் ஆகிவிடும், அத்துடன் கப்பல் துறைக்குப் போவதற்கு ஐந்து, ஆறு மைல் மாட்டுவண்டியில் போகவேண்டும். ஆனால் ஒரு நோயாளியை வசதியாகப் படுக்கவைத்து அழைத்துப் போவதற்கு கப்பல்தான் தகுந்ததாக இருந்தது. முதலில் பணத்திற்கு ஒன்றும் செய்ய முடியாமல் இருந்தது, ஆனால் ஏதாவது செய்துதான் ஆகவேண்டியிருந்தது. ஆகவே, ஜவா மைத்துனரோடு தன் பெரிய மாமனாரைப் பார்க்கச் சென்றாள், தன் கஷ்டங்களை எல்லாம் சொன்னாள். அவர் தானே வந்து ஜவாவின் இரண்டாவது மைத்துனனுக்கு அறிவுரை சொல்லி நெல் விற்பதற்கு சம்மதிக்கச் செய்தார். அவர் தானும் விற்பதற்கு கொஞ்சம் நெல் தந்தார். அவ்வாறு பணப் பிரச்சனை தீர்ந்தது.

ஜவாவும் மற்றவர்களும் விடியற்காலையில் சதர் துறைமுகத்தை வந்து அடைந்தார்கள். ஜவாவும் அவளுடைய இளைய மைத்துனனும் நோயாளியை இரண்டு பக்கமும் பிடித்து மிகவும் சிரமப்பட்டு கப்பல் படிகளிலிருந்து கீழே இறக்கினார்கள். அவர்கள் பெட்டி, படுக்கை, மருந்து எல்லாம் கொண்டுவந்திருந்தார்கள். அருகில் இருந்த ஒருவரிடம் விசாரித்து ஹைஸ்கூல் அதிக தொலைவில் இல்லை, ஆனால் சிவில் ஆஸ்பத்திரி தொலைவில் இருக்கிறது என்று தெரிந்துகொண்டார்கள். ஸ்கூல் திறக்க மூன்று -நான்கு மணி நேரம் இருந்தது. எப்படியாவது நேராக ஆஸ்பத்திரிக்குப் போய் விடுவதென்று அவர்கள் தீர்மானித்தார்கள். ஆனால், எப்படிப் போவது என்று இருவரும் யோசித்தார்கள். சற்று தொலைவில் ஒரு குதிரைவண்டி நிற்பதை அவர்கள் பார்த்தார்கள். “மைத்துனரே, இதுதான் ஜட்காவா?” என்று கேட்டாள் ஜவா.

அவர்கள் இருவரும் அவ்வளவு கவனமாக தன் பக்கம் பார்ப்பதைக் கண்டதும் வண்டிக்காரன் மிக உற்சாகமாகக் கத்தி கூப்பிடத் தொடங்கினான், “வாருங்கள், வாருங்கள், ஜட்காவில் வந்து உட்காருங்கள்.”

வண்டிக்காரனுக்கு சிவில் ஆஸ்பத்திரி தெரிந்திருந்ததால் நேராக அங்கேயே கொண்டு விட்டான். அது மட்டுமின்றி, அவர்கள் புதிதாக நகரத்திற்கு வந்திருக்கிறார்கள் என்று தெரிந்ததும் ஜவாவின் பரிதாபமான நிலையைப் பார்த்து முதல் தடவையிலேயே அவள் மீது ஏற்பட்ட இரக்கத்தின் காரணமாக அவன் தனக்குத் தெரிந்த கம்பவுண்டரிடம் சொல்லி நோயாளிக்கு படுக்கை கொடுக்கச் செய்து, ஆஸ்பத்திரியில் செய்ய வேண்டிய ஏற்பாடுகளை எல்லாம் ஒரு மணி நேரத்திலேயே செய்யும்படி செய்துவிட்டான்.

ஜட்காவில் உட்கார்ந்த பிறகு, துறையிலிருந்து ஆஸ்பத்திரி வரை வரும் வழியில் பல முறை ஜவா கணவனிடமிருந்து பார்வையை விலக்கி வெளியே ஓட விட்டாள். பாதையின் இரு புறமும் கடைகள், கடைத்தெரு, வீடுகள், மக்கள் கூட்டம், அவர்கள் மும்முரமாக இங்கும் அங்கும் போவது, ஒன்றன் பின் ஒன்றாக வரும் சைக்கிள்கள், இடையிடையே மோட்டார் வண்டிகள் - எல்லாமே அவளுக்கு மிகவும் விசித்திரமாகத் தோன்றின. 'கட்-கட்-கட்' என்ற குதிரைக் குளம்பு ஒலி, ஜட்காவில் முதல் முறையாக பயணம் செய்வது -அவள் உடலில் ஒரு சிலிர்ப்பு ஓடியது. சிவில் ஆஸ்பத்திரியில் டாக்டர், நர்ஸ், நோயாளிகள் என்று எத்தனை பேர்! அவள் ஆச்சரியத்தோடு பார்த்துக்கொண்டே இருந்தாள்.

அறியாத ஒரு இடத்தில் தெய்வம் போல வந்து எல்லா வற்றையும் சரியாக செய்து கொடுத்ததற்காக அந்த ஜட்கா வண்டிக் காரனுக்கு ஜவா மிகவும் நன்றி கூறினாள். பிறகு இருவரும் வெளியே வந்து பெஞ்சில் உட்கார்ந்தார்கள். நீண்ட நேரம் ஒரு நிச்சயமில்லாமல் ஓடிக்கொண்டிருந்த அவர்கள் இப்போது நிம்மதி மூச்சு விட முடிந்தது.

ஆனால் இப்போதும் ஜவாவின் மனதில் ஒரு தனி வகையான கொந்தளிப்பு நிலவியது. மதனை எப்படி சந்திப்பது? மதன் இந்த நகரத்தில்தான் இருக்கிறார். அவள் இங்கு வந்து இவ்வளவு நேரம் ஆகிவிட்டது, ஆனால் இன்னும் அவளால் மதனை சந்திக்க முடிய வில்லை, ஒரு செய்தியும் தெரியவும் இல்லை, தெரிவிக்கவும் இல்லை, அதற்கு ஒரு வழியும் தென்படவும் இல்லை.

அவள் யோசித்தாள் -- சிவில் சர்ஜன் பன்னிரண்டு மணிக்குதான் நோயாளியைப் பார்க்க வருவார். அந்த நேரம் நோயாளியோடு வீட்டு மனிதர்கள் யாராவது இருக்கத்தான்வேண்டும். பன்னிரண்டு மணி ஆக இன்னும் இரண்டு மணி நேரம் இருக்கிறது. அவள் சட்டென்று எழுந்து நின்றாள்.

"மைத்துனரே, வாருங்கள், மதன் சாரைத் தேடப் போவோம். ஹைஸ்கூலில் அவர் அப்பா கிடைத்தாலும் கிடைப்பார். முதலில்

அங்கேயே போவோம்."

ஜவா வார்டு சீனியர் நர்சிடம் போய் தாங்கள் சற்று நேரம் வெளியே போகலாமா, கூடாதா என்று கேட்டாள். அவளைப் பார்த்து நர்சுக்கும் மிகவும் இரக்கமாக இருந்தது. இந்த நடுத்தர வயது நோயாளிக்கா இந்தப் பாசம் நிறைந்த சிறுமியைக் கல்யாணம் செய்து கொடுப்பார்கள்! இந்தப் பெண்ணின் பேச்சும் இனிமையாக இருக்கிறது, குணமும் எவ்வளவு மென்மையாக இருக்கிறது! இப்படி எல்லாம் யோசித்தபடி அவள் தானே நோயாளியைக் கவனிக்கும் பொறுப்பை ஏற்றுக்கொண்டு அவர்களைக் கவலையில்லாமல் போகச் சொல்லிவிட்டாள். அது மட்டுமின்றி ஹைஸ்கூலுக்கு எந்தப் பக்கமாகப் போகவேண்டும் என்றும் தெரிவித்தாள்.

ஆஸ்பத்திரியிலிருந்து கிட்டத்தட்ட ஒரு மைல் தூரத்தில் ஹைஸ்கூல் இருந்தது. ஜவாவும், அவளுடைய இளைய மைத்துனனும் நகரத்தின் மையத்தில் இருந்த முக்கிய தெரு வழியாக சென்று இடையிடையே நின்று யாரிடமாவது வழி கேட்டபடி இரண்டு பக்கமும் அழகான பொருள்களால் அலங்கரிக்கப்பட்ட கடைகள், பொருள்களும், மக்களும் நிறைந்து வழிந்த கடைத்தெரு எல்லாவற்றையும் ஆச்சரியத்துடன் பார்த்துக்கொண்டே வெகு நேரம் சென்று ஸ்கூலை அடைந்தார்கள். அங்கு ஒரு ஆசிரியரிடம் கேட்டதில் மதன் சர்மாவின் தந்தை அங்குதான் சமஸ்கிருதம் கற்பித்துக் கொண்டிருந்தார் என்றும் ஒரு வருஷத்திற்கு முன்பு ஓய்வு பெற்று சென்றுவிட்டார் என்றும் தெரியவந்தது.

அவர்களுடைய வீடு ஸ்கூலிலிருந்து மூன்று மைல் தொலைவில் இருக்கிறது என்று சொல்லி அவர்கள் வீட்டிற்குப் போகும் வழியை அவர் கூறியபோது அவர்கள் இருவருக்கும் புரியவே இல்லை. அவர்கள் நிராசையுடன் மதனின் வீட்டைத் தேடாமலே திரும்பிவிடலாம் என்று பேசிக்கொண்டிருந்தபோது அதே ஆசிரியர் சற்று தொலைவிலேயே கோர்ட் இருக்கிறது, அங்கே போனால் மதனின் அப்பாவைப் பார்க்காவிட்டாலும் மதனைக் கட்டாயம் பார்க்கலாம் என்று யோசனை கூறினார்.

"நாங்கள் அவரைத்தானே தேடிவந்தோம்!" என்று ஜவா உணர்ச்சி வேகத்தோடு சொன்னாள்.

"இங்கிருந்து வலது பக்கம் அரை ஃபர்லாங்கு போனதுமே கோர்ட் வெளிச்சுவர் வரும். அங்கு வக்கீல்கள் அறையில் கேட்டால் மதன் சர்மா கட்டாயம் கிடைத்துவிடுவார். அவர் இந்தக் கோர்ட்டில்தான் வக்கீலாக இருக்கிறார்."

கடைசியில் கோர்ட்டை அடைந்து வக்கீல்கள் அறையைத்

தேடியபடி கண்ணில் பட்டவர்களிடம் எல்லாம் கேட்டு எப்படியோ அவர்கள் மதன் சர்மாவை சந்தித்துவிட்டார்கள்.

ஜவா தன்னுடைய ராமாயணத்தை சொல்லி முடித்த பிறகு, "இப்போது உங்களைப் பார்த்த பிறகு எனக்கு எதுவும் யோசிக்கத் தேவையில்லை, கவலைப்படவும் தேவையில்லை. இனி என்ன செய்ய வேண்டுமோ நீங்கள்தான் செய்யவேண்டும்." என்று கூறி மேற்கொண்டு செய்யவேண்டியதற்கான எல்லாப் பொறுப்புகளையும் மதனிடம் ஒப்படைத்துவிட்டாள்.

மதன் கடிகாரத்தைப் பார்த்துவிட்டு, "ஓ! பன்னிரண்டு மணி ஆகப்போகிறது, இன்னும் இருபது நிமிடங்கள்தான் இருக்கிறது. வாருங்கள், நாம் சீக்கிரம் ஆஸ்பத்திரிக்குப் போனால் நல்லது." என்றான். அதற்குள் ஜவாவின் மைத்துனனும் வந்துவிட்டான். மதன் சாட்சியம் அளித்துக்கொண்டிருந்தவரிடம் இரண்டு சாட்சியங் களையும் தன் சீனியரிடம் கொடுத்துவிடும்படியும், தான் ஒரு முக்கியமான வேலையாக வெளியே போகிற விஷயத்தை அவரிடம் கூறும்படியும் சொல்லிவிட்டு ஜவா, அவளுடைய மைத்துனன் இருவருடனும் சிவில் ஆஸ்பத்திரிக்குப் புறப்பட்டான்.

பதினைந்து நாட்கள் வரை ஜவாவின் கணவனுக்கு அங்குதான் சிகிச்சை நடந்தது. மதனின் வற்புறுத்தலின் பேரில் அவனுக்கு நல்ல உயர்ந்த சிகிச்சை, மருந்துகள், மற்ற வசதிகள் தரப்பட்டன. நோயாளியை ஆஸ்பத்திரியில் சேர்த்துவிட்டதால் ஜவாவும் அவள் மைத்துனனும் மதன் வீட்டில் தங்குவதற்கு ஏற்பாடு செய்யப் பட்டது. மதனின் தந்தை தன் நண்பர் ரத்னகாந்தின் மகளை தன் மகளைப் போலவே அன்புடன் ஏற்றுக்கொண்டார், வீட்டில் எல்லாரும் அவளை மிகுந்த அன்புடன் தங்கள் வீட்டுப் பெண் போலவே நடத்தினார்கள். அவள் நாள் முழுதும் கணவனுடன் ஆஸ்பத்திரியில்தான் இருந்தாள். கோர்ட்டிலிருந்து திரும்பும்போது மதன் அவளை வீட்டிற்கு அழைத்துப் போவான். ஜவாவின் மைத்துனன் இரவு போய் நோயாளியோடு இருப்பான். நோயாளிக்குப் பக்கத்திலேயே ஒரு பெரிய பெஞ்ச் போடப்பட்டிருந்தது, அதன் மீது ஒரு விரிப்பு விரித்து அவன் தூங்குவான். பிறகு நோயாளியின் நிலைமையில் சற்று முன்னேற்றம் கண்டதும் ஜவாவின் மைத்துனனையும் இரவில் ஆஸ்பத்திரியில் தங்கவேண்டாம் என்று சொல்லிவிட்டார்கள்.

அந்தப் பதினைந்து நாட்களில் ஜவாவின் வாழ்க்கையில் முன்னர் பார்த்திராத, முன்னர் அறிந்திராத உணர்ச்சிவேகமும் சிலிர்ப்பும் ஏற்பட்டன.

கடந்த பல மாதங்களாக ஜவாவின் மனதில் இருந்த தன் நோயாளிக் கணவனை எப்படியாவது குணப்படுத்திவிடவேண்டும் என்ற கவலை இப்போது பல நாட்களாக ஒரு வகைப் பிடிவாதமாக மாறிவிட்டிருந்தது. அந்தக் கவலையும் பிடிவாதமும் அங்கு வந்து நல்ல டாக்டரைக் கொண்டு சிகிச்சை அளிக்கச் செய்த பிறகு பெருமளவு விலகியிருந்தது. தன் கணவன் வீட்டில் அன்று வரை கண்டறியாத அன்பையும், பாசத்தையும், மரியாதையையும் ஏன் அங்கு கண்டிருக்கவேண்டியதை விட அதிகமாகவே அங்கு மதனின் தாய் -தந்தையரும், சகோதர -சகோதரியும் காட்டியதால் அவள் மகிழ்ச்சியில் பூரித்துப் போனாள். முதல் முறையாக கிராமத்திற்கு வெளியே இத்தகைய நகர சூழலில் வந்து இருப்பது, நகரத்தின் வியப்பூட்டும் வண்ணங்கள், மாலை நேரத்திற்குப் பிறகு மின் விளக்கு வெளிச்சத்தில் மின்னும் கடைகள் -கடைத்தெரு ஆகியவற்றைப் பார்ப்பது, நகரத்து மக்கள் உடுத்தும் ஆடைகள், நடந்துகொள்ளும் முறை - அனைத்தும் அவளுக்கு ஏதோ மாய உலகத்து உணர்வை அளித்தன. ஆஸ்பத்திரிக்கும் வீட்டுக்குமாக ஓடி, கணவனுக்குப் பணிவிடை செய்து, அந்தப் புதிய சூழலின் புதுமைகளைப் பார்த்து -கேட்டு அவள் தன்னையே இழந்துவிட்டிருந்தாள். அவள் தன் உணர்வுக்கு வரும்போதெல்லாம் ஒரு இனம் தெரியாத மகிழ்ச்சி அலை அவளை முழுதுமாக நனைத்துவிட்டுச் சென்றது.

இவை எல்லாவற்றையும் விட மிக முக்கியத்துவம் வாய்ந்ததாக இருந்தது நான்கு நாட்களுக்குதான் என்றாலும் அவள் மிக விரும்பிய ஆனால் முற்றிலும் கிடைக்காத மதனின் அருகாமையில் அவள் இருக்க முடிந்ததுதான்! ஒவ்வொரு பெண்ணின் வாழ்க்கையிலும் யாராவது ஒரு ஆண்மகனுக்கு ஒரு தனிப்பட்ட இடம் உண்டு என்பதை வாழ்க்கையில் முதல் முறையாக அவள் உணர்ந்தாள். அவளுக்கு அந்த ஆண்மகன் மதன்தான்!

பல வருஷங்களாக தானே அறியாத ஒரு உண்மையை, அவள் மனதிற்குள் மதனைத்தான் விரும்பினாள், அவனையே எதிர்பார்த்தாள் என்ற உண்மையை அவள் இப்போது உணர்ந்தாள். எல்லா பெண்களுடைய வாழ்க்கையிலும் அவள் விரும்பிய ஆண் மகனே கணவனாக அமையவேண்டும், அவ்வாறு அமைய விதிக்கப்பட்டுவிட்டாலும் அதை அங்கீகரிப்பது எல்லாருக்கும் சாத்தியமில்லை போலிருக்கிறது! அவளாலேயே எங்கே அங்கீகரிக்க முடிந்தது! கல்யாணம் ஆகிவிட்டது, அதனால் அவள் தன் கணவனுக்கு ஆற்றவேண்டிய கடமைகள் அனைத்தையும் முழுமையாக செய்வாள், முழு ஈடுபாட்டுடன் செய்துகொண்டிருக்கிறாள். நோயாளியாக இருந்தாலும், வயதில் மிகவும் கூடியவன் என்றாலும் அந்தக் காரணங்களால் அவள் தன் கடமையை செய்வதில், பணிவிடையில்

ஒருபோதும் எந்தக் குறையும் வைத்ததில்லை. எப்படி இருந்தாலும் அவன் அவளுடைய தெய்வம் என்பது உண்மைதான், ஆனால் ஒருபோதும் அவன் அவளுடைய விருப்பத்திற்குரிய ஆண்மகன் ஆகமாட்டான். ஒரே ஒரு மனிதனுக்குதான் அந்தத் தகுதி இருந்தது, அது மதன்!

பதினைந்து நாட்களுக்குப் பிறகு ஜவா கணவனை அழைத்துக் கொண்டு கப்பலில் நிஹாலிக்குத் திரும்பிவிட்டாள். திரும்பும்போது அவள் மதனுடைய தாயின் மார்பில் முகத்தைப் புதைத்துக்கொண்டு குலுங்கிக் குலுங்கி அழுதாள். ஜவாவின் கணவனுக்கு வைத்தியத்திற்குப் பிறகு உடல்நிலை மிகவும் தேறியிருந்தது. ஆனால் டாக்டர் மிகவும் நாள்பட்ட அந்த நோய் குணமாக வாய்ப்பில்லை, இருந்து இருந்து சில சமயம் நோய் தலையெடுக்கும், சில சமயம் குணமாகிவிடும் என்று கூறிவிட்டார். அவ்வாறு இருந்தும் ஆஸ்பத்திரியை விட்டுப் போகும் முன் டாக்டர் ஜவாவுக்கு நம்பிக்கை இழக்கவேண்டாம் என்று கூறியிருந்தார்.

ஜவா திரும்பிப் போன பிறகு பல நாட்கள் வரை மதன் அவளுக்கு ஒரு கடிதம் எழுத யோசித்துக்கொண்டே இருந்தான், ஆனால் சங்கோஜத்தின் காரணமாக அவனால் கடிதம் எழுத முடியவில்லை.

ஆனால் ஜவா இரண்டு கடிதங்கள் எழுதி அனுப்பிவிட்டாள். அவளுக்கு சரியாக எழுத வரவில்லை, ஆனாலும் பெரிய பெரிய எழுத்துகளில் சொல்ல விரும்பியதைத் தெளிவாக எழுதிவிட்டாள். ஆறு மாதங்களில் அவளிடமிருந்து வந்த இரண்டு கடிதங்களில் முதல் கடிதத்தில் ஒரு கெட்ட செய்தி இருந்தது -அவள் கணவனின் மரணம். திடீரென்று அவன் உடல்நிலை மோசமாகிவிட்டது, ஒரு வாரம் கஷ்டப்பட்ட பிறகு அவன் இறந்துவிட்டான். அந்த ஒரு வாரமும் சாப்பாடு- தூக்கத்தை மறந்து ஜவா அவனைக் கவனிப்பதில் ஈடுபட்டிருந்தாள், ஆனால் எல்லாம் வீணாயிற்று! அவள் அம்மனிடம் எவ்வளவு பிரார்த்தனை செய்தாள், ஒரு கறுப்பு ஆடு பலி கொடுப்பதாகக் கூட வேண்டிக்கொண்டாள், ஆனால் தேவி செவி சாய்க்கவில்லை. அதனால் அவள் தேவி மீது கோபமாக இருந்தாள்.

ஏறக்குறைய ஆறு மாதம் கழித்து இரண்டாவது கடிதம் வந்தது, அது பல பக்கங்களுக்கு எழுதப்பட்ட ஒரு நீண்ட கடிதம். யாருடைய கடினமான மனதையும் உருகச் செய்யும், இதயத்தைப் பிளக்கும் செய்திகள் அந்தக் கடிதத்தில் இருந்தன. கணவனின் மரணத்திற்குப் பிறகு சொல்ல முடியாத கஷ்டங்களுக்கும், கொடுமைக்கும் அவள் பாத்திரமானாள். வீடு அவளுக்கு கொடிய நரகம் ஆகிவிட்டது. சதரில்

கணவனை ஆஸ்பத்திரியில் சேர்த்துவிட்டு ஜவா மதனோடு போவது -வருவதை யாரோ கிராமத்து மனிதன் ஒருவன் பார்த்திருந்தான். அவள் மதனோடு சிரித்துப் பேசி நகரத்தில் சுற்றுவதாக அவன் சொல்லியதை வைத்துக்கொண்டு இரண்டாவது மருமகளும், அவள் சினேகிதிகள் சிலரும் பல நாட்கள் வரை ஜவாவை இழிவாகப் பேசி கேலி செய்துகொண்டிருந்தார்கள். பிறகு ஒரு நாள் இரண்டாவது மருமகள் ஜவாவிடம் நேராக அதைப் பற்றிக் கேட்டாள். ஜவா அப்படியெல்லாம் ஒன்றுமில்லை என்று கூறி உண்மையை சொல்ல முயற்சித்தபோது இரண்டாவது மைத்துனன் அறையிலிருந்து வெளியே வந்து உண்மை இல்லையென்றால் கிராமம் முழுதும் அவள் நடத்தையைப் பற்றிப் பேசுகிறதே, அது எப்படி? அவள்தான் தன் கணவனை ஏதோ செய்து தன் வழியில் இருந்த தடங்கலை அகற்றிவிட்டாளோ என்று எல்லாரும் சந்தேகப்படுகிறார்களே என்று கர்ஜித்தான்.

இளைய மைத்துனன் அருகில் இருந்த அறையில் இருந்து பேசாமல் அவர்கள் பேசுவதைக் கேட்டுக்கொண்டிருந்தான், ஆனால் அண்ணியின் நடத்தை மீது களங்கம் சுமத்துவதை அவனால் பொறுத்துக்கொள்ள முடியவில்லை. அவன் மிகுந்த கோபத்துடன் அறையிலிருந்து வெளியே வந்து அண்ணிக்கு சார்பாக ஏதோ சொல்லத் தொடங்கினான். ஆனால் அவனுடைய அண்ணன் அவனை விட அதிகமான கோபத்துடன் அவனை அதட்டி விரட்டி விட்டு விட்டான்.

இரவும் பகலும் ஜவா தலையணையில் முகத்தைப் புதைத்து அழுதுகொண்டே இருந்தாள். விடிவதற்கு முன்பே அவள் கடந்த நாட்களில் நடந்த நிகழ்ச்சிகளை வரிசையாக எழுதி மதனுக்கு தன்னுடைய மோசமான நிலையைத் தெரிவித்து ஒரு நீண்ட கடிதம் எழுதினாள். கடைசியில் அவள் சேலம் நதிக்கரையில் உள்ள தன்னுடைய கிராமத்திற்குத் திரும்பிப் போவதாகவும், புகுந்த வீட்டிற்குத் திரும்பியே வரமாட்டாள் என்றும், முடிந்தால் ஒரு முறை அம்மன் கோவிலுக்கு வந்து தன்னை சந்திக்கும்படியும் எழுதி யிருந்தாள்.

"கடிதம் கிடைத்ததுமே கால தாமதம் செய்யாமல் நான் இங்கு வந்துவிட்டேன்." என்று சொல்லி மதன் ஜவா வாழ்க்கையில் கடந்த சில மாதங்களின் கதையை கஜேனுக்கு சொல்லி முடித்தான்.

"அப்படியென்றால் ஜவா அன்றைக்கே கிளம்பி வந்துவிட்டாள். அவள் எப்படி இங்கே வந்தாள், யாருடன் வந்தாள்?" என்று கஜேன் தன்னைத் தானே கேட்டுக்கொண்டான்.

"ஜவாவுடன் என்னால் அதிகம் பேசமுடியவில்லை. நான் நேற்று மாலை வந்தேன். என்னைப் பார்த்து பாபுதேவ் மிகவும் ஆச்சரியப்பட்டார். அரசாங்க வேலையாக வந்ததாக நான் சொல்லி விட்டேன். இரவு சாப்பிட்ட பிறகு முற்றத்தில் வந்து உட்கார்ந்தபோது ஜவா பேச்சைத் தொடங்கினாள். அவள் அன்று காலை எழுந்தவுடனே மைத்துனரிடமும், இரண்டாவது மருமகளிடமும் சொல்லி விட்டு வீட்டிலிருந்து கிளம்பி வந்துவிட்டாள். திரும்பி வரமாட்டேன் என்று அவள் அவர்களிடம் சொல்லவில்லை, இளைய மைத்துனரிடம் மட்டும் அதை சொல்லியிருக்கிறாள். அவன் ஜவாவை பஸ் ஏற்றி விட வந்திருக்கிறான், அப்போது அவன் மிகுந்த துயரத்தோடு, "அண்ணி, நீங்கள் சொல்லவில்லையென்றால் நீங்கள் இந்த வீட்டில் இனி ஒரு வினாடி கூட இருக்கவேண்டாம் என்று நானே சொல்லியிருப்பேன். இவர்கள் மனிதர்களே இல்லை, பேய் -பிசாசுகள்." என்று சொல்லியிருக்கிறான். அதற்குப் பிறகு ஜவாவால் எதுவும் சொல்ல முடியவில்லை. பாபுதேவ் அறைக்குள் இருந்தே, "ஜவா, தூங்கப் போ, இரவு இவ்வளவு நேரம் உட்கார்ந்து பேசிக்கொண்டிருப்பது சரியில்லை." என்று கட்டளை இட்டார். ஜவாவுக்குப் போக மனமில்லை, ஆனால் நான் அவளை வற்புறுத்தி அனுப்பிவிட்டேன். எனக்கு அப்படி செய்ய மனமில்லை என்றாலும் அப்படித்தான் செய்ய நேர்ந்தது. ஏனெனில் இந்த முறை பாபுதேவ் என்னிடம் நடந்துகொண்டது போல முன்பு ஒருபோதும் நடந்துகொண்டதில்லை. அவர் சற்றும் ஒட்டுதல் இல்லாமல் தனித்து விலகி இருப்பதாகத் தோன்றுகிறது. ஜவாவும் காலையிலிருந்து எதாவது ஒரு வேலையில் ஈடுபட்டிருக்கிறாள், பேசக்கூட அவளுக்கு நேரம் இல்லை."

"ஓ! ஜவாவுக்கு இவ்வளவு நடந்துவிட்டதா? எனக்குக் கொஞ்சம் கூடத் தகவல் இல்லை. எப்போதாவது அங்கே இங்கே யாராவது சொல்லக் கேட்டதுண்டு. அவளுடைய கல்யாணத்தன்றே ஹோமத்தில் மாப்பிள்ளைக்கு மூச்சு திணறிவிட்டது, அதை எல்லாரும்தான் பார்த்தார்கள். மாப்பிள்ளை வயது கூடியவன் என்று எல்லாரும் ஜவாவுக்காக இரக்கப்பட்டதையும் கேட்டேன், பிறகு அவன் இறந்து விட்டான் என்றும் கேள்விப்பட்டேன். கல்யாணம் ஆகி ஜவா சுகமாக இல்லை என்று மட்டும் என் மனதில் தோன்றிக் கொண்டுதான் இருந்தது, ஆனால் அதற்கு மேல் நான் ஒன்றும் யோசித்ததில்லை. மதன் சார், இன்று நீங்கள் சொல்லி இவ்வளவு விஷயத்தையும் கேட்ட பிறகு எனக்கு ஒன்றுமே தோன்றாமல் ஸ்தம்பித்திருக்கிறேன். என் இதயத் துடிப்பே நின்றுவிடும் போலிருக்கிறது." என்றான் கஜேன். அவன் குரலில் இரக்கம் நிரம்பியிருந்தது.

“ஜவா என்னை எதற்காக இங்கே அழைத்தாள், என்ன சொல்ல விரும்புகிறாள், ஒன்றும் தெரிந்துகொள்ள முடியவில்லை. அவளுக்கும் எதுவும் சொல்ல நேரம் இல்லை, அல்லது தந்தையின் போக்கைப் பார்த்து நினைப்பதை சொல்ல சங்கோஜப்படுகிறாளோ, என்னவோ தெரியவில்லை.”

“சார்!” தொலைவிலிருந்து ஜவாவின் குரல் கேட்டது. மதனும் கஜேனும் திரும்பிப் பார்த்தார்கள். “சார், சாப்பாடு பரிமாறி இருக்கிறது. கஜேன், நீயும் வா.” என்றாள் ஜவா.

திடீரென்று மதனுக்கு என்ன தோன்றிற்றோ தெரியவில்லை, பாபுதேவ் போன்ற வைதிக மனிதரால் சகித்துக்கொள்ள முடியாத ஒரு காரியத்தை செய்தான். மதன் சாப்பிடுவதற்கு அவர்கள் வீட்டு சமையல் அறையில் பாபுதேவுக்குப் பக்கத்திலேயே பித்தளைத் தட்டு -கிண்ணங்களில் சாப்பாடு பரிமாறி இருந்தது. அருகில் ஒரு டம்ளரில் தண்ணீர் வைத்து உட்காருவதற்கு சிறிய பாய் விரித்திருந்தது. கஜேனுக்கு வெளியில் வராந்தாவில் வாழை இலையில் சாப்பாடு பரிமாறி இருந்தது. உள்ளே போகும் முன் மதன் சட்டென்று வராந்தாவிலேயே நின்றுவிட்டான், தானும் வராந்தாவிலேயே சாப்பிடுவதாகவும், திறந்த வெளி, குளிர்ந்த காற்று வீசுகிறது, அங்கே உட்கார்ந்து சாப்பிட்டால் மகிழ்ச்சியாக இருக்கும் என்றும் சொன்னான். பாபுதேவ் வேண்டாம் என்று தடுத்தார், ஆனால் அவன் தனக்கு திறந்த வெளியில் உட்கார்ந்துதான் சாப்பிட வேண்டும் என்று பிடிவாதம் செய்தான், தானே உள்ளே சென்று தனக்காக விரித்திருந்த பாயையும், தண்ணீர் டம்ளரையும் எடுத்துவந்தான். பிறகு வேறு வழியில்லாமல் அவனை வராந்தாவிலேயே உட்கார வைக்க நேர்ந்தது. ஜவா சமையல் அறையிலிருந்து சாப்பாடு பரிமாறிய தட்டு ஒரு கையிலும், பருப்புக் கிண்ணம் ஒரு கையிலும் எடுத்துக்கொண்டு வெளியே வந்தபோது மதன் தனக்கு முன்னால் ஒரு வாழை இலையை விரித்துக்கொண்டு உட்கார்ந்திருப்பதைக் கண்டாள்.

“எனக்கு தட்டு வேண்டாம், சாதத்தை வாழை இலையிலேயே வைத்துவிடுங்கள். இலையில் சாப்பாடு சாப்பிட்டு வெகு நாட்கள் ஆகிவிட்டது.” மதன் சிரித்தபடி விஷயத்தை இலேசாக்கும் கடமை யுடன் சொன்னான்.

“நீங்களும் இங்கேயா சார்! என்ன சிறுபிள்ளைத்தனமாக செய்து கொண்டிருக்கிறீர்கள்? உள்ளே அப்பா கோபப்பட்டு என்னென்ன சொல்கிறாரோ தெரியவில்லை.”

“கோபப்படட்டுமே! புரோகிதர் இல்லையா, பிராமணர்களைப் போல கோபம் கொழுந்துவிட்டு எரியத்தான் செய்யும். கிண்ணத்தில்

இருக்கிற பருப்பையும் பரிமாறி இருக்கிற சாதத்தின் மேலேயே கொட்டிவிடுங்கள்."

ஜவா சாதத்தின் மேல் பருப்பைக் கொட்டியபடி, "மீன்-கீன் எதுவும் இல்லை. நேற்று பலி கொடுத்தபோது அதிலிருந்து கொஞ்சம் மாமிசம் எடுத்து வைத்திருந்தது. அப்பாதான் சமைத்தார், அவரே பரிமாறுவார். நான் சாப்பிடக்கூடாது இல்லையா, அதனால் அப்பா என்னைத் தொடக் கூட விடவில்லை." என்றாள்.

வாழை இலையில் சாதத்தையும் பருப்பையும் பரிமாறிவிட்டு வெறும் தட்டையும் கிண்ணத்தையும் எடுத்துக்கொண்டு ஜவா உள்ளே போய்விட்டாள். அப்போது பாபுதேவ் ஒரு பாத்திரத்தில் சமைத்த மாமிசக் கறியையும், ஒரு பெரிய கரண்டியையும் எடுத்துக் கொண்டு வந்தார்.

"மதன், உன்னுடைய இந்தக் காரியம் எனக்கு சுத்தமாகப் பிடிக்கவில்லை. சமூக நீதி - நியமங்களுக்கு எதிராக செய்வது என்ன பழக்கம்?" என்று சொல்லிவிட்டு பாபுதேவ் பாத்திரத்தில் இருந்த எல்லா மாமிசக் கறியையும் கரண்டியால் எடுத்து முதலில் மதனின் இலையில் இருந்த சாதத்தின் மேல் பரிமாறினார், பிறகு பாத்திரத்தின் அடியில் மிச்சமிருந்ததை சற்று உயரத்தில் பாத்திரத்தைத் தூக்கிப் பிடித்து கஜேனின் இலையில் கவிழ்த்தார்.

"கஜேனுக்கும் அவனை சேர்ந்தவர்களுக்கும் இந்த நீதி - நியமங்கள் நன்றாகத் தெரியும், அவர்கள் எப்போதும் அதை மதித்தே வந்திருக்கிறார்கள். அவர்கள் இவற்றைத் தவறாக நினைப்பதில்லை."

"எப்போதும் நியமங்கள் கடைப்பிடிக்கப்பட்டு வந்திருக்கின்றன, இது எல்லாருக்கும் தெரியும், ஆனால் அவர்கள் தவறாக நினைக் கிறார்களா, இல்லையா என்பது கஜேனுக்குதான் தெரியும்."

இந்த முறை மதனின் பேச்சைக் காதில் வாங்காமல் வெறுப்பைக் காட்டியபடி பாபுதேவ் உள்ளே போய்விட்டார்.

மதன் தலையை உயர்த்தி கஜேனிடம், "கஜேன், அவர் பேசியதைத் தவறாக எடுத்துக்கொள்ளாதே!" என்றான். "பாபுதேவ் சொன்னதைத் தவறாக எடுத்துக்கொள்வதா, இல்லையா என்பதெல்லாம் எங்கள் மூளைக்கு எட்டுவதே இல்லை. நியமங்கள் மதித்து நடப்பதற்காக இருக்கின்றன, மதித்தே வந்திருக்கிறோம், அவ்வளவுதான்! ஆனால் இன்று முதல் முறையாக ஒரு விஷயம் என் கவனத்துக்கு வருகிறது சார், விதவை என்பதால் ஜவா மீன் - மாமிசம் சாப்பிடுவதை நிறுத்திவிட்டாள் என்ற இந்த விஷயம். இதே ஜவாதான் நான் பிடித்துக்கொண்டு வரும் மீன்களில் இருந்து பெரிய பெரிய மீன்களைத் தனக்காகப் பொறுக்கி எடுத்துக்

கொள்வாள், என்னிடம், "கஜேன், அம்மன் கோவில் மாமிசத்தை தொடர்ந்து இரண்டு நாள் சாப்பிட்ட பிறகு உன்னுடைய மீன் நினைவு வந்துவிடுகிறது. நீயும் சரியான சமயத்தில் மீன் கொண்டு வந்துவிடுகிறாய்." என்று சொல்வாள். உண்மையை சொல்கிறேன் சார், இந்த ஜவாவுக்காகத்தான் நான் இரண்டு -மூன்று நாளைக்கு ஒரு முறை தூண்டிலை எடுத்துக்கொண்டு மீன் பிடிக்கப் போய்க் கொண்டிருந்தேன். இப்போது இந்தப் பெண் இனி எப்போதும் மீன் -மாமிசம் சாப்பிடமுடியாது... இன்று அவள் மாமிசம் சாப்பிட அனுமதிக்கப்படமாட்டாள், ஆனால் அவளை எதிரில் வைத்துக் கொண்டே நாம் சாப்பிடுவோம். எனக்கு இது மிகவும் தவறாகத் தோன்றுகிறது, சார்!"

மதன் மிகுந்த கவனத்துடன் கஜேன் பேசுவதைக் கேட்டுக் கொண்டிருந்தான். திடீரென்று அவன் சாதத்தின் மேல் பரிமாறி இருந்த மாமிசத் துண்டுகளை எடுத்து இலையிலேயே ஒரு மூலையில் வைத்துவிட்டான். கஜேனும் வாயில் போடுவதற்காக எடுத்த மாமிசத் துண்டை வாய்க்கு வெளியில் அப்படியே நிறுத்திவிட்டான், அவன் தன் இலையில் இருந்த சின்ன சின்னத் துண்டுகளையும் பொறுக்கி ஒரு பக்கமாக ஒதுக்கி வைத்துவிட்டான். அவன் அப்படி செய்வதை மதன் பார்த்துக்கொண்டுதான் இருந்தான்!

கஜேன் யோசனையில் ஆழ்ந்தான், சாதத்தைப் பருப்போடு சாப்பிடத் தொடங்கினான். சிறிது நேரம் சென்று அவர்கள் சாப்பிட்ட பிறகு தருவதற்காக ஜவா பஞ்சாமிர்தத் தயிரும், ஒரு காய்ந்த தேங்காய்த் துண்டும் எடுத்துக்கொண்டு வந்தபோது இருவரும் சாப்பிட்டு முடித்துவிட்டதையும், இருவருடைய இலையி லும் மாமிசத் துண்டுகள் ஒதுக்கி வைக்கப்பட்டிருப்பதையும் பார்த்தாள்.

வெளியில் வந்ததுமே ஜவா ஆச்சரியத்துடன் கேட்டாள், "மதன் சார், என்ன ஆயிற்று? இருவரும் வெறும் தட்டை வைத்துக் கொண்டு உட்கார்ந்திருக்கிறீர்கள். ஏன் கூப்பிடவில்லை? இன்னும் கொஞ்சம் சாதம் கொண்டுவரட்டுமா?"

"இல்லை, இல்லை, இங்கே கொஞ்சம் மிச்சம் இருப்பதைத் தயிரோடு சாப்பிட்டுக்கொள்வோம்." என்று மதனும் கஜேனும் ஒரே சமயத்தில் சொன்னார்கள், தலையைக் குனிந்து வாழை இலையில் வெறுமனே இருந்த இடத்தை விரலால் தடவத் தொடங்கினார்கள்.

"கறியில் உப்பு -கிப்பு குறைவாக இல்லையே? அப்பா எப்போதோ சாப்பிட்டு எழுந்துவிட்டார்."

ஜவாவின் கேள்வியில் கொஞ்சம் சந்தேகமும், கொஞ்சம் புரிந்து

கொண்ட தன்மையும், கொஞ்சம் புரியாத தன்மையும் தெரிந்தன. அவள் ஆச்சரியப்பட்டு இருவர் முகத்தையும் கவனத்துடன் பார்த்தாள்.

“ஒன்றுமில்லை ஜவா, ஒரு நாள் மாமிசம் சாப்பிடவில்லை யென்றால் என்ன ஆகிவிடும்? சரி, தயிர் கொடு.” கஜேன் சட்டென்று பேச்சை மாற்ற முயற்சித்தான்.

“கொஞ்சம் காட்டு, எவ்வளவு தயிர் கொண்டுவந்திருக்கிறாய், பார்க்கிறேன். பஞ்சாமிர்தம் எனக்கு மிகவும் பிடிக்கும். கொடேன் ஜவா, நான் எவ்வளவு நேரமாக உட்கார்ந்திருக்கிறேன்.“என்று கூறி கஜேனுடன் மதனும் சூழ்நிலையை இலேசாக்க விரும்பினான்.

“இப்படியும் எங்காவது நடக்குமா? எனக்குப் பிடிக்கவே இல்லை. இது எனக்கு மிகவும் தவறாகத் தோன்றுகிறது.” சொல்லும் போதே ஜவாவுக்குத் தொண்டை அடைத்தது. அவள் பஞ் சாமிர்தத்தை இருவருக்கும் பாதிப் பாதி தந்துவிட்டு திரும்பி உள்ளே ஓடினாள். மதன் அவள் போவதைப் பார்த்துக்கொண்டே இருந்தான். பித்தளைத் தட்டு, தேங்காய்த் துண்டு இரண்டையும் ஜவா இடது கையால் எடுத்ததையும், வலது கையால் துப்பட்டா துணியை சற்று இழுத்து கண்களைத் துடைத்துக்கொண்டதையும், முடிந்தவரை வேகமாக அடி எடுத்து வைத்து உள்ளே சென்று மறைந்ததையும் மதன் கவனித்தான்.

மூன்றாவது நாள் விடியற்காலையில் கஜேன் படுக்கையில் படுத்திருந்தவன் யாரோ தன் பெயரை சொல்லிக் கூப்பிடுவதைக் கேட்டான். சற்று கவனித்துக் கேட்டதும் மதன்தான் தன்னைக் கூப்பிடுகிறான் என்று தெரிந்துகொண்டான்.

படுக்கையிலிருந்து எழுந்தபடியே, “சார், கொஞ்சம் இருங்கள், இதோ வந்துவிட்டேன்.” என்றான் கஜேன், கண்களைக் கசக்கிய படியே கதவைத் திறந்து வெளியே வந்தான்.

“சார்! நீங்கள் புறப்படத் தயாராகி வந்திருக்கிறீர்களா? இன்னும் இரண்டு நாட்கள் இருப்பதாக இருந்தீர்களே!” என்று கேட்டான் கஜேன்.

“இப்போதே போவதுதான் நல்லது. இரண்டு நாட்கள் இருந்தேன் இல்லையா! மூன்று இரவுகள் இங்கே கழித்தாயிற்று. அங்கே வேலையை விட்டுவிட்டு வந்திருக்கிறேன். புதிதாக வக்கீல் தொழில் தொடங்கியிருக்கிறேன், நிறைய லீவ் எடுப்பது சரியில்லை.”

“ஆனால் பஸ்ஸுக்கு இன்னும் நிறைய நேரம் இருக்கிறதே! மணி எத்தனை? உட்காருங்களேன், கொஞ்ச நேரம் உட்காருங்கள்.”

கஜேன் நாற்காலியை இழுத்துத் துடைத்து சுத்தம் செய்தான்.

"ஐந்து மணி ஆகிவிட்டது." என்று மதன் கைக்கடிகாரத்தைப் பார்த்தபடி சொன்னான், "நான் மெல்ல நடந்து போகிறேன். இங்கிருந்து தானி கிராம நால்வழிச் சாலை மூன்று மைல் இருக்கும், இல்லையா! அங்கிருந்து பஸ் கிடைக்கும், அங்கேயே போய் பஸ்ஸில் உட்கார்ந்துவிடுகிறேன்."

"டீ -கீ எதுவும் குடித்தீர்களா, இல்லையா? ஜவா காலையில் முகம் தெரியாத இருட்டிலேயே எழுந்துவிடுவாளே!"

"இல்லை, இன்று அவர்கள் யாரும் எழுந்திருக்கவில்லை, நானும் எழுப்பவில்லை, வீணான தொந்தரவு. எழுந்து கால் -கை முகம் கழுவிக்கொண்டு புறப்பட்டுவிட்டேன். அவர்களுக்குத் தெரியக் கூடத் தெரியாது."

"ஏன்? நீங்கள் அவர்களிடம் ஏன் சொல்லிவிட்டு வரவில்லை?"

"அதனால் பரவாயில்லை. எழுந்து பார்க்கும்போது நான் அங்கே இல்லையென்றால் புரிந்துகொண்டுவிடுவார்கள்." மதன் லேசாக சிரித்தான்.

கஜேன் சற்று யோசித்தான், "கொஞ்சம் உட்காருங்கள் சார், நான் பாட்டியம்மாவை எழுப்பிவிட்டு வருகிறேன். அவள் டீ போடுவதற்குள் நானும் கை -கால் முகம் கழுவி தயாராகிவிடுவேன்." என்று சொல்லிவிட்டு உள்ளே சென்றான்.

டீ குடித்துவிட்டு மதன் பயணப்பட்டான். அவனை பஸ் ஏற்றி விட்டுவிட்டு வருவதற்காக கஜேனும் கூடவே சென்றான்.

கஜேன் சொன்னபடி இருவரும் லோக்கல் போர்டு மண் சாலையை விட்டு வயல்கள், மைதானங்கள் நிறைந்த ஷார்ட் -கட்டில் போனார்கள், அந்த வழியில் பசு-எருமைகள், ஏர், கலப்பைகளுடன் உழவர்கள் வந்து- போய்க்கொண்டிருந்தார்கள். தானி கிராமத்து நால்வழிச் சாலையை அடைய அது மிகவும் குறுக்குவழி. குளிர்கால இதமான வெயில் நெற்கதிர்களின் தலையில் விழுந்துகொண்டிருந்தது. இளம் நெல் கதிர்களில் இன்னும் நெல் மணி பிடிக்கவில்லை. அந்தக் கதிர்களை அழுத்தினால் பால்தான் வரும். சிலுசிலுவென்ற குளிர்ந்த காற்று அலைகள் வந்து உடலைத் தொடுகையில் உடல் மட்டுமல்ல, மனமும் புத்துணர்வு பெறுகிறது. எத்தகைய சூழல்! கடந்த இரவு உதிர்ந்த பாரிஜாதப் பூக்கள், நனைந்த, பால் நிறைந்த நெற்கதிர்களின் மீது படிந்த பனித்துளிகளைத் தடவிக்கொண்டு வரும் இளம் காற்று, குளிர்காலக் காலை நேரத்தை புத்துணர்வு நிரம்பியதாக ஆக்கும் சுத்தமான காற்று. கண்ணுக்கெட்டிய தூரம் வரை பசுமை சாம்ராஜ்யம் மட்டுமே விரிந்து கிடந்தது. அந்தப் பசுமையைத் தொட்டு வந்த குளிர்ந்த காற்று இரவு முழுதும்

விழித்திருந்த மதனின் எல்லா ஆவேசங்களையும், நிம்மதியின்மை யையும், கலக்கத்தையும் அமைதிப்படுத்தியது.

“கஜேன், போகும் முன் உன்னிடம் கொஞ்சம் பேச வேண்டி யிருந்தது, அதனால்தான் நான் உன் வீட்டிற்கு வந்தேன். என்னை பஸ் ஏற்றிவிடுவதற்காக நீ என்னோடு வந்தது நல்லதாயிற்று.” என்றான் மதன்.

“சார், காலையில் முன் வாசலில் நீங்கள் நின்றிருப்பதைப் பார்த்ததுமே, உங்கள் முகத்தைப் பார்த்ததுமே ஏதோ விஷயம் இருக்கிறது என்று எனக்குத் தோன்றிவிட்டது. நீங்கள் ஏன் இவ்வளவு வருத்தமாக இருக்கிறீர்கள்? அதன் காரணமாகவே உங்களை பஸ் ஏற்றிவிடும் சாக்கில் உங்களோடு வந்து வழியில் என்ன விஷயம் என்று உங்களைக் கேட்கலாம் என்று யோசித்தேன். அப்படி என்ன நடந்துவிட்டது? இப்போது சொல்லுங்கள், என்ன விஷயம்?”

நான்கு புறமும் பரந்து கிடந்த நெல் வயல்களுக்கு இடையில் ஒற்றையடிப் பாதையில் நடந்தவாறே மதன் மெல்ல மெல்ல விஷயத்தைக் கூறிக்கொண்டே போனான், கஜேன் கேட்டுக் கொண்டே வந்தான். பாகவதக் கதையைக் கேட்பது போல உன்னிப்பாக, ஒரு மனதாக கஜேன் கேட்டான்.

அம்மன் கோவிலுக்கு வந்த முதல் நாளே ஐவாவுடன் தான் சரளமாகப் பேசுவது பாபுதேவுக்குப் பிடிக்கவில்லை என்பதை மதன் உணர்ந்தான். நேராக இல்லையென்றாலும், ஒவ்வொரு விஷயத்திலும் ஜாடையாக அல்லது தன் நடவடிக்கைகளால் தனக்கு அதெல்லாம் பிடிக்கவில்லை என்பதை வெளிப்படுத்தினார். ஆனால், ஐவா தன்னை ஏன் கூப்பிட்டாள் என்று அறிந்துகொள்ளும் மதனின் ஆவல் அதிகரித்துக்கொண்டே போயிற்று. இரண்டாம் நாள் மாலை அதற்கு சந்தர்ப்பமும் கிடைத்தது.

பகல் உணவுக்குப் பிறகு கஜேன் வீட்டிற்குப் போய்விட்டான், மதனும் அம்மன் கோவிலுடன் இணைந்து கட்டிய கீர்த்தனைகள் பாடும் ஹாலில் கட்டில் மேல் ஒரு தலையணையை வைத்துக்கொண்டு படுத்தான், ஒரு மனதாக டிஸ்கவரி ஆஃப் இண்டியா புத்தகத்தைப் படிக்கத் தொடங்கினான். படித்துக்கொண்டே அவன் தூங்கி விட்டான். சற்று நேரத்திற்குப் பிறகு ஐவாவின் குரலைக் கேட்டு அவன் தூக்கம் கலைந்தது. ஐவா பித்தளை டம்ளரில் டீ எடுத்துக் கொண்டு வந்திருந்தாள். அவள் டம்ளரை மதன் பக்கம் நீட்டியபடி மெல்ல சொன்னாள், “இன்று மாலை அப்பா கிராமத் தலைவர் வீட்டில் பாகவதம் வாசிக்கப் போவார், உங்களையும் வரச் சொல்வார், ஆனால் நீங்கள் போகாதீர்கள்.”

அதை மட்டும் சொல்லிவிட்டு ஜவா திரும்பிப் போய்விட்டாள். சற்று நேரம் சென்று பாபுதேவ் கையில் பஞ்சாங்கத்தோடு வந்து, "மதன், நான் மறந்தே போய்விட்டேன், இன்று பௌர்ணமி. ஒவ்வொரு பௌர்ணமியன்று மாலையும் நான் பாகவதம் வாசிக்க கிராமத் தலைவர் வீட்டிற்குப் போகவேண்டும். அங்கே கிராமத்துப் பெரியவர்கள்- வயதானவர்கள் பலர் பாகவதம் கேட்க வருவார்கள். கிராமத் தலைவரின் தாயும் மிகவும் விருப்பத்துடன் கேட்பார்கள். நீயும் வந்தால் நன்றாக இருக்கும், கூட துணையாகவும் இருப்பாய், எல்லாருக்கும் அறிமுகமும் ஆகிவிடுவாய்." என்றார்.

"மாமா, நான் பாகவதம் முழுதும் நன்றாகக் கேட்டிருக்கிறேன். நான் 1942-ல் ஜெயிலில் இருந்தபோது அங்கே கஹீன் கோசாயி தினமும் பாகவதம் வாசிப்பார். நாங்கள், அரசாங்கக் கைதிகள் எல்லாரும் கவனமாகக் கேட்போம். ஆனாலும் இப்போது நீங்கள் சொல்லும்போது நான் உங்களோடு கட்டாயம் வரத்தான் செய்வேன், ஆனால் எனக்கு மிகவும் தலை வலிக்கிறது. எனக்குத் தலைவலி வந்தால் மிகக் கடுமையாகிவிடும், வாந்தியும் எடுப்பேன். முழு ஓய்வு தான் இதற்கு ஒரே மருந்து."

"ஓஹோ! அப்படியா? இங்கே ஜவாவை விட்டுவிட்டு- அவளும் வரமாட்டேன் என்று பிடிவாதம் பிடிக்கிறாள். அவள் இருக்கிற நிலைமையில் அவளை அதிகம் வற்புறுத்தவும் முடியாது. அவள் கல்யாணத்திற்கு முன் நான் பூஜைக்காக எங்கே போனாலும் கூடவே அழைத்துப் போய்விடுவேன். இன்று என்ன செய்வதென்று புரியவில்லை. அவளைத் தனியாக விட்டுவிட்டு..."

"மாமா, கவலைப்படாதீர்கள், நான் இருக்கிறேன், இல்லையா! நான் இங்கேயே விளக்கை ஏற்றி வைத்துக்கொண்டு படித்துக் கொண்டிருப்பேன். ஜவா வீட்டில் வேலை பார்த்துக்கொண்டு இருக்கட்டும். மாலை நேரம் வரைதானே, கவலை எதற்கு?"

"கவலைப்பட வேண்டாம்தான், ஆனாலும் உனக்கே தெரியும், என் மனம் கேட்கவில்லை."

பாபுதேவுக்குக் கவலையாகவே இருந்தது, ஆனால் வேறு வழியின்றி திரும்பிப் போய்விட்டார்.

குளிர்கால பௌர்ணமி இரவு. ஆகாயமா, நெஞ்சைக் கவரும் சமுத்திரமா! நிலவொளியா, மனதை மயக்கும் வெயில் மின்னலா!!

மதனும் ஜவாவும் முன் வாசலில் உட்கார்ந்திருந்தார்கள். மதன் ஒரு பழைய நாற்காலியிலும் ஜவா ஒரு மோடாவிலும் உட்கார்ந்திருந்தார்கள். அங்கேயே அருகில் மலர்ந்த மல்லிகைப்

பூக்களின் இனிய மணம் மீண்டும் மீண்டும் அவர்களுடைய தன்னை மறந்த நிலையைக் குலுக்கிக்கொண்டிருந்தது, மனதை மயக்கிக்கொண்டிருந்தது. கடிதத்தில் எழுதியிருந்த தன் துயரக் கதையை ஜவா வாய்விட்டு சொல்லிக்கொண்டிருந்தாள். நிலவொளியும் பூக்களின் மணமும் இருந்து இருந்து மனதைக் கவர்ந்து இழுத்தன. பேசிக்கொண்டிருக்கும்போதே ஜவா தன்னை இழந்து போய்க்கொண்டிருந்தாள்.

“வா ஜவா, அங்கே நதிக்கரையில் போய் உட்காருவோம். மகிழ மரத்தடியில் ஒரு பாறை இருக்கிறதல்லவா, அங்கே போய் உட்காருவோம், வா. மர நிழலில் உட்கார்ந்து பார்க்கும்போது நிலவொளி இன்னும் அழகாக இருக்கும்.”

மதனும் ஜவாவும் மகிழ மரத்தடியில் ஒரு பாறை மேல் போய் உட்கார்ந்தார்கள். இருவருக்கும் இடையில் மரியாதை நிமித்தம் இருக்கவேண்டிய தூரமே இருந்தது. எதிரில் ஓடும் சேலம் நதி. அந்த நேரம் தண்ணீர் சற்று குறைவாக இருந்ததால் நதி ஓட்டமும் சற்று மெதுவாகவே இருந்தது. துளித்துளியாக நிலவொளி நதியில் சொட்டியதால் சின்ன சின்ன மனதை மயக்கும் அலைகள் நதியை மிக அழகாக்கிக் கொண்டிருந்தன.

மதனும் ஜவாவும் உட்கார்ந்தே இருந்தார்கள். சோகமாக. வைத்தியத்திற்காக கணவனை அழைத்துக்கொண்டு போயிருந்த போது ஜவா பல முறை வெகு நேரம் மதனுடன் தனியாக இருந்திருந்தாள். ஆனால் இன்று நிலைமையே வேறு வகையாக இருந்தது-இந்தத் தனிமை, அழகிய சூழல், இயற்கையின் மௌனக் காட்சி. இத்தகைய சூழலில் வாழ்க்கையில் முதல் முறையாக இருவரும் நெருக்க உணர்வை உணர்ந்தார்கள். இவ்வளவு அருகில் இருந்தும் இன்று இந்த நன்கு தெரிந்த மனிதன் முற்றிலும் தெரியாத ஒருவனாகி விட்டதாக ஜவாவுக்குத் தோன்றியது. இவனிடம் என்ன சொல்வது, எப்படி சொல்வது என்று அவளுக்கு ஒன்றும் புரியவில்லை. மதனின் நிலையும் அப்படித்தான் இருந்தது. ஜவாவை தான் அன்றுதான் முதல் முறையாகப் பார்ப்பது போல் அவனுக்குத் தோன்றியது. அது வரை அவளை அவனுக்குத் தெரியாதது போன்ற உணர்வில் அவன் இருந்தான். இவள் அவன் முன்பின் அறியாத ஒரு ஜவா. இருவரும் சற்று நேரம் மௌனமாக, சோகமாக உட்கார்ந்திருந்தார்கள்.

மதன் சற்று நேரம் எதிரில் ஓடிய நதியையே பார்த்துக் கொண்டிருந்தவன், “ஜவா!” என்று அழைத்தான். அவனுக்குத் தன்னுடைய குரல் எதிரொலிப்பது போல் தோன்றியது.

தலையைக் குனிந்தபடியே “உம்!” என்றாள் ஜவா. மிகுந்த சிரமத்துடன் அவள் வாயிலிருந்து அந்த ஒரு ஒலிதான் வந்தது.

"நீ என்னிடம் ஏதோ சொல்லவேண்டியிருந்தது, இல்லையா? அதற்காகத்தானே நீ என்னை அழைத்தாய்!" என்றான் மதன்.

சற்று நேரம் மௌனமாக இருந்த பிறகு, "ஏன் அழைத்தேன் என்று எனக்கே தெரியவில்லை. சொல்லத் தக்க காரணம் எதுவும் இருக்கிறதோ, இல்லையோ யாருக்குத் தெரியும்?" என்றாள் ஜவா.

"அப்படியென்றால் சொல்வதற்கு ஒன்றும் இல்லையா?"

"இல்லாமல் என்ன? சொல்வதற்கு நிறைய இருக்கிறது. என்னுடைய வலி- துக்கம் எல்லாம் உங்களுக்கு எழுதி அனுப்பி இருந்தேன், இப்போதுதான் மறுபடியும் என் வாயாலேயே திருப்பி சொன்னேன். ஆனால் அதோடு எல்லாம் முடிந்துவிடவில்லை. உங்களிடம் இன்னும் நிறைய சொல்லவேண்டியிருக்கிறது. ஆனால் எப்படி சொல்வது என்றுதான் எனக்குத் தெரியவில்லை. ஒரு விஷயம்..."

"சொல்லு."

"எல்லா விஷயத்தையும் நான் சொல்லவில்லையென்றாலும், என்னால் சொல்ல முடியவில்லை என்றாலும் நீங்கள் அறிந்து கொண்டுவிடுவீர்கள் என்று மட்டும் எனக்குத் தெரியும். நான் ஒன்றும் சொல்லாமலே உங்களுக்கு எல்லாம் தெரியும், உண்மையா, இல்லையா?"

ஜவா மிகத் தெளிவான குரலில் முழு விஷயத்தையும் ஒவ்வொன்றாகக் கூறினாள். கடைசி வாக்கியத்தை சொல்லி இயல்பாகவே அவள் தலையை உயர்த்தி மதனைப் பார்த்தாள், மதன் கண் இமைக்காமல் தன்னையே பார்த்துக்கொண்டிருப்பதைக் கண்டாள். அவளும் மதனின் கண்களையே பார்த்துக்கொண்டு இருந்தாள். பிரகாசமான நிலவொளி மகிழ மர இலைகளில் சலிக்கப்பட்டு கீழே வந்துகொண்டிருந்தது, அது ஒரு மென்மையான மாய ஒளி ஆகி ஜவாவின் முகத்தின் மீதும், கண்களின் மீதும் விழுந்துகொண்டிருந்தது. அவளுடைய கண்களில் கண்ணீர் ததும்பியது, அவற்றில் ஒரு அற்புத மினுமினுப்பு வந்திருந்தது.

திடீரென்று ஜவா தன் முகத்தை மதனின் நெஞ்சில் புதைத்துக் கொண்டு விம்மி அழுதாள். அவள் அழுதுகொண்டே, "இது உண்மையா, இல்லையா, சொல்லுங்களேன், மதன் சார்! என் மனதில் இருப்பது உங்களுக்குத் தெரியும், உங்களுக்கு எல்லாமே தெரியும். நான் என் துயரத்தை சொல்லவில்லை, என் மனதில், என் நெஞ்சிற்குள் இருப்பதை சொல்கிறேன். சொல்லுங்கள் மதன் சார், உங்களுக்குத் தெரியுமா, தெரியாதா, சொல்லுங்களேன்!" என்றாள்.

மதன் ஜவாவை மெல்ல தோள்களைப் பிடித்து அருகில் இழுத்துக்கொண்டான், சற்று நேரம் அப்படியே நெஞ்சில் முகம் புதைத்து அழ விட்டான். அழுது அழுது களைத்துப் போன ஜவா கழுத்தை உயர்த்தி மதனின் கண்களுக்குள் பார்த்தாள். அவளுடைய இதழ்கள் மதனின் இதழ்களுக்கு மிக அருகில் இருந்தன. கண்ணீர் நிறைந்த ஜவாவின் முகத்தை மதன் பூஜைத்தட்டில் நிறைந்த பூவைப் போல தன் இரு கைகளிலும் ஏந்திக்கொண்டான். ஜவாவின் இதழ் களில் மதனின் இதழ்கள் இணைந்தன. இருவருடைய இதழ்களும் கண்ணீரில் உப்பு கரித்தன.

நீர்ப் பெருக்கத்தின்போது சமுத்திரத்தின் உயர்ந்து எழும் அலைகளின் மோதலால் நடுங்கும் ஒரு சிறிய தீவு. அந்தத் தீவின் அடர்ந்த காட்டில் மதன் மெல்ல நுழைந்து போய்க்கொண்டிருந்தான். கனத்த இருட்டின் ஊடே போய்க்கொண்டிருந்த அவன் அந்தக் காட்டில் மறைந்திருந்த ஒரு தகதகக்கும் தங்கச் சுரங்கத்தைக் கண்டான். மெல்ல மெல்ல புயல் வருவதற்கு முன் வரும் காற்றின் ஒலிகளைப் போன்ற ஒலிகள் அவன் காதுகளில் கேட்டது, பிறகு புயல் காற்றின் மோதல்கள் அவனையும் குலுக்கத் தொடங்கின.

ஆயினும் புயல் தன் முழுமையான சண்டமாருத வடிவத்தைப் பெறுவதற்காக மதனும் ஜவாவும் காத்திருந்தார்கள்.

பாகவத பாடத்தை முடித்துவிட்டு பாபுதேவ் திரும்பி வர இன்னும் அதிக நேரம் ஆகாது. மதனின் வலுவான கைகளின் அரவணைப்பில் அவன் மார்பில் முகத்தைப் புதைத்து உட்கார்ந்திருந்த ஜவா மெல்ல எழுந்து நின்றாள். மதனும் எழுந்தான். “வாருங்கள், வீட்டிற்குப் போவோம். இன்று அப்பா சீக்கிரம் வந்தாலும் வந்துவிடுவார்.” என்றாள் ஜவா. வாருங்கள் என்று ஜவா சொன்னது மதனுக்கு மிக இனிமையாகத் தோன்றியது. மிக உரிமையோடு உச்சரிக்கப்பட்ட அந்த சொல் மதனின் நெஞ்சின் ஆழத்தில் இறங்கிப் பதிந்தது.

மதனும் ஜவாவும் திரும்பிப் போவதற்காக அடி எடுத்து வைத்தார்கள். மதன் கோவிலின் பக்கமும் ஜவா வீட்டின் பக்கமும் திரும்பினார்கள். ஆனால் இரண்டு அடி எடுத்து வைத்ததுமே ஜவா திரும்பி மதனிடம், “இரவு விழித்தே இருங்கள். கோவிலின் பின் வாசல் கதவின் உள் தாழ்ப்பாளைப் போட வேண்டாம்.” என்றாள்.

மதன் இரவு தூங்குவதற்கு அம்மன் கோவிலின் ஒரு ஓரத்தில் இருந்த பெரிய ஹாலில் படுக்கை போடப்பட்டிருந்தது. பாபுதேவ் வீட்டின் இரண்டு அறைகளில் இரன்டு படுக்கைகள் விரிக்கப்பட்டிருந்தன. திருமணத்திற்கு முன் வரை யாராவது விருந்தாளி வந்துவிட்டால் ஜவா தன் தந்தையின் பெரிய படுக்கையி லேயே படுத்துக்கொள்வாள். சிறுமி என்பதால் பிரச்சனை எதுவும்

இல்லை. ஆனால் ஜவா இப்போது புகுந்த வீட்டிலிருந்து திரும்பி வந்த பிறகு முதல் முறையாக விருந்தாளியை எங்கே தங்க வைப்பது என்ற பிரச்சனை எழுந்தது. மதன் எங்கே தூங்குவான்? கோவிலில் ஒரு படுக்கை விரிப்பது என்று தீர்மானித்ததும் பாபுதேவ், ஜவா, மதன் மூவருமே தான் அங்கு போய்த் தூங்குவதாக பிடிவாதம் பிடித்தார்கள். கடைசியில் மதன் ஜெயித்தான். அங்கே கோவிலின் பின் புறமும் ஒரு கதவு இருந்தது.

இரவு சாப்பாடு முடிந்த பிறகு பாபுதேவிடம் ஏதோ சாதாரணமாகப் பேசிக்கொண்டிருந்துவிட்டு மதன் தூங்குவதற்கு வந்தான். படுக்கையில் படுப்பதற்கு முன் அவன் பின் வாசல் கதவின் தாழ்ப்பாளைத் திறந்து வைத்துவிட்டு வந்தான். விளக்கை அணைத்த பிறகும் திறந்த ஜன்னல் வழியாக வந்த பௌர்ணமி நிலவின் ஒளியால் ஹால் முழுதும் வெளிச்சமாக இருந்தது. மதன் கண்களைத் திறந்து மேற்கூரையை உற்றுப் பார்த்தபடி படுக்கையில் படுத்திருந்தான். தூக்கம் கண்களை விட்டு தொலைவில் இருந்தது. “விழித்திருங்கள்” என்று ஜவா சொல்லியிருந்தாள்!

மறுநாள் இரவும் மதன் வெகு நேரம் விழித்தே இருந்தான், அவன் தாழ்ப்பாளும் போடவில்லை. ஆனால் இதற்கிடையில் ஜவா மதனை சந்திக்க இயலாதபடி ஒரு நிகழ்ச்சி நிகழ்ந்துவிட்டிருந்தது. நடந்தது இதுதான். அன்று இரவு பாபுதேவுடன் சாப்பிட உட்கார்ந்த மதன் சட்டென்று நினைத்துக் கூடப் பார்க்க முடியாத ஒரு கோரிக்கையை அவர் முன் வைத்தான், “மாமா, நான் உங்களிடம் ஒன்று சொல்ல வேண்டும்.”

“சொல்.”

“நான் ஜவாவைத் திருமணம் செய்துகொள்ள விரும்புகிறேன்.”

ஜவா ஒரு பெரிய கிண்ணத்தில் காய் எடுத்துக்கொண்டு யாருக்காவது இன்னும் கொஞ்சம் வேண்டுமா என்று கேட்பதற்காக வந்தவள் அப்படியே திரும்பி உள்ளே போய்விட்டாள். பாபுதேவ் சாப்பிட மறந்து தலையை நிமிர்த்தி பிரமை பிடித்தவர் போல அவனைப் பார்த்துக்கொண்டே இருந்தார். சற்று நேரம் அவன் கண்களுக்குள் உற்றுப் பார்த்துவிட்டு அவர் முகத்தைத் திருப்பிக் கொண்டார், சுவரில் இருந்த பல்லியைப் பார்க்கத் தொடங்கினார். மதன் மூச்சு விடாமல் பேசிக்கொண்டே போனான்–

“நான் முன்பும் ஒரு முறை உங்களிடம் இந்தக் கோரிக்கையை வைத்திருக்கிறேன். அந்த நேரம் ஒரு நிபந்தனை மட்டுமே சொன்னேன், ஆனாலும் நீங்கள் என் கோரிக்கையை நிராகரித்து விட்டீர்கள். அதற்கு பதிலாக நீங்கள் சரி என்று நினைத்து செய்த ஒரு

காரியத்தினால் ஜவா இன்று விதவையாகி நிற்கிறாள். கொஞ்சம் யோசியுங்கள், இப்போதுதான் அவள் பெரியவளாகி இருக்கிறாள். அவளுடைய இளமைப் பருவம் இப்போதுதான் தொடங்கி இருக்கிறது, அவளுக்கு முன்னால் மலை போல அவளுடைய எதிர்காலம் இருக்கிறது. என் கோரிக்கையை ஏற்று நீங்களே உங்கள் துயரத்திலிருந்து விடுபடுங்கள்."

பாபுதேவ் திடீரென்று தன் தட்டின் அருகில் பகவானுக்கு அர்ப்பணம் செய்து வைத்த முதல் கவளத்தின் மேல் தண்ணீர் தெளித்தார், சாதத் தட்டில் எச்சில் கையாலேயே தண்ணீரை ஊற்றினார். பிறகு டம்ளரை எடுத்துக்கொண்டு எழுந்து வெளியே வாய் கொப்பளிக்கப் போய்விட்டார். மதன் சில வினாடிகள் என்ன செய்வதென்று தெரியாமல் உட்கார்ந்திருந்தான், பிறகு எப்படியோ இரண்டு, மூன்று கவளங்கள் விழுங்கிவிட்டு எழுந்துவிட்டான்.

மதன் வாய் கொப்பளித்துவிட்டு வெளியே வந்தபோது பாபுதேவ் இருண்ட வராந்தாவில் தனியே நிற்பதைப் பார்த்தான். மதன் பேசாமல் அங்கிருந்து நிலவொளியில் வெளிச்சமாக இருந்த முன் வாசலுக்கு இறங்கி வந்தான். அப்போதுதான் பாபுதேவ் பின்னாலிருந்து கடுமையான, ஆனால் திடமான குரலில் கூறினார்-

"கேள் மதன், நீ நாளைக் காலையிலேயே இங்கிருந்து போய் விடு. இது பவித்ரமான இடம். இங்கு எந்த வகையான பாவ விஷயங்களையும் பேசுவது அமங்கலம் ஆகும். நீ ஜவாவின் முகத்தைப் பார்க்கக் கூட முயற்சிக்க வேண்டாம், நினைவில் வைத்துக்கொள், இனி எதிர்காலத்தில் ஒருபோதும் என் வீட்டில் நீ கால் அடி எடுத்து வைக்க வேண்டாம். ஜவாவின் விதி உன் கையிலோ, என் கையிலோ இல்லை. மனிதனின் தலைவிதி அவனுடைய பூர்வ ஜென்ம கர்மத்தின் அடிப்படையில் நிர்ணயிக்கப்படுகிறது. போ, இப்போது போய்த் தூங்கு. உன் பேச்சைக் கேட்டு நான் மிகவும் புண்பட்டிருக்கிறேன்." ஒரே மூச்சில் பேசி முடித்துவிட்டு அவர் சற்று உணர்ச்சிவசப்பட்டவராக உள்ளே போய்விட்டார்.

இரவு வெகு நேரம் ஆகிவிட்டது. மதனுக்கு ஒரு வினாடி கூட தூக்கம் வரவில்லை. பின் வாசல் கதவு திறந்துதான் இருந்தது, ஆனால் ஜவா வருவாள் என்று அவனுக்குக் கொஞ்சம் கூட நம்பிக்கை இல்லை, இவ்வளவு எல்லாம் நடந்த பிறகு அவள் எப்படி வரத் துணிவாள்! ஜவாவை அவன் முதல் முறை ஒன்றும் அறியாத சிறுமியாகப் பார்த்ததிலிருந்து கடந்த இரவு சந்திப்பின் நெருக்கம் வரை எத்தனை நிகழ்ச்சிகள் நிகழ்ந்துவிட்டன! அவர்களிடையே நடந்த நிகழ்வுகள் எல்லாம் மீண்டும்-மீண்டும் அவன் நினைவுக்கு வரத் தொடங்கின.

நடு இரவு கடந்த பிறகு மதன் இலேசாகக் கண் அயர்ந்தான்.

பின் வாசல் கதவு வழியாக ஜவா சத்தமின்றி உள்ளே வந்தாள். முந்தின நாளைப் போலவே அவள் இன்றும் தான் போர்த்தியிருந்த சால்வையை எடுத்து அம்மன் விக்கிரகத்தைத் தலை முதல் கால் வரை மூடிவிட்டாள். அவ்வாறு தேவியை மூட வேண்டியிருக்கும் என்று யோசித்துதான் அவள் துவைத்த வெண்மையான சால்வையை எடுத்து வந்திருந்தாள். அம்மன் விக்கிரகத்திற்கு எதிரில் அல்லாமல் பக்கவாட்டில்தான் மதனின் படுக்கை விரித்திருந்தது, ஆனாலும் ஜவாவுக்கு சங்கோஜமாக இருந்தது. தேவி வெறுப்பு அடைந்துவிட்டால்? அதன் காரணமாகவே மிகவும் யோசித்து அவள் தேவிக்கு பர்தா போட்டு விட்டாள். அதையெல்லாம் பார்த்து விட்டு மதன் அறிவுறுத்திக் கூறினான், "தேவி நம்மைத் தவறாக நினைக்கமாட்டாள், ஜவா! நாம் ஒரு யக்ஞத்தில் ஈடுபட்டிருக்கிறோம். ஆணும் பெண்ணும் பரஸ்பரம் ஒருவர் மற்றவருக்காக என்று ஆகி விட்ட பிறகு அவர்கள் இருவருடைய மனம்-உடல் இணைதல்-சங்கமம் ஒரு யக்ஞம் என்று உபநிஷதத்தில் எழுதியிருக்கிறது. ஆண்-பெண் ஒவ்வொருவரிடமும் பஞ்சாக்கினி இருப்பதாக உபநிஷதத்தில் தெள்ளத் தெளிவாக சொல்லப்பட்டிருக்கிறது. யக்ஞ பூமி, சமிதை, யக்ஞம், அக்கினி, நெருப்புத் துண்டுகள், நெருப்புப் பொறி, யக்ஞ தண்டம், ஆஹுதி- இவை எல்லாவற்றின் சின்னங்களாக ஆண்-பெண்ணின் அங்கங்கள் வர்ணிக்கப்பட்டிருக்கிறன, அதையே யக்ஞம் என்று சொல்கிறார்கள். சாமுண்டா தேவியே ஆடை, ஆபரணங்கள் இல்லாமல்தான் இருக்கிறாள். அவளுக்கு எதிரில் சங்கோஜம் என்ன, பயம் என்ன? அவள் எதையும் தவறாக நினைக்க மாட்டாள்."

ஆனாலும் ஜவா அன்றும் தேவியை சால்வையால் நன்றாக மூடிவிட்டாள். மண்டியிட்டு வணங்கிவிட்டு அவள் மிகுந்த ஆர்வத்துடன் மதனின் படுக்கை அருகே வந்தாள். ஜன்னல் வழியாக நிலவொளியில் அறையினுள் எல்லாம் தெளிவாகத் தெரிந்தது. மதனின் மின்னும் முகமும் தெரிந்தது. மதனின் முகத்தை நோக்கிக் குனிந்து ஜவா மெல்ல சொன்னாள், "எழுந்திருங்கள், நான் வந்து விட்டேன்."

மதன் மெல்ல கண்களைத் திறந்தான். தங்கள் இருவர் இதழ்களும் இணையும் அளவு அருகில் ஜவாவின் முகம் தன் முகத்தை நெருங்கி இருப்பதை மதன் கண்டான். மதன் இரு கைகளையும் தூக்கி அவளைத் தன் நெஞ்சின் மீது சார்த்திக்கொண்டான், தன் இதழ்களால் ஜவாவின் இதழ்களை அழுத்தினான். இன்றும் ஜவாவின் உடலில் மேலாடை இல்லாததை மதன் உணர்ந்தான், மெல்லிய ப்ளவுஸ் மட்டுமே இருந்தது, ப்ளவுசின் சில பட்டன்கள் அவிழ்ந்திருந்தன. மதனின் அங்கங்களில், ரத்த ஓட்டத்தில் புயல்

எழுந்தது. நாடி, நரம்புகளில் ஒரு வலுவான, வெறி பிடித்த குதிரை லகானை உடைத்தெறிந்துவிட்டு ஓட படபடப்பது போல் இருந்தது. ஜவாவின் உடலில் உயர்ந்து எழும் அலை ஒன்று எழும்பியது... நீர்ப் பெருக்கத்தில் எழும் அலை. பின்னர் ஒன்றின் பின் ஒன்றாக அலைகள் எழுந்தவண்ணம் இருந்தன, அவை மதனின் உடல் என்னும் கல்-துறையில் மோதி-மோதி உடைந்தன. அந்த அடங்காத, வலுவான குதிரையின் குளம்புகளால் ஜவாவின் உடலில் ரத்தக் காயங்கள்.

எவ்வளவு நேரம் மதனும் ஜவாவும் ஒரு அமைதியான, கனத்த களைப்பில் இருந்தார்களோ அவர்களுக்கே தெரியவில்லை. ஒரு இனம் புரியாத நிறைவினால், எல்லையற்ற மகிழ்ச்சியால் அவர்களின் உடலும் மனமும் சொல்லப் போனால் அவர்களுடைய முழுமையும் ஒரு மயக்கத்தில் நிறைந்து மிக இனிமையான ஒரு வலியில் நனைந்தன. முழு சமர்ப்பணத்தில், ஒருவர் மற்றவரில் இழந்து போவதில் எத்தகைய நிறைவு இருக்கிறது என்பதை அவர்கள் அன்று உணர்ந்தார்கள். இருவரும் ஒரு இலேசான தன்மையை உணர்ந்துகொண்டிருந்தார்கள்.

திடீரென்று உணர்வு பெற்று மதன் சொன்னான்-

"ஜவா, கேள்!"

ஜவா ஒன்றும் சொல்லாமல் மூடியிருந்த இமைகளை மெல்லத் திறந்தாள். மதன் உற்சாகமாக, "ஜவா, வா, நாம் நேற்று போல நதி ஓரம் மகிழ மரத்தடியில் போய் உட்காருவோம். அமைதியான இரவு, அங்கு மிக நன்றாக இருக்கும்."

"வாருங்கள்." என்று சொல்லிவிட்டு ஜவா சட்டென்று எழுந்தாள். அவள் படுக்கையிலிருந்து எழுந்து முதலில் ப்ளவுஸ் பட்டன்களைப் போட்டுக்கொண்டாள், பிறகு அம்மன் விக்கிரகத்தின் மீது இருந்த தன் சால்வையை எடுத்துப் போர்த்திக்கொண்டாள். அதன் பிறகு தேவியை வணங்கி மீண்டும் மீண்டும் மன்னிக்கும்படி வேண்டிக்கொண்டாள். நடந்துவிட்ட தவறுகளுக்காக அவளைக் குற்றவாளியாக்க வேண்டாம் என்று தேவியிடம் பிரார்த்தித்தாள். மதன் கதவருகிலேயே நின்றான், ஜவாவும் அங்கே வந்தாள்.

"விடியப் போகிறதா, என்ன?"

"ஆமாம், சற்று நேரத்தில் விடிந்துவிடும். இப்போது மணி மூன்று, நமக்கு அதிக நேரம் கிடைக்காது, வா!"

கடந்த மாலை நேரத்தைப் போன்று மதனும் ஜவாவும் மகிழ மரத்தடிப் பாறை மீது உட்கார்ந்தார்கள். ஜவா மதனின் நெஞ்சில் தலையை சாய்த்துக்கொண்டாள். ஒரு ஒப்பற்ற காட்சி, அற்புத

சூழல். வெண்மையாக மின்னும் நிலவொளி. இரவின் கடைசி ஜாம சாந்தமான அமைதி நாலாபுறமும் வியாபித்திருந்தது. அமைதியான சூழலின் முழு அமைதியையும் நதி அலைகளின் மெல்லிய சலசல வென்ற ஒலி குலைத்துக்கொண்டிருந்தது, அந்த ஒலி அந்த உயிரற்ற இரவை உயிர்ப்பித்துக்கொண்டிருந்தது. அவ்வப்போது மெல்லிய இளங்காற்று பாரிஜாதப் பூக்களின் மணத்தால் அந்த சூனியமான இரவை அலங்கரித்தது. அப்படியான அந்த கனத்த இரவில், பிரகாசமான ஒளியில் வானமென்னும் கூரையின் கீழ் சலசலவென்று ஓடும் நதியின் கரையில் தனிமையில் சந்திக்கும் சிலிர்ப்பு, மகிழ்ச்சி, நிறைவு, சாந்தம் அனைத்தும் அவர்கள் இருவருக்கும் கிடைத்தது, அவர்கள் வாழ்க்கையில் அது ஒரு புதிய உணர்வு. இருவரும் சற்று நேரம் தங்களை மறந்து காதலில் மயங்கியவர்களாக உட்கார்ந்திருந் தார்கள்.

"ஜவா!" என்று அழைத்தான் மதன்.

"கொஞ்சம் இருங்கள்! ஒன்றும் சொல்லாதீர்கள். இப்படி மௌனமாக உட்கார்ந்திருப்பது எவ்வளவு நன்றாக இருக்கிறது. நாம் இன்னும் சற்று நேரம் இப்படியே பேசாமல் உட்கார்ந்திருப்போமே!" ஜவா மதனின் உதட்டின் மேல் தன் உள்ளங்கையை வைத்து அவனை மேலே பேச விடாமல் தடுத்தாள். இன்னும் சற்று நேரம் அமைதியில் கழிந்தது. ஊமை மனம், அதில் பொங்கும் அன்பு, இதழும் இதழும் பேசும் மொழியில் காதல் மொழியைப் பேசின, அதற்கு சொற்கள் தேவையில்லை.

"விடிந்ததும் நான் போய்விடுவேன்." என்றான் மதன்.

"போய்விடுவது மிகவும் சாதாரணமான வேலைதான்!"

"ஆனால் நான் மிகக் கஷ்டமான ஒரு வேலையை செய்ய வேண்டியவன்."

"நம் கல்யாணம்?"

"உன்னைக் கல்யாணம் செய்வதுதான் நான் சொன்ன அந்தக் கஷ்டமான வேலை."

"சாப்பிடும்போது நீங்கள் நேராக அப்பாவிடம் அந்த விஷயத்தை சொல்லிவிட்டீர்கள், அப்போது எனக்குத் தேள் கொட்டியது போல் இருந்தது. எனக்குப் புரியவே இல்லை, இப்படி நினைத்துக் கூடப் பார்க்க முடியாத ஒரு விஷயத்தை எப்படி சொன்னீர்கள்?"

"நான் சொன்னதில் உனக்கு அவ்வளவு ஆச்சரியமா?"

"இந்த வாழ்க்கையில் எனக்கு மறுபடியும் ஒரு கல்யாணம் நடக்கும் என்று நான் கனவில் கூட நினைத்துப் பார்க்க முடியாது. அதுவும் உங்களோடா?"

"ஏன்? ஏன் கல்யாணம் நடக்காது?"

"என் மனதில் இப்படி ஒரு விஷயம் வர முடியாது. எனக்கு ஒரு தடவை கல்யாணம் நடந்துவிட்டது, இல்லையா? பிறகு இரண்டாவதாக ஒரு தடவை எப்படி நடக்கும்?"

"இதற்கு நீ ஆயுள் முழுதும் இப்படியே இருந்துவிடுவாய் என்று அர்த்தமா? இப்படியே வெள்ளை ஆடை உடுத்தி, குங்குமம்-திலகம் இல்லாமல், மீன்-மாமிசம் சாப்பிடாமல்? மழைக்கால பெருக்கெடுத்தோடும் நதி போன்ற உன் இளமை, உன் உடம்பின் இந்த தகதகக்கும் நெருப்பு? எல்லாம் இப்படியே இருந்துவிட வேண்டுமா?"

"இல்லை... இப்படியே ஏன் இருக்கவேண்டும்? நான்தான் எல்லாம் உங்களிடம் கொடுத்துவிட்டேனே! எல்லாம் உங்களுடையது தான். இப்படியே சும்மா எங்கே இருக்கிறது?"

"எவ்வளவு அற்புதமாகப் பேசுகிறாய், ஜவா!"

"ஏன்? இதில் அற்புதம் என்ன இருக்கிறது? இப்போது என்னுடையது எல்லாமே உங்களுடையதுதான். கல்யாணம் ஆகா விட்டால் என்ன? உங்களோடு கல்யாணம் நடக்க வேண்டி யிருந்திருந்தால் முதலில் அப்பா உங்களிடம் சொன்னபோதே நான் புஷ்பவதி ஆகும் முன்பே நடந்திருக்கும். அப்போது நீங்கள் சம்மதிக்க வில்லை, இப்போது உங்களோடு எப்படி கல்யாணம் நடக்கும்?"

"நடக்கும். நான் நடத்த விரும்புகிறேன்."

"அப்பாவுடைய கோபத்தைப் பார்க்கவில்லையா?"

"அதுதான் பிரச்சனை."

"உங்கள் வீட்டு மனிதர்கள்?"

"அவர்களும் தடுப்பார்கள், ஆனால் நான் அவர்களை சம்மதிக்க வைத்துவிடுவேன்."

"அப்பா சம்மதிக்கவே இல்லையென்றால் எப்படி கல்யாணம் நடக்கும்?"

இருவரும் சற்று நேரம் மௌனமாக இருந்தார்கள். அதன் பிறகு ஜவா தானே மௌனத்தைக் கலைத்தாள், "மதன் சார், கல்யாணம்-கில்யாணம் எல்லாம் எனக்குத் தெரியாது. ஒரு பெண் என்ற முறையில்

எந்த ஒரு பெண்ணின் இதயத்திலும் ஒரு வடிவம் குடி கொள்கிறது, எனக்கு அந்த வடிவம் நீங்கள்தான். நான் கல்யாணம் ஆகி புகுந்த வீட்டில் இருந்தபோதும் என் மனதில் நீங்கள்தான் குடியிருந்தீர்கள். கல்யாணத்திற்கு முன்பும் என் மனதில் நீங்கள் மட்டுமே இருந்தீர்கள். விதவை ஆன பிறகும் எனக்கு என் மனதின் தலைவன் நீங்கள்தான். இதற்காகத்தான் உங்களை அழைத்தேன். நீங்கள் இறந்துபோனால் உண்மையில் அப்போதுதான் நான் விதவை ஆவேன். கேளுங்கள், இனி ஒருக்கால் நான் உங்களை சந்திக்க முடியாமலே போகலாம். நீங்கள் சீக்கிரம் கல்யாணம் செய்துகொள்ளுங்கள். நல்ல பெண்கள், நகரத்துப் பெண்கள் கிடைப்பார்கள்."

"நான் கல்யாணமே செய்துகொள்ளாமல் இருந்துவிடவும் கூடும். எப்போதும் கல்யாணம் ஆகாதவனாகவே இருக்கவும் என்னால் முடியும்."

"சீ! அப்படி எப்படி இருக்க முடியும்? நீங்கள் சீக்கிரம் கல்யாணம் செய்து கொண்டுவிடுங்கள், அவ்வளவுதான். என் கல்யாணத்திற்குப் பிறகு என் மனதில் உங்களைப் பற்றி எந்த உணர்வும் வராதது போலவே இனி என் மனதில் எந்த உணர்வும் வராது. இனி எப்போதாவது உங்களை நான் சந்தித்தால், உங்கள் கல்யாணத்திற்குப் பிறகே கூட சந்தித்தால், அப்போதும் எனக்கு நீங்கள் இப்படியேதான் இருப்பீர்கள். நான் உங்களை நேற்று இரவும் இன்று இரவும் பார்த்தது போலவே எப்போதும் பார்ப்பேன். உங்கள் மனைவி இருந்தாலும் நான் உங்களோடு தூங்குவேன். நீங்கள் கிடைக்கும்போதெல்லாம் என்னுடையது எல்லாம் உங்களுடையது, அவ்வளவுதான் - இந்த உடல், என் நெஞ்சம், என் காதல். என் முழுமையும் உங்களுக்கே சொந்தம், இதை உங்களுக்காக எப்போதும் பத்திரமாக பாதுகாத்து வைப்பேன். நீங்கள் என்னுடையவர், மதன் சார்! நான் உங்களை அடைய முடிந்தாலும், முடியாவிட்டாலும் நீங்கள் என்னுடையவர்தான், என்னுடையவராகவே இருப்பீர்கள்."

ஜவா உணர்ச்சிவசப்பட்டு உடைந்து அழுதாள். மதன் மெல்ல ஜவாவை நெஞ்சில் அணைத்துக்கொண்டான், அவள் முடியை, முதுகை அன்புடன் மெல்ல வருடினான். பிறகு அழுதுகொண்டிருந்த ஜவாவின் நடுங்கும் இதழ்களை, கண்ணீரில் நனைந்த கண்களை தன் இதழ்களால் மிக மென்மையாக முத்தமிட்டு அவளை சமாதானப் படுத்தினான்.

திடீரென்று ஒரு ஆந்தை மிகக் கடூரமான குரலில் கிரீச்சிட்டு இரவின் அமைதியைக் கிழித்துக்கொண்டு அவர்கள் அருகிலிருந்து பறந்து சென்றது. மதன், ஜவா இருவருடைய மயக்கமும் கலைந்தது, ஜவா எழுந்து நின்றாள்.

"நான் போகிறேன். சில சமயம் அப்பா இரவு கழியும் முன் எழுந்து வெளியே வருவார்." என்று சொல்லிவிட்டு திரும்பிப் பார்க்காமலே ஜவா வீட்டிற்குப் போய்விட்டாள்.

"அதோ பாருங்கள், பஸ் வந்துவிட்டது. நாம் சரியான நேரத்திற்கு வந்துவிட்டோம்." தொலைவிலேயே தானி கிராம நாற்சந்தியில் நின்றிருந்த பஸ்ஸைப் பார்த்து கஜேன் சொன்னான்.

"வாருங்கள், சற்று வேகமாகப் போவோம், பஸ் போய்விடப் போகிறது."

"கவலைப்படாதே, இங்கு பஸ் சற்று நேரம் நிற்கும்."

"கஜேன், எனக்கும் ஜவாவுக்கும் இடையில் நடந்தவற்றை ஒன்றும் மறைக்காமல் எல்லாவற்றையும் உன்னிடம் சொல்லிவிட்டேன்."

"சார், நானும் கவனமாக எல்லாவற்றையும் கேட்டேன். என் மனதிலும் மிகவும் கொந்தளிப்பு ஏற்பட்டிருக்கிறது. ஜவா மீது நானும் மிகவும் பாசம் வைத்திருக்கிறேன். சிறு பிள்ளைகளாக இருந்தபோது இருவரும் ஒன்றாகப் படித்தோம். அவள் என்னை விட மிகவும் சிறியவள். நீங்கள் அவளைக் கல்யாணம் செய்து கொண்டால் மிகவும் நல்லது. ஆனால் பாபுதேவ் மிகவும் கண்டிப்பான மனிதர், தன் இளம் பெண்ணை வாழ்நாள் முழுதும் இப்படியே வைத்திருப்பார். நீங்கள் பிராமணர்கள் என்னென்ன நியமங்கள் எல்லாம் வைத்திருக்கிறீர்கள், எனக்குப் புரியவே இல்லை." கஜேன் தன்னுடைய வெளிப்படையான சுபாவத்திற்கு இணங்க தன் கருத்தைக் கூறினான்.

"உன்னிடம் ஒரு விஷயம் சொல்லிவிட்டுப் போகிறேன், ஜவாவை மறந்துவிடாதே. அவளைப் பற்றிய தகவல்களைத் தெரிந்து கொள். நானும் முடிந்தால் உன் வழியாக அவளிடம் தொடர்பு கொள்கிறேன். கேள், நான் ஜவாவைத் திருமணம் செய்துகொள்ளும் விருப்பத்தை இன்னும் விடவில்லை, ஏதாவது ஒரு உபாயம் செய்யத்தான் வேண்டும்."

பஸ் ஹார்ன் அடிக்கவும் பஸ்ஸை நிறுத்தும்படி இருவரும் கையை ஆட்டிக்கொண்டே வேகமாக நடந்தார்கள்.

ஜவாவைத் திருமணம் செய்துகொள்ளும் உபாயத்தைக் கண்டு பிடிக்க மதனுக்கு அதிக சமயம் பிடிக்கவில்லை. உண்மையை சொன்னால் அவன் முயற்சி எதுவும் செய்யாமல் இயற்கையே மதனுக்கு உபாயத்தைத் தேடும் வழியை சீர்படுத்தித் தந்தது.

ஜவா அம்மன் கோவிலில் இரவைக் கழித்துவிட்டுத் திரும்பி இரண்டரை மாதம் சென்றது. கஜேன் ஒரு நாள் விடியற்காலையில் கோவிலின் அருகிலேயே நதியில் மீன் பிடித்துக்கொண்டிருந்தான். நதி பல இடங்களில் தண்ணீர் வற்றிக் காய்ந்துவிட்டிருந்தது. ஆனால் அந்த இடத்தில் நிழலின் காரணமாக ஆழமான பள்ளம் ஏற்பட்டு தண்ணீர் நிறைய இருந்தது, மீன்களும் நிறைய இருந்தன.

கஜேனின் தூண்டிலில் மீன் கடக் கடக் என்று கரண்டிக் கொண்டிருந்தது, அப்போதுதான் பின்னாலிருந்து ஜவாவின் குரல் வந்தது, "கஜேன், ஓ கஜேன், இங்கே வா!"

"சும்மா இரு! கத்தாதே! முள்ளில் மீன் மாட்டப் போகிறது. காந்துலி மீன் போல இருக்கிறது."

கஜேன் தலையை நிமிர்த்தாமலே தூண்டிலைப் பார்த்தபடியே ஜவாவை சும்மா இருக்கச் செய்தான். ஜவா சற்று நேரம் கழித்து மீண்டும் கூப்பிட்டாள் -

"கஜேன், கேளேன்! நான் ஒன்று சொல்லவேண்டும்."

"உஸ்ஸ்! கொஞ்சம் இரேன்! பார், மீன் எப்படி தீனியைக் கவ்வுகிறது, இதோ முள்ளை விழுங்கப் போகிறது. ஒரு சொடுக்கில் இழுத்துவிடுவேன்."

இப்போதும் கஜேனின் பார்வை தூண்டிலின் ஆடும் நுனியிலேயே லயித்திருந்தது.

ஜவா இன்னும் சற்று நேரம் காத்திருந்தாள், ஆனால் கஜேனுக்கு அவள் காத்திருக்கிறாளே என்ற உணர்வே இல்லை. திடீரென்று ஜவா படபடத்தபடி வந்தாள், பாய்ந்து கஜேனின் கையிலிருந்து தூண்டிலைப் பிடுங்கினாள்.

தூண்டிலை தண்ணீரிலிருந்து வெளியே எடுத்தபடி ஜவா கோபத்துடன்," நான் மீன் சமைக்கும் வாசனையைக் கூட முகரக் கூடாது, இவனுக்கு மீன் வறுவல் சாப்பிடும் ஆசை பிடித்து ஆட்டு கிறது." என்றாள்.

கஜேன் எழுந்து நின்றான். சற்று நேரம் இருவரும் பேசாமல் இருந்தார்கள். பிறகு கஜேன் சொன்னான், "இல்லை, இல்லை, நான் சாப்பிடுவதற்காக மீன் பிடிக்கவில்லை. அத்தை மகள் வந்திருக்கிறாள், இல்லையா, அவளுக்காக பாட்டி சிறியதோ பெரியதோ எந்த மீன் கிடைத்தாலும் பிடித்து வரச் சொன்னாள், அதனால்தான் வந்தேன், நான் சாப்பிடுவதற்காக இல்லை. நீதான் பார்க்கிறாயே, மதன் சார் போனதிலிருந்து இரண்டு மாதம் ஆகிவிட்டது, நான் மீன் பிடிக்க

வந்தேனா? வந்தால் உன்னைப் பார்க்கத்தான் வந்தேன்."

கஜேன் பேசி முடித்து தூண்டிலைக் கீழே வைத்தான். அவன் குரல் வறண்டு இருந்தது, முகமும் களை இழந்து இருந்தது.

அவன் விளக்கத்தைக் கேட்டு ஜவா சிரித்துவிட்டாள், "சரி, சரி, நிறைய சொல்லியாயிற்று. இன்னும் விளக்கம் சொல்லத் தேவை யில்லை. சரி, கொஞ்சம் மேலே வா, அங்கே மகிழ மரத்தடியில் போய் உட்காருவோம். உன்னிடம் சில முக்கியமான விஷயங்கள் பேசவேண்டும்."

மகிழ மரத்துடிக்குப் போய் ஜவா ஒரு முறை கோவில் வரை நாலாபுறமும் பார்வையைத் திருப்பிப் பார்த்துக்கொண்டாள். அதன் பிறகு, "அப்பா பூஜை செய்ய உட்கார்ந்திருக்கிறார். இன்று நிறைய பேர் வரவில்லை, அதனால் பூஜை சீக்கிரம் முடிந்துவிடும். கேள், நான் சீக்கிரம் எல்லா விஷயத்தையும் சொல்லிவிடுகிறேன்." என்றாள்.

"சொல்லேன்! இவ்வளவு முன் எச்சரிக்கை ஏன் செய்கிறாய்?"

ஜவா சொல்லத் தொடங்கினாள், "பல நாட்களாக என் உடல்நிலை மோசமாகிவிட்டதாகத் தோன்றுகிறது. திருப்பித் திருப்பி வாந்தி வருகிறது. ஒன்றும் சாப்பிடப் பிடிக்கவில்லை. இதையெல்லாம் கவனித்துவிட்டு இரண்டு, மூன்று நாட்களுக்கு முன்பு அப்பா என்ன ஆயிற்று என்று கேட்டார். ஒன்றுமில்லை என்று நான் சொன்னதும் சும்மா இருந்துவிட்டார். ஆனால் நேற்று இரவு நான் மறுபடியும் ஒன்றும் சாப்பிடவில்லை என்றதும் அவர் கவலையோடு மறுபடியும், "நீ இங்கே திரும்பி வந்ததிலிருந்து மாதாந்திர ஸ்நானம் செய்து நான் பார்க்கவில்லையே?" என்று கேட்டார். நினைவில்லை என்று சொல்லி அப்போது நான் சமாளித்துவிட்டேன். அவர் மறுபடியும் தூண்டித் துருவி, "மாப்பிள்ளை இறந்த பிறகு ஒரு தடவையாவது மாதாந்திர ஸ்நானம் செய்தாயா?" என்று கேட்டதும் "ஆமாம். செய்தேன்." என்று சொல்லிவிட்டேன். இங்கு வருவதற்கு முன்புதான் செய்தேன் என்றும் சொல்லிவிட்டேன். அப்பா சற்று நேரம் பிரமை பிடித்தவர் போல உட்கார்ந்திருந்தார், பிறகு பயந்தவர் போல கூச்சலிட்டார். அவருடைய குரல் யாரோ அவருடைய கழுத்தைப் பிடித்து நெரிப்பது போல இருந்தது, "இந்த முறை மதன் வந்திருந்தபோது உனக்கும் அவனுக்கும் இடையில் ஏதாவது நடந்ததா?" என்று கேட்டார். நான் பேசாமல் தலையைக் குனிந்துகொண்டு உட்கார்ந்திருந்தேன். திடீரென்று அப்பா என் தலைமுடியைக் கையால் இழுத்துப் பிடித்து என்னை ஓங்கி அறைந்து தரையில் தள்ளிவிட்டார். கட்டில் முனையில் மோதி என் தலையில் ஒரு பெரிய புடைப்பு வந்துவிட்டது. தன் வசம் இழந்து அப்பா கத்திக் கூச்சலிட்டு என்னைத் திட்டத் தொடங்கினார்,

"நாசகாரி. பாவி, என்னை மோசம் பண்ணிவிட்டாயே, உன்னை வெட்டி இரண்டு துண்டாக்கிப் போடுகிறேன், தேவிக்கு பலி கொடுத்து விடுகிறேன்."

ஜவா சொல்லிக்கொண்டே போனாள், "அப்பா இரவு வெகு நேரம் வரை என்னைத் திட்டிக்கொண்டே இருந்தார். நான் தலை யில் தண்ணீர் தெளித்துக்கொண்டு சற்று பொறுமையாக இருக்க முயற்சித்தேன், பிறகு பேசாமல் போய் படுக்கையில் விழுந்து விட்டேன். இரவு முழுதும் எனக்குத் தூக்கம் வரவில்லை. காலையில் எழுந்து நான் வெளியே போனபோது அப்பா நீளமாக ஒரு கடிதம் எழுதிக் கொண்டிருந்ததைப் பார்த்தேன். நான் அருகில் சென்றபோது அவர் கடிதத்தைக் கையால் மூடி மறைக்க முயற்சித்தார். அப்பா குளிக்கப் போயிருந்தபோது நான் மிகவும் சிரமப்பட்டுத் தேடித் தேடி ஒரு பழைய புத்தகத்திற்குள்ளிருந்து கடிதத்தை எடுத்துப் படித்தேன். அந்தக் கடிதம் காமாக்யா கோவிலின் ஏதோ ஒரு ஆசிரம ஆச்சாரியருக்கு எழுதியிருந்தது. அவர் என்னை அந்த ஆசிரமத்தில் சேர்த்து விடுவதாகவும், முடிந்தால் கருவைக் கலைத்துவிட்டு என்னை அந்த ஆசிரமத்திலேயே விட்டுவிட்டு வருவதாகவும் அதில் எழுதியிருந்தது. அதைப் படித்ததிலிருந்தே உன்னைப் பார்ப்பதற்கு பைத்தியம் பிடித்த மாதிரி துடித்துக்கொண்டிருந்தேன். அதிருஷ்டவசமாக நீயே இன்று இங்கு வந்துவிட்டாய், நல்லதாயிற்று! என்னை நம்பு கஜேன், என் உடம்பிற்குள் இப்படி இடி விழுந்த மாதிரி ஒரு மாற்றம் ஏற்படும் என்று நான் கொஞ்சம் கூட நினைக்கவில்லை. உண்மையில் நான் மாதாந்திர ஸ்நானம் செய்யவில்லைதான், அதைக் கூட நான் கவனிக்கவில்லை. நேற்று இரவு அப்பா கேட்ட பிறகுதான் கவனித்தேன். காலையில் கடிதத்தைப் படித்த பிறகு என் நெஞ்சு நடுங்குகிறது, தலை சுற்றுகிறது. எனக்கு என்ன ஆகும் கஜேன், எனக்கு ஒன்றுமே புரியவில்லை. இப்போது என்ன ஆகும்? எப்படி ஆகும்? நான் எங்கே போவேன்?"

ஜவா திடீரென்று கஜேனின் கையைத் தன் இரு கைகளாலும் பிடித்துக்கொண்டு விம்மத் தொடங்கினாள்.

"நீ எனக்கு மூன்று நாள் அவகாசம் கொடு. நான் நாளையே சதருக்குப் போகிறேன், மதன் சாரை சந்தித்து எல்லா ஏற்பாடும் செய்துவிட்டு நாளை மறுநாள் திரும்பி வந்துவிடுவேன். நீ கவலைப் படாமல் இரு. அழுகையை நிறுத்து, வீட்டிற்குப் போ. சீக்கிரம் வீட்டிற்குப் போய்விடு, பாபுதேவ் எந்த நேரத்திலும் கோவிலிலிருந்து திரும்பி வந்துவிடுவார்."

கஜேனின் நம்பிக்கை ஊட்டும் சொற்களால் ஜவா சற்று அமைதியானாள். அவள் மனம் சற்று இலேசாயிற்று. அவள்

முந்தானையால் கண்ணீரைத் துடைத்தபடி வீட்டை நோக்கி சென்றாள்.

நான்கு நாட்களுக்குப் பிறகு, காலையில் ஜவாவை வெகு நேரம் வீட்டில் காணாமல் பாபுதேவ் வீட்டிற்கு வெளியில் நாலாபுறமும் தேடிவிட்டு கோவிலுக்குள் போனபோது அங்கு தினமும் விடியற் காலையில் தோட்டத்திலிருந்து பூ பறித்துக்கொண்டு வரும் பித்தளைத் தட்டில் ஜவா எழுதிய கடிதம் கிடைத்தது. அவர் அந்தக் கடிதத்தைப் பிரித்துப் படித்துக்கொண்டிருந்தபோது ஜவாவையும், கஜேனையும் சுமந்து சென்ற பஸ் தானி கிராமத்தை விட்டு சதர் செல்லும் பாதையில் போய்க்கொண்டிருந்தது. ஜவாவின் கடிதத்தில் எழுதியிருந்தது -

மதிப்பிற்குரியவருக்கு,

மதனுடன் என் கல்யாணம் நடக்கும் என்று நான்கு நாட்கள் முன் வரை நான் கனவில் கூட நினைத்துப் பார்க்கவில்லை. என் கர்ப்பத்தில் அவருடைய குழந்தை இருப்பதுதான் இதற்குக் காரணம், அன்று நீங்கள் கேட்கும் வரை இந்த விஷயம் எனக்கே தெரியாது. இப்போது வேறு வழியில்லாமல்தான் நான் உங்களை விட்டுப் போகவேண்டியிருக்கிறது. நீங்கள் தனியாக இருக்க நேரும், அதை நினைத்து எனக்கு மிகவும் வருத்தமாக இருக்கிறது. என் கணவர் உயிரோடு இருந்திருந்தால் நான் உங்களோடு இருக்க முடியாதுதானே! நீங்கள் அப்படியே நினைத்து நிம்மதியாக இருங்கள். என் மேல் ஆணையாக, நீங்கள் வருத்தமே படாதீர்கள். நேரத்திற்கு சாப்பிடுங்கள், தூங்குங்கள், உங்களைக் கவனித்துக்கொள்ளுங்கள், பித்தத் துக்கு தவறாமல் மருந்து சாப்பிடுங்கள்.

என்றும் தங்கள் நம்பிக்கைக்குரிய,
துர்பாக்கியவதி **ஜவா**

பாபுதேவ் தேவியின் பாதங்களில் விழுந்துவிட்டார், குலுங்கிக் குலுங்கி அழத் தொடங்கினார்.

நான்கு நாட்களுக்குப் பிறகு கஜேன் சதரிலிருந்து திரும்பி நேராக பாபுதேவைப் பார்க்கச் சென்றான். அந்த நேரம் பாபுதேவ் ஒரு பூணூல் முறுக்கிக்கொண்டிருந்தார். அவருடைய பழைய பூணூல் இற்றுப் போயிருந்தது. அதனால் புதிதாக ஒன்றை செய்வதில் முனைந்திருந்தார்.

கஜேன் நின்று காத்துக்கொண்டே இருந்தான். பாபுதேவ் தொலைவில் வரும்போதே அவனைப் பார்த்துவிட்டார், ஆனாலும்

தலை குனிந்து தன் வேலையில் மூழ்கி இருந்தார். அவனைப் பார்த்தாரா, இல்லையா என்று கூட தெரிந்துகொள்ள முடியாதபடி அவர் இருந்தார். அவர் பூணூலை தன் முழங்கால்களில் போட்டு தலை குனிந்து முறுக்கிக்கொண்டிருந்தார், பின்னர் அதை எடுத்து அருகிலேயே வைத்திருந்த பித்தளைக் கலசத்தில் சுற்றினார். அதன் பிறகு தலையை நிமிர்த்தாமலே, கஜேனைப் பார்க்காமலே, "ஏதாவது சொல்லவேண்டுமா?" என்று கேட்டார்.

எதுவும் சொல்வதற்கு முன் கஜேன் மண்டியிட்டு வணங்கினான், பிறகு சொன்னான்-

"என்னை மன்னித்துவிடுங்கள், வேறு வழியில்லை."

"உன்னை நான் மன்னிக்கமாட்டேன், ஒருபோதும் மன்னிக்க மாட்டேன். நேற்று முன் தினம் நீ ஜவாவை பஸ்ஸில் உட்கார வைத்து எங்கோ கொண்டுபோய்விட்டாய் என்று கிராம மக்கள் சொன்னதுமே நான் சண்டிதேவியின் கோபத்தைத் தணிக்க ஒரு பூசணிக்காய் பலி கொடுத்தேன். நான் மன்னித்துவிட்டாலும் தேவி உன்னை ஒருபோதும் மன்னிக்கமாட்டாள். என் பெண் கள்ளம் கபடம் அற்ற ஒன்றும் அறியாத பெண், எப்போதாவது ஏதாவது தவறு செய்தாலும் தெரிந்து செய்யமாட்டாள், தன்னை அறியாமலே செய்தால்தான் உண்டு. ஆனால் நீங்கள் ஒழுக்கம் கெட்டவர்கள், ராட்சசர்கள். என் கண்ணில் படாமல் விலகிப் போ. போ, போய்விடு இங்கிருந்து."

கஜேன் பேசாமல் பாபுதேவ் திட்டியதைக் கேட்டுக்கொண்டான், பிறகு சற்று நேரம் சென்று சட்டைப் பையிலிருந்து ஒரு கடிதத்தை எடுத்து எதிரில் இருந்த வெற்றிலை தாம்பூலத் தட்டில் வைத்தான்.

"கேளுங்கள், இந்தக் கடிதத்தை மதன் சாரின் அப்பா உங்களுக்கு கொடுத்து விட்டார், படித்துப் பாருங்கள்." என்று சொல்லிவிட்டு கஜேன் திரும்பினான், ஒரு முறை கூட திரும்பிப் பார்க்காமல் போய்விட்டான்.

"ஏய் கஜேன், இந்தக் கடிதம்-கிடிதம் எல்லாம் எனக்கு வேண்டாம். எடுத்துப் போ இதை. நான் யாருடைய கடிதத்தையும் படிக்கத் தேவையில்லை. நீயே எடுத்துப் போ! எடுத்துக்கொண்டு போ உன் கடிதத்தை, நான் வைத்திருக்க..."

பாபுதேவ் கத்திக் கத்தி கஜேனை கடிதத்தை எடுத்துப் போக சொல்லிக்கொண்டிருந்தார், ஆனால் அவன் போன பிறகு அவரால் அதிகம் பொறுத்திருக்க முடியவில்லை, கடிதத்தைப் படிக்கத் துவங்கினார் -

அன்பிற்குரிய ரத்னகாந்த்,

நான் மிக்க பணிவுடன், வருத்தம் நிறைந்த மனதுடன் மன்னிப்பு கேட்டுக்கொண்டு இந்தக் கடிதத்தை எழுதுகிறேன். என் மகனாக, என்னை விட மிகவும் சிறியவனாக இருந்தாலும் மதன் சொல்லும் விஷயங்கள் எல்லாவற்றையும் நான் அங்கீகரிக்கிறேன், சம்மதம் தெரிவிக்கிறேன், அவனுடைய நல்ல துணிவு, மனிதாபிமானம், நியாயத்திற்காக போராட்டத்தில் ஈடுபடுவது அனைத்தையும் நான் ஒத்துக்கொள்கிறேன். பல முறை சில விஷயங்களில் நான் அவனோடு ஒத்துப் போகா விட்டாலும் அவன் கூறும் தர்க்க நியாயங்களைக் கேட்ட பிறகு அவன் கூறுவதற்கு ஒத்துக்கொள்ள வேண்டியிருக்கிறது. இதே காரணத்தினால்தான் சமூக நியதிகளுக்கு எதிரானதாக, ஒத்துக்கொள்ள முடியாததாக இருந்தாலும் மதன் சொல்லும் மனிதத் தன்மை என்ற சொல்லுக்கு முன் தலைகுனிந்து நான் மதன் - ஜவா திருமணத்திற்கு மகிழ்ச்சியோடு சம்மதித்திருக்கிறேன்.

ஜவா சில நாட்களுக்கு முன்பு மேஜர் ஆகி இருக்கிறாள் என்று தெரிந்தது. ஆகையால் இப்போது சட்டப்படி எந்தத் தடங்கலும் செய்ய இயலாது. அவர்களுக்கு கோர்ட்டில் சட்டப்படி திருமணம் ஆகிவிட்டது. நான் அடுத்த வாரம் அவர்கள் இருவரையும் காமாக்யா கோவிலுக்கு அழைத்துச் சென்று மங்கள யக்ஞம் செய்து அக்னி சாட்சியாக திருமணத்தை ஹிந்து தர்மத்திற்கு இணங்க செய்து வைத்து விடுவேன்.

ஜவா உங்கள் மகள் என்றால் அவள் எனக்கும் மகள்தானே! கூப்பிடுவது மட்டும்தான் வேறு மாதிரி இருக்கும், அவ்வளவுதான். எல்லாரும் அவளை 'மகள்' என்று சொல்லாமல் 'மருமகள்' என்று சொல்வார்கள், ஆனால் வீட்டில் எல்லாரும் அவளை மகளாகவே நினைப்போம், அன்பு காட்டுவோம். அவள் இந்த வீட்டில் மகள் மாதிரியே இருப்பாள். நீங்கள் இந்த உண்மை நிலையை, சத்தியத்தை அங்கீகரிக்க முயற்சிப்பீர்கள், இவர்கள் இருவருக்கும் தொலைவிலிருந்தே கட்டாயம் தங்கள் ஆசீர்வாதத்தை வழங்குவீர்கள் என்று நம்புகிறேன்.

நல் விருப்பங்களுடன்,

உங்கள் அன்பு நண்பன்
தோலன் சர்மா

பாபுதேவின் கண்களில் கண்ணீர் பெருக்கெடுத்து ஓடியது

வெகு நாட்களுக்குப் பிறகு கஜேன் குரயீகுடி குடியிருப்பின் பக்கம் சுற்றிவிட்டு வரப் புறப்பட்டான். அவன் நேராக மன்சூரின் குடிசைக்குப் போனான்.

கஜேன் கதவிற்கு வெளியிலேயே கூரைக்குக் கீழே தலையை சற்று குனிந்துகொண்டு நின்றான். அவன் தன்னை அறியாமலே தொண்டையைக் கனைத்தான். அந்த சத்தத்தைக் கேட்டதும் ஹசீனா உள்ளிருந்தே,"மாமா!" என்றாள்.

"ஹசீனா!" என்று கஜேன் வெளியிலிருந்தே கூப்பிட்டான்.

ஹசீனா வெளியில் வந்ததும் கஜேன் கேட்டான்-

"நான்தான் வந்திருக்கிறேன் என்று உனக்கு எப்படி தெரிந்தது?"

"நீங்கள் வழக்கம் போல கனைத்தீர்கள், அதிலிருந்தே நீங்கள் தான் வந்திருக்கிறீர்கள் என்று தெரிந்துகொண்டேன்."

"என்னுடைய மெல்லிய இருமலிலிருந்தா? நீ இந்த சின்ன சத்தத்திலிருந்தே தெரிந்துகொள்கிறாயா?"

"மற்றவர்களைத் தெரியாது, ஆனால் உங்களைக் கட்டாயம் தெரிந்துகொள்வேன். 'க்கும்-க்கும்'" என்று ஹசீனா கஜேனைப் போலவே கனைத்தபடி கண்ணை சிமிட்டி விஷமமாக புன்னகை செய்தாள்.

"மன்சூர் அண்ணன் வீட்டில் இல்லையா?" கஜேன் அருகில் இருந்த பெஞ்சில் உட்கார்ந்தபடி கேட்டான்.

"இல்லை, வீட்டில் இல்லை, வெளியே போயிருக்கிறார்."

"எங்கே?"

"யாருக்குத் தெரியும்! எனக்கு ஒன்றுமே புரியவில்லை."

"என்ன பெண் நீ! நான் மன்சூர் அண்ணன் எங்கே என்று கேட்கிறேன், நீ உனக்கு ஒன்றும் புரியவில்லை என்று சொல்லிக் கொண்டிருக்கிறாய். என்ன புரியவில்லை?"

"சில்ஹட்டிலிருந்தோ மைமன்சிங்கிலிருந்தோ இரண்டு மௌல்விகள் வந்திருக்கிறார்கள், அவர்கள் பெரிய படகில் வந்திருக்கிறார்கள், பிரம்மபுத்ரா கரையில் கூடாரம் போட்டு இருக்கிறார்கள். இன்று இங்கிருந்து எல்லா முஸ்லீம்களையும் நதிக்கரைக்கு அழைத்துக்கொண்டு போயிருக்கிறார்கள், அங்கே அவர்களோடு ஏதோ பேசுவார்கள் போலிருக்கிறது. அப்பாவும்

அங்கேதான் போயிருக்கிறார். இரண்டு மௌல்விகளும் நேற்று மாலையே இங்கு வந்திருந்தார்கள். சற்று நேரம் அப்பாவுடன் பேசிக் கொண்டிருந்துவிட்டு அவர்கள் போய்விட்டார்கள்."

"என்ன பேசிக்கொண்டிருந்தார்கள், நீ ஏதாவது கேட்டாயா?"

"இல்லை, நான் சற்று தொலைவில் இருந்தேன். அப்பாவால்தான் உங்களுக்கு எல்லாம் சொல்லமுடியும்."

"சரி, ஒரு கிளாஸ் தண்ணீர் கொடு." என்றான் கஜேன்.

ஹசீனா உள்ளே போனாள், கஜேனுக்காக தனியே எடுத்து வைத்திருந்த கண்ணாடி கிளாசும் குடுவையில் தண்ணீரும் கொண்டு வந்தாள், கிளாசில் தண்ணீர் நிறைத்து கஜேன் பக்கம் நீட்டியபடி சொன்னாள் -

"இரண்டு மௌல்விகளும் போன பிறகு அப்பா வெகு நேரம் வரை பேசாமல் உட்கார்ந்து ஏதோ யோசித்துக்கொண்டிருந்தார். மௌல்விகள் என்ன சொன்னார்கள் என்று நான் கேட்டதற்கு, "உனக்கு ஒன்றும் புரியாது. அவர்கள் சொல்வதை என்னாலேயே புரிந்துகொள்ள முடியவில்லை." என்று சொல்லிவிட்டு அப்பா வயலுக்குப் போய்விட்டார்."

"உனக்கும் ஒன்றும் புரியவில்லை, மன்சூர் அண்ணனுக்கும் ஒன்றும் புரியவில்லை, அப்படி என்ன விஷயம்?" என்று கஜேன் ஏதோ விடுகதையை விடுவிக்க முயற்சிப்பவனைப் போல சொன்னான்.

சற்று நேரம் சும்மா இருந்துவிட்டு ஹசீனா மீண்டும் சொன்னாள், "நேற்று இரவு தூங்குவதற்கு முன் ஒருவேளை நாம் இந்த இடத்தை விட்டுப் போக நேரலாம் என்று அப்பா சொன்னார். அரைத் தூக்கத்திலிருந்த நான் எழுந்து உட்கார்ந்துவிட்டேன், நாம் ஏன் இந்த இடத்தை விட்டுப் போக வேண்டும்? என்ன ஆயிற்று? நாம் எங்கே போவது? என்று கேட்டேன். அப்போது அப்பா," நமக்காக ஒரு தனி நாடு அமைந்திருக்கிறது, எல்லா முஸ்லீம்களும் அங்கே போய் இருப்போம்." என்றார். "நாம் ஒரு புதிய நாட்டுக்குப் போவோம் என்றால் ஏன்? இங்கே என்ன நடந்தது? இதுதானே நம் நாடு? நாங்கள் எங்கேயும் போகமாட்டோம் என்று நீங்கள் அந்த மௌல்விகளிடம் சொல்லிவிடுங்கள்." என்று நான் சொன்னேன். அதற்கு அப்பா சொன்னார், "அவர்கள் என்ன சொல்கிறார்கள் என்று எனக்கு ஒன்றுமே புரியவில்லை. நாளைக் காலை எல்லாரையும் நதிக்கரைக்கு வரச் சொல்லியிருக்கிறார்கள், அங்கே மீட்டிங் நடக்கும். ஆனால் ஹசீனா, அவர்கள் என்ன சொன்னாலும் நாம் விட மாட்டோம். இந்த இடத்தை ஏன் விட வேண்டும்? இந்த நிலம், இந்த வயல் எல்லாம் நாம் நம்

உழைப்பினால் உண்டாக்கியிருக்கிறோம். என்ன புது நாடு அமைந்திருக்கிறது, ஒன்றும் புரியவில்லை." அதைக் கேட்டுவிட்டு, நான், "அப்பா, நீங்கள் நாளை கஜேன் மாமாவிடம் போய் சொல்லுங்கள், அவர் உங்களுக்கு எல்லாம் புரிய வைத்துவிடுவார். பாருங்கள், அவர் புரிய வைத்துவிடுவார், எனக்குத் தெரியும்" என்று சொன்னேன். அதற்கு அப்பா நீ சரியாகத்தான் சொல்கிறாய் ஹசீனா, நான் இந்த விஷயங்கள் எல்லாவற்றையும் கஜேனிடமே கேட்கிறேன். அவன் எல்லாவற்றையும் உள்ளது உள்ளபடி புரிய வைத்துவிடுவான் என்றார். மாமா, அதற்குப் பிறகும் நேற்று இரவு அப்பாவுக்கும் எனக்கும் தூக்கமே வரவில்லை. நாங்கள் இருவரும் இரவு முழுதும் விழித்து இந்த விஷயங்களைப் பற்றியே யோசித்துக்கொண்டிருந்தோம். நல்லதாய்ப் போயிற்று, நீங்களே வந்துவிட்டீர்கள்." ஹசீனா நிறுத்தாமல் அவ்வளவு விஷயத்தையும் சொல்லிவிட்டாள், பிறகு கஜேனைப் பார்த்தாள், அவன் தீவிர யோசனையில் மூழ்கி இருந்தான்.

கஜேன் தலையை நிமிர்த்தி, "மன்சூர் அண்ணன் எப்போது திரும்பி வருவார், ஏதாவது சொல்லிவிட்டுப் போனாரா?" என்று கேட்டான்.

"இல்லை, ஒன்றும் சொல்லவில்லை."

"மீட்டிங் எங்கே நடக்கிறது?"

"குரயீ நதிக் கரையில், மணலில்."

"நான் போகிறேன், அங்கேயே போய் என்ன விஷயம் என்று பார்த்துவிட்டு வருகிறேன். எதற்கு மீட்டிங் நடக்கிறது?"

கஜேன் எழுந்து நேராக நதியை நோக்கி நடந்தான்.

"மாமா, திரும்பும்போது இங்கே வந்துவிட்டுப் போங்கள்." என்று பின்னாலிருந்து சத்தமாக ஹசீனா கூறினாள்.

"சரி, வருகிறேன், நீ கொஞ்சம் கோதுமைக் கதிர்கள் சுட்டு வை. இரண்டு வெள்ளரிக்காய் நறுக்கி வை, வெங்காயம், பச்சை மிளகாயும் தயார் செய்து வை. உன் கையால் நல்ல டீ குடித்துவிட்டுதான் நான் போவேன்." என்று சொல்லியபடியே கஜேன் போனான்.

குரயீகுடியில் வந்து குடியேறிய முஸ்லீம்கள் வீடு நாற்பது-ஐம்பது இருக்கும். குரயீ நதியும் பிரம்மபுத்ராவும் கலக்கும் இடத்தி லிருந்து வடக்கே ஒரு மைல் தூரத்தில், சொல்லப் போனால், இரண்டு நதிகளின் மடியில் பெருகிய இந்த வீடுகளிலேயே ஆடிப் பாடி விளையாடி வளர்ந்து பெருகினர் இந்த வீடுகளில் வாழும் மக்கள். சுகம்-துக்கம், மகிழ்ச்சி-துயரம், நல்லது-கெட்டது என்ற

மாறி மாறி வரும் சுழற்சியுடனேயே இந்த மக்களின் வாழ்க்கை நடந்துகொண்டிருந்தது. ஒரு பொழுது மகிழ்ச்சி, ஒரு பொழுது துயரம் -இப்படியே அவர்களுக்கு நாட்கள் கழிந்துகொண்டிருந்தன. அவர்களுடைய வீடுகள்! ஒவ்வொருவருக்கும் ஒரு வைக்கோல் குடிசை, அவ்வளவுதான். ஒவ்வொரு குடிசைக்கும் அருகில் விசால மான பல வகை தானிய, காய்கறி வயல்கள்.

பார்க்கும்போதே மனதை மயக்கும் பூமி அது. கஜேன் சிறு வயதில் தன் அத்தையுடன் முதல் முறையாக அங்கு மீன் பிடிக்க வந்திருந்தான். பதினேழு- பதினெட்டு வருஷங்களுக்கு முந்திய விஷயம். அன்று நடந்ததை அவன் வாழ்க்கையில் ஒருபோதும் மறக்கமாட்டான். சிறிய சிறிய செடிகள், வேர்கள்-கொடிகள், நீளமான புல், கரும்பு வயல்கள் வழியாக அவன் அத்தையுடன் அங்கு வந்திருந்தான். அவனுக்கு அப்போது எட்டு-ஒன்பது வயதுதான் இருக்கும். அவனுடைய சிறு பருவ அந்த நாளின் முதல் மயிர்க்கூச்செறியும் அந்த பரிச்சயத்தின் சிலிர்ப்பை அவன் இன்றும் உணர்ந்தான். மீண்டும் மீண்டும் அங்கு வந்தபோதிலும் ஒவ்வொரு முறையும் அவன் இன்றும் அந்த உணர்வைப் பெற்றான். அந்த சிலிர்ப்பின் கவர்ச்சிதான் அவனை இன்றும் குரயீகுடித் தீவுக்கு இழுத்துக்கொண்டு இருந்தது. அந்தக் காலத்தின் சிறியதும், பெரியதுமான புதர்கள், செடிகள், புல், காட்டுக்கொடிகள், நீளப் புல் வகைகளால் நீண்டு கிடந்த அந்த நிலப் பரப்பு இப்போது உருளைக்கிழங்கு-வெங்காயம்-பூண்டு, எள், மிளகாய் இன்னும் வகை வகையான காய்கறிச் செடிகளால் பசுமை நிறைந்து இருந்தது. கடந்த பத்து-பன்னிரண்டு வருஷங்களில் ஒவ்வொருவராக எத்தனையோ பேர் வந்து அங்கு குடியேறினார்கள், இன்று வரை அவர்களுக்குள் எப்போதும் எந்த சண்டை-சச்சரவும், மனக் கசப்பும் வந்து கஜேன் பார்த்ததில்லை. இரவும் பகலும் உழைத்து வாழ்க்கையை நடத்தும் அந்த மக்கள் அமைதியாக இணைந்து வாழ்ந்தார்கள். இங்கு வியாபித்து இருக்கும் அமைதியை விரும்பினால் கையால் தொட முடியும், கண்களால் பார்க்க முடியும், மனதின் ஆழத்தால் உணர முடியும் என்று கஜேன் யோசித்துக்கொண்டிருந்தான்.

ஆனால் இன்று நிலைமை வேறு வகையாக இருந்தது. குரயீ நதியின் ஓரமாகவே ஒற்றையடிப் பாதையில் பிரம்மபுத்ராவை நோக்கிப் போகும்போது இன்று கஜேனின் மனதை கவலை அலைகள் சூழ்ந்துகொண்டன. சற்று நேரத்திற்கு முன்பு ஹசீனா சொன்ன விஷயங்களின் அர்த்தத்தை ஹசீனா, மன்சூரைப் போலவே அவனாலும் புரிந்துகொள்ள முடியவில்லை. அந்த விஷயங்களிலேயே கவலை மணம் வீசியது, அந்த கள்ளம் கபடு அறியாத மக்களிடையே வியாபித்திருந்த அமைதி குலைந்துவிடுமோ

என்பதுதான் அந்தக் கவலை. அவனுடைய நடையின் வேகம் சற்று அதிகரித்தது. மௌல்விகளின் மீட்டிங்கில் நடந்துகொண்டிருக்கும் பேச்சுகளைக் கேட்டால் என்ன நடக்கப் போகிறது என்பது பற்றி அவனால் ஏதாவது ஊகிக்கமுடியலாம்.

பிரம்மபுத்ராவின் உயரமான கரை அருகில் சென்று அவன் கீழே எட்டிப் பார்த்தான், நதிக் கரையின் மணலில் குரயீகுடி முஸ்லீம்கள் எல்லாரும் ஒரு நடுத்தர வயது மனிதரை சுற்றி உட்கார்ந்திருந்தார்கள். பாதி நரைத்த நீண்ட தாடியோடு கூடிய அந்த மனிதர்தான் மௌல்வி போலிருந்தது. அவர் அருகிலேயே நீண்ட தாடியோடு இருந்த மற்றொரு மௌல்வி உட்கார்ந்திருந்தார். நின்றிருந்த மௌல்வி சொற்பொழிவு செய்யும் பாணியில் அந்த மக்களுடைய மொழியில் மிகவும் உருதுச் சொற்களைக் கலந்து உரக்க ஏதோ அறிவுறுத்திக்கொண்டிருந்தார். சற்று தொலைவில் நதியில் ஒரு படகு கட்டியிருந்தது, ஒருவேளை அதில்தான் அவர்கள் வந்திருப்பார்கள். அந்தக் காட்சியை விட அதிகமாக திடுக்கிட வைத்தது மணலில் நீளமான மூங்கிலின் மீது பறந்துகொண்டிருந்த பச்சைக்கொடி. அந்தக் கொடியின் நடுவில் ஒரு பிறை வடிவம் அமைந்திருந்தது. கஜேன் அது வரை இரண்டு வகையான கொடிகளைத்தான் பார்த்திருந்தான். ஒன்று யூனியன் ஜாக் கொடி, மற்றொன்று இண்டியன் நேஷனல் காங்கிரசின் மூவர்ணக் கொடி. எதிரில் அவர்கள் எந்தக் கொடியை நட்டு வைத்திருக்கிறார்கள் என்று அவனுக்குப் புரியவில்லை. அவன் வேகமாக கரை மணலை நோக்கிப் போக இருந்தபோது மௌல்வி தன்னைக் கடுமையாகப் பார்ப்பதையும், தன் பேச்சை நிறுத்திவிட்டதையும் கண்டான். மௌல்வி அங்கே உட்கார்ந்திருந்தவர்களிடம் தன்னைப் பற்றி "இவன் யார்?" என்று கேட்பது போல தொலைவிலேயே அவனுக்குத் தோன்றியது. யாரோ மௌல்விக்குத் தன்னைப் பற்றிக் கூறுவதாகவும் தோன்றியது. ஒரு தீவிரமான சந்தேகப் பார்வையை கஜேன் மீது வீசிய பிறகு மௌல்வி பேசாமல் நின்றார். ஏதோ தவறு செய்துவிட்டவன் போல உணர்ந்த கஜேன் அங்கேயே நின்றுவிட்டான், அவனால் முன்னால் போக முடியவில்லை. அத்தனை வருடங்களாக அறிந்து பழகிய அதே கிராம மக்கள்தான், ஆனால் இன்று அவர்களுடைய முகங்களை சரியாக ஏறிட்டுப் பார்க்கக் கூட அவனுக்கு சங்கடமாக இருந்தது. சில வினாடிகள் அங்கேயே நின்று அவன் அந்த இரண்டு மௌல்விகளையும், கூடி உட்கார்ந்திருந்த மக்களையும் மிகுந்த கவனத்துடன் பார்த்தான், பிறகு சட்டென்று திரும்பி நதியின் உயரமான கரை மேல் நடந்து வந்தான். அவன் அவ்வாறு திடீரென்று அவர்களிடையே வந்து நின்றது அந்த மௌல்விகளுக்கு சற்றும் பிடிக்கவில்லை என்று

அவனுக்குத் தெளிவாகப் புரிந்தது.

கஜேன் மேலே வந்து வயல்களுக்கிடையில் ஒற்றையடிப் பாதையில் சில அடிகள்தான் எடுத்து வைத்திருப்பான், "கஜேன், கொஞ்சம் நில்லு." என்ற குரல் பின்னாலிருந்து வந்தது.

அவன் திரும்பிப் பார்த்தான், மன்சூர் பின்னால் வந்து கொண்டிருப்பதைக் கண்டு நின்றான்.

இருவரும் வீட்டை நோக்கி நடந்தார்கள். வீட்டிற்குத் திரும்பும் வழியில் மௌல்வி சொன்னவற்றை மன்சூர் சொல்ல கஜேன் கேட்டான். மீட்டிங் அப்போது முடிந்திருக்கவில்லை, கஜேன் திடீரென்று அங்கு வந்துவிட்டதால் தடங்கி நின்றுவிட்டது. கஜேன் திரும்பிப் போனதும் மௌல்வியின் சொற்பொழிவு மீண்டும் துவங்கிவிட்டது, ஆனால் மௌல்வி சொன்ன விஷயங்களோடு மன்சூருக்கு உடன்பாடு இல்லாததால் அவன் எழுந்து வந்து விட்டான். அது மட்டுமல்ல, மற்றவர்களாலும் மௌல்வி சொன்னதை ஒத்துக்கொள்ள முடியவில்லை.

மன்சூர் அந்த விஷயங்களை தான் எந்த அளவு புரிந்து கொண்டானோ அந்த அளவு கஜேனுக்கும் புரியவைக்க முயற்சித்தான். அவர்கள் சொன்னதின் மையக் கருத்து இதுதான்- நமக்கு ஒரு நாடு இருக்கிறது. இப்போது இந்த ஒரே நாட்டில் நாம் எல்லாரும் இருக்கிறோம், ஹிந்துக்களும், முஸ்லீம்களும். இப்போது இந்த நாடு விடுதலை பெற்றுவிடும். இங்கிருந்து பிரிட்டிஷ் அரசாங்கம் திரும்பிப் போய்விடும். நம் நாட்டில் நம்முடைய அரசாங்கம் அமையும். ஆனால் இப்போது முஸ்லீம்களுக்காக ஒரு தனி முஸ்லீம் அரசாங்கம் அமையும். அவர்களுக்கு ஒரு தனி நாடு இருக்கும். அந்தப் புதிய நாட்டின் பெயர் பாகிஸ்தான். முஸ்லீம்கள் பாகிஸ்தானில் இருப்பார்கள். பாகிஸ்தான் என்று ஒரு நாடு அமைவதை நாட்டு மக்கள் சிலர் விரும்பவில்லை. ஹிந்துக்களும் முஸ்லீம்களும் சகோதரர்களாக ஒரே நாட்டில் இருக்கவேண்டும் என்று அவர்கள் சொல்கிறார்கள். ஆனால் அதை முஸ்லீம் தலைவர்கள் ஒத்துக்கொள்ளவில்லை, அவர்களுக்குத் தங்கள் நாடாக பாகிஸ்தான் வேண்டும். பாகிஸ்தான் அமைவதற்காக மௌல்விகள் நாடு முழுதும் உள்ள முஸ்லீம்களை போராட்டத்திற்குத் தயார் செய்துகொண்டிருக்கிறார்கள்.

குரயீகுடிக்கு வந்திருந்த அந்த இரண்டு மௌல்விகளும் அவ்வாறான போராட்டத்திற்கு அந்த மக்களைத் தயார் செய்து கொண்டிருக்கிறார்கள். 'நாம் முஸ்லீம்கள் எல்லாரும் சேர்ந்து நம்முடைய ஒரு தனி நாடு, பாகிஸ்தான் கேட்கவேண்டும். இந்த நாடு சுதந்திரம் ஆகும்போது இந்த நாட்டை விட்டு அகன்று

நாம் நம்முடைய முஸ்லீம் அரசாங்கத்தோடு பாகிஸ்தானுக்குப் போய்விடுவோம். அப்படியில்லாமல் இங்கேயே இருந்தால் நமக்கு ஹிந்துக்களால் எப்போதும் ஆபத்துதான்.' என்று அவர்கள் சொல்லிக் கொடுத்துக்கொண்டிருக்கிறார்கள்.

மௌல்விகளின் சொற்பொழிவுகளிலிருந்து மன்சூர் மேலோட்டமாக அவ்வளவுதான் புரிந்துகொண்டிருந்தான். அதையே அவன் தன் எளிய மொழியில் கஜேனுக்குப் புரியவைக்க முயற்சித்தான். மன்சூர் சொல்லி முடிக்கவும் அவர்கள் இருவரும் மன்சூரின் வீட்டிற்கு வந்து சேரவும் சரியாக இருந்தது.

நெருப்பில் சுட்டு வைத்திருந்த கோதுமைக் கதிரிலிருந்து கோதுமை மணிகளை எடுத்து கையில் கசக்கியபடி கஜேன், "அவர்கள் சொன்னதை சொன்னீர்கள், கேட்டேன், இப்போது நீங்கள் என்ன தீர்மானித்திருக்கிறீர்கள் என்று சொல்லுங்கள். இந்த நாடு சுதந்திரம் ஆன பிறகு, உங்களுக்காக பாகிஸ்தான் என்று ஒரு நாடு அமைந்த பிறகு, நீங்கள் இந்த கிராமத்தை விட்டு அங்கே போய்விடுவீர்களா?" என்று கேட்டான்.

அதற்குள் இன்னும் சில குரயீகுடி முஸ்லீம்களும் இடையிலேயே மௌல்விகளின் மீட்டிங்கை விட்டு எழுந்து வந்துவிட்டிருந்தார்கள், கஜேனின் அருகிலேயே குடிசைக்கு வெளியே திறந்த வெளி வராந்தாவில் உட்கார்ந்திருந்தார்கள். அவர்களைப் போலவே பாதிப் பேர் மீட்டிங்கிலிருந்து இடையிலேயே எழுந்து தங்கள்-தங்கள் வயல்களுக்குப் போய்விட்டதாக அவர்கள் சொல்லி கஜேன் தெரிந்து கொண்டான்.

"போவது என்ற பேச்சுக்கே இடமில்லை. பாகிஸ்தான் அமைந்துவிட்டாலும் நாங்கள் ஏன் போகவேண்டும்? இந்த மாதிரி விளைச்சலை அங்கே பார்க்கமுடியுமா? நாங்கள் எங்கள் வியர்வை யையும் ரத்தத்தையும் சிந்தி இந்த பூமியை உழுதோம், வீடுகள் கட்டினோம், பயிர்த்தொழில் செய்தோம். இத்தகைய வளமான பூமி அங்கு கிடைக்குமா? இங்கே நாங்கள் எங்கள் அஸ்ஸாம் சகோதரர்கள் வீடுகளுக்குப் போகிறோம், கல்யாணம், பூஜை, உற்சவங்களில் ஒன்றாக உட்காருகிறோம், எழுந்திருக்கிறோம், சாப்பிடுகிறோம், திருவிழா பார்க்கப் போகிறோம், இன்னும் என்னென்ன இருக்கிறது இங்கே! நாங்கள் இந்த இடத்தை விட்டு எப்படிப் போவோம், கஜேன்?"

மன்சூரின் இடத்திலிருந்து கஜேனின் கேள்விக்கு மிக நீண்ட ஒரு பதிலை அங்கு வந்து உட்கார்ந்திருந்த முஸ்லீம்களில் எல்லாரையும் விட வயதான ஒரு முதியவர் அளித்தார். அவர் ரஹமத் கான்.

"நீங்கள் சரியாக சொல்கிறீர்கள் ரஹமத் சாப், நாம் இந்த இடத்தை விட்டுப் போகும் பேச்சுக்கே இடமில்லை. பாகிஸ்தான் அமையட்டும், அமையாமல் போகட்டும், நமக்கு என்ன?" என்று மற்றொரு முஸ்லீம் பெரியவர் ரஹமத் கானின் பேச்சை ஆதரித்துக் கூறினார்.

"மிக சரியாக சொல்கிறீர்கள். நாம் இந்த பூமியை, இந்த நாட்டை விட மாட்டோம், இது சத்தியம்." என்று ஒரே குரலில் எல்லாரும் சொன்னார்கள்.

ஹசீனா அலுமினியம், கல், கண்ணாடி கோப்பைகளில் டீ எடுத்துக்கொண்டு வந்து. எல்லாருக்கும் கொடுத்தாள். அவள் கஜேனிடம் கண்ணாடிக் கோப்பையைத் தந்துவிட்டு, "ரஹமத் மாமா, நான் நேற்று அப்பாவிடம் இதைத்தான் சொன்னேன், எது செய்வதாக இருந்தாலும் கஜேன் மாமாவிடம் கலந்து பேசிவிட்டு செய்ய சொன்னேன்." என்றாள்.

"என்னுடன் கலந்து பேசி என்ன செய்வீர்கள்? நான் உங்களுக்கு என்ன யோசனை சொல்ல முடியும்? எல்லா முஸ்லீம்களும் சேர்ந்து உங்களுக்காக புதியதாக ஏதோ ஒன்று செய்யப் போகிறார்கள், அதில் நான் எதுவும் சொல்வதிலும் சொல்லாமல் இருப்பதிலும் முக்கியத்துவம் எதுவும் இல்லை. ஆனாலும் ஒரு விஷயம் கட்டாயம் சொல்ல விரும்புகிறேன்-நீங்கள், இந்தக் குரயீகுடி கிராம மக்கள் எப்போதும் இங்கேயே குடியிருப்பது என்று தீர்மானித்துவிட்டால் மற்ற சமயத்தை சேர்ந்த மக்களால் உங்களுக்கு எந்த ஆபத்தும் ஏற்படாது. மௌல்விகள் தற்போது உங்கள் மனதில் சந்தேகத்தை எழுப்பியிருக்கிறார்கள், ஆனால் நான் உங்களுக்கு உறுதியாக சொல்ல முடியும், குறைந்த பட்சம் இங்கு உங்களுக்கு எந்தக் கஷ்டமும் நேர சாத்தியமே இல்லை. நான் உங்களுக்கு எந்த அபாயமும் நேர விடமாட்டேன், நினைவில் வையுங்கள்."

கஜேனின் சொற்களில் மின்னிய நம்பிக்கையும், உறுதியும் முஸ்லீம்களின் மனதில் சற்று ஆறுதலை உண்டாக்கியது.

"கஜேன் என்ன சொல்கிறான் என்று கேட்டீர்களா? நமக்கு ஒன்றும் நேராது. பாகிஸ்தான் அமைந்தாலும் நாம் இங்கேயே இருப்போம். இதுதான் நம் நாடு... ஆமாமா, இல்லையா?" என்று மற்ற எல்லாரையும் பார்த்து ரஹமத் மியான் கேட்டார்.

"ஆமாம், ஆமாம், நீங்கள் சரியாகவே சொல்கிறீர்கள்." என்று மீண்டும் எல்லாரும் ஒருமித்த குரலில் சொன்னார்கள்.

கஜேன் மேற்கே சாயத் தொடங்கியிருந்த சூரியனைப் பார்த்தான். தான் இன்று என்ன செய்வதற்காக குரயீகுடிக்கு வந்தோம் என்று

நினைவுபடுத்திக் கொள்ள அவன் முயற்சித்தான். தூண்டில் கொண்டு வரவில்லை. வேறு எந்த முக்கியமான காரியமும் நினைவு வரவில்லை. அன்று காலை ஹசீனாவின் நினைவு வந்துவிட்டது, அவ்வளவுதான். வேறு எந்த விசேஷமான காரணமும் இல்லை. அன்று காலை அவன் சீக்கிரமே எழுந்துவிட்டான். வெளியே போய் சிறுநீர் கழித்துவிட்டு வந்து தூங்கிவிடலாம் என்று அவன் நினைத்தான். ஆனால் இரவு கடைசி ஜாமத்தில் பெய்த மழையால் காற்றில் இருந்த புத்தம் புதிய தன்மையும், மணமும், கழிகின்ற இரவின் மங்கலான இருட்டும் அவன் மனதைக் கவர்ந்தன, வீட்டிற்குள் திரும்பிச் செல்ல மனம் வரவில்லை.

கஜேன் ஒரு பீடி பற்ற வைத்துக்கொண்டு வெளியே வராந்தாவில் நாற்காலி மீது உட்கார்ந்தான். எதிரில் பரந்து கிடந்த முன் வாசலின் ஓரத்தில் இருந்த நெல்லி, நாவல் மரங்களின் மீது உட்கார்ந்திருந்த சில சிறிய குருவிகள் அவன் கண்ணில் பட்டன. வானம்பாடி, கருங்குருவி, சிட்டுக்குருவி, ஒரு சிறிய தேன் சிட்டு ஜோடி. முன் வாசலில் ஒரு புறா ஜோடி காணப்பட்டது. எல்லாப் பறவைகளும் பொழுது விடியப் போகிற மகிழ்ச்சியில் இங்கும் அங்கும் தத்தித் தாவித் திரிந்துகொண்டிருந்தன. அவற்றைப் பார்த்துதான் கஜேனுக்கு ஹசீனாவின் நினைவு வந்துவிட்டது. பறவைகளைக் கண்டால் ஹசீனாவால் நிற்கவே முடியாது, அவற்றின் பின்னாலேயே ஓடுவாள். இப்போதே பிடித்துக்கொண்டு வந்துவிடுவாள் என்று தோன்றும். இன்றும் அவளுடைய அந்த சிறு வயதுப் பழக்கம் அவளை விட்டுப் போகவில்லை. கஜேன் மீன் பிடிக்கப் போகும்போதெல்லாம் அவளும் வருவாள், நதி ஓரத்தில் கொக்கு, வாத்து, சிறிய சிறிய மீன்களைப் பிடித்து உண்ணும் பறவைகளின் பின்னாலேயே ஓடி அவற்றைப் பிடிக்க முயற்சிப்பாள்.

விடிவதற்கு முந்திய அந்த மங்கலான இருட்டில் கத்திக்கொண்டு-தத்தித் தாவிக்கொண்டு இருந்த பறவைகளைக் கண்டு கஜேனுக்கு மிக இயல்பாக ஹசீனாவின் நினைவு வந்துவிட்டது. தான் நீண்ட நாட்களாக குரயீகுடிப் பக்கம் போகவே இல்லை என்பதும் அப்போதுதான் அவன் நினைவுக்கு வந்தது.

கஜேன் காலையில் பலகாரம் சாப்பிட்டுவிட்டுதான் குரயீகுடிக்கு சென்றான். அப்படியே ஒரு சுற்று சுற்றிவிட்டு வரலாம் என்று நினைத்துதான் போனான். விசேஷ காரணம் எதுவும் இல்லைதான், எல்லாரும் எப்படி இருக்கிறார்கள் என்று தெரிந்துகொள்ளலாம், ஓய்வாக உட்கார்ந்து அரட்டை அடிக்கலாம் என்று யோசித்துதான் அவன் சென்றான்.

ஆனால் அங்கு நடந்ததென்னவோ வேறு வகையாக இருந்தது. அவன் ஓய்வாக அரட்டை அடித்து பொழுதைக் கழிக்க நினைத்தது என்ன, இத்தனை பெரிய, சிக்கலான விஷயத்தில் வந்து மாட்டியது என்ன! நாடு விடுதலை ஆகப் போகிறது, அவ்வளவுதான் அவனுக்கும் தெரியும். கடந்த சில நாட்களாக தர்மானந்தா வைத்தியரின் கடையில் செய்திப் பத்திரிக்கைகள் படிப்பதில் இப்போது சுதந்திர சூரியன் உதயமாகப் போகிறது என்பதை மட்டும் எல்லாரும் அறிந்திருந்தார்கள்.

காந்தி, நேரு, பட்டேல், ஆஜாத் ஆகியோரின் பெயர்களுடன் இப்போதெல்லாம் இன்னும் ஒரு பெயரும் தவறாமல் நாள் இதழ்களில் இடம் பெறுகிறது. அந்தப் பெயர் முகம்மது அலி ஜின்னா. அவர் சுதந்திரப் பாதையில் தொடர்ந்து பாறாங்கற்களைப் போட்டு தடங்கல் ஏற்படுத்திக்கொண்டே வருவதாகத் தோன்றியது. அவர் கங்கை நதியைத் திருப்பி விட முயற்சித்துக்கொண்டிருந்தார். அவரால்தான் நாடு முழுதும் புயல் போல வந்துவிட்டிருந்தது. இப்போது அந்த ஆவேச அலைகள்தான் குரயீகுடி முஸ்லீம்களையும் தொட்டுக்கொண்டிருந்ததாக கஜேனுக்குத் தோன்றியது.

கஜேனின் மனதில் இருந்த சுதந்திரத்தின் அழகு தற்போது சற்று புகை படிந்தது போல ஆகிக்கொண்டிருந்தது. மதன் சாரின் சொற்களைக் கேட்டு, தன் வட்டாரத்தில் நடக்கும் கூட்டங்களுக்கு சென்று, நாள் இதழ்களில் செய்திகள் படித்து அவன் மனத்திரையில் பதிந்திருந்த சுதந்திர அழகு இறுதியில் இந்த நாட்டில் வராமலே போய்விடுமோ? ஒரு பக்கம் மௌல்வியைப் போன்றவர்களும், மறு பக்கம் யாதவ் பௌரா போன்றவர்களும் சேர்ந்து சுதந்திரத்தின் பாதையை மாற்றிவிடுவார்களோ! யாதவ் பௌராவோ சுதந்திரத் திற்காக தான் செய்த தியாகங்களைப் பற்றிப் பெருமை பேசிக் கொண்டு கர்வத்துடன் திரிகிறார். அப்படியானால் கஜேனும் தன் தியாகத்தைப் பற்றிப் பேசத்தான் வேண்டும்.

திடீரென்று அவன் முதுகு சிலிர்த்தது. ஐந்து வருடங்களுக்கு முன்பு தன் முதுகில் விழுந்த இன்ஸ்பெக்டரின் சாட்டை அடி அவன் நினைவுக்கு வந்தது. கஜேன் எப்போதும், யாரிடமும் கர்வத்துடன் எதுவும் சொன்னதில்லை, ஆனால் மதன் சாரின் சொற்களால் கவரப்பட்டு எத்தனை எத்தனை வேலைகளை அவன் அந்த நாட்களில் செய்திருந்தான், அதற்காக அவன் தன்னைத் தானே மெச்சிக்கொண்டான்.

அந்தக் கடந்து சென்ற நாட்கள் அவன் நினைவுக்கு வந்தன.

அவன் ஸ்கூலை விட்டு ஒரு வருஷம் ஆகியிருந்தது. அவர்களுடைய இடைநிலைப்பள்ளியில் சாந்தி சேனை அமைக்கப்

படுவதாக அவனுக்குக் காற்றுவாக்கில் செய்தி வந்தது. சேனை இரு வகைப்படும், ஒன்று இளைஞர்கள்-இளம் பெண்களுக் கானது, மற்றொன்று வயதில் சிறிய, கஜேனை ஒத்த சிறுவர்-சிறுமிகளுக்கானது. அது சுதந்திரப் போராட்டத்தில் ஈடுபடும் சாந்தி சேனை. அவர்களுடைய ஸ்கூலுக்குப் பின்னால் இருந்த திடலில் பரேட் நடந்துகொண்டிருந்தது. செய்தியைக் கேட்டதுதான் தாமதம், கஜேன் அங்கே போய்விட்டான். முதலில் அவன் தொலைவில் நின்று பேசாமல் சிறுவர்-சிறுமியர்கள் பரேட் செய்வதைப் பார்த்துக் கொண்டிருந்தான். ஒரு முறை அவர்கள் பரேட் செய்துகொண்டே அவனுக்கு மிக அருகாமையில் சென்றார்கள், முன்னால் சிறுமிகள், பின்னால் சிறுவர்கள். இருவர்-இருவராக வரிசையாக அணிவகுத்து அவர்கள் மார்ச் பண்ணி சென்றுகொண்டிருந்தார்கள், இடை யிடையே கமாண்டரின் கட்டளைகள் கேட்டது, 'ஒன்-டூ, ஒன்-டூ, லெஃப்ட் டர்ன், ரைட் டர்ன். பரேட் அவனுக்கு அருகில் கடந்து சென்றபோது இருவர்-இருவராக சென்றுகொண்டிருந்த அந்த வரிசையின் கடைசியில் ஒரு சிறுவன் தனி ஒருவனாக மார்ச் செய்து போய்க்கொண்டிருந்ததை அவன் பார்த்தான். அவன் அருகிலேயே ஆப்பிள் போல சிவந்து ஆரோக்கியத்தைக் காட்டும் கன்னங்களுடன் இருந்த ஒரு உயரமான, பருமனான மனிதர் கையில் பிரம்புடன் கமாண்ட் அளித்துக்கொண்டே போய்க் கொண்டிருந்தார். அவர் கதர் கால்சட்டையும், சட்டையும், காந்திக் குல்லாயும் அணிந்திருந்தார். அவர் சட்டைப் பையில் விசில் இருந்தது, பாதங்களில் வெள்ளைக் கால் உறை- பூட்ஸ். அவருடைய பெயர் ரூபாராம் கோகோயி என்று கஜேனுக்கு பிறகு தெரிந்தது. அந்த மனிதர்தான் சாந்தி சேனையின் மாவட்டத் தலைவர். அவர் கஜேனின் அருகில் கடந்து சென்றபோது, "ஏய்! வரிசையில் வா!" என்றார்.

அவர் அப்படி சொன்ன அடுத்த வினாடி கஜேன் ஓடிப் போய் கடைசியில் தனியாகப் போய்க்கொண்டிருந்த சிறுவனுக்கு ஜோடியாகப் போய் நின்றுவிட்டான், அவனோடு சேர்ந்து அடி எடுத்து வைத்து மார்ச் செய்தபடி சென்றான்.

கிட்டத்தட்ட ஒரு வாரம் வரை கஜேன் இருந்த சாந்தி சேனையில் ஒழுங்காக பல மணி நேரம் பல வகைப் பயிற்சிகள் நடந்துகொண்டிருந்தன. உடலை ஆரோக்கியமாகவும், வலுவாகவும் வைத்துக்கொள்வதோடு போராட்ட சீரணி ஊர்வலத்தில் முன்னேறி செல்லும்போது போலீஸ் தடியடி நடத்தினால் அல்லது கண்ணீர்ப் புகை குண்டு வீசினால், கடைசியில் துப்பாக்கியால் சுட்டுவிட்டால் எப்படி தன்னைக் காத்துக்கொள்வது, துர்பாக்கிய வசமாக யார் மீதாவது துப்பாக்கி குண்டு பாய்ந்துவிட்டால் அல்லது தடியடி

பட்டுவிட்டால் உடனே முதல் சிகிச்சை எப்படி செய்வது ஆகிய பயிற்சிகளும் அவர்களுக்குத் தரப்பட்டன. முதல் சிகிச்சையில் சிறப்புப் பயிற்சிக்கு அவர்களில் சிலரைத் தெரிவு செய்து ஒரு சிறிய குழு அமைக்கப்பட்டது. சில ரகசிய ஒலிக் குறியீடுகளின் பயிற்சிக்கு மற்றொரு குழுவும் தெரிவு செய்யப்பட்டது. இந்த சாந்தி சேனைக்கு ஒவ்வொரு நாளும் எளிய மொழியில் இந்திய சுதந்திரப் போராட்டம் தொடர்பாக சில நிகழ்கால நடப்புகளும் தெரிவிக்கப்பட்டன.

அந்தக் காலகட்டத்தில் குழுவின் தலைவர் ரூபாராம் கோகோயி ஒவ்வொரு பயிற்சியிலும், ஒவ்வொரு விஷயத்தையும் புரிந்துகொள்வதிலும் எல்லாரிலும் முன்னால் நிற்பவனாக, எல்லாரையும் விட அறிவுக்கூர்மையோடு ஒரு ஆரோக்கியமான, திறமையான சிறுவனாக கஜேன் இருந்ததைக் கவனித்தார்.

அவன் கூரிய அறிவும், திறமையும் கொண்டவனாக இருந்ததோடு மட்டுமல்லாமல் எதற்கும் அஞ்சாதவனாகவும் இருந்தான், ஒவ்வொரு கலந்தாய்விலும் முன்னால் வந்து பங்கு கொண்டு தன் கருத்தைத் தெரிவிக்கத் தயங்காதவனாக இருந்தான். அவனுடைய இந்த குணங்களைக் கவனத்தில் கொண்டு கோகோயி கஜேனை 'ஆ' கிளையின் தலைவனாக்கத் தீர்மானித்தார்.

அவ்வாறு சாந்தி சேனையில் 'ஆ' கிளை சிறுவர் அணியின் தலைவன் ஆனான் கஜேன் கேவோட். எந்த சமயத்திலும், எந்த சூழலிலும் எப்போது எந்தப் பொறுப்பு தரப்பட்டாலும் அதை நிறைவேற்ற உடலாலும், மனதாலும் தயாராகவும், உறுதியாகவும் இருந்தான் கஜேன் கேவோட். பிறகு உண்மையிலேயே ஒரு முக்கியமான பொறுப்பு போராட்ட நிர்வாகிகளிடமிருந்து கஜேனிடம் ஒப்படைக்கப்பட்டது.

சுதந்திரப் போராட்டத்தில் பங்கு கொண்டு இன்னும் சிறைக்கு செல்லாமல் வெளியே இருந்த, எல்லாருடைய பார்வையிலிருந்தும் விலகி தொலைவில் எங்கோ மறைந்திருந்து தலைமைப் பொறுப்பை நிர்வகித்துக்கொண்டிருந்த தலைவர்களுடைய போராட்டத்தை நடத்துவதற்கான கட்டளைகளை ஒரு இடத்திலிருந்து மற்றொரு இடத்திற்கு பாதுகாப்பாகக் கொண்டுசெல்வது மிக ரகசியமானதாக, ஆபத்தானதாக இருந்தது. போராட்டம் தொடர்பாக நடத்தப்பட்ட செயல்களில் ஒரு முக்கியமான செயல் போலீஸ் ஸ்டேஷன்களில் பறந்துகொண்டிருந்த யூனியன் ஜாக் கொடியை அகற்றிவிட்டு அந்த இடத்தில் இந்திய மூவர்ணக் கொடியைப் பறக்க விட்டுவிட்டு வருதல். ஒரு போலீஸ் நிலையத்தின் கட்டுப்பாட்டில் இருக்கும் கிராமங்களின் சீரணிக் குழுக்கள் ஒன்று சேர்ந்து ஒன்றாக போலீஸ்

நிலையத்திற்கு சென்று போலீஸ் நிலையத்தில் பறக்கும் பிரிட்டிஷ் கொடியை இறக்கிவிட்டு தங்கள் மூவர்ணக் கொடியைப் பறக்க விடவேண்டும். சாதாரண மக்கள் கூட்டத்திற்கு முன்னால் சாந்தி சேனை உறுப்பினர்கள் செல்லவேண்டும். எல்லாருக்கும் முன்னால் 'ஆ' கிளை சிறுவர்-சிறுமியர், அவர்களுக்குப் பின்னால் 'அ' கிளை இளைஞர்கள்- இளம் பெண்கள், அவர்கள் எல்லாருக்கும் பின்னால் சாதாரண மக்கள். ஒரு சிறுமி இந்த முழு ஊர்வலத்திற்கும் தலைமை தாங்கி கையில் மூவர்ணக் கொடியை ஏந்திச் செல்வாள். அந்த சிறுமியின் இரு பக்கமும் இரு கிளைகளின் தலைவர்களும், முனீந்திர காக்கோத்தியும், கஜேன் கேவோட்டும் செல்வார்கள். இருவரும் அந்த சிறுமி கொடியை ஏந்திச் செல்வதற்கு உதவி செய்வார்கள். சிறுமிகளின் கூட்டத்தில் சிலருடைய கைகளில் 'ஃபர்ஸ்ட் எய்ட் கிட்- பாக்ஸ்' இருக்கும்.

டிசம்பர், 20 கொடியேற்றத்திற்கான நாளாக தீர்மானிக்கப் பட்டது. கினாராம் பருவா, குனாராம் புயியா ஆகியோரின் தலைமையில் வட்டார காங்கிரஸ் கமிட்டி எல்லா செயல்களையும் நன்றாக சோதித்துப் பார்த்துக்கொண்டது. அந்தக் கமிட்டியிலிருந்து மையக் கமிட்டியுடன் முழுத் தொடர்பும் வைத்திருந்தார் அந்த வட்டார செய்தித் தொடர்புப் பொறுப்பாளர் மதன் சர்மா. மாவட்ட மையக் கமிட்டியின் கட்டளைகளை வட்டாரக் கமிட்டிக்குக் கொண்டு சேர்ப்பது, அதை முழுமையாக நிறைவேற்ற ஏற்பாடு செய்வது, அதற்கான ஆலோசனைகளைத் தருவது, பொருள்களைத் தருவது ஆகிய எல்லாப் பொறுப்புகளும் மதன் சர்மாவுடையது.

டிசம்பர், 20 செயல்பாட்டை நிறைவேற்றுவதற்கான எல்லா ஏற்பாடுகளும் செய்யப்பட்டுவிட்டிருந்தன. மறுநாள் செயல்பாட்டை கடைசியாக ஒரு முறை முழுமையாக பரிசீலித்துப் பார்ப்பதில் இரவு வெகு நேரம் கழிந்துவிட்டது. புயியா, பருவா, காக்கோத்தி, பௌரா ஆகிய வட்டார போராட்டக் கமிட்டி உறுப்பினர்கள் கூடி ஆலோசனை செய்துகொண்டிருந்தார்கள். கஜேனுக்கு அந்த ஆலோசனையில் பங்குகொள்ள எந்தத் தேவையும் இல்லைதான், ஆனால் அவன் பிடிவாதமாக ஒரு மூலையில் உட்கார்ந்து எல்லாவற்றையும் பார்த்துக்கொண்டு- கேட்டுக் கொண்டு இருந்தான். இடையில் ஒரு முறை காக்கோத்தி அவன் அங்கு உட்கார்ந்திருப்பதைப் பார்த்து, "கஜேன், நீ இப்போது போ, இரவு வெகு நேரம் ஆகிவிட்டது. நாளைக் காலை ஆறு மணிக்கு எல்லாரும் ஸ்கூல் மைதானத்தில் ஒன்று சேர்வார்கள். நீ சற்று சீக்கிரம் வந்துவிடு, சொன்னபடி அப்படியே உன் குழுவின் பொறுப்பை நிறைவேற்றவேண்டும். இப்போது வீட்டிற்குப் போ." என்று சொல்லவும் செய்தார்.

இரவு படுக்கையில் படுத்துக்கொண்டு தன்னுடைய மறுநாள் வேலையைப் பற்றி யோசித்தபடி, ஆயிரக்கணக்கானோர் திரண்டு போலீஸ் ஸ்டேஷனுக்கு செல்லும் காட்சியைக் கற்பனை செய்தபடி கஜேன் தூங்க முயற்சித்தான். தான் பொறுப்பு எடுத்துக் கொண்டிருக்கும் சாந்தி சேனை செய்ய வேண்டிய மிக முக்கியமான காரியத்தை சிறப்பாக செய்து முடிக்கவேண்டுமே என்ற கவலையிலேயே அவனுடைய மனமும் உடலும் இரவு முழுதும் சக்தி மிக்க உணர்ச்சி வெள்ளத்தில் மூழ்கிக்கொண்டிருந்தது. ஒரு மகத்தான காரியம், ஒரு மகத்தான பொறுப்பு எப்படி ஒருவரை சட்டென்று உணர்ச்சிவசப்படச் செய்கிறது என்பதை அவன் வாழ்க்கையில் முதல் முறையாக உணர்ந்தான். பொறுப்பை நிறைவேற்றுவதில் ஒரு அபூர்வ மகிழ்ச்சி, சிலிர்ப்பு உண்டாகிறது.

அதை எல்லாம் யோசித்தபடியே படுத்திருந்த கஜேனுக்கு தூக்கம் வந்துவிட்டது. ஆழ்ந்த உறக்கத்தில் இருந்த அவனுக்கு திடீரென்று தொலைவிலிருந்து யாரோ ஒருவருடைய மெல்லிய குரல் கேட்டது. எங்கோ தொலைவிலிருந்து யாரோ, "கஜேன், ஓ கஜேன், எழுந்திரு!" என்று கூப்பிட்டார்கள்.

குரல் கேட்டு அவன் தூக்கம் கலைந்து எழுந்து வெளியே வந்தான். முன் வாசலில் இரண்டு பேர் நின்றிருப்பதை அவன் பார்த்தான். வெளியே மங்கிய நிலா வெளிச்சத்தில் அவர்களில் ஒருவன் குரயீகுடி மாயிலா என்று தோன்றியது, இன்னொருவனை அவனுக்குத் தெரியவில்லை. அவன், "யார்? மாயிலாவா?" என்று கேட்டான்.

"ஆமாம், நான் மாயிலாதான், கூட இந்த போந்துராமை அழைத்து வந்திருக்கிறேன்." என்று பதில் வந்தது.

"இரவு இவ்வளவு நேரம் ஆகிவிட்டது! என்ன விஷயம்?" கஜேன் முன் வாசலில் இறங்கி மாயிலாவின் அருகில் சென்றான்.

"இந்தா, ஒரு கடிதம். நிஹாலியிலிருந்து ஒரு ஆள் கொண்டு வந்து என்னிடம் கொடுத்தான், உடனே நான் இங்கே உன்னிடம் கொண்டுவந்தேன்."

கஜேன் மாயிலாவிடமிருந்து கடிதத்தை வாங்கிக்கொண்டான், அவர்களை பெஞ்சில் உட்கார சொல்லிக்கொண்டே உள்ளே சென்றான்.

ஒரு விளக்கு வெளிச்சத்தில் சில வரிகளே எழுதப்பட்டிருந்த அந்த சுருக்கமான கடிதத்தை அவன் படித்தான்-

அன்புள்ள கஜேன்,

நீ இந்தக் கடிதம் கிடைத்தவுடன் இரவோடு இரவாக குரயீகுடிக்கு வந்து படகில் நதியைக் கடந்து இந்தக் கரைக்கு வந்து காத்திரு. ஒரு முக்கியமான தீர்மானம் குறித்த செய்தி சில மணி நேரங்களில் மையக் கமிட்டியிலிருந்து வந்து கொண்டிருக்கிறது. அந்தத் தீர்மானத்தைப் பற்றி அறிந்த பிறகுதான் நாளைய சீரணி ஊர்வலம், கொடி பறக்கவிடும் செயல் ஆகியவை உறுதிப்படுத்தப்படும். உனக்கு இருக்கிற நேரத்தைப் பொறுத்து முடிந்தால் புயியா அல்லது பருவாவுக்கு இந்த விஷயத்தைக் குறித்த செய்தியை சொல்லி விட்டு வா. அவர்கள் மையக் கமிட்டியின் கட்டளையை எதிர்பார்த்திருக்கும்படி சொல்.

ம.ச.

கஜேன் சட்டென்று எப்படியோ கால்சட்டையை அணிந்து கொண்டு பாட்டியை எழுப்பினான், "நான் மிக அவசியமான காரியமாக எங்கேயோ போகிறேன், நீ தூங்கு. யாரும் எதுவும் கேட்டால் 'எனக்குத் தெரியாது' என்று சொல்லிவிடு" என்றான்.

"சாப்பிடுவது- தூங்குவது எல்லாம் விட்டுவிட்டு எந்த மகா காரியத்தில் இறங்கியிருக்கிறானோ, கடவுளுக்குதான் வெளிச்சம்." என்று சொல்லியபடி பாட்டி விளக்கை எடுத்துக்கொண்டு வாசல் கதவு வரை வந்தாள், கஜேனும் மற்ற இருவரும் வெளியே போவதைப் பார்த்துக்கொண்டே இருந்தாள்.

கஜேன் வெளியில் கால் அடி எடுத்துவைத்ததுமே ஆகாயத்தைப் பார்த்துவிட்டு, "இரவு இரண்டாம் ஜாமம் முடிந்திருக்கும், இல்லையா!" என்றான்.

"ஆமாம், நடு இரவு ஆகிவிட்டது." என்றான் மாயிலா.

கஜேன் மனதிற்குள்ளேயே கணக்கு போட்டுப் பார்த்தான், புயியாவின் வீடு ஏறக்குறைய இரண்டு மைல் தூரம் இருக்கும், பருவா, காக்கோத்தி வீடுகள் அதை விட அதிக தூரம். அவர்களுக்கு செய்தி சொல்லிவிட்டு வந்து இன்னும் நான்கு மைல் நடந்து குரயீகுடி போகவேண்டும், பிறகு நதியைக் கடப்பதற்குள் விடியற்காலை ஆகிவிடும். வரவிருக்கிற தகவல் வந்துவிடும். காலையில் என்ன ஆனாலும் சரி, ஆறு மணிக்கு முன் மையக் கமிட்டியின் கட்டளையை புயியா முதலியவர்களுக்கு கொண்டு சேர்க்கத்தான் வேண்டும். கடைசியில் அவன் நேராக குரயீகுடி போக முடிவு செய்து பெரிய பாதையில் சென்றான்.

மாயிலாவின் சிறிய படகில் அந்தக் கரையை சென்று அடைந்தபோது காலைக்கு முந்திய எலுமிச்சம்பழ வெளிச்சம் கண்ணாமூச்சி காட்டிக்கொண்டிருந்தது. இதற்குள் நிச்சயம் யாராவது கட்டளையை எடுத்துக்கொண்டு வந்துவிட்டிருப்பான் என்ற நம்பிக்கையுடன் நான்கு பக்கமும் தொலைதூரம் வரை அவன் கூர்ந்து பார்த்தான், ஆனால் எங்கும் யாரும் காணப்படவில்லை.

கஜேன் படகில் போய் உட்கார்ந்தான். படகின் மறு முனையில் உட்கார்ந்திருந்த மாயிலா ஏதோ நேப்பாளிப் பாட்டை முணுமுணுக்கத் தொடங்கினான். பாட்டின் இனிய ஒலியுடன் நதி நீரின் ஒலியும் கஜேனுக்குக் கேட்டது. ஐப்பசி மாத விடியற்காலையின் குளிர்ந்த காற்று நதி நீரைத் தொட்டுக்கொண்டு வீசிக்கொண்டிருந்தது. ஒரு வேளை அந்தக் குளிர்ந்த காற்றின் காரணமாகவோ என்னவோ கஜேனின் மன ஆவேசம் சற்றுத் தணிந்தது. கஜேனின் பார்வை நதிக்கரையின் ஒற்றையடிப் பாதையிலேயே பதிந்திருந்தது.

ஆகாயம் சற்று வெளுக்கத் தொடங்கியது. கஜேன் அமைதி இழந்து நதிக் கரை மணலில் இங்கும் அங்கும் நடக்கத் தொடங்கினான். ஒரு முறை ஒற்றையடிப் பாதைக்கு சென்று வெகு தூரம் வரை பார்த்துவிட்டு வந்தான். எங்கும் யாரும் வருவதாகத் தெரியவில்லை.

சற்று நேரத்திற்குப் பிறகு தொலைவில் தெரிந்த பிரம்மபுத்ரா நதி நீரின் அடியிலிருந்து சிவப்பு சூரியன் தலை நீட்டத் தொடங்கியது.

இப்போது கஜேன் மிகவும் அமைதி குலைந்துபோனான். இது வரை ஏன் எந்தத் தகவலும் வரவில்லை? அவன் அந்தக் கட்டளையை ஆறு மணிக்கு முன்னதாக ஸ்கூல் மைதானத்திற்குக் கொண்டுசேர்க்க வேண்டும். அங்கிருந்து சீரணி ஊர்வலம் புறப்படும் முன் அதைக் கட்டாயம் கொண்டுசேர்க்க வேண்டும். அது என்ன கட்டளை? இங்கிருந்து நதியைக் கடந்து ஸ்கூல் வரை போவதற்கு குறைந்தது ஆறு மைல் தொலைவு போயாக வேண்டும். இப்போது சூரியன் ஒரு வெள்ளைக் கொக்கு சிறகை விரித்து மேலே மேலே செல்வது போல போய்க்கொண்டிருந்தது. அங்கேயே ஆறு மணி ஆகிவிடும் போலிருந்தது. என்ன செய்வது என்று அவனுக்கு ஒன்றும் புரியவில்லை. கட்டளையை வாங்காமலே போய்விடுவதா அல்லது இன்னும் சற்று நேரம் எதிர்பார்ப்பதா? சீரணி ஊர்வலத்தைக் கொண்டு செல்லும் பொறுப்பும் அவனுக்கு இருந்தது. அவன் என்ன செய்வான்... என்ன செய்யவேண்டும்?

நதிக் கரையில் தொலைதூரம் வரை கவலையோடு பார்த்துக் கொண்டே இருந்து இருந்து அவனுக்குக் கழுத்து வலித்தது. அவன் பயந்துபோனான். நிம்மதியிழந்து தவித்த அவன் தலைமுடியைப்

பிடித்து இழுத்துக்கொள்ளத் தொடங்கினான். பிறகு அவன் எழுந்து மாயிலாவின் அருகில் சென்று ஒரு பீடி பற்றவைத்துக்கொண்டான். ஒரு மாதமாக, சாந்தி சேனையில் சேர்ந்த நாளிலிருந்தே குழுவின் தலைவர் கட்டளைப்படி அவன் கஞ்சா, பீடி-புகையிலையை விட்டிருந்தான். அன்று மன இறுக்கத்தில் அவன் எல்லாவற்றையும் மறந்துவிட்டான். பீடியைப் புகைத்தபடியே அவன் நினைத்தான், இந் நேரம் இடைநிலைப் பள்ளி மைதானத்தில் சாதாரண மக்களும், சாந்தி சேனையின் இரு குழுக்களும் வந்துவிட்டிருப்பார்கள், கஜேன் ஏன் இன்னும் வரவில்லை என்று தலைவர்-கமாண்டர் எல்லாரும் ஆச்சரியப்பட்டுக்கொண்டிருப்பார்கள். எரியும் பீடியை உதடுகளில் அழுத்தியபடி அவன் மீண்டும் அங்கும் இங்கும் நடக்கத் தொடங்கினான். இடையிடையே அவன் கழுத்தை நீட்டி ஒற்றையடிப் பாதையில் கண்ணுக்கெட்டிய தூரம் பார்த்துக்கொண்டிருந்தான்.

கடைசியில் வெகு தொலைவில் ஒரு ஆள் தங்களை நோக்கி வெகு வேகமாக வந்துகொண்டிருப்பதை அவன் பார்த்தான். கஜேன் அவனைக் கூர்ந்து பார்த்தான். இவன்தான் அந்த ஆளா, வேறு யாராவதா!

சந்தேகமே இல்லை, இவன்தான்.. இவனேதான். கஜேன் அவனை நோக்கி ஓடினான், அதே வேகத்தோடு அந்த ஆளும் அவனை நோக்கி ஓடிவந்து தொலைவிலிருந்தே -

“வந்தே மாதரம்!” என்றான்.

கஜேனும் பதிலுக்கு “வந்தே மாதரம்!” என்றான்.

“நீங்கள்தான் கஜேன் கேவோட்டா?”

“ஆமாம், நான்தான் கஜேன். என்ன செய்தி கொண்டுவந்தீர்கள்?”

“இந்தக் கடிதத்தை வாங்கிக்கொள்ளுங்கள், புயியாவிடம் கொடுத்துவிடுங்கள்.”

அந்த ஆள் தன் சட்டையில் மடித்து மறைத்து வைத்திருந்த கடிதத்தை எடுத்து அவனிடம் தந்தான். கஜேன் நடந்துகொண்டே சொன்னான், “நடங்கள். துறைக்குப் போய் பேசுவோம். நின்று பேச நேரமில்லை.” அவர்கள் படகின் பக்கம் தாவி ஓடினார்கள்.

“உங்களுக்கு ஏன் இவ்வளவு நேரம் ஆகிவிட்டது? இந்த செய்தி இரவே கிடைத்திருக்க வேண்டியது.” என்றான் கஜேன்.

“ஜோத்தியாவிலிருந்து நிஹாலிக்கு வந்த ஆள்தான் மிகவும் தாமதமாக வந்தான். அவன் சாயங்கால பஸ்ஸிலேயே நிஹாலிக்கு வந்திருக்க வேண்டும், அங்கிருந்து குரயீகுடி வந்து உங்களிடம்

இந்த செய்தியைத் தந்திருக்க வேண்டும், ஆனால் நேற்று பஸ் வரவே இல்லை. அவன் சைக்கிளில் நிஹாலிக்கு வந்தான், இரவு மூன்றாம் ஜாமம்தான் அவனால் வந்து சேர முடிந்தது. நாங்களும் நேரம் ஆவதைப் பார்த்து ஒரு சைக்கிள் தயாராக வைத்திருந்தோம். துர்பாக்கியவசமாக சற்று தூரம் வந்தவுடனே சைக்கிள் செயின் உடைந்துவிட்டது. நான் வேறு வழியில்லாமல் சைக்கிளை யாரோ ஒருவர் வீட்டில் போட்டுவிட்டு நடந்தே வந்தேன். ஒன்றரை மணி நேரத்தில் கடக்க வேண்டிய பாதையைக் கடந்து வர நான்கு மணி நேரம் ஆகிவிட்டது. இந்தக் கட்டளையை எடுத்துக்கொண்டு சீரணி புறப்படும் முன்பே போய்விடுவீர்களா? இங்கிருந்து வெகு தூரம், இல்லையா!"

ஓட்டமும் நடையுமாக வேகமாகப் போய்க்கொண்டே கஜேன், "இந்தக் கட்டளை என்ன என்று தெரியுமா?" என்று கேட்டான். அதே வேகத்தோடு போய்க்கொண்டே அந்த ஆள், "முடிந்தால் சீரணி ஊர்வலத்தை நிறுத்தவேண்டும். முடியாவிட்டால் சீரணி ஊர்வலம் போலீஸ் ஸ்டேஷன் வரை அமைதியாக செல்லட்டும், ஆனால் கொடி பறக்கவிடும் செயல் தடை செய்யப்பட்டுவிட்டது."

"என்ன? என்ன சொன்னீர்கள் நீங்கள்? கொடி பறக்க விட வேண்டாமா?" கஜேன் அதலபாதாளத்தில் விழுந்தது போல் ஆகி விட்டான்.

"ஆமாம், கொடி பறக்க விடும் செயலை தற்சமயத்துக்கு ஒத்திவைக்க நேர்ந்திருக்கிறது, அரசாங்கம் போலீஸ் ஸ்டேஷன்களில் மிகுந்த எண்ணிக்கையில் ஆயுதப் போலீஸ் படையை நிறுத்தி யிருக்கிறது. வீணாகப் பலர் உயிர் இழப்பார்கள், அதனால் என்ன பயன்?"

அந்த ஆள் தயங்கி நின்றபடி இந்தத் தகவலைக் கூறினான்.

"அட கடவுளே! இதற்குள் சீரணி புறப்பட்டிருக்குமே!"

கஜேன் பைத்தியம் பிடித்தவனைப் போல ஓடினான், படகில் ஏறி அங்கிருந்தே கத்தினான்-

"நீங்கள் திரும்பிப் போங்கள்."

"வந்தே மாதரம்!" என்று அந்த ஆளும் சத்தமாக சொன்னான், கஜேன் படகில் இருந்தே பதிலுக்கு, "வந்தே மாதரம்!" என்று கத்திவிட்டு மாயிலாவிடம், "வேகமாக துடுப்பைப் போடு." என்றான். படகு அம்பு போல் அந்தக் கரையை நோக்கி விரைந்தது.

சூரயீகுடியிலிருந்து ஸ்கூல் வரையிலான ஆறு மைல் தூரத்தை கஜேன் ஓட்டமும் நடையுமாகக் கடந்தான். ஆனால் அவன் அங்கு

போய் சேர்வதற்கு இரண்டு மணி நேரம் முன்பாகவே சீரணி ஊர்வலம் போலீஸ் ஸ்டேஷனை நோக்கி புறப்பட்டுவிட்டிருந்தது. ஸ்கூல் மைதானத்திலிருந்து போலீஸ் ஸ்டேஷன் கிட்டத்தட்ட நான்கு மைல் தூரத்தில் இருந்தது. இதற்குள் சீரணி போலீஸ் ஸ்டேஷனை நெருங்கி இருக்கும். கஜேனின் மூளை ஸ்தம்பித்துப் போயிற்று. தன் பையில் வைத்திருந்த கடிதத்தைக் கையால் தடவினான், பிறகு கண்மண் தெரியாமல் ஓடத் தொடங்கினான். வழியில் இரண்டு இடங்களில் சைக்கிளில் சென்றவர்கள் கிடைத்த போது அவன் சற்று தூரம் சைக்கிளிலும் சென்றான். ஆனால் வழி கற்கள் நிறைந்ததாக இருந்தது, சைக்கிள் சக்கரத்தில் காற்றும் குறைவாக இருந்தது, சைக்கிளை மெல்லத்தான் ஓட்ட வேண்டியிருந்தது, அதைப் பார்த்துவிட்டு கஜேன் சைக்கிள் கேரியரிலிருந்து குதித்துவிட்டான், மீண்டும் தலை தெறிக்க ஓடத் தொடங்கினான். அவன் ஓடிக்கொண்டே இருந்தான். ஓடிக் கொண்டே இருந்தான்.

இப்போது போலீஸ் ஸ்டேஷன் இன்னும் ஒரு மைல் தூரத்தில் இருக்கும் என்று கஜேனுக்குத் தோன்றியது. இப்போதும் எங்கும் சீரணியின் அறிகுறியே காணப்படவில்லை, நிச்சயம் அவர்கள் போலீஸ் ஸ்டேஷனை நெருங்கியிருப்பார்கள் என்று நினைத்து அவன் தன் வசம் இழந்து பைத்தியக்காரர்களைப் போல ஓடினான்.

சற்று தூரம் ஓடியதும் அவனுக்கு எங்கிருந்தோ ஆயிரக் கணக்கான குரல்கள் ஒருமித்து எழுப்பும் 'வந்தே மாதரம்,' 'மகாத்மா காந்திக்கு ஜே,' 'செய்வோம் அல்லது செத்து மடிவோம்' போன்ற பரிச்சயமான கோஷங்கள் கேட்டன. அவனுக்கு முள் குத்தியதைப் போல இருந்தது. 'வந்தே மாதரம்' என்று கத்திவிட்டு அவன் இன்னும் வேகமாக ஓடினான்.

சீரணி போலீஸ் ஸ்டேஷனை நெருங்கிக்கொண்டிருப்பதை கஜேன் தொலைவிலிருந்தே பார்த்துவிட்டான், இன்னும் வெகு தூரம் இருக்கிறது.

அவன் உயிரை விட்டு ஓடி அவர்களை சென்று அடைய கடைசி முயற்சி செய்தான்.

கஜேன் கடைசியில் சீரணிக்கு அருகில் போய்விட்டான். கடிதம் இருந்த பையின் மேல் கையை வைத்துக்கொண்டு அவன் வேகமாக சீரணி மக்களுக்கு முன்னால் ஓடி புயியா அல்லது பருவா யாராவது ஒருவரைத் தேடத் தொடங்கினான்.

'வந்தே மாதரம்,' 'மகாத்மா காந்திக்கு ஜே' போன்ற கோஷங் களும் உணர்ச்சி பொங்கும் தேச கீதங்களும் ஒரே குரலில் ஒலித்து

ஆகாயம்-பூமியை நடுங்கச் செய்துகொண்டிருந்தன.

கஜேன் இன்னும் சீரணியின் நடுப்பகுதி வரை கூடப் போக வில்லை, ஆயிரக்கணக்கான குரல்களின் ஒருமித்த ஒலியைக் கிழித்துக் கொண்டு ஆகாயத்தை அதிரச் செய்யும் துப்பாக்கிக் குண்டுகளின் ஒலி கேட்டது. உடனே கூட்டம் முழுதும் அதிர்ச்சியும் ஆவேசமும் அடைந்து வரிசையை உடைத்துக்கொண்டு இங்கும் அங்கும் ஓடத் தொடங்கியது. நாலாபுறமும் கிறீச்சிடலும், ஓட்டமும், பதட்டமும் காணப்பட்டது. கூட்டத்தைத் தள்ளிக்கொண்டு கஜேன் சீரணியின் முன் பகுதியை அடைந்தபோது போலீஸ் ஸ்டேஷன் வாசலில் வரிசையாக சிப்பாய்கள் சீரணியைக் குறி வைத்து துப்பாக்கி ஏந்தி நிற்பதைப் பார்த்தான். அவர்களைப் பார்த்ததும் முன் வரிசையில் இருந்த சிறுவர்களும் சிறுமிகளும் திரும்பிப் பின்னால் ஓடத் தொடங்கினார்கள். எல்லாருக்கும் முன்னால் கையில் கொடி ஏந்தி சென்றுகொண்டிருந்த பதினான்கு, பதினைந்து வயது சிறுமி பின்னால் திரும்பத் தொடங்கியபோது சிப்பாய்களின் துப்பாக்கிகள் 'டுமீல்... டுமீல்... டுமீல்...' என்று முழங்கின.

அந்த சிறுமியின் கையிலிருந்த கொடி நழுவியது, அவள் அங்கேயே மடிந்து விழுந்தாள், அவள் உடலிலிருந்து ரத்தம் பெருக்கெடுத்தது. அதற்குள் தலைவர் காக்கோத்தி எங்கிருந்தோ பாய்ந்து முன்னால் வந்தார், அவர் கீழே விழுந்துகொண்டிருந்த கொடியைத் தாங்கிப் பிடித்து உயரே தூக்கிப் பிடித்துக்கொண்டு தானே முன்னால் சென்றார். 'வந்தே மாதரம்.'

உடனே இன்னும் மூன்று குண்டுகள் பாய்ந்தன. இந்த முறை அவை காக்கோத்தியைக் குறி வைத்து பாய்ந்தன. அவர் மார்பி லிருந்து பீறிட்ட ரத்தத்தால் மூவர்ணக் கொடி நனைந்தது.

கண்ணை மூடிக்கொண்டு ஓடும் மக்கள், கூச்சல், இதயத்தைப் பிளக்கும் அழுகை ஒலி. கஜேன் வாழ்க்கையில் ஒருபோதும் அத்தகைய காட்சியைப் பார்த்ததில்லை, ஒருபோதும் கற்பனை கூட செய்ததில்லை. அவன் தலையைத் திருப்பி மீண்டும் ஒரு முறை போலீஸ் ஸ்டேஷன் பக்கம் பார்த்தான். சிப்பாய்கள் முன்னால் வந்து காக்கோத்தி, அந்த சிறுமி இருவரின் உயிரற்ற உடல்களை நான்கு புறமும் வட்டமாக சூழ்ந்துகொண்டார்கள். காக்கோத்தியின் ரத்தத்தில் நனைந்த மூவர்ணக் கொடி கஜேனின் பார்வையில் பட்டது. முன்னால் சென்று அந்தக் கொடியை எடுத்து வர அவன் விரும்பினான். ஆனால் அதை சூழ்ந்து நிற்கும் சிப்பாய்களைத் தாண்டி அங்கே எப்படிப் போவது? அவன் நின்றிருந்த இடமும், விதமும் சிப்பாய்களின் பார்வையில் படாத வகையில் மறைவாகவே இருந்தது. ஆனால் ஒரு சிப்பாய் சட்டென்று திரும்பி அவன் இறந்த

உடல்களைப் பார்த்துக்கொண்டிருப்பதைப் பார்த்துவிட்டான். அவன் துப்பாக்கியை கஜேன் பக்கம் திருப்பி, "ஏய், ஹேண்ட்ஸ் அப்!" என்று கத்தினான்.

கஜேன் தன் இரு கைகளையும் உயரே தூக்கிவிட்டான், கூரிய பார்வையோடு அந்த சிப்பாயை உற்றுப் பார்த்தான். இப்போது தன் மீது குண்டு பாய்ந்துவிடும் என்று அவனுக்குத் தோன்றியது. அவன் சற்று நேரம் அந்த சிப்பாயை கண் இமைக்காமல் பார்த்தான், பிறகு கைகளை உயர தூக்கியபடியே மெல்ல மெல்ல பின்னால் அடி எடுத்து வைக்கத் தொடங்கினான். அப்போது அவன் அருகில் போய்க்கொண்டிருந்த இன்ஸ்பெக்டர் கை சாட்டையால் அவன் முதுகில் ஓங்கி அடித்தார், "ஓடு, ஓடிப்போ!" என்று கத்தினார். உடனே கஜேன் நின்றுவிட்டான், கையையும் இறக்கிவிட்டான். காரணமில்லாமல் தன் மீது ஏன் சாட்டை அடி விழுந்தது என்று யோசிக்கத் தொடங்கினான்! கஜேன் சட்டென்று அப்படி நின்றுவிட்டதைப் பார்த்து இன்ஸ்பெக்டரும் அவன் என்ன செய்ய நினைக்கிறான் என்று யோசிக்கத் தொடங்கினார். அவருடைய கோபம் அடியாக மாறி விழுந்தது-

"ஏண்டா, நான் உன்னை ஓடிப் போகச் சொல்கிறேன், நீ ராஜகுமாரன் மாதிரி சொகுசாக நின்றுகொண்டிருக்கிறாயா? ஓடு ஓடிப்போ!" என்று அதட்டியபடியே இன்ஸ்பெக்டர் முழு வேகத்தோடு நான்கு, ஐந்து முறை சாட்டையால் விளாசினார். அத்தனைக்கும் கஜேன் அசையவில்லை, அப்போது இன்ஸ்பெக்டர் ஓங்கி ஒரு உதை கொடுத்து, "ஓடு...!" என்றார்.

கஜேன் தடுமாறி பின்னால் சென்றான், ஆனால் கீழே விழாமல் சமாளித்துக்கொண்டான், மெல்ல-மெல்ல அடி எடுத்து வைத்து பெரிய பாதையின் பக்கம் சென்றான். பாதையில் சில காகித, சில துணி மூவர்ணக் கொடிகள் கசங்கி-கிழிந்து சிதறிக் கிடந்தன. சில 'ஃபர்ஸ்ட் எய்ட்' கிட் பாக்ஸ்களும் இங்கும் அங்கும் கிடந்தன. வெகு தொலைவு வரை அந்தப் பாதை மக்கள் நடமாட்டம் இன்றி சூனியமாகக் கிடந்தது.

சில அடிகள் எடுத்து வைத்த பிறகு கஜேன் தன் இரண்டு கால்களும் வலுவிழந்துவிட்டதை உணர்ந்தான். அவனால் ஒரு அடி கூட முன்னால் எடுத்து வைக்க முடியவில்லை. அவன் மிகவும் களைத்துப் போய்விட்டிருந்தான். தாகத்தினால் தொண்டை வறண்டு காய்ந்துவிட்டிருந்தது. அவன் தட்டுத் தடுமாறி இன்னும் சற்று தொலைவு சென்று எப்படியோ பிரம்மபுத்ராவை அடைந்தான், மெல்ல தண்ணீரில் இறங்கி கைகளிலும், முகத்திலும் நிறைய தண்ணீரை வாரி அடித்துக்கொண்டான், நெஞ்சு நிறைய தண்ணீர்

குடித்தான். அவன் தன் கால்சட்டையைக் கழற்றி தண்ணீரில் நனைத்தான், பிறகு நனைந்த கால்சட்டையால் தன் முதுகை மெல்ல-மெல்ல துடைத்துக்கொள்ள முயற்சித்தான். அவன் முதுகு வெகுவாக வீங்கிப் போயிருந்தது, மிகவும் வலித்தது. அவன் கனத்த பாதங்களோடு தண்ணீரிலிருந்து வெளியே வந்தான், பாலத்தின் ஓரத்தில் அத்தி மரத்தின் கீழ் அதன் அடிப் பகுதியில் மெல்ல சாய்ந்து புல்லின் மேல் உட்கார்ந்தான். அவன் சட்டைப் பையில் புயியாவுக்காக எழுதப்பட்ட கடிதம், மிக முக்கியமான கட்டளைக் கடிதம் அப்படியே இருந்தது. இதே கடிதம் அவனுக்கு நேரத்திற்குக் கிடைத்திருந்தால் இன்று சீரணி ஊர்வலத்திற்கு நேர்ந்த முடிவு நேராமல் இருந்திருக்கும். கஜேன் அந்தக் கடிதத்தை எடுத்து மீண்டும் ஒரு முறை படிக்கலாமா என்று நினைத்தான், ஆனால் இப்போது பயனில்லாமல் போய்விட்ட அந்தக் கடிதத்தைப் படிக்க அவனுக்கு மிகவும் சோர்வாக இருந்தது. அந்த நேரம் களைப்பினால் அவன் கண்கள் தானாகவே மூடிக்கொண்டன. முதுகில் தாங்க முடியாத வலி இருந்தபோதும் அப்படியே மரத்தின் அடியில் தலையை சாய்த்து அவன் எப்போது தூங்கினானோ அவனுக்கே தெரியாது.

மறுநாள் காலை அவன் தன் வீட்டில் வழக்கத்தை விட சற்று சீக்கிரமாகவே எழுந்துவிட்டான், படுக்கையில் படுத்தபடியே எழுந்து புயியா சார் வீட்டிற்குப் போகலாமா, தனக்கு நிகழ்ந்தது எல்லாவற்றையும் சொல்லிவிட்டு போலீஸ் குண்டு பாய்ந்து இறந்துபோன அந்த சிறுமிக்கும், காக்கோத்தி சாருக்கும் என்ன ஆயிற்று என்று கேட்டுவிட்டு வரலாமா என்று யோசித்தான். அவன் புரண்டு படுக்க முயற்சித்தபோது வலியினால் முதுகு பிளந்துபோய்விட்டது, தன்னால் அசையக் கூட முடியாது என்று தோன்றியது. சற்று நேரம் பல்லைக் கடித்துக்கொண்டு அவன் படுக்கையில் படுத்திருந்தான். ஆனால் அதிக நேரம் அவனால் அப்படி இருக்க முடியவில்லை, தாங்க முடியாத வலியை சகித்துக் கொண்டு எப்படியோ மெல்ல எழுந்தான், ஒரு கப் டீயை விழுங்கினான், புயியா சாரைப் பார்க்க கிளம்பிவிட்டான்.

வழியில் தர்மானந்தா வைத்தியர் கடையில் நிறைய கூட்டம் கூடியிருந்ததையும், அவர்கள் மிகுந்த ஆவேசத்தோடு உரக்கப் பேசிக்கொண்டிருந்ததையும் கஜேன் பார்த்தான். அவன் கடையை நெருங்கியபோது அன்று விடியற்காலையிலேயே போலீஸ் குனாராம் புயியா, கினாராம் பருவாவோடு வட்டார காங்கிரஸ் தலைவர்கள் பலரையும் கைது செய்து கானூ பாபுவின் பஸ்ஸில் ஏற்றி அழைத்துப் போய்விட்டதாக அவனுக்குத் தெரியவந்தது. அதே பஸ்ஸில் சிலர் யாதவ் பௌராவையும் பார்த்ததாக அவர்கள் பேசிக்கொண்டதையும் அவன் கேட்டான். யாதவ் பௌராவை

போலீஸ் கைது செய்ததா அல்லது அவர் தானாகவே போலீசில் த்ன்னை ஒப்படைத்துக்கொண்டாரா என்று யாராலும் சொல்ல முடியவில்லை. அந்த விஷயத்தைத்தான் அந்த நேரம் மக்கள் முக்கிய விஷயமாகப் பேசிக்கொண்டிருந்தார்கள், மொத்தத்தில் அன்று காலை நிகழ்ந்தவற்றைப் பற்றிதான் அங்கு பேச்சு நடந்து கொண்டிருந்தது.

எது எப்படியோ உண்மை இதுதான்-கஜேன் முந்தின நாள் நடந்த விஷயங்கள் எல்லாவற்றையும் புயியா சாரிடம் சொல்ல முடியவில்லை. அது மட்டுமல்ல, பிறகும் கூட தனக்கு நிகழ்ந்தவற்றை எப்போதும், யாரிடமும் சொல்ல முடியாமல் போய்விட்டது. அவன் பாட்டி மட்டும் அவன் வாயைப் பிடுங்கி ஓரளவு தெரிந்து கொண்டு விட்டிருந்தாள். பாட்டியிடம் அவனால் எப்படி மறைக்க முடியும்? சாட்டை அடி பட்டு ரத்தக் களறி ஆகி இருந்த அவன் முதுகில் எண்ணெய் தடவவும், ஒத்தடம் கொடுக்கவும் பாட்டியைத் தவிர வேறு யார் இருந்தார்கள்? பாட்டி அவன் காயம் பட்ட முதுகைப் பார்த்து முதலில் அழுது-அழுது நிலைகுலைந்து போனாள், ஆனால் அவன் அவளுக்கு காயம் ஏற்பட்ட காரணத்தை சொன்ன போது நெஞ்சின் வலியை மறைத்துக்கொண்டு ஒரு அபூர்வ கர்வத்தோடு அவள் சொன்னாள்- "நடந்தது நடந்துவிட்டது, மகாத்மா காந்தி சொன்னபடி நடந்துகொண்டாய், இல்லையா! நாட்டு விடுதலை விஷயம், சிறு பிள்ளை விளையாட்டில்லை. என்ன நடக்கவேண்டியிருந்ததோ நடந்துவிட்டது, இப்போது இதைத் தாங்கிக்கொள்ளத்தான் வேண்டும்."

இன்று கிட்டத்தட்ட ஐந்து வருஷங்களுக்குப் பின்னரும் கஜேன் விண்விண் என்று தெறித்த அந்த சாட்டை அடியின் வலியை தன் முதுகில் புத்தம் புதிதாக உணர்ந்தான்.

ஹசீனா, மன்சூர், குரயீகுடிக்கு வந்து குடியேறிவிட்ட இந்த முஸ்லீம் மக்கள், மௌல்விகளின் சொற்பொழிவு, பாகிஸ்தான், நாடு இரண்டு துண்டாகும் பயம், நாடு சுதந்திரமாகிவிடும் என்ற நம்பிக்கை, சுதந்திரப் போராட்டம், அதில் அவனுடைய பங்கு, ஐந்து வருஷங்களுக்கு முந்திய அந்த நிகழ்ச்சி... இதை எல்லாம் நினைத்தபடியே அவன் எப்போது வீட்டிற்குப் போய் சேர்ந்தான் என்று அவனுக்கே தெரியவில்லை.

"**தர்மானந்தா!**" யாதவ் பௌரா தொலைவிலிருந்தே கூப்பிட்டார்.

தர்மானந்தா வைத்தியர் கடையில் உட்கார்ந்து அவர் நாளிதழ் படிப்பதைக் கேட்டுக்கொண்டிருந்த எல்லாரும் கழுத்தைத் திருப்பிப்

பின்னால் பார்த்தார்கள், நாளிதழ் படித்துக்கொண்டிருந்த வைத்தியர் கழுத்தை உயர்த்தி எதிரில் பார்த்தார். யாதவ் பௌரா சைக்கிளை ஸ்டாண்ட் போட்டு நிறுத்தினார், தன் காந்திக் குல்லாயைக் கழற்றினார், வேகமாக அடி எடுத்து வைத்து கடையை நோக்கி வந்தார்.

வைத்தியர் சட்டென்று எழுந்து தன் நாற்காலியை யாதவ் பௌராவுக்கு முன்னால் தள்ளி வைத்தார்.

"அப்பாடா! காலையிலிருந்து மூச்சு விடக் கூட நேரம் இல்லை." என்று சொல்லிவிட்டு பௌரா தன் பையிலிருந்து ஒரு அழுக்குத் துண்டை எடுத்து முகம், கழுத்து வியர்வையைத் துடைத்தபடி நாற்காலியில் உட்கார்ந்தார்.

வைத்தியர் பக்கத்தில் இருந்த மோடாவில் உட்கார்ந்தபடி, "பௌராவுக்கு வேலை முடியவே முடியாது. எவ்வளவு சமூக சேவைகள் இருக்கின்றன! இன்று ஏதாவது புதிய வேலை வந்து விட்டதா?" என்று கேட்டார்.

"ஏன், நாளை கரங்காபாடி இடைநிலைப் பள்ளி மைதானத்தில் நடக்க இருக்கும் பெரிய கூட்டத்தைப் பற்றி உங்களுக்கு எல்லாம் தெரியாதா? நீங்கள் எல்லாரும் மூவர்ணக் கொடியைக் கையில் ஏந்தி சபாவில் உட்காரவேண்டும்."

"ஆமாம், ஆமாம், ஏன் தெரியாது? நான் நாளை கூட்டத்திற்குப் போவதற்காக துணிகளை எல்லாம் இன்றே துவைத்து மடித்து வைத்துவிட்டேன். நான்கு அணா கொடுத்து ஒரு கொடியும் வாங்கி விட்டேன்."

"அதுதானே! அந்தக் கூட்டத்திற்கு ஏற்பாடு செய்வதில்தான் நான் நாள் முழுதும் ஈடுபட்டிருந்தேன். புயியா சாருக்கும், பருவா சாருக்கும் என்னிடம் யோசனை கேட்காமல் எதுவும் செய்ய முடியாது. இப்போது நான் நேராக கிராமத் தலைவர் வீட்டிலிருந்துதான் வருகிறேன். நாளை அவர்தான் தலைவர். மகேந்திர சிங்கும் இருக்கத்தான் செய்கிறார். அவர் உடல் நலமில்லாமல் இருக்கிறார், அதனால் என்ன, பழைய காங்கிரஸ்காரர், அவரைத்தான் முக்கிய விருந்தாளியாக அழைத்திருக்கிறது. பிறகு நாம் எல்லாரும் இருக்கிறோம் சொற்பொழிவுக்கு."

"சொற்பொழிவில் நீங்கள் என்ன பேச உத்தேசித்திருக்கிறீர்கள்?"

இந்தக் கேள்வியைக் கேட்டது யார் என்று தெரிந்துகொள்ள யாதவ் பௌரா குரல் வந்த திசைப் பக்கம் திரும்பிப் பார்த்தார். குரல் அவருக்குப் பரிச்சயமானதாக இருந்தது. பௌராவுக்குப்

பின்னாலேயே சற்று தொலைவில் கஜேன் உட்கார்ந்திருந்தான். அந்தக் கேள்வி கஜேனிடமிருந்துதான் வந்தது.

யாதவ் பௌரா சில வினாடிகள் கஜேனையே இமைக்காமல் உறுத்துப் பார்த்தார். பிறகு, "கேள் கஜேன், சொற்பொழிவில் என்ன பேசவேண்டுமென்று யோசித்துக்கொண்டுதான் இருக்கிறேன், உன்னிடமே தெரிந்துகொள்கிறேனே! உன்னைப் போல அறிவாளிகள் இங்கு இருக்கும்போது கவலை எதற்கு? கொஞ்சம் சொல்லேன், நாளை நான் கூட்டத்தில் என்ன பேசட்டும்?" என்றார்.

யாதவ் பௌராவின் பேச்சில் இருந்த் கேலியை கஜேன் நன்றாகப் புரிந்துகொண்டான், ஆனால் அதற்கு அவன் எதிர்ப்பு எதுவும் காட்டவில்லை. அவனும் எந்த அலட்டலும் இல்லாமல் கிண்டலாக சொன்னான், "என்ன சொல்வது, நீங்கள் செய்ததை எல்லாம்தான் சொல்லவேண்டும், நாட்டு விடுதலைக்காக நீங்கள் எவ்வளவு கஷ்டப்பட்டிருக்கிறீர்கள், எவ்வளவு தியாகம் செய்திருக் கிறீர்கள், அது எல்லாம்தான். கிராமத் தலைவரின் சிபாரிசால் ஜெயிலிலிருந்து விடுதலை..."

"ஏய் கஜேன்! வாயை மூடு!!" வைத்தியர் கடுமையான குரலில் கஜேனை அடக்கினார். கஜேன் தலையைக் குனிந்துகொண்டு பேசாமல் உட்கார்ந்துவிட்டான். அவன் உதடுகளில் ஏதோ ஒன்றை செய்துவிட்ட மகிழ்ச்சிப் புன்னகை. அவனுடைய மெல்லிய புன்னகையும் ஓரப் பார்வையும் பௌராவுக்குத் தெரிந்தே இருந்தது. அவர் கோபத்துடன் கஜேனை முறைத்துப் பார்த்துக்கொண்டே இருந்தார், அந்தப் பக்கம் கஜேனோ அலட்சியத்தைக் காட்டியபடி தலைகுனிந்து உட்கார்ந்திருந்தான்.

வைத்தியர் பேச்சை திசை திருப்பினார், "பௌரா, இப்போது வீணாகப் பேசிக்கொண்டிருக்க நேரமில்லை, பத்திரிக்கையைப் படிக்கத் தொடங்குங்கள். உருப்படியாக ஏதாவது செய்வோம்."

பௌரா மீண்டும் ஒரு முறை, கடைசி முறையாக கஜேனை கூரிய பார்வையால் தாக்கிவிட்டு முகத்தைத் திருப்பிக்கொண்டு பத்திரிக்கையை எடுத்தார், "இந்தப் பத்திரிக்கையை இன்று படித்து ஒரு லாபமும் இல்லை, இதில் ஒரு வாரத்துக்கு முந்திய செய்திதான் கிடைக்கும். நான் சுடச் சுட இன்றைய புதிய செய்தியைக் கொண்டு வந்திருக்கிறேன்." என்று கூறினார்.

"என்ன செய்தி?"

"எங்கிருந்து செய்தி கொண்டுவந்திருக்கிறீர்கள்?"

"யார் புதிய செய்தி கொடுத்தது?"

அங்கு பத்திரிக்கை செய்தி கேட்க வந்தவர்கள் சரமாரியாகக் கேள்வி கேட்டார்கள். யாதவ் பௌராவுக்கு வேறு என்ன வேண்டும்? அவர் உற்சாகத்துடன் விஸ்தாரமான வர்ணனைகளைத் தொடங்கி விட்டார், "நாளைய கூட்டத்திற்குத் தலைமை தாங்க அழைப்பு கொடுப்பதற்கு நாங்கள் கிராமத் தலைவர் வீட்டிற்குப் போயிருந்தோம். அவர் அப்போதுதான் சேலம் தேயிலைத் தோட்ட பர்ட்டன் துரை பங்களாவிலிருந்து திரும்பி வந்திருந்தார். பர்ட்டன் துரை வீட்டில் ரேடியோ இருக்கிறது, அதில் புதிய செய்தி கேட்டுவிட்டு அவர் வந்திருந்தார். இன்று பிற்பகலிலிருந்து டில்லி பார்லிமெண்ட்டில் நம் சுதந்திர இந்தியாவின் புதிய மந்திரி சபையின் ரகசியக் கூட்டம் நடந்துகொண்டிருக்கிறது. இரவு பன்னிரண்டு மணி ஆனவுடனே தேதி மாறி ஆகஸ்ட், 15 பிறந்துவிடும். நடுஇரவு சரியாக பன்னிரண்டு மணி ஆனவுடனே சுதந்திர இந்தியாவின் அதிகாரம் ஒப்படைக்கப்பட்டதாக அறிவிக்கப்படும். ஜவஹர்லால் நேரு சுதந்திர இந்தியாவின் முதல் பிரதம மந்திரியாகவும், லார்ட் மவுண்ட்பேட்டன் இந்தியாவின் பிரதம கவர்னர் ஜெனரலாகவும் பிரிட்டிஷ் அரசாங்கத்திடமிருந்து நம் நாட்டு அரசாங்கத்திற்கான பொறுப்பை ஏற்றுக்கொள்வார்கள். பிரிட்டிஷ் அரசாங்கத்தின் யூனியன் ஜாக் கொடி இறக்கப்பட்டு அந்த இடத்தில் நம் நாட்டுக் கொடி பறக்கவிடப்படும். அதன் பிறகு நாளைக் காலை டில்லி செங்கோட்டையிலும், இந்தியா முழுதும் ஆங்காங்கு நடத்தப் படும் பொதுக்கூட்டங்களிலும் தலைவர்கள் சொற்பொழிவு ஆற்றுவார்கள். இப்போது இன்னும் ஒரு மிக முக்கியமான செய்தியைக் கேளுங்கள். பாகிஸ்தான் நேற்று இரவு, ஆகஸ்ட், 14-ஆந் தேதியே தன்னுடைய தனி நாடு அமைந்துவிட்டதாக அறிவித்து விட்டது. நேற்று இரவே லாகூரில் புதிய நாடு பாகிஸ்தானின் கொடியேற்ற விழா கொண்டாடப் பட்டிருக்கிறது."

"அப்படியானால் பாகிஸ்தான் என்று ஒரு தனி நாடு அமைந்து விட்டது!"

"அமையாமலிருக்குமா? இவ்வளவு பேர் உயிரை விட்டிருக் கிறார்கள். டில்லி, நவகாளி, கல்கத்தா, பஞ்சாபில் ஹிந்து- முஸ்லீம் கலவரங்களில் ஆயிரக்கணக்கானவர்களின் உயிர் போயிருக்கிறது. மகாத்மா காந்தி, நேரு, பட்டேல் முதலிய பெரிய பெரிய தலைவர் களால் கூட நாட்டில் நடந்த இந்த கோர தாண்டவத்தைத் தடுக்க முடியவில்லை. ஜின்னா தனியாகவே தன்னுடைய நாடு பாகிஸ்தானை எடுத்துக்கொண்டு விலகிவிட்டார். வருஷம் முழுதும் எல்லா செய்திப் பத்திரிக்கைகளிலும் இதைப் பற்றிதான் செய்திகள் வந்துகொண்டிருக்கின்றன. ஒரு நாட்டை இரண்டு துண்டாக்கி..."

இதை சொன்னது கஜேன். அவன் இந்தக் கூட்டத்தில் அவ்வப்போது வந்து உட்காருவான், வந்து உட்கார்ந்தாலும் பேசமாட்டான், இன்று மனதில் என்ன தோன்றியதோ வாய் திறந்து பேசினான். ஆனால் அவன் சொல்ல வந்ததை சொல்லி முடிக்கும் முன் யாதவ் பௌரா சட்டென்று எழுந்து நின்று, "தர்மானந்தா, நான் போகிறேன். நாளைய கூட்டத்திற்கு இன்னும் நிறைய வேலை செய்ய வேண்டியிருக்கிறது. உங்களுக்கு செய்திகள் சொல்வதற்கு இங்கு இன்னும் சிலர் இருக்கிறார்களே!" என்றார்.

யாதவ் பௌரா ஒரு முறை கஜேனை ஓரக் கண்ணால் பார்த்து விட்டுப் போய்விட்டார். இரண்டு அடி எடுத்து வைத்ததுமே அவர் பின்னால் திரும்பி கஜேனைப் பார்த்து கேலியாகக் கேட்டார், "ஏண்டா கஜேன், இப்போது நீ குரயீகுடியில் வந்து குடியேறிவிட்ட முஸ்லீம்களை 'பாகிஸ்தானி' என்று சொல்வாயா அல்லது வேறு ஏதாவதா? கிட்டத்தட்ட இருபது முஸ்லீம் வீடுகள் இருக்கின்றன. ஒவ்வொரு வீட்டிற்கும் ஐந்து பீகா நிலம் என்று கணக்கு வைத்தால் நூறு பீகா நிலத்தை இந்த முஸ்லீம்கள் ஆக்கிரமித்து வைத்திருக்கிறார்கள். முஸ்லீம்கள் இப்போது பாகிஸ்தானில்தான் இருக்கவேண்டும், இல்லையா! நல்லது, நான் இப்போது போகிறேன். நேரம் வரும்போது இந்தப் பிரச்சனைகளுக்கும் ஒரு முடிவு வரும்."

யாதவ் பௌரா தலையில் காந்திக் குல்லாயைப் போட்டுக் கொண்டு வேகமாக தன் சைக்கிளை நோக்கி சென்றார். அவர் போனதுமே மற்றவர்களும் மெல்ல மெல்ல கூட்டத்திலிருந்து எழுந்து போகத் தொடங்கினார்கள். மறுநாள் காலை பொதுக்கூட்டத்திற்கு எல்லாரும் ஒன்றாக சேர்ந்து கரங்காபாடி இடைநிலைப்பள்ளி மைதானத்திற்குப் போவது என்று தீர்மானித்துக்கொண்டார்கள்.

மறுநாள் காலையில் சீக்கிரம் எழுந்து கஜேன் வீட்டின் பின்புறம் போய் ஒரு நல்ல மூங்கிலைத் தெரிவு செய்தான், அதிலிருந்து பத்து, பன்னிரண்டு முழ நீள, கூரிய நுனியை வெட்டிக்கொண்டான். மூங்கில் கணுக்களை கத்தியால் சீவி வழுவழுப்பாக்கி அதை கஜேன் முன் வாசலில் வைத்தான். அதன் பிறகு அவன் மூங்கிலை நடுவதற்கு ஏற்றவாறு ஒரு குழியை முன் வாசலிலேயே தோண்டினான். அதே நேரம் உதிர்ந்த வெற்றிலையை முந்தானையில் சேகரித்துக்கொண்டு பாட்டியம்மா முன் வாசலிலேயே ஒரு முனையில் வந்து நின்றாள். கஜேன் முன் வாசல் நடுவில் குழி தோண்டுவதைப் பார்த்து பாட்டியம்மா, 'இது என்ன செய்துகொண்டிருக்கிறாய்?' என்று கேட்க விரும்பியவளைப் போல அவனை ஒரு கேள்விக்குறியோடு பார்த்தாள். பிறகு தன்னைத் தானே அடக்க முடியாதவளாக கோபத்தோடு கேட்டாள், "ஏண்டா கஜேன், இந்த முன் வாசலைப்

பெருக்கி மெழுகி வழுவழுப்பாக வைப்பதில் என் இடுப்பு ஒடிந்து போகிறது, நீ இதைத் தோண்டிக்கொண்டிருக்கிறாய். ஏன்?"

"நான் எவ்வளவு பெரிய காரியம் செய்யப் போகிறேன் என்று நீ பார்த்துக்கொண்டே இரு. இப்போது கேள்வி எல்லாம் ஒன்றும் கேட்காதே. பேசாமல் பார்த்துக்கொண்டே இரு." கஜேன் வேலையை செய்துகொண்டே இருந்தான்.

பாட்டி வராந்தாவிலேயே உட்கார்ந்துவிட்டாள். முந்தானையில் சேகரித்துக்கொண்டு வந்த வெற்றிலையை அங்கேயே பொறுக்கியபடி அவள் ஆர்வத்தோடு கஜேனைப் பார்த்துக்கொண்டிருந்தாள்.

கஜேன் குழி தோண்டி முடித்துவிட்டு மண்ணாக இருந்த கையை தன் சட்டையிலேயே துடைத்துக்கொண்டு சட்டைப் பையில் மடித்து வைத்திருந்த ஒரு துணியை எடுத்தான். அது ஒரு மூவர்ணக் கொடி. சில நாட்களுக்கு முன் சர்வாயி பண்டிதர் வீட்டிற்குப் போயிருந்தபோது அவர் சதரிலிருந்து வாங்கி வந்திருந்த இரண்டு மூவர்ணக் கொடிகளில் ஒன்றை அவரிடமிருந்து வாங்கி வந்திருந்தான். அப்போது அவன் அந்தக் கொடியைப் பெட்டியில் வைத்துவிட்டான்.

கஜேன் கொடியை மூங்கிலின் மேல் முனையில் ஒரு கயிற்றால் இறுகக் கட்டினான், மூங்கிலின் பருமனான கீழ் முனையைக் குழியில் நாட்டி மண்ணைப் போட்டு நிரப்பினான். மண் குவியலை மூங்கிலின் நான்கு பக்கமும் கையால் நன்றாக அமுக்கி விட்டுவிட்டுக் கையைத் துண்டில் துடைத்துக்கொண்டு தலையை உயர்த்தி மேலே பார்த்தான். காற்றில் பறந்த அந்த மூவர்ணக் கொடி மிக அழகாகத் தோன்றியது. தனக்குத் தானே புன்னகைத்தபடி கஜேன் எழுந்து நின்றான். சாந்தி சேனையில் கற்றுக்கொண்ட முறைப்படி அவன் கொடிக்கு சல்யூட் வைத்தான், கூடவே உரக்க, "ஜெய் ஹிந்த்! வந்தே மாதரம்!" என்றான்.

கஜேன் ஓரப் பார்வையால் பாட்டி என்ன செய்கிறாள் என்று பார்த்தான், பாட்டியம்மா முதலில் அவன் பின்னால் வந்து நின்றாள், பிறகு கொடிக்குக் கீழே வந்து மண்டியிட்டு வணங்கினாள்.

அதன் பிறகு பாட்டியம்மா எழுந்து நின்று, "நீ காந்திஜியின் கொடியைப் பறக்க விடத் தயார் செய்துகொண்டிருப்பதாக ஏன் சொல்லவில்லை? இன்றைக்கே ஏன் கொடியைப் பறக்க விட்டாய்? இன்று நாடு சுதந்திரம் அடைந்துவிட்டதா?" என்று கேட்டாள்.

"சரியாகப் புரிந்துகொண்டாய், பாட்டி! நாடு சுதந்திரம் அடைந்துவிட்டது, அதனால்தான் கொடியைப் பறக்க விட்டிருக் கிறேன். ஆனால் அது காந்திஜியின் கொடி இல்லை, பாட்டி! அதில்

நடுவில் ராட்டை இருக்கும், இதில் அந்த இடத்தில் சக்கரம் இருக்கிறது, பார்! இதுதான் நம் சுதந்திர இந்தியாவின் தேசீயக் கொடி." என்று சொல்லிவிட்டு கஜேன், "சரி, வா, டீ சாப்பிடலாம்!" என்று கூப்பிட்டான்.

"கொஞ்சம் இரு, நான் இந்த இடத்தை சுத்தம் பண்ணிவிட்டு வருகிறேன்." என்று சொல்லிவிட்டு பாட்டி அந்த இடத்தைத் துடைத்து ஒரு வாழை இலையில் விளக்கு ஏற்றி வைத்தாள், சுற்றிலும் ரோஜா, சம்பங்கிப் பூக்களைத் தூவினாள். அதன் பிறகு அவள் மீண்டும் ஒரு முறை கொடியை வணங்கினாள்.

சற்று நேரம் சென்று ரூபாயியும் முன்னூவும் கூட வந்து விட்டார்கள். அவர்கள் கரங்காபாடி மைதானத்தில் கொடியேற்றம், பொதுக்கூட்டத்தில் பங்கேற்க கஜேனுடன்தான் போக விரும்பினார்கள். ஆனால் கஜேன் தான் அங்கு போகப் போவதில்லை என்றும், அதை அவன் முதல் நாள் இரவே தீர்மானித்துவிட்டதாகவும் வெட்டு ஒன்று, துண்டு இரண்டாக சொல்லிவிட்டான்.

"நீங்கள் போங்கள், அங்கு நடக்கும் கோலாகலத்தைக் கொஞ்சம் பார்த்துவிட்டு வாருங்கள். இரவு கட்டாயம் இங்கு வந்து விடுங்கள், சேர்ந்து சாப்பிடலாம். சுதந்திர தினத்தை எங்கள் வீட்டிலேயே கொண்டாடலாம்."

அவர்கள் இருவரும் போனதும் பாட்டி சொன்னாள், "அவ்வளவு பெரிய கூட்டம், நீ ஏன் போகவில்லை? எல்லாரும் அங்கே போகிறார்கள். நேற்று உன்னைக் கூப்பிட வந்திருந்தபோது கூட்டத்தைப் பற்றி ரூபாயி என்னிடம் எல்லாம் சொல்லிவிட்டான். என் கை,கால்களில் வலு இருந்தால் நானே அந்தக் கூட்டத்துக்குப் போயிருப்பேன்."

"உனக்கு அவ்வளவு ஆசையாக இருந்தால் வா, தூக்கிக்கொண்டு போகிறேன்."

"போகட்டும் விடு! எனக்குப் போகும் ஆசையும் இல்லை, நீ என்னைத் தூக்கிக்கொண்டு போகும் அவசியமும் இல்லை. ஆனால் எல்லாரும் சேர்ந்து ஒரு காரியம் செய்யும்போது கூட நாமும் சேர்ந்து செய்யவேண்டும், இல்லையா!" என்று பாட்டியம்மா எரிச்சலோடு சொன்னாள்.

கஜேன் பட்டென்று பதில் சொன்னான், "மக்கள் ஒன்று கூடி ஏதாவது செய்தால் கட்டாயம் நானும் சேர்ந்து செய்வேன். ஆனால் கெட்டவர்கள் சேர்ந்து ஏதாவது செய்தால் நான் அப்படியான காரியத்தில் ஒருபோதும் கூட்டு சேரமாட்டேன்.

சுதந்திர இந்தியாவின் கொடி நம் நாட்டின் ஆகாயத்தில் முதல் முறையாகப் பறக்கும் நேரம் அந்த அழகிய, பெருமைக்குரிய காட்சியைப் பார்க்கும்போது கிராமத் தலைவரும், யாதவ் பௌரா போன்றவர்களின் கூட்டமும் மேடையில் உட்கார்ந்திருக்கப் பார்ப்பதை என்னால் சகித்துக்கொள்ள முடியாது! பொதுக் கூட்டத் தலைவராக கிராமத் தலைவரைப் போட்டிருக்கிறது. பொதுமக்களை ஏமாற்றுகிறவன், பிரிட்டிஷ் அரசாங்கத்தின் காலை நக்குகிறவன், அந்த ராட்சசன் தலைவன்... ஏன்? சர்வாயி பண்டிதரைப் போன்ற ஞானி, நல்லவர், ஒரு பெரியவரை தலைவராக்கக் கூடாது? இன்னும் புயியா, கினாராம் போன்றவர்களை யாரும் கேட்கக் கூட இல்லை. யாதவ் பௌரா மாதிரி தந்திரக்காரர்களின் வலையில் எல்லாரும் விழுந்துவிடுகிறார்கள்."

திடீரென்று காற்று வேகமாக வீசத் தொடங்கியது, கூடவே பறந்துகொண்டிருந்த கொடியும் படபடவென்று காற்றில் நடனமாடியது. கஜேன் தலையை உயர்த்தி கொடியைப் பார்த்தான், பிறகு இதமான குரலில் பாட்டியிடம் சொல்லத் தொடங்கினான், "சரி, எனக்கு ஒரு வெற்றிலை கொடு. நான் போய் ஒரு வாத்து கொண்டுவருகிறேன், யார் வீட்டில் கிடைக்கிறது என்று பார்க்கிறேன். ஒரு ஜோடி புறாவும் பிடிக்கவேண்டும், கூண்டு தயார் செய்து வை. நம் குட்டையின் ஓரத்திலும் தூண்டிலில் இரண்டு தீனி உருண்டைகளை வைத்துவிட்டு வரவேண்டும், வரும்போது நான் அங்கிருந்து கொஞ்சம் மீன் பிடித்துக்கொண்டு வருகிறேன் அல்லது கமிரி சந்தையில் ஏதாவது ஒரு பெரிய மீன் வாங்கி வருகிறேன். ரூபாயியும், முன்னூவும் வருவார்கள், இல்லையா! இன்று விருந்து சாப்பிடலாம்... சுதந்திர இந்தியா விருந்து!"

"சுதந்திர இந்தியா விருந்து!" கஜேனுக்கு தன் காதில் வந்து விழுந்த தன்னுடைய குரலே மிகவும் அதிசயமாகத் தோன்றியது. மதன் சாரின் சொற்களைக் கேட்டு அவன் தன் மனத் திரையில் பதித்திருந்த 'சுதந்திர இந்தியா'வின் அழகை இரண்டு பேர் இரண்டு பக்கமும் ஏந்தி நின்றார்கள். ஒரு பக்கம் கிராமத் தலைவர் கர்கீ, மறு பக்கம் யாதவ் பௌரா. 'சுதந்திர இந்தியா' என்றும் 'விருந்தாக' மட்டுமே இருந்துவிடுமா?

சேலம் நதிக் கரையில் வசிக்கும் தூல்மன் வீட்டு முன் வாசலில் மூங்கில் புதர்களுக்கிடையிலிருந்து பக் பக் என்று சத்தம் போட்டுக்கொண்டு ஒரு வாத்துக் கூட்டம் தண்ணீரில் இறங்கி வந்தது. கஜேன் தூல்மனிடமிருந்து ஒரு வாத்து வாங்கி வருவதற்காக அவன் வீட்டிற்கு சென்றான்.

கிட்டத்தட்ட ஒரு மாதம் சென்று ஒரு நாள் மாலை கஜேன் தர்மானந்தா வைத்தியர் கடைக்கு சென்றான். எப்போதாவது அவன் அங்கு செய்தி வாசிக்கப் போவான், பகலில்தான் போவான். மாலையில் அங்கு சென்று வெகு நாட்கள் ஆகிவிட்டது.

அன்று கஜேன் அங்கு போவதற்கு முன்பே கடையில் விளக்கு வெளிச்சத்தில் அன்று வந்த செய்திப் பத்திரிக்கையிலிருந்து செய்திகள் வாசிக்கப்பட்டுக்கொண்டிருந்தன. அவன் வந்ததும் எல்லாரும் ஒவ்வொருவராக தலையை உயர்த்தி அவனைப் பார்த்தார்கள், பிறகு எல்லாரும் செய்தி கேட்பதில் லயித்துவிட்டார்கள். யாதவ் பௌராவும், “ஓ கஜேன்! வந்து உட்கார்!” என்று சொல்லிவிட்டுப் படிப்பதில் மூழ்கிவிட்டார்.

செய்திப் பத்திரிக்கை படிப்பதைக் கேட்டு மக்கள் மனதில் வாங்கிக்கொண்ட செய்தியின் சுருக்கம் இதுதான்-

நாடு சுதந்திரம் அடைந்ததோ இல்லையோ, ஒரு மாதத்திற்குள்ளாகவே நாட்டு மக்கள் ஒரு புதிய சங்கடத்தை எதிர்கொள்ள நேர்ந்திருக்கிறது. நாட்டின் பல பகுதிகளில் ஹிந்து-முஸ்லீம் கலவரங்களால் மிக மோசமான அழிவுகள் ஏற்பட்டுக் கொண்டிருக்கின்றன. நாட்டைப் பிரித்து அமைந்த பாகிஸ்தான், இந்தியா ஆகிய இரு நாடுகளின் எல்லைகளில் கொலை, கொள்ளை, நெருப்பு பற்றவைத்தல், கலகம் ஆகிய கோர செயல்கள் தாண்டவமாடிக்கொண்டிருக்கின்றன. பாகிஸ்தானில் உள்ள குறைந்த எண்ணிக்கையிலான ஹிந்துக்களும், இந்தியாவில் குறைந்த எண்ணிக்கையில் உள்ள முஸ்லீம்களும் உயிரைக் காப்பாற்றிக் கொள்ளப் பரிதவித்து இந்த நாட்டிலிருந்து அந்த நாட்டிற்கும், அந்த நாட்டிலிருந்து இந்த நாட்டுக்கும் ஓடும்போது ஆயிரக்கணக்கான ஆண்கள்-பெண்கள், குழந்தைகள் அரக்கத்தனமான கொடுமைகள், கொள்ளைகள், பலாத்காரங்களுக்குப் பலியாக நேர்ந்திருக்கிறது. மக்கள் தங்கள் வாழ்நாள் முழுதும் பாடுபட்டு சேர்த்த நகை, பணம், வீடு, நிலம் எல்லா சொத்துகளையும் இழந்து ஒன்றுமே இல்லாமல், புகலின்றி நிற்க நேர்ந்திருக்கிறது.

அன்றைய செய்தித்தாளின் முக்கிய செய்தி இதுதான்- - ஜவஹர்லால் நேரு, லியாகத் அலி கான் ஆகிய இரு பிரதம மந்திரிகளும் மேற்கு பாகிஸ்தான் லாயல்பூரில் சரணாகதி அடைந்தவர்களின் பிரச்சனைகள் குறித்துப் பேசுவார்கள். ஒரு ரிப்போர்ட்டர் மேற்கு பாகிஸ்தானிலிருந்து ஓடி வந்து குரு க்ஷேத்திரத்தில் சரணாகதி அடைந்து இருந்த இரண்டு லட்சத்து எழுபதாயிரம் ஹிந்துக்கள், சீக்கியர்களிடம் பேசி அவர்களுக்கு இழைக்கப்பட்ட மனிதத்தன்மை அற்ற கொடுமைகளை விவரித்திருக்கிறார். இன்னும் பல இடங்

களில் அப்படி சரணாகதி அடைந்த பல லட்சம் மக்கள் வந்து கூடாரங்களில் தங்கி இருக்கிறார்கள். பல லட்சம் பேர் கொல்லப்பட்டிருக்கிறார்கள், பல லட்சம் முஸ்லீம்கள் இந்த நாட்டை விட்டு பாகிஸ்தான் போயிருக்கிறார்கள்.

செய்தித்தாளைப் படித்து முடித்த பிறகும் வெகு நேரம் வரை கேட்டுக்கொண்டிருந்தவர்களிடையே ஆலோசனைகளும், கேள்வி-பதில்களும் நடந்துகொண்டிருந்தன. பிறகு மெல்ல மெல்ல கலைந்து எல்லாரும் அவரவர் வீடுகளுக்குப் போய்விட்டார்கள்.

சற்று நேரம் சென்று கஜேன் வைத்தியர் கடைக்கு உள்ளே சென்று இரண்டு பொட்டலங்கள் வாங்கிக்கொண்டு வெளியே வந்தான். வெளியே நிலா நிலவொளியைப் பரப்பிக்கொண்டிருந்தது. அதே வெளிச்சத்தில் யாதவ் பௌராவை சூழ்ந்துகொண்டு அவருடைய கூட்டத்தினர் ஏதோ ரகசியம் பேசிக்கொண்டிருந்ததை கஜேன் பார்த்தான். அவர்கள் அவருடைய சைக்கிளின் நான்கு பக்கமும் நின்றுகொண்டு ஏதோ முக்கியமான பேச்சில் மூழ்கி இருந்தார்கள். முன்னால் போவதா, நிற்பதா என்று கஜேனுக்குப் புரியவில்லை. அவன் அந்தப் பக்கம்தான் போகவேண்டி இருந்தது, அவன் அந்தக் கூட்டத்தின் அருகாமையில் ஓசைப்படாமல் நடந்து முன்னால் போய்விட்டான். இரண்டு அடி எடுத்து வைத்ததுமே யாதவ் பௌரா தனக்குப் பின்னால் அதே மண் சாலையில் சைக்கிளைத் தள்ளிக்கொண்டு நடந்து வருவதாக அவனுக்குத் தோன்றியது. சற்று தொலைவு அப்படியே நடந்து சென்ற பிறகு கஜேன் சாலையின் ஓரத்தில் ஒதுங்கி நின்று பின்னால் திரும்பிப் பார்த்தான், "நீங்கள் முன்னால் போங்கள்." என்றான்.

யாதவ் பௌரா அவனைக் கடந்து முன்னால் சென்றார், ஆனால் சைக்கிளில் ஏறாமல் கஜேன் பக்கம் திரும்பி, "போகத்தான் வேண்டும், ஆனால் இந்த நிலா இரவில் நடந்து போவது நன்றாக இருக்கிறது. வாயேன் கஜேன்! ஒன்றாகவே போவோம். நீ ஒருவேளை சேலம் நதிப் பாலத்தில் போய் உட்காருவாய், இல்லையா?" என்றார்.

கஜேன் ஒன்றும் சொல்லாமல் சற்று தொலைவு கூடவே நடந்தான். சற்று தூரம் சென்றதும் பௌரா கஜேனைப் பார்க்காமலே கேட்டார்-

"ஏண்டா கஜேன், இப்போது என்ன செய்யலாம்?"

கஜேனுக்கு கேள்வியின் தலை, கால் புரியவில்லை, அவன் ஆச்சரியத்தோடு கேட்டான்-

"நீங்கள் எதைப் பற்றிப் பேசுகிறீர்கள்?

“இந்தக் குரயீகுடி முஸ்லீம்கள் இருக்கிறார்கள், இல்லையா!”

“குரயீகுடி மக்களா!” அவனுக்கு இப்போதும் ஒன்றும் புரியவில்லை.

“ஆமாம், ஆமாம், அதே முஸ்லீம்கள்தான்.”

“முஸ்லீம்களா? அப்படியென்றால்... மன்சூர் அலி முதலியவர்களா?”

“ஆமாம், அதே முஸ்லீம்களைப் பற்றிதான் சொல்கிறேன்.”

“அவர்களுக்கு என்ன ஆயிற்று?” பதற்றத்தில் கஜேனின் குரல் நடுங்கியது.

“அவர்களுக்கு ஒன்றும் ஆகவில்லை, ஆனால், ஏதாவது ஆக வேண்டும், இல்லையா? நான்கு பக்கமும் நெருப்பு பற்றி எரிகிறது, பத்திரிக்கைகளில் படிக்கவில்லையா? அந்த நெருப்பின் சூட்டை நாமும் சற்று உணரவேண்டும். அந்த விஷயத்தில் உன்னைப் போல ஒரு கெட்டிக்காரன், உன்னைப் போல ஒரு வலுவான ஆள். இந்த நேரத்தில்...”

“என்னைப் போல கெட்டிக்காரனா? எதில் கெட்டிக்காரன்? நான் என்ன செய்யமுடியும்? நெருப்பா? என்ன நெருப்பு? எதற்கு நெருப்பு? எனக்கு ஒன்றும் புரியவில்லை.”

“ஆமாம், ஆமாம், உனக்கு எப்படி இதெல்லாம் புரியும்? நேரம் பார்த்து உன் மூளை வேலை செய்யாமல் நின்றுவிடுகிறது. ஏன்? இவர்கள் எல்லாரும் முஸ்லீம்கள் இல்லையா? இப்போது அவர்களுடைய புதிய நாடு கிழக்கு-பாகிஸ்தான்! இல்லையா? இப்போது அவர்கள் தங்கள் நாட்டிற்குப் போய்விட வேண்டாமா? அவர்கள் தங்கள் நாட்டிற்குப் போகட்டும், நம்முடைய பூமியை நமக்காக விட்டுப் போகட்டும். இதுதான் உண்மை, இல்லையா?” ஒரு முறை பௌரா கஜேனை உறுத்துப் பார்த்தார்.

“எனக்கு நீங்கள் சொல்வது...” கஜேனுடைய தயக்கம் நிறைந்த வாக்கியம் முடிவதற்குள் சட்டென்று ஏதோ நினைவு வந்தவர் போல அவனை இடையிலேயே மறித்து பௌரா கேலியாக சொன்னார்-

“நல்லது. உனக்கு எப்படிப் புரியும்? உனக்கு அவர்களோடு நல்ல கரும்பு போல இனிக்கும் உறவு இருக்கிறது. நான் மறந்தே போய்விட்டேன். உன்னுடைய கூரிய அறிவு சட்டென்று மழுங்கிப் போய்விட்டதைப் பார்த்து சற்று ஆச்சரியப்பட்டேன். நல்லது, இப்போது காரணம் புரிந்துவிட்டது. வேறு ஒன்றும் இல்லை, நட.”

அதன் பிறகு ஒரு தாவலில் யாதவ் பௌரா தன் சைக்கிள் சீட்டில் ஏறி உட்கார்ந்தார், தனக்குத் தெரிந்த ஒரே ஒரு பாட்டை சீட்டி அடித்தபடி கிராமத்தை நோக்கி சென்றுவிட்டார்.

அவருடைய சீட்டி ஒலி படிப்படியாக குறைந்து நின்றுவிட்டது. அவர் சட்டென்று பாய்ந்து சைக்கிளில் ஏறி ஓட்டிச் சென்றதால் தூசி பறந்தது, அதனால் சற்று நேரம் வரை கஜேன் மூக்கை மூடிக்கொண்டு நடக்க நேர்ந்தது. நிலவின் பொன் ஒளி பரவி இருந்தாலும் திடீரென்று வந்த புயலால் ஆகாயத்தில் மேகங்கள் வந்து கவிவதைப் போல அவனுடைய இதய ஆகாயத்தில் பல வகை உணர்வுகளாகிய கருமேகங்கள் வந்து கவிந்தன.

வைத்தியருடைய கடையில் கேட்ட செய்திகள் அவன் மனதை மிகவும் நிம்மதி இழந்து துயரப்பட செய்துவிட்டிருந்தன. ஒரு அதிசயமான பயமும் இருந்தது. அதற்கு மேல் யாதவ் பௌராவின் பார்வை, “இப்போது என்ன செய்யலாம், கஜேன்?” .அதே சந்தர்ப்பத்தில் எழுப்பப்பட்ட குரயீகுடி மக்கள் விஷயம்! முஸ்லீம்களுக்கு அவர்களுடைய நாடு அமைந்துவிட்டது, அவர்கள் அங்கேதான் போகவேண்டும் என்றும் அவர் சொல்லிவிட்டார். அவர்கள் போகவில்லையென்றால்? அவர்கள் போய்விட்டால் அவர்கள் வியர்வை-ரத்தத்தை சிந்திப் பண்படுத்திய நூறு-நூற்றைம்பது பீகா பொன் விளையும் பசுமை நிலம்? காடும் கரம்புமாக இருந்த பூமியை வெட்டித் திருத்தி அமைத்த மேய்ச்சல் நிலம்? இவை எல்லாவற்றையும் அனுபவிக்கப் போவது யார்? அங்கே யார் இருப்பார்கள்? அந்த நிலம் முழுதும் யாருக்கு சொந்தமாகும்? ஆனால் அன்று வரை மன்சூர் அலியும் மற்றவர்களும் ஒருபோதும் அங்கிருந்து போக நினைக்கவேயில்லை. அவர்கள் சுகமாக-அமைதியாக அங்கேயே இருக்க விரும்புகிறார்கள். சுதந்திர இந்தியாவின் கொடியேற்ற விழாவில் அவர்களும் பங்கு கொண்டதாக ரூபாயி அவனிடம் சொல்லியிருந்தான்.

மன்சூர் அலி அந்தக் கூட்டத்தில் ஒரு தொண்டர் கொடுத்த ஒரு சிறிய காகித மூவர்ணக் கொடியை வீட்டிற்கு எடுத்துப் போயிருந்தான். ஹசீனா அந்தக் கொடியை வீட்டின் வெளி சுவரின் மேல் நூலால் கட்டியிருந்தாள். ஒரு நாள் கஜேன் அங்கு போயிருந்தபோது ஹசீனா மிக இயல்பாக அந்தக் கொடியின் மூன்று வர்ணங்களுக்கும் அர்த்தம் கேட்டாள், நடுவில் இருக்கும் சக்கரம் என்ன உணர்த்துகிறது என்றும் அறிந்துகொண்டாள். மௌல்விகள் வந்து அவர்களுக்காக புதிய நாடு அமைந்திருக்கிறது, அவர்கள் அங்கே போகவேண்டுமென்று மிகவும் வற்புறுத்தினார்கள், ஆனால் அவர்கள் ஒத்துக்கொள்ளவில்லை. பாடுபட்டு சுகமாக-அமைதியாக இரண்டு வேளை சம்பாதித்து-சாப்பிட்டு, தினமும் ஐந்து வேளை

தொழுது, அல்லாவை நினைக்கக்கூடிய அந்த இடமே அவர்களுக்கு அவர்களுடைய நாடு!

ஆனால் யாதவ் பௌராவின், “நாம் இப்போது என்ன செய்ய வேண்டும்?” என்ற உள்ளர்த்தம் பொதிந்த கேள்வி அவனை அதிரவைத்துவிட்டது. உண்மைதான், இப்போது செய்ய என்ன இருக்கிறது? எல்லா விஷயங்களும் சேர்ந்து கஜேனின் மூளையைக் குழப்பிவிட்டன. வைத்தியரின் கடையிலிருந்து வாங்கி வந்த இரண்டு பொட்டலங்களையும் தின்றுவிட்டிருந்தான். இன்று என்ன மருந்து சற்று அதிக தீவிரமாக இருந்ததா? அவன் மூளை வேலை செய்வதையே நிறுத்திவிட்டது.

இல்லை, இல்லை, இப்படியே இருப்பது சரியில்லை. அவன் இப்போதே போய் யாதவ் பௌராவைக் கேட்பான். அவனை ‘கெட்டிக்காரன்’ என்று சொல்லி அவன் மூலமாக அவர் என்ன செய்ய விரும்புகிறார் என்று தெரிந்துகொள்வான். அவர் தெளிவாக எல்லாவற்றையும் சொல்லத்தான் வேண்டும். அவன் அப்போதே போய் யாதவ் பௌராவிடம் பேச தீர்மானித்தான்.

வைத்தியரின் கடையிலிருந்து கிளம்பி நேராக மோத்தி மிஸ்த்ரி வீட்டிற்குப் போய் அதன் பிறகு ஒரு குறிப்பிட்ட இடத்திற்குப் போய்விட்டுப் பின்னரே தன் வீட்டிற்குப் போவது யாதவ் பௌரா வின் தினசரி வழக்கம் என்று கஜேனுக்குத் தெரியும். அந்த தினசரி வழக்க கணக்குப்படி அது யாதவ் பௌரா தன் ஆட்களுடன் மோத்தி வீட்டில் உட்கார்ந்து கள் குடிக்கும் நேரம்.

கஜேன் மோத்தி வீட்டு முன் வாசலில் அடி எடுத்து வைத்ததும் பௌராவின் சைக்கிள் அங்கு இல்லாததை கவனித்தான். உள்ளேயும் நிறைய பேர் இருப்பதற்கான அறிகுறி எதுவும் இல்லை. யாராவது இருக்கிறார்களா, இல்லையா, தெரியவில்லையே என்று அவன் யோசித்தான். அப்போது மோத்தியின் மனைவி, “வா, வா, கஜேன், நேராக உள்ளே வா.” என்று குரல் கொடுத்தாள்.

கஜேன் குரல் வந்த இடத்தைப் பார்த்தான். நிலா வெளிச்சத்தில் மோத்தியின் மனைவி வராந்தாவில் மோடாவிலிருந்து எழுந்து நிற்பது அவனுக்குத் தெரிந்தது. அவள் கையில் சாராய கிளாஸ் இருந்தது.

வீட்டிற்குள் கால் அடி எடுத்து வைத்ததுமே, “யாதவ் பௌரா இன்னும் வரவில்லையா?” என்று கேட்டான் கஜேன்.

மோத்தியின் மனைவி அறைக்குள் வந்து சொன்னாள்-

“நீ யாதவ் பௌரா பின்னாலேயே போய்க்கொண்டிருக்கிறாய். என் பக்கம் திரும்பிக் கூட பார்க்கமாட்டேன் என்கிறாய். உட்காரேன்! யாதவ் பௌராவையும் சந்தித்து விடலாம்.” என்று சிரித்துக் கொண்டே சொல்லிய அவள் கிளாசில் இருந்த சாராயத்தை ஒரே மடக்கில் விழுங்கிவிட்டு, கிளாசை தரையில் கவிழ்த்தாள்.

“இவர்கள் இன்னும் வரவில்லையா?... இவர்கள், இந்த பௌரா கூட்டத்தினர்?”

“வருவார்கள், வருவார்கள், வந்துகொண்டுதான் இருப்பார்கள். ஆனால் அவர்களோடு உனக்கு என்ன வேலை?” அவள் கஜேனின் கையைப் பிடித்து வலுவாக இழுத்தாள், அருகில் இருந்த பெட்டியின் மீது அவனை வலுக்கட்டாயமாக உட்கார வைத்தாள்.

“வெகு நாட்களாக நீ இங்கு வரவே இல்லை. நான் எப்போதும் உன்னையேதான் நினைத்துக்கொண்டிருக்கிறேன். ஒரு அரை பெக் கொண்டு வரட்டுமா?” மோத்தியின் மனைவி புன்னகை செய்தாள். அவளுடைய அஸ்ஸாம் மொழி உச்சரிப்பில் நேப்பாள மொழி தொனி ஒலித்தது.

“எனக்கு குடிக்க-கிடிக்க ஒன்றும் வேண்டாம், யாதவ் பௌராவை சந்திக்க வேண்டும், அவ்வளவுதான். அவரிடம் மிக முக்கியமான வேலை இருக்கிறது. உன் கணவன் இருக்கிறானா, இல்லையா?... இன்று காணவே இல்லையே?”

“இங்கேதான் எங்கேயோ ஏதோ வேலையாக போயிருக்கிறான். பாவம், உடம்பு சரியில்லை.” ஒரு அர்த்தம் நிரம்பிய மௌனத்திற்குப் பின் அவள் மீண்டும் சொன்னாள், “வீட்டில் யாரும் இல்லை, நான் தனியாகத்தான் இருக்கிறேன்.”

கஜேன் மிகவும் தீவிரமானான். அவள் அவ்வாறு தன்னை கையைப் பிடித்து வலுக்கட்டாயமாக உட்கார வைத்தது அவனுக்குப் பிடிக்கவில்லை. அந்தப் பிடியில் சற்று அதிகமாகவே பிடிவாதம் இருந்ததாக அவனுக்குத் தோன்றியது.

மோத்தியின் மனைவி கஜேனின் அருகில் நின்று சற்று நேரம் மிகுந்த கவனத்துடன் அவன் முகத்தைப் பார்த்துக் கொண்டேயிருந்தாள். பிறகு, “இன்று புத்தம் புதிதாக செய்திருக்கிறேன், ஒரு கிளாஸ் குடியேன்! உடம்பு லேசாகிவிடும், மனமும் குளிர்ந்துவிடும்.” என்றாள்.

“சொன்னேன் இல்லையா, எனக்கு வேண்டாம்! ஏன் வீணாக தொணதொணக்கிறாய்?”

தன்னுடைய வெறுப்பை மறைக்க முயற்சித்துக்கொண்டே கஜேன் அவள் மீது எரிந்து விழுந்தான்.

"உன்னுடைய கோபம் இறங்கவே மாட்டேன் என்கிறது!" என்று சொல்லிவிட்டு அவள் அருகில் திரை போட்டிருந்த அறைக்குள் போய்விட்டாள்.

கஜேன் சற்று நேரம் அறையில் தனியாக உட்கார்ந்திருந்தான், பிறகு தனக்குத் தானே பேசிக்கொள்பவனைப் போல, "பௌரா வருவாரா, மாட்டாரா?" என்றான்.

அவன் அருகில் இருந்த அறையின் பக்கம் பார்த்து உரக்கக் கேட்டான், "இன்று அவர்கள் வருவார்களா, மாட்டார்களா, ஏதாவது தெரியுமா?"

"நீ உட்காரேன்... வருவார்கள்... கட்டாயம் வருவார்கள். எதற்கு இவ்வளவு அவசரம்? இங்கே வா, இங்கு யாரும் இல்லை, சுகமாக படுக்கையில் உட்காரலாம்." அவள் கஜேனை அறைக்குள் கூப்பிட்டாள்.

"நான் வரவில்லை. இங்கேயே சுகமாகத்தான் உட்கார்ந்திருக் கிறேன். நீ அங்கே போய் புகுந்துகொண்டு என்ன செய்து கொண்டிருக்கிறாய்?"

"மிகவும் வெப்பமாக இருக்கிறது, கொஞ்சம் மேல் ஆடையை சரி செய்து கொண்டிருக்கிறேன்." சற்றுப் பொறுத்து அவள் சொன்னாள், "நீ இன்று ஒரு பெக் கூட குடிக்கவில்லை. வேறு ஏதாவது கொண்டு வரட்டுமா?"

"எனக்கு வேறு ஒன்றும் வேண்டாம், ஒரு கிளாஸ் தண்ணீர் மட்டும் கொடு, போதும். மோதக் சாப்பிட்டதால் மிகவும் தாகம் எடுக்கிறது."

"ஓ! மோதக் சாப்பிட்டுவிட்டு வந்திருக்கிறாயா? அதற்குப் பிறகு சாராய போதை என்ன மண்ணாங்கட்டி வேலை செய்யும்? கல்யாணம் பண்ணிக்கொள்வாய், இல்லையா, கல்யாணத்தன்று இரவு மோதக் சாப்பிட்டுவிடு, நிறைய சக்தி வந்துவிடும், தெரிந்ததா? இன்று நல்லதாய்ப் போயிற்று, மோதக் சாப்பிட்டுவிட்டு வந்திருக்கிறாய். இப்போது சாராயமே தேவையில்லை."

"ஏய்! வாயை மூடு!! ஒரு கிளாஸ் தண்ணீர் கொடு, நான் போகிறேன்." என்று கோபத்தோடு அதட்டிவிட்டு கஜேன் எழுந்து நின்றான்.

"நில்லு, நில்லு, கஜேன், போகாதே. இதோ நான் தண்ணீர்

கொண்டு வருகிறேன்."

அவள் ஒரு கிளாஸ் தண்ணீர் எடுத்துக்கொண்டு திரையை விலக்கிக்கொண்டு வெளியே வந்துவிட்டாள். கஜேன் கிளாசை வாங்கி தண்ணீர் குடிக்கும்போது அவள் ஒரு சிவப்பு பெட்டிகோட், ப்ளவுஸ் மட்டுமே உடுத்தி இருப்பதையும், ப்ளவுசின் பட்டன்கள் பாதி போட்டும், பாதி போடாமலும் இருப்பதையும், அவள் கண்கள் சிவந்து நெருப்பு போல் மின்னுவதையும் பார்த்தான். கஜேன் காலி கிளாசை அவள் பக்கம் நீட்டினான், அவள் கிளாசை வாங்கும்போது மிகவும் மயக்கத்துடனும், ஏக்கத்துடனும் கஜேனைப் பார்த்து," தெரியுமா கஜேன், யாதவ் பௌராசற்று முன்புதான் கள் குடித்துவிட்டு ஒரு அரை பாட்டில் வாங்கிக்கொண்டு அவசரம்-அவசரமாக எங்கேயோ போய்விட்டார். பிறகு ராமச்சந்திரன் தன் ஆட்களோடு வந்து நான்கு பாட்டில் கள் வாங்கிக்கொண்டு போனார். மோத்தியும் அவர்களோடுதான் போயிருக்கிறான். இன்று அவர்கள் எல்லாரும் எங்கோ விருந்து சாப்பிடப் போகிறார்கள். அவர்கள் வர இரவு வெகு நேரம் ஆகிவிடும்." என்றாள்.

"இதையெல்லாம் இது வரை ஏன் சொல்லவில்லை? நான் போகிறேன்." என்று கஜேன் திரும்பினான்.

"நில்லு கஜேன், இன்று போகாதே."

அவள் கஜேனை வழி மறித்து நின்றாள், "கஜேன், நில்லு. இன்று இரவு என் வீட்டிலேயே இரு கஜேன்." என்று கெஞ்சினாள்.

திடீரென்று அவள் கஜேனைத் தழுவிக்கொண்டாள். உடனே கஜேன் அவள் கையைப் பிடித்து இழுத்து அவளைத் தள்ளிவிட்டான். அவள் சுவரில் போய் மோதி விழாமல் சமாளித்துக்கொண்டாள், சுவரைப் பிடித்துக்கொண்டு நேராக நிமிர்ந்து நின்றாள். காளி போல அவள் சிவந்த கண்கள் ஜொலித்தன. அவள் கற்சிலை போல நின்று அவனை உற்றுப் பார்த்தாள், மெல்ல மெல்ல தன் ப்ளவுசின் பட்டன்களை ஒவ்வொன்றாகப் போட்டுக்கொண்டாள்.

முன்னால் போய் அவள் கழுத்தைப் பிடித்து நெறித்துவிடலாமா என்று கஜேன் நினைத்தான், ஆனால் எப்படியோ கஷ்டப்பட்டு தன் கோபத்தை அடக்கிக்கொண்டான். இறுகிய கை முஷ்டிகளைத் திறந்தான், கோபமும் தணிந்தது.

"என்னிடம் இன்னொரு முறை இப்படி நடந்துகொள்ளக்கூடாது, தெரிகிறதா? ஒரு நல்ல பெண்ணைப் போல நடந்துகொள். ஏழையாகி விட்டால் குணமும் கெட்டுப்போய்விடும் என்று அர்த்தம் இல்லை."

ஒன்றுமே நடக்காதது போல் கஜேன் இயல்பாக மிகுந்த தைரியத்துடன் அவளுக்கு அறிவுரை சொன்னான். அவன் அங்கிருந்து கிளம்பும்போது கேட்டான் -

“பௌராவும் மற்றவர்களும் விருந்து சாப்பிட எங்கே போயிருக்கிறார்கள் என்று ஏதாவது தெரியுமா?”

மோத்தியின் மனைவி நடுங்கும் குரலில், “எங்கே போயிருக்கிறார்கள் என்று எனக்குத் தெரியாது. போகும்போது திரும்பி வர இரவு வெகு நேரம் ஆகிவிடும் என்று மோத்தி சொன்னான், அவ்வளவு தான்.”

சாலைக்கு வருவதற்குள் கஜேனின் மனதிலிருந்து மோத்தி மிஸ்த்ரி வீட்டில் நடந்த நிகழ்ச்சி முற்றிலும் மறைந்துவிட்டது. ஏன் மறையாது, இப்போது அவன் ஒரு மிக முக்கியமான விஷயத்திற்கு தீர்வு காண வேண்டியிருந்தது. யாதவ் பௌராவின் பேச்சுக்கு உண்மையான அர்த்தம் என்ன என்று அவர் வாயாலேயே சொல்லித் தெரிந்துகொள்ளவேண்டும். மோத்தி வீட்டிலிருந்து கிளம்பி தினந்தோறும் யாதவ் பௌரா நேராக எங்கே போவார் என்று அவனுக்குத் தெரியும். அங்கேயே விருந்தும் சாப்பிட்டால் ஆச்சரியம் எதுவும் இல்லை. ஆனால், நிச்சயமாக அந்த இடத்தோடு அவருக்குத் தனிப்பட்ட, மிக ரகசியமான தொடர்பு இருந்தது, ஆகையால் கூட்டாளிகளை அழைத்துக்கொண்டு அங்கு போய் ஆட்டம் பாட்டத்தோடு விருந்து சாப்பிடுவது சாத்தியமானதாகத் தோன்றவில்லை.

உண்மையில் வீடு திரும்பும் முன் பௌரா முதலில் மோத்தி வீட்டிற்குப் போய்விட்டு பிறகு அந்த இரண்டாவது இடத்திற்குப் போக மனதையும் உடலையும் தயார் செய்துகொள்வார். அந்த இரண்டாவது இடம் கஜேனுடைய கிராமத்திற்கு நேர் எதிர் திசையில் இருந்த ஒரு வீடு. அந்த வீடு இருந்த கிராமத்து வழியாகப் போய்த்தான் யாதவ் பௌரா தன் கிராமத்திற்குப் போகவேண்டும். தன் கிராமத்திற்குப் போகும்போது அந்த வீட்டில் இருந்த ஒரு பெண்ணின் நலத்தை விசாரிக்கும் ‘கடமை,’ ‘காரண காரியம்’ இணைந்த பொறுப்பை அவர் தானே எடுத்துக்கொண்டிருந்தார். பாவம், தனியாக இருக்கிறாள்! நரேஷ்வர் மஹரியின் மனைவி விமலா தன் முதல் குழந்தையைப் பெற்றெடுத்தபோது ஏனோ தெரியவில்லை நரேஷ்வர் அந்தக் குழந்தையைத் தன்னுடையது என்று அங்கீகரிக்க மறுத்துவிட்டார், தாயையும் குழந்தையையும் நேராக தன் மாமனார் வீட்டில் கொண்டு விட்டுவிட்டு வந்தார். யாதவ் பௌராவின் மனைவியுடைய தூரத்து உறவு அத்தையின் மகள்தான் விமலா. அந்த உறவையே சொல்லிக்கொண்டு, தன் சமூகக் கடமை என்று

பாசாங்கு பண்ணிக்கொண்டு யாதவ் பௌரா நரேஷ்வரிடம் பேசி சமாதானப்படுத்த மிகவும் முயற்சித்தார், ஆனால் பயன் எதுவும் ஏற்படவில்லை. அதற்கு எதிர்மாறாக நரேஷ்வர் பட்டென்று இரண்டாவது திருமணம் செய்து விமலா தன் வீட்டிற்கு வரும் வழியையே அடைத்து விட்டார். இத்தகைய அவல நிலையில் அந்தப் பச்சிளம் குழந்தையோடு நிராகரிக்கப்பட்ட விமலா மீது யாதவ் பௌராவுக்கு திடீரென்று பொறுப்புணர்வு வந்துவிட்டது. துன்பத்திற்கு மேல் துன்பமாக விமலாவின் தந்தையும் இரண்டு நாள் நோயிலேயே அவளைத் தனியாக விட்டுவிட்டு சொர்க்கத்திற்குப் போய்விட்டார். அதன் பிறகு குழந்தையுடன் தனியாகத் தவித்த விமலாவைப் பராமரிக்கும் எல்லாப் பொறுப்பும் பௌராவின் தோள்களில் விழுந்துவிட்டது. அந்தப் பொறுப்பை முழுமையாக நிறைவேற்றுவதை மிகவும் ரகசியமாக வைத்திருக்க பௌரா முயற்சித்தார். ஆனால் அப்படிப்பட்ட விஷயங்களை எங்கேயாவது மறைத்துவைக்க முடியுமா? நாளடைவில் மக்கள் அதையெல்லாம் பார்த்தும் பார்க்காமலிருப்பதை வழக்கமாக்கிக்கொண்டார்கள். சாத்தியமான எல்லா உபாயங்களையும் கையாண்டு முயற்சித்தும் ஒரு நாள் பௌராவின் வீட்டிற்கே அந்த விஷயம் தெரிந்துவிட்டது. அன்றிலிருந்து சில நாட்கள் வரை அழுது புலம்பிவிட்டு அவருடைய மனைவி, "மனிதனுடைய பிறவிக் குணமே அப்படித்தான், ஒருத்தியோடு மனம் நிறைந்துவிடுகிறதா?" என்று சொல்லி அந்தத் தொடர்பை ஒத்துக்கொண்டுவிட்டாள். அதன் பிறகு பௌராவின் மனைவி ஒரு வருஷம், இரண்டு வருஷத்திற்கு ஒரு முறை ஒரு குழந்தையைப் பெற்றெடுத்து பௌராவுக்குத் தன் மீதுள்ள காதலை உலகத்திற்குக் காட்டிக்கொண்டிருந்தாள்.

யாதவ் பௌரா நாள் முழுதும் மக்கள், நாட்டுக் காரியங்களில் மும்முரமாக இருந்துவிட்டு மாலையில் கொஞ்ச நேரம் மட்டும் தன்னுடைய நன்மைக்காக செலவிட்டுக்கொண்டிருந்தார். தினமும் மாலையில் வீடு திரும்பும் முன் அவர் தன் நேரத்தை இந்த இரண்டு இடங்களிலும் மிக அழகாகக் கழித்தார். முதலில் சற்று நேரம் மோத்தியின் வீட்டிலும், பிறகு நரேஷ்வர் மஹரியால் கைவிடப்பட்ட மனைவி வீட்டிலும். அவர் தன் கடமையை நிறைவேற்றிக்கொண்டிருந்தார்.

யாதவ் பௌரா எல்லாரையும் அழைத்துக்கொண்டு விமலாவின் வீட்டிற்குப் போய் அமர்க்களம் பண்ணுவாரா என்ன? என்று கஜேன் யோசித்தான். விருந்துக்கு வேறு ஏதாவது இடத்தில் ஏற்பாடு செய்திருக்கிறாரோ என்னவோ? விமலா வீட்டிலேயே விருந்துக்கு ஏற்பாடு செய்திருப்பதாக வைத்துக்கொண்டாலும் கஜேன் அங்கு போய்ப் பேசுவது சரியாக இருக்காது. இந்த நேரம் எல்லா

குண்டர்களும் கள் குடித்துவிட்டு போதையில் இருப்பார்கள் என்று நினைத்து அவன் விஷயத்தை பௌராவிடம் திறந்து பேசுவதைத் தள்ளி வைத்துவிட்டான்.

"கஜேன்! ஏய் கஜேன்!" அருகில் இருந்த அறையில் இருந்து பாட்டியம்மா கஜேனைக் கூப்பிட்டாள். ஆழ்ந்த உறக்கத்தில் இருந்த கஜேன் "உம்" என்றான், புரண்டு படுத்தான்.

"யாராவது இறந்து-கிறந்துவிட்டார்களா? மூங்கில் எரிந்து பட் பட் என்று தெறிக்கும் வாசனை வருகிறது, பார்!"

"பேசாமல் தூங்கேன்!" வைத்தியரின் மோதக் தூக்கத்தில் கனத்த கஜேனின் கண்கள் திறக்கவே இல்லை. ஆனால் அவன் காதில் வந்து விழுந்த சில ஒலிகளிலிருந்து பாட்டி கதவைத் திறந்துகொண்டு வெளியே போயிருக்கிறாள் என்று தெரிந்தது.

"அந்த திசையில் ஆகாயம் முழுதும் சிவந்துவிட்டது, நிச்சயமாக யாருடைய வீடோ எரிந்துவிட்டது." பாட்டியின் குரல் முன் வாசலி லிருந்தே வந்தது.

கஜேன் துள்ளி எழுந்தான், நான்கே அடிகளில் வெளியே வந்தான். உண்மையிலேயே தென்மேற்குப் பக்கம் ஆகாயம் முழுதும் சிவந்து மின்னியது. ஆனால்.. ஆனால் அந்தப் பக்கம்தானே குரயீகுடி இருக்கிறது! கஜேன் கண்களை நன்றாகக் கசக்கிக் கொண்டான்... ஆமாம், காட்டின் அந்தப் பக்கம்... அங்கேதான் நெருப்பு...! அவனுடைய ஒவ்வொரு மயிர்க்கண்ணும் நடுங்கியது. வெளியே அப்போது மங்கிய இருட்டு இருந்தது. தசமி நிலா மறைந்து விட்டிருந்தது. கஜேன் அறைக்குள் பாய்ந்து ஓடினான், எப்படியோ ஒரு சட்டையை அணிந்துகொண்டான், வேகமாக வெளியே வந்து பாட்டியம்மாவிடம் சொன்னான்-

"பாட்டி, நீ தூங்கு. குரயீகுடியில் நெருப்பு பிடித்திருக்கிறது, நான் அங்கே போய்விட்டு வருகிறேன்."

"இரவு இவ்வளவு நேரமாகிவிட்டது."

முழு வாக்கியத்தையும் கேட்கும் முன்பே அவன் கேட் கதவைத் திறக்காமலே அதன் மீது தாவிக் குதித்து வெளியே போய்விட்டான்.

கஜேன் ஓடத் தொடங்கினான். வழியில் இரண்டு, மூன்று வீட்டு மக்கள் வெளியில் வந்து நெருப்பு எரிந்துகொண்டிருந்த பக்கம் பார்த்துக்கொண்டிருந்தார்கள். யாரோ உரக்க கஜேனிடம் ஏதோ கேட்டார்கள், ஆனால், அவனுக்கு பின்னால் திரும்பிப் பார்க்க நேரமும் இல்லை, எந்தக் கேள்விக்கும் பதில் சொல்ல உணர்வும்

இல்லை.

அம்மன் கோவிலுக்கு அருகில் குறுக்கு வழியாக வயல்களுக்கு நடுவிலேயே நடந்து போனால் வயலையும், காட்டையும் கடந்த உடனே குரயீகுடி கிராமம் வந்துவிடும். அவன் ஓடிக்கொண்டே இடையிடையே தலையை உயர்த்தி வெகு தூரம் வரை பார்வையை ஓட்டினான், பிறகு ஓடத் தொடங்கினான். ஆமாம், செந்தூரம் போல சிவந்த அதுதான் குரயீகுடி ஆகாயம். அதற்குக் கீழேதான் இருக்கிறன இருபது குடிசைகள், குடியிருக்கின்றன இருபது குடும்பங்கள்! அந்த மக்களின் முகங்கள் ஒவ்வொன்றாக அவன் கண் முன் பளிச்சிடத் தொடங்கின. முதல் முகங்கள் மன்சூர் அலி, ஹசீனாவின் முகங்கள். இந்த நேரம் எப்படி இருக்கும் அவர்களுடைய முகங்களின் நிறம் ஞ்வடிவம்? அவன் கண்முன் இன்னும் இரண்டு, மூன்று முகங்கள் தோன்றின. மோத்தி மிஸ்த்ரி வீட்டில் கையில் கள் கிளாசுடன் யாதவ் பௌராவின் முகம், அவருடைய ஆட்கள் சிலரின் முகங்கள். வெங்காயம், வெள்ளரிக்காய், அவித்த கொண்டைக்கடலை, வறுத்த மீன் பிளேட்டில் கொண்டுவந்து, கொண்டுவந்து பரிமாறும் மோத்தியின் அரை- நிர்வாண மனைவியின் முகம். எவ்வளவு அருவருக்கத்தக்க, எவ்வளவு பயங்கரமான முகங்கள் அவை!

திடீரென்று கஜேன் அம்மன் கோவில் படி வரை தான் வந்துவிட்டதைக் கவனித்தான். அவன் அம்மன் கோவிலுக்குள் ஓடினான். பாபுதேவ் அருகில் இருந்த அறையில் தூங்கிக்கொண்டு இருந்தார். அவருக்கு உடல்நிலை சரியில்லாததால் வைத்தியர் கொடுத்த மருந்தை சாப்பிட்டுவிட்டுத் தூங்கிக்கொண்டிருந்தார், அந்த மருந்தால் ஆழ்ந்த தூக்கம் வரும். கஜேன் தாழ்ப்பாளை எடுத்துவிட்டுக் கோவில் கதவைத் திறந்தான், ஒரு முறை பூமியில் நெற்றியை வைத்து வணங்கினான், பிறகு அந்த மங்கிய வெளிச்சத்தில் உத்தேசமாகக் கையை நீட்டிப் பாய்ந்து அம்மனின் பாதத்தில் வைத்திருந்த பலி கொடுக்கும் வாளை எடுத்தான். வாளைத் தோளின் மேல் வைத்துக்கொண்டு கோவிலை விட்டு வெளியே வந்தான், எதிரில் சாலைக்கு வந்ததுமே மீண்டும் ஓடத் தொடங்கினான். காட்டைக் கடந்து தீவை அடைந்ததும் இருபது குடிசைகளும் எரிந்து சாம்பலாகிவிட்டிருப்பதைப் பார்த்தான். சற்று தொலைவில் நேப்பாளிகளின் வீடுகள் பத்திரமாக இருந்தன. நெருப்பு தணிந்துவிட்டிருந்தது. ஆங்காங்கே சாம்பல் குவியல்களுக் கிடையில் ஒன்றிரண்டு மூங்கில் கம்புகள் தலை துண்டிக்கப்பட்ட சிப்பாய்கள் போல நின்றிருந்தன, அவ்வளவுதான்! அந்த எரிந்து போன இடத்திற்கு வலது பக்கம் சிலர் கூடியிருப்பது போலத் தோன்றியதால் கஜேன் அங்கு ஓடினான்.

நெருப்பின் மங்கிய வெளிச்சத்தில் அங்கு நேப்பாளி குடியிருப்பு மக்கள் வந்து கூடியிருப்பதை கஜேன் பார்த்தான். காயிலா, மாயிலா, இன்னும் அநேகமாக அந்தக் குடியிருப்பு மக்கள் எல்லாரும் அங்கே இருந்தார்கள். தூரத்திலிருந்து கஜேனை இன்னார் என்று தெரிந்துகொள்ள முடியாததால் அவர்கள் மிகவும் பயந்து விட்டார்கள். ஆனால் சில வினாடிகளிலேயே கஜேனை அடையாளம் கண்டு கொண்டதும்தான் அவர்களுக்கு உயிரே வந்தது. கஜேனின் தோளில் இருந்த பெரிய வாளைப் பார்த்ததும் சிலர் ஓட இருந்தார்கள். கஜேன் தொலைவிலிருந்தே உரக்கக் கேட்டான், "என்ன ஆயிற்று காயிலா? எப்படி நெருப்பு பிடித்தது?"

காயிலாவும் அவன் கூட இருந்தவர்களும் மிகவும் உணர்ச்சி வசப்பட்டுக் கூறியது இதுதான்-கிட்டத்தட்ட மூன்று மணி நேரத்திற்கு முன்பு காயிலாவின் உறக்கம் கலைந்தபோது அவனுக்கு முஸ்லீம்கள் குடியிருப்புப் பக்கத்திலிருந்து கூச்சலிடும் சப்தம் கேட்டது. அவன் இரண்டு, மூன்று பேரை அழைத்துக்கொண்டு அந்தப் பக்கம் போனான். அந்த நேரம் கொஞ்சம் நிலவொளி இருந்தது. கொஞ்சம் முன்னால் போனவுடனே பத்து, பதினைந்து பேர் பெரிய டார்ச் லைட்களைத் திருப்பித் திருப்பி நான்கு பக்கமும் எதையோ பார்த்துக்கொண்டிருப்பதை அவர்கள் பார்த்தார்கள். இவர்கள் மீது டார்ச் வெளிச்சம் பட்டதும் அவர்கள் இவர்களை நோக்கி வந்தார்கள். அருகில் வந்ததும் அவர்கள் காயிலா, அவன் கூட இருந்தவர்கள் கண்களில் டார்ச் அடித்தார்கள், உடனே அங்கிருந்து அகன்று தங்கள் தங்கள் வீடுகளுக்குள் போய்விடுமாறு உத்தரவிட்டார்கள். உடனே திரும்பிப் போகவில்லையென்றால் அவர்களை ஈட்டி எறிந்து அங்கேயே கொன்றுவிடுவதாக மிரட்டிய படியே ஒருவன் கூரிய ஈட்டி எடுத்துக்கொண்டு முன்னால் வந்தான். "இதைப் பார்த்தாயா?" என்று சொல்லி இன்னொருவன் டார்ச் வெளிச்சத்தில் இரட்டைக்குழல் துப்பாக்கியை எடுத்துக் காண்பித்தான். இருவருமே துணியால் முகத்தை மூடியிருந்தார்கள். அவர்கள் காயிலாவையும் அவன் கூட இருந்தவர்களையும் துரத்திக் கொண்டு வந்து அவர்களுடைய வீடுகளுக்குள் அடைத்து வெளித்தாழ்ப்பாளைப் போட்டுவிட்டுப் போய்விட்டார்கள். அருகில் இருந்த வீடுகளில் இருந்து வெளியே வந்தவர்களையும் வீட்டிற்குள் தள்ளி வெளியே வந்தால் கொன்றுவிடுவதாக மிரட்டிவிட்டு அவர்கள் இருவரும் போய்விட்டார்கள்.

உயிர் போய்விடும் என்ற பயத்தில் யாரும் வெளியில் வரவில்லை, ஆனால் மூங்கில் குச்சிகளுக்கு இடையே இருந்த இடுக்குகள் வழியாக அவர்களுக்கு முஸ்லீம் குடியிருப்பு தெரிந்தது. டார்ச் வைத்திருந்தவர்களில் ஒருவனைக் கூட அவர்களுக்கு அடையாளம்

தெரியவில்லை. அவர்கள் முகத்தை மறைத்துக்கொண்டு அங்கும் இங்கும் ஓடுவதையும், முஸ்லீம்களும் பயந்துபோய் அங்கிருந்து ஓடுவதையும், ஒன்றும் செய்ய முடியாமல் செயலிழந்து போய் தொலைவிலிருந்து அவர்கள் பார்த்துக்கொண்டிருந்தார்கள். பெரும்பாலானவர்கள் நதியின் பக்கம் ஓடிக்கொண்டிருந்ததாக அவர்களுக்குத் தோன்றியது. இதற்குள் அந்தக் குடியிருப்பிலிருந்து இதயத்தைப் பிளக்கும் கூக்குரல்களும், அழுகை சத்தமும் கேட்டது. அந்தக் கூக்குரல் ஒலியிலிருந்தும் அழுகை சத்தத்திலிருந்தும் ஏதோ பயங்கரமான நிகழ்ச்சி அங்கு நடந்துகொண்டிருப்பதாகத் தோன்றியது. பயங்கரமான அடிதடி. அதன் பிறகுதான் முஸ்லீம் குடியிருப்பின் இரு பக்கங்களிலிருந்தும், இடையில் நான்கு-ஐந்து இடங்களிலிருந்தும் திடீரென்று நெருப்பு ஜுவாலைகள் எழுந்தன. அந்த நெருப்பு வெளிச்சத்திலும் இரண்டு, மூன்று பேர் ஈட்டியுடன் முஸ்லீம்களை நதிப் பக்கம் துரத்திக்கொண்டு ஓடுவதை அவர்கள் பார்த்தார்கள். சற்று நேரம் வரை அந்த கோர தாண்டவத்தைப் பார்த்துக்கொண்டிருந்துவிட்டு கொள்ளைக்காரர்கள் போய் விட்டார்கள் என்று நிச்சயமாகத் தெரிந்த பிறகு நேப்பாளி மக்கள் ஒவ்வொருவராக தங்கள் வீடுகளின் பின் வாசல் வழியாக வெளியே வந்தார்கள், காயிலாவை அழைத்துக்கொண்டு அங்கே வந்தார்கள். ஆனால் அதற்குள் எல்லாம் எரிந்து சாம்பலாகிவிட்டது. வீடுகள், ஆண்கள்-பெண்களுக்கான எந்த அடையாளமும் அங்கு இல்லை.

காயிலா ஒரே மூச்சில் சொல்லி முடித்த எல்லா விஷயங்களையும் கேட்டு கஜேனுக்கு இடி விழுந்தது போல ஆகிவிட்டது. அவன் கரியும் சாம்பலுமாக ஆன வீடுகளின் பக்கம் கையைக் காட்டி பதட்டத்துடன் கேட்டான், "எல்லா முஸ்லீம்களும் எங்கே போனார்கள்?... அவர்களுடைய மனைவி, குழந்தைகள்?"

"அவர்களுக்கு என்ன ஆயிற்று என்று தெரியவில்லை, ஆனால் எனக்கு என்னவோ அந்தக் கொள்ளைக்காரர்கள் எல்லா முஸ்லீம்களை யும் கொன்று நதியில் போட்டிருப்பார்கள் என்று தோன்றுகிறது. ஒருவேளை யாராவது உயிர் பிழைத்து காட்டிற்குள் ஓடியிருக்கலாம்... அல்லது நதியைக் கடந்து ஓடியிருக்கலாம்.".

கஜேன் இப்போது பலி கொடுக்கும் வாளை மற்றொரு தோளில் மாற்றி வைத்தான், அகலக் கால் எடுத்து வைத்து முஸ்லீம் குடியிருப்பின் பக்கம் சென்றான். நெருப்பில் எரிந்து போன வீடுகள், பாதி எரிந்த மூங்கில் கம்புகள், பாதி எரிந்த சில துணிகள்- பாத்திரங்கள், புகை... எவ்வளவு நெஞ்சை உருக்கும் காட்சி! தொலைவிலிருந்து பசுக்கள் அம்மா என்றும் கதறும் குரலும், நாய்களின் ஓல சத்தமும் வந்துகொண்டிருந்தன. கஜேன் குடியிருப்பை நெருங்கியவன் திடீரென்று வேகமாக ஓடினான், உத்தேசமாக மன்சூரின் வீடு இருந்த

இடத்தை அடைந்தான். இல்லை... ஒன்றும் எஞ்சியிருக்கவில்லை... எல்லாம் எரிந்து சாம்பலாகிவிட்டிருந்தது. ஒரு பக்க சுவர் பாதி எரிந்து நின்றது, அவ்வளவுதான், மீதி எல்லாம் எரிந்துவிட்டிருந்தது, சாம்பலிலிருந்து புகை வந்துகொண்டிருந்தது. அவன் நான்கு பக்கமும் ஓடி தேடிவிட்டுத் திரும்பி வந்தான், எங்கும் எந்த முணுக்கென்ற சத்தமும் கேட்கவில்லை. ஒரு பயங்கரமான நிசப்தம் நிலவியது. திடீரென்று நெருப்பின் மங்கிய வெளிச்சத்தில் முன் வாசலில் மின்னிய ரத்தம் கஜேனின் பார்வையில் பட்டது. ரத்தம் கொஞ்ச தூரம் வரை ஓடியிருந்தது. அவனுடைய உடல் முழுதும் நடுங்கியது. அந்த சூடான சூழலிலும் அவனுடைய கால்-கைகள் உறைந்து சில்லிட்டன. அவனுடைய கை வாளில் இறுகியது. எரிந்துபோன வீட்டிற்கு நேராக அவன் பின்புறம் இருந்த வயலை நோக்கி நடந்தான். அந்தப் பக்க ஒற்றையடிப் பாதையில் சற்று தூரத்திற்கு ரத்தம் தேங்கிக் கிடந்தது. அவன் இன்னும் சற்று தூரம் சென்றான், அங்கு வெளிச்சமே இல்லை. அவன் உரக்கக் கத்தினான், "மன்சூர் அண்ணா!"

இருட்டில், அந்த நிசப்தத்தில் அவனுடைய குரல் வெகு தூரம் வரை நீந்திச் சென்றது. அவனுடைய அழைப்பிற்கு எந்த பதிலும் வரவில்லை. நதிக்கு அந்தப் பக்கம் வெகு தூரம் வரை கிராமங்கள் எதுவும் இல்லை. ஒரு பக்கம் அடர்த்தியற்ற காடும், மறு பக்கம் மிக அடர்ந்த காடும் இருந்தது. புதர்கள், கொடிகள், புல், பெரிய-பெரிய மரங்கள். கஜேன் மீண்டும் ஒரு முறை முழு வலுவுடன் உரக்கக் கத்தினான், "மன்சூர் அண்ணா!"

பதில் எதுவும் இல்லை. சற்று நேரம் எதிர்பார்த்து காத்திருந்த பிறகு அவன் மீண்டும் குரல் கொடுத்தான், "ஹசீனா ஆ ஆ ஆ ஆ!" இந்த முறையும் அவனுக்குத் தன்னுடைய குரல் நிசப்தத்தைக் கிழித்துக்கொண்டு வெகு தூரம் வரை செல்வது கேட்டது, ஆனால் பிறகும் பதில் எதுவும் வரவில்லை.

மெல்ல மெல்ல ஒரு பயங்கரமான இருண்ட இரவு முடிந்து விடிகாலையின் மங்கிய வெளிச்சம் வரத் தொடங்கியது. ஒவ்வொன்றாக எல்லாப் பொருள்களின் வடிவமும் தெளிவாகத் தொடங்கியது. மேலே லேசான வெளிச்சத்துடன் ஆகாயம், நான்கு பக்கமும் மரங்கள்-இலைகள், வயல்-மைதானம், குரயீ நதி, அதற்கு அப்பால் காடு, இந்தப் பக்கம் பிரம்மபுத்ரா, அதன் இரு பக்கமும் அடர்ந்த காடு.

கஜேன் காயிலாவையும், அவன் கூட்டாளிகளையும் அழைத்துக் -கொண்டு குரயீ நதி ஓரமாகவே பிரம்மபுத்ரா வரை சென்றான்,

அவர்கள் நான்கு பக்கமும் இருந்த வயல்- தோட்டம், காட்டின் மூலை முடுக்கெல்லாம் தேடிவிட்டு வந்தார்கள். குரயீ நதிக்கரை மணலில் அவர்கள் எண்ணற்ற காலடிச் சுவடுகளைப் பார்த்தார்கள், எல்லாப் பக்கமும் ரத்தக் கறைகள்.

அவர்கள் எல்லா இடத்தையும் சலித்துப் பார்த்தார்கள், ஆனால் எங்கும், எந்த மனித உயிரும் இருப்பதற்கான எந்த அறிகுறியும் காணப்படவில்லை.

கஜேன் களைத்து சோர்ந்துபோய்விட்டான். காயிலாவையும் மற்றவர்களையும் திரும்பிப் போக சொல்லிவிட்டு அவன் மீண்டும் ஒரு முறை மன்சூரின் எரிந்துபோன வீட்டை நோக்கி சென்றான்.

மன்சூர் வீட்டின் பின்புறம் குரயீ நதி வரை செல்லும் அந்த ஒற்றையடிப் பாதையில் அவன் ஆயிரம் முறை மீன் பிடிக்க வந்திருக்கிறான்... எப்போதும் அவன் பின்னாலேயே பாட்டு பாடிக் கொண்டு, குதியாட்டம் போட்டுக்கோண்டு ஹசீனாவும் வருவாள்.

கஜேன் மன்சூரின் எரிந்துபோன, சாம்பல் குவியலாக மாறிப் போன வீட்டின் முன் வந்து நின்றான். பகல் வெளிச்சத்தில் எல்லாம் தெளிவாகத் தெரிந்தன. சாம்பல் மற்றும் அணைந்து கொண்டிருந்த நெருப்புத்துண்டங்களுக்கு இடையில் கிடந்த தகரப் பெட்டி, பாத்திரம், தண்ணீர் ஜாடி, டம்ளர், பாதி எரிந்த துணிகள், ஹசீனாவின் சேலை-புர்க்கா, சிதறிக் கிடந்த உளுந்துக் குவியல், மிளகாய்க் குவியல். பாதி எரிந்த எல்லாப் பொருள்களின் ஒரு கலவை மணம் அந்தப் புகையில் வந்தது.

வாளை எடுத்துக்கொண்டு அவன் வீட்டின் ஒவ்வொரு மூலையையும் கவனமாகப் பார்த்தான், வீட்டின் முழுதும் எரியாத ஒரு மூலையின் ஒரு சிறிய சுவர் உயரமாக நின்றிருந்ததும், அதன் பின்னால் ஒரு உயரமான பொருள் மறைத்துவைக்கப்பட்டிருந்ததும் அவன் பார்வையில் பட்டது. முழுதும் எரிந்துபோன வீட்டில் அப்படி ஒன்றைப் பார்த்து அவன் ஆச்சரியப்பட்டான். யாராவது மனிதர்களா? அவன் பாய்ந்து சென்றான். ஒரே பாய்ச்சலில் வீட்டின் அந்தப் பக்கம் போய்ப் பார்த்தான், அடிக்கடி அவன் வந்து உட்காரும் அதே மரப் பெட்டி. அதன் மேல் எரிந்துகொண்டு வளைந்து கிடந்த சுவரின் அந்தப் பகுதியை அவன் கையால் விலக்கினான். சுவரில் ஒட்டியிருந்த மூவர்ண, தேசக் கொடி அப்போதும் பாதி எரிந்த நிலையில் இருந்தது, அதை ஹசீனா மிகுந்த பிரியத்துடன் அங்கே ஒட்டியிருந்தாள். அவன் அந்தப் பாதி எரிந்த சிறிய கொடியை எடுத்து மடித்து சட்டைப் பையில் வைத்துக்கொண்டான்.

சற்று தொலைவில் பூக்கள் டிசைன் போட்ட ஒரு தகரப் பெட்டி கவிழ்ந்து கிடந்தது. நெருப்பில் எரிந்து பூக்களின் வண்ணங்கள் மங்கிவிட்டிருந்தன. கஜேன் பெட்டியை ஆட்டிப் பார்த்தான், உள்ளே எதுவும் இல்லை. சற்று இழுத்ததும் அதன் கீழ் அழுந்தியிருந்த இரண்டு பாதி எரிந்த புத்தகங்கள் கிடைத்தன. ஒன்று லக்ஷ்மிநாத் பேஜபருவா எழுதிய 'கிழவியும் சாதுவும்.' அதை கஜேன்தான் வாங்கிவந்து ஹசீனாவுக்கு தந்திருந்தான். மற்றொன்று ஸ்கூல் புத்தகம். விதியின் எப்படிப்பட்ட விளையாட்டு! அந்தப் புத்தகத்தின் திறந்திருந்த பக்கத்தில், "என்னுடைய கிராமம் மிக அழகானது, மிக அழகான வயல்கள் நிறைந்தது." என்று எழுதியிருந்தது. பெட்டிக்குக் கீழே அழுந்திக் கிடந்திருந்தபோதும் நெருப்பின் சூட்டிலும், புகையிலும் புத்தகத்தின் பக்கங்கள் மங்கிவிட்டிருந்தன. அங்கேயே பக்கத்தில் கிடந்தது ஹசீனாவின் காப்பி நோட்டும், பென்சிலும். காப்பி நோட்டில் ஹசீனா அஸ்ஸாம் மொழியில் சில வாக்கியங்களை எழுதியிருந்தாள். கஜேன் பக்கங்களைப் புரட்டினான். ஒரு இடத்தில், "கஜேன் கேவோட் மீன் பிடிக்கிறான்." என்று எழுதியிருந்தது.

கஜேன் தொப்பென்று அங்கேயே உட்கார்ந்துவிட்டான், குலுங்கிக் குலுங்கி அழுதான். நெடு நேரம் அழுது-அழுது சோர்ந்த பிறகு அவனுடைய விம்மல்கள் நின்றுவிட்டன. அழுகை குறைந்ததும் அவன் மூவர்ணக் கொடியைப் போலவே புத்தகங்களையும், காப்பி நோட்டையும் மடித்துப் பையில் வைத்துக்கொண்டான்.

கனத்த கால்களோடு கஜேன் வீட்டை நோக்கித் திரும்பினான். வெயில் வந்துவிட்டிருந்தது. சூரிய ஒளியில் அவன் தோளில் வைத்திருந்த வாள் மின்னிக்கொண்டிருந்தது.

நேராக வீட்டிற்குப் போகாமல் கஜேன் முதலில் ஒரு சிறிய ஒற்றையடிப் பாதையில் யாதவ் பௌராவின் கிராமத்தின் பக்கம் திரும்பினான். வழியில் பரிச்சயமற்ற மக்கள் அவன் அவ்வாறு தோளில் வாளுடன் வேகமாகப் போவதைப் பார்த்து பிரமை பிடித்து நின்றுவிட்டார்கள். எங்கேயாவது யாராவது தெரிந்தவர்கள் ஏதாவது கேட்டாலும் பதில் சொல்ல அவன் நிற்கவில்லை, தலையைக் குனிந்துகொண்டு இயந்திரம் போல அவன் போய்க்கொண்டே இருந்தான். போய்க்கொண்டே இருந்தான். அவன் கண்களில் நெருப்புப்பொறி பறந்துகொண்டிருந்தது, இரண்டு நெருப்புத் துண்டுகள் தகதகப்பதைப் போல இருந்தது.

அவன் திடமான துணிவோடு அடி எடுத்து வைத்து பௌராவின் வீட்டு முன் வாசலில் போய் நின்றான், அவருடைய மகள்களில் ஒருத்தியிடம் பௌரா வீட்டில் இருக்கிறாரா, இல்லையா

என்று கேட்டான். "இருக்கிறார்." என்று சொல்லிவிட்டு அவள் உள்ளே போய்விட்டாள்.

கஜேன் சற்று நேரம் முன் வாசலிலேயே நின்றிருந்தான். இதற்கிடையில் பல குழந்தைகள் திரை மறைவிலிருந்து கஜேனை பயத்துடன் பார்த்துவிட்டுப் போய்க்கொண்டிருந்தார்கள். சற்று நேரம் சென்று ஒரு சிறுவன் வெளியே வந்தான், "அப்பா வீட்டில் இல்லை." என்று சொல்லிவிட்டு அவனும் உள்ளே ஓடிவிட்டான்.

கதவில் போட்டிருந்த திரையையே பார்த்தபடி அவன் இரண்டு-மூன்று நிமிடங்கள் அங்கேயே நின்றான், பிறகு வெளியே வந்தான். திடீரென்று அவன் பைத்தியம் பிடித்தவனைப் போல வாளைத் தலைக்கு மேல் உயர்த்தி கத்தத் தொடங்கினான்," டேய் யாதவ்! ஆண்மகன் என்றால் ஏன் முன்னால் வரமாட்டேன் என்கிறாய்? முஸ்லீம் சகோதரர்களை நீ என்ன செய்தாய்? அவர்களை எங்கே துரத்தினாய்? அவர்கள் எல்லாரையும் இங்கே திருப்பிக் கொண்டு வருகிறாயா, இல்லையா? அல்லது எல்லாரையும் கொன்றே விட்டாயா? கேடு கெட்டவனே! வா வெளியே. இன்று உன்னுடைய பலிதான்."

பிறகு கஜேன் வசைமாரி பொழியத் தொடங்கிவிட்டான். நான்கு பக்கத்திலிருந்தும் கிராமத்து மக்கள் வந்து கூடத் தொடங்கினார்கள். என்ன விஷயம். என்ன ஆயிற்று என்று யாருக்கும் எதுவும் புரியவில்லை. சற்று நேரம் வரை பைத்தியக்காரனைப் போல கூவி, கூச்சலிட்டுவிட்டு அவன் அங்கிருந்து போய்விட்டான்.

கஜேன் யாதவ் பௌரா வீட்டிலிருந்து அம்மன் கோவில் வழியாக வீட்டிற்குத் திரும்பினான். கோவிலுக்குள் போகும் முன் அவன் துண்டைக் கட்டிக்கொண்டு சேலம் நதியில் மூழ்கிக் குளித்தான், மனதை சாந்தப்படுத்திக்கொண்டான். வாளையும் தண்ணீரில் நனைத்து தலை மேல் வைத்துக்கொண்டு கோவிலுக்குள் போனான்.

அவன் வாளை அம்மன் பாதங்களுக்கு சற்று தொலைவில் வைத்துவிட்டான், சாஷ்டாங்கமாக விழுந்து வணங்கி மன்னிப்பு கேட்டபடி, "அம்மா, பகவதி, என் குற்றத்தை மன்னித்துவிடு. உனக்கு இன்று தலைகளை பலியாகத் தருவதாகத் தீர்மானித்துப் புறப் பட்டேன், ஆனால் கொண்டுவர முடியவில்லை." என்றான்.

பாபுதேவ் காலையில் குளித்துமுடித்து கோவிலுக்குள் போய் அங்கு வாளைக் காணாமல் அப்போதிலிருந்து சத்தம் போட்டுக் கொண்டிருந்தார். கஜேன் பூமியில் கிடந்தபடியே பின்னால் திரும்பிப் பார்த்தான். கதவருகே பாபுதேவ் நிற்பதைப் பார்த்து சட்டென்று எழுந்து போய் அவர் பாதங்களைப் பிடித்துக்கொண்டான்.

“சுவாமி, இன்று நான் ஒரு பெரிய பாவம் செய்துவிட்டேன். என்னை மன்னித்துவிடுங்கள். என் பாவத்தை மன்னித்துவிடுங்கள்.”

பாபுதேவ் கஜேன் மீது கோபப்படுவதற்கு பதில் என்ன செய்வதென்று தெரியாமல் இந்த வீணாய்ப் போன-கோபக்கார சிறுவன் வாளை எடுத்துக்கொண்டு எங்கே போயிருந்தான் என்று யோசித்துக்கொண்டிருந்தார்! கஜேன் என்ன செய்யப் போயிருந்தான்? எங்கே போயிருந்தான்? என்ற பாபுதேவின் கேள்விகளுக்காகக் காத்திருக்காமல் அவன் நேராக அவர் அருகிலேயே அவரைக் கடந்து வெளியே வந்தான். துண்டைக் கட்டிக்கொண்டு குளிக்கும் நேரம் நதிக்கரையில் வைத்துவிட்டு வந்த வேஷ்டி-சட்டையை அணிந்துகொண்டு மெல்ல அடி எடுத்து வைத்து வீட்டை நோக்கி சென்றான். அவன் முழுமையாகக் களைத்துப் போயிருந்தான்.

பாட்டியம்மா கேட் அருகில் இடுப்பில் கை வைத்துக்கொண்டு தன்னையே பார்த்துக்கொண்டிருப்பதை கஜேன் தொலைவிலிருந்தே பார்த்தான்.

அவன் தூரத்தில் வரும்போதே பாட்டி கேட்டாள்-

“டேய் கஜேன்! எங்கே போய்விட்டாய்? எவ்வளவு நேரமாக நீ வரும் வழியைப் பார்த்துக்கொண்டு நான் கவலையில் செத்துப் போய்க்கொண்டிருக்கிறேன்! வீட்டின் பின்புறம் மன்சூரின் மகள் எப்போதிலிருந்து மறைந்து உட்கார்ந்திருக்கிறாளோ, தெரியவில்லை!!”

“மன்சூரின் மகளா? ஹசீனாவா?”

கஜேன் விழுந்தடித்துக்கொண்டு கதவிலிருந்து இரண்டு, மூன்று பாய்ச்சலில் வீட்டிற்குள் போய் பின்புறம் தாவினான். அவன் பின்னால் போய்க்கொண்டே பாட்டியம்மா சொன்னாள்-

“இந்தப் பெண் எப்படி வயல்கள் வழியாக நம் வீட்டின் பின்புறத்திற்கு வந்தாளோ தெரியவில்லை. தலையிலிருந்து கால் வரை நனைந்திருந்தாள். போட்டிருந்த சட்டை உடம்பு சூட்டிலேயே காய்ந்துவிட்டது. கேட்டால் ஒன்றும் சொல்லமாட்டேன் என்கிறாள். நான் உட்காருவதற்குப் பலகை கொடுத்தபோது அதில் உட்கார்ந்த உடனே அழத் தொடங்கிவிட்டாள், அந்த அழுகை இன்னும் நிற்க வில்லை.”

“ஹசீனா!” கஜேன் அவள் அருகில் சென்று மெல்லக் கூப்பிட்டான்.

முழங்காலில் முகத்தைப் புதைத்து விம்மிக்கொண்டிருந்த ஹசீனா கஜேனின் குரலைக் கேட்டு தலையை நிமிர்த்தி தன் எதிரில் அவனைப் பார்த்துவிட்டு ஓடிவந்து அவன் கால்களைக் கட்டிக்

கொண்டு உரக்க அழத் தொடங்கினாள். அழுதபடியே அவள் தன் மொழியில் என்னென்னவோ உளறிக்கொண்டிருந்தாள்.

“ஹசீனா! எழுந்திரேன்! இப்படி அழக்கூடாது.” என்று கூறி கஜேன் தன் கால்களைக் கட்டிக்கொண்டு இருந்த அவளை வலுக்கட்டாயமாக கைகளைப் பிடித்து தூக்கினான், தலை முதல் கால் வரை பார்த்தான். அவள் உடம்பில் ஒரு டாக்கா சேலை மட்டுமே இருந்தது, அது இப்போதும் ஈரமாக இருந்தது. அந்த சேலை முழங்கால் வரை சேறு படிந்திருந்தது. தலைமுடி கலைந்திருந்தது. கண்கள் சிவந்து வீங்கியிருந்தன. ஒருவேளை ஓயாமல் அழுது கொண்டிருந்ததால் அப்படி சிவந்து வீங்கியிருக்கலாம். கஜேனுக்கு தன் உடலில் ஓடிக்கொண்டிருந்த ரத்தம் சட்டென்று நின்றுவிட்டதுபோல் இருந்தது. இதயத்தில் மிகப் பெரிய அடி விழுந்தது. அலை போல ஒரு வலி எழுந்து மெல்ல மெல்ல பரவி எங்கோ மறைந்துவிட்டது.

பக்கத்திலேயே நின்று மிகுந்த ஆச்சரியத்துடன் பார்த்துக் கொண்டிருந்த பாட்டியம்மாவைப் பார்த்து கஜேன், “இவளுக்கு உன்னுடைய உடுப்பு செட் ஒன்றைக் கொடு.” என்றான். அதன் பிறகு அவன் ஹசீனாவிடம் சற்று இதமான தொனியில், “ஹசீனா, கேள். இப்படி அழுதுகொண்டே இருக்கக்கூடாது. குளித்துவிட்டு இந்த ஈர சேலையை மாற்றிக்கொள்.” என்றான். பிறகு பாட்டியிடம் சொன்னான், “பாட்டி, சற்று நேரம் சென்று உட்கார்ந்து எல்லா விஷயத்தையும் சொல்கிறேன். இவளை அழைத்துப் போய் கொஞ்சம் சமாதானப்படுத்து, அதற்குள் நானும் குளித்துவிட்டு வந்து விடுகிறேன்.”

பிறகு கஜேன் கிணற்றுப் பக்கம் குளிக்கப் போய்விட்டான்.

பாட்டி ஹசீனாவிடம், “நீ நதித் துறைக்குப் போ, அங்கே வீட்டிற்குப் பின்னால்தான் இருக்கிறது. நீ போ, நான் உனக்குத் துணி எடுத்துக்கொண்டு வருகிறேன்.” என்று சொல்லிவிட்டு முன்னால் போனாள், இரண்டு அடி எடுத்து வைத்தவள் பின்னால் திரும்பிப் பார்த்தபோது ஹசீனா அங்கேயே சிலை போல நிற்பதைப் பார்த்தாள். “அடீ, என்ன ஆயிற்று? ஏன் அங்கேயே நிற்கிறாய்? போ, தோட்டத்து வழியாகப் போனாலே வழி தெரிந்துவிடும். அடீ, நீ அந்த வழியாகத்தானே வந்தாய்?”

“அம்மா, எனக்கு பயமாக இருக்கிறது.” ஹசீனாவின் குரல் பயத்தில் நடுங்கிக்கொண்டிருந்தது. பாட்டியம்மா சற்று நேரம் ஹசீனாவைப் பார்த்துக்கொண்டிருந்தாள், பிறகு சொன்னாள்,”வா, என்னோடு வா.”

பாட்டி தானே ஹசீனாவை துறைக்கு அழைத்துச் சென்றாள். குளித்துவிட்டு வந்த பிறகு ஹசீனா வராந்தாவில் விரித்திருந்த ஒரு சாக்குப் பையில் உட்கார்ந்தாள். பாட்டியம்மா கொடுத்த இடுப்புக் கச்சையையும் சால்வையையும் அவள் எப்படியோ ஒரு விதமாக உடம்பில் சுற்றியிருந்தாள். அவள் அருகிலேயே ஒரு மர நாற்காலியில் கஜேன் உட்கார்ந்திருந்தான். பாட்டியம்மா சற்று தொலைவில் ஒரு பலகையில் உட்கார்ந்து வெற்றிலை தாம்பூலப் பெட்டியை எதிரில் வைத்துக்கொண்டு, பாக்கு வெட்டிக்கொண்டிருந்தாள். வெகு நேரத்திற்குப் பிறகு பாட்டியம்மாவும் கஜேனும் மிகவும் ஆறுதல் சொல்லி எப்படியோ கஷ்டப்பட்டு ஹசீனாவை ஒரு கப் டீ குடிக்கவைத்தார்கள். அதன் பிறகு அவள் மீண்டும் அழத் தொடங்கிவிட்டாள். மீண்டும் இருவரும் சேர்ந்து அவளை அன்புடன் தேற்றி அமைதிப்படுத்திய பிறகு அவள் கண்ணீர் மழை, விம்மல்களுக்கிடையே சொன்ன வர்ணிக்க முடியாத, நம்ப முடியாத விவரங்கள் இவைதான்-சென்ற இரவு யாரோ சிலர் வந்து தடியால் அவர்கள் வீட்டுக் கதவிலும், சுவரிலும் திருப்பித் திருப்பித் தட்டி அவர்களை எழுப்பினார்கள். மன்சூர் அலி எழுந்து விளக்கைக் கொளுத்தி கதவைத் திறக்கும் முன்பே யாரோ காலால் உதைத்து கதவை உடைத்துவிட்டார்கள், கையில் மின்னும் நீண்ட கத்தியோடு ஒரு ஆள் முன்னால் வந்து நின்றான். அந்த ஆளைப் பார்த்ததுமே அவள் அருகில் இருந்த சமையல் அறையில் போய் மறைந்துகொண்டாள். அங்கிருந்து சுவர் விரிசல் வழியாக அவள் பார்த்தபோது வெளியே பல பேர் முகத்தைத் துணியால் மறைத்துக்கொண்டு கைகளில் கத்தி, ஈட்டி, வெட்டரிவாள் ஏந்தி நிற்பதைக் கண்டாள். அவர்கள் அவள் அப்பாவிடம் வீட்டில் இருக்கும் தங்கம்-வெள்ளி-பணம் எல்லா வற்றையும் எடுத்துத் தர சொன்னார்கள், வீட்டை விட்டுப் போய் விடவும் சொன்னார்கள். அவளுடைய அப்பா அவனுடைய கால் களைப் பிடித்துக்கொண்டார், ஆனால் மற்றவர்கள் வந்து அவரை இழுத்துப்போய் வீட்டிற்கு வெளியே தள்ளிவிட்டார்கள். இரண்டு, மூன்று பேர் வீட்டிற்குள் நுழைந்து எல்லா சாமான்களையும் அடித்து நொறுக்கினார்கள். அவர்கள் எதைத் தேடினார்களோ, தெரியவில்லை. சற்று நேரத்திற்குப் பிறகு வெட்டரிவாளோடு ஒருவன் சமையல் அறைப் பக்கம் திரும்பினான். அவன் இப்போது சமையல் அறைக்கு வருவான் என்று அவள் புரிந்துகொண்டாள். அவள் சமையல் அறையின் பின் கதவு வழியாக வெளியே போய் ஓடினாள். அந்த ஆள் டார்ச் அடித்தபடி தன் பின்னாலேயே ஓடி வருவதை அவள் பார்த்தாள். உயிரைக் காப்பாற்றிக்கொள்ள அவள் தலை தெறிக்க ஓடினாள். ஓடிக்கொண்டிருக்கும்போதே அவளுக்கு ஒரு கூக்குரல் கேட்டது, “கொன்றுவிட்டான்டா!!” அது தன் அப்பாவின் குரல்தான் என்று அவளுக்கு நிச்சயமாகத் தெரிந்தது. அப்போதும்

அந்த ஆள் அவள் பின்னால் வந்துகொண்டிருந்தான். வேறு வழி ஒன்றும் தெரியாமல் அவள் குரயீ நதியில் பாய்ந்துவிட்டாள். அதன் பிறகு அவளுக்கு டார்ச் வெளிச்சம் தெரியவில்லை. அவள் கழுத்து வரை ஆழமான தண்ணீரில் நின்றுகொண்டிருந்தாள். ஏதாவது சத்தம் கேட்டால் அவள் தண்ணீரில் மூழ்கி கரை ஓரமாகவே நீந்தி அப்பால் போய்விடுவாள், பிறகு ஒன்றும் ஆபத்து இல்லை என்று தோன்றும்போது தண்ணீரிலேயே நின்றுவிடுவாள். அப்படி ஒரு முறை தண்ணீரில் நின்றுகொண்டிருந்தபோது அவளுக்குத் தன் கிராமத்தின் பக்கமிருந்து ஏராளமானோர் அழும் ஓசையும், கூச்சலும்-கூக்குரலும் கேட்டது. தன் தந்தையின் கூக்குரல் அப்போதும் இருந்து-இருந்து அவள் காதுகளில் ஒலித்துக்கொண்டிருந்தது. அந்த உதவியற்ற துயர ஒலி அவளுடைய சின்னஞ் சிறு இதயத்தை மீண்டும் மீண்டும் கசக்கிக் கொண்டிருந்தது. அவள் சற்று நேரத்திற்குப் பிறகு நதி ஓட்டத்திற்கு நீந்தியபடி ஏறக்குறைய ஒரு மைலுக்கு மேல் நீந்தி தண்ணீரிலிருந்து எழுந்தாள், கரை ஓரத்தில் உயரமான மணல் மேட்டைத் தேடி அதன் மறைவில் உட்கார்ந்துகொண்டாள். இன்னும் அவள் சரியாக மூச்சு விடக் கூட இல்லை, திடீரென்று நெருப்பு ஜுவாலைகள் ஆகாயத்தைத் தொட்டு எழுவதைப் பார்த்தாள். அவள் மணல் மேட்டின் மீது ஏறி தலையை உயர்த்திப் பார்த்தாள், அவளுடைய கிராமம் முழுதும் கொழுந்து விட்டு எரிந்து கொண்டிருந்தது.

விடிவதற்கு முந்திய கருக்கல் நேரம் வரை அவள் அங்கேயே உட்கார்ந்திருந்தாள், பிறகு மங்கிய வெளிச்சத்தில் வயல்களில் மறைந்து- மறைந்து உத்தேசமாக கஜேன் வீடு வரை வந்துவிட்டாள்.

சொல்லி முடித்துவிட்டு ஹசீனா மீண்டும் அழத் தொடங்கினாள். பாட்டி அன்புடன் அவளை சமாதானப்படுத்தியும் அவள் அழுகை நிற்காதபோது கஜேன் உரக்க, "சும்மா இரு! அழக் கூடாது என்று சொன்னேன், இல்லையா! ஏன் அழுதுகொண்டே இருக்கிறாய்? நான் இருக்கிறேன், இல்லையா!" என்று அதட்டினான். அந்த அதட்டலிலும், பாட்டியின் ஆறுதல் குரலிலும் ஹசீனாவின் அழுகை நின்றுவிட்டது. அவள் அங்கேயே முகத்தை மூடிக்கொண்டு, உட்கார்ந்தபடியே எப்போது தூங்கினாளோ அவளுக்கே தெரியாது. அவள் சாக்குப் பையிலேயே மடங்கிப் படுத்து ஆழ்ந்த உறக்கத்தில் மூழ்கிவிட்டாள்.

தான் அப்போது பல சிக்கலான பிரச்சனைகளுக்குத் தீர்வு காண துணிச்சலாகத் தன்னைத் தயார் செய்துகொள்ள வேண்டும் என்று கஜேன் உணர்ந்தான். முதல் சிக்கல் ஹசீனா. அவள் எங்கே இருப்பாள்? எப்படி இருப்பாள்? யாரோடு இருப்பாள்? ஹசீனா

அவன் வீட்டிலேயே இருப்பதுதான் அந்த நேரத்திற்கு ஒரே வழி. இரண்டு- மூன்று நாட்கள் வெளி அறையிலேயே ஒரு கட்டில் மீது விரிப்பு விரித்து அவள் தூங்குவதற்கு ஏற்பாடு செய்யப்பட்டது. ஒரே கூரையின் கீழ் ஒரே வீட்டில் ஒரு முஸ்லீம் இளம்பெண் இருப்பது பாட்டியை உறுத்தியதுதான் கஷ்டமாக இருந்தது.

சாமான்கள் அறைக்கு முன் பகுதியில் இரண்டு பக்கமும் இருந்த சுவர்கள் பாதிதான் எழுப்பப்பட்டிருந்தன. அங்குதான் பாட்டியின் தறியும் இருந்தது. அதன் அருகில்தான் திறந்த இடத்தில் எப்போதாவது நெல் அவித்து, உரலில் குத்தப்படும். அதற்காக ஒரு பெரிய அடுப்பும் அங்கு இருந்தது. நீண்ட காலமாக அங்கு துணி நெய்யப்படவில்லை. இடுப்பு வலியின் காரணமாக பாட்டியம்மாவுக்கு ஒரே இடத்தில் ஒரே மாதிரி நீண்ட நேரம் உட்கார முடிவதில்லை, அதனால் தறியை எடுத்து சுவரில் மாட்டி வைத்துவிட்டார்கள், பெரிய அடுப்பை எடுத்து விறகு வைக்கும் இடத்தில் வைத்துவிட்டார்கள். அதன் பிறகு இரண்டு பக்க சுவர்களையும் வலுவாக எடுத்துக் கட்டி அங்கு ஹஸீனா இருப்பதற்கு இடம் அமைக்கப்பட்டது.

ஹஸீனா விஷயமாக இன்னும் நிறைய சிக்கல்கள் குவியலாக வாயைப் பிளந்துகொண்டு நின்றன. ஆனால் குறைந்தது ஒரு சிக்கல், அவள் தற்சமயம் தங்குவதற்கு இடம் ஏற்படுத்தும் சிக்கல் தீர்ந்தது.

இந்த சிக்கல்கள் எல்லாம் இருக்கவுமே இன்னும் ஒரு புதிய சிக்கலை கஜேன் தானே உண்டாக்கிக்கொண்டான். இப்போது குரயீகுடியில் காணாமல் போன மக்கள் என்ன ஆனார்கள்? அங்கு எரிந்து சாம்பலான வீடுகள், முழு கிராமமும் என்ன ஆகும்? என்றே அவன் எப்போதும் யோசித்துக்கொண்டிருந்தான். அதை விட அதிகமாக இந்த நாசத்தையும், அக்கிரமங்களையும் யார் செய்தார்கள்? ஏன் செய்தார்கள்? ஏன்? ஏன்? என்ற கேள்வி அவனைத் துன்புறுத்திக் கொண்டு இருந்தது.

இதற்கிடையில் மிக விரைவாக பல நிகழ்ச்சிகள் நடந்துவிட்டன. குரயீகுடியில் நெருப்பு பிடித்து இரண்டு நாட்களுக்குப் பிறகு பிரம்மபுத்ராவில் காண்ட்ராக்ட் எடுத்து மீன் பிடிக்கும் மீனவர்கள் நதியில் பல இடங்களில் சவங்கள் மிதப்பதைப் பார்த்தார்கள் என்ற செய்தி கிராமம் முழுதும் பரவிவிட்டது. அந்த சவங்களில் ஒன்று மன்சூர் அலியினுடையதாக இருந்தாலும் ஆச்சரியம் எதுவும் இல்லை என்று கஜேன் நினைத்தான்.

கஜேன் என்ன செய்யலாம், தன் மனதில் இருப்பதை யாரிடம் சொல்லலாம் என்று யோசித்தபோது முதலில் அவன் நினைவுக்கு வந்தவர் சர்வாயி பண்டிதர்தான். சாருடைய தினப்படி செயல்கள்

அவனுக்கு நன்றாகத் தெரியும். ஸ்கூலிலிருந்து திரும்பிய பிறகு டீ சாப்பிட்டுவிட்டு அவர் வீட்டு வேலைகளில் ஈடுபட்டு விடுவார். வெயில் காலம், மழைக்காலம், குளிர்காலம் எல்லாக் காலங்களிலும் பன்னிரண்டு மாதமும் அவருடைய வீட்டுப் பின் பக்க தோட்டத்தில் காய்கறி வகைகள் நிரம்பி இருக்கும். வீட்டின் முன் பக்கத்தை வகைவகையான அழகிய பூக்களின் பாத்திகள் அலங்கரித்துக் கொண்டிருந்தன. வீட்டின் நான்கு பக்கமும் பழ மரங்களும், பூ மரங்களும் இருந்தன. பின்புற காய்கறித் தோட்டத்தைக் கடந்ததுமே ஒரு சிறிய குட்டை இருந்தது, அதில் வகை-வகையான மீன்கள் இருந்தன. பன்னிரண்டு மாதங்களும் முன் வாசலில் பூக்கள் பூத்திருக்க வேண்டும், மரங்களும் செடிகளும் காய், கனி, பூக்களால் குலுங்கவேண்டும் என்று ஸ்கூலிலிருந்து திரும்பியதிலிருந்து மாலை வரை தோட்டத்தையும், குட்டையையும் பராமரிப்பதில் சார் நேரம் செலவிடுவார். நாள் முழுதும் ஸ்கூலில் இருந்துவிட்டு வந்து வீடு, தோட்ட பராமரிப்பையும் முடித்துவிட்டு, அவர் தன் வீட்டுப் பசுக்களின் முதுகைத் தடவிக் கொடுத்து அவற்றுக்குத் தீனி வைத்தல், மாட்டுக் கொட்டகையில் புகை போடுதல் ஆகியவை சரியாக செய்யப் பட்டிருக்கிறதா, இல்லையா என்று பார்த்துவிட்டு குளிக்கப் போவார். அதன் பிறகு வராந்தாவிற்கு வந்து தன் சாய்வு நாற்காலியில் சாய்ந்து ஒரு மணி நேரம் ஓய்வெடுப்பார். அந்த நேரம் அவருடைய மனைவி, எப்போதாவது அவருடைய மூன்று குழந்தைகள் வந்து அருகில் உட்காருவார்கள், பேசிக்கொண்டிருப்பார்கள். ஆறரை, ஏழு மணியிலிருந்து ஒன்பது மணி வரை சார் படிப்பார், குழந்தைகள் படிப்பில் ஏதாவது உதவி செய்யவேண்டுமானால் அதையும் செய்வார். அவர் ஒரு சிறிய புத்தக அறையும் வைத்திருந்தார். நல்ல அஸ்ஸாம் மொழி நூல்கள் பலவற்றை அவர் சேர்த்து வைத்திருந்தார். சாருடைய இந்த ரொட்டீன் நடவடிக்கைகளைக் கவனத்தில் கொண்டு கஜேன் அவருடைய அந்த ஒரு மணி நேர ஓய்வுப்பொழுதில் அவரைப் போய் சந்திக்கத் தீர்மானித்தான்.

தாமதம் ஆகிவிட்டது, ஆனால் அவன் என்ன செய்வான்! முதல் மூன்று- நான்கு நாட்கள் ஹசீனாவுக்குப் பாதுகாப்பு ஏற்பாடுகள் செய்வதிலேயே போய்விட்டது. அந்த நாசகரமான நிகழ்ச்சி நடந்து ஐந்து தினங்கள் ஆகிவிட்டன. உண்மையிலேயே மிகவும் தாமதமாகிவிட்டது. குரயீகுடியில் இவ்வளவு நடந்துவிட்டது, அது விஷயமாக ஒன்றுமே செய்யாமல் இருப்பது சாத்தியமில்லை. இந்த விஷயத்தில் என்ன செய்வது, என்ன செய்யக்கூடாது என்று யோசனை கேட்பதற்காகவே அவன் ஐந்தாம் நாள் மாலை சார் வீட்டிற்குப் போனான்.

அவன் நினைத்தபடியே சர்வாயி பண்டிதர் பித்தளை டம்ளரில் டீ எடுத்துக்கொண்டு வராந்தாவில் தன் சாய்வு நாற்காலியில் ஓய்வாக உட்கார்ந்திருந்தார்.

கஜேன் தொடக்கத்திலிருந்து முடிவு வரை நிகழ்ந்தது அனைத்தையும் அவருக்கு விஸ்தாரமாக சொன்னான். அவன் தானே பார்த்தது, காயிலா சொன்னது, கடைசியில் ஹசீனா சொல்லிக் கேட்டது எல்லாவற்றையும் சொல்லிவிட்டான். நடந்ததெல்லாம் யாதவ் பௌராவும் அவருடைய குண்டர்களும் செய்த வேலைதான் என்றும் கஜேன் சொன்னான். இந்த நிகழ்ச்சி முழுவதிலும் கிராமத் தலைவர் கர்கீயின் கை இருக்கிறது என்ற தன் நம்பிக்கையையும் அவன் சொன்னான். அன்று இரவு நிகழ்ச்சி நடந்த இடத்தில் ஒரு ஆளின் கையில் காயிலா பார்த்த இரட்டைக்குழல் துப்பாக்கி வேறு யாருடையதுமல்ல, கர்கீயினுடையதுதான், ஏனெனில் அந்த வட்டாரம் முழுதும் அப்படியான இரட்டைக்குழல் துப்பாக்கி வேறு யாரிடமும் இல்லை என்று தன் நம்பிக்கைக்குக் காரணத்தையும் அவன் சொன்னான்.

பலி கொடுக்கும் வாளை எடுத்துக்கொண்டு தான் யாதவ் பௌரா வீட்டிற்குப் போய் மிரட்டிய விஷயத்தையும் கஜேன் சாரிடம் மறைக்காமல் சொன்னான்.

ஸ்கூலிலிருந்து திரும்பி வரும்போது சார் கடந்த நாட்களில் நடந்த குரயீகுடி கொலைகளைப் பற்றி யாராவது பேசுவதை தினமும் கேட்டிருந்தார். கஜேன் உக்கிரமூர்த்தியாக யாதவ் பௌரா வீட்டிற்கு சென்ற விஷயமும் அவர் காதில் வந்து விழுந்திருந்தது, ஆனால் பலர் பல வகையாகக் கூறியிருந்தார்கள். இப்போது அவருக்கு கஜேனின் வாயாலேயே உண்மையான விவரம் கிடைத்தது.

விஷயம் முழுதும் தெரிந்த பிறகுதான் சார் தன் மனதின் ஆழத்திலிருந்து இத்தகைய நாச வேலைகளுக்கு அடிப்படையான காரணம் மனிதனின் பேய்க் குணமும், பயங்கர சுயநலமுமே என உணர்ந்தார்.

“சார், இப்போது என்ன செய்யலாம்? நீங்கள் என்ன யோசனை சொல்கிறீர்கள்?” என்று கேட்டான் கஜேன்.

சார் கஜேனின் கேள்விக்கு பதில் எதுவும் சொல்ல முடியாத வராக எதிரில் திறந்த ஆகாயத்தை வெறித்துப் பார்த்தபடி மௌன மாக உட்கார்ந்திருந்தார்.

கஜேன் அச்சத்துடன் மீண்டும் கேட்டான், “சார்! நீங்கள் என்ன யோசிக்கிறீர்கள் என்று எனக்குத் தெரியவில்லை, ஆனால் என்னால் கையைக் கட்டிக்கொண்டு உட்கார்ந்திருக்க முடியாது,

அது மட்டும் நிச்சயம். அன்று இரவு யாராவது என் முன்னால் வந்திருந்தால் இரண்டு துண்டாக வெட்டிப் போட்டிருப்பேன். அந்த ஆக்ரோஷம், அந்த ஆவேசம் இப்போது இல்லை, அதனால்தான் இப்போது நான் சாந்தமாக, தைரியத்துடன் உங்களிடம் இந்த விஷயம் குறித்து யோசனை கேட்க வந்திருக்கிறேன். இந்த மிருகங்களை எப்படி வதம் செய்வது? சார், நான் சட்டப்படி தண்டனை வாங்கிக் கொடுப்பதைப் பற்றிக் கேட்கிறேன்."

"நீ என்ன சொல்ல விரும்புகிறாய் என்று எனக்குப் புரிகிறது. ஆனால் சட்டம், போலீஸ், கோர்ட் இவையெல்லாம் மிகவும் சிக்கலானவை என்றும் எனக்குத் தெரியும். அந்த சிக்கலான வலையில் சிக்கித்தானே உன் அப்பாவுக்கு சிறைத் தண்டனை கிடைத்தது! உண்மைக்காக குரல் கொடுப்பதின் முடிவு ஆபத்தாகவே இருக்கிறது. இது சாதாரண விஷயம் இல்லை, ராட்சச குலத்திற்கு எதிராக அடி எடுத்து வைக்கும் விஷயம். எல்லா விஷயத்தையும் ஒவ்வொரு பக்கத்திலிருந்தும் பார்த்து-யோசித்துதான் எந்த அடியும் எடுத்து வைக்கவேண்டும்."

"உண்மைக்காக குரல் கொடுப்பது என்னுடைய தீராத வியாதி, சார்!"

"வியாதி என்று ஏன் சொல்கிறாய்? இது மனிதனின் ஒரு மகத்தான குணம். எத்தனை பேரிடம் இந்த குணம் இருக்கும்?... யாரிடம் இந்தத் துணிச்சல் இருக்கும்? உன்னிடம் இந்த குணமும் இருக்கிறது, இதற்குத் தேவையான அபார துணிச்சலும் இருக்கிறது."

"ஆமாம் சார், என்னிடம் துணிச்சல் இருக்கிறது. கர்வப் படவில்லை சார், ஆனால் என் இதயம் மிகவும் கடினமானது. அதனாலேயே சொல்கிறேன், என்னால் எல்லாவற்றையும் செய்ய முடியும். நீங்கள் சொல்கிறபடி இந்த ராட்சச குலத்தோடு போராடத் தயாராக இருக்கிறேன், சார்!"

"ஆனால் ராட்சசர்களை ஸ்ரீ கிருஷ்ணன்தானே வதம் செய்தார் ... தனியாகவே..."

"நான் கிருஷ்ணன் இல்லை, சார்! அவர் தெய்வம், நான் வெறும் எலும்பும் சதையும் கொண்ட மனிதன். நான் மனிதனைப் போலவே போராடுவேன், தேவைப்பட்டால் தனியாகவே போராடுவேன் ஸ்ரீ கிருஷ்ணனைப் போல."

"எனக்குத் தெரியும். நான் உனக்குப் புரியவைக்கிறேன், எச்சரிக்கையாக இருக்கும்படி விழிப்பு தருகிறேன். போரில் இறங்குவதற்குத் துணிச்சல் மட்டும் போதாது. ஏராளமான தடங்கல்கள் வரும், அவற்றை சமாளிக்கவும் வேண்டும்... தனியாகவே."

"புரிந்தது சார்! எல்லாவற்றையும் தனியாகவே செய்ய நேரும். எனக்கு யாருடைய துணையும் வேண்டாம், உங்கள் யோசனை வேண்டும், அவ்வளவுதான். கோர்ட்டுக்குப் போகவேண்டும் என்றால் மதன் சார் இருக்கிறார், இல்லையா! இப்போது நீங்கள் இதை சொல்லுங்கள், முதலில் என்ன செய்யவேண்டும், எங்கிருந்து தொடங்க வேண்டும்? எப்படி செய்வது?" கஜேன் 'என்ன,' 'எப்படி' என்ற சொற்களுக்கு சற்று அழுத்தம் கொடுத்து சாரிடம் கேட்டான்.

"சாட்சிகளைக் கொண்டு விஸ்தாரமாக விவரம் தரச் செய்து உண்மையான குற்றவாளியின் குற்றத்தை உறுதிப்படுத்த வேண்டும். கோர்ட் இந்த வேலையை செய்யும், குற்றவாளிக்கு அவனுடைய குற்றத்திற்கான தண்டனையைக் கொடுக்கும், இதுதான் நியாயமான வழி. ஆனால் இந்த நடவடிக்கைகளில் எல்லாம் நீ போலீஸ் ஸ்டேஷன், கோர்ட், வக்கீல், ஜட்ஜ், கோர்ட்டில் சாட்சி- வாதி ஆகியோரை எல்லாம் பலவேறு நிலைகளில் வெவ்வேறு காரணங்களுக்காக எதிர் கொள்ள நேரும்."

"சார்! நான் எல்லாவற்றையும், எல்லாரையும் எதிர்கொள்வேன். எப்போது வேண்டுமானாலும், எங்கு வேண்டுமானாலும், யாரை எதிர் கொள்ள வேண்டியிருந்தாலும், எதிர்கொள்வேன். நான் எல்லா வற்றையும் செய்வேன். இப்போது இதை மட்டும் சொல்லுங்கள், எங்கிருந்து தொடங்கலாம்?"

"முதலில் போலீஸ் ஸ்டேஷனில் ஒரு ரிப்போர்ட் எழுதச் செய்யவேண்டும். என்னிடம் நீ சொன்னதை சுருக்கமாக சொல்லி அந்தக் கொலைகளை செய்து நெருப்பு வைத்த குற்றவாளிகளைத் தேடிப் பிடித்து அவர்களுக்குத் தண்டனை அளிக்கும்படி மதிப்பிற்குரிய கோர்ட்டுக்கு ஒரு மனு எழுதி வற்புறுத்த வேண்டும். அந்த விண்ணப்பத்தில் யார் மீது சந்தேகம் இருக்கிறதோ அவர்கள் பெயரையும் எழுதலாம், ஆனால் நீ அப்படி செய்வாயா? மீதியை பிறகு போலீஸ் தேடி-விசாரித்து..."

"கொடுப்பேன், சார்! பெயரையும் எழுதிக் கொடுப்பேன். எல்லாருடைய பெயரையும் எழுதிக் கொடுப்பேன். கிராமத் தலைவருடைய துப்பாக்கி விஷயத்தை எழுதி இந்தக் கொலைகளில் அவர் எப்படி உதவி செய்திருக்கிறார் என்றும் எழுதுவேன்."

"ஒருமுறை யோசித்துக்கொள்! இப்போதே மனுவில் பெயர்களைக் கொடுத்துவிடுவாயா? இவர்கள் எவ்வளவு ஆபத்தானவர்கள்!"

"இல்லை, சார்! எனக்கு எந்தக் கவலையும் இல்லை. இதில் யோசிப்பதற்கு எதுவுமே இல்லை."

"சாட்சிகள்- வாதிகளையும் கவனத்தில் கொள்ளவேண்டும்,

பிறகு கோர்ட்டில் நிரூபிக்கவும் நேரும். இல்லையென்றால் மாறாக உன் மீதே குற்றம் சுமத்திவிடுவார்கள்."

"சார், மத்தியான வெயில் போல விஷயங்களை நிரூபிக்க முடியா விட்டால், கோர்ட் நியாயம் வழங்கவில்லையென்றால், மாறாக எனக்கே தண்டனை கொடுத்துவிட்டால் நான் நிச்சயம் அந்தத் தண்டனையை அநுபவிப்பேன். ஆனால் எனக்குத் தெரிந்தவற்றை எழுத நான் பின்வாங்கமாட்டேன், சார்!"

"சரி, நீ உன்னுடைய மொழியிலேயே எல்லா விஷயத்தையும் தெரிவித்து ஒரு விண்ணப்பம் எழுதி நாளை கொண்டுவா, நான் சரி செய்து தருகிறேன்."

"நாளைக்கு ஏன் சார்? நான் இன்றைக்கே, இப்போதே, இங்கேயே உட்கார்ந்து எழுதுகிறேன். நீங்கள் திருத்திக் கொடுங்கள், உடனே அதனுடைய திருத்திய காப்பியை இங்கேயே எழுதிவிடுகிறேன். நீங்கள் எழுதுவதற்கு பேப்பரும் பேனாவும் மட்டும் கொடுங்கள், போதும்."

கஜேன் தன்னுடைய ஸ்டூலைப் பக்கத்தில் இருந்த பெஞ்சின் அருகில் இழுத்துப்போட்டு உட்கார்ந்தான், சார் கொடுத்த ஒரு நீண்ட பேப்பரில், விளக்கு வெளிச்சத்தில் கவனமாக நிகழ்ச்சி விவரங்களை தொடக்கம் முதல் இறுதி வரை எழுதத் தொடங்கினான். அவன் விரைவில் எல்லாவற்றையும் எழுதிவிட்டான்.

சார் பார்த்துவிட்டு ஆச்சரியப்பட்டார், "வேகமாக எழுதும் உன்னுடைய வழக்கம் அப்படியே இருக்கிறது. கஜேன், உன் எழுத்தும் இன்னும் அப்படியே அழகாக இருக்கிறது. கொஞ்சம் இரு நான் இதைக் கவனமாகப் படித்துப் பார்க்கிறேன்."

சார் அதிகமாகத் திருத்த வேண்டியிருக்கவில்லை. ஓரிரு வாக்கியங்களைக் குறைத்தவர், சில இடங்களில் கடுமையான சொற்களுக்குப் பதில் திருத்தமான சொற்களை இட்டு அதைத் திருப்பிக் கொடுத்தார், மேலே எழுதியிருந்த தலைப்பையும் அவர் சரி செய்தார்.

அப்போதே கஜேன் திருத்திய காப்பியையும் கையோடு எழுதி விட்டான்.

அந்த மனுவைப் பையில் வைத்துக்கொண்டு புறப்படும்போது சட்டென்று வேலையை நாளைக்கு ஏன் தள்ளிப் போடவேண்டும், இப்போதே தானி கிராமம் சென்று போலீஸ் ஸ்டேஷன் பீட் ஆஃபீசில் ஏன் ரிப்போர்ட் பதிந்துவிட்டு வரக் கூடாது என்று அவன் மனதில் தோன்றியது. நாளைக் காலையிலேயே போலீஸ்

அந்த மிருகங்களை கைவிலங்கு, கால் விலங்கு போட்டு நிஹாலி போலீஸ் ஸ்டேஷனுக்கு அழைத்துப் போய்விடும். ஒருவேளை யாதவ் பௌராவுக்கு கால் விலங்கு போடமாட்டார்களோ என்னவோ, ஆனால் கைவிலங்கு போட்டுவிடுவார்கள். ஆனால் கிராமத் தலைவரை என்ன செய்வார்கள்? 'பீட் ஆஃபீஸ்' சிப்பாய் அவரைத் தொடக் கூட முடியுமா? அவருக்கு போலீஸ், அரசாங்கம் இரண்டிலும் எல்லா ஆபீசருடனும் ஒன்றாக சாப்பிடும், ஒன்றாகக் குடிக்கும் அளவு நெருங்கிய தொடர்பு இருக்கிறது. அவரைப் பிடிப்பது எளிதான விஷயம் அல்ல. ஆனால் போலீஸ் என்ன செய்யும்? அவனுக்கு எந்த பதிலும் தோன்றவில்லை.

கஜேன் தன் நினைவுகளில் மூழ்கியவனாகப் போய்க் கொண்டிருந்தபோது திடீரென்று யாரோ ஒரு பெண் தன்னை மெல்லக் கூப்பிடுவது போல் தோன்றியது.

"கஜேன், இங்கே வா, கொஞ்சம் கேள்."

கனத்த இருட்டு, அதற்கு மேல் பாதையின் ஓரங்களில் அடர்ந்த மூங்கில் காடு. நான்கு பக்கமும் ஆயிரக்கணக்கான மின்மினிகள் நட்சத்திரங்களைப் போல மின்னிக்கொண்டிருந்தன. கஜேன் தலையை நிமிர்த்தினான், தான் மோத்தி மிஸ்த்ரி வீட்டிற்கு அருகில் வந்துவிட்டதைப் பார்த்தான். ஒற்றையடிப் பாதைப் பக்கமிருந்து மீண்டும் குரல் வந்தது, "கஜேன், கேளேன்! கொஞ்சம் இங்கே வா!"

இப்போது அவன் அடையாளம் கண்டுகொண்டான், அது மோத்தியினுடைய மனைவியின் குரல்தான். மீண்டும் ஏதாவது வலை விரிக்கிறாளா, இரு வகையான யோசனையோடு அவன் முன்னால் சென்றான்.

"என்ன? இந்த கனத்த இருட்டில் இங்கே தனியாக என்ன செய்கிறாய்?" என்று கேட்டான் கஜேன்.

"உன்னைத்தான் எதிர்பார்த்திருக்கிறேன். இன்று மட்டுமல்ல, சென்ற மூன்று நாட்களாக தினமும் மாலையில் பாதை ஓரம் வந்து நீ வருகிறாயா என்று பார்த்துக்கொண்டிருக்கிறேன். உன்னை சந்திக்க முயற்சி செய்துகொண்டிருக்கிறேன், மிக முக்கியமான விஷயம் சொல்லவேண்டும், அதை கட்டாயம் யாருக்கும் தெரியாமல் தான் சொல்லவேண்டும். கொஞ்சம் வீட்டுப் பக்கம் வா, இங்கே பாதையில் யாராவது வந்து போய்க்கொண்டிருப்பார்கள், கேட்டு விடுவார்கள்." உணர்ச்சி ததும்பும் குரலில் ஒரே மூச்சில் அவள் சொல்லி முடித்தாள்.

கஜேன் யோசனையில் ஆழ்ந்துவிட்டான், இந்தக் கெட்டுப் போன பெண் தனியாக, ரகசியமாக தன்னிடம் என்ன சொல்ல விரும்புகிறாள்?

அவன் பேசாமல் தயங்கி நிற்பதைப் பார்த்து அவள் தன் குரலில் சற்று கோபத்தைக் காட்டி அழுத்தமாக சொன்னாள்-

"கஜேன், நீ இப்போதும் என் மீது வெறுப்பாகத்தான் இருக்கிறாய், இல்லையா! சரி, நீ வெறுப்பாகவே இரு, ஆனால் உனக்கு ஒரு ஆபத்து வரப் போகிறது என்று தெரிந்த பிறகு நான் பேசாமல் உட்கார்ந்திருக்க முடியாது. வா, பாதையிலிருந்து விலகி சற்று தூரம் வா... இந்தப் பக்கம்."

மோத்தியின் மனைவி கஜேனின் கையைப் பிடித்து இழுத்து அவனைத் தன் வீட்டுப் பக்க ஒற்றையடிப் பாதைக்கு அழைத்து வந்தாள். மனதில் தயக்கத்துடன் ஒன்றும் செய்ய முடியாத நிலையில் கஜேன் அவள் பின்னால் இழுபட்டுப் போய்க்கொண்டிருந்தான். வீட்டிலிருந்து சற்று தொலைவில் ஒரு கதம்ப மரத்தின் கீழ் இருட்டில் இருவரும் நின்றுவிட்டார்கள்.

"யாராவது வருவது போல் இருந்தால் அடி மரத்து நிழலில் மறைந்துகொள்ள வேண்டும்." என்று அவள் கஜேனை எச்சரித்தாள்.

"சரி, இப்போது சொல், எனக்கு என்ன ஆபத்து வரப் போகிறது? கொஞ்சம் சீக்கிரம் சொல், எனக்கு வேறொரு அவசர வேலை இருக்கிறது." கஜேன் பொறுமை இழந்து கேட்டான்.

மோத்தியின் மனைவி மிக அடங்கிய குரலில் கிசுகிசுவென்று சொன்னாள்-

"முதலில், நீ இனிமேல் இருட்டிய பிறகு எங்கள் வீட்டுக்கு நாட்டுக்கள் வாங்க வரவேண்டாம், சரியா? அந்த நேரம் யாதவ் பௌராவின் ஆட்கள் இங்கே இருப்பார்கள். அவர்கள் ஏதாவது சாக்கு வைத்து உன்னை அடிக்கலாம், இந்த இருட்டில் உன்னைக் கொன்று கூடப் போடலாம்."

கஜேன் பட்டென்று சொன்னான், "அது அவ்வளவு எளிதில்லை."

"எனக்கு பயமாக இருக்கிறது."

"நீ பயப்படத் தேவையில்லை, எனக்கு ஒன்றும் ஆகாது."

"உனக்குத் தெரியாது, அவர்கள் எல்லாரும் குண்டர்கள், நல்லவர்கள் மாதிரி காட்டிக்கொள்கிறார்கள். இவர்கள் செய்ய முடியாத கெட்ட காரியமே இல்லை. குரயீகுடி கிராமத்தை இவர்கள் தான் எரித்தார்கள், எல்லாரையும் கொன்று நதியில் மிதக்க விட்டு விட்டார்கள்."

"உனக்கு எப்படித் தெரியும்?"

“சாராய போதையில் மயங்கி மோத்தி எல்லாவற்றையும் உளறிவிட்டான். அவர்கள் அந்த முஸ்லீம்களின் பணம், நகை எல்லாவற்றையும் கொள்ளை அடித்துக்கொண்டு வந்துவிட்டார்கள். உன்னிடம் அவர்களுக்கு பயம். பல முறை உன்னை முடித்துவிட வேண்டும் என்றும் பேசிக்கொண்டார்கள். இதை எல்லாம் கேட்டு எனக்கு மிகவும் பயமாக இருக்கிறது. அதிலிருந்துதான் நான் தினமும் பாதை ஓரம் மறைந்து நின்று உன்னிடம் எப்படியாவது எல்லாற்றையும் சொல்லிவிட வேண்டும் என்று எதிர்பார்த்து காத்திருந்தேன்.”

“இதோ பார், நான் நினைத்தால் அவர்கள் ஒவ்வொருவனையும் உதைத்து, குத்திக் குவியலாக்கிவிடுவேன், அவர்களுக்கு பகலில் நட்சத்திரம் காட்டிவிடுவேன், ஆனால் நான் அப்படி செய்யமாட்டேன்.”

“இல்லை, இல்லை, கஜேன், அப்படி எதுவும் செய்துவிடாதே, என் மேல் ஆணை! நீ என் வீட்டிற்குக் கூட வரவேண்டாம். வேறு எங்காவது போய் குடித்துக்கொள்.”

மோத்தியின் மனைவி கண்ணீருடன் அவன் ஒருபோதும் தன் வீட்டுக்கு வரவேண்டாம் என்று கெஞ்சினாள்.

“சரி, வரவில்லை. நீ வேறு ஏதாவது சொல்ல வேண்டுமா?” என்று கஜேன் வெறுப்புடன் கேட்டான்.

“உன் வீட்டில் ஒரு முஸ்லீம் பெண் இருக்கிறாள், இல்லையா! முஸ்லீம்களில் யாரோ ஒருவருடைய பெண். குரயீகுடியிலிருந்து உயிர் பிழைத்து உன் வீட்டிற்கு ஓடி வந்திருக்கிறாள், இல்லையா!”

“ஆமாம்... அதற்கு?”

“அவளைப் பற்றியும் இவர்கள் பேசுகிறார்கள். போலீஸ் வந்து விசாரித்தால் எல்லாவற்றையும் சொல்லக்கூடியவள் அவள் ஒருத்தி தான், தங்களில் யாருடைய முகத்தையும் அவள் பார்க்கவில்லை என்பதும் இவர்களுக்குத் தெரிந்திருக்கிறது. அவளால் யாரையும் அடையாளம் காண முடியாது. எது எப்படியோ இங்கே தினமும் அவளைப் பற்றி பேச்சு நடக்கிறது. அதனால்தான் நீ எச்சரிக்கையாக இரு என்று உன்னிடம் சொல்கிறேன்.”

திடீரென்று வீட்டிலிருந்து யாரோ ஒருவன் டார்ச் அடித்தபடி வெளியே வந்தான். “ஏய்! எங்கே போய்விட்டாய்? இங்கே கிளாஸ் காலியாகிவிட்டது, சரக்கு கொடுக்கிறாயா, இல்லையா?.. வருகிறாயா, இல்லை. ஏய் கெட்டுப்போனவளே! வந்து தொலை.”

மோத்தி டார்ச் எடுத்துக்கொண்டு வெளியே வந்து மனைவி யைத் தேடிக்கொண்டிருந்தான், மோசமாகத் திட்டி அவளைக்

கூப்பிட்டுக்கொண்டிருந்தான். தடுமாறும் கால்களோடு அவன் கதம்ப மரம் வரை வந்துவிட்டான். அவன் மனைவி கஜேனை மறைவுக்கு இழுத்துக்கொண்டாள்.

முதலில் மறைவில் பதுங்க மாட்டேன் என்று கஜேன் பிடிவாதம் செய்தான், ஆனால் அவள் அவனை இழுத்து மரத்தின் கனத்த அடிப் பகுதிக்குப் பின்னால் மறைத்துக்கொண்டாள், சற்று நேரம் இருவரும் அப்படியே மறைந்து நின்றார்கள்.

மோத்தி டார்ச்சை அடித்தபடியே போதையில் குளறும் நாக்கால் திட்டியபடி உளறத் தொடங்கினான்-

"ஏண்டி ஆட்டக்காரி, தினமும் மாலை நேரம் எங்கே மாயமாகி விடுகிறாய்?... நானே சரக்கு போடவேண்டியிருக்கிறது. ஏதாவது புது ஆடு கிடைத்தால் ஏன் வீட்டுக்குக் கொண்டு வரமாட்டேன் என்கிறாய்? அந்த மடையன் கஜேன் எத்தனையோ நாட்களாக வரவே இல்லை. இவள் அவனைப் பார்க்கப் போய்விடுகிறாளா? கஜேன். மிகவும் வீரம் காட்டிக்கொண்டு இருக்கிறாய். யாதவ் பௌரா வீட்டிற்குப் போய் உன் வலுவைக் காட்டினாயா? நானாக இருந்தால் ருசி காட்டியிருப்பேன்."

கோபத்தால் கஜேன் பல்லைக் கடித்துக்கொண்டு மரத்தின் பின்னாலிருந்து வெளியே வர இருந்தான், மோத்தியின் மனைவி அவனைப் பிடித்து நிறுத்தி வைத்தாள்.

மோத்தி திட்டிக்கொண்டே போதையில் விசித்திரமான சேஷ்டைகள் செய்துகொண்டு நின்றிருந்தான். பிறகு தளர்ந்த லுங்கியை அவிழ்ந்து கீழே விழுந்துவிடாமல் ஒரு கையால் பிடித்து சமாளித்தபடி டார்ச்சை அடித்துக்கொண்டு வீட்டிற்குப் போய் விட்டான்.

கஜேனும் மோத்தியின் மனைவியும் மரத்தின் மறைவிலிருந்து வெளியே வந்தார்கள்.

மோத்தியின் மனைவி அவனிடம், "நீ இப்போது வீட்டிற்குப் போ, கோபத்தில் என்ன செய்து தொலைத்துவிடுகிறாயோ, தெரிய வில்லை." என்றாள்.

கஜேனுக்கு சட்டென்று பையில் மனு வைத்திருப்பது நினைவு வந்தது. அவன் பையில் கையை விட்டு உறுதிப்படுத்திக்கொண்டான், இரண்டு அடி எடுத்துவைத்துவிட்டு நின்றான், "நீ என்னை சந்தித்ததை ஒருபோதும் யாரிடமும் சொல்ல வேண்டாம். தெரிந்ததா?"

"சொன்னால் சாவுதான், நான் யாரிடமும் எதுவும் சொல்ல மாட்டேன். நீயும் சொல்லிவிடாதே. இவர்களுக்குத் தெரிந்து

விட்டால் என் உயிரை எடுத்துவிடுவார்கள். நீ என்னை நாசப் படுத்திவிடாதே."

"பயப்படாதே, நான் யாரிடமும் எதுவும் சொல்லமாட்டேன்." என்று சொல்லிவிட்டு கஜேன் நடந்தான்.

மோத்தியின் மனைவியால் தன்னையே அடக்கிக்கொள்ள முடியவில்லை, அடங்கிய குரலில் மீண்டும் கெஞ்சும் குரலில் சொன்னாள், "கஜேன், எச்சரிக்கையாக இரு, இங்கே வராதே."

"சரி அம்மா, நீ இப்போது வீட்டிற்குப் போ." பின்னால் திரும்பிப் பார்க்காமலே சொல்லிவிட்டு கஜேன் பெரிய பாதைக்கு வந்து தானி கிராமம் பக்கம் திரும்பினான். அங்கே போக ஒன்றரை மணி நேரம் ஆகிவிடும். திரும்புவதற்குள் இருட்டிவிடும், பாட்டி கவலைப்படுவாள். அதற்குள் ஹசீனாவும் தூங்கிவிடுவாள். ஆனாலும் தான் இப்போதே போய் ரிப்போர்ட் பதிந்துவிட்டு வருவதே நல்லது என்று அவனுக்குத் தோன்றியது. அவன் மீண்டும் பையில் கையை விட்டான், காகிதம் பத்திரமாக இருந்தது. அவன் நடந்துகொண்டே மனுவில் எழுதியிருந்த விஷயங்களை மனதிற்குள் திருப்பித் திருப்பி சொல்லிப் பார்த்துக்கொண்டான். அவன் தன் கையால் எழுதிய விஷயங்கள். அதைப் படித்துவிட்டு சார் அவன் எழுத்தைப் பாராட்டியிருந்தார். உண்மையில் இன்னும் அவன் கையெழுத்து மிக அழகாக இருந்தது.

கஜேன் யோசித்துக்கொண்டே நடந்தான், ரிப்போர்ட்படி குற்றவாளிகள் என்று நாளைக் காலை உண்மையிலேயே போலீஸ் வந்து யாதவ் பௌரா கூட்டத்தை கைவிலங்கு- கால் விலங்கு பூட்டிப் பிடித்துக்கொண்டு போகட்டும்! யாதவ் பௌராவுக்கும் கைவிலங்கு போட்டால்? கிராமத் தலைவருக்கு...?

'பீட் ஆஃபீசில்' ரிப்போர்ட் பதிந்துவிட்டு வீட்டிற்குத் திரும்ப கஜேனுக்கு வெகு நேரம் ஆகிவிட்டது. அவன் நினைத்தபடியே, பாட்டியம்மா வெளியே வராந்தாவில் விளக்கை எரிய விட்டுக் கொண்டு ஒரு நாற்காலியில் உட்கார்ந்து அவன் வரும் வழியைப் பார்த்துக்கொண்டிருந்தாள். கஜேன் திரும்பி வர நேரம் ஆனதைப் பார்த்து அவள் முகத்தில் கவலை தெளிவாகத் தெரிந்தது.

ஹசீனா உள்ளே உட்காரும் அறையிலேயே கட்டில் மேல் படுத்து ஆழ்ந்து தூங்கிக்கொண்டிருந்தாள். கஜேன் அவளை எழுப்பி அவளுக்காக அமைத்த புதிய அறைக்குப் போகச் சொல்லவில்லை. மோத்தியின் மனைவி ஹசீனாவைப் பற்றி சொல்லியதைக் கேட்டு கஜேனுடைய கவலை அதிகரித்துவிட்டிருந்தது. சாப்பிட்ட பிறகு அவன் வெகு நேரம் வரை வராந்தாவிலேயே உட்கார்ந்திருந்தான்.

அவன் நடு இரவிற்குப் பிறகு போய் படுக்கையில் படுத்தான், பிறகும் வெகு நேரம் வரை அவனால் தூங்க முடியவில்லை. பல கவலைகள் வந்து போய்க்கொண்டிருந்தன.

இரவு வெகு நேரம் கழித்துத் தூங்கியதால் காலையில் வெயில் வந்த பிறகும் கஜேன் அயர்ந்து தூங்கிக்கொண்டிருந்தான். திடீரென்று பாட்டியின் உணர்ச்சி நிரம்பிய குரலைக் கேட்டு அவன் கண்கள் திறந்தன. பாட்டியின் குரல் கேட்டது-

"டேய் கஜேன், எழுந்திரு, சீக்கிரம் எழுந்து வா. இன்ஸ்பெக்டர் போலீஸ்காரர்களோடு வந்திருக்கிறார்."

"இன்ஸ்பெக்டர்? போலீஸ்?... என்னைத் தேடுகிறார்களா?"

கஜேன் படபடப்புடன் படுக்கையிலிருந்து எழுந்து ஒரு பாய்ச்சலில் வெளியே வந்தான், குவளையை எடுத்துக்கொண்டு பின்னால் போய் குவளைத் தண்ணீரால் முகத்தைக் கழுவினான். முகத்தைத் துண்டால் துடைத்தபடியே வெளியில் வந்தான். உண்மையிலேயே அங்கு தானி கிராம பீட் ஆஃபீஸ் ஏ.எஸ். ஐ. ஷயீக்கியா நான்கு சிவப்புத் தொப்பி சிப்பாய்களோடு அவனை எதிர்பார்த்துக்கொண்டிருந்தார்.

"என்ன ஆயிற்று சார்? நீங்கள் காலையிலேயே இங்கே வந்திருக்கிறீர்கள்? நான் கொடுத்த மனுவின் மீது இப்போதே வேலை துவங்கிவிட்டதா?" கஜேன் உணர்ச்சி நிரம்பிய குரலில் கேட்டான்.

"துவங்கும்... அதன் மீதும் வேலை துவங்கிவிடும். போலீஸ் ஸ்டேஷனில் ரிப்போர்ட் பதிவாகிவிட்டது, இல்லையா! ஆனால் இப்போது நான் வேறொரு ரிப்போர்ட்டை அமல்படுத்த வந்திருக் கிறேன்." என்று சொல்லிவிட்டு ஏ.எஸ்.ஐ. ஷயீக்கியா கடுமையான குரலில் உத்தரவிட்டார்-

"என்ன பார்த்துக்கொண்டிருக்கிறீர்கள்? இவனுக்குக் கைவிலங்கு மாட்டுங்கள்!"

"கைவிலங்கா? எனக்கா? ஆனால் சார். சார், நான் என்ன செய்தேன்? எதற்காக என்னை...?"

கஜேன் ஆச்சரியத்தோடு, ஒன்றும் புரியாமல் இடி விழுந்தவனைப் போல நின்று பார்த்துக்கொண்டிருந்தான். இரண்டு சிப்பாய்கள் முன்னால் வந்து அவனுக்கு விலங்கு பூட்டினார்கள்.

"கஜேன், உன்னை ஐ.பி.சி. 307 சட்டத்தின் கீழ் கைது செய்கிறேன். பலி கொடுக்கும் வாளை, கொல்லும் ஆயுதத்தைக் கையில் எடுத்துக்கொண்டு ஒரு குற்றமற்ற மனிதரைக் கொலை

செய்யச் சென்றது, ஒரு நல்ல மனிதர் வீட்டில் அனுமதி இன்றி நுழைந்து கொலை மிரட்டல் விடுத்தது, மோசமான நடவடிக்கை, மதிப்பிற்குரிய ஒரு மனிதரின் குடும்பத்தினரை அவமதித்தது, கிராமத்தில் குண்டன் போல நடந்து பீதியைக் கிளப்பியது ஆகிய குற்றங்களுக்காக உன்னைக் கைது செய்கிறேன்"

நாடக முறையில் ஷபீக்கியா முழு விஷயத்தையும் சொன்னார். அவர் சொல்லி முடித்த பிறகு சற்று நேரம் கஜேன் தலை குனிந்து நின்றுகொண்டிருந்தான். இரண்டு சிப்பாய்களும் அவனுக்கு கைவிலங்கு போட்ட பிறகு கால் விலங்கு பூட்டினார்கள். அவன் ஆச்சரியத்தோடு கேட்டான், "சார், நான் நேற்று இரவு போலீஸ் ஸ்டேஷனுக்கு என்னுடைய புகாரை எடுத்துக்கொண்டு வந்திருந்தேன், உங்களிடம் அது விஷயமாக வெகு நேரம் வரை பேசிக்கொண்டும் இருந்தேன். அப்போது நீங்கள் எனக்கு விரோத மாக இவ்வளவு புகார்கள் பதிந்திருப்பதாக துளிக் கூட நினைக்க விடவில்லை."

"நீ வந்துவிட்டுப் போன பிறகுதான் உனக்கு விரோதமாக ரிப்போர்ட் எழுதப்பட்டது."

"நான் திரும்பி வந்த பிறகா! இரவு அவ்வளவு நேரம் சென்றா?" ஆச்சரியத்தால் அவன் நெற்றி உயர்ந்தது.

"உன்னால் இரவில் போய் ரிப்போர்ட் எழுத முடிந்தால் மற்றவர்களால் ஏன் எழுத முடியாது? போலீஸ் ஸ்டேஷனுக்குப் போய் நடு இரவில் கூட எஃப்.ஐ. ஆர். பதிய முடியும்."

"ஆனால்....!"

"ஏய், நட! இவனை இழுத்துக்கொண்டு வாருங்கள், பஸ்ஸைப் பிடிக்க வேண்டும். இன்றைக்கே இவனை நிஹாலியில் கொண்டு சேர்த்துவிட்டு வராவிட்டால் ஆஃபீசர் என்னைக் கோபித்துக் கொள்வார்."

ஏ.எஸ்.ஐ. ஷபீக்கியா கடுமையாக புறப்படும்படி உத்தரவிட்டார்.

இதற்கிடையில் கஜேன் வீட்டின் நாலாபுறமும் கிராமமே திரண்டுவிட்டது-வயதானவர்கள், குழந்தைகள், ஆண்கள், பெண்கள். அந்தக் கூட்டத்தின் இடையே கால் விலங்கு, கைவிலங்குடன் கஜேன் சூனியத்தை வெறித்தபடி இயந்திரம் போல நடந்து போய்க் கொண்டிருந்தான். இன்று காலை யாதவ் பௌராவின் கைகளில் கைவிலங்கு போடப்படும் என்று அவன் நினைத்தது என்ன, இப்போது நடப்பது என்ன!

கஜேனின் மனதில் ஒரு விசித்திரமான எண்ணம் தோன்றியது. இந்த நேரம் யாதவ் பௌரா என்ன செய்துகொண்டிருப்பார் என்று யோசித்தான்! ஒருவேளை இன்று காலை டீயில் கொஞ்சம் அதிகமாக ஜீனி போட்டுக் குடித்துக்கொண்டிருப்பார். ஒருவேளை தன் மனைவியை அழைத்து சொல்லியிருப்பார், “அடீ, கேட்டாயா! டீ கிளாசில் இன்று அதிகம் ஜீனி போடு. இன்று கொஞ்சம் அதிகமாக இனிக்கும் டீ குடிக்கவேண்டும் போல் இருக்கிறது.”

தன் கற்பனையை ரசித்து அவன் மனதிற்குள்ளேயே புன்னகை செய்தான்.

கைகளில் விலங்கு போட்டு கஜேன் போவதைப் பார்த்து பாட்டியம்மாவுக்கு இடி விழுந்தது போல் இருந்தது. அவள் பாதி உணர்விழந்த நிலையில் நின்று கண் இமைக்காமல் அவனையே பார்த்துக்கொண்டிருந்தாள், ஆனால் எதிரில் இருந்தும் அந்த நேரம் அவள் கண்ணுக்கு கஜேன் தெரியவில்லை. பல வருஷங்களுக்கு முன்பு இப்படித்தான் போலீஸ் வந்தது, இதே மாதிரி முகம் உடையவர்கள், இதே மாதிரி குரலில் பேசி, இதே மாதிரி நடந்து கஜேனின் தந்தைக்கு விலங்கு போட்டு அழைத்துப் போனார்கள். இன்று போலத்தான் அவள் அவன் போவதைப் பார்த்துக்கொண்டிருந்தாள். கஜேனின் தந்தை ஹலதர். அவளுடைய மகன்! அன்று அவள் ஓவென்று அழுதாள். ஆனால் இன்று அழுவதற்குப் பதில் அழுகையை அடக்கி வைத்துக்கொள்வது மிக மிக அவசியம் என்று அவளுக்குத் தோன்றியது.

பாட்டியம்மாவுக்கு திடீரென்று உள்ளேயிருந்து விசும்பல் சத்தம் கேட்டது. அவள் உள்ளே போய்ப் பார்த்தாள். சுவரில் ப்ளாஸ்டர் உதிர்ந்துவிட்டதால் ஒரு துளை போல இருந்தது. அங்கே ஹசீனா மண்டியிட்டு மூங்கில் கம்புகளின் இடுக்கு வழியாக கஜேன் போவதைப் பார்த்துக்கொண்டிருந்தாள், விம்மி விம்மி அழுது கொண்டிருந்தாள்.

போலீஸ் கஜேனைப் பிடித்துக்கொண்டு வந்து மறுநாள் தானி கிராம பீட் ஆஃபீசிலிருந்து அவன் மீது சாட்டப்பட்ட குற்றங்களுக்குத் தக்கவாறு வழக்கு தயார் செய்ய நிஹாலி போலீஸ் ஸ்டேஷனில் கொண்டுபோய் வைத்தார்கள்.

கஜேனின் வாக்குமூலத்தை எழுதுவதற்காக விசாரணை தொடங்கியபோது அவன் உடனே தான் பலி கொடுக்கும் வாளை எடுத்துக்கொண்டு யாதவ் பௌராவின் வீட்டு முன் வாசலில் நுழைந்து மிரட்டி அவரைத் திட்டியதாகக் கூறினான். அத்துடன் அன்று யாதவ் பௌராவோ அல்லது அவருடைய கூட்டத்தில்

யாராவதோ தன் எதிரில் வந்திருந்தால் அவன் நிச்சயமாக அவர்களை வெட்டி எறிந்திருப்பான் என்றும், இப்போது தன்னுடைய கோபம் வேறொரு வடிவம் எடுத்துவிட்டிருப்பதாகவும், அவன் கட்டாயம் கொல்வான், ஆனால் சட்ட வாளால் கொல்வான் என்றும் கூறினான். அவன் தன்னுடைய அந்தக் கோபத்துக்குக் காரணம் சொல்லத் தொடங்கியபோது இன்ஸ்பெக்டர் அவனைப் பிரம்பால் அடித்து கர்ஜித்தார்-

"ஏய்! வாயை மூடு!! நான் இந்த உளறல்களை எல்லாம் கேட்கத் தேவையில்லை. நீ யாதவ் பௌராவைக் கொல்லப் போனாயா, இல்லையா, அதை மட்டும் சொல்லு."

கஜேன் பிரம்படியைத் தாங்கிக்கொண்டு, "ஆமாம், இப்போது தானே சொன்னேன்." என்றான்.

இன்ஸ்பெக்டர் இன்னும் உரக்க கர்ஜித்தார், "அப்படியென்றால் மறுபடியும் சொல்லமாட்டாயா?"

கஜேனின் கோபம் ஆகாயத்தைத் தொட்டது, ஆனாலும் அவன் எப்படியோ தன் கோபத்தை விழுங்கிக் கொண்டான், தலையைக் குனிந்துகொண்டு நின்றான்.

இன்ஸ்பெக்டர் பிரம்பை அக்குளில் இடுக்கிக்கொண்டார், சுருட்டு போன்ற ஒரு சிகரெட் செய்யத் தொடங்கினார். கேப்ஸ்டன் புகையிலை மிக்சரைத் தன் இடது கையில் எடுத்து வலது கைக் கட்டை விரலால் அழுத்திக் கசக்கத் தொடங்கியபோது புகையிலையின் இனிய மணம் கஜேனுக்கும் எட்டியது. அவன் தலையை நிமிர்த்தி இன்ஸ்பெக்டர் சிகரெட் ரோல் பண்ணுவதைப் பார்க்கத் தொடங்கினான். மிகுந்த ஈடுபாட்டுடன் மிக நீண்ட நேரம் செலவழித்து இன்ஸ்பெக்டர் தன் வேலையை முடித்தார். உடல் துன்பம், மன ஆவேசம் இருந்தும் இன்ஸ்பெக்டர் சிகரெட் செய்யும் காரியம் கஜேனுக்கு வேடிக்கையாக இருந்தது. சற்று நேரம் புகையிலையைக் கசக்கிய பிறகு இன்ஸ்பெக்டர் தன் உதட்டில் அழுத்தி வைத்திருந்த காகிதத்தை எடுத்து மிகுந்த எச்சரிக்கையுடன் மிக்சரை அதில் போட்டார், பிறகு புகையிலையோடு பேப்பரை பீடி போல மடித்து அதன் பசை இருந்த முனையில் எச்சில் தடவி ஒட்டினார். பிறகு ஒரு முனையில் காகிதத்தை சற்று கிழித்து சிகரெட்டைப் பற்றவைத்தார், ஒரு நீண்ட இழுப்பு இழுத்து புகையை வெளியே விட்டார். கஜேன் அவர் சிகரெட்டை இழுப்பதையும், புகையை வெளியே விடும் முறையையும் மிகுந்த ஆர்வத்துடன் பார்த்துக்கொண்டிருந்தான். உண்மையில் புகையிலை மணத்தை முகர்ந்து, முகர்ந்து பாவம், கஜேனின் மனமும் பீடி குடிக்க மிகவும் ஏங்கியது.

இன்ஸ்பெக்டரின் வாயிலிருந்து புகை வருவது நின்றுவிட்டதை கஜேன் கவனித்தான். அவர் ஒரு விஷமப் புன்னகையோடு முகத்தைக் கோணிக்கொண்டு கேட்டார்-

"இப்போது சொல், நீ மோத்தி ராயின் மனைவியை பலாத்காரம் செய்து அவமதித்தாயா, இல்லையா? எஃப். ஐ. ஆரில் இந்தக் குற்றமும் இருக்கிறது."

கஜேன் கேள்வியைப் புரிந்துகொண்டான், ஆனால் அந்த வேலையை அவன் செய்தானா, இல்லையா என்று அவனிடமே கேட்கிறார்களே அதைத்தான் அவனால் புரிந்துகொள்ள முடிய வில்லை.

அவன் முட்டாளைப் போல வாயைத் திறந்துகொண்டு இன்ஸ்பெக்டரைப் பார்த்துக்கொண்டிருந்தான்.

"ஏய்! ஏன் பதில் சொல்ல மாட்டேன் என்கிறாய்?" இன்ஸ்பெக்டர் மீண்டும் கர்ஜித்து கஜேனின் வயிற்றில் ஒரு உதை விட்டார். அது மட்டுமின்றி அடி, உதை, மிதி, முட்டியில் பிரம்படி என்று வகை வகையாகக் கொடுமைப்படுத்தி அவர் கஜேனின் உடலை படுகாயப்படுத்திவிட்டார். அதன் பிறகும் கஜேன் பலாத்காரக் குற்றத்தை ஒப்புக்கொள்ளவில்லை.

இன்ஸ்பெக்டர் தோற்றுப்போய் பிரம்பை வைத்துவிட்டு உட்கார்ந்தார், ஒரு புதிய சிகரெட் தயார் செய்யத் தொடங்கினார்.

"சரி, சொல்லாதே, எதுவும் எழுதவும் வேண்டாம், சதரில் வலுவான ஆட்கள் இருக்கிறார்கள், அங்கே எல்லாவற்றையும் கக்க வைத்துவிடுவார்கள். தானாகவே வாய் திறந்துகொள்ளும். ஒருவரைக் கொல்வதற்குத் தயாராக இருந்தாய், அதை நீயே ஒப்புக்கொண்டாய், வழக்கு தயார் செய்வதற்கு இந்த வாக்குமூலமே போதும்" என்று சொல்லிவிட்டு இன்ஸ்பெக்டர் அருகிலேயே நின்றிருந்த சிவப்பு தொப்பி சிப்பாய்களுக்கு, "பஸ் வரும் நேரம். இவனை இன்றே சதர் போலீஸ் ஸ்டேஷனுக்கு கொண்டு சேர்க்கவேண்டும். நீங்கள் தயார் செய்யுங்கள். அதற்குள் நான் வாக்குமூலத்தை எழுதிவிடுகிறேன்." என்று கட்டளையிட்டார். அங்கிருந்து எழுந்து இன்ஸ்பெக்டர் தரையில் காலை ஓங்கி மிதித்தபடி தன் அறைக்குப் போய்விட்டார்.

சற்று நேரத்தில் பஸ் வந்து நிஹாலி போலீஸ் ஸ்டேஷன் எதிரில் நின்றது. பஸ்ஸில் ஏறுவதற்காக விலங்கு பூட்டியபடியே கஜேன் லாக்-அப்பிலிருந்து வெளியே வந்தபோது சட்டென்று அவன் பார்வை இன்ஸ்பெக்டர் அறைப் பக்கம் சென்றது. இன்ஸ்பெக்டரின் மேஜைக்கு முன்னாலிருந்த நாற்காலியில் யாதவ் பௌராவும் கிராம முன்சீப் ரஜத் வர்மனும் உட்கார்ந்து இன்ஸ்பெக்டருடன் ஏதோ

தீவிர விவாதத்தில் ஈடுபட்டிருந்ததை அவன் பார்த்தான். கஜேன் அவர்கள் அருகே கடந்து சென்றபோது அவர்கள் தலையைத் திருப்பி அவனைப் பார்த்தார்கள். கஜேனின் கண்களை அவர்களுடைய கண்கள் சந்தித்ததும் இருவரும் பட்டென்று தலையைக் குனிந்துகொண்டு இன்ஸ்பெக்டரின் மேஜை மீது இருந்த அவருடைய பிரம்பின் மீது பார்வையைப் பதித்துக்கொண்டார்கள்.

அந்தக் காலத்தில் பஸ்களில் டிரைவர் சீட்டிற்குப் பின் புறம் அகலமான இரண்டு அப்பர் கிளாஸ் சீட்கள் இருந்தன. அதற்குப் பின்னால் பஸ் முழுதும் 'லோயர் கிளாஸ்'. கீழே பலகையும், மேலே பித்தளை ரேலிங்கும் இரண்டு பாகத்தையும் பிரித்தன. போலீசார் கஜேனை பஸ்ஸின் பின் கதவு வழியாக ஏறி உள்ளே போகச் சொன்னார்கள். கடைசி மர சீட்டில் உட்கார்ந்து கஜேன் தலையை நிமிர்த்தி எதிரில் பார்த்தபோது, யாதவ் பௌராவின் கூட்டம் முழுதும் இரண்டாம் வகுப்பு பெஞ்சில் உட்கார்ந்து கழுத்தைத் திருப்பித் தன்னையே முறைத்துப் பார்ப்பதைக் கண்டான். அவர்கள் அவ்வாறு முறைப்பதைக் கண்டு கஜேன் ஆச்சரியத்துடனும் வெறுப்புடனும் ஜன்னலுக்கு வெளியே பார்க்கத் தொடங்கினான். போலீஸ் ஸ்டேஷனுக்குள்ளிருந்து சிரிப்பும், கைதட்டல் ஒலியும் கேட்டது. சற்று நேரத்திற்குப் பிறகு யாதவ் பௌராவும், ரஜத் வர்மனும் ஸ்டேஷன் ஏ.எஸ். ஐ.யுடன் வந்து பஸ்ஸின் அப்பர் கிளாசில் உட்கார்ந்தார்கள். பஸ் கிளம்பிச் சென்றது. பஸ்ஸின் வேகத்தோடு கஜேனின் மனதிலும் ஒரே ஒரு கேள்வி வேகம் வேகமாக எழும்பிக்கொண்டிருந்தது! யாதவ் பௌராவும் தன் கூட்டத்தோடு பஸ்ஸில் உட்கார்ந்து சதருக்குதான் போய்க்கொண்டிருக்கிறாரா? அப்படியானால்... ஏன்... ஏன்??

யாதவ் பௌரா குண்டர்கள் எல்லாரையும் அழைத்துக் கொண்டு சதருக்கு ஏன் வந்தார், அவர் நிஹாலியில் ஏ. எஸ். ஐ.யுடன் ஸ்டேஷனில் எந்த விஷயமாக ரகசிய விவாதத்தில் இருந்தார் என்பதை இரண்டு நாட்களுக்குப் பிறகு கஜேன் தெரிந்து கொண்டான்.

விஷயத்தை சற்றுப் பின்னாலிருந்து தொடங்கவேண்டும்.

கிராமத்தில் போலீஸ் கஜேனுக்கு விலங்கு போட்டு அழைத்துச் சென்றபோது கிராமத்து மக்கள் சொல்லக் கேட்டு முன்னூறும் ரூபாயியும் ஓடோடி வந்து அவனை வழியில் பார்த்தார்கள். அவர்கள் அங்கிருந்து அவன் கூடவே வந்தார்கள், அவன் நிஹாலி பஸ்ஸில் ஏறும் வரை அவனோடு பேசிக்கொண்டிருந்தார்கள்.

அந்த நேரத்தில் அவர்களிடையே நடந்த பேச்சு வார்த்தையில் முன்னூ, ரூபாயி, குரயீகுடி நேப்பாளி சகோதரர்கள் காயிலா ஆகியோரில் யாராவது முறை வைத்துக்கொண்டு வந்து இரவில் கஜேன் வீட்டைப் பாதுகாக்க வேண்டும் என்று தீர்மானம் ஆயிற்று. இரவில் அங்கு யாராவது இருப்பது, முக்கியமாக ஹசீனாவுக்காக அங்கு யாராவது இருப்பது இப்போது மிக மிக அவசியமாக இருந்தது. ஹசீனா வெளியே அவளுக்காக அமைத்த அறையில் தூங்காமல் வீட்டினுள் உட்காரும் அறையிலேயே தூங்கட்டும், தான் சொன்னதாக சொன்னால் பாட்டியம்மா ஆட்சேபிக்க மாட்டாள் என்று கூறினான் கஜேன். மேலும் மிக முக்கியமான விஷயம், சர்வாயி பண்டிதருக்கு இந்த விஷயத்தை உடனே தெரிவிக்க வேண்டும், கஜேனுக்கு விலங்கு போட்டுவிட்ட பிறகு மேற்கொண்டு போலீஸ்- கோர்ட் தொடர்பாக என்ன செய்ய வேண்டும், என்ன செய்யக்கூடாது என்பதை எல்லாம் சாரால்தான் சொல்லமுடியும். "சார்தான் எனக்கு தெய்வம். அந்த தெய்வம்தான் இந்த ஆபத்திலிருந்து என்னைக் காப்பாற்ற உதவி செய்யமுடியும்." என்று அவன் தெளிவாக சொன்னான். கோர்ட் விஷயத்தில் சதரில் மதன் சாருக்கு தகவல் சொல்லவேண்டும். மதன் சார் எல்லா வகையிலும் தனக்கு நிச்சயம் உதவி செய்வார், அதில் அவனுக்கு சந்தேகமே இல்லை. தான் எப்போது திரும்பி வருவோம் என்று கஜேனுக்குத் தெரியவில்லை. யாருக்குத் தெரியும், சிறை-கிறையில் இருந்துவிட்டு முழு தண்டனையையும் அனுபவித்து முடித்த பிறகே கூட வர நேரலாம்! ஜாமீனில் வெளியே வர வாய்ப்பிருக்கிறது, ஆனால், அதற்கு என்ன செய்யவேண்டும், எப்படி செய்யவேண்டும் என்பதெல்லாம் அவனுக்கு எதுவும் தெரியாது. மதன் சார் இருக்கிறார், ஏதாவது செய்வது சாத்தியமானால் கட்டாயம் செய்வார். வீட்டு செலவைப் பற்றி அவனுக்கு கவலை இல்லை, இப்போதும் வீட்டில் தானியம் நிறைந்திருக்கிறது. தேவைக்கேற்ப கொஞ்சம்- கொஞ்சமாக விற்று வீட்டு செலவைப் பார்த்துக்கொள்ளலாம். முன்னூவும் ரூபாயியும்தான் அவன் வீட்டை தங்கள் வீடாக நினைத்து பாட்டியம்மாவையும் வீட்டையும் நல்ல விதமாகப் பார்த்துக் கொள்ள வேண்டும், முக்கியமாக அவர்கள் ஹசீனாவைக் கவனிக்க வேண்டும், இப்போது அது மிக மிக அவசியம். பாவம், அவள் தலைவிதியில் இன்னும் என்னென்ன பார்க்க வேண்டும் என்று எழுதியிருக்கிறதோ!

கஜேன் பஸ்ஸில் ஏறும் வரை முன்னூவுடனும், ரூபாயியுடனும் பேசிக்கொண்டேயிருந்தான், என்னென்ன செய்யவேண்டும் என்று சொல்லிக்கொண்டேயிருந்தான். அவர்கள் இருவரும் அவன் தன் வீட்டைப் பற்றிக் கவலைப்படவே தேவையில்லை, அவனுடைய வீட்டை அவர்கள் தங்கள் வீடாகவே நினைத்துப் பார்த்துக் கொள்வதாக அவனுக்கு நம்பிக்கை அளித்தார்கள்.

கஜேனுடைய பஸ் போனவுடனே அவர்கள் இருவரும் பைத்தியக்காரர்களைப் போல சாரிடம் ஓடினார்கள்.

இதற்கிடையில் சர்வாயி பண்டிதருக்கு முழு விஷயமும் முன்பே தெரிந்துவிட்டிருந்தது. காலையிலிருந்து பல பேர் வந்து-வந்து அவரிடம் அவரவர் புரிந்துகொண்டபடி அவரவருக்கே உரிய வகையில், அவரவர் மொழியில் நிகழ்ந்ததை விவரித்துவிட்டுப் போயிருந்தார்கள். பண்டிதர் குளித்து முடித்து சாப்பிட்டுவிட்டு ஸ்கூலுக்கு கிளம்பிக்கொண்டிருந்தார். அவர் தினமும் அந்த நேரத்திற்குள் ஸ்கூலுக்குப் பாதி வழி போயிருப்பார், ஆனால் இன்று இரண்டாம் முறை வெற்றிலை போட்டுக்கொண்டு மீண்டும் சாய்வு நாற்காலியில் உட்கார்ந்துவிட்டார். ஸ்கூல் போகும் நேரம் ஆகிவிட்டது, அதுவும் அவர் கவனத்தில் இருந்தது, ஆனால் கஜேனைப் பற்றி யோசித்தபடியே கவலையினால் ஸ்கூல் போக விரும்பினாலும் எழுந்திருக்க முடியாமல் உட்கார்ந்திருந்தார். அப்போதுதான் முன்னூவும், ரூபாயியும் வந்து கஜேன் சொன்ன எல்லா விஷயத்தையும் அவரிடம் சொன்னார்கள். கஜேன் அவரைத் தன் தெய்வமாக நினைக்கிறான், அவனுடைய தெய்வம் அவனைக் கட்டாயம் காப்பாற்றும் என்று அவன் முழுதும் நம்புகிறான் என்பதையும் அவர்கள் கூறினார்கள்.

அவ்வளவு நேரத்திற்குப் பிறகு சாருடைய கவலை படிந்த, சுருக்கம் நிறைந்த முகத்தில் சற்று மலர்ச்சி தோன்றியது.

சார் ஹெட்மாஸ்டரிடம் இரண்டு நாள் லீவ் தரும்படி விண்ணப்பம் எழுதி கரங்காபாடி இடைநிலைப் பள்ளியில் ஆறாம் வகுப்பு படித்துக்கொண்டிருந்த தன் இளைய மகன் கையில் தந்தார். அவர் இல்லாதபோது மாணவர்கள் படிப்பதையும் எழுதுவதையும் எவ்வாறு நிர்வகிப்பது என்பதையும் மகனிடம் சொல்லி அனுப்பினார். சர்வாயி பண்டிதர் ஸ்கூலில் லீவ் எடுப்பது மிக அரிதான விஷயம்.

சதருக்குப் போய் சார் கோர்ட்டில் மதனைத் தேடிக் கண்டு பிடித்து கஜேனைப் பற்றிய எல்லா விவரங்களையும் சொன்னார். தொடக்கத்திலிருந்து, குரயீகுடியில் நடந்த கொலை நிகழ்ச்சியிலிருந்து என்னென்ன நடந்தது, கஜேன் என்னென்ன செய்தான், எப்படி அவனைப் போலீஸ் கைது செய்து முதலில் நிஹாலிக்கும், பின்னர் சதருக்கும் அழைத்துச் சென்றது என்பது வரை அவர் முழு விவரத்தையும் சொல்லிவிட்டார்.

சர்வாயி பண்டிதர் சொன்ன விஷயங்கள் ஒவ்வொன்றையும் கவனமாகக் கேட்ட பிறகு மதன் சொன்னான், “சார், இங்கே நீங்கள் செய்யவேண்டிய வேலை எதுவும் இல்லை. செய்யவேண்டிய எல்லா காரியங்களுக்குமான பொறுப்பை நான் எடுத்துக்கொள்கிறேன்.

ஜாமீன் கடிதத்திற்காக ஒரு நாள் மட்டும் நீங்கள் இங்கே தங்க நேரும். இன்று இரவு எங்கள் வீட்டில் தங்கிக்கொள்ளுங்கள், நாளை போகலாம். நீங்கள் என்னுடனேயே இருங்கள், போதும். எங்கே, என்ன செய்யவேண்டுமோ, நான் செய்கிறேன்."

கஜேன் சதர் ஜெயிலில் அல்லது அங்கிருந்து அனுப்பப் பட்டிருந்தால் பெரிய ஜெயிலில் வைக்கப்பட்டிருப்பான் என்று யோசித்து சாரும், மதனும் தேடித் தேடி சரியான இடத்திற்குப் போய்ச் சேர்ந்தார்கள். சாரை மதன் சாருடன் எதிரில் பார்த்தபோது கஜேன் தன்னைக் கட்டுப்படுத்திக்கொள்ள முடியாமல் அழுது வெடித்தான்.

சற்று நேரம் அவனிடம் ஆறுதலாகப் பேசிக்கொண்டிருந்து விட்டு கஜேனின் ஜாமீன் கடிதத்தைத் தயார் செய்வதற்காக மதன் அவனிடம் விடை பெற்றுக்கொண்டு கோர்ட்டுக்குக் கிளம்பினான். சாரும் மதனுடனேயே போய்விட்டார்.

ஜாமீனுக்கு கஜேனுக்காக பொறுப்பு எடுத்துக்கொண்டு 'ஷ்யூரிட்டி'யில் யார் சைன் பண்ணுவது என்று சற்று நேரம் பேசி விட்டு சார் தானே அந்தப் பொறுப்பை எடுத்துக்கொண்டார், "நான் சைன் பண்ணுகிறேன், அதற்காகத்தானே வந்திருக்கிறேன்." என்றார்.

அவர் ஜாமீன் தந்தால் யாதவ் பௌரா, மற்றும் அவரை சேர்ந்தவர்களுடைய பகைமையை விலைக்கு வாங்கிக்கொள்வார், அதன் முடிவு விபரீதமாக இருக்கும் என்று மதன் அவரை எச்சரித்தான். அதற்கு சார் மிகுந்த தைரியத்துடன் சொன்னார்-

"யாரும் கஜேனுக்கு ஜாமீன் தர இயலாது என்று சொல்கிறாயா, மதன்! கஜேனுக்கு ஜாமீன் தர இந்த வட்டாரத்தில் யாரும் இல்லை என்பது உண்மைதான். நான் யாதவ் பௌராவின் வெறுப்பையும் அவர் நடவடிக்கைகளையும் பற்றி அறிந்தே இருக்கிறேன், ஆனாலும் இந்தக் காரியத்தை நான் செய்தே ஆகவேண்டும், மதன்! போகப் போக பார்த்துக்கொள்ளலாம், இப்போது அரசாங்க முறைப்படி என்ன செய்யவேண்டுமோ, அதை செய்."

கஜேனுக்கு விலங்கு போட்டு போலீஸ் அழைத்துப் போயிருந்த சதர் நீதிபதியின் ஆலோசனை அறையிலிருந்து யாதவ் பௌராவின் ஆட்கள் ஒருவர் பின் ஒருவராக சந்தோஷ சிரிப்புடன் வெளியே வந்துகொண்டிருந்தார்கள். அவர்களோடு ரஜத் வர்மனும், இரண்டு வக்கீல்களும், வேறு யாரோ இரண்டு பரிச்சயமற்ற மனிதர்களும் இருந்தார்கள். கஜேனுக்கு மிக அருகில் அவனைக் கடந்து அவர்கள் வெளியே போய்விட்டார்கள். போகும்போது ஒவ்வொருவனும் கஜேனை விஷமப் புன்னகையுடனும், வஞ்சகச் சிரிப்புடனும் ஒரு

முறை பார்த்துவிட்டுதான் போனான். இந்தக் கூட்டம் முழுதும் தான் வந்த பஸ்ஸிலேயே சதருக்கு வருவதைப் பார்த்து கஜேன் மனதில் முன்பு எழுந்த அதே கேள்வி மீண்டும் ஒரு முறை எழுந்தது. இவர்கள் இங்கே ஏன்...?

நீதிபதி மதனுடன் இரண்டொரு வழக்கமான வார்த்தைகள் பேசிவிட்டு கஜேனுடைய ஜாமீன் காகிதங்களில் அவனுக்கு பொறுப் பேற்றுக் கொள்வதாக சாரிடம் கையெழுத்து வாங்கிக்கொண்டு கஜேனை விட்டுவிட்டார்.

கைவிலங்கை அவிழ்த்ததும் கஜேன் இரண்டு மணிக்கட்டையும் அழுத்தித் தேய்த்தபடி மதன், சார் இருவருக்கும் பின்னால் வெளியே வந்தபோது யாதவ் பௌராவும் அவருடைய கூட்டமும் அங்கே என்ன செய்துகொண்டிருந்தார்கள் என்று கேட்டான். போலீஸ் அந்த முழு கூட்டத்தையும் பிடித்து கைவிலங்கு போடமுடியவில்லை, அவர்கள் முன்பே நீதிபதி முன்னால் சரண் அடைந்து முன் ஜாமீன் வாங்கிக்கொண்டார்கள், அதற்காகத்தான் அவர்கள் சதர் கோர்ட்டுக்கு வந்திருந்தார்கள் என்று அவனுக்குத் தெரிந்தது.

கஜேனின் மனதை அரித்துக்கொண்டிருந்த கேள்விக்கு பதில் கிடைத்துவிட்டது, ஆனால் இப்போதும் அவன் மனதிலிருந்து ஆச்சரியமும், சந்தேகமும் அகலவில்லை. அவன் இப்போது இன்னும் அதிக ஆச்சரியத்துடன் மனிதன் தன் சுயநலத்திற்காகவே எவ்வளவு கீழே விழுந்துவிடுகிறான், எவ்வளவு அருவருக்கத்தக்க வேலைகளை செய்கிறான் என்று யோசித்துக்கொண்டிருந்தான்!

மதன் அன்று இரவு சாரையும் கஜேனையும் தன் வீட்டில் தங்கச் சொல்லி வற்புறுத்தி தன்னுடன் வீட்டிற்கு அழைத்துச் சென்றான். சார் முதலில் மறுத்தார், அவர் சதர் வரும்போதெல்லாம் சாதாரணமாக நிர்மலா ஸ்கூல் போர்டில் ஒன்றிரண்டு இரவுகள் தங்குவது வழக்கம். இந்த முறையும் முதல் நாள் இரவு அவர் அங்குதான் இருந்தார், ஆனால் இன்று மதன் மிகவும் வேண்டிக் கேட்டதன் பேரில் அவர் அவன் வீட்டில் தங்க சம்மதித்தார். கஜேனுக்கு மதனுடைய வீடு மிகவும் பழக்கமான ஒன்று. கஜேன் மிகுந்த உற்சாகத்துடன் மதன் வீட்டிற்கு வர சம்மதித்தான். ஜவாவைப் பார்த்து எத்தனை வருஷங்கள் ஆகிவிட்டன!

சூரியன் மறைந்து மங்கிய வெளிச்சத்தில் ஜவா கையில் ஒரு குழந்தையைத் தூக்கிக்கொண்டு வெளியிலேயே நின்றிருப்பதை அவர்கள் மூவரும் தொலைவிலிருந்தே பார்த்தார்கள். ஜவா சற்று நேரம் மதனுடன் வருபவர்களை அறிந்துகொள்ள முயன்று தோற்றாள். வெளிச்சம் குறைவாகவும் தூரம் அதிகமாகவும் இருந்தது. அவர்கள் வீட்டிற்கு எப்போதும் யாராவது மனுதாரர்கள் வந்துகொண்டுதான்

இருந்தார்கள்.

சற்று அருகில் வந்ததும் மதன் அங்கிருந்தே ஜவாவைக் கூப்பிட்டான், “ஜவா, இங்கே யார் வந்திருக்கிறார்கள், பார்!” ஜவா உணர்ச்சிவசப்பட்டு சற்று முன்னால் வந்தாள். கையை நீட்டி அப்பாவிடம் போவதற்காகத் தாவிய குழந்தையை அவள் மதனிடம் நீட்டினாள், சார் அவளைக் கூப்பிட்டார், “ஜவா! எப்படி இருக்கிறாய்?”

ஜவா திடுக்கிட்டுத் துள்ளினாள், “சார், நீங்களா? எப்போது வந்தீர்கள்?” அவள் குழந்தையை மதனிடம் கொடுத்துவிட்டு மதனுக்குப் பின்னால் எட்டி சாரையும், மற்றொருவனையும் கவனமாகப் பார்த்தாள். அப்போது, “ஏண்டி, இந்தக் கழுதையை, தடியனைத் தெரிந்துகொள்ள கஷ்டமாக இருக்கிறதா?” என்று கேட்டபடியே சாருக்குப் பின்னாலிருந்து கஜேன் முன்னால் வந்தான்.

“அம்மாடி! கஜேனா!!”

சந்தோஷ மிகுதியில் ஜவா கஜேனைக் குத்தியபடி, “நீ எப்போது வந்தாய்?” என்று கேட்டாள்.

கஜேனிடமிருந்தும், சாரிடமிருந்தும் தன் கேள்விக்கான பதிலை எதிர்பாராமலே ஜவா தொடர்ந்து பேசினாள், “வா, கஜேன், உள்ளே வா. வாருங்கள் சார், வாருங்கள், உள்ளே வாருங்கள்!” குதூகலத்துடன் ஜவா அவர்களை உள்ளே அழைத்துச் சென்றாள்.

வரவேற்பறையில் நுழைந்ததுமே கஜேனின் முகத்தில் வெளிச்சம் பட்டது, அவள் அவன் முகத்தைப் பார்த்து சிலிர்த்துப் போனாள். நான்கு-ஐந்து நாட்கள் தாடி நிறைந்து, கண்களில் கருவளையம் விழுந்து, கன்னங்களிலும் உதட்டின் சீழும் நீலமும் சிவப்புமான அடிபட்ட சின்னங்கள், ஆங்காங்கே வீக்கம், முடி கலைந்து தூசு நிறைந்து. உடம்பில் உடுப்பு அழுக்காகி, ஆங்காங்கு கிழிந்திருந்தது.

“கஜேன், இது என்ன கோலம்?”

ஆச்சரியம் நிறைந்த படபடத்த கண்களுடன் தொண்டை அடைக்க ஜவா கேட்டாள்.

“ஜெயிலில் போலீஸ் அடி-உதை, பிரம்படி, ஒவ்வொரு விஷயத்திற்கும் அறை வாங்கிய பிறகு இதை விட எப்படி நன்றாக இருக்க முடியும்! என் அதிர்ஷ்டம், தொடக்கத்திலிருந்தே தினமும் கோடாலி எடுத்து வெட்டி-வெட்டி என் உடம்பு கெட்டிப்பட்டுவிட்டது, இல்லையென்றால் இவர்களுடைய கொடுமைகள்.”

கஜேன் அடிபட்டு நொந்த தன் உடலின் மீது அந்த நிலைமையிலும் சற்று பெருமைப்பட்டு மெல்லிய புன்னகையுடன் விஷயத்தை

லேசாக்க முயற்சித்தான்.

மதன் ஜவாவிடம், "நாம் பிறகு எல்லாவற்றையும் பேசிக் கொள்ளலாம். ஜவா, போய் சார் கை, கால்- முகம் கழுவிக்கொள்ள ஏற்பாடு செய், கஜேனுக்கு சோப், உடுப்பு கொடு. குளித்துவிட்டால் அவனுக்கு நன்றாக இருக்கும். என்னுடைய உடுப்பையும் கொஞ்சம் எடுத்துக் கொடு." என்றான்.

சமையல் அறைக்கு வெளியே பெரிய வராந்தாவில் மூங்கில் தட்டிகளால் சுற்றி வளைத்து அங்கு மேஜை-நாற்காலி போட்டு மதன் சாப்பிட ஏற்பாடு செய்திருந்தான். எப்போதாவது, யாராவது மனுதாரர்கள் வந்துவிட்டால் அல்லது பிராமணர் அல்லாத நண்பர்கள் வந்துவிட்டால், எப்போதாவது அவசரத்தில் ஷர்ட்-பேண்ட்- பூட்ஸ்- கவுன் அணிந்துகொண்டே எப்படியோ ஐந்து நிமிடத்தில் சாப்பிட்டுவிட்டு அவன் ஓடவேண்டியிருந்தால் அந்த நிலைமைகளில் சமையல் அறையில், ஓய்வாக தரையில் உட்கார்ந்து எப்படி சாப்பிடுவது? அதையெல்லாம் யோசித்துதான் அந்த ஏற்பாடு செய்யப்பட்டிருந்தது. மதனின் தாய் இன்றும் அவன் தந்தை சாப்பிட்டுவிட்டு எழுந்த பிறகு அவருடைய எச்சில் தட்டிலேயே சமையல் அறையில் தரையில் உட்கார்ந்து சாப்பிடும் நியமத்தைப் பின்பற்றிவந்தாள். அவளுடைய மருமகள் ஜவாவும் அவளுடன் தரையில் அமர்ந்தே சாப்பிடுவாள். மதன் தொடக்கத்திலேயே தன் எச்சில் தட்டில் ஜவா சாப்பிடும் நியமத்தை கடுமையாக தடுத்து விட்டிருந்தான்.

மதன் தன் வீட்டில் மேஜை மேல் உணவு பரிமாறி சாப்பிடும் வழக்கத்திற்கான காரணத்தை விளக்கியபடி கூறினான், "சார்! எங்கள் வீட்டில் இரண்டு கலாச்சாரங்கள் சமமாக வழக்கத்தில் இருக்கிறது. இங்கு கிழக்கத்திய கலாச்சாரமும் இருக்கிறது, மேற்கத்திய கலாச்சாரமும் இருக்கிறது. வீட்டில் ஒரு தலைமுறையினர் மேற்கத்திய முறையையும், மற்றொரு தலைமுறையினர் கிழக்கத்திய முறையையும் பின்பற்றுகிறார்கள். ஜவா மட்டும்தான் நேரம்-வசதிக்கேற்ப, சூழ்நிலை, உணர்ச்சிகளைக் கவனத்தில் கொண்டு இரண்டையும் நிர்வகிக்கிறாள். அவள் தினமும் அம்மாவுடன் தரையில் உட்கார்ந்து தான் சாப்பிடுகிறாள், ஆனால் அவசியம் ஏற்பட்டால், அல்லது நாங்கள் இருவரும் தனியாக அமர்ந்து சாப்பிடும் சந்தர்ப்பம் கிடைத்தால் மேஜையில் ஓய்வாக சாப்பிடுவாள்."

இதையெல்லாம் சொல்லிவிட்டு மதன் தட்டிற்கு அருகில் இருந்த மீன் சூப் கிண்ணத்திலிருந்து மீன் தலையின் ஒரு பாதியை எடுத்து தன் தட்டில் போட்டுக்கொண்டு சாதத்தின் மீது கொஞ்சம் சூப்பையும் போட்டுக்கொண்டான். பிறகு மீன் சூப்பையும், மீன்

தலையின் மற்றொரு பாதியையும் ஜவாவிடம் கொடுத்துவிட்டான், அவள் கிண்ணத்தை எடுத்துக்கொண்டு உள்ளே போய்விட்டாள். கஜேன் அதையெல்லாம் மிக கவனமாகப் பார்த்தான், தன்னுடைய எச்சில் தட்டில் மனைவி சாப்பிடும் நியமத்தை உடைத்து விட்டு மதன் இவ்வாறு ஜவாவை தன் சாப்பாட்டில் பங்குதாரராக்கிக் கொண்டிருக்கிறான் என்று உணர்ந்தான். இதை மங்களகரமான செயல் என்றாலும் சரி, அன்பு என்றாலும் சரி, ஜவாவின் மனதிற்கு ஆறுதலான ஏதோ ஒன்று இருக்கிறது, அது ஒரு வகையான முழுமையைத் தெரிவிக்கிறது.

அவர்கள் அருகிலேயே நின்று மதனின் தாய் மிகவும் அன்பு- மரியாதையுடன் கேட்டு- கேட்டு சாப்பாடு பரிமாறிக் கொண்டிருந்தாள், ஜவா அதே உற்சாகத்துடன் ஓடி-ஓடி காய்கறி, பருப்பு, சூப், சாதம் பரிமாறிக்கொண்டிருந்தாள். இதற்கிடையில் மதன் கஜேனிடம் கேட்டான், "கஜேன், உனக்கு அந்தப் பழைய விஷயமெல்லாம் நினைவிருக்கிறதா, நாம் இருவரும் ஜவா வீட்டு வராந்தாவில் வாழை இலை போட்டு சாப்பிட்டது, நதிக் கரையில் பேசிக்கொண்டிருந்தது..."

"நினைவிருக்கிறது, மதன் சார், எல்லாம் நினைவிருக்கிறது." என்றான் கஜேன்.

"போதும்,போதும், இப்போது அந்த விஷயங்களை எல்லாம் மறுபடி நினைக்கத் தேவையில்லை. முதலில் சரியாக சாப்பாடு சாப்பிடுங்கள். சார், நீங்கள் இன்னும் கொஞ்சம் எடுத்துக்கொள்ளுங்களேன்!"

"கொண்டு வா, கொண்டு வா, கொஞ்சம் நன்றாக வயிறு நிறைய சாப்பிட்டுக்கொள்கிறேன். இந்த நான்கு நாட்களாக சாப்பாடு என்ற பெயரில் ஜெயிலில் கொடுத்ததைப் பார்த்தாலே வாந்தி வந்தது. உண்மையை சொன்னால் இந்த நான்கு நாட்களாக ஒரு வாய் கவளம் கூட என்னால் விழுங்க முடியவில்லை."

கஜேன் சொன்னதைக் கேட்டு சட்டென்று சூழ்நிலை சற்று கனத்தது, கொஞ்சம் துயரம் பரவியது. எல்லாரும் மௌனமானார்கள்.

சாப்பிட்ட பிறகு வராந்தாவில் உட்கார்ந்து மதன், கஜேன் இருவரும் சாருடன் கஜேன் மீது போடப்படவிருக்கும் வழக்கைப் பற்றி வெகு நேரம் விஸ்தாரமாக ஆலோசித்துக்கொண்டிருந்தார்கள். சட்டப்படி என்ன செய்யலாம், எப்படி செய்யலாம் என்பதைப் பற்றி மதன் அவர்களுக்கு எல்லா விவரங்களையும் புரியவைத்தான். மதனின் தந்தை அங்குதான் உட்கார்ந்திருந்தார். தொடக்கத்தில் அவரும் இரண்டொரு விஷயங்களில் தன் கருத்தை சொன்னார், பிறகு

போய் தூங்கிவிட்டார். ஜவா அருகில்தான் நின்றிருந்தாள், ஆனால் அவள் ஒன்றும் பேசாமல் எல்லாவற்றையும் கேட்டுக்கொண்டு மட்டும் இருந்தாள். இரவு வெகு நேரம் ஆகிவிட்டது, பேச்சை முடிக்க வேண்டியிருந்தது, மதன் வரவேற்பறையில் போட்டிருந்த கட்டிலுக்கு சாரை அழைத்துச் சென்றான், கஜேனுக்கு வக்கீல் அறையில் தூங்குவதற்கு ஏற்பாடு செய்யப்பட்டிருந்தது, ஜவா கஜேனை அங்கு அழைத்துச் சென்றாள்.

மிகவும் களைத்துப் போயிருந்த கஜேன் தொப்பென்று கட்டிலில் போய் உட்கார்ந்தான். பக்கத்திலேயே இருந்த ஒரு நாற்காலியில் ஜவா உட்கார்ந்தாள். ஜவாவின் மடியில் அவளுடைய மகள் அம்ருதா தூங்கிக்கொண்டிருந்தாள், அவளை எல்லாரும் செல்லமாக அமி என்று அழைத்தார்கள்.

அங்கு ஓய்வாக உட்கார்ந்து ஜவா கஜேனுடைய எல்லா விஷயங்களையும் மீண்டும் ஒரு முறை நன்றாகக் கேட்டாள். மாலையிலிருந்து வீட்டில் நடந்த பேச்சுகளில் அவள் கொஞ்சம்-கொஞ்சம் கேட்க முடிந்தது. வீட்டுவேலைகள் செய்வதில், மாமியாருடன் சமையல் அறையில் உதவி செய்வதில் அவள் மும்முரமாக இருந்தாள், அதன் காரணமாக நிகழ்ச்சியின் தலை-கால் அவளுக்குப் புரியவில்லை. இந்த நேரம் அவள் தனியாக உட்கார்ந்து எல்லா விஷயத்தையும் அறிந்துகொண்டாள். கஜேனும் இப்போது மனதைத் திறந்து ஜவாவிடம் தன் துன்பக் கதையை சொல்லிக்கொண்டிருந்தான், ஒவ்வொரு சொல்லிலும் அவனுடைய வலியை ஜவா உணர்ந்தாள். ஹசீனாவைப் பற்றிக் கேட்டு அவளால் தன்னைக் கட்டுப்படுத்திக்கொள்ள முடியவில்லை. அவள் கண்களில் கண்ணீர் பெருக்கெடுத்தது.

தன்னுடைய ராமாயணத்தை சொல்லி முடித்துவிட்டு நீண்ட பெருமூச்சுடன் கஜேன், “நான் சொல்லி முடித்துவிட்டேன், இப்போது நீ உன் விஷயத்தை சொல்.” என்றான்.

ஜவாவும் கஜேனிடம் தன் புதிய வாழ்க்கையைப் பற்றி சொல்லத் தொடங்கினாள். மாமனார்-மாமியார், கணவனுடன் அவளுடைய இந்தப் புதிய வாழ்க்கை, அவள் மீது மதனுக்கிருந்த ஒப்பற்ற காதல், அவர்கள் வாழ்க்கையில் ஆனந்த அலைகளைக் கொண்டுவந்த ஒரு புதிய சின்னஞ்சிறு குழந்தை எல்லாவற்றையும் அவள் ஒரே மூச்சில் சொல்லி முடித்தாள்.

கஜேன் ஜவா மடியில் தூங்கிக்கொண்டிருந்த குழந்தையைக் கவனமாகப் பார்த்தான். மிக அழகான, மிகப் பிரியமான குழந்தை. மதனைப் போல சிவப்பாக, ஜவா போல பிரியமான, கள்ளமற்ற முகம். கண்கள்...? அந்தத் தூங்கும் குழந்தையின் பெரிய, பெரிய

கண்களை, நீண்ட கருப்பு இமைகளை கவனித்துப் பார்த்துவிட்டு கஜேன், "உன் குழந்தையின் கண்கள் அப்படியே தேவியின் கண் களைப் போலவே இருக்கிறது." என்றான்.

"அப்படியா! இவள் கண்கள் தேவியின் கண்களைப் போலத் தான் இருக்கவேண்டும், இவள் என் கர்ப்பத்தில் தோன்றிய அந்த வினாடி தேவிதானே எங்களைப் பார்த்துக்கொண்டிருந்தாள்!! துப்பட்டாவால் போர்த்தியிருந்தால் என்ன, தேவி தேவிதானே! அவளிடம் எப்போதாவது, ஏதாவது மறைக்க முடியுமா? இந்த விஷயம் எனக்கு அப்போதும் தெரியும், அப்போதும் தேவியின் கண்கள், அவளுடைய பார்வை என் மனதில் பரவி இருந்திருக்கும், அதுதான் அதே பார்வையைக் கொண்டு அமி பிறந்துவிட்டாள்." என்று நீண்ட விளக்கம் தந்தாள் ஜவா.

"இங்கு நீ மிகவும் சந்தோஷமாக இருக்கிறாய், இதை நீ சொல்லாவிட்டாலும் தெரிகிறது. தலையிலிருந்து கால் வரை சந்தோஷ அலை வீசுவது கண்ணுக்குத் தெரிகிறது. ஹோலிப் பண்டிகை வண்ணம் போல சுகத்தின் ரோஜா வண்ணம் உன் மீது தெளித்திருப்பது தெரிகிறது. வண்ணம் கொஞ்சம் அதிகமாகவே இருக்கிறது!"

"ஏய்! கண் வைக்காதே. அப்படி உற்றுப் பார்க்காதே. என் கணவர் என்னைப் பத்திரமாக வைத்திருக்கிறார். நீ இப்போது நன்றாக வளர்ந்துவிட்டாய், கஜேன்!"

"வெட்கமே இல்லாமல் பேசுகிறாய்."

"உன்னிடம் எனக்கு எதற்கு வெட்கம்? அதனால்தான் உன்னிடம் எல்லா உண்மைகளையும் சொல்லிவிட்டதாக மதன் கூட சொன்னார். நீ மதனை விட மிகவும் சின்னவன், ஆனாலும் அவர் எப்படி எல்லாவற்றையும் சொன்னார்?"

சற்று நேரம் ஏதோ யோசித்துக்கொண்டிருந்துவிட்டு சட்டென்று நினைவு வந்தவள் போல ஜவா சொன்னாள்-

"கஜேன், நீ இப்போது கல்யாணம் செய்துகொள்."

"கல்யாணமா? இந்த வழக்கைக் கழுத்தில் மாட்டிக்கொண்டா?"

"வழக்கை நீ ஜெயித்துவிடுவாய். மதனுக்கு மிகவும் நல்ல பெயர், ஒரு நல்ல வக்கீலாக அவர் உன்னை ஜெயிக்க வைத்துவிடுவார். நீ இப்போது கல்யாணம் செய்துகொள், போதும்."

"போதும், போதும், நீ இப்போது என் கார்டியன் மாதிரி நின்றுகொண்டு கல்யாணத்திற்கு சிபாரிசு செய்யாதே. இரவு வெகு

நேரமாகிவிட்டது, போ, போய்த் தூங்கு. குழந்தையும் உன் மடியில் எப்படி சுருண்டு படுத்திருக்கிறது! போய் அவளை நன்றாகப் படுக்க வை. பல இரவுகளாக நானும் சரியாகத் தூங்கவில்லை. அந்த அழுக்கான நரகத்தில் எப்படித்தான் உயிர் பிழைத்து இருந்தேனோ! நரகத்தையே பார்த்துவிட்டு வந்திருக்கிறேன்."

"ஆமாண்டா! நான் அதை மறந்தே போய்விட்டேன். இத்தனை வருஷங்கள் கழித்து உன்னைப் பார்த்ததும் அம்மன் கோவில் அருகில் சேலம் நதிக்கரையில் உட்கார்ந்திருப்பது பொல் இருந்தது. இப்போது நீ தூங்கு, உண்மையில் நீ மிக மோசமாக களைத்துப் போயிருப்பாய். நான் போகிறேன்." என்று சொல்லிவிட்டு ஜவா குழந்தையைத் தூக்கிக்கொண்டு வெளியே சென்றாள்.

சட்டென்று கதவருகில் நின்று திரும்பிப் பார்த்து, "ஏண்டா, ஹசீனா பார்ப்பதற்கு எப்படி இருப்பாள்?" என்று கேட்டாள்.

"ஹசீனாவா? நன்றாகத்தான் இருக்கிறாள். ஒல்லியாக இருக்கிறாள், ஆனால் எலும்பாக இல்லை. உடம்பு நிறம் உன்னைப் போலத்தான். முகம் மிகவும் பிரியமானதாக, பார்த்துக்கொண்டே இருக்கலாம் போல! ஆனால் இதை நீ ஏன் கேட்கிறாய்?"

"ஒன்றுமில்லை, சும்மாதான் கேட்டேன். சரி கஜேன், தூங்கு. இரவு வெகு நேரம் ஆகிவிட்டது. என் கணவர் குறட்டை விட்டுக் கொண்டிருக்கிறார். நான் போகிறேன்."

கதவுக்கு வெளியே போய் ஜவா ஒரு கையால் கதவை மெதுவாக சாத்தினாள்.

கோர்ட்டில் வழக்கு நடந்தது. நாட்கள் ஓடிக்கொண்டே இருந்தன, வழக்கு நடந்துகொண்டே இருந்தது. இதற்கிடையில் கஜேன் ஒரு திடுக்கிடும் காரியத்தை செய்துவிட்டான். அது ஒரு பெரிய கதை.

ஹசீனாவைத் தன் வீட்டிலேயே தங்க வைப்பதைத் தவிர வேறு வழியில்லாதபோது தன் பாட்டியம்மாவுடன் நன்றாகக் கலந்து யோசித்து கஜேன் சாமான்கள் அறையையும், தறி நெய்யும் இடத்தையும் சுற்றி வளைத்து வலுவாகக் கட்டி அங்கு ஹசீனாவைத் தங்க வைக்கத் தீர்மானித்தான், ஆனால் அந்த ஏற்பாட்டில் அவனுக்கு சந்தோஷம் இல்லை. அவன் இரவுகளை கவலையிலேயே கழித்தான். அடிக்கடி ஹசீனாவின் விசும்பல்கள் கேட்டுக்கொண்டிருந்தன. எப்போதாவது அவள் எழும் சத்தமும், விளக்கு ஏற்றும் சத்தமும் கேட்டு அவன் என்ன விஷயம் என்று கேட்பான், யாருடைய காலடி ஓசையோ கேட்டதாக அவள் அழும் குரலில் சொல்வாள்.

ஒரு நாள் கஜேனுக்கும் யாருடைய அடங்கிய காலடி ஓசையோ கேட்டபோது அவன் தாவி வெளியே ஓடினான், "யார் அது?" என்று உரக்கக் கேட்டான். யாரோ ஓடும் சத்தம் அவனுக்குத் தெளிவாகக் கேட்டது. அவன் வெளியே சென்று நான்கு பக்கமும் ஒரு சுற்று சுற்றிவிட்டு வந்தான்.

அன்று கஜேன் எஞ்சிய இரவை சில மணி நேரம் வராந்தாவில் உட்கார்ந்து காவல் காத்துக்கொண்டே கழித்தான். அதே இரவில் தனிமையில் உட்கார்ந்து அவன் பல விஷயங்களை யோசித்துப் பார்த்துவிட்டான். யாரோ ஹஸீனாவுக்குப் பின்னால் அலைகிறார்கள் என்று அவன் உணர்ந்துகொண்டுவிட்டான். அதற்கு இரண்டு காரணங்கள் இருக்கலாம். ஒன்று அவளுடைய வளரும் பருவ இளமையின் கவர்ச்சி. மற்றொன்று இன்னும் சற்றுத் தீவிரமானது, யாதவ் பௌராவும் அவரை சேர்ந்தவர்களும் செய்த கொடூரக் கொலைகளுக்கு ஒரே சாட்சியாக அவள் இருப்பது. இன்னும் வழக்கு விசாரணைக்கு வரவில்லை, ஆனால் விசாரணையின்போது எல்லாம் அந்தக் கண்ணால் கண்ட சாட்சியை சார்ந்தே இருக்கும். அவள்தான் தன் கண்ணால் கண்ட நிகழ்வுகளை விளக்கக் கூடியவள் என்று அவர்களுக்குத் தெரியும்.

இந்தப் பெண்ணை இரவில் தனியாக இருக்க விடுவது ஆபத்துதான் என்று கஜேன் உணர்ந்துகொண்டான். இளம் பெண், அவளைக் கவனித்துக்கொள்ள யாரும் இல்லை. எல்லாவற்றிற்கும் மேலாக அவளை வீட்டிற்குள் கொண்டுவந்து தங்களுடன் வைத்துக்கொள்வது சாத்தியமில்லை, இதுவும் ஒரு சிக்கல். அவளுடைய ஜாதி வேறு, சமயம் வேறு. முற்றிலும் தீண்டத் தகாதவளாக நினைக்கப்படுபவள். என்ன செய்வது?

கைகளைக் கட்டிக்கொண்டு கஜேன் கவலைக் கடலில் மூழ்கி ஏதாவது நல்ல உபாயம் தேடிக் கண்டுபிடிக்க முயற்சித்துக் கொண்டிருந்தான், அப்போது அவன் தன் கை நரம்புகளில் ஒரு அதிசயமான மெல்லிய நடுக்கத்தை உணர்ந்தான். ஹஸீனா தன் தாய் இறப்பதற்கு முன் அவளுடைய மரணப் படுக்கையில் முற்றிலும் நிர்க்கதியான உணர்வுடன் தன்னுடைய இரண்டு கைகளையும் இறுக்கிப் பிடித்துக்கொண்ட அந்த ஸ்பரிசத்தை அவன் இப்போது உணர்ந்தான். பிறகு அவனுக்கு சமீபத்தில் நாசகாரியங்கள் நடந்த, உயிரைக் கையில் பிடித்துக்கொண்டு அவள் தன் வீட்டுக்கு வந்து சேர்ந்த அந்த நாள் நினைவு வந்தது. அன்று அவளுடைய நெஞ்சைப் பிளக்கும் அழுகை அவனுடைய 'நான் இருக்கிறென், இல்லையா!' என்ற ஒரு சொல்லால்தான் நின்றது.

உண்மையில் இந்த உலகத்திலேயே இன்று ஹஸீனாவைக்

காப்பாற்றுபவன், அவளுக்கு நல்லதை செய்ய விரும்புபவன் தன்னைத் தவிர யாருமில்லை என்பது கஜேனுக்கு உறுதியாகத் தெரிந்துவிட்டது. எதிர்காலத்தில் அப்படி ஒருவன் அவள் வாழ்க்கையில் வரக் கூடும், அது அவள் கணவன்தான். அவளுக்கு அமையும் வரன் அவளைக் கல்யாணம் செய்து அவளுடன் வீட்டு வாழ்க்கை நடத்தும் ஆசை கொண்டவனாக மட்டும் அமையக் கூடாது, அவளுடைய சுகம், பாதுகாப்பு இரண்டிற்கும் முழுப் பொறுப்பையும் கூட ஏற்கவேண்டும்! இப்போது தன்னுடைய முதல் பொறுப்பு ஹசீனாவுக்கு தக்க வரனை கூடிய விரைவில் தேடுவதுதான் என்று கஜேன் தீர்மானித்தான். கூடவே, ஹசீனா முஸ்லீம் பெண் என்பதும் அவனுடைய கவனத்துக்கு வந்தது, ஆகையால் ஒரு முஸ்லீம் வரனைத்தான் தேட வேண்டும். ஆனால், அவன் எங்கிருந்து அப்படி ஒரு வரனைக் கொண்டுவருவான்! குரயீகுடியில் அவனுக்குத் தெரிந்த முஸ்லீம்களில் ஒருவர் கூட இப்போது இருக்கும் இடம் தெரியவில்லை. ஒருக்கால் எல்லாரையும் கொன்று நதியில் மிதக்க விட்டிருக்கலாம் அல்லது யாராவது பிழைத்திருந்தால் அவன் உயிரைக் காப்பாற்றிக்கொண்டு எங்கே போயிருப்பானோ, தெரியவில்லை.

சட்டென்று குரயீகுடியைத் தவிர வேறொரு இடத்து முஸ்லீம் ஒருவரையும் தனக்குத் தெரியும் என்பது கஜேனுக்கு நினைவு வந்தது. ஆமாம், ரத்தன்போக்கரி சந்தையில் தாயத்தும், வகை வகையான வியாதிகளைக் குணமாக்கும் வேர்களும் விற்கும் ஒரு மௌல்வியுடன் அவனுக்குப் பழக்கம் உண்டு. அவன் அவரிடம் போய் ஹசீனாவுக்குத் தக்க ஒரு வரனைத் தேடுவதில் தனக்கு உதவி செய்யும்படி கேட்கத் தீர்மானித்தான். சிக்கலான பிரச்சனைக்குத் தீர்வான ஒரு வழி தென்பட்டதும் கஜேனின் மனம் சற்று லேசாயிற்று. சந்தை கூடும் சனிக்கிழமை எப்போது என்று அவன் பார்த்தபோது மறுநாளே சனிக்கிழமைதான் என்று தெரிந்தது. இரவு கழியவேண்டியதுதான் தாமதம். விடிந்ததும் அவன் இந்த மிக அவசியமான வேலைக்காக உடனே புறப்பட்டுப் போக வேண்டும்.

கஜேன் தலையை உயர்த்தி ஆகாயத்தைப் பார்த்தான். நட்சத்திரங்கள் இருக்கும் நிலையைப் பார்த்து சீக்கிரம் விடிந்துவிடும் என்று ஊகித்தான். விடிவதற்கு முன் ஒரு தூக்கம் தூங்கிவிடலாம் என்று யோசித்து அவன் எழுந்து உள்ளே போனான்.

ரத்தன்போக்கரி சந்தையில் ஒரு குறிப்பிட்ட இடத்தில்தான் மௌல்வி முகம்மது சுலைமான் ரசூல் எப்போதும் தன்னுடைய தாயத்துகள், வேர்களை வைத்துக்கொண்டு உட்கார்ந்திருப்பார். அந்த இடம் மேடு போல சற்று உயரமாக இருக்கும். நீண்ட மேல் சட்டை

அணிந்திருக்கும் அவருக்கு வயது எழுபதுக்கு மேல் இருக்கும். தலைமுடியும், தாடியும் முழுக்க வெள்ளையாக நரைத்து, கண் பார்வை எப்போதும் எச்சரிக்கையாக, கூர்மையாக இருக்கும். தலைமுடி நீண்டிருக்கும், தலையில் வழுக்கையை மறைப்பதற்கு கறுப்புத் தொப்பி அணிந்திருப்பார். இரண்டு தோள்களிலும் பல துணிப் பைகளைத் தொங்கவிட்டுக்கொண்டு திரிவார். அந்தப் பைகளில் வகை வகையான தாயத்துகள், கயிறுகள், வேர்கள் இருக்கும்.

சீக்கிரமாகவே சந்தைக்குப் போய் மக்கள் கூட்டம் சேர்வதற்கு முன்பே அந்த சாயபுவிடம் ஹசீனாவைப் பற்றிப் பேசலாம் என்று கஜேன் யோசித்திருந்தான். ஆனால் இரவு வெகு நேரம் விழித்திருந்து விட்டுத் தூங்கியதால் அவன் காலையில் எழுவதற்கு நேரமாகிவிட்டது. அவன் ரத்தன்போக்கரி சந்தைக்குப் போய் சேர்வதற்குள் அவரிடம் மக்கள் கூட்டம் சேர்ந்துவிட்டது.

சாயபு மக்களிடம் பேசிக்கொண்டு, மருந்து கொடுத்துக் கொண்டு இருந்தார். நடுவிலேயே கஜேன் தான் அவரைப் பார்க்க பிறகு வருவதாகவும், அவரிடம் தனியாகக் கொஞ்சம் பேச வேண்டியிருப்பதாகவும் சொன்னான். கஜேனுக்கு ஏதோ ரகசிய வியாதி வந்திருக்கும் என்று நினைத்து அவர் சந்தேகம் நிறைந்த புன்னகையுடன், "பரவாயில்லை கஜேன், இப்போதே பார்த்து விடுகிறேன், உட்கார்." என்றார். பிறகு சுற்றி இருந்தவர்களை சற்று நேரம் அங்கே-இங்கே போய்விட்டு வரச் சொன்னார், "நீங்கள் கொஞ்ச தூரம் தள்ளி உட்காருங்கள். பத்து- பதினைந்து நிமிஷம் கழித்து வாருங்கள், நான் இவனிடம் கொஞ்சம் முக்கியமான விஷயம் பேச வேண்டும்." சாயபுவை சுற்றி நின்றவர்கள் பின்னால் விலகி இங்கும் அங்கும் தள்ளிப் போய்விட்டார்கள். கஜேன் அவர்கள் தூரமாக விலகிப் போவதைப் பார்த்தான், பிறகு சாயபுவின் அருகில் போய் உட்கார்ந்தான்.

"ஏண்டா கஜேன்! கல்யாணம்- கில்யாணம் பண்ணிக் கொண்டு விட்டாயா? அல்லது ஏதாவது பெண்ணிடம் அப்படி-இப்படி ஆகி விட்டதா! தப்புத்தண்டா நடந்துவிட்டதா?" தன்னிடம் யாரும் ஆண்கள் தனியாகப் பேச நேரும் காரணங்களை ஊகித்து சாயபு கேலியாகப் பேசினார். அவர் தன்னைத் தவறாகப் புரிந்து கொண்டதாக சொல்லிவிட்டு கஜேன் சுருக்கமாக தன்னுடைய பிரச்சனையை அவரிடம் சொன்னான், "எப்படியாவது ஹசீனாவுக்குத் தகுந்த ஒரு வரனைக் கொண்டுவாருங்கள்." என்று வற்புறுத்தினான்.

கஜேனின் பேச்சை மிகுந்த கவனத்துடன் கேட்ட சாயபு சற்று நேரம் மௌனமாக உட்கார்ந்திருந்தார். பிறகு சொன்னார், "நீ சொன்னதைக் கவனமாகக் கேட்டேன், புரிந்துகொண்டேன்.

எனக்குக் கொஞ்சம் நேரம் கொடு. சந்தை முடிந்ததும் உன்னிடம் மீண்டும் பேசுகிறேன். ஏதாவது உபாயம் கண்டுபிடிக்கத்தான் வேண்டும். இன்னும் நிறைய பேர் இருக்கிறார்கள், பார்க்கவேண்டும், இல்லையா! நீ சந்தை முடியும் நேரம் ஒரு முறை இங்கே வா.”

சந்தை முடிய இன்னும் குறைந்தது மூன்று, நான்கு மணி நேரம் இருந்தது. அவ்வளவு நேரம் அவன் என்ன செய்வான்? அவன் வந்த வேலை மிக முக்கியமானது, ஆகையால் சந்தை முடியும் நேரம் வரத்தான் வேண்டும். அவன் மிகவும் நிம்மதியிழந்து இருந்தான், ஆனாலும் நேரத்தைப் போக்க ஒரு உபாயம் கண்டுகொண்டான். அவன் சந்தையின் கடைசி முனைக்கு சென்றான். பையில் கையை விட்டுப் பார்த்தான். கொஞ்சம் பணம் இருந்தது.

சூதாட்டத்தில் பல போட்டிகள் விளையாடப்பட்டு விட்டிருந்தன. நீண்ட நாட்களுக்குப் பிறகு கஜேனை அங்கு பார்த்த சூதாட்ட ஆள் மரியாதையோடு கூப்பிட்டான். இரண்டொருவர் அவனிடம் குரயீகுடியைப் பற்றிக் கேட்டார்கள். அவனை ஏன் போலீஸ் பிடித்துச் சென்றது என்றும் அவர்கள் கேட்டார்கள். அவன் அலட்சியமாக அந்தக் கேள்விகளுக்கு ஓரிரு சொற்களில் பதில் சொல்லிவிட்டு சூதாட உட்காருவதில் தீவிரம் காட்டினான். சற்று நேரத்திற்குப் பிறகு பகடைக்காரன் கஜேனிடம் விளையாட்டு நியமத்தை சொல்லி பகடைகளைக் கொடுத்துவிட்டு ஏதோ காரியமாக எங்கோ போய்விட்டான். பல நாட்களுக்குப் பிறகு சூதாட உட்கார்ந்தது கஜேனுக்கு மிகவும் குதூகலமாக இருந்தது. சில நாட்களுக்கு முன்பு இரண்டு வருஷங்கள் அவனும் ஒரு பகடைக்காரனாக இருந்தான். அவனுடைய சூதாட்டம் நன்றாகத்தான் நடந்துகொண்டிருந்தது. ஆனால் ஒரு நாள் சில சூதாடிகளுக்கும் அவனுக்கும் இடையில் பயங்கர சண்டை வந்துவிட்டது, இரண்டொருவரோடு கைகலப்பும் ஆகிவிட்டது. அவன் நாள்தோறும் நடந்த சண்டை-சச்சரவுகளால் சலித்துப் போய்விட்டான், ஒரு நாள் ஒரு சின்ன விஷயத்திற்குக் கோபித்துக்கொண்டு அவன் பகடை, போர்டு எல்லாவற்றையும் தூக்கி எறிந்துவிட்டான். அன்றிலிருந்து அவன் சூதாட்டம் என்ற பேச்சையே விட்டுவிட்டான். பிறகு இடையில் ஒரு முறை சூதாட்ட ஆசை அவனை அங்கு இழுத்து வந்துவிட்டது. அப்போது சில நாட்கள் அவன் மற்றவர்களின் சூதாட்ட இடத்திற்கு சென்று சூதாடினான், ஆனால் பிறகு அதையும் வெறுத்து விட்டுவிட்டான்.

இன்று பல வருஷங்களுக்குப் பிறகு தோல் டப்பாவில் கிளாவர்- ஸ்பேட் போன்றவற்றை ஒரு வகையாக சுழற்றி முறையாக போர்டில் பரப்பி விடுவதில் கஜேனுக்கு ஒரு அதிசயமான சிலிர்ப்பு உண்டாயிற்று. அவனுடைய கை முன்பு போலவே சீராக இயங்கியது. மூன்று-நான்கு மணி நேரம் எப்படிக் கழிந்தது என்றே

தெரியவில்லை.

"கஜேன், இப்போது நான் போகிறேன்."

கஜேன் பகடையிலிருந்து தலையை நிமிர்த்திப் பார்த்தான், மௌல்வி எதிரில் நின்றிருந்தார். அவன் சட்டென்று எல்லாப் பணத்தையும் எடுத்து பகடைக்காரனிடம் கொடுத்துவிட்டு விடை பெற்றுக் கொண்டான், "நீங்கள் இந்தப் பணத்தை எண்ணிக் கொள்ளுங்கள், நான் போகிறேன்."

கஜேன் எழுந்து நின்றான். பகடைக்கார நவீன் பணத்திலிருந்து கொஞ்சம் எடுத்து கஜேனுக்குத் தருவதற்காக அவனிடம் நீட்டியபடி," கஜேன், இதை வைத்துக்கொள். நான் பிறகு எண்ணிக்கொள்கிறேன்." என்றான்.

"நான் பணம் சம்பாதிக்க வரவில்லை. நான் சும்மாதான் பகடை உருட்டிக்கொண்டிருந்தேன். நீயே இந்தப் பணத்தை வைத்துக்கொள், எனக்கு வேண்டாம். பாபா, வாருங்கள், நாம் போவோம்."

கஜேன் பகடையில் குனிந்திருந்த சூதாடிகளின் கூட்டத்திலிருந்து வெளியே வந்தான், மௌல்விக்குப் பின்னால் நடந்தான். இருவரும் சந்தையிலிருந்து வெளியே போகும் பாதைக்கு வந்துவிட்டார்கள். தூரமாக போகப் போக கடைகள் குறைந்துகொண்டே வந்தன.

ஒரு இடத்தில் பல வண்ண சர்பத் பாட்டில்கள் அலங்கரித்த ஒரு கடைக்கு அருகில் காலி பெஞ்ச் ஒன்றைப் பார்த்ததும் இருவரும் அதில் உட்கார்ந்தார்கள். அதற்கு அருகிலேயே ஒரு டீக்கடை இருந்தது, அங்கு சூடான ஜிலேபியும் போடப்படும். ஒரு பெரிய தட்டில் இரண்டு, மூன்று ஆறிப்போன ஜிலேபிகள் கிடந்தன. கடை மூடும் நேரம். சந்தை முடியும் நேரம் ஆகிவிட்டது. சட்டென்று கஜேனுக்கு சின்னஞ்சிறு ஹசீனாவின் நினைவு வந்துவிட்டது. ஒரு நாள் ஜிலேபி வாங்கித் தர அவளை அவன் அங்கு அழைத்து வந்திருந்தான். வாணலில் கொதிக்கும் நெய்யில் ஒன்றின் பின் ஒன்றாக நீந்தி, பொரிந்து சிவக்கும் ஜிலேபிகளைப் பார்த்து மயங்கிப் போய் ஹசீனா அங்கேயே நின்றுவிட்டாள். அவன் கெஞ்சினான், கையைப் பிடித்து இழுத்தான், ஆனால் ஹசீனா அங்கிருந்து அசையவே இல்லை.

கஜேன் ஒரு கிளாஸ் சர்பத் குடித்தான். மௌல்வி வெளியில் அங்கே-இங்கே எதுவும் சாப்பிட மாட்டார். அவர் கஜேன் கையில் இருந்த சர்பத்தின் நிறத்தைப் பார்த்தபடி சொன்னார், "கஜேன், நீ சொன்னதை நான் மிக நன்றாக யோசித்துப் பார்த்தேன். அந்தப்

பெண்ணுக்குக் கல்யாணம் செய்து வைக்க வேண்டியது மிகவும் அவசியம்தான். நான் நினைத்திருக்கிற ஒருவன் அவளை சுகமாக வைத்துக்கொள்வான். அவனுக்குத் தாய்-தந்தை யாரும் இல்லை, ஆனால் அவன் வீட்டில் அவளுக்கு நிறைய அன்பு கிடைக்கும்."

"பாபா, நானும் அப்படி ஒருவனைத்தான் தேடிக் கொண்டிருக்கிறேன். அப்படி ஒரு வீடு, அப்படி ஒரு வரன் கிடைத்துவிட்டால் அவளை அவனிடம் ஒப்படைத்துவிட்டு நான் கவலையில்லாமல் இருப்பேன். அவளுடைய தந்தை இல்லை, நான் தான் எல்லாம் செய்யவேண்டும். பாபா, அப்படி ஒருவனை உங்களுக்குத் தெரிந்திருந்தால் சொல்லுங்கள், அவனை எங்கே, எப்படி சந்திக்கலாம்? நான் என்ன செய்யவேண்டும்?" தன்னுடைய மிகப் பெரிய சிக்கலுக்குத் தீர்வு கிடைக்கும் என்ற நம்பிக்கை தோன்றுவதைக் கண்டு கஜேன் மிகுந்த மகிழ்ச்சியுடன் பாபாவிடம் கேள்விகளை அடுக்கினான்.

"ஏய், ஏய், எல்லாம் நடக்கும், அந்த மனிதனையும் பார்க்கலாம். நீ இவ்வளவு அவசரப்படாதே."

"அவசரப்பட வேண்டிய விஷயம்தானே, பாபா! வரனுடைய வீட்டிற்குப் போகவேண்டும், அவனிடம் பேசி சம்மதிக்க வைக்க வேண்டும். கல்யாணமும் சீக்கிரமே செய்யவேண்டும். ஓய்வாக உட்கார்ந்திருந்தால் இவ்வளவும் எப்படி நடக்கும்?" என்று சற்று உணர்ச்சிவசப்பட்டு கஜேன் கேட்டான்.

இந்த முறை பாபாவின் உதடுகளில் ஒரு மர்மப் புன்னகை விளையாடியது, அவர் சொன்னார், "கேள் கஜேன், நீ அவன் வீட்டிற்குப் போகத் தேவையில்லை, அவனை சம்மதிக்க வைக்க வேண்டிய அவசியமும் இல்லை."

"ஏன் பாபா? பிறகு எப்படி வேலை நடக்கும்?"

"நீ அவனைப் பார்த்திருக்கிறாய், பேசியிருக்கிறாய், அவன் சம்மதித்தும் இருக்கிறான்." பாபா இப்போதும் புன்னகை செய்து கொண்டிருந்தார்.

"அப்படியென்றால்? எனக்கு ஒன்றும் புரியவில்லை, பாபா!" கஜேனின் கண்களில் அபரிதமான ஆச்சரியம் இருந்தது.

"முட்டாள், இன்னும் புரியவில்லையா? அவளை நானே கல்யாணம் செய்து கொள்கிறேன்."

"நீங்களா? அந்த சின்னஞ்சிறு பெண்ணை. நீங்கள்... நீங்கள் கல்யாணம் செய்துகொள்கிறீர்களா?" கஜேன் அதலபாதாளத்தில் விழுந்தவன் போல ஆகிவிட்டான். அவன் குரல் நடுங்கியது.

"எனக்கு முதல் மனைவிகள் இரண்டு பேர் இருக்கிறார்கள். இவள் வயதில் மிகவும் சிறியவள், இல்லையா! நான் இவளை மிகவும் அன்போடு வைத்துக்கொள்வேன். நீ கவலையே படாதே."

இப்போது கஜேனின் வாய் மூடிவிட்டது! கிழவன் என்ன சொல்கிறான்? அவன் வயது ஹசீனாவின் தாத்தா வயதை விட அதிகமாக இருக்கும். முன்பே இரண்டு மனைவிகள். இப்போது இன்னொன்று வேண்டுமா? கஜேனின் உதடுகள் இறுகின. தலை குனிந்தது.

"ஏய்! என்ன ஆயிற்று? ஒரேயடியாக மௌனமாக இருக்கிறாய்?"

கஜேன் வெறுப்பில் இருக்கிறான் என்று சாயபுக்குத் தெரிந்து விட்டது.

"நீ கவலைப்படத் தேவையில்லை, பெண்ணை நாளை என் வீட்டிற்கு அழைத்து வா. நிக்காஹ் ஏற்பாடு நடந்துவிடும், மஹருக்கான ஏற்பாடும் நடந்துவிடும். நீயே பெண்ணுக்கு கார்டியனாக இரு. ஹிந்துவானால் என்ன, சாட்சியாக இருக்கவேண்டியதுதானே! நிக்காஹ உறுதி செய்யும்போது இரண்டு ஆண்கள் சாட்சி வேண்டும், நான் ஏதாவது ஏற்பாடு செய்கிறேன். அதைப் பற்றியெல்லாம் நீ கவலையே படாதே. நாளை மத்தியானத்திற்குள் அவளை அழைத்து வந்துவிடு, போதும்."

சாயபுவின் பேச்சு அவன் காதுகளில் விழுந்துகொண்டுதான் இருந்தது, ஆனால் அதைப் புரிந்துகொள்ள அவன் முயற்சிக்கவே இல்லை. எப்படி முயற்சிப்பான், அவன் மனதில் ஏராளமான விஷயங்கள் அலைமோதிக்கொண்டிருந்தன. முதலில் இவ்வளவு வயதான கிழவன் கையில் அந்த பூப் போன்ற மென்மையான சிறுமியை ஒப்படைக்கும் பேச்சிற்கே இடமில்லை. இரண்டாவது, தான் மறுத்த பிறகு வேறொரு வரனை இந்தக் கிழவன் தேட மாட்டான், மூன்றாவது... தான் எங்கிருந்து ஒரு முஸ்லீம் வரனைக் கொண்டுவருவது?

இதோ! தெளிவாகிவிட்டது. மங்கலான நிலை நீங்கித் தெளிவு பிறந்துவிட்டது! கவலைக் கடலில் மூழ்கிப் போய்க் கொண்டிருந்தவனை ஒரு பெரிய அலை வந்து கரை சேர்த்தது. ஒரு பெரிய மீன் தண்ணீரில் அமளி-துமளிப்பட்டுக்கொண்டிருந்தபோது அலை எழுந்து அந்த அலையிலேயே அந்த மீன் தண்ணீர் ஆழத்திலிருந்து சட்டென்று தண்ணீருக்கு மேலே வந்துவிட்டது போலிருந்தது. அலை எழுவது போல் மனதில் எழுந்த உத்வேகத்தை மிகவும் கஷ்டப்பட்டு அவன் அடக்கிக்கொண்டான், அப்போதுதான் தன் மனதில் தோன்றிய புதிய, புதிய விஷயங்களை

மறைத்துக்கொண்டு உறுதியான பார்வையுடன் சாயபுவின் கண்களுக்குள் பார்த்தான், ஆனால் வாய் திறக்காமல் மௌனமாகவே இருந்தான். சற்று நேரம் சங்கடத்தில் இருந்த பிறகு மிகுந்த சிரமத்துடன் அவன் உதட்டிலிருந்து, "நல்லது பாபா, ஒன்று மட்டும் சொல்லுங்கள், நானே ஹசீனாவைக் கல்யாணம் செய்து கொண்டால்?" என்ற சொற்கள் வெளிவந்தன.

சாயபு "ஹோ! ஹோ! ஹோ!" என்று உரக்க சிரித்தார். அவர் சிரிப்பு நிற்பதாகவே இல்லை. சுற்றியிருந்தவர்கள் அவரை ஆச்சரியத்துடன் பார்த்தார்கள். தான் அப்படி என்ன சொல்லி விட்டோம் என்று கஜேனுக்கும் புரியவில்லை! அவர் கஷ்டப்பட்டு தன் சிரிப்பை அடக்கிக்கொண்டு சொன்னார், "ஓஹோ! அப்படியா! கஜேன், இதை நீ ஏன் முன்பே சொல்லவில்லை! இதையே யோசித்து நீ வந்திருந்தால் முதலிலேயே சொல்லியிருக்க வேண்டும்."

"இல்லை, இல்லை, பாபா! உண்மையை சொல்கிறேன். நான் முன்பு இப்படி கனவில் கூட நினைத்ததில்லை. நான் ஒரு முஸ்லீம் இளைஞனைத் தேடித்தான் வந்தேன். என் மேல் ஆணையிட்டு சொல்கிறேன்...! ஆனால் இப்போது ஹசீனாவை என் வீட்டில் வைத்துக் காப்பாற்றும் பொறுப்பை எடுத்துக்கொள்வதே ஒரு சிக்கலாகி விட்டதாகத் தோன்றுகிறது. யாராவது ஒருவனுக்கு அவளைக் கல்யாணம் செய்து கொடுத்து அனுப்பிவிட்டால் அவன் இந்த நேரம் அவளை அவர்களிடமிருந்து காப்பாற்றிவிடுவானா என்று எனக்கு சந்தேகமாக இருக்கிறது. இல்லை, இல்லை, இப்போது அவளை என்னைத் தவிர வேறு யாராலும் காப்பாற்ற முடியாது."

கஜேனின் உணர்ச்சிகரமான பேச்சைக் கேட்டு சாயபு கேலியாகக் கேட்டார், "அப்படியானால், நீ இந்தக் காரணத்தினால்தான் அவளைக் கல்யாணம் செய்துகொள்ள நினைக்கிறாய், இல்லையா?"

கஜேன் மீண்டும் சற்று நேரம் மௌனமாக இருந்தான். சாயபு அவனை உற்றுப் பார்த்தார். அவர் அவனைக் கூர்ந்து பார்த்தபடி, "சரி, நீயே அவளைக் கல்யாணம் செய்து வைத்துக்கொள். உனக்கும் அவளுக்கும் வயதும் சரியாக இருக்கும். ஆனால், ஒரு விஷயம் நீ கவனித்துதான் ஆகவேண்டும்." என்றார்.

கஜேன் ஆச்சரியத்தோடு அவரையே பார்த்துக் கொண்டிருந்தான். மீண்டும் அவரே சொன்னார், "அவளைக் கல்யாணம் செய்து கொள்வதற்கு நீ முஸ்லீம் ஆகவேண்டும். கலீமா படித்து, ஆணையிட்டு, பெயரை மாற்றிக்கொண்டு நீ ஒரு புதிய முஸ்லீம் பெயர் வைத்துக்கொள்ள வேண்டும்."

"அப்படியா? நல்லது!" கஜேன் அவர் சொன்னதைப் புரிந்து

கொள்ள முயற்சித்தான், ஆனால் அது எப்படி சாத்தியம் என்று அவனுக்குத் தோன்றியது.

கஜேன் மீண்டும் தலையைக் குனிந்துகொண்டு கவலையில் மூழ்கினான். பிறகு சட்டென்று எழுந்து சொன்னான், "சரி, பாபா! நான் போகிறேன். என்ன தீர்மானித்தாலும். பிறகு உங்களுக்குத் தெரிவிக்கிறேன். ஒரு முஸ்லீம் இளைஞனுக்குக் கல்யாணம் செய்து வைக்க முடிந்தால் மிகவும் நன்றாக இருக்கும். ஆனால்..."

அவன் தலையைக் குனிந்துகொண்டு முணுமுணுத்தபடியே போய்விட்டான்.

கஜேன் வீட்டிற்குப் போய் சேர்வதற்குள் ஹசீனா தூங்கி விட்டாள். கஜேன் சமையல் அறையில் சாப்பிட உட்கார்ந்தான். சாப்பிடும்போது அவன் பாட்டியம்மாவிடம் தானே ஹசீனாவைக் கல்யாணம் செய்துகொள்ளத் தீர்மானித்திருப்பதாகவும், அவளுடைய பாதுகாப்புக்கு அதுதான் ஒரே வழி என்றும் சொன்னான்.

அதைக் கேட்டதுமே பாட்டியம்மா பத்ரகாளியாகிவிட்டாள். இப்படி எங்கும் பார்த்திராத- கேட்டிராத- நடக்காத ஒரு விஷயம் நடக்குமா? அவளுக்கு தொடக்கத்திலிருந்தே ஹசீனா அவ்வாறு தங்கள் வீட்டில் வந்து இருப்பது மிகவும் கஷ்டமாக இருந்தது. அவள் அந்த வீட்டில் இருப்பது அவளுக்குப் பிடிக்கவே இல்லை. மனதிற்குள் அவளுக்கு மிகுந்த வெறுப்பு இருந்தது, ஆனால், ஹசீனா அவள் எதிரில் வந்து நிற்கும்போது அவளுடைய கள்ளமில்லாத முகத்தையும், துயரம் நிறைந்து பயத்துடன் பார்க்கும் கண்களையும் பார்த்ததும் அவளுடைய வெறுப்பு மறைந்துவிடும். அவள் மனதில் இரக்கம் நிறைந்துவிடும். ஆனால் அதற்கு அர்த்தம் கஜேன் அவளைக் கல்யாணம் செய்துகொள்வது இல்லை!

பாட்டியம்மா எப்போதும் போல கஜேனைக் கேட்டு, கேட்டு வற்புறுத்தி கஜேனுக்கு சாப்பாடு பரிமாறிக்கொண்டிருந்தாள், ஆனால் இந்த விசித்திரமான யோசனையைக் கேட்டதும் அவள் பட்டென்று ஸ்தம்பித்துப் போனாள், இடுப்பில் கையை வைத்துக் கொண்டு," ஏண்டா, நீ எப்படி இந்த மாதிரி யோசித்தாய்? முதலில் ஒரு முஸ்லீம் பெண்ணை வீட்டிற்கு அழைத்து வந்தாய், இப்போது அவளைப் பெண்டாட்டி ஆக்கிக்கொள்ள ஆசைப்படுகிறாயா? ஐயோ! இதைக் கேட்பதற்கு முன்பே என் உயிர் ஏன் போகவில்லை!"

பாட்டியம்மா கோபத்தில் சிடுசிடுத்தபடி அடுப்பிற்கு எதிரில் போய் உட்கார்ந்தாள். கரியில் அழுந்திக் கிடந்த சில நெருப்புத் துண்டுகளைக் கிண்டியபடி வெகு நேரம் என்னென்னவோ யோசனைகளில் தன்னை மறந்து உட்கார்ந்திருந்தாள். மெல்ல-

மெல்ல நெருப்புத் துண்டு அணைந்து கரியாகிவிட்டது கூட அவளுக்குத் தெரியவில்லை. இவன் என்ன இப்படி செய்யப்போகிறானே என்று யோசித்துக்கொண்டிருந்தாள். யோசிக்க யோசிக்க விஷயம் சிக்கலாகிக் கொண்டே போயிற்று. திடீரென்று, "பாட்டி, நான் தூங்கப் போகிறேன்." என்ற கஜேனின் குரலைக் கேட்டு அவள் சுயநினைவுக்குத் திரும்பி வந்தாள்.

பாட்டியம்மா வழக்கம் போல அணைந்த அடுப்புக் கரியின் மேல் தண்ணீர் தெளித்துவிட்டு எழுந்து நின்றாள். சமையல் அறைக்குப் போனபோது கஜேன் சாப்பிட்ட தட்டு, கிண்ணங்கள் அங்கேயே இருப்பதைப் பார்த்தாள். ஒரு கிண்ணத்தின் மேல் ஒரு தட்டு வைத்து மூடி இருந்தது. அந்தக் கிண்ணத்தில் வாழைப் பழத்துடன் பால் சாதத்தில் பாதியை அவன் எப்போதும் போல பாட்டியம்மாவுக்காக வைத்திருந்தான். பாட்டியம்மா தொலைவி லிருந்தே அதை ஒரு பார்வை பார்த்தாள். பிறகு விளக்கை எடுத்துக் கொண்டு நேராக தன் அறைக்குப் போய்விட்டாள். எச்சில் பாத்திரங்களை காலையில் குளிப்பதற்கு முன்பு துலக்கிக் கொள்ளலாம். கிண்ணத்தில் கஜேன் வைத்துவிட்டுப் போன பால் சாதம் நினைவு வந்ததும் அவள் மனம் கொந்தளித்தது. அவளால் சாப்பிட முடியவில்லை. விளக்கை அணைத்துவிட்டு அவள் பிரார்த்தனை செய்யத் தொடங்கினாள், "கிருஷ்ணா, கிருஷ்ணா, ஹே கிருஷ்ணா! கருணைக் கடலே, இறைவா!"

கிருஷ்ணன் உண்மையில் கருணைக்கடலா, இல்லையா என்று யோசித்தபடியே அவள் தூங்க முயற்சித்தாள், ஆனால், தூக்கம் எங்கே வந்தது! அதற்கு பதில் அவள் கண் முன் இரண்டு முகங்கள் தான் நின்றன... கஜேன், ஹசீனா!

இரவு கடைசி ஜாமத்தில் தூக்கம் கலைந்தபோது முஸ்லீம் பெண்ணைக் கல்யாணம் செய்துகொள்வதற்கு அவனும் முஸ்லீம் ஆகவேண்டும் என்று மௌல்வி சொன்னது கஜேனுக்கு நினைவு வந்தது. அதே போல முஸ்லீம் பெண்ணை ஹிந்து ஆக்கிவிட்டால் அவள் ஒரு ஹிந்துவைக் கல்யாணம் செய்துகொள்ள முடியும் அல்லவா. இரண்டும் ஒன்றுதானே? இந்தக் கேள்விக்கான விடையைத் தெரிந்துகொள்வதற்காக எப்போது இரவு கழியும் என்று பொறுமை இழந்து எதிர்பார்த்துக்கொண்டிருந்த கஜேன் பிறகு கொஞ்சம் கூடத் தூங்கவில்லை.

காலையில் சீக்கிரம் எழுந்து பலகாரம்-டீ சாப்பிட்டுவிட்டு கஜேன் பாபுதேவைப் பார்க்க நேராக அம்மன் கோவிலுக்கு சென்றான். அவன் வைத்தியரையும் பார்க்கவேண்டியிருந்தது. வைத்தியர் தர்மானந்தா ஞானி- பண்டிதர் என்று எல்லாருக்கும்

தெரியும், ஆனால் கஜேனுக்கு அவரைப் பிடிக்காது. நல்லது! அது வேறு விஷயம். கஜேனின் பாட்டி அவன் வீட்டிலிருந்து புறப்பட்ட அதே வினாடி, "இரண்டு பண்டிதர்களும் அந்தப் பெண்ணை ஹிந்து ஆக்கமுடியும் என்று சொன்னால் எனக்கு எந்த ஆட்சேபணையும் இல்லை." என்றாள்.

மனிதன் நினைப்பது ஒன்று, நடப்பது ஒன்றாகத்தானே இருக்கிறது! இரண்டு பண்டிதர்கள்-சாஸ்திரம் தெரிந்தவர்களுமே மற்ற எந்த சமயத்தை சேர்ந்தவர்களும் தங்கள் சமயத்தை விட்டு மாறி ஹிந்து-சமயத்தில் சேர்ந்து ஹிந்து ஆக ஹிந்து சமயத்தில் எந்த நியம விதியும் இல்லை என்று சொல்லிவிட்டார்கள். எந்த ஹிந்துவும் சமயம் மாறி கிறிஸ்துவனாகவோ, முஸ்லீமாகவோ ஆகலாம், ஆனால் பிற சமயத்தினர் ஹிந்து சாஸ்திரப்படி ஹிந்து ஆக அனுமதி இல்லை.

பாபுதேவ், தர்மானந்தா இருவரும் அவன் ஏன் அப்படிக் கேட்கிறான். அந்த விவரத்தை அவன் ஏன் தெரிந்துகொள்ள விரும்புகிறான் என்று அறிய விரும்பினார்கள். கஜேன் யாருக்கும் தெளிவாக ஒன்றும் சொல்லவில்லை. தான் ஹசீனாவை ஹிந்து ஆக்கித் திருமணம் செய்துகொள்ள விரும்புவதைத் துளியும் அவர்கள் அறிந்துகொள்ள அவன் விடவில்லை. "சும்மாதான் இந்தக் கேள்வி மனதில் திருப்பி- திருப்பி வந்துகொண்டிருந்தது." என்று மட்டும் அவன் அவர்களிடம் சொல்லி சமாளித்தான்.

ஆனால், பாபுதேவ், தர்மானந்தா இருவர் மனதிலும் கஜேன் இப்படி ஒரு சிக்கலான கேள்வியை சும்மா கேட்கமாட்டான், அதற்குப் பின்னால் ஏதோ இருக்கிறது என்று தோன்றிவிட்டது

கஜேன் நம்பிக்கை இழந்துவிட்டான், ஆனால் அவன் செயல் வேகம் குறையவில்லை. தொடக்கத்திலிருந்தே அவன் மிகவும் பிடிவாத குணம் கொண்டவன். ஒரு முறை தீர்மானித்தால் தீர்மானித்ததுதான். பாபுதேவ், தர்மானந்தா இருவரிடமிருந்தும் சாதகமற்ற பதிலைப் பெற்றுக்கொண்டு திரும்பிக்கொண்டிருந்தபோது வழி நெடுக அவர்கள் சொன்னதை திருப்பி-திருப்பி ஒவ்வொரு கோணத்திலிருந்தும் பார்த்து- யோசித்து தன்னுடைய சிக்கலின் கண்ணோட்டத்தில் வைத்து இறுதியில் அவன் ஒரு முடிவுக்கு வந்தான், அப்போது அவன் தன் வாழ்க்கையில் மிக முக்கியமான ஒரு தீர்மானத்தை செய்து கொண்டான்-ஹசீனாவை சமய மாற்றம் செய்து ஹிந்து ஆக்க முடியாவிட்டால் அவன் தானே முஸ்லீம் ஆகி அவளைக் கல்யாணம் செய்துகொள்வான். அப்படி செய்யாவிட்டால் இந்த நரமாமிச பட்சிணி மிருகங்கள் அவளை வாழ விடமாட்டார்கள். எது எப்படியானாலும் ஹசீனாவைக் காப்பாற்றியே ஆகவேண்டும்.

அன்றே ஹசீனாவை அழைத்துக்கொண்டு சாயபு வீட்டிற்குப் போவதென்று கஜேன் தீர்மானித்துவிட்டான். இனி வேறொரு யோசனையும் இல்லை. அவன் முஸ்லீம் ஆகி அன்றே ஹசீனாவைத் திருமணம் செய்துகொள்வான்.

முற்றிலும் ஆர்வமற்ற, தொடர்பற்ற, எந்த எண்ணமுமற்ற, சலனமற்ற பாவத்தோடு கஜேன் தனக்கு எப்படி சொல்லப்பட்டதோ அப்படி செய்துகொண்டிருந்தான்.

ஒருவனை இஸ்லாம் சமயத்திற்கு மாற்றுவதற்கு, அதன் பிறகு ஒரு முஸ்லீம் பெண்ணை அவனுக்குத் திருமணம் செய்வதற்கு மிகுந்த நேரம் ஆகும், சில பொருள்களும் வேண்டும். அவை எல்லாவற்றையும் முழுமையாக செய்வது என்பது சாத்தியமில்லாததைப் பார்த்து சாயபு பெயருக்கு நியமங்களை செய்தார். நிக்காஹ் செய்ய பெண்ணுக்கு ஒரு கார்டியன் வேண்டும், ஒரு சாட்சி பெண்ணின் பக்கத்திலிருந்தும், ஒரு சாட்சி மணமகன் பக்கத்திலிருந்துமாக இரண்டு சாட்சிகள் வேண்டும், இவர்கள் மணமகன், மணமகள் அருகில் இருந்து நிக்காஹ் உறுதிமொழியைத் தங்கள் காதால் கேட்டு எல்லாருக்கும் சொல்வார்கள். சாயபு தன் குடும்ப உறுப்பினர்களுக்கே ஒவ்வொரு பொறுப்பைக் கொடுத்து எல்லா வேலைகளையும் செய்து முடித்தார். மெஹர் அதாவது மணமகன் மணமகளுக்குத் தரவேண்டிய பணம் இருபத்தோரு ரூபாய் என்று தீர்மானிக்கப்பட்டது. சாயபு கலீமா படித்தார், கஜேன் அதைத் திருப்பி சொன்னான் “லா-இலாஹா-இல்லல்லாஹ், முஹம்மதுர்-ரசூலுல்லாஹ்,” கஜேன் சமயம் மாறிவிட்டான், இஸ்லாமில் சேர்ந்து விட்டதாக ஒப்புக்கொள்ளப்பட்டான். அவன் சமயம் மாறிய தோடு அவன் அடையாளமும் அதாவது அவன் பெயரும் மாறி விட்டது. இப்போது கஜேன் கேவோட் முகம்மது அப்துல் கனி ஆகிவிட்டான். சாயபு அவனுக்கு அணிவதற்கு ஒரு வெள்ளை சட்டையும், பைஜாமாவும் கொடுத்தார், கூடவே ஒரு வெள்ளைத் தொப்பியும் கொடுத்தார்.

முஸ்லீம் ஆனபிறகு கஜேன் அதாவது அப்துல் கனியுடன் ஹசீனாவின் கல்யாணம் ‘பெண்ணைப் பார்த்தான்-கல்யாணம் முடித்தான்’ என்ற பழமொழிக்கிணங்க சில நிமிஷங்களிலேயே முடிந்து விட்டது. சாயபு ஹசீனாவுக்கு கார்டியனாக இருந்து மூன்று முறை ஒப்புதல் கேட்டபோது, “ஹலதரின் மகன் அப்துல் கனி இருபத்தோரு ரூபாய் எடுத்துக்கொண்டு உன்னைத் திருமணம் செய்துகொள்ள வந்திருக்கிறான். இந்தக் கல்யாணம், இந்த மெஹரில் உனக்கு சம்மதமா, இல்லையா?” என்று கேட்டபோது ஹசீனா மூன்று முறையும் “சம்மதம்” என்று கூறியபடி கஜேனையே கண்ணிமைக்காமல் பார்த்து அழுதுவிட்டாள்.

கஜேனின் கண்களும் கண்ணீரால் நிறைந்தன. அவன் மனதில் ஒரு அதிசயமான வலி எழுந்தது.

சமையல் அறைக்கு அருகிலேயே ஒரு சிறிய அறையில் பாட்டியம்மாவின் பூஜை அறை இருந்தது. அங்கு ஸ்ரீ கிருஷ்ணனின் விக்கிரகம் இருந்தது. அருகிலேயே ஒரு ஸ்டாண்டின்[1] மேல் ஒரு பூப் போட்ட அழகிய துணியில் சுற்றி பாகவதம் வைக்கப்பட்டிருந்தது. இன்று விளக்கில் எண்ணெய் குறைந்துவிட்டதால் பாட்டியம்மா மீண்டும் கொஞ்சம் எண்ணெய் கொண்டுவந்து இட்டுத் திரியை சற்று தூண்டி விட்டுவிட்டு மறுபடியும் இறைவனை வணங்கினாள். அவள் தினமும் அப்படி செய்யமாட்டாள்.

“பாட்டியம்மா!”

மண்டியிட்டுக் குனிந்திருந்த நிலையிலேயே அவளுக்கு கஜேன் கூப்பிட்டது கேட்டது. அவள் நெஞ்சில் இடி விழுந்தது போல் இருந்தது. அவன் வந்துவிட்டான்! ஹசீனாவும் வந்திருப்பாள்!! இன்று அவளுடைய பேரன் இஸ்லாம் சமயத்திற்கு மாறி ஒரு முஸ்லீம் பெண்ணைக் கல்யாணம் செய்துகொண்டு வந்து முன் வாசலில் நிற்கிறான்.

வலிக்கும் இடுப்போடு, இரண்டாக மடங்கி விழுந்தாலும் பரவாயில்லை என்று பாட்டியம்மா ஒவ்வொரு நாள் காலையிலும் தன் கையாலேயே பெருக்கித் துடைத்து முன் வாசலை வழவழப்பாக வைப்பாள், அதில் ஒருபோதும் ஒரு புல் கூட முளைக்க விட மாட்டாள், இன்று அவளுடைய அந்த சுத்தமான முன் வாசலில் ஒரு முஸ்லீம் மணமகன்-மணமகளின் அசுத்தமான பாதங்கள் பதிந்துவிட்டன.

மணமகன் வேறு யாருமல்ல, அவளுடைய சொந்தப் பேரன். என்ன நிகழ்ந்திருக்கும் என்று ஒரு வினாடியிலேயே அவள் அனுமானித்துவிட்டாள், அவள் நெஞ்சு வேகமாக படபடத்தது, நாள் முழுதும் அவள் இந்த வினாடியையே எதிர்பார்த்திருந்தாள். அப்போது அவள் எவ்வளவு பொறுமை இழந்திருந்தாள்! நிம்மதி இல்லாமல், நிலையில்லாமல். இந்த நிகழ்ச்சி நடந்துவிடுமோ என்ற கவலையில். அதே கவலைக் கருமேகங்களைக் கிழித்துக்கொண்டு எப்போதாவது ஒரு நம்பிக்கைக் கீற்று தோன்றியது. ஒருக்கால்

1. சாதாரணமாக மர ஸ்டாண்ட், ஆனால் அஸ்ஸாமில் அழகிய பித்தளைத் தட்டில் மரியாதைக்குரிய பொருள்கள் வைக்கப் படுகின்றன. இந்தத் தட்டிற்குக் கீழும் சுழலும் ஸ்டாண்ட் அமைகிறது.

ஏதாவது அதிசயம் நடந்தால்... ஏதாவது அற்புதம் நடந்தால்... பேரன் தலையிலிருந்து இந்தக் கிறுக்குத்தனம் இறங்கிவிட்டால்... ஏதாவது ஒரு வகையில் இந்தக் கல்யாணம் நின்றுவிட்டால்!

"பாட்டி.... தூங்கிவிட்டாயா?" கஜேன் மீண்டும் கூப்பிட்டான். மாலை மறைந்து இப்போதுதான் இரவு தொடங்கியிருக்கிறது, இது தூங்கும் நேரம் இல்லை.

புகை படிந்து கண்ணாடி பாதி கறுத்துப்போன விளக்கை எடுத்துக்கொண்டு பாட்டியம்மா வெளியே வந்தாள். வெளியே மின்னும் நிலவொளி ஒளி வீசிக்கொண்டு இருந்தது. அவள் முன்னால் அவள் என்றும் பார்த்திராத, வாழ்க்கையில் ஒருபோதும் அவளால் அப்படி கற்பனை கூட செய்யமுடியாத ஒரு வேஷத்தில் கஜேன் நின்றிருந்தான். அவனுக்குப் பின்னால் நீல நிற சேலை அணிந்து ஹசீனா தலை குனிந்து நின்றாள். அவள் சேலை முந்தானையை எப்படியோ இழுத்து தலையை மூடியிருந்தாள். (சாயபுவின் மனைவிகளில் ஒருத்தி பெட்டியில் வைத்திருந்த தன்னுடைய ஒரு புதிய சேலையை ஹசீனாவுக்கு உடுத்திவிட்டிருந்தாள்). பைஜாமா-சட்டை அணிந்து தலையில் வெள்ளைத் தொப்பியுடன் இருந்த கஜேனை அடையாளம் காண பாட்டியம்மாவுக்கு சற்று நேரம் ஆயிற்று. அப்போதுதான் கஜேன் ஹசீனாவிடம், "போயேன்! ஏன் நின்று கொண்டிருக்கிறாய்?" என்றான்.

ஹசீனா போய் பாட்டியம்மாவுக்கு அருகில் தயங்கி நின்றாள், பிறகு அவள் பாதத்தைத் தொட்டு வணங்க முன்னால் சென்றாள். பாதத்தின் அருகில் பாம்பைக் கண்டது போல் திடுக்கிட்டு பாட்டியம்மா காலைப் பின்னால் இழுத்துக்கொண்டாள்.

பாட்டியம்மா சோகம் நிறைந்த, சற்றே வறண்ட குரலில், "சரி, சரி, இதெல்லாம் தேவையில்லை. எழுந்திரு." என்றாள்.

கஜேன் சற்று தொலைவிலேயே நின்றபடி மன்னிப்பு கேட்கும் தொனியில் மிகுந்த மரியாதையுடன், "பாட்டியம்மா! இவளை நான் கல்யாணம் செய்து அழைத்து வந்திருக்கிறேன். வேறு வழி ஒன்றுமில்லாமல் நான் முஸ்லீம் ஆக நேர்ந்தது. வேறு வழி எதுவும் தோன்றவில்லை..." என்று கூறினான்.

"அது எனக்குப் புரிகிறது, நான் எல்லாம் தீர்மானித்துவிட்டேன். நீங்கள் இந்த வீட்டில் அடி எடுத்து வைக்கவேண்டாம், பிறகு என்ன செய்யவேண்டுமோ செய்துகொள்ளலாம், இப்போதைக்கு நீங்கள் இவளுக்காக அமைத்த அந்தத் தறி அறையிலேயே இருங்கள். நீங்களாகவே சமைத்து சாப்பிட ஏற்பாடு செய்யும் வரை நானே சமைத்து அங்கே எடுத்து வருகிறேன். நீங்கள் இருவரும் சாப்பிடுவது-

இருப்பது எல்லாம் அங்கேதான், புரிந்ததா?"

"இதற்கு அர்த்தம், உண்மையில் இப்போது நாங்கள் இந்த வீட்டில் அடி அடுத்து வைக்கக் கூடாது, அப்படித்தானே, பாட்டியம்மா?"

கஜேனின் குரல் நடுங்கியது, தொனியில் பரிதாபம் நிறைந்திருந்தது.

"இல்லை, நிச்சயமாக இல்லை!" தெளிவான, உறுதியான குரலில் பாட்டி பதில் அளித்தாள், அவள் விளக்கைத் தரையில் வைத்துவிட்டு சொன்னாள், "ஹசீனா இந்த விளக்கை எடுத்துக்கொண்டு அவள் அறைக்குப் போகட்டும். நீ இங்கேயே நில். நான் உன் உடைகளை எடுத்து வந்து தருகிறேன், அதை உன் அறையில் கொண்டுபோய் வைத்துக்கொள்."

மேற்கொண்டு எதுவும் பேச சந்தர்ப்பம் தராமல் பாட்டியம்மா உள்ளே போய்விட்டாள். கஜேனின் கால்கள் அங்கேயே தரையில் பதிந்தது போல் நின்றுவிட்டன. அவன் இடி விழுந்தது போல் அங்கேயே சிலையாக நின்றான். ஹசீனாவும் என்ன செய்வதென்று தெரியாமல் அங்கேயே நின்று கஜேனைப் பார்த்துக்கொண்டிருந்தாள்.

"போ, உன் அறைக்குப் போ, விளக்கை எடுத்துக்கொண்டு போ. நான் கொஞ்சம் வெளியே போய்விட்டு வருகிறேன், பாட்டி சாப்பாடு எடுத்துக்கொண்டு வந்தால் சாப்பிட்டுவிட்டுத் தூங்கு. இன்று நீ மிகவும் களைத்துப் போயிருக்கிறாய். நான் சீக்கிரம் திரும்பி வர முயற்சிக்கிறேன். போ... கதவை நன்றாகத் தாழ்ப்பாள் போட்டுக்கொள்." என்று கூறிய கஜேன் ஹசீனா விளக்கை எடுத்துக் கொண்டு தன் அறைக்கு செல்வதைப் பார்த்து அவள் பின்னாலேயே சென்றான், அவள் கதவை மூடும்போது அன்புடன், "பயப்படாதே, நான் இதோ வந்துவிட்டேன்!" என்றான்.

கஜேன் வீட்டிலிருந்து கிளம்பி சேலம் நதிப் பக்கம் சென்றான். வழியில் சிலர் "கஜேன் மாதிரி இருக்கிறதே" என்று நினைத்து நின்றார்கள், ஆனால் முஸ்லீம் வேஷத்தைப் பார்த்து ஏதோ பிரமை என்று நினைத்துப் போய்விட்டார்கள்.

சேலம் நதிப் பாலத்தின் ரேலிங்கில் உட்கார்ந்துகொண்டு முன்னூவும், ரூபாயியும் கஜேனைப் பற்றிதான் பேசிக் கொண்டிருந் தார்கள். கஜேன் ஜெயிலிலிருந்து வந்து ஒரு வாரம் ஆகிவிட்டது, ஆனால் ஒரு நாள் கூட அவன் பாலத்திற்கு வரவில்லை. அவர்களுக்கும் கஜேன் வீட்டிற்குப் போய் அவனைப் பார்க்க சற்று தயக்கமாக இருந்தது, ஏனெனில் அவன் வீட்டில் ஒரு முஸ்லீம் பெண்

இருந்தாள். அவளுக்கு அங்கே அடைக்கலம் கொடுத்திருப்பதைப் பற்றி கிராமம் முழுதும் "சீ-சீ, தூ-தூ" என்று வெறுப்பை உமிழ்ந்து கொண்டிருந்தது. அவனை ஜாதிப் பிரஷ்டம் செய்வது பற்றியும் தீவிர யோசனை நடந்துகொண்டிருந்தது. அவனுடைய வயதான பாட்டி ஹிந்து தர்மத்தை அனுசரிப்பவள், ஹிந்து தர்ம நியமங்களுக்குப் பயந்து நடப்பவள். அவள் காரணமாகவே கஜேன் குடும்பத்திற்கு கிராமத்தில் நல்ல மதிப்பு இருந்தது. அதனாலேயே கஜேனுக்கு விரோதமாக இருந்தவர்கள் எந்தக் கடுமையான நடவடிக்கையும் எடுக்க முடியாத சங்கடத்தில் இருந்தார்கள். அதே மாதிரி ரூபாயியும் முன்னூவும் கூட சங்கடத்தில் இருந்தார்கள். கஜேன் இல்லாதபோது அவனுடைய வீட்டிற்கு இரவில் பாதுகாப்பு கொடுத்ததால் கஜேனின் விரோதிகள் ஒவ்வொரு யோசனையிலும் தங்களையும் இழுத்துக்கொண்டிருந்ததும் அவர்களுக்குத் தெரிந்திருந்தது.

யாரோ ஒருவன் பாலத்திற்கு வந்து முன்னூ-ரூபாயி பக்கம் வந்தான். அவர்கள் ரேலிங்கிலிருந்து இறங்கி நேராக நின்றார்கள். அருகில் நெருங்கி வந்துகொண்டிருந்த அந்த ஆளை அவர்கள் கூரிய பார்வையுடன் கவனித்துப் பார்த்தார்கள். முகம் கஜேன் மாதிரித்தான் இருந்தது, ஆனால் உடைகள்?

"ரூபாயி! முன்னூ!" கஜேனின் குரலைக் கேட்டு அவர்கள் சிலிர்த்துப் போனார்கள்.

"அட! என்ன இப்படிப் பார்த்துக்கொண்டிருக்கிறீர்கள்? நான் தான். நான் கஜேன், ஆனால் இன்று முதல் அப்துல் கனி!"

கஜேன் வேடிக்கையாகப் பேசி விஷயத்தை இலேசாக்க முயற்சித்தான். அவன் முகத்தில் ஒரு விஷமப் புன்னகை இருந்தது.

முன்னூவும் ரூபாயியும் கண்களை அகல விழித்து மீண்டும்-மீண்டும் கஜேனை தலை முதல் கால் வரை உற்றுப் பார்க்கத் தொடங்கினார்கள். கஜேன் தாவி ரேலிங் மீது உட்கார்ந்தான்.

"ஏண்டா ரூபாயி, புல்லாங்குழல் கொண்டுவரவில்லையா?"

"கொண்டுவரவில்லை." யந்திரம் போல ரூபாயி சொன்னான். ஆச்சரியத்திலிருந்து அவன் இன்னும் விடுபடவில்லை.

"ஓஹோ! இன்று உன்னுடைய புல்லாங்குழல் கேட்க மிகவும் ஆவலாக இருந்தது."

"புல்லாங்குழல் கேட்கலாம். பிறகு எப்போதாவது! இப்போது இதை சொல், சற்று நேரத்திற்கு முன் நீ என்ன சொன்னாய்! இன்று முதல் நீ ஏதோ கனி.? என்ன விஷயம், கொஞ்சம் புரியும்படி சொல்."

முன்னூ உணர்ச்சிவசப்பட்டு நடுங்கிய குரலில் கேட்டான்.

"விஷயமா? விஷயம் என்ன இருக்கிறது, இன்னும் புரிய வில்லையா? நான் முஸ்லீம் ஆகிவிட்டேன், வேறு என்ன?"

"என்ன...!" இருவரும் ஒருமிக்கக் கத்தினார்கள்.

அதன் பிறகு சற்று நேரம் கஜேன் கண் இமைக்காமல் நதி நீரைப் பார்த்துக்கொண்டிருந்தான், தண்ணீரில் நிலவொளி வெள்ளி போல் மின்னிக்கொண்டிருந்தது. முன்னூவும் ரூபாயியும் தலை குனிந்து அடிபட்டவர்கள் போல நின்றுகொண்டிருந்தார்கள்.

"உட்காருங்கள்... முழு விஷயத்தையும் கேளுங்கள்."

கஜேன் தொடக்கத்திலிருந்து தான் அன்று முஸ்லீம் ஆகி ஹசீனாவைக் கல்யாணம் செய்துகொண்டது வரை, பிறகு வீட்டிற்குத் திரும்பியதும் பாட்டியம்மா தங்களை வீட்டிற்குள் வரவேண்டாம் என்று சொல்லிவிட்டது வரை எல்லா நிகழ்ச்சிகளையும் எந்த உணர்ச்சியும் இன்றி அவர்களுக்கு சொல்லி முடித்தான். எத்தகைய சிக்கலான, தவிர்க்க முடியாத சூழ்நிலையில் தான் இத்தகைய கடினமான, கற்பனை செய்து கூட பார்க்க முடியாத செயலை செய்ய நேர்ந்தது என்று கஜேன் அவர்களுக்கு விளக்கினான். இதன் காரணமாக இனி என்னென்ன அனுபவிக்க நேருமோ அதற்குத் தான் தயாராக இருப்பதாகவும் அவன் சொன்னான். இப்போது என்ன நடந்தாலும் அவன் சிறிதும் அச்சமின்றி சட்டப்படி ஹசீனாவின் உயிரைக் காப்பாற்றும் பொறுப்பை நிறைவேற்றுவான்.

"இப்படித்தான் நான் கஜேனிலிருந்து அப்துல் கனியாக ஆகி விட்டேன், புரிந்ததா?" தன்னுடைய நீண்ட ராமாயணக் கதையை கஜேன் மீண்டும் ஒரு முறை சிறிது வேடிக்கையான தொனியில் சொல்லி முடித்தான்.

சற்று நேரம் மூவரும் மௌனமாக ஓடும் நதி நீரை, அதில் மின்னும் நிலவொளியை கண் இமைக்காமல் பார்த்துக் கொண்டிருந்தார்கள்.

"முன்னூ, வீட்டிற்குப் போகவில்லையா? வா, வீட்டிற்குப் போவோம், இரவாகிவிட்டது." என்றான் ரூபாயி.

"போகிறீர்களா? ஆனால் ஏன்? என் விஷயத்தைக் கேட்டு நீங்கள் ஒன்றுமே சொல்லவில்லையே!"

ரூபாயியும் முன்னூவும் என்ன நினைக்கிறார்கள் என்று அறிந்து கொள்ள முடியாததால் கஜேன் மிகவும் சஞ்சலப்பட்டான்.

"இனி சொல்வதற்கு என்ன இருக்கிறது? உனக்கு என்ன செய்ய வேண்டியிருந்ததோ அதை செய்துகொண்டுவிட்டாய்." என்றான் ரூபாயி.

“உண்மையில் நாங்கள்தான் ஒன்றும் புரியாமல் இருந்து விட்டோம்.” முன்னூ எல்லாவற்றையும் இழந்தவன் போல சொன்னான்.

“வா, வா, முன்னூ, வீட்டிற்குப் போவோம். நேரம் ஆகிக் கொண்டிருக்கிறது.” என்று கூறி ரூபாயி முன்னூவின் கையைப் பிடித்துக்கொண்டு போவதற்கு அடி எடுத்து வைத்தான்.

“கஜேன், நீ போகவில்லையா?” என்று கேட்டான் முன்னூ.

“நான்... நான்... கொஞ்ச நேரம் இங்கே உட்கார்ந்திருந்துவிட்டுப் போகிறேன். நீங்கள் போங்கள்.” என்று சற்று வறண்ட குரலில் சொன்னான் கஜேன். முன்னூவும் ரூபாயியும் கண்ணிலிருந்து மறையும் வரை அவர்கள் போவதையே பார்த்துக்கொண்டிருந்தான் அவன்.

பாட்டியம்மா வராந்தாவில் நாற்காலியில் உட்கார்ந்திருந்தாள். அவளுக்குப் பின்னால் கதவருகில் ஒரு விளக்கு இருந்தது. முன் புறக் கேட்டைத் திறக்கும் சத்தம் கேட்டது. முன்னால் ஒரு உயரமான, வெண்மையான, அடையாளம் தெரியாத ஒரு ஜந்து மெல்ல, மெல்ல வந்துகொண்டிருந்தது... கஜேன்!

கஜேன் முன் வாசலிலிருந்தே கூப்பிட்டான் ஞ்

“பாட்டியம்மா! என்ன ஆயிற்று, இன்னும் தூங்கவில்லையா?”

“அவள் தூங்கிவிட்டாள். நான் அவளை கதவு உள் தாழ்ப்பாள் போடவேண்டாமென்று சொல்லியிருக்கிறேன். அங்கே சாப்பாட்டுத் தட்டு வைத்திருக்கிறது, அவள் ஒன்றும் சாப்பிடவில்லை. பசி இல்லை என்று சொன்னாள். இன்று சாப்பாடும் நன்றாக இல்லை. நான் தூங்கப் போகிறேன்.” என்று சொல்லிவிட்டு பாட்டியம்மா விளக்கை எடுத்துக்கொண்டு உள்ளே போய்விட்டாள், கதவை மூடிக்கொண்டாள்.

கஜேன் தறி அறையில் சத்தமில்லாமல் நுழைந்தான், உள்ளிருந்து புதிதாகப் போட்டிருந்த இரண்டு தாழ்ப்பாளையும் நன்றாகப் போட்டான். பிறகு அவன் அங்கும்-இங்கும் பார்த்தான். படுக்கையில் ஹசீனா தூங்கிக்கொண்டிருந்தாள். தலைமாட்டில் மரப் பெட்டியின் மீது வைக்கப்பட்டிருந்த விளக்கின் திரி எரிந்து-எரிந்து கரியாகி அணையும் நிலையில் இருந்தது. தரையில் இரண்டு தட்டில் சாப்பாடு வைத்து இரண்டு தட்டு போட்டு மூடியிருந்தது. அருகிலேயே ஒரு மண்ணெண்ணெய் விளக்கு இருந்தது. ஒரு தட்டின் அருகில் கஜேன் தினமும் உட்கார்ந்து சாப்பிடும் பலகை இருந்தது, மற்றொரு தட்டின் அருகே இன்னொரு பலகை. அருகில்

சுவரில் கட்டியிருந்த கயிற்றில் ஹசீனாவின் சேலை-ரவிக்கை தொங்கிக்கொண்டிருந்தது, அதற்குப் பக்கத்திலேயே கஜேனுடைய சில உடைகள் மடித்துத் தொங்கவிடப்பட்டிருந்தன. ஹசீனா தூங்கிக்கொண்டிருந்த படுக்கையிலேயே கஜேனின் தலையணையும், போர்வையும் இருந்தது. கஜேன் வெளியே போயிருந்தபோது பாட்டியம்மா வராந்தாவில் கொண்டுவந்து வைத்த கஜேனின் பொருள்களை ஹசீனா அறைக்குக் கொண்டுவந்து அழகாக அடுக்கி வைத்திருந்தாள்.

கஜேன் இரண்டு தட்டுகளின் மூடியையும் திறந்து சாப்பாட்டைப் பார்த்தான். இரண்டு தட்டுகளிலும் சாதத்துடன் சூப் கிண்ணங்கள் இருந்தன, அருகிலேயே இரண்டு கிண்ணங்களில் பால் சாதமும் வாழைப்பழமும் கலந்து வைத்திருந்தது. கஜேனின் உதட்டில் துயரப் புன்னகை தோன்றியது. தட்டுகளின் அருகே ஒரு பக்கத்தில் ஒரு தண்ணீர் பாத்திரமும் ஒரு டம்ளர் தண்ணீரும் இருந்தது.

டம்ளர் தண்ணீரில் கஜேன் முகத்தைக் கழுவினான். அவன் சட்டையைக் கழற்றி தொங்கவிட்டான், பனியன் மட்டும் போட்டிருந்தான், சாப்பாட்டுத் தட்டுகளை மீண்டும் மூடி வைத்து விட்டான், விளக்கில் வெளிச்சமே இல்லாததால் சிம்னியை எடுத்து தலைமாட்டில் இருந்த பெட்டி மேல் வைத்தான். சிம்னியை உயரத்தில் வைத்ததால் அந்த வெளிச்சத்தில் ஹசீனா நன்றாகத் தெரிந்தாள். கஜேன் படுக்கையில் ஹசீனாவின் பக்கத்திலேயே உட்கார்ந்தான். அவன் ஹசீனாவை முதல் முறையாக கவனித்துப் பார்த்தான், எவ்வளவு ஆழ்ந்த தூக்கத்தில் இருக்கிறாள்... கள்ளம்-கபடம் அற்ற குழந்தை போல இருந்தாள். இப்போது வெளிச்சம் நன்றாகப்பட்டது அவள் முகத்தின் மீது, கழுத்தின் மீது, தோள்களின் மீது, எழுந்து தாழும் மார்பின் மீது, தலையிலிருந்து கால் வரை முழு உடலின் மீது!

திடீரென்று கஜேனின் மனதில் உணர்வு அலைகள் உயர்ந்து எழுந்தன. இவள்... இவள் எந்த ஹசீனா? புயல்-மழையில் ஆலங் கட்டிகளால் வருந்தி ஓடி வந்து அவன் மீது விழுந்த ஹசீனாவா? ரத்தன்போக்கரி சந்தையில் அவன் கைவிரல்களைப் பிடித்துக் கொண்டு அலைந்து, வளையல்கள் வாங்கிக்கொண்டு, ஜிலேபி தின்ற ஹசீனாவா? வீட்டிற்குப் போகும் வழியில் காலில் சுளுக்கு ஏற்பட்டு விட்டதால் அவன் முதுகில் ஏறித் தொங்கிக்கொண்டு வந்த ஹசீனாவா? மன்சூரின் வீட்டில் அவனுக்காக கோதுமைக் கதிர்களை நெருப்பில் சுடும், வெள்ளரிக்காய் நறுக்கி உப்பு-மிளகாய் தூவித் தரும் ஹசீனாவா? அல்லது குரயீகுடி கொலை நிகழ்ச்சிக்குப் பிறகு உயிரைக் கையில் பிடித்துக்கொண்டு ஓடி இங்கு வந்து அவன்

கால்களைக் கட்டிக்கொண்டு அழுது உயிரை விட்ட, வாடி-வதங்கிய ஹசீனாவா? இவள் யார்? எந்த ஹசீனா?

இந்த ஹசீனா... எதிரில் தூங்கிக்கொண்டிருக்கும் இந்த சிறுமி அவனுடைய மனைவி, நிக்காஹ் செய்து அழைத்து வந்த மனைவி! இன்றிலிருந்து அவள் அருகிலேயே இந்தப் படுக்கையிலேயே அவன் தூங்கவேண்டும். இன்றிலிருந்து இந்த ஹசீனாவையே அவன் தன் கைகளில் ஏந்திப் பாதுகாக்க வேண்டும், அன்பு காட்டவேண்டும். இந்த ஹசீனா... இவள் ஒரு புதிய ஹசீனா.

கஜேன் மீண்டும் ஒரு முறை ஹசீனாவத் தலை முதல் கால் வரை பார்த்தான்... ஒரு புதிய கண்ணோட்டத்தில். புரண்டு படுத்ததால் சற்று மேலே உயர்ந்திருந்த சேலைக்குக் கீழே எட்டிப் பார்த்த சிவந்த பாதங்கள், அழகிய பின் புறம், அதற்கு மேல் உடல் அமைப்பு, சுவாசத்தோடு எழுந்து தாழும் மார்பகங்கள், சிவந்த கட்டான தோள்கள், கைகளின் மென்மையான, மெல்லிய விரல்கள், அழகிய மணிக்கட்டுகள், கள்ளமற்ற முகம், பிறை நெற்றி, மெல்லிய மூக்கு, கண்கள், கன்னம், உதடு, மோவாய், காது - முதல் முறையாகப் பார்ப்பது போல் அவன் அவளைப் பார்த்துக்கொண்டிருந்தான். அவன் அவ்வாறு தன் உடலின் ஒவ்வொரு அங்கத்தையும் பார்ப்ப தைக் கண்டு ஹசீனா தூக்கத்திலேயே சிரிப்பது போல அவனுக்குத் தோன்றியது. அவளுடைய உதடுகளில், மூடிய கண்களின் இமைகளில் மெல்லிய புன்னகை பரவி இருந்தது.

கஜேன் மெல்ல ஹசீனாவின் உதட்டின் மேல் விரலை வைத்தான், அவள் திடுக்கிட்டு எழுந்துவிட்டாள். கஜேன் தன் அருகில் உட்கார்ந்திருப்பதை ஹசீனா பார்த்தாள். இன்று அவன் தன் படுக்கையில்தான் தூங்குவான் என்பது அவளுக்கு நினைவு வந்தது. பிறகு மத்தியானம் சாயபுவின் வீட்டில் அவளை அலங்கரித்து தயார் செய்துகொண்டிருந்தபோது சாயபுவின் மனைவிகள் சிரிப்பும் கேலியுமாக சில பெரிய அற்புதமான விஷயங்களை சொன்னதும் அவளுக்கு நினைவு வந்தது. அதையெல்லாம் கேட்டு அவளுக்கு எவ்வளவு வெட்கமாக இருந்தது! அவர்கள் கொஞ்சம் புத்திமதியும் சொன்னார்கள். அதனால் அவள் வெட்கத்தில் குறுகிப் போயிருந்தாள். அப்போது கேட்கவும் புரிந்துகொள்ளவும் உணர்வு எங்கே இருந்தது! கஜேனோடு தனக்கு அப்படியெல்லாம் நடக்காது என்று அவளுக்கு நம்பிக்கை இருந்தது.

ஹசீனா பேசாமல் ஆச்சரியத்தோடு, அறியாத பார்வையோடு, பயம் நிரம்பியவளாக கண் இமைக்காமல் கஜேனையே பார்த்துக் கொண்டிருந்தாள். அவள் கண்களில் கண்ணீர் நிரம்பியிருந்தது.

கஜேன் அவள் அருகிலேயே படுத்தான், விரல்களால் அவள்

கண்ணீரைத் துடைத்தான்.

விசும்பிக்கொண்டே ஹசீனா, "எனக்கு பயமாக இருக்கிறது." என்றாள்.

திடீரென்று அழுதுகொண்டே ஹசீனா தன் முகத்தை கஜேனின் மார்பில் புதைத்துக்கொண்டாள். புரண்டு படுத்து, தன் உடல் முழுதுமே மறைத்துக்கொள்ள விரும்பியதைப் போல, ஏதோ ஒரு அறியாத, கண்ணுக்குப் புலப்படாத ஆபத்திலிருந்து தன்னைக் காப்பாற்றிக்கொள்வதற்காக மறைய விரும்பியவளைப் போல அவன் தோள்களில் புகுந்துகொண்டாள்.

சற்று நேரத்திற்கு முன்பு வரை அறியாதவளைப் போல் தோன்றிய ஹசீனா இப்போது கஜேனின் முன்பு முற்றிலும் புதிய வடிவத்தில் மிக நெருங்கிய உணர்வோடு தெரிந்தவளாகத் தோன்றத் தொடங்கினாள். இந்தப் புதிய பேறினால் உணர்ச்சிவசப்பட்டு கஜேன் அவளைத் தன்னோடு இறுக்கிக் கட்டிக்கொண்டான்.

முற்றிலும் அறியாத ஒரு 'இளைஞன்- இளம்பெண்' இயற்கை தெரிவு செய்த நேரத்தின் ஒரு மிகச் சிறந்த முகூர்த்தத்தில் நீண்ட நெடுங்காலத்தின் அறிவுத் தெளிவால் 'ஆண்-பெண்' ஆக மாறினார்கள்.

ஒளிமயமான விடியற்காலையை அறிவித்தபடி ஒரு காலைக் குருவி சிறகுகளை படபடத்தது. கஜேனும் ஹசீனாவும் "இன்னும் சற்று நேரம் தூங்கலாமா" என்று யோசித்தார்கள். அதற்குள் ஹசீனா "எனக்குப் பசிக்கிறது" என்றாள்.

கஜேன் எழுந்துபோய் தட்டு போட்டு மூடி வைத்திருந்த பால் சாதம்- வாழைப்பழ கிண்ணங்களை எடுத்துவந்தான். இரண்டு பேருடைய சாதத்தையும் ஒரே கிண்ணத்தில் கொட்டி கஜேன் தன் கையால் கொஞ்சம்-கொஞ்சமாக எடுத்து ஹசீனாவுக்கு ஊட்டத் தொடங்கினான். தானும் அந்தக் கிண்ணத்திலிருந்தே எடுத்து சாப்பிட்டான்.

பாட்டியம்மா அன்போடு கலந்து வைத்த பால் சாதம்- வாழைப்பழத்தை இருவரும் மிகுந்த திருப்தியுடன் சாப்பிட்டு முடித்துவிட்டார்கள்.

ஒரு கனத்த சோர்வையும், வாழ்க்கையில் முதல் முறையாக பெற்ற அனுபவத்தில் ஒரு பரம திருப்தியான உணர்வையும் அடைந்து படுக்கையில் படுத்தவுடனே இருவருடைய கண்களும் மூடி தூக்கத்தில் ஆழ்ந்தன.

பிறகு ஒரு அமாவாசை நாள்... வயல் வேலைகளுக்கு விடுப்பு

நாள். இன்று வேப்ப மரத்தடி மேய்ச்சல் நிலத்தில் அனேகமாக கிராமத்து மக்கள் எல்லாரும் மாடு மேய்ப்பதற்குக் கூடுவார்கள், அங்கேயே எல்லாருக்கும் ஒரேயடியாக தன் விஷயத்தை சொல்லி விடலாம், அங்கிருந்து திரும்பும்போது நாத்மல் கடைக்குப் போய் துணி வாங்கிக்கொள்ளலாம், தண்டிராம் தையல்காரரிடம் போய் இரண்டு ஜோடி பைஜாமா- சட்டை தைக்க அளவு கொடுத்துவிட்டு வரலாம், இப்போதிலிருந்து அதுதான் அவனுடைய உடை, இதையெல்லாம் செய்த பிறகு நேரம் இருந்தால் சர்வாயி பண்டிதர் வீட்டிற்குப் போய் சாரையும் பார்த்துவிட்டு வரலாம் என்று கஜேன் யோசித்தான்.

நடு இரவு வரை ஏன் விடியும் வரை விழித்திருந்ததால் அவன் கண்கள் இன்னும் தூங்கி வழிந்தன. இரவு முழுதும் இணைந்திருந்த திருப்தியின் மயக்கம் இப்போதும் அவன் உடலையும் மனதையும் ஆக்கிரமித்திருந்தது. அதிசயமான சோர்வு பரவியிருந்தாலும் தான் செய்யப்போகும் காரியத்தைப் பற்றி யோசித்து திடம் அடைந்து வேப்ப மரத்தடி மேய்ச்சல் நிலத்தை நோக்கிச் சென்றான். மக்கள் கண்களில் படாமல் ஒதுங்கி ஒற்றையடிப் பாதையில் நடந்தான். போகும்போது ஏன் வீணாக கிராமத்து மக்கள் கண்களில் பட்டு அவர்கள் கேள்வி கேட்க சந்தர்ப்பம் தரவேண்டும், திரும்பி வரும் போது என்ன ஆகிறதோ பார்த்துக்கொள்ளலாம் என்று அவன் யோசித்திருந்தான்.

தான் நினைத்ததை விட அதிகமான ஆட்கள் அங்கே கூடியிருந்தது தொலைவிலிருந்தே கஜேனுக்குத் தெரிந்தது. முழு கிராமுமே அங்கே கூடியிருந்தது போல இருந்தது. சிலர் ஆங்காங்கு சிறு சிறு கூட்டமாக நின்றுகொண்டிருந்தார்கள், சிலர் அகன்ற மரங்களின் கீழே எறும்பு, செல் புற்றுகளின் அருகே உட்கார்ந்து பேசிக்கொண்டிருந்தார்கள். ஏதோ தீவிர ஆலோசனை நடந்து கொண்டிருந்ததாகத் தோன்றியது.

கஜேன் அந்தப் பக்கம் வருவதைப் பார்த்து எல்லாரும் ஆச்சரியப்பட்டுப் போனார்கள். எல்லாரும் வாய் மூடி, தலையை உயர்த்தி, திரும்பி, எழுந்து நின்று முன் ஒருபோதும் பார்த்திராத இந்த அதிசயமான மனிதனை வாய் திறந்து பார்த்துக் கொண்டிருந்தார்கள். எல்லாரும் அவனுடைய விசித்திரமான உடையையே பார்த்துக்கொண்டிருந்தார்கள். கஜேன் யாரையும் பார்க்காமல் கூட்டத்திற்கு நடுவே போய்ச் சேர்ந்தான்.

கஜேன் கிராம மக்களின் நடுவில் போய் மண்டியிட்டு உட்கார்ந்தான். அவன் தன் பையிலிருந்து ஒரு சிவப்பு வண்ணத் துணியை எடுத்து கீழே விரித்தான். அவன் மீண்டும் பையில் கையை

விட்டு ஒரு வெற்றிலை, ஐந்து ரூபாய், பாக்கு எடுத்து ரூபாயையும், பாக்கையும் வெற்றிலையின் மேல் வைத்தான். அவன் அந்துப் பொருள் களின் முன்னால் நெற்றியை வைத்து வணங்கினான், பிறகு எதிரில் நின்ற கிராமத்து மக்களை அழைத்து பேசத் தொடங்கினான்.

“கிராம மக்களே, இரண்டு காரணங்களால் நான் இன்று உங்கள் முன் இவ்வாறு பிரார்த்தனை செய்பவனாக நின்றிருக்கிறேன். முதல் காரணம், நான் என் சமயத்தை விட்டு முஸ்லீம் ஆகிவிட்டேன். நான் இந்த மாபெரும் குற்றத்தை ஒத்துக்கொள்கிறேன். இந்தக் குற்றத்திற்கு மக்கள் சமூகம் எனக்கு என்ன தண்டனை தருமோ, எனக்குத் தெரியாது. ஆனால் நான் உங்கள் எல்லாரிடமும் இதை மட்டும்தான் வேண்டிக் கேட்க விரும்புகிறேன், என்னை நம்புங்கள், எனக்கு இதைத் தவிர வேறு வழி எதுவும் இல்லை. நான் உங்கள் எல்லாரிடமும் மன்னிப்பு கேட்கிறேன். இரண்டாவது காரணம், நான் உங்கள் எல்லாரிடமும் கேட்க விரும்புகிறேன், குரயீகுடிக்கு வந்து குடியேறிய விவசாயிகள் தங்கள் ரத்தத்தையும் வியர்வையையும் ஒன்றாக்கி காட்டை வளமான விளை நிலங்களாக்கினார்களே, அந்த வயல்கள்- தோட்டங்கள்-துரவுகள் இப்போது யாருக்கு சொந்தம் ஆகும்?”

பின்னால் நின்றிருந்த யாரோ சொன்னார்கள், “அது அரசாங்க நிலம். கிராமத் தலைவர் கர்கீ தாசில்தாரிடம் பேசி எல்லா ஏற்பாடும் செய்துவிட்டார்! நமக்கும் அந்த நிலத்திற்கும் என்ன சம்பந்தம். யார் எடுத்துக்கொள்வது. யார் சாப்பிடுவது?” மக்கள் திரும்பிப் பார்த்தார்கள், துத்திராமின் மகன்-தீன். கஜேன் நேராக தீனைப் பார்த்து சொன்னான், “நீ இதைத்தான் சொல்வாய், உன்னால் வேறு என்ன சொல்ல முடியும்? நான் உங்களிடம் இதைத்தான் கேட்க விரும்புகிறேன், முஸ்லீம் மக்கள் தங்கள் எலும்பை உருக்கி, வியர்வையை ஆறாக ஓடச் செய்து வறண்ட பூமியில் பொன் விளையச் செய்தார்கள், அந்த விளைச்சலை இப்போது யார் அனுபவிப்பார்கள், யார் கொள்ளை அடிப்பார்கள், ஒன்றும் தெரிய வில்லை. போலீஸ் கேஸ் நடந்துகொண்டிருக்கிறது, அதனால் யாரும் நேராகப் போய் அந்த பூமியை ஆக்கிரமிக்க முடியவில்லை. ஆனால், அந்த பூமியின் மேல் யாருடைய பார்வை விழுந்திருக்கிறது என்று எல்லாருக்கும் தெரியும்.”

“ஆனால், கிராமத் தலைவர் ஏதோ ஏற்பாடு செய்து விட்டிருக்கும் போது நாம் என்ன செய்ய முடியும்!”

இது வயதான போக்மன் சிற்றப்பாவின் குரல்!

“குரயீகுடி நேப்பாளிகளில் நிலமே இல்லாதவர்கள் பாதி நிலத்தை எடுத்துக்கொள்ளட்டும், மீதிப் பாதியில் மீதி நேப்பாளிகளும் நம்

கிராம மக்களும் சேர்ந்து கூட்டாக விவசாயம் செய்தால் நன்றாக இருக்கும் என்று நினைக்கிறேன். பிறகு யாராவது முஸ்லீம்கள் வந்தால்."

திடீரென்று கஜேனை இடைமறித்து ஒரு நடுத்தர வயதுடைய மனிதர், மனோராம் பாயன் சொன்னார்-

"இருக்கட்டும் கஜேன்! உன்னுடைய இந்த நாடகத்தை நிறுத்து! உண்மையில் நீ முஸ்லீம்களுக்கு வக்காலத்து வாங்கிக்கொண்டு வந்திருக்கிறாய். நீ முன்பும் கேந்தாயி குட்டை விஷயத்தில் கிராமத் தலைவருக்கு விரோதமாக எங்களைக் கிளப்பி விட்டு அவரோடு எங்களுக்கு மனக் கசப்பு உண்டாக்கிவிட்டாய். நாங்கள் உன் பேச்சைக் கேட்க மாட்டோம். எங்கே இருக்கிற நிலம், யார் பயிர் செய்தார்கள், யார் அறுவடை செய்தார்கள், இனிமேல் யார் அனுபவிப்பார்கள், இந்த விஷயங்களில் எல்லாம் தலையிட்டு மண்டையை உடைத்துக்கொள்ள எங்களுக்கு என்ன அவசியம்? நீ ஒரு முஸ்லீம் பெண்ணைக் கல்யாணம் செய்துகொண்டு வந்திருக்கிறாய், இல்லையா! நீயும் முஸ்லீம் ஆகிவிட்டாய், இல்லையா¹ இப்போது நீயே போய் மாமனார் நிலத்தை ஆக்கிரமித்துக் கொள். நீயே அறுவடை செய்து சாப்பிட்டுக்கொள். போ_ போய் எல்லாவற்றையும் எடுத்துக் கொள்."

அப்போது பத்ம சித்தப்பா என்று அழைக்கப்படும் ஒரு மனிதர் மனோராமுக்கு நினைவூட்டி சொன்னார், "நம்முடைய தீர்மானத்தையும் அவனுக்கு இப்போதே சொல்லிவிடு."

"ஆமாம், நல்ல வேளை, நினைவுபடுத்தினீர்கள். கேள் கஜேன், நீ வருவதற்கு முன் நாங்கள் எல்லாரும் கலந்து ஆலோசித்து ஒரு முடிவு செய்திருக்கிறோம்-நாங்கள் கிராம மக்கள் எல்லாரும் உன்னை விலக்கி வைக்கிறோம். உன்னோடு சேர்ந்து உட்காருவது-எழுவது, சாப்பிடுவது எல்லாம் இனி இல்லை! நீ வீட்டிற்கு வெளியே இருந்தால் உன் பாட்டியை கோவிலில் பூஜைக்காக உள்ளே வர விடப்படும். ஆனால், உன் வீட்டில் யாரும் கால் அடி எடுத்து வைக்க மாட்டோம். கேட்டுக்கொண்டாயா?" அதன் பிறகு அவர் மக்கள் பக்கம் திரும்பி, "வாருங்கள், இப்போது நாம் எல்லாரும் நம் வீட்டிற்குப் போகலாம். இந்த வீணான விஷயத்திற்காக இன்று வெகு நேரம் ஆகிவிட்டது." என்றார்.

எல்லாரும் உரக்கப் பேசிக்கொண்டு எழுந்தார்கள், தங்கள் தங்கள் வீட்டை நோக்கி சென்றுவிட்டார்கள்.

கஜேன் அப்போதும் அப்படியே மண்டியிட்டு உட்கார்ந்தே இருந்தான். இன்று வாழ்க்கையில் முதல் முறையாக அவன்

இவ்வாறு உட்கார நேர்ந்திருந்தது. அவன் முன் அவனைக் கடந்து போய்க்கொண்டிருந்தவர்களில் யாருடைய காலோ பட்டு கஜேன் விரித்திருந்த துணி வெற்றிலை-பாக்கு, ரூபாயோடு தொலைவில் போய் விழுந்தது. கிராம மக்கள் சற்று தூரம் போய்விட்ட பிறகு அவன் பின்னாலிருந்து கத்தினான்-

“ஏய் நரிகளா, குரங்குகளா, நனைந்த பூனைகளா! கேட்டுக் கொள்ளுங்கள். நான் குரயீகுடி போகிறேன். என் மாமனார் வீட்டு நிலத்தில் போய் இருப்பேன். நீங்கள் எனக்குக் கட்டளை இடத் தேவையில்லை. குரயீகுடியில் உங்களில் யாராவது கால் எடுத்து வைத்தால் வெட்டித் துண்டு- துண்டாக்கிவிடுவேன், காலை முறித்து விடுவேன். உங்களைப் போல எனக்கு நிலம் தேவையில்லை. என்னுடைய தானியக் கிடங்கு எப்போதும் நிறைந்துதான் இருக்கிறது. ஆனாலும் நான் போகிறேன், போய் மாமனார் நிலத்தில் இருப்பேன். ஜாதிப் பிரஷ்டம் செய்து என்னை நீங்கள் என்ன செய்துவிடுவீர்கள்? எதைக் கெடுத்துவிடுவீர்கள் நீங்கள்? விலக்கி வைப்பதால் என் முடியைக் கூட அசைக்கமுடியாது!”

கோபத்தில் கத்திக்கொண்டிருந்த அவனுடைய கவனம் சட்டென்று எல்லாருக்கும் பின்னால் இருந்த இரண்டு சிறுவர்கள் மீது சென்றது, அவர்கள் இப்போதும் அவனைத் திரும்பித் திரும்பிப் பார்த்தபடி போய்க்கொண்டிருந்தார்கள். அவர்கள் முன்னூரவும் ரூபாயியும்தான். அவர்களும் எல்லாருடனும் சேர்ந்து வீட்டிற்குத் திரும்பிப் போய்க்கொண்டிருந்தார்கள்.

சற்று நேரத்திற்குப் பிறகு வேப்ப மரத்தடியில் தான் தனியாக இருப்பதையும், சுற்றிலும் தொலை தூரம் வரை யாரும் இல்லை என்பதையும் அவன் உணர்ந்தான்.

சேலம் நதி மரப் பாலத்தில் கஜேன் தனியாக உட்கார்ந்திருந்தான். மூன்று நாட்களாக தினமும் மாலையில் அவன் அங்கு வந்து கொண்டிருந்தான், ஆனால் முன்னூ-ரூபாயியைப் பார்க்கவே முடியவில்லை. அவன் தினமும் ஒரு சிறிய நம்பிக்கையோடு வந்து நிராசையோடு திரும்பிப் போய்க்கொண்டிருந்தான். அவன் இன்று வெகு நேரம் அங்கு உட்கார்ந்து மேகங்கள் அற்ற வானத்தில் மின்னும் எண்ணற்ற நட்சத்திரங்களைப் பார்த்துக்கொண்டிருந்தான். குளிர்காலம் வரும் காலம். மின்னும் நட்சத்திர ஒளியில் ஓடும் நதி நீரில் சிறிய அலைகள் எழுந்து மின்னின. ஓழிவற்ற கலகல ஓசை கேட்டுக்கொண்டிருந்தது.

பல நாட்களாக நடந்துகொண்டிருந்த கஜேனின் உள்மனப் போராட்டம் அன்று ஒரு முடிவுக்கு வந்தது. அந்த கிராமத்தை

விட்டு குரயீகுடி போவதென்று அவன் தீர்மானித்தான். மன்சூரின் பாழடைந்த வீட்டை மீண்டும் சீர் செய்து அவன் அங்கேயே குடியேறுவான். அந்த வீட்டில் ஹசீனாவுக்கு உரிமை உண்டு. ஹசீனாவின் கணவன் என்ற முறையில் அவளுடைய வீடு, மன்சூரின் நிலம் ஆகியவற்றைப் பாதுகாப்பது அவனுடைய கடமை.

பைஜாமா-சட்டை அணிந்து கஜேன் கிராமத்தில் நடந்து போகும்போது மக்கள் ஏதோ விசித்திர பிராணியைப் பார்ப்பது போல உற்றுப் பார்த்தார்கள். அவர்களுடைய வாய் திறந்தது திறந்தபடி இருந்தது. தான் ஒரு எதிர்பாராத-யாரும் விரும்பாத ஒரு சூழ்நிலையில் மாட்டியிருப்பதாக அவனுக்குத் தோன்றியது. அன்று காலை அவன் வழக்கு தொடர்பாக ஆலோசனை கேட்பதற்காக சார் வீட்டிற்குப் போனபோது அவர் அவன் உட்காருவதற்கு மோடா கொடுக்கத்தான் செய்தார். ஆனால் அளந்து பேசி இரண்டொரு வாக்கியங்களில் பேச்சை முடித்துவிட்டார். ஹசீனாவை அவன் கல்யாணம் செய்துகொண்டதைப் பற்றி எந்த விவரமும் அறிந்துகொள்ள அவர் சிறிதும் ஆர்வம் காட்டவில்லை. அவனும் அந்த விஷயத்தில் எதுவும் சொல்லாதிருப்பதே நல்லது என்று நினைத்தான். கதவில் போட்டிருந்த திரைக்குப் பின்னாலிருந்து ஒரு முறை எட்டிப் பார்த்த அவருடைய மனைவி பிறகு வெளியில் வரவே இல்லை. அவ்வளவுதான், இனி வேறொன்றும் இல்லை என்று அவன் தீர்மானித்துக்கொண்டான்! மறுநாளே அவன் கிராமத்தை விட்டு குரயீகுடி போக ஏற்பாடு செய்யத் தொடங்கினான்.

ஒரு வாரத்தில் கஜேன் எல்லா ஏற்பாடும் செய்துவிட்டான். குரயீகுடியில் மன்சூரின் நாசம் செய்யப்பட்ட வீடு புதிதாக எடுத்துக் கட்டி ஒரு பெரிய வசதியான வீடாகக் கட்டப்பட்டது. வீட்டின் நான்கு புறமும் சுற்றி மூங்கில் பிளாச்சுகளால் ஒரு உறுதியான வேலி கட்டப்பட்டது. பாட்டியம்மாவுக்குத் துணையாக அவளுடன் இருப்பதற்கு நிஹாலியில் இருந்த அத்தையின் பெரிய மகன் பதராம் அழைத்துவரப்பட்டான். அப்போதிருந்து நிலம், வயல் வேலை, பசுக்கள் எல்லாம் அவனே பராமரிப்பது என்று தீர்மானம் ஆயிற்று. அவனுக்கு உதவி செய்வதற்காக காயிலாவின் தம்பி மகன் ஒருவனும் அழைத்துக்கொள்ளப்பட்டான். கஜேனும் ஹசீனாவும் இருந்த அறை கங்கை நீரும், துளசி இலையும் தெளித்து மெழுகி ஒரு நேப்பாளி இளைஞனின் அறையாக அமைக்கப்பட்டது. கஜேனும் இரண்டு-மூன்று நாட்களுக்கு ஒரு முறை வந்து பாட்டியம்மாவின் நிலை பற்றித் தெரிந்துகொள்வான். அவ்வாறு எல்லாம் சீர் செய்யப் பட்டது!

பாட்டியம்மாவின் மனதில் பொறுக்க முடியாத வலி இருந்தது, ஆனால் அவள் வாயே திறக்கவில்லை! ஹசீனாவுடன் தன் பேரனின்

கல்யாணத்தை அவளால் எந்த வகையிலும் ஒத்துக்கொள்ள முடியவில்லை. ஹசீனா குழந்தைப் பருவத்தில், காலில் சுளுக்கு ஏற்பட்டு அவர்கள் வீட்டிற்கு வந்திருந்தாள், அப்போதிலிருந்தே நாளுக்கு நாள் அவள் மனதில் ஹசீனாவின் மீது ஒரு அறியாத பாசம் தோன்றிவளர்ந்து கொண்டிருந்தது. அவளுடைய தாய் இறந்தபோது அவள் மனதில் இரக்கம் நிறைந்தது. ஹசீனாவின் கள்ளம்- கபடம் அற்ற கண்கள், அன்பான முகம், அதை விட அன்பான, இனிமையான சொற்கள் பாட்டியம்மாவின் மனதை அன்பால் நிறைத்து விட்டிருந்தது. ஆனால் இவ்வளவெல்லாம் இருந்தும் கஜேன் அப்துல் கனியாக மாறி ஹசீனா ரஹ்மானைக் கல்யாணம் செய்ததை அவளால் பொறுக்க முடியவில்லை. கஜேனுக்கும் பாட்டியம்மா இரக்கம் காட்டுவாள் என்றோ கொஞ்சமாவது புரிந்து கொள்வாள் என்றோ நம்பிக்கை இல்லை. அவன் யோசித்து-யோசித்து திடமாக எடுத்த தன் தீர்மானத்தை பாட்டியம்மாவிடம் சொல்லிவிட்டான், தன் தீர்மானத்தை அமல்படுத்தி எல்லா ஏற்பாடுகளையும் அவன் தானே செய்தும் விட்டான்.

பிறகு ஒரு நாள் அவன் ஹசீனாவை அழைத்துக்கொண்டு குரயீகுடி புதிய வீட்டிற்கு சேன்றுவிட்டான்.

பாத்திரம்-பண்டங்கள், துணிமணி இன்னும் எல்லா வீட்டு சாமான்கள், கொஞ்ச நாட்களுக்குத் தேவையான அரிசி, சமையல் பொருள்கள், மசாலா போன்றவை ஒரு மாட்டு வண்டியில் முன்பே அனுப்பப்பட்டுவிட்டது. பாட்டியம்மா திருப்பித் திருப்பி வெளியே வருவாள், பேசாமல் எல்லாவற்றையும் பார்த்துவிட்டு உள்ளே போய் விடுவாள். ஹசீனாவும் கஜேனும் புறப்படுவதற்கு சில வினாடிகள் முன்பு அவள் வராந்தாவிற்கு வந்தாள். ஹசீனாவை அருகில் அழைத்து அவள் சற்று உயரத்திலிருந்தே அவள் கையில் ஒரு காகிதப் பொட்டலத்தைக் கொடுத்து, “இதைத் திறந்து கொஞ்சம் குங்குமத்தை வகிட்டில் வைத்துக்கொள். ஒரு குங்குமப் பொட்டை நெற்றியிலும் இட்டுக்கொள். இது சமயம் சார்ந்தது இல்லை, சமூக நியதிதான். குங்குமம் இட்டுக்கொள்வதால் உன் சமயம் ஒன்றும் கெட்டுவிடாது.” என்றாள்.

ஹசீனாவுக்கு ஒன்றும் புரியவில்லை, என்ன செய்வது! அவள் அருகில் நின்றிருந்த கஜேனைப் பார்த்தாள். “பாட்டி சொன்னால் இட்டுக்கொள்ளேன்!” என்றான் கஜேன்.

ஹசீனா காகிதப் பொட்டலத்தைத் திறந்தாள்.

“இரு, கண்ணாடி இல்லாமல் எப்படி இட்டுக்கொள்வாய்?” என்று பாட்டி அவளைத் தடுத்து உள்ளே போகத் திரும்பியவள் நின்றுவிட்டாள். ஒரு வினாடி அவள் சற்று யோசித்தாள், பிறகு

ஹசீனாவை நோக்கி வந்தாள். அவள் ஹசீனாவின் கையில் திறந்திருந்த பொட்டலத்திலிருந்து குங்குமத்தை எடுத்து ஹசீனாவின் வகிடு முழுதும் இட்டாள், விரலால் நெற்றியிலும் பெரிய குங்குமப் பொட்டை இட்டாள். பிறகு அவள் தன் இடுப்பில் செருகி வைத்திருந்த ஒரு துணிப் பொட்டலத்தை எடுத்து ஹசீனாவின் கையில் கொடுத்தாள், "இந்தப் பொட்டலத்தில் கழுத்து அட்டிகை, ஜிமிக்கி, காது வளையம், ஒரு ஜோடி வளையல் இருக்கிறது. எல்லா நகைகளையும் ஒரே சமயத்தில் போட்டுக்கொள்ளாதே. உன் காதுத் துளை மிகவும் சிறியது, ஜிமிக்கி போடாதே. இப்போது வளையங்களைப் போட்டுக்கொள். கொடு, நானே சரியாகப் போட்டு விடுகிறேன். கண்ணாடி பார்க்காமல் உன்னால் சரியாகப் போட்டுக் கொள்ள முடியாது." என்று சொல்லி ஜிமிக்கியைத் தவிர எல்லா நகைகளையும் அவள் தானே ஹசீனாவுக்கு அணிவித்தாள். ஹசீனா மீதி சிறிய, சிறிய நகைகளோடு பொட்டலத்தை கஜேனிடம் கொடுத்தாள்.

பாட்டியம்மா ஹசீனாவுக்கு குங்குமம் இட்டதையும், நகைகள் அணிவித்ததையும் பார்த்து கஜேனின் கண்களில் கண்ணீர் தாரை தாரையாகப் பெருகியது. ஹசீனா யாரும் ஒன்றும் சொல்லாமலே எப்படியோ முந்தானையை இழுத்து தலையை மூடிக்கொண்டு பாட்டியம்மாவின் காலைத் தொட்டு வணங்கினாள். நிக்காஹ் முடிந்து வந்த முதல் நாள் ஹசீனா அவள் காலைத் தொட விரும்பியபோது பாட்டி அவளைத் தடுத்து தொலைவிலிருந்தே ஆசீர்வாதம் செய்தாள், ஆனால், இன்று அவளைத் தன் பாதங் களைத் தொட அனுமதித்தாள். ஹசீனாவை அணைத்து அவள் இரு கன்னங்களிலும் முத்தமிட ஒரு வினாடி பாட்டியம்மாவின் மனம் விரும்பியது. பிறகு யோசித்தாள்-இல்லை, இல்லை, அது சற்று அதிகப்படியாகவே ஆகிவிடும். அவள் வாழ்நாள் முழுதும் லக்ஷ்மியின் பிரசாதத்தை எடுத்து வருகிறாள். பஜனை-கீர்த்தனை-பாகவதம் பாடம் செய்யும்போது உதடுகளால் ஹரி நாமத்தை உச்சரிக்கிறாள். அதே உதடுகளால் ஹசீனாவின் கன்னத்தை, அவள் எவ்வளவுதான் அன்பிற்குரியவளாக இருந்தாலும் எப்படித் தொட முடியும்! முத்தமிடும்போது அவள் கன்னத்தைத் தொட்ட தன் உதடுகளின் எச்சில் தன் தொண்டை வழியாக வயிற்றுக்குள் போய் விடும்... சீ! இல்லை, அவளால் அப்படி செய்யவே முடியாது!!

பாட்டியம்மா தன் பாதங்களிலிருந்து ஹசீனாவின் மென்மை யான கையை விலக்கினாள், பிறகு இரு கைகளிலும் அவள் தலை யைத் தூக்கி அன்புடன், "எழுந்திரு!" என்றாள்.

ஹசீனா எழுந்து நின்றாள்.

"வெயில் ஏறுகிறது, நீங்கள் புறப்படுங்கள்."

கஜேன் அடி எடுத்து வைக்கும் முன், வாழ்க்கையில் முதல் முறையாக பாட்டியின் கால்களைத் தொட்டு, "கவலைப்படாதே, நான் அடிக்கடி இங்கு வந்துகொண்டுதான் இருப்பேன்." என்றான். அவனுடைய வணக்கத்தைப் பெற்றுக்கொண்டு பாட்டியும் புன்னகை செய்தாள்.

நான்கு மாதங்கள் கழிந்துவிட்டன. நல்ல மழைக்காலத்தில் பிரம்மபுத்ரா நதியின் பொங்கி ஓடும் நீரோட்டம் இன்னும் அதிகமாகி சிறிய சிறிய சுழல்களை உண்டாக்கிக்கொண்டு பரவும், அப்போது அதன் வேகமாக சுழித்தோடும் பிரவாகத்தின் காரணமாக சிறிதும் பெரிதுமான பள்ளங்கள் ஏற்பட்டுவிடும். தண்ணீர் வறண்ட பிறகு மனதைக்க வரும் சிறிய -சிறிய மணல் குட்டைகள் அங்கு தோன்றி விடும். ஒரு பனிக்கால பிற்பகலில், மனதில் வீசிய புயலால் வலுவிழந்து, களைத்துப் போய் கஜேனும் ஹசீனாவும் ஒரு மணல் குட்டையில் படுத்து ஆழ்ந்த தூக்கத்தில் மூழ்கிவிட்டார்கள்.

அந்த மணல் குட்டைக்கு சற்று தொலைவிலேயே பிரம்மபுத்ரா வின் ஒரு கிளை ஆறு ஓடியது. குட்டைக்கு உள்ளே உட்கார்ந்தோ படுத்தோ இருந்தால் அங்கிருந்து ஒன்றும் தெரியாது. அந்தக் கிளை ஆற்றில் படகுகள் வந்து-போய்க்கொண்டே இருக்கும். எத்தனையோ வகையான படகுகள் அந்த வழியாக போய்க் கொண்டிருந்தன-பால் கொண்டு போகும் படகுகள், மீன் பிடிக்கும் படகுகள், காஜிரங்காவில் சட்டத்தை மீறி வேட்டையாடச் செல்லும் வேட்டைக்காரர்களின் படகுகள், இன்னும் பல. ஏதோ ஒரு படகில் யாரோ ஒரு இளம் படகுக்காரன் திருவிழா பாட்டு பாடிக் கொண்டே போய்க்கொண்டிருந்தான். மனதின் உல்லாசத்தில் அவன் சீட்டியும் அடித்தான். அந்த சத்தத்தில் கஜேனின் தூக்கம் கலைந்து விட்டது. ஆனாலும் அவன் அப்படியே களைத்துப் போய் படுத்திருந்தான். ஹசீனா ஆழ்ந்த தூக்கத்தில் இருந்தாள். கஜேன் மிகவும் மனம் லயித்து ஹசீனாவை தலை முதல் கால் வரை பார்த்துக்கொண்டிருந்தான். அவனுக்குக் குதூகலமாக இருந்தது. அவன் இரண்டு பக்கத்திலிருந்தும் கை நிறைய மணலை அள்ளினான், வெள்ளி போல் பளபளத்த மணலை ஹசீனாவின் மீது பொழியத் தொடங்கினான். அவன் அவள் கழுத்து வரை உடல் முழுதும் மணலால் மூடிவிட்டான். இப்போது முகம் மட்டுமே திறந்திருந்தது. ஹசீனா வெள்ளிப் பனி மூடி தூங்கிக்கொண்டிருப்பவளைப் போல இருந்தாள். கஜேன் முதலில் அவள் முகத்தை கண் இமைக்காமல் பார்த்துக்கொண்டிருந்தான், பிறகு ஹசீனாவின் நெற்றி, கன்னம், மூக்கு, காது, மோவாய், திறந்த கழுத்தின் மீது மெல்ல-மெல்ல

விரலால் தடவத் தொடங்கினான். பிறகு மெல்ல அவள் உதடுகளின் மீது தன் உதடுகளைப் பதித்தான். கஜேனின் சூடான மூச்சுக்காற்று பட்டு ஹசீனா விழித்துவிட்டாள். கண்ணைத் திறந்ததுமே அவள் அசைய முயற்சித்தாள். சற்றும் நகர முடியாதபடி கஜேன் தன்னை இறுக்கிக்கொண்டிருப்பதாக அவளுக்குத் தோன்றியது.

"ஏய், இரு! அசையாதே! நான் உன்னை நன்றாகப் பார்த்துக் கொள்கிறேன்." கஜேன் அவள் கண்களுக்குள் பார்த்தபடி உணர்வு நிரம்பிய குரலில் சொன்னான், "நீ மிக அழகாக இருக்கிறாயடி ஹசீனா! உன்னை இறைவன் மிக ஒழிவான நேரத்தில் பார்த்துப் பார்த்துப் படைத்திருக்கிறான்."

"இறைவனா? அல்லாவா?" அவள் சிரித்தாள்.

"உன்னை இறைவனும், என்னை அல்லாவும் படைத் திருப்பார்கள், அதனால்தான் உனக்கு ஒரு ஹிந்துக் கணவன் கிடைத்தான், நான் ஒரு முஸ்லீம் பெண்ணைக் கல்யாணம் செய்து கொண்டுவந்தேன்."

"என்னை இறைவனோ அல்லாவோ படைக்கவில்லை, நீங்கள் தான் படைத்தீர்கள். என்னுடைய அல்லா நீங்கள்தான். நான் என் அல்லாவிடம் கொஞ்சம் துவா செய்துகொள்ளட்டுமா?" ஹசீனா படக்கென்று எழுந்து உட்கார்ந்தாள், எல்லா மணலும் சரசரவென்று சரிந்துவிட்டது. தன்னை இறுக்கிக்கொண்டிருந்தது கஜேன் அல்ல, மணல்தான் என்று அவளுக்கு அப்போதுதான் தெரிந்தது. மணலோடு அவளுடைய முந்தானையும் நழுவி விழுந்துவிட்டது. தன் திறந்த மார்பைப் பார்த்து அவள் வெட்கத்தால் அங்கேயே உட்கார்ந்துவிட்டாள்.

மிகவும் கஷ்டப்பட்டு மணலிலிருந்து தன் முந்தானையை இழுத்தாள், உடலில் சுற்றிக்கொண்டாள், வெட்கத்தால் கஜேனைக் கட்டிக்கொண்டாள். அவள் கோபத்துடன் கஜேனைக் கையால் குத்தினாள். அவள் தன் கோபத்தைக் காட்டும் முறையைப் பார்த்து கஜேன் உரக்க சிரித்தான். திடீரென்று பிரம்மபுத்ரா நதிப் பக்கத்தி லிருந்து யாரோ உரக்கக் கேட்டார்கள், "யார் அது? சிரிப்பை நிறுத்தவே முடியாத அளவுக்கு அப்படி என்ன நடந்துவிட்டது? யாரோடு சிரிப்பு-விளையாட்டு நடந்துகொண்டிருக்கிறது, ஹூம்?"

கஜேனின் சிரிப்பு சட்டென்று நின்றுவிட்டது. இருவரும் பேசாமல் ஒருவரை ஒருவர் கட்டிக்கொண்டு மூச்சைப் பிடித்துக் கொண்டு உட்கார்ந்திருந்தார்கள். அவர்களுக்கு படகுக்காரர்களின் சத்தம் தொலைவில் மெல்லக் கேட்டது. தண்ணீரில் துடுப்பு போடும் ஓசை தொலைவில் சென்று மறையும் வரை அவர்கள் அப்படியே

அசையாமல் அங்கேயே உட்கார்ந்திருந்தார்கள். அதன் பிறகு வெளியே வந்து வீட்டிற்குப் போய்விட்டார்கள்.

அவ்வாறு குரயீகுடி புதிய வீட்டில் தொடக்கத்தில் அவர்களுடைய சிலநாட்கள் மிக மகிழ்ச்சியாக சுகமாகக் கழிந்தன. மனிதர்கள் யாரும் அற்ற தீவு, திறந்த ஆகாயவெளி, சுத்தமான சூழல், ஒரு புறம் குரயீ நதி, மறு புறம் பிரம்மபுத்ராவிலிருந்து பிரிந்து ஓடும் நீரோட்டம், மணல் குன்று, ஜாவூ காடு, கரும்பு வயல், வெகு தூரம் பரவியிருந்த பசுமையான வயல், இப்போது தொடு வானம் வரை கடுகுச் செடிகளின் மஞ்சள் நிறம். பனிக்காலத்து பிற்பகல் வெயில், இரவின் நிலவொளி... மென்மையான, குளிர்ந்த நிலவொளி, முதல் பனித்துளிகளின் சிலிர்ப்பு, மரம், செடிகள், கொடிகள், பூக்கள், இலைகள் -இயற்கையின் அந்த அழகிய காட்சிகளின் சிலிர்ப்போடு ஹசீனா-கஜேனின் வாழ்க்கை சிலிர்ப்பும் இணைந்து ஒன்றாகிவிட்டது. அவர்களுடைய வாழ்க்கையும் குரயீகுடி மண், தண்ணீர், காற்று, வெயில், நிலவொளி, இருட்டு, வெளிச்சம், பனியோடு கலந்து இணைந்துவிட்டது! அவ்வாறு இயற்கையின் மடியில் தங்களை இழந்து, ஒருவரிடம் மற்றவர் தன்னை இழந்து, அவர்கள் இருவரும் நாளும் புதிய மகிழ்ச்சியை, திருப்தியை அனுபவித்தார்கள்.

இவை எல்லாம் இருந்தும் ஒரு விஷயம் கஜேனை உள்ளுக்குள் உறுத்திக்கொண்டே இருந்தது. அது யாதவ் பௌரா போன்றவர்களோடு அவனுக்கு இருந்த பாம்பும்-கீரியும் போன்ற உறவுதான். ஹசீனாவோடு அவன் எப்போதும் நிழல் போல இருந்து கொண்டுதான் இருந்தான், ஆயினும் ஏனோ தெரியவில்லை, அவள் பாதுகாப்பைக் குறித்து அவன் கவலைப்பட்டுக்கொண்டே இருந்தான். எப்போது, என்ன அசம்பாவிதம் நடந்துவிடுமோ என்ற கவலை அவனை முழு எச்சரிக்கையாக இருக்கச் செய்திருந்தது. அவன் நேப்பாளி குடியிருப்பிலும் எல்லாரிடமும் எப்போதாவது திடீரென்று ஏதாவது ஆபத்து நேர்ந்துவிட்டால் அவர்கள் எல்லாரும் துணையாக வரவேண்டுமென்று சொல்லித் தயாராக வைத்திருந்தான். யாதவ் பௌரா கூட்டத்திலிருந்து இரண்டொருவர் எப்போதாவது குரயீகுடிக்கு வந்து ஒரு சுற்று சுற்றிவிட்டுப் போவார்கள். அவர்கள் முஸ்லீம்களின் நிலத்தை யாராவது ஆக்கிரமித்துவிட்டார்களா என்று பார்த்துவிட்டுப் போவார்கள். வழக்கில் தீர்ப்பு கூறியதும் அவர்கள் அந்த நிலம் முழுதும் அபகரித்துக்கொள்வார்கள், அவர்கள் இதே எண்ணத்தில் இருந்தார்கள்.

இதற்கிடையில் இரண்டு வழக்குகளிலும் தீர்ப்பு சொல்லும் நாள் வந்துவிட்டது. முதலில், கஜேனுக்கு விரோதமாக யாதவ் பௌரா சுமத்திய அவரை அவன் கொன்றுவிடுவதாக மிரட்டிய குற்றமும், மோத்தி மிஸ்த்ரி சுமத்திய அவனுடைய மனைவியுடன்

அவன் கொண்டிருந்த துர்நடத்தைக் குற்றமும் விசாரணைக்கு வர இருந்தது. இரண்டாவதாக, கஜேன் யாதவ் பௌராவுக்கு விரோத மாக தொடுத்திருந்த வழக்கு விசாரணைக்கு வர இருந்தது. அதில் ஒரு கூட்டத்தினரைக் கொலை செய்தது, நெருப்பு வைத்தது ஆகிய குற்றங்கள் இருந்தன.

முதல் வழக்கு விசாரணையன்று கஜேன் சதருக்குப் புறப்பட்டான். அவன் ஹசீனாவையும் தன்னோடு அழைத்துச் சென்றான். பஸ்ஸில் போனால் யாதவ் பௌரா கூட்டத்தினரை சந்தித்து சதர் போகும் முன்பே ஏதாவது விபரீதம் நடந்துவிடாமல் இருக்கவேண்டுமே என்று யோசித்து கஜேன் சதருக்குப் போவதற்கு வேறு ஒரு ஏற்பாடு செய்தான். அவன் காமேரித் துறைக்குப் போய் இரண்டொரு நாட்களில் ஏதாவது சரக்குக் கப்பல் சதர் பக்கம் போகிறதா என்று தெரிந்துகொண்டு வந்தான். அவனுடைய நல்ல அதிருஷ்டம் அவனுடைய தேவைக்குத் தக்கவாறு படகு ஒன்று போவதாகத் தகவல் கிடைத்தது.

இரண்டு வழக்குகளையும் நீதிபதி ஒரே நாளில் விசாரித்து தன் கருத்தையும் கூறிவிட்டார். நாடகத்தில் நடப்பது போல எல்லாம் நடந்து வழக்குகள் தள்ளுபடி செய்யப்பட்டன. மதன் இவ்வளவு சிக்கலான வழக்குகளுக்கு தனியாக தான் ஒருவனே பொறுப்பேற்றுக் கொள்வது சரியல்ல என்று நினைத்து ஒரு பெரிய வக்கீலிடம் பொறுப்பை ஒப்படைத்து தானே அவருக்கு எல்லா வகையிலும் உதவி செய்யும் பொறுப்பை ஏற்றுக்கொண்டான்.

விசாரணையன்று கஜேனும் கோர்ட்டுக்குப் போனான், மதன் பின்னாலேயே போய் நீதிபதி அறைக்கு வெளியே நின்றுவிட்டான். மதன் ஃபைலில் தேவையான எல்லா காகிதங்களையும் எடுத்துக் கொண்டு அறைக்குள் சென்றான். வெளியே நின்றிருந்த கஜேன் மோத்தி மிஸ்த்ரி, அவன் மனைவி, யாதவ் பௌரா, அவருடைய இரண்டு நண்பர்கள் எல்லாரும் தன்னைக் கடந்து அந்த அறைக்குள் போவதைப் பார்த்தான்.

விசாரணை தொடங்கியது. ஒரே நாளில், ஒரே நீதிபதியின் முன்பு கஜேனுக்கு விரோதமான இரண்டு வழக்குகளின் வாதி-பிரதிவாதிகள் அழைத்து வரப்பட்டனர். முதல் வழக்கு ஐ.பி.சி. 307ன் கீழ் வந்தது, அதில் கஜேன் மீது யாதவ் பௌராவைக் கொலை செய்துவிடுவதாக மிரட்டியது, பௌராவின் குடும்பத்தினருடன் அவமரியாதையாக நடந்துகொண்டது ஆகிய குற்றங்கள் சுமத்தப் பட்டிருந்தன. முதலில் புகார் கொடுத்தவரின் வக்கீல் பேசினார், அவர் பலி கொடுக்கும் வாளை எடுத்துக்கொண்டு கஜேன் யாதவ்

பௌராவுக்கு கொலை மிரட்டல் விடுத்த நிகழ்ச்சியை முன்பே தீர்மானித்த கொலை முயற்சி என்று உறுதிப்படுத்த முயற்சித்தார். ஆனால் கஜேன் குற்றத்தை ஒப்புக்கொண்டு எந்த சூழலில் அப்படி நடந்தது என்பதையும் விஸ்தாரமாக விவரித்தான். அவன் சார்பாகப் பேசிய பெரிய வக்கீல் தெளிவாக, நன்கு தெரிவு செய்த சொற்களில் எந்த உணர்வுபூர்வமான சூழலின் விளைவாக கஜேனின் அந்த மனநிலை உருவாயிற்று, அவன் அவ்வாறு நடந்து கொண்டான் என்பதை நீதிபதிக்கு விளக்கினார். உண்மையை அறிந்த பிறகு நீதிபதி கொலை செய்யும் எண்ணம் அவனுக்கு இருந்தது என்ற குற்றத்திலிருந்து கஜேனை விடுவித்துவிட்டார், ஆனால் அவமரியாதை நடத்தைக்காக இருபத்தைந்து ரூபாய் அபராதம் விதித்தார்.

முதல் வழக்கில் தீர்ப்பு சொன்ன உடனே கஜேனுக்கு விரோதமான இரண்டாவது வழக்கு விசாரணைக்கு வந்தது. இந்த விசாரணையில்தான் ஒரு பெரிய நாடகமே நடந்தது. மதனும், அவனுடைய பெரிய வக்கீலும் எதிர்த் தரப்பைத் தோற்கடிப்ப தற்காக சாமர்த்தியமாக சட்டப்படியான எல்லா யுக்திகளையும் திரட்டித் தங்களை முழுமையாக தயார் செய்து கொண்டு வந்திருந்தார்கள், ஆனால் வழக்கில் சற்று சிக்கல் உண்டாகக்கூடும் என்று அவர்களுக்கு சற்று கவலையாகவும் இருந்தது. மிகவும் எதிர் பாராத விதமாக மோத்தி மிஸ்த்ரியின் மனைவி கஜேனின் சார்பாக சற்றும் தயக்கமின்றி அளித்த சாட்சியத்தால் நீதிபதிக்குத் தன் கருத்தைக் கூறுவதில் கொஞ்சமும் சங்கடம் இல்லாமல் போயிற்று. அவர்களுடைய வக்கீல் புகார்த் தரப்பில் கஜேனின் மீது சேற்றை வாரிப் பூச உயிரை விட்டு முயற்சித்தார், மறைமுகமாக அவளை மிரட்டியும் பார்த்தார், ஆனால் மோத்தியின் மனைவி கஜேன் தன்னிடம் ஒருபோதும், எந்த வகையிலும் கடுகளவும் தவறாக நடந்துகொள்ளவே இல்லை, பிறகு பலாத்காரம், வற்புறுத்தல் என்ற பேச்சுக்கே இடமில்லை என்றே திருப்பித் திருப்பி சொல்லிக் கொண்டிருந்தாள். தன் வாழ்க்கையில் கஜேனைப் போன்ற நல்ல குணம் கொண்டவர்களை அன்று வரை பார்த்ததில்லை என்றும் அவள் உறுதியாக சொன்னாள். எத்தனை முறை கேட்டாலும் அவள் அதையே திருப்பித் திருப்பி சொல்லிக் கொண்டிருந்தாள்.

மோத்தி மிஸ்த்ரியின் மனைவியை பலாத்காரம் செய்ததாக சாட்டப்பட்ட குற்றத்திலிருந்தும் கஜேன் விடுதலை ஆகிவிட்டான். நீதிபதி அவனை முழுதும் குற்றமற்றவன் என்று அறிவித்துவிட்டார்.

மோத்தியின் மனைவி ஒரு முறை கூட கஜேனின் பக்கம் பார்க்கவில்லை, ஆனால் கஜேன் கண்ணீர் நிறைந்த கண்களுடன் ஆச்சரியத்தோடு அன்று வரை தான் கெட்டவள் என்று நினைத்துக்

கொண்டிருந்த அவளைப் பார்த்துக்கொண்டிருந்தான். அவன் இதயத்தில் உணர்ச்சியும், மரியாதையும் நிறைந்தது. ஓடிப்போய் அன்று தான் கண்டபடி திட்டிவிட்டு வந்தும் இன்று தன் உயிரைப் பற்றிக் கவலைப்படாமல் இவ்வளவு பேர் முன்னால் தன் நடத்தையில் சுமத்தப்பட்ட களங்கத்தை ஒரேயடியாகத் துடைத்தெறிந்த அந்தப் பெண்ணின் கால்களில் விழுந்து மன்னிப்பு கேட்க கஜேனின் மனம் விரும்பியது.

அவர்கள் வீட்டிற்குத் திரும்பியபோது ஜவாவும், ஹசீனாவும் வெளியிலேயே அவர்களுக்காகக் காத்திருந்தார்கள். அன்று காலை கஜேனும் ஹசீனாவும் படகுத் துறையில் இறங்கி நேராக மதன் வீட்டிற்கு வந்திருந்தார்கள். மதனின் தாய்-தந்தையர் அப்போது வீட்டில் இல்லை. அவர்கள் காசி, பிருந்தாவனம், ஹரித்துவார், பூரி முதலிய ஸ்தலங்களுக்கு ஒரு மாத தீர்த்த யாத்திரை போயிருந்தார்கள். அதன் காரணமாக கஜேனுக்கு எந்த அசௌகரியமும் ஏற்படவில்லை. அவன் ஹசீனாவை ஜவாவின் கைகளில் ஒப்படைத்துவிட்டு, கவலையில்லாமல் மதனுடன் கோர்ட்டுக்குப் போய்விட்டான். தனக்குத் தண்டனை தந்து ஜெயிலில் அடைத்துவிட்டால் என்ன செய்வது என்பது வரை கஜேன் யோசித்து வைத்திருந்தான். ஆனால், முன்கூட்டியே அவன் யாரிடமும் எதுவும் சொல்லவில்லை. அவன் ஹசீனாவிடம் மட்டும் அவளை பயமில்லாமல், கவலையில்லாமல் இருக்கச் செய்வதற்காக திருப்பித் திருப்பி இதையே சொல்லிக்கொண்டிருந்தான், “மதன் சார் கட்டாயம் வழக்கில் ஜெயித்துவிடுவார், நீ கொஞ்சமும் கவலைப் படாதே.”.

மதனும் கஜேனும் கோர்ட்டுக்குப் போன பிறகு ஜவா ஹசீனாவை மிகுந்த அன்புடன், பரிவுடன் தன் கூடவே அழைத்துக் கொண்டு வீடு முழுதும் சுற்றிக்கொண்டிருந்தாள், எல்லாப் பொருள்களையும் காட்டிக்கொண்டு, விளக்கிக்கொண்டு அவளை சாந்தப்படுத்திக் கொண்டிருந்தாள். ஜவா தன் தங்கையைப் போல அவளைப் பாவித்து அவளுடைய ஒவ்வொரு சிறிய, சிறிய தேவைகளையும் நினைவில் வைத்துக்கொண்டு நிறைவேற்றினாள், அவளைக் கவலைப்படவே விடவில்லை.

ஜவாவின் நடவடிக்கைகளால் ஹசீனாவுக்கு அது ஒரு புதிய இடம், புதிய மனிதர்களின் வீட்டிற்கு வந்திருக்கிறோம் என்று ஒரு முறை கூட தோன்றவில்லை. முற்றிலும் தன் வீட்டைப் போன்ற சூழலையும் சொந்தத்தையும் அடைந்து ஹசீனா உணர்ச்சிவச ப்பட்டாள். அத்தனை சிறிய நேரத்தில், முற்றிலும் புதிய இடத்தில் யாரும் அவளை அவ்வளவு அன்புடன் தன் சொந்தமாக்கிக்கொள்வார்கள் என்று அவளால் கற்பனை செய்து கூட பார்க்க முடியவில்லை.

கஜேன் சமயம் மாறி ஹசீனாவைக் கல்யாணம் செய்துகொண்ட விஷயத்தை மதன்-ஜவாவும் அறிந்திருந்தார்கள். பின்பும் வழக்கு நாள் அன்று கஜேன் சதர் வரும்போது அவனைத் தங்கள் வீட்டிலேயே தங்க வைத்து, அது தொடர்பான எல்லா விஷயங்களையும் எப்படி, எப்போது செய்வது என்பதையெல்லாம் அவர்கள் இருவரும் முன்பே தீர்மானித்து விட்டிருந்தார்கள்.

மதனின் தாய்-தந்தையர் வெளியே போயிருந்தார்கள், அதனால் எந்த சிரமமும் இல்லை. கஜேன் ஹசீனாவையும் தன்னோடு அழைத்து வந்திருந்தான். அதனால் ஜவா மிகவும் மகிழ்ச்சி அடைந்தாள். அவள் ஹசீனாவைப் பார்த்ததுமே தாவி அவளைக் கட்டிக்கொண்டு, அவளுடைய இரு கன்னங்களிலும் முத்தமழை பொழிந்தாள். அது ஒரு ஹிந்து பிராமண, சமஸ்கிருத பண்டிதருடைய வீடு, அங்கு சாலிகிராம பூஜை நடந்து கொண்டிருந்தது, மஹா பாரதம், ராமாயணம், பகவத்கீதை, வேத புராணங்கள் ஆகிய ஹிந்து தர்ம சாஸ்திரங்கள் பூஜை அறையில் புனிதமாக, மரியாதையாக ஸ்டாண்டில் அடுக்கி வைக்கப்பட்டிருந்தன. அங்கு ஒரு ஹிந்து வைதிக குடும்பத்தின் எல்லா நியமங்களும் முழு சிரத்தையுடன் கடைப்பிடிக்கப்பட்டன. இன்று இந்த வீட்டின் ஒரே மருமகள் இவ்வாறு ஒரு முஸ்லீம் பெண்ணை அன்புடன் கட்டி அணைத்துக்கொண்டதோடு அதே அன்புடன் திருப்பித் திருப்பி முத்தமிடுவது எவ்வளவு நியமத்திற்குப் புறம்பான, தைரியமான செயலாக நினைக்கப்படும் என்று அங்கே நின்றிருந்த நான்கு பேரும் ஒரு வினாடிகூட நினைக்கவே இல்லை. ஜவா தானே ஒரு கடுமையான பிராமண அர்ச்சகரின் பெண், ஆனால் அவளுக்கும் ஒரு முறை கூட இந்த விஷயம் நினைவுக்கு வரவில்லை.

கஜேனும் ஹசீனாவும் இந்த இரண்டு நாட்களும் அவர்களுடைய வீட்டிலேயே இருப்பது என்று தீர்மானிக்கப்பட்டிருந்தது. சமையல் அறைக்கும், பூஜை அறைக்கும் அவர்கள் போகவேண்டிய தேவையே இல்லாதபடி எல்லா ஏற்பாடும் செய்யப்பட்டிருந்தது. அதுவே சரியானதாகவும் இருந்தது, ஏனெனில் மதனின் தாய்-தந்தையர் மிகவும் ஆச்சார நியமங்களை அனுசரிப்பவர்களாகவும், கலாச்சாரம் மிக்கவர்களாகவும் இருந்தார்கள், இந்த இரண்டு இடங்களின் பவித்திரத்தில் அவர்கள் மிகவும் கவனமாக இருந்தார்கள். ஜவா-மதனின் சரியான ஏற்பாட்டால் அவர்கள் அங்கே போக அவசியமே எழவில்லை.

மதன் கஜேனை கோர்ட்டுக்கு அழைத்துக்கொண்டு போன பிறகு ஜவா ஹசீனாவுடன் தன் வேலையில் மும்முரமானாள். ஒரு தங்கைக்குப் புது வகையாக சேலை உடுத்திவிடுவதில், அவளுக்குத் தலை பின்னிவிடுவதில், புது வகையாக அலங்கரிப்பதில் அவளுக்கு

மிகவும் மகிழ்ச்சி உண்டாயிற்று. வீட்டை சீர் செய்வதிலும், சாப்பாடு தயார் செய்வதிலும், வராந்தா மேஜையில் உட்கார்ந்து ஒன்றாக சாப்பிடுவதிலும், குழந்தையை வைத்துக்கொண்டு பிற்பகலில் ஒரே படுக்கையில் தூங்குவதிலும், பேசுவதிலும், மாலையில் முகம் கழுவி, ஆடைகளைத் திருத்திக்கொண்டு மதனும் கஜேனும் கோர்ட்டிலிருந்து திரும்பி வருவதை எதிர்பார்த்துக் காத்திருப்பதிலுமே அவர்கள் இருவருக்கும் பொழுது கழிந்துவிட்டது. இங்கும்-அங்கும் நடந்து கொண்டே, வேலை செய்துகொண்டே ஜவா கேள்விகள் கேட்டுக்கொண்டே இருந்தாள், ஹசீனா தனக்குத் தெரிந்த அஸ்ஸாம் மொழியில் பதில் சொல்ல முடிந்த வரை முயற்சி செய்துகொண்டிருந்தாள். இவை எல்லாவற்றிற்கும் இடையில் ஜவாவின் சிரிப்பும் வேடிக்கையும் கூட நடந்துகொண்டிருந்தது. அவள் ஹசீனாவை சீண்டிக்கொண்டேயிருந்தாள், ஹசீனா வெட்கப்பட்டாள். அவர்கள் இருவரின் சிரிப்பு- கலகலப்பில் அந்த சூழலே ரம்யமாக இருந்தது. இருவரும் மகிழ்ச்சியில் தங்களை மறந்து போயிருந்தார்கள்.

மதனும் கஜேனும் வழக்கில் ஜெயித்துவிட்டு வீட்டிற்குத் திரும்பியதும் எல்லாரும் சேர்ந்து சிரிப்பும் மகிழ்ச்சியுமாக டிபனும் டீயும் சாப்பிட்டார்கள். அதன் பிறகு அவர்கள் கஜேனும் ஹசீனாவும் மறுநாளே திரும்பிப் போகத் தேவையில்லை, இன்னும் இரண்டு-மூன்று நாட்கள் தங்கி ஹசீனாவுக்கு நகரத்தை சுற்றிக் காட்டிவிட்டுப் பிறகு போகலாம் என்று தீர்மானித்தார்கள். ஹசீனாவுக்கு நகரத்தை சுற்றிக் காட்டுவதற்கு ஒரு குதிரை வண்டியும் ஏற்பாடு செய்யப்பட்டது.

மறுநாள் ஜவா ஹசீனாவிடம் சொன்னாள், "முதல் முறை இந்த நகரத்தை எனக்கு யார் சுற்றிக் காட்டினார்கள், தெரியுமா? இவர்தான். அப்போது எங்களுக்குக் கல்யாணம் ஆகியிருக்கவில்லை. நான் அப்போது அவரை மதன் சார் என்றுதான் சொல்லுவேன். அப்போது எனக்கு இன்னொரு கணவர் இருந்தார், இல்லையா!" குதிரை வண்டி போய்க்கொண்டே இருந்தது, அவர்களுடைய பேச்சும் தொடர்ந்துகொண்டேயிருந்தது.

"தெரியும், இவர் எல்லாவற்றையும் சொன்னார்."

"உன்னிடம் கஜேன் எல்லாவற்றையும் சொல்லிவிட்டானா? என்ன சொன்னான்...?

"நீங்களும் சாரும் ஒருவரை ஒருவர் காதலித்தீர்கள், இதைத்தான் சொன்னார், அன்பு... பிரியம்!"

"அப்படியா? உனக்கும் கஜேனுக்கும் இடையில் அந்தக் காதல்

-அன்பு உண்டாயிற்றா, இல்லையா?”

ஹசீனா கண்ணை சிமிட்டி புன்னகை செய்தாள், வாயால் ஒன்றும் சொல்லவில்லை.

“ஓஹோ! அப்படியானால் இந்த அழகான ரோஜா மொட்டு உள்ளேயே இதழ்களை விரித்துக்கொண்டிருக்கிறது. பிறகு என்ன... காதல் செய்யக் கற்றுக்கொண்டுவிட்டாய்தானே!”

ஜவா ஹசீனாவின் கன்னத்தைக் கிள்ளினாள், கலகலவென்று சிரித்தாள். ஹசீனா வெட்கத்துடன் கைகளால் தன் முகத்தை மூடிக்கொண்டாள், பின்னர் ஜவாவின் மடியில் தலையைப் புதைத்துக் கொண்டு புன்னகை செய்யத் தொடங்கினாள்.

மூன்று நாட்களுக்குப் பிறகு தானி கிராம நால்வழிச் சாலையில் பஸ் வந்து நின்றபோது கஜேனும் ஹசீனாவும் அதிலிருந்து இறங்கி வீட்டை நோக்கி நடந்தார்கள். பிற்பகல் சாயும் நேரம். முதலில் பழைய வீட்டிற்குப் போய் மாட்டு வண்டி ஏற்பாடு செய்துகொண்டு ஹசீனாவோடு வண்டியில் குரயீகுடி போகத் தீர்மானித்தான் கஜேன். இங்கும்-அங்கும் பார்க்காமல் அவன் வேகமாக வீட்டை நோக்கி நடந்தான்.

நால்வழிச் சாலையிலிருந்து வீட்டிற்குப் போகும் வழியிலேயே அரசாங்க டிஸ்பென்சரி ஒன்று இருந்தது. ஆறு மாதங்களுக்கு முன்புதான் அங்கு அந்த டிஸ்பென்சரி திறக்கப்பட்டிருந்தது. நந்த சர்மா என்ற ஒரு நடுத்தர வயது டாக்டரை சதரிலிருந்து இங்கு அழைத்துவந்து டிஸ்பென்சரியை நிறுவி நடத்தும் பொறுப்பு ஒப்படைக்கப்பட்டிருந்தது. நிஹாலிக்குப் பிறகு குரயீ நதியிலிருந்து இருபது மைல் வரை கிழக்கே உள்ள பிரதேசத்தில் அதுதான் முதல் அரசாங்க டிஸ்பென்சரி. தொடக்கத்தில் கமிட்டித் தலைவர் வீட்டின் ஒரு சிறிய அறையில் நிறுவப்பட்டு இப்போது தானி கிராம நால்வழிச் சாலைக்கு அருகில் தற்காலிகமாக ஒரு அறை அமைக்கப்பட்டு டிஸ்பென்சரி நடந்துகொண்டிருந்தது. நர்ஸ், கம்பவுண்டர், டாக்டர் என்று எல்லாருடைய வேலையையும் நந்த சர்மா தானே செய்துகொண்டு இருந்தார். தனக்கு சற்று உதவியாக இருக்கட்டும் என்று அங்கு இருந்த காவல்காரனுக்கு அவர் சில வேலைகளைக் கற்றுக் கொடுத்திருந்தார். டாக்டர் நந்த சர்மா அந்த டிஸ்பென்சரி நல்ல விதமாக நடப்பதற்கு இரவும்-பகலும் பாடுபட்டு உழைத்துக்கொண்டிருந்தார். அந்த விரிந்து பரந்த வட்டாரத்தில் அந்த டிஸ்பென்சரி திறக்கப்பட்டது கடவுளின் ஆசீர்வாதம்தானே தவிர வேறில்லை.

கஜேன் டிஸ்பென்சரிக்கு சற்று தொலைவில் வந்துகொண்டிருந்த போது சிலர் ஒரு பலகையில் ஒரு சவத்தை டிஸ்பென்சரியிலிருந்து வெளியே எடுத்துக்கொண்டு வந்து அதே சாலையில் தங்களுக்கு முன்னால் போவதைப் பார்த்தான்.

டிஸ்பென்சரிக்குப் போனதும் வெளியே நின்றிருந்த ஒரு ஆளிடம் கஜேன் கேட்டான்-

"யார் இறந்துபோய்விட்டார்கள்?"

"மோத்தி மிஸ்த்ரி இருக்கிறான் இல்லையா, சட்டத்தை மீறீ சாராயம் காய்ச்சி விற்கிறானே, அவனுடைய மனைவி."

"மோத்தியின் மனைவியா? அவளுக்கு என்ன வியாதி?"

"வியாதியால் சாகவில்லை, நெருப்பு பிடித்து இறந்துவிட்டாள். டாக்டரால் அவளைக் காப்பாற்ற முடியவில்லை."

"நெருப்பா? நெருப்பு எப்படிப் பிடித்தது?" என்று கஜேன் தடுமாற்றத்துடன் கேட்டான். அவன் தொண்டை வறண்டுவிட்டது.

"எனக்கு அதிகமாக ஒன்றும் தெரியாது, நான் இங்கே மருந்து வாங்க வந்தேன்" என்று சொல்லி அவன் பெயர் எழுதி ஒட்டியிருந்த ஒரு மருந்து பாட்டிலைக் காண்பித்தான்.

கஜேன் சட்டென்று கையிலிருந்த சூட்கேசை ஹசீனாவிடம் கொடுத்தான், "கொஞ்சம் இதைப் பிடி, நான் இதோ வந்துவிட்டேன்." என்று சொல்லிவிட்டு டிஸ்பென்சரிக்குள் சென்றான்.

அவன் நேராக டாக்டர் அறைக்குள் போய்விட்டான். அங்கு ஒரு உயரமான திறந்த அலமாரியில் வெள்ளை, சிவப்பு, ஊதா போன்ற வண்ணங்களில் மருந்துகள் இருந்தன. அருகிலேயே இரண்டு சிறிய அலமாரிகளில் அன்றாடம் பயன்பாட்டில் இருக்கும் பொருள்கள் இருந்தன. அங்கு யாரும் உள்ளே அனுமதிக்கப்படுவதில்லை.

"சார், இந்தப் பெண் நெருப்புப் பிடித்து இறந்துவிட்டாளே, அவளுக்கு நெருப்பு எப்படிப் பிடித்தது சார்?"

டாக்டர் சர்மா சுவரில் தொங்கிய துணியில் கையைத் துடைத்த படியே, இவ்வளவு ஆவேசமாகப் பேசுவது யார் என்று திரும்பிப் பார்த்தார்.

"நீ எப்படி உள்ளே வந்தாய்? இங்கே வரக்கூடாது என்று உனக்குத் தெரியாதா?" என்று சாந்தமான குரலில் கேட்டார்.

"அதையெல்லாம் பிறகு பார்த்துக்கொள்ளலாம். தடையை

மீறி உள்ளே வந்ததற்கு எனக்கு பிறகு தண்டனை கொடுங்கள், சார். முதலில் அவளுக்கு நெருப்பு எப்படிப் பிடித்தது என்று சொல்லுங்கள். உங்களால் அவளை ஏன் காப்பாற்ற முடியவில்லை?"

"கொஞ்சம் மூச்சு வாங்கிக்கொள், ஏன் இவ்வளவு ஆவேசப் படுகிறாய்? உட்கார்! நீ யார் என்று சொல்." அவர் கஜேனைப் பிடித்து ஸ்டூலில் உட்கார வைத்தார்.

"நான்... நான் இதே கிராமத்தை சேர்ந்த கஜேன். இப்போது அப்துல் கனி. அந்தப் பெண்?"

"ஓ! நீதான் கஜேனா, உன்னைப் பற்றிக் கேள்விப்பட்டிருக்கிறேன்."

"சார், அந்தப் பெண்ணை நீங்கள்..."

"என்னால் அவளைக் காப்பாற்ற முடியவில்லை, காப்பாற்றக் கூடிய நிலையில் அவள் இங்கு கொண்டுவரப்படவில்லை. அத்துடன் இது மிகச் சிறிய டிஸ்பென்சரி, இங்கு அதிகமான வைத்தியப் பொருள்கள் இல்லை. முற்றிலும் நினைவிழந்த நிலையில் அவள் இங்கு கொண்டுவரப்பட்டாள். உடம்பு முழுதும் நெருப்பு பிடித்த நிலையில் அவள் வீட்டிற்கு வெளியே ஓடிவந்து தெருவில் மயங்கி விழுந்ததாக சொன்னார்கள். அதிருஷ்டவசமாக இரண்டு சிறுவர்கள் பார்த்துவிட்டு, மணலைப் போட்டு வாழை இலையால் துடைத்து எப்படியோ நெருப்பை அணைத்துவிட்டார்கள். அவர்கள்தான் அவளைத் தோளில் சுமந்து இங்கே கொண்டுவந்தார்கள். இரவு முழுதும் முதல் உதவி சிகிச்சைகள் செய்து அவளை உணர்வு நிலைக்குக் கொண்டுவர முயற்சித்தேன், ஆனால் காலையில் அவள் இறந்துவிட்டாள். அவளுடைய கணவன் காலையில் அவள் இறந்த பிறகுதான் வந்தான். விசாரித்தபோது அவன் நாடகம் பார்க்கப் போயிருந்ததாகவும், வீட்டில் அவன் மனைவி மட்டும் தனியாக இருந்ததாகவும், காலையில் வீடு திரும்பியதும் செய்தி கேட்டு இங்கு வந்ததாகவும் சொன்னான். பிறகு டிஸ்பென்சரி கமிட்டி மெம்பர் யாதவ் பௌராவும் இங்கு வந்திருந்தார்."

"யாதவ் பௌரா!" கஜேனுக்குத் தூக்கிவாரிப் போட்டது.

"ஆமாம்! அதைத்தான் நானும் யோசித்துக்கொண்டிருந்தேன், அவர் ஏன் இங்கு வந்தார்? நான் போலீஸ் ஸ்டேஷனில் கேஸ் பதிவு செய்யப் போவதாக சொன்னதும் அவர் தானே போய் போலீஸ் ஸ்டேஷனில் 'பீட் ஆஃபீஸ்' இன்சார்ஜ் ஆஃபீசரை இங்கே அழைத்து வந்தார். இங்கே இருவருக்குள்ளும் சற்று நேரம் என்ன பேச்சு வார்த்தை நடந்ததோ தெரியவில்லை. பிறகு அவர் இந்த நிகழ்ச்சியை 'சூயிசைட் கேஸ்' என்று பதிவு செய்துகொண்டார். கடைசியில் தற்கொலை என்று நிரூபணம் ஆகவேண்டுமே! இங்கு

போஸ்ட்மார்ட்டம் வசதி இல்லை, அதற்கு நிஹாலிக்குக் கொண்டு போக வேண்டும். நான் தேவையான விவரங்களை எழுதிக்கொண்டு, நிஹாலிக்கு செய்தியும் அனுப்பிவிட்டேன்."

கஜேன் உன்னிப்பாக டாக்டர் சர்மா கூறிய எல்லா விஷயங்களையும் கேட்டுக்கொண்டிருந்தான். அவன் கேட்டுக் கொண்டே நடந்த முழு நிகழ்ச்சியையும் தன் கற்பனைக் கண்ணில் பார்த்துவிட்டான், பிறகு, "ஆனால் சார், நெருப்பு எப்படிப் பிடித்தது என்று ஏதாவது தெரிந்ததா, இல்லையா?" என்று கேட்டான்.

"உடம்பு முழுதும் கெரசின் கொட்டியிருந்தது, அது வாசனையிலேயே தெரிந்தது. போஸ்ட்மார்ட்டம் செய்தால் அது நிரூபணம் ஆகும்! உடம்பை எடுத்து வந்த இரண்டு சிறுவர்களும் கூட நெருப்பை அணைக்கும்போது கெரசின் வாசனை வந்ததாக சொன்னார்கள்."

"அந்த இரண்டு சிறுவர்களும் யார், தெரியுமா?"

"ஆமாம், தங்கள் பெயர் ரூபாயி. முன்னூ என்று அவர்கள் சொன்னார்கள்."

"ஓ! முன்னூவும் ரூபாயியுமா?"

"ஆமாம், அவர்கள்தான். அவர்கள் இருவரும் சற்று தொலைவில், நதிப் பாலத்தில் உட்கார்ந்து புல்லாங்குழல் வாசித்துக் கொண்டிருந்ததாகவும், திடீரென்று யாரோ நெருப்பில் எரிந்தபடி பாதையில் கத்திக்கொண்டே ஓடிவந்ததாகவும், பெண்ணின் குரல் கேட்டு அவர்கள் இருவரும் ஓடிச் சென்று நெருப்பை அணைத்த தாகவும் சொன்னார்கள்."

"ஆனால் அவள் மீது கெரசினைக் கொட்டியது யார்?"

"அவளுடைய கணவன் சொல்கிறபடி அவள் வீட்டில் தனியாக இருந்திருந்தால் தானே கொட்டிக்கொண்டிருக்க வேண்டும். தற்கொலை! வீட்டில் ஏதாவது விபத்து ஏற்பட்டு அதில் அவள் மீது கெரசின் கொட்டி நெருப்பு பிடித்திருக்கவும் கூடும்." டாக்டர் கேலியாக சிரித்தார்.

இப்போது கஜேன் குதித்து எழுந்து ஆவேசத்தோடு உரக்க சொன்னான், "இல்லை சார்! அப்படி ஒன்றும் நடக்கவில்லை, இவர்கள் எல்லாரும் சேர்ந்து அவளைக் கொன்றுவிட்டார்கள். இவர்கள்தான் அவள் மீது கெரசினைக் கொட்டியிருக்கிறார்கள், அவள் உடம்புக்கு நெருப்பு வைத்திருக்கிறார்கள். அவள் வழக்கில் சாட்சி சொல்லும்போது நிறைந்த கோர்ட்டில் நின்று உண்மையை

சொல்லிவிட்டாள், அவளுடைய சாட்சியத்தால்தான் நான் ஜெயித்தேன். இதற்காகவே அவர்கள் மனதில் கோபம் இருந்தது."

சட்டென்று கஜேன் வெளியே சென்றான், பாதையை நோக்கிப் போய்க்கொண்டே கத்தத் தொடங்கினான், "இவர்கள் அந்த அபலையை எரித்துக் கொன்றுவிட்டார்கள், ராட்சசர்கள்! இந்தக் கேவலமான நாய் யாதவ் பௌராவின் ஆட்கள் அவளை உயிரோடு எரித்துவிட்டார்கள். இருக்கட்டும், இவர்களைப் பார்த்துக் கொள்கிறேன்... எல்லா நாய்களையும் பார்த்துக் கொள்கிறேன். நான் இவர்கள் மீது கேஸ் போடுவேன். நான் இவர்களை நிம்மதியாக வாழவிடமாட்டேன், சார்! அயோக்கியர்கள், நாணயமில்லாதவர்கள்! நாய்கள்!! மனிதனாய்ப் பிறந்திருந்தால், தாய்ப்பால் குடித்து வளர்ந்திருந்தால் எதிரில் வாருங்கள்! எல்லார் முன்பும் வந்து சரியான ஆண்பிள்ளைகளாய் நெஞ்சை நிமிர்த்தி நாங்கள்தான் அவள் மீது கெரசின் கொட்டினோம், நாங்கள்தான் நெருப்பு வைத்தோம் என்று சொல்லுங்கள். தைரியம் இருக்கிறதா? நாய்களா... கோழைகளா!"

கஜேனின் கோப எரிமலை வெடித்து சீறுவதைக் கேட்டு டாக்டர் சர்மா வராந்தாவிற்கு வந்து கஜேனைப் பின்னாலிருந்து பார்க்கத் தொடங்கினார். ஹசீனா அருகிலேயே நின்றிருந்தாள். டாக்டரைப் பார்த்துவிட்டு ஹசீனா கஜேனின் ஒரு கையைப் பிடித்தாள், அவள் அவனை அங்கிருந்து அழைத்துப் போக விரும்பினாள். அவள் தொட்டதும் கஜேன் தன் உணர்வுக்குத் திரும்பினான். அவன் உரக்க அழத் தொடங்கினான், "கேள் ஹசீனா! அந்த அபலை என்னால் கொல்லப்பட்டாள். அவள் இறப்புக்குக் காரணம் நான். அந்த நாய்களின் பேச்சைக் கேட்காமல் அவள் உண்மையை சொல்லி என்னை ஜெயிலுக்குப் போவதிலிருந்து காப்பாற்றினாள், அதுதான் அவள் உயிரை எடுத்துவிட்டது. இந்த ஒரு பாவமும் அறியாத பெண் என்னால் இறந்துவிட்டாள். என் காரணமாகத்தான்."

சற்று நேரத்திற்குப் பிறகு கஜேன் கண்களையும் மூக்கையும் துடைத்துக்கொண்டு தலையை உயர்த்தியபோது, முன்னூவும் ரூபாயியும் எதிரில் நின்று தன்னையே பார்த்துக்கொண்டிருப்பதைப் பார்த்தான். அவர்கள் சற்று தொலைவில் நின்றிருந்தார்கள், தங்கள் பார்வையை கஜேனின் பார்வை சந்தித்ததும் அவர்கள் கண்களைத் திருப்பிக்கொண்டு முன்னால் போய்விட்டார்கள். கஜேன் அவர்களைக் கூப்பிடுவதற்காக வாயைத் திறந்தான், ஆனால் தன்னை அலட்சியப்படுத்திவிட்டு அவர்கள் போவதைப் பார்த்து விட்டு சும்மா இருந்துவிட்டான், அவன் வாய் திறந்தது திறந்தபடி இருந்தது.

"வாருங்கள், வீட்டிற்குப் போவோம்." என்றாள் ஹசீனா.

கஜேன் ஹஸீனாவின் கையிலிருந்த சூட்கேசை வாங்கிக் கொண்டான். அவன் முன்னால் நடக்க ஹஸீனா பின்னாலேயே நடந்தாள்.

சிறிது காலத்திற்குப் பிறகு, ஒரு நாள் கஜேன் தன் குரயீகுடி புது வீட்டு முன் வாசலில் கட்டில் மேல் மிகவும் நிம்மதி இழந்து உட்கார்ந்திருந்தான். அன்று ஒரே நாளில் எதிர்பாராத வகையில் பல நிகழ்ச்சிகள் நடந்துவிட்டிருந்தன. அப்போது மாலைப்பொழுது ஆகிவிட்டிருந்தது.

பௌர்ணமி நிலவு பெரிய பித்தளைத் தாம்பாளம் போல எழுந்துகொண்டிருந்தது. சற்று நேரத்திற்கு முன்புதான் அவன் ரத்தன்போக்கரி சந்தையிலிருந்து திரும்பி வந்திருந்தான். மிகவும் களைப்பாக இருந்தது. அன்று சந்தைக்குப் போவதற்கு அப்படி ஒன்றும் தேவை இருக்கவில்லை. உண்மையில் அவன் தானி கிராம அரசாங்க டிஸ்பென்சரி டாக்டரைப் போயிருந்தான். அவன் அவரைப் பார்த்து மோத்தி மிஸ்த்ரி மனைவியின் இறப்பு அசம்பாவிதமாகத் தோன்றுவதாக அவர் போலீசுக்கு கொடுத்த தகவலின் மீது ஏதாவது நடவடிக்கை எடுக்கப்பட்டதா, இல்லையா என்று கேட்கப் போயிருந்தான். போலீஸ் நடவடிக்கை எதுவும் எடுக்கவில்லை, எடுக்கவும் எடுக்காது என்று டாக்டர் சொன்னார்.

கஜேன் ஆச்சரியத்தோடு, "ஏன் சார்?" என்று கேட்டான். அவர்கள் இருவரும் டாக்டர் வீட்டின் பின்புற வராந்தாவில் உட்கார்ந்து பேசிக்கொண்டிருந்தார்கள். "காரணத்தை உன்னிடம் சொல்ல முடியாது, நீ மிகவும் சூடான மூளை உடையவன், இப்போதே கத்தத் தொடங்கிவிடுவாய்." என்றார் டாக்டர்.

"நான் கத்துகிறேன்-கூச்சலிடுகிறேன், உண்மைதான், ஆனால் அது நியாயத்திற்காக, உண்மைக்காக மட்டும்தான். என்ன செய்வது சார், அநியாயத்தைப் பார்த்து என்னால் சும்மா இருக்க முடியாது! நான் இதற்கு ஏதாவது செய்தே ஆகவேண்டும் என்று தோன்றுகிறது."

"இதே காரணத்தினால்தான் உன் முன்னால் நான் வாய் திறக்க முடியவில்லை. இங்கே நான் ஏதாவது சொன்னால் நீ உடனே ஏதாவது செய்துவிட்டுதான் மறுவேலை பார்ப்பாய்."

"ஆனால் அநியாயம் நடப்பதைப் பார்த்தும் சும்மா இருப்பது சரியா சார்? குறைந்தபட்சம் யாராவது அதற்கு எதிராக குரல் எழுப்பவேண்டாமா? பலன் கிடைக்கிறதோ இல்லையோ."

"எந்தப் பலனும் இல்லையென்றால் அந்த விஷயத்தில் குரல் எழுப்புவதால் என்ன லாபம்? கேட்டிருக்கிறாய் இல்லையா,

இதைத்தான் 'காட்டில் அழுகை' என்று சொல்வார்கள்."

"இல்லை சார்! நான் உங்கள் பேச்சை ஒத்துக்கொள்ள மாட்டேன். மனிதன் காடு இல்லை. யாராவது அழுதால் மனிதன் காதில் விழும். அவனுக்குக் கேட்கும் சக்தி இருக்கிறது, அதனால் கேட்டு அவன் விவரம் அறிந்துகொள்கிறான். யாருடைய உண்மையான தோற்றமும், அவனுடைய அக்கிரமச் செயல்களும் மறைந்தே இருக்க முடியாது."

"உன்னைப் பற்றி எல்லாரும் சொல்ல நான் கேட்டிருக்கிறேன். ஸ்கூல் மாஸ்டர் சர்வானந்த ஷயீக்கியா ஒரு நாள் உன்னைப் பற்றி சொல்லிக்கொண்டிருந்தார். உன்னைப் பார்த்த முதல் நாள் அந்த நேரம் எதுவும் பேச முடியவில்லை, அப்போது நீ ஏழாவது வானத்தில் போய் நின்றிருந்தாய். இன்று உன்னோடு பேசியது மிகவும் நன்றாக இருக்கிறது. நீ எல்லாவற்றையும் மிகவும் ஆழமாகவே யோசிக்கிறாய்."

"சார்! இந்த விஷயங்களால் எனக்கு எந்த பயனும் இல்லை. நான் உங்களுக்கு நல்லவனாகத் தோன்றினாலும் சரி, கெட்டவனாகத் தோன்றினாலும் சரி, எல்லாம் ஒன்றுதான். நான் ஒரு சாதாரண மனிதன். அதனால் சாதாரண மக்களின் சாதாரண விஷயங்களைத்தான் என்னால் புரிந்துகொள்ள முடியும். இப்போது சொல்லுங்கள், மோத்தி மிஸ்த்ரியின் மனைவியை எரித்துக் கொன்ற கேஸை போலீஸ் ஏன் எடுத்துக்கொள்ளாது?"

"பார், என்னை வற்புறுத்திக் கேட்காதே. நான் இங்கே இந்த வயதில் மக்களுக்கு சேவை செய்ய வந்திருக்கிறேன். வீட்டில் குழந்தைகள் இருக்கிறார்கள், நான் எந்த சிக்கலிலும் மாட்டிக் கொள்ள விரும்பவில்லை. நீ அந்தக் காரணத்தைத் தெரிந்து கொண்டு விட்டால் நிச்சயம் ஏதாவது சண்டை மூளும், பிறகு என்ன நடந்தாலும் நிச்சயமாக நான் அதில் மாட்டிக்கொள்வேன்."

"சார், நான் சத்தியம் செய்கிறேன், எந்த சண்டையும் போட மாட்டேன். என் மேல் ஆணையாக, என் பாட்டி மேல் ஆணையாக சொல்கிறேன், உங்களுக்கு எந்தத் தீங்கும் நேராது. விஷயத்தைத் தெரிந்துகொள்கிறேன், அவ்வளவுதான், பிறகு பேசாமல் இருப்பேன், சார்!"

"உறுதியாகவா? வாயை மூடிக்கொண்டிருப்பாய், இல்லையா?"

"உறுதியாக, சார்! வாயை மூடிக்கொண்டிருப்பேன். என் மனைவி மேல் ஆணையாக! உங்களுக்குக் கொஞ்சமாவது கஷ்டம் வரும் போலிருந்தால் நான் வாயே திறக்க மாட்டேன். ஏதாவது அனுபவிக்க வேண்டியிருந்தால் சார், நான் தனியாகவே அதை அனுபவிக்கத் தயாராக இருக்கிறேன்."

டாக்டர் ஒரு சிகரெட் பற்றவைத்துக்கொண்டார். உயரமான, திடமான உடல் கட்டோடு கூடிய டாக்டர் சர்மாவின் பாதி நரைத்த தலைமுடி சிறிதாக ஒட்ட வெட்டப்பட்டிருந்தது. அந்த உயரமான, அகலமான மனிதர் சற்று தலையைக் குனிந்து தன் மூக்குக் கண்ணாடியின் தங்க ஃப்ரேமுக்கு மேலாக கஜேனைப் பார்த்தார். அதன் பிறகு கனத்த குரலில் வெறுப்பான புன்னகையுடன் சொன்னார், "கிராமத் தலைவரின் எல்லா அக்கிரமச் செயல்கள், சட்டத்தை மீறிய செயல்களையும் பற்றி மோத்தி மிஸ்த்ரி வீட்டில் குடிகாரர்கள் கூடும்போது ரகசியமாகப் பேசிக்கொள்வார்கள். அவற்றை எல்லாம் மோத்தியின் மனைவியும் கேட்டு அறிந்திருந்தாள். அந்த விஷயம் கிராமத் தலைவருக்கும் தெரிந்திருந்தது. அதைத் தவிர. "குரலை முற்றிலும் தாழ்த்திக்கொண்டு அவர் சொன்னார்," மோத்தி நிறைய கொலைகள் செய்திருக்கிறான். அவன் மூலமாக கிராமத் தலைவரும் செய்திருக்கிறார்."

"சார், உங்களுக்கு இந்த விஷயங்கள் எப்படித் தெரிந்தது?" கஜேன் ஆச்சரியம் நிறைந்த குரலில் கேட்டான்.

"பார், நான் ஒரு டாக்டர். இப்படிப்பட்ட விஷயங்களைத் தெரிந்துகொள்ள என்னிடம் ஒரு தனி முறை இருக்கிறது."

"ஆனால் சார், இதை சொல்லுங்கள், அந்தப் பெண் எரிந்து சாவதற்கும் அவள் கணவன் செய்த கொலைகளுக்கும் என்ன சம்பந்தம்?"

"உன்னை மாட்ட வைப்பதற்காக யாதவ் பௌரா அவள் மூலமாக பொய் சாட்சியம் கொடுக்கச் செய்ய விரும்பினார், ஆனால் அவளிடம் உண்மையை சொல்லும் துணிவு இருந்ததை அவர் கண்டார். அதனால் அவர்கள் மிகவும் பயந்துவிட்டார்கள். அவள் வாயால் எப்போது, எந்த உண்மை வெளிப்பட்டுவிடுமோ என்று பயந்தார்கள்! எப்போது, யாரைப் பற்றி ஏதாவது சொல்லி விடுகிறாளோ தெரியவில்லை! மோத்தி மிஸ்த்ரி, யாதவ் பௌரா, கிராமத் தலைவர்."

"அப்படியானால், இவர்கள்தான்." கஜேன் ஏதோ சொல்ல இருந்தான், சட்டென்று டாக்டர் சர்மா எழுந்து நின்றார், "கஜேன், இப்போது நீ போ. டிஸ்பென்சரியில் நோயாளிகள் என்னை எதிர்பார்த்துக் காத்திருக்கிறார்கள். நிறைய நேரம் ஆகிவிட்டது." என்றார்.

டாக்டர் உள்ளே போய்விட்டார். அந்த நேரம் கஜேனுக்கு தன் மூளை நரம்புகள் துடிக்கத் தொடங்குவதாகத் தோன்றியது. அவன்

பாதையை நோக்கி நடந்தான்.

ரத்தன்போக்கரி சந்தையில் அவன் அதிக நேரம் தங்க வில்லை. அவன் சந்தையில் நுழைந்ததுமே முதலில் ஹஸீனா கேட்டிருந்த சில சாமான்களை வாங்கிக்கொண்டான், அதன் பிறகு ஜிலேபிப் பொட்டலத்தை ஒரு பையில் போட்டு தன் வீட்டில் கொடுத்து விடும்படி சொல்லி காயிலாவிடம் கொடுத்தான். காயிலா வீட்டிற்குத் திரும்பிப் போகும்போது ஒரு பையை ஹஸீனாவிடம் கொடுத்து விட்டுப் போவதில் ஒரு கஷ்டமும் இருக்காது, அவன் சந்தைக்கு வரும்போது டோலியில் தயிர் எடுத்துக்கொண்டு வருவான், சந்தையில் தயிரை விற்ற பிறகு வீட்டிற்குத் தேவையான பொருள்களை வாங்கிக் கொண்டு போவான்.

காயிலாவிடம் பையைக் கொடுத்துவிட்டு கஜேன் சந்தையின் மறுமுனைக்கு சென்றான். அங்கு பாதைக்கு மறு புறம் நாட்டு சாராயக் கடை இருந்தது. கஜேன் ஸ்கூலில் படித்துக்கொண்டிருந்த நாளிலிருந்து இன்று வரை அந்த நாட்டு சாராயக்கடை அப்படியே மாறாமல் இருந்தது. அன்று இருந்த அதே ஆள்தான் இன்றும் உட்கார்ந்து கொண்டுகூவிக் கூவி வாடிக்கையாளர்களை அழைத்துக் கொண்டிருந்தான். அஸ்ஸாமின் கீழ்ப்பகுதி அதாவது மேற்குப் பிரதேச ஆள் அவன், கந்தர்வ சௌதரி. கஜேன் வயதில் சிறியவனாக இருந்தாலும் சௌதரி அவனை மிகவும் மதித்து நடந்துகொள்வான். இன்று நீண்ட காலத்திற்குப் பிறகு சந்தித்ததும் எல்லா பழைய-புதிய விஷயங்களையும் பற்றி இருவரும் நீண்ட நேரம் பேசிக் கொண்டிருந்தார்கள். சமயம் மாறியது பற்றி கஜேன் பேசவே இல்லை.சௌதரி கஜேனுக்கு 'சுத்தமான சரக்கு' ஒரு கிளாசில் ஊற்றிக் கொடுத்தான். முதல் கிளாசைக் குடித்துவிட்டு இரண்டாவது கிளாசை கஜேன் கையில் எடுத்தபோது எதிரில் மோத்தி மிஸ்த்ரி வருவதைப் பார்த்தான். அவன் கடையின் ஓரத்தில் தான் இரண்டு கைகளிலும் தூக்கி சுமந்து வந்த நாட்டு சாராய பாட்டில்கள் நிரம்பிய கனத்த பையை குனிந்து மெதுவாக இறக்கிவைத்தான். கஜேன் தன் முழு கிளாசையும் ஒரே மடக்கில் குடித்துவிட்டு மோத்தி மிஸ்த்ரியை நோக்கி நடந்தான். மோத்தி இங்கே இப்படி கஜேனைப் பார்ப்போம் என்று நினைக்கவேயில்லை. திடீரென்று கஜேன் எதிரில் வந்ததும் அவன் பயந்துவிட்டான், பொய்யான சோகத்தைக் காட்டியபடி, "பார் கஜேன், என் மனைவி இறந்துபோய் என்னை எந்த நிலைமைக்குக் கொண்டுவந்துவிட்டாள், பார்!" என்றான்.

கஜேன் பாய்ந்துபோய் அவன் சட்டைக்காலரை இடது கையால் பிடித்தான். வலது கையால் வலுவாக அடித்து ஒரே அடியில் முப்பத்திரண்டு பல்லும் கீழே விழச் செய்துவிட அவன் மனம்

விரும்பியது. சட்டென்று அவனுக்கு சற்று நேரத்திற்கு முன் டாக்டர் முன்னால் தான் செய்து கொடுத்த சத்தியம் நினைவுக்கு வந்துவிட்டது. ஹசீனா மீதும், பாட்டியம்மா மீதும் செய்துகொடுத்த சத்தியம்! அவன் எந்த சண்டை-சச்சரவும் செய்யமாட்டான். அதுதானே!! மோத்தியின் கழுத்தில் இறுகியிருந்த அவனுடைய இடது கை மெல்ல-மெல்ல தளர்ந்து கீழே இறங்கியது. பல்லைக் கடித்துக்கொண்டு, "எவ்வளவு கொடுமை. கொடுமைக்காரன். இரக்க மில்லாத பாவி." என்று மட்டும்தான் அவனால் சொல்ல முடிந்தது.

கஜேன் சாராயக் கடையிலிருந்து விலகி தூரமாக வந்தான், தலையைக் குனிந்துகொண்டு வீட்டை நோக்கி நடந்தான். சற்று தூரம் சென்று தலையை உயர்த்தியபோது தெருவில் தூசு எழுவதைப் பார்த்தான். எதிரில் ஒரு கறுப்பு வண்ணக் கார் வந்து கொண்டிருந்தது. அருகில் வந்ததும் கிராமத் தலைவரின் ஃபோர்டு கார்தான் தூசைக் கிளப்பிக்கொண்டு வந்து கொண்டிருந்தது என்று அவன் தெரிந்துகொண்டான். அவன் அந்த வண்டி அருகில் வருவதற்கு முன்பே பாதையிலிருந்து இறங்கி ஓரமாகப் போய் நின்றான்.

சட்டென்று வண்டிக்குள் கிராமத் தலைவர் கர்கீ காந்திக் குல்லாய் அணிந்து உட்கார்ந்திருப்பது கஜேன் கண்ணில் பட்டது. வண்டியின் பேனட்டில் சிறிய மூவர்ணக் கொடி படபடத்துக் கொண்டிருந்ததும் அவன் கண்ணில் பட்டது.

வண்டி கஜேனைக் கடந்து போய் சட்டென்று நின்றது. கஜேன் தலை முதல் கால் வரை தூசு மயமாகிவிட்டான். இரண்டு வினாடிகள் நின்று வண்டி பின்னால் நகர்ந்து வந்தது, கஜேனுக்கு முன்னால் வந்து நின்றது. அவனுக்கு முன்னால் கிராமத் தலைவர். கஜேன் அங்கிருந்து போவதற்காக அடி எடுத்து வைத்ததும் அவர் அவனைக் கூப்பிட்டார்," கஜேன்! கொஞ்சம் நில்லு! நீ முஸ்லீம் ஆகிவிட்டதாகவும், ஒரு முஸ்லீம் பெண்ணைக் கல்யாணம் செய்துகொண்டுவிட்டதாகவும் கேள்விப்பட்டேன். குரயீகுடி நிலத்தில் குடியேறி அங்கு உள்ள நூறு-நூற்றைம்பது பீகா நிலத்தையும் விழுங்கக் கனவு கண்டு கொண்டிருப்பதாவும் கேள்விப்பட்டேன். இப்போது நீதான் குரயீகுடி ஜமீன்தார் ஆகப் போகிறாய் என்று எல்லாரும் சொல்கிறார்கள்."

"விரும்பினால் நான் குரயீகுடி ஜமீன்தார் ஆகிவிடுவேன். ஆனால் எனக்கு நிலம் தேவைப்படுகிறது என்று நினைக்கவேண்டாம். நீங்கள் என் தந்தையை ஜெயிலில் போடச் செய்தீர்கள், பிறகும் அவர் என் இரண்டு தலைமுறைகள் சாப்பிடத் தேவையான நிலத்தை விட்டுத்தான் போயிருக்கிறார். நான் ஜமீன்தார் ஆனால் அந்த நிலம் உங்கள் கைக்கு வராமல் காப்பாற்றவே ஆவேன். ஐயோ! அப்படி மட்டும் நான் செய்துவிட்டால்...! பார்க்கலாம், என்ன நடக்கிற

தென்று. என்ன ஆனாலும் சரி, ஒன்று மட்டும் நிச்சயம், என் உயிர் இருக்கும் வரை யாதவ் பௌராவும் அவர் கூட்டமும் குரயீ குடியில் கால் வைக்க முடியாது." சொல்லி முடித்துவிட்டு கஜேன் பதிலை எதிர்பாராமல் வேகமாக அடி எடுத்து வைத்து முன்னால் போய் விட்டான். ஃபோர்டு காரும் சர்ரென்று எதிர்த் திசையில் போய்விட்டது.

கஜேன் சந்தையிலிருந்து திரும்பி முன் வாசலில் கால் வைத்ததுமே ஹசீனா சிரிப்பும் புன்னகையுமாக அவன் கையைப் பிடித்து உள்ளே அழைத்துச் செல்வதற்காக வெளியே ஓடி வந்தாள். ஆனால் கஜேனின் அருகில் வந்ததுமே அவள் தயங்கி நின்று விட்டாள். அவளுடைய புன்னகை மறைந்துவிட்டது. அவள் கண்களைப் பெரிதாக உருட்டி விழித்து அவனைக் கோபமாக உற்றுப் பார்த்தாள், புகார் செய்யும் குரலில், "இன்று மறுபடியும் அதெல்லாம் விழுங்கிவிட்டு வந்திருக்கிறீர்கள், இல்லையா? சரி, இன்று இங்கேயே வராந்தாவிலேயே உட்கார்ந்திருங்கள். ஜாக்கிரதை! ஒரு அடி உள்ளே எடுத்துவைக்கக் கூடாது!! வாயிலிருந்து அந்த வாசனை போன பிறகுதான் வீட்டிற்குள் அடி எடுத்து வைக்கவேண்டும், தெரிந்ததா?" காலைத் தரையில் உதைத்தபடி ஹசீனா வீட்டுக்குள் போய் படார் என்று கதவை சாத்திக்கொண்டுவிட்டாள். ஹசீனா கோபித்துக்கொண்டு உள்ளே போவதைப் பார்த்து கஜேன் சிலையாக நின்றுவிட்டான். ஹசீனாவின் அஸ்ஸாம் மொழியில் இப்போதும் மைமன்சிங் மொழி வகை தொனி இருந்தது. கஜேனுக்கு அந்த வகை மொழி மிக இனிமையாகத் தோன்றியது. அவன் வராந்தாவிலேயே கட்டிலைப் பிரித்துப் போட்டு உட்கார்ந்து விட்டான்.

ஹசீனா வெளியே வந்தாள், கோபத்தோடு குவளைத் தண்ணீரையும் துண்டையும் கஜேனின் அருகில் வைத்தாள், பிறகு திரும்பி உள்ளே போய்விட்டாள். கஜேன் குவளைத் தண்ணீரால் கை-முகம் கழுவி துண்டால் துடைத்துக்கொண்டான். ஹசீனா மீண்டும் வெளியே வந்தாள். கஜேனின் பக்கத்தில் டீ கிளாசை வைத்துவிட்டு, "சோளப் பொரியில் என்ன கலக்கட்டும்? பால், தயிர், எண்ணெய்-பச்சை மிளகாய்?" என்று கேட்டாள்.

"வெங்காயம், பச்சைக் கொத்துமல்லி, பச்சை மிளகாய், எண்ணெய், உப்பு-மிளகாய், கொஞ்சம் எலுமிச்சம்பழம் பிழிந்து."

"போதும், போதும்! சோளப்பொரி செய்ய எனக்கு ஒன்றும் சொல்லிக் கொடுக்க வேண்டாம்."

சற்று நேரம் சென்று ஹசீனா மீண்டும் வெளியே வந்தாள். இந்த முறை சோளப்பொரி கிண்ணத்தை கஜேனின் பக்கத்தில் வைத்துவிட்டு அவளும் ஒரு மோடாவை இழுத்துப் போட்டு

கதவின் அருகிலேயே உட்கார்ந்தாள். சற்று நேரத்திற்குப் பிறகு கஜேன், "இந்தப் பொரியை நான் தனியாக சாப்பிடமாட்டேன்." என்றான்.

"வேண்டாம் என்றால் சாப்பிடாதீர்கள். வெளியே எறிந்து விடுங்கள். நாளை காக்கை-குருவி தின்றுவிடும்."

சற்று நேரம் சென்று கஜேன் கிண்ணத்தைக் கையில் எடுத்துக் கொண்டு, "நான் எப்போதாவது பொரியை அப்படி தூக்கி எறிந்திருக்கிறேனா?" என்று கேட்டான்.

இப்போது ஹசீனா எழுந்து மெல்ல-மெல்ல கஜேனின் அருகில் வந்து நின்றாள். கஜேன் கிண்ணத்தை மீண்டும் கட்டில் மேல் வைத்துவிட்டான். ஹசீனா முகத்தை உம்மென்று வைத்துக் கொண்டே கட்டிலின் மறு பக்கத்தில் உட்கார்ந்தாள், கிண்ணத்திலிருந்து ஒரு கை பொரியை எடுத்துக்கொண்டாள்.

"இப்போது சாப்பிடுங்கள்." இப்போதும் ஹசீனாவின் குரலில் கோபம் இருந்தது.

"கொஞ்சம் இங்கே வா! வெங்காயம், மல்லி, எலுமிச்சம்பழத்தால் வாயிலிருந்து சாராய வாசனை போய்விட்டது, பார். வாயேன்! இன்னும் கொஞ்சம் அருகில் வா."

கஜேன் ஹசீனாவின் கையைப் பிடித்து தன் அருகில் இழுத்துக் கொண்டான், பொரி கிண்ணத்தை மடியில் வைத்துக்கொண்டு, இடது கையால் ஹசீனாவை மார்போடு அணைத்துக்கொண்டான்.

இருவரும் தங்களை மறந்து கிண்ணத்திலிருந்து அள்ளி அள்ளி சாப்பிட்டுக்கொண்டிருந்தார்கள். நான்கு பக்கமும் பௌர்ணமி நிலவின் பிரகாசமான வெளிச்சம் பரவியிருந்தது. பனிக்கால நிர்மலமான ஆகாயம், அமைதியான சூழல். இந்த அமைதியான சூழ்நிலையிலும் கஜேனின் மனதில் ஒரு உருவம் திரும்பத் திரும்ப எழுந்து அமைதி இழக்கச் செய்துகொண்டிருந்தது. கறுப்பு ஃபோர்டு காரில், வெள்ளை காந்திக் குல்லாய் அணிந்த கிராமத் தலைவர் கர்கீயின் உருவம்! அந்த வண்டியின் பேனட்டில் பறந்துகொண்டிருந்த மூவர்ணக் கொடி! சென்ற ஆகஸ்ட் பதினைந்தில் தன் வீட்டு முன் வாசலில் கஜேன் அதே கொடியைப் பறக்க விட்டிருந்தான், இல்லையா! பாட்டியம்மா கொடி கட்டியிருந்த மூங்கிலின் நான்கு புறமும் எவ்வளவு கவனமாக மண்ணைக் கொண்டு மெழுகி வழவழப்பாக்கியிருந்தாள்! அவள் எவ்வளவு அன்புடன் அதன் மீது பூ தூவினாள்! அங்கே விளக்கேற்றி அவள் வணங்கவும் செய்தாளே! ...அதே மூவர்ணக் கொடி!!

மூவர்ணக் கொடி பறந்த ஃபோர்டு காரில் உட்கார்ந்திருந்த காந்திக் குல்லாய் கிராமத் தலைவர் கர்கீ! அந்த உருவத்தை மனதில் கொண்டு கஜேன் புதிய சுதந்திர இந்தியாவின் வடிவத்தைக் கற்பனை செய்ய முயன்றான்.

பதினைந்து நாட்கள் கழிந்தன. அன்றும் சனிக்கிழமைதான். கஜேன் காலையிலேயே புறப்பட்டான்! ரத்தன்போக்கரி சந்தைக்குப் போகும் உத்தேசம் இல்லை, ஆனால் வேறு இரண்டு விஷயங்களை யோசித்து கஜேன் புறப்பட்டிருந்தான். ஒன்று, பாட்டியம்மாவைப் பார்த்து விசாரித்துவிட்டு வருவது, இரண்டாவது தானி கிராம அரசாங்க ஆஸ்பத்திரியை ஒரு வட்டம் அடித்துவிட்டு வருவது. சில நாட்களாக ஹசீனாவின் உடல்நிலை சற்று மோசமாக இருந்தது. ஒன்றும் சாப்பிட முடியாமல் இருந்தாள். தினமும் காலையிலிருந்தே வாந்தி எடுத்துக்கொண்டிருந்தாள், பிறகு சாப்பிடுவது எங்கே? டிஸ்பென்சரி டாக்டரைப் பார்த்து சொல்லி ஏதாவது மருந்து வாங்கி வரவேண்டும். அப்படியே வைத்தியரிடமும் கேட்கலாம். ஆனால் டாக்டரே வந்துவிட்ட பிறகு வைத்தியரை ஏன் தொந்தரவு செய்யவேண்டும் என்று யோசித்தபடியே கஜேன் போய்க் கொண்டிருந்தான். அவன் வைத்தியருடைய கடையைத் தாண்டிச் சென்றபோது வைத்தியர் உரக்கக் கூப்பிட்டார், "ஏய் கஜேன்! கேள்!!" கஜேன் திரும்பிப் பார்த்தான். "உனக்கு ஒரு கடிதம் வந்து எத்தனை நாட்களாக இங்கே கிடக்கிறது, எடுத்துக்கொண்டு போ."

"கடிதமா? எனக்குக் கடிதமா?" என்று கஜேன் ஆச்சரியத்தோடு கேட்டான். தனக்கு யார் கடிதம் எழுதுவார்கள்? அவனால் புரிந்து கொள்ள முடியவில்லை. அவன் வைத்தியர் அருகில் வந்ததும் அவர் சொன்னார், "சில நாட்களுக்கு முன்பு நான் சேலம் போஸ்ட் ஆஃபீசில் ஒரு பார்சல் வாங்கப் போயிருந்தேன். அங்கேதான் போஸ்ட்மேன் உன்னிடம் கொடுத்துவிடச் சொல்லி கடிதத்தைக் கொடுத்தார். இங்கே போஸ்ட்மேன் கஷ்டப்பட்டு வாரத்துக்கு ஒரு முறைதானே வருகிறார், அதுவும் ஏதாவது கடிதம்- கிடிதம் இருந்தால் தானே!"

வைத்தியர் மேஜை டிராயரிலிருந்து ஒரு போஸ்ட் கார்டை எடுத்து அவனிடம் கொடுத்துவிட்டு சொன்னார், "நேற்று யாதவ் பௌராவே எடுத்துக்கொண்டு வருவதாக இருந்தார். அவர் குரயீகுடிப் பக்கம்தான் போகவேண்டியிருந்ததாக சொன்னார். அவரே உன்னிடம் கொடுத்துவிடுவதாக சொன்னார், ஆனால் நான் கடிதத் தைக் கொடுக்கவே இல்லை. முக்கியமான கடிதம். அவரை நம்பி எப்படிக் கொடுப்பது? அவர் ஏதேதோ வேலைகளில் சிக்கிக்

கொண்டிருக்கிறார், கடிதம் எங்கேயாவது விழுந்துவிட்டால்?"

கஜேன் கடிதத்தைப் படித்தபடியே வைத்தியர் கூறுவதைக் கேட்டுக்கொண்டிருந்தான். அதனால் அவர் சொன்னதையும் சரியாகக் கேட்க முடியவில்லை, கடிதத்தையும் சரியாகப் படிக்க முடியவில்லை. யாதவ் பௌரா விஷயம் மட்டும் மனதில் நன்றாகப் பதிந்தது. அவன் வைத்தியரிடம், "யாதவ் பௌரா கடிதத்தைப் படித்தாரா?" என்று கேட்டான்.

"படித்தாலும் படித்திருப்பார், இங்கே மேஜை மேல்தானே கிடந்தது! பிறகு நான் எடுத்து உள்ளே வைத்துவிட்டேன். ஏதாவது ரகசிய விஷயம் என்றால் யாரும் போஸ்ட் கார்டில் எழுத மாட்டார்கள்தானே!"

"இல்லை, இல்லை, ரகசிய விஷயம் எதுவும் இல்லை. குரயீகுடி கேஸ் இருக்கிறது, இல்லையா, அந்த விசாரணை நாள்தான் எழுதியிருக்கிறது." என்று கஜேன் இயல்பாக சொன்னான். அதன் பிறகும் சற்று நேரம் இருவரும் வெவ்வேறு விஷயங்களைப் பற்றிப் பேசிக்கொண்டிருந்தார்கள். பேச்சுக்கிடையில் கஜேன் முஸ்லீம் ஆகத் தீர்மானித்ததை அவர் கடுமையான சொற்களால் திட்டினார். அவர் அந்தப் பாதக செயலுக்காக திட்டிக்கொண்டிருந்தபோது கஜேன் மௌனமாக அதைக் கேட்டுக்கொண்டிருந்தான்.

அதன் பிறகு தர்மானந்தா வைத்தியர் சற்று நேரம் மௌனமாக இருந்தார், பிறகு சொன்னார், "கஜேன், கொஞ்சம் உள்ளே வா. உன்னிடம் ஒரு முக்கியமான விஷயம் சொல்லவேண்டும். மிகவும் ரகசியமான விஷயம்."

இங்கே மிகவும் முக்கியமான விஷயமா? ரகசியமான விஷயமா? அவன் மனதில் சற்று கவலை எழுந்தது. அவன் வைத்தியரின் பின்னாலேயே மருந்து அலமாரிகள் இருந்த அறைக்கு சென்றான், பேசாமல் நின்று அவர் முகத்தையே பார்த்துக்கொண்டிருந்தான்.

"நீ ஒரு நாள் என்னை ஒரு முஸ்லீம் வீட்டில் யாரோ மிகவும் மோசமான நிலையில் இருந்த ஒரு நோயாளியைப் பார்க்க அழைத்துப் போனாயே அந்த இடம்தானே குரயீகுடி?" என்று கேட்டுவிட்டு வைத்தியர் எதிரில் மேஜை மேல் உரலில் ஏதோ இடிக்கத் தொடங்கினார்.

"ஆமாம், அதுதான், ஆனால் அப்போது இருந்ததைப் போல வறண்ட நிலம் இல்லை. இப்போது அங்கே பசுமையான நிலம்தான் இருக்கிறது."

"அங்கேதான் முஸ்லீம்கள் இருந்தார்கள்?"

“ஆமாம்.”

“அங்கிருந்துதான் எல்லா முஸ்லீம்களும் மாயமாகிவிட்டார்கள்?”

“மாயமாகிவிட்டார்களா? அவர்களை வெட்டி நதியில் எறிந்து விட்டார்கள், முழு கிராமத்தையும் எரித்துவிட்டார்கள் இந்த ராட்சசர்கள்.”

“அப்படி ஏன் ஆயிற்று? யார் அதையெல்லாம் செய்தது? உனக்கு அதைப் பற்றி ஏதாவது தெரியுமா?”

“தெரிவதற்கு என்ன இருக்கிறது, நேரான விஷயம், ஆசைதான், மண் ஆசை! அந்த அப்பாவிகள் வியர்வையையும் ரத்தத்தையும் ஒன்றாக்கி அந்த வறண்ட பூமியை, அந்தக் காட்டை பசுமை நிலம் ஆக்கினார்கள். சூரிய வெளிச்சம் கூட உள்ளே போகாத காட்டை அவர்கள் சுத்தமாக்கியதால் இன்று அங்கு எள் வயல்களின் பொன்னிறம் மின்னிக்கொண்டிருக்கிறது, மிளகாய், உளுந்து, உருளைக் கிழங்கு, வெங்காய வயல்கள் தளதளக்கின்றன, கோதுமை-நெல் வயல்கள் பரந்து கிடக்கின்றன, கிராமம் உருவாகி இருக்கிறது. அவர்கள் நம் மொழியைக் கூட கற்றுக்கொண்டார்கள். இந்த ராட்சசர்களால் எதையும் பொறுத்துக் கொள்ள முடிய வில்லை, அவர்கள் எல்லாரையும் சாம்பலாக்கிவிட்டு இப்போது அவர்களுடைய நிலத்தையும் விழுங்க சூழ்ச்சி செய்துகொண்டிருக்கிறார்கள். ஆனால், நான் உயிரோடு இருக்கும் வரை அங்கு யாரும் கால் எடுத்துவைக்க முடியாது என்பதை இவர்கள் மறந்துவிட்டார்கள். அந்த நிலம் இப்போது நிலம் அற்ற ஏழைகளுக்குப் போய் சேரும். நான் லிஸ்பட்டும் போட்டு வைத்திருக்கிறேன். கேசில் தீர்ப்பு சொல்லும் வரை.”

“போதும், போதும்! உன் லெக்சரைக் கொஞ்சம் நிறுத்து. அப்போதிருந்து ‘இவர்கள்-அவர்கள்’ என்று சொல்லிக் கொண்டிருக் கிறாயே யார் ‘அவர்கள்’?”

“யார்? அது உங்களுக்கும் தெரியும், எனக்கும் தெரியும். உங்கள் வீட்டில் உட்கார்ந்து பெரிய-பெரிய பேச்செல்லாம் பேசுகிறார்களே. இங்கேதான்...”

“ஏய்! என்னை இதில் எல்லாம் இழுக்காதே! நான் பத்திரிக்கை வாங்குகிறேன், எல்லாரும் படிக்க-கேட்க வருகிறார்கள், அவ்வளவு தான். சரி, கேள், நான் உனக்கு கொஞ்சம் உள்ளே நடக்கிற விஷயங் களை சொல்கிறேன். கவனமாகக் கேள்.” வைத்தியர் கஜேனையே பார்க்கத் தொடங்கினார்.

“விஷயங்களா?” கஜேன் வற்புறுத்தப்பட்டவனாக அவரைப் பார்த்து, அப்படி என்ன விஷயம் சொல்லப் போகிறாரோ, தெரிய

வில்லையே என்று யோசிக்கத் தொடங்கினான்.

வைத்தியர் மீண்டும் உரலில் இடித்தபடியே, "விஷயம் என்னவோ பூமியைப் பற்றியதுதான், ஆனால் அதை வைத்து வேறொரு சூழ்ச்சி சக்கரவியூகமும் வகுக்கப்பட்டு வருகிறது." என்றார்.

"பாருங்கள், விடுகதை எல்லாம் போடாதீர்கள். எனக்கு நிறைய வேலை இருக்கிறது, நேரம் ஆகிறது. நீங்கள் முன்னுரை எல்லாம் இல்லாமல் சொல்ல வந்ததை நேராக சொல்லுங்கள்." கஜேன் பொறுமை இழந்துகொண்டிருந்தான்.

"என்னிடமும் நேரம் அதிகம் இல்லை. நோயாளிகள் கூட்டம் அதிகரிப்பதற்கு முன் மருந்துகள் தயார் செய்யவேண்டியிருக்கிறது." வைத்தியர் இடிப்பதை நிறுத்திவிட்டார். ஒரு முறை ஜன்னல் அருகில் போய் வெளியே பார்த்துவிட்டு வந்த அவர் சொன்னார், "யாதவ் பௌராவுக்கும் அவர் கூட்டத்திற்கும் அந்த நிலத்தை அபகரிக்க வேண்டும் என்பது உண்மைதான். ஆனால் அதை விட மிக முக்கியமான விஷயம் மண்ணின் புனிதத்தைக் காப்பாற்றுவது. இந்த மண்ணில் அதர்மத்தின் விதை வளர்ந்து செழிக்க விடக்கூடாது. இந்த விஷயம் அதாவது மண்ணின் புனிதத்தைக் காப்பாற்றும் விஷயம் ஒரு முக்கியமான மனிதரை மற்ற எல்லாரையும் விட அதிகமாக துன்புறுத்திக் கொண்டிருக்கிறது." கடைசி சில சொற்களை அதிக அழுத்தம் கொடுத்து சொல்லிவிட்டு வைத்தியர் மீண்டும் இடிப்பதில் முனைந்துவிட்டார்.

"பூமியால் பிரயோஜனம் இல்லை, பூமியின் புனிதத்தைக் காப்பாற்றுவதில்தான் பிரயோஜனம் அதிகம் என்றால் அது கிராமத் தலைவர் கர்கீயைத் தவிர வேறு யாராகவும் இருக்க முடியாது. உண்மைதானே? இப்போது நான் நினைத்ததில் தவறு எதுவும் இல்லை. பூமியின் புனிதத்தை நான். அப்துல் கனி கெடுத்துவிட்டேன். நான் புனிதம் அற்றவன், அதர்மமானவன், ஏனென்றால் ஒரு முஸ்லீம் பெண்ணை ஆபத்திலிருந்து காப்பாற்றுவதற்காக, அவளைப் பாதுகாப்பதற்காக, வேறு வழி எதுவும் தோன்றாததால் அவளைக் கல்யாணம் செய்துகொண்டேன். நான் முஸ்லீம் ஆகிவிட்டேன். நான் புனிதம் அற்றவன், அதர்மம் செய்தவன்... மிலேச்சன். அவர்கள்? மனிதர்களை வெட்டிக் கொன்று, அவர்களுடைய ரத்தத்தில் ஹோலி விளையாடி அவர்கள் எல்லாரும் புனிதமாகிவிட்டார்களா? ஹூம்! அங்கு உள்ள பூமி முழுதும் அவர்களுடையது என்று ஆகிவிட்ட பிறகு நான் ஒரு முஸ்லீம் மட்டும் அவர்களுக்கு நடுவில் இருப்பேன் என்று அவர்கள் நினைத்துக்கொண்டிருக்கிறார்கள். அப்படி நடந்தால் அப்போது நான் ஓநாய்களுக்கிடையில் சிங்கம் போல அவர்களுக்கு ஆபத்தாகிவிடுவேன்! புல்லில் மறைந்த பாம்பைப் போல எமனாகி

விடுவேன்! இந்த பயம்தான் மிகப் பெரிய சிக்கல்."

"கஜேன், நான் சொன்னேன் இல்லையா, பூமி விஷயம் அவ்வளவு முக்கியமானதல்ல, தர்மம்தான் மிக முக்கியமானது. நீ சரியாகவே நினைத்திருக்கிறாய், கஜேன்! இது எல்லாவற்றுக்கும் பின்னால் உண்மையான சூத்திரதாரி கிராமத் தலைவர் கர்கீதான். நீ கடந்த நாட்களில் செய்திகளில் கேட்டிருப்பாய், வீர சாவர்க்கர், கோல்வல்கர் போன்ற தலைவர்கள் கூட்டங்களில் எப்படியான சொற்பொழிவுகளைக் கொடுக்கத் தொடங்கியிருக்கிறார்கள்!"

"ஆமாம், ஆமாம், எல்லாம் கேட்டேன். 'ராஷ்ட்ரீய ஸ்வயம் சேவக் சங்க்' அல்லது அப்படித்தான் ஏதோ ஒரு பெயர். அவர்களுடைய பேச்சு இவர்கள் மீது என்ன தாக்கத்தை ஏற்படுத்துகிறது என்று பார்க்கலாம்."

"கிராமத் தலைவருக்கு இவர்களைப் பற்றியெல்லாம் மிக நன்றாகத் தெரியும்."

"உங்களுக்கு இதை யார் சொன்னது?" கஜேனின் கேள்வியில் ஆச்சரியம் தெரிந்தது.

"மாதத்தில் இரண்டு-மூன்று முறை நான் கிராமத் தலைவரின் நாடியைப் பார்க்க அவர் வீட்டிற்குப் போகிறேன். அவருடைய ரத்த அழுத்தம் ஒரு நேரம் அதிகமாகிறது, ஒரு நேரம் குறைந்து விடுகிறது. அவருக்கு மருந்து, சாப்பாடு பற்றி தவறாமல் யோசனை சொல்லவேண்டியிருக்கிறது. அங்கே அடிக்கடி நடக்கும் பேச்சு வார்த்தைகளில் அவருடைய முஸ்லீம்களுக்கு விரோதமான கடுமையான போக்கைப் பற்றித் தெரிந்துகொள்ள முடிந்தது. அவர் தான் எப்போதாவது எனக்கு சாவர்க்கர், கோல்வல்கரின் புத்தகங் களைப் படிப்பதற்குக் கொடுக்கிறார். அந்தப் புத்தகங்களில் எல்லாம் நம் நாட்டை ஹிந்துக்கள் நாடாக வைத்திருக்கவேண்டும் என்று வற்புறுத்தப்பட்டிருக்கிறது. கிராமத் தலைவரின் சமய துவேஷம், யாதவ் பௌரா கூட்டத்தோடு அவர் பேசும் பேச்சுக்கள் ஆகியவற்றி லிருந்து எப்படியோ குரயீகுடி முஸ்லீம்களின் கொலை என்ற முன்பே வகுக்கப்பட்ட கொடூரச் செயலின் மூல காரணமாக கிராமத் தலைவர்தான் இருக்கிறார் என்று நான் ஊகிக்கிறேன். அவர்தான் திரைக்குப் பின்னால் இருந்துகொண்டு இவர்களை ஆட்டி வைத்து அக்கிரமமான காரியங்களை செய்ய வைக்கிறார்."

தர்மானந்தா கூறியவற்றை கஜேன் மிகவும் கவனமாகக் கேட்டுக்கொண்டிருந்தான். சில வினாடிகள் அமைதியில் கழிந்தது. அதன் பிறகு கஜேன் மிகுந்த ஆச்சரியத்தோடு கேட்டான், "வைத்தியரே, இன்று திடீரென்று இந்த விஷயங்களை என்னிடம்

ஏன் சொல்கிறீர்கள்?"

"கேள் கஜேன், என் தந்தை மிகப் பெரிய சமஸ்கிருத பண்டிதர். அவர் ஒரு மகாராஜாவிடம் புரோகிதராக இருந்தார். நானும் ஒரு வைதிக பிராமணன். சந்தியாவந்தனமும், காயத்ரி ஜபமும் நாள்தோறும் நியமம் தவறாமல் செய்கிறேன், ஆனால் என் மனதில் உன் மீது எந்த வெறுப்பும் இல்லை. உன் மீது எப்போதாவது மிகவும் கோபம் வரத்தான் செய்கிறது. நான் எப்போதும் உன்னைத் திட்டி வைதுகொண்டுதான் வந்திருக்கிறேன், ஆனால் உன்னிடம் எனக்குள்ள நட்பு ஒருபோதும் குறைந்ததில்லை. இன்று நான் உன்னிடம் ஒரு முக்கியமான விஷயம் சொல்ல விரும்புகிறேன், அது இதுதான், நீ மிகவும் எச்சரிக்கையாக இருக்கவேண்டும். அங்கே இங்கே தனியாக அலையவேண்டாம். உன்னுடைய பாதுகாப்பைக் குறித்து விழிப்பாக இருக்கவேண்டும். சரி, இப்போது போ. வெளியே நோயாளிகள் உட்கார்ந்து காத்திருக்கிறார்கள்."

வைத்தியர் தன்னுடைய நீண்ட பேச்சை முடித்துவிட்டு, தான் இடித்துக்கொண்டிருந்ததை ஜாடியில் நிரப்பத் தொடங்கினார்.

"கஜேனை யாரும் தொட முடியாது, இதை நீங்கள் நினைவில் வையுங்கள். நீங்கள் கொஞ்சமும் கவலைப்படாதீர்கள், எனக்கு ஒன்றும் நேராது. நான் வருகிறேன் வைத்தியரே, நிறைய வேலை இருக்கிறது."

"கஜேன், மீண்டும் சொல்கிறேன், கவனமாக இரு. பார், எச்சரிக்கையாக இருப்பதில் தவறு ஒன்றும் இல்லை."

கஜேன் வைத்தியரின் கடையிலிருந்து வெளியே வந்தான். தெருவுக்கு வந்து அவன் மதனின் போஸ்ட் கார்டை பையிலிருந்து நிதானமாகப் படித்தான். சதரிலிருந்து வக்கீல் மதன் சர்மா அவனுக்குக் கடிதம் எழுதியிருந்தான்.

யாதவ் பௌரா கூட்டத்தின் மீது குரயீகுடி முஸ்லீம்களின் கொலை, நெருப்பு வைத்தல் தொடர்பாகத் தொடுக்கப்பட்டிருந்த வழக்கு விசாரணை நாள் மூன்று நாட்கள் கழித்து இருந்தது! உண்மையில், அவனுக்குதான் கடிதம் தாமதமாகக் கிடைத்திருந்தது. பல நாட்களுக்கு முன்பே அந்தக் கடிதம் வந்து வைத்தியரின் கடையில் கிடந்திருந்தது. வழக்கின் முக்கியத்துவம் மிகவும் அதிகரித்திருந்தது. எல்லாவற்றையும் விட முக்கியமான விஷயம், சாட்சியாக கஜேன் எப்படியும் அன்று கோர்ட்டில் இருந்தாக வேண்டும், அவன் அன்று கோர்ட்டுக்கு வரவில்லையென்றால் கேஸ் டிஸ்மிஸ் ஆகிவிட்டாலும் ஆகிவிடும்.

பாட்டியம்மாவிடம் கஜேன் பல அவசியமான விஷயங்களை சொல்ல-கேட்க வேண்டியிருந்தது. அவனைப் பார்த்ததுமே

பாட்டியம்மா, "ஏண்டா கஜேன், இவ்வளவு நேரம்! ஹசீனா எப்படி இருக்கிறாள்?" என்று கேட்டாள்.

"உன்னிடம் இதைத்தான் சொல்ல வந்தேன், அவளுக்கு என்ன ஆயிற்றோ, தெரியவில்லை. மிகவும் மெலிந்துவிட்டாள். ஒன்றும் சாப்பிடுவதில்லை. காலையிலிருந்து வாந்திதான் எடுத்துக் கொண்டிருக் கிறாள்."

வயதான பாட்டி புன்னகையுடன் சொன்னாள், "அப்படியானால் கோளாறு ஆகிவிட்டது."

"கோளாறா? என்ன கோளாறு பாட்டி?"

"அப்பா ஆகப்போகிறாய் நீ! சரி, நாளை-நாளை மறுநாள் அவளை இங்கே அழைத்து வா, நான் அவளுக்கு எல்லாம் சொல்லித் தருகிறேன்."

"ஓஹோ! அதுதான் விஷயமா!!" கஜேனின் புன்னகை உதட்டில் தோன்றி கண்கள் வரை பரவியது. அவனுக்கு சட்டென்று கேஸ் விசாரணை நினைவு வந்தது. அவன் சொன்னான், "கொஞ்சம் பொறுத்துக்கொள் பாட்டியம்மா, புதன்கிழமை வழக்கு விசாரணைக்கு வருகிறது. இந்த வழக்குக்காக நான் போகத்தான் வேண்டும், ஹசீனாவையும் கூட அழைத்துப் போகவேண்டும்."

"இந்த நிலைமையில் அவள் அலைவது-திரிவது."

"அவள் சந்தோஷமாகத் திரிவதற்குப் போகவில்லை பாட்டி! இந்த முறை விஷயம் மிகவும் முக்கியமானது. கேஸ் செஷன்ஸ் கோர்ட் வரை போய்விட்டது. இப்போதுதான் வைத்தியர் கடையில் மதன் சார் கடிதம் கிடைத்தது. போலீஸ் ஸ்டேஷனிலிருந்தும் செய்தி வந்திருக்கவேண்டும், ஆனால் அவர்கள் என்னவோ தெரியவில்லை, எந்த செய்தியும் அனுப்பவில்லை. கேஸ் செஷன்ஸ் கோர்ட் வரை போய்விட்டதென்றால் இந்த முறை தீர்ப்பும் வந்துவிடும். இந்த ராட்சசர்களை எல்லாம் ஜெயிலுக்கு அனுப்பிவிட்டால் நம் கிராமம் சுத்தமாகிவிடும்."

"டேய், டேய், நீ பாட்டுக்கு உளறிக்கொண்டே போகிறாய், பாவம், அந்த சின்ன வயதுப் பெண்ணை உன் பிடிவாதத்தால் வீணாக."

"இல்லை பாட்டி, இது வீண் வார்த்தை இல்லை, அவள்தான் முக்கியமான சாட்சி, நிகழ்ச்சியைக் கண்ணால் கண்ட சாட்சி. சாட்சி சொல்வதற்கு அவளை கூட அழைத்துப் போகத்தான் வேண்டும். இப்போதே நான் போகவேண்டும். நான் அவளுக்கு ஏதோ நோய் என்று நினைத்து டிஸ்பென்சரி டாக்டரிடம் போய் மருந்து கேட்க

யோசித்திருந்தேன். ஆனால் நீ என்னவென்று புரிந்து கொண்டுவிட்டாய், அப்படியே விட்டுவிடலாம், இல்லையா! அல்லது டாக்டரிடம்..."

"டாக்டரிடம் ஒரு முறை கட்டாயம் காட்டத்தான் வேண்டும், ஆனால் இவ்வளவு சீக்கிரம் காட்டவேண்டியதில்லை."

"அப்படியானால் நான் வரட்டுமா? இப்போதே அவரிடம் யோசனை கேட்டுக்கொள்கிறேன். பிறகு திரும்பி வரும்போது உன்னிடம் சொல்லிவிட்டுப் போகிறேன். சரியா? அடேடே, ஒரு விஷயம் சொல்ல மறந்தே போய்விட்டேன், நீ ஆசீர்வாதம் செய்து ஒரு குங்குமப் பொட்டலம் கொடுத்தாய் இல்லையா, அது தீர்ந்து போய்விட்டது. ஹசீனா இன்னும் கொஞ்சம் குங்குமம் கேட்டு விட்டாள். இப்போது நான் போய் வருகிறேன், பாட்டி!"

அவன் வெளியே வந்தபோது பின்னாலிருந்து பாட்டியின் குரல் வந்தது-

"கஜேன், கடைத்தெருவில் குங்குமம் வாங்கிய பிறகு குங்குமம் வைப்பதற்கு ஒரு சின்ன சிமிழும் வாங்கி வா."

"சரி, வாங்கி வருகிறேன்." பின்னால் திரும்பிப் பார்க்காமலே கஜேன் சொன்னான்.

அன்று சந்தையில் என்னென்ன வாங்குவதென்றே கஜேனுக்குத் தோன்றவில்லை. ஹசீனாவுக்கு சேலை, ப்ளவுஸ், ஒரு ஜோடி சான்டல் செருப்பு, இன்னும் என்னென்னவோ அவன் வாங்கினான். பிறகும் திருப்தி அடையாமல் சூதாட்டத்தில் போய் உட்கார்ந்தான், மாலை நேரம் வரை சூதாடி நிறைய பணம் ஜெயித்தான். சந்தை முடியும் முன் சாராயக் கடைக்குப் போய் சாராயமும் குடித்தான். கஜேன் கந்தர்வ சௌதரியிடம் தான் அப்பா ஆகப் போகும் செய்தியை சொன்னான், இருவரும் நிறைய குடித்தார்கள்.

சௌதரி கொடுத்த ஸ்பெஷல் சாராயத்தைக் குடித்தபடியே கஜேன் சற்று தூரத்தில் நின்றிருந்த தீனையும், ராமச்சந்திரனையும் கவனித்தான். அவர்கள் இருவரும் அவனையே உற்றுப் பார்த்துக் கொண்டிருந்தார்கள். அன்று நாள் முழுதும் சந்தையில் பல முறை அவர்கள் இருவரும் தன் அருகிலேயே திரிந்துகொண்டிருந்ததும், தான் அவர்களைப் பார்த்ததும் எங்காவது மறைவில் மறைந்து கொண்டதும் கஜேனுக்கு நினைவு வந்தது. இந்நேரம் சந்தை யாரும் இல்லாமல் சூனியமாகிவிட்டிருக்கும். இன்னும் சிலர் மட்டும் சாராய கிளாஸ் காலி ஆவதை எதிர்பார்த்து காத்திருந்தார்கள், சில பெரிய கடைகளில் கடைக்காரர்கள் தங்கள் பொருள்களைத் திரட்டிக்கொண்டிருந்தார்கள். சந்தை முடிந்துவிட்டது, யாதவ் பௌராவின் இந்த இரண்டு அடியாட்களும் இந்நேரம் இங்கே

என்ன செய்து கொண்டிருக்கிறார்கள்? ஒருவேளை அவர்கள் இங்கே சாராயம் குடிக்க வந்து தன்னைப் பார்த்து தயங்கி நின்று விட்டார்களோ என்று கஜேன் நினைத்தான். அவன் அவர்களைக் கூப்பிட இருந்தபோது சட்டென்று அங்கிருந்து அவர்கள் மாயமாகி விட்டார்கள். கஜேன் பிறகு ஒன்றும் யோசிக்கவில்லை. அவனுக்கு மெல்ல, மெல்ல போதை ஏறத் தொடங்கியது. எந்த முக்கியமான விஷயத்தையும் யோசிக்கும் நிலையில் அவன் இல்லை. அவன் சாராய பாட்டிலை ஒரு பையில் எடுத்துக்கொண்டு வீட்டிற்குக் கிளம்பினான்.

தன் கிராமத்திற்குள் வந்து ஒரு ஆள் நடமாட்டம் இல்லாத இடத்தை அடைந்ததும் கஜேன் நின்றான், அங்கே பெரிய சாலையி லிருந்து ஒரு ஒற்றையடிப் பாதை பிரிந்து மோத்தி மிஸ்த்ரி வீட்டுப் பக்கம் சென்றது. சற்று தொலைவிலேயே சேலம் நதியின் மீது அமைந்த மரப் பாலம் இருந்தது. அந்த ஆள் நடமாட்டமில்லாத ஒற்றையடிப் பாதைக்கு வந்ததுமே சற்று தூரத்தில் பலர் கூடி நின்று கிசுகிசுவென்று பேசிக்கொண்டிருப்பதாக அவனுக்குத் தோன்றியது.

அமாவாசை இருட்டு, அத்துடன் ஆகாயமும் தெளிவாக இல்லை. சுற்றுமுற்றும் ஒன்றும் சரியாகத் தெரியவில்லை. அவன் அந்தக் கூட்டத்தைக் கடந்து போய்க்கொண்டிருந்தபோது அவர்கள் சற்று முன்னால் வந்து அந்த வழியாகப் போய்க்கொண்டிருப்பது யார் என்று தெரிந்துகொள்ள முயற்சித்தார்கள், "யார் அது?" என்று கேட்டார்கள். கஜேன் உடனே ராமச்சந்திரன், தீன் ஆகியோரின் கூட்டம்தான் அது என்று அறிந்துகொண்டான். "ஓ! நீங்கள் இங்கே மறைந்து நிற்கிறீர்களா? இப்படி ஒளிந்து மறைந்து என்ன பேச்சு வார்த்தை நடந்துகொண்டிருக்கிறது இங்கே? நீங்கள்தான் பாரத நாட்டை சீர் செய்ய வந்திருப்பதாகத் தோன்றுகிறது. இவர்கள் ராமச்சந்திரனும், தீனும்தானே! நீங்கள் இருவரும் இன்று ரத்தன்போக்கரி சந்தையில் நாள் முழுதும் கண்ணாமூச்சி விளையாடிக்கொண்டிருந்தீர்கள். சாராயம் குடிக்க வந்திருந்தால் கடையில் என்னைப் பார்த்துவிட்டு வாலை சுருட்டிக்கொண்டு ஏன் ஓடிவிட்டீர்கள்?"

அந்தக் கூட்டத்தில் யாரும் கஜேனுக்கு பதில் சொல்லவில்லை, அவர்கள் எல்லாரும் ஒருவர் பின் ஒருவராக அந்த ஒற்றையடிப் பாதையில் இரண்டு அடி முன்னால் வந்தார்கள். அந்த நேரம் கஜேன் இவர்களோடு வீணாக வாக்குவாதத்தில் சிக்குவது சரியில்லை என்று நினைத்தான். இன்று அவனுக்கு மிகவும் சந்தோஷமான நாள். அவன் அப்பா ஆகப் போகிறான். வீணாக சண்டை போட்டு ஏன் மூடை கெடுத்துக்கொள்ள வேண்டும்?

அவன் மேலே நடக்கத் தொடங்கினான். ஏனோ அவனுக்கு

எல்லாரும் தன் பின்னாலேயே வருவதாகத் தோன்றியது. சரி, வந்தால் வரட்டும். அவர்கள் கூட்டமாகக் கூடி எங்கேயோ போய்க் கொண்டிருந்தால் போகட்டுமே! அவர்கள் வருவதையும் போவதை யும் பற்றித் தெரிந்துகொள்ள தனக்கு என்ன அவசியம்? அவன் தன் போக்கில் நடந்துகொண்டே இருந்தான். அவன் திரும்பிப் பார்க்கக் கூட விரும்பவில்லை, பையிலிருந்து சாராய பாட்டிலை எடுத்து இரண்டு, மூன்று மடக்கு குடித்தான். அவன் பாட்டியம்மா வீட்டிற்குப் போய் சேர்ந்தபோது முழு போதை ஏறிவிட்டிருந்தது. அவன் தயக்கமில்லாமல் பாட்டியிடம் தான் அப்பா ஆகப்போகும் செய்தியைக் கேட்டதிலிருந்து நாள் முழுதும் மகிழ்ச்சியாக திரிந்து கொண்டிருந்ததாகவும், நிறைய குடித்திருப்பதாகவும் சொல்லி விட்டான்.

கஜேன் பாட்டியம்மா வீட்டில் அதிக நேரம் தங்கவில்லை. அவன் ஹசீனாவுக்காக தான் வாங்கி வந்த பொருள்களை எல்லாம் எண்ணி வைத்தான், முக்கியமாக பாட்டியம்மா சொன்னபடி குங்குமத்தோடு ஒரு சிறிய குங்குமச் சிமிழும் வாங்கி வந்ததை சொன்னான். மறுநாள் காலையிலேயே ஹசீனாவை அங்கு அழைத்து வருவதாகவும், என்ன சொல்ல வேண்டுமோ அதை பாட்டியம்மாவே அவளிடம் சொல்லும்படியும், இரண்டு நாட்கள் சென்று அவன் வழக்கிற்காக சதர் போகவேண்டி இருப்பதால் அந்த வேலையை மறுநாளே செய்துவிட வேண்டுமென்றும் சொல்லிவிட்டு கஜேன் அவசரமாக வீட்டிற்குப் போகக் கிளம்பினான். தனியாக இருந்த ஹசீனாவுக்குத் துணையாக காயிலாவை இருக்கச் செய்து விட்டு அவன் வந்திருந்தான், காயிலாவும் வீட்டிற்குப் போக வேண்டி யிருக்கும். இரவு நேரம் ஆகிக்கொண்டே போகிறது, கால நிலையும் மோசமாகிக்கொண்டே போகிறது. காற்று வேகமாக வீசுகிறது. ஒருவேளை புயல் வருமோ என்னவோ!

கஜேன் பொருள்கள் நிரம்பிய பெரிய பையைத் தோளில் போட்டுக்கொண்டு, தனக்குத் தானே பேசிக்கொண்டு, எப்போதாவது ஏதோ ஒரு பாட்டை முணுமுணுத்துக்கொண்டு நடந்து போய்க் கொண்டிருந்தான். அதற்குள் ஆகாயம் முழுதும் கனத்த கருமேகங்கள் சூழ்ந்தன. அதனால் இருட்டு இன்னும் கனத்து விட்டிருந்தது காற்று புயலாக உரு மாறிக் கொண்டிருந்தது. வழியில் எங்கும் யாரும் இல்லாமல் சூனியமாக இருந்தது. இரண்டொரு மழைத்துளிகளும் விழத் தொடங்கின. அவன் சாராயம் குடித்திருந்தான், அத்தோடு வெகு வேகமாக நடந்துகொண்டுமிருந்தான், அதனால் அவன் மிகவும் சூடாக உணர்ந்தான். கொஞ்சம் மழை பெய்தால் நன்றாக இருக்கும் என்று அவனுக்குத் தோன்றியது. அப்போது பின்னால் யாரோ சீட்டி அடித்துக்கொண்டு, ஏதோ ஒரு பாட்டின் வரியைப் பாடிக்கொண்டு தன்னை நெருங்கி வருவதாக அவனுக்குத் தோன்றியது.

இடையிடையே டார்ச் லைட் வெளிச்சம் இங்கும், அங்கும் அசைவது தெரிந்தது, சீட்டி சத்தமும் நெருங்கி வருவதாகத் தோன்றியபோது வருபவன் யாராக இருந்தாலும் அவன் சைக்கிளில் வருகிறான் என்று அவன் தெரிந்துகொண்டான். சீட்டியில் ஒலித்த பாடல் வரியையும் அவன் அடையாளம் கண்டுகொண்டான். அவன் பாதையின் ஓரமாக நின்று சைக்கிள் தன்னை நெருங்கி வந்ததும் லேசாக செருமினான். சைக்கிள் முன்னால் போய்விட்டது. சீட்டி ஒலியும் நின்றுவிட்டது.

திடீரென்று கஜேனுக்கு காலையில் வைத்தியர் சொன்ன விஷயங்கள் நினைவுக்கு வரத் தொடங்கின. அதன்படி, "யாதவ் பௌரா கூட்டத்தினருக்கு அவனுடன் உள்ள பகைமையின் மூல காரணம் பூமி அல்ல, சமயம். கிராமத் தலைவர் கர்கீ தன்னுடைய பூமியில் வேறொரு சமயத்தின் விதை செழித்து வளர விடமாட்டார். ஒரு முஸ்லீம் பெண்ணைத் திருமணம் செய்து கொண்டு அவன் சமய விரோதி ஆகிவிட்டான். இப்போது ஒரு சமய விரோதியின் குழந்தையும் இந்த குரயீகுடி மண்ணில் பிறக்கும்! ஒரு சமய விரோதியின் விதை இதே பிரம்மபுத்ரா நதியின் கரையில் செழித்து வளரும்! இவள் ஹிந்துக் கடவுளான பிரம்மாவின் புத்ரி. பிரம்மபுத்ரா ஒரு ஹிந்து நதி. இந்த ஹிந்து நதியின் கரையில் ஒரு முஸ்லீம் விதை செழித்து வளரக் கூடாது! இந்தத் தீய எண்ணம்தான் கிராமத் தலைவர் கர்கீயை வதைக்கிறது. அவருடைய உத்தரவின்பேரில்தான் யாதவ் பௌரா சூழ்ச்சி செய்துவருகிறார், அவருடைய உத்தரவை நிறைவேற்ற தயார் செய்துகொண்டு இருக்கிறார்."

கஜேன் உரக்கக் கத்தினான், "நீங்களும் பாருங்கள், என் மகன் பிறந்ததுமே அவனை பிரம்மபுத்ரா நதி நீரில் தலை மூழ்கச் செய்யா விட்டால் என் பெயர் கஜேன் இல்லை. பிரம்மாவின் மகன், அப்துல் கனியின் மகன் இருவரும் கழுத்தைக் கட்டிக்கொண்டு நதி நீரில் விளையாடுவோம். இது ஹிந்து நதி இல்லையா! பிரம்மா எனக்கு என்ன தண்டனை கொடுக்கிறார் என்று பார்க்கிறேன்! அவரே நேரில் வந்து 'இந்த நதியில் உன் மகன் நீராடக் கூடாது, இது ஹிந்து நதி' என்று சொல்கிறாரா, பார்க்கிறேன். பிரம்மா எனக்குத் தண்டனை கொடுத்தால் அல்லா என்னைக் காப்பாற்றுகிறாரா, இல்லையா என்றும் நான் பார்க்கவேண்டும். போங்கள், இதெல்லாம் சீக்கிரமே சுத்தமாகிவிடும். பிரம்மா-அல்லா. பிரம்மா-அல்லா. அல்லா-பிரம்மா."

வாய்க்குள்ளேயே ஜபித்துக்கொண்டு கஜேன் இன்னும் வேகமாக நடக்கத் தொடங்கினான்.

அதன் பிறகுதான் புயல் வந்துவிட்டது. புயல், இடி-மின்னல், மேகங்களின் கர்ஜனை, பிறகு மழை. கஜேன் முழுக்க நனைந்து விட்டான். அவன் இன்னும் உரக்கக் கத்தி பாட்டு பாடத் தொடங்கி

விட்டான். அவன் மகிழ்ச்சியில் குதித்தபடி பையிலிருந்து சாராய பாட்டிலை எடுத்தான், மீதி இருந்த சாராயத்தையும் விழுங்கிவிட்டு பாட்டிலை வீசி எறிந்தான். இரண்டு வாரங்களுக்கு முன்பு கூட அவன் ரத்தன்போக்கரி சந்தைக்கு வந்துவிட்டுத் திரும்பியிருந்தான். அன்று பௌர்ணமி. முழு நிலவின் வெளிச்சத்துடன் பெரிய நிலா உதயமாகி வந்திருந்தது. வானம் அன்று முற்றிலும் தெளிவாக இருந்தது, ஆனால் அவன் மனம் இருண்டிருந்தது. கவலை மேகங்கள் கனத்து சூழ்ந்திருந்தன.

இன்று அமாவாசை. வெளியே கனத்த இருள். அரக்கனைப் போல கறுப்பாக, எல்லாவற்றையும் விழுங்கியபடி இருள். புயல்-மழையின் வீச்சுகள் மரம்-செடிகளைக் கிழித்துக்கொண்டிருந்தன. அவற்றை வேரோடு பெயர்த்து வீசிக்கொண்டிருந்தன. ஆனால் இன்று அவன் மனதை நிலவொளி நனைத்துக்கொண்டிருப்பதைப் போல இருந்தது. இன்று அவன் மனதில் மகிழ்ச்சி வெள்ளம் அணையை உடைத்துக்கொண்டு பெருக்கெடுத்துக்கொண்டிருந்தது. அவன் விரைவிலேயே அப்பா ஆகப் போகிறான். ஹசீனாவின் கர்ப்பத்தில் ஒரு குழந்தை வளர்ந்துகொண்டிருக்கிறது. ஹசீனாவும் அவனும் ஒருவரை ஒருவர் உயிருக்குயிராக நேசிக்கிறார்கள், அந்த நேசத்தின் வடிவம் வரவிருக்கும் இந்தக் குழந்தை. குழந்தை எப்படி இருப்பான் என்று யோசிக்க-யோசிக்க அவன் மனதில் என்னென்னவோ எண்ணங்கள் வரத் தொடங்கின! இது அவனுடைய, ஹசீனாவுடைய குழந்தை. அவன் முன்பு ஹிந்துவாக இருந்தவன், ஹசீனா முன்பே முஸ்லீமாக இருந்தவள். அவன் சமயம் மாறி அவளைக் கல்யாணம் செய்துகொண்டதால் அவனுடைய ரத்தமே மாறிவிட்டதா? எல்லாம் வெறும் பிதற்றல். எல்லாம் வீண் வார்த்தைகள். அவன் அவனேதான். அவன் ஒரு மனிதப் பிறவி மட்டும்தான். ஹசீனாவும் ஒரு மனிதப் பிறவிதான், மன்சூரும், மற்ற எல்லாரும் கூட மனிதப் பிறவிகள்தான். வித்தியாசம் இதுதான், அவர்கள் ஏழைகள், பலவீனமானவர்கள், தங்கள் வீடு, மண் எல்லாவற்றையும் துறந்து வந்தவர்கள். அவர்கள் தங்களைக் காப்பாற்றிக்கொள்ள சக்தி அற்றவர்களாக இருந்தார்கள்.

ஆனால் அவனும் ஹசீனாவும் சேர்ந்து குரயீகுடியில் ஒரு புதிய தொடக்கத்தைத் துவங்குவார்கள். அவனைப் போலவே இன்னொரு கஜேன் இந்த குரயீகுடி மண்ணில் தோன்றுவான். நீதிக்காக குரல் கொடுப்பவன் யாராவது இருந்தால் அவனுக்குத் துணையாக அவன் நிற்பான். இன்று வரை அவன் தனி ஆளாக இருந்தான், எந்தக் கொடுமைக்கும் எதிராக தனியாகவே போராடிவந்தான். இப்போது இன்னும் ஒருவனும் அவனுக்குத் துணையாக இருப்பான். ஒருவர் இருவராகிவிடுவோம். ஹசீனா அவனுக்கு ஒரு துணையைத்

தருவாள் இல்லையா! ஹசீனா... ஹசீனா... அவனுக்கு சொந்தமான, அன்பு ஹசீனா! அவன் ஹசீனாவுக்காக வாங்கிய பொருள்கள் அடங்கிய பையை இரண்டு கைகளாலும் தன் நெஞ்சோடு சேர்த்து இறுக்கிக்கொண்டான். பையும், அதன் உள்ளே இருந்த எல்லாப் பொருள்களும் நனைந்துவிட்டிருந்தன, சேலை, ப்ளவுஸ், வளையல் கள், கங்கணம், ஹிமானி ஸ்னோ, செம்பருத்தித் தைலம், காலில் போடும் அல்த்தா எல்லாம்! குங்குமப் பொட்டலத்தையும், சிமிழை யும் அவன் துணியில் சுற்றிக் கட்டி பைஜாமா பையில் தனியாக வைத்திருந்தான். அவன் தன் வலது கையை பைஜாமா பையில் வைத்துக்கொண்டு, இடது கையால் பையை அப்படியே நெஞ்சில் அழுத்திக்கொண்டு ஓடத் தொடங்கினான். அவன் ஓடினான், கத்திக் கொண்டே ஓடினான், "ஹசீனா.. ஹசீனா.. ஹசீனா.."

மேலே மேகங்களின் கர்ஜனையோடு பொழியும் மழை. எதிரில் கனத்த இருட்டில் மின்னல் ஒளியால் மட்டும் தெரியும் சிறிய பாதை, அவ்வளவுதான்.. தான் அம்மன் கோவிலுக்கு அருகில் வந்து விட்டதாக கஜேனுக்குத் தோன்றியது. எதிரில் மகிழ மரம்... கீழே அடர்ந்த கருமேகங்களின் இருள். பாபுதேவின் வீட்டு சுவர் துளை வழியாக உள்ளே எரிந்துகொண்டிருந்த விளக்கின் வெளிச்சம் மினுக் மினுக்கென்று வந்துகொண்டிருந்தது. கோவில் வாசலில் நின்ற கஜேனுக்கு பலி கொடுக்கும் வாள் நினைவு வந்தது. ஒரு முறை ஜவாவின் நினைவும் வந்தது. அவன் கோவிலைப் பார்த்தபடியே தெருவைக் கடந்துகொண்டிருந்தபோது அவன் கண்கள் மீது பல டார்ச் லைட்களின் வெளிச்சம் ஒருசேர விழுந்தது. அவன் தலையைத் திருப்பியபோது மின்னலின் வினாடி நேர வெளிச்சத்தில் அவன் பார்வை ஆலமரத்தின் அடிப்பகுதி மீது சார்த்தி வைத்திருந்த ஒரு சைக்கிளின் பின் மட்கார்டில் இருந்த சிவப்பு ரிஃப்ளெக்டர் மேல் விழுந்தது. அவன் கோவில் பக்கம் திரும்ப விரும்பியபோது பின்னாலிருந்து கனத்த இரும்பு போன்ற ஏதோ ஒரு பொருளால் தன் தலை மீது பலத்த ஒரு அடி விழுந்ததை உணர்ந்தான். அதே வினாடி மின்னல் மின்னியது, அடுத்த கணமே ஒரு பெரிய இடி சத்தம் கேட்டது.

"ஐயோ! செத்தேன்!" ஒரு பயங்கர அலறலுடன் அவன் இரண்டு அடி எடுத்து வைத்து கோவில் படியின் மீது விழுந்தான். "பாபுதேவ்.." என்று ஒரு முறை கஜேன் கத்தினான். அவன் துடிதுடிக்கத் தொடங்கினான். அவனுக்கு ஒரு முறை தொலைவில்.. தன் வீட்டுக் கதவருகே விளக்கைக் கையில் ஏந்தி பாபுதேவ் நிற்பது தெரிந்தது, ஆனால் அடுத்த வினாடியே அவன் உடம்பின் மீதும், நெற்றியின் மீதும் பல கோடாலிகள் ஒருசேர தாக்கின. அவன் மீண்டும் ஒரு முறை அலறினான், ஆனால் இந்த முறை சத்தமே வரவில்லை.

வாயிலிருந்து 'உம்-உம்' என்ற சத்தம்தான் வந்தது, நெஞ்சில் பையின் மீது வைத்திருந்த அவன் கை நழுவியது. அவன் முகம் கோவிலை நோக்கி இருந்தது. வாழ்க்கையின் கடைசி வினாடி என்ற உணர்வோடு கஜேன் காற்றில் பாபுதேவின் கையிலிருந்த விளக்கு அணைந்துவிட்டதைக் கண்டான். பிறகு... ஒன்றும் இல்லை... அவ்வளவுதான்... இருட்டு மட்டும்தான்!

காலையிலிருந்தே பாட்டியம்மா வேலையில் மும்முரமாக இருந்தாள். பதராமுக்கும், சாயிலாவுக்கும் வேலை முடியவே இல்லை. அவர்கள் விடியற்காலையிலேயே எழுந்து தேங்காய் லட்டு செய்தார்கள், பாயசம் செய்தார்கள், அவல் உருண்டை பிடித்தார்கள். கஜேனுக்கு அவல் உருண்டை மிகவும் பிடிக்கும், இப்போது ஹசீனாவுக்கும் பிடிக்கத் தொடங்கியிருந்தது. அவர்கள் வந்ததும் டீயுடன் சாப்பிடத் தரலாம், லட்டும் தரலாம். பாயசத்தை அவர்கள் திரும்பிப் போகும்போது சாப்பிடத் தரலாம். பகல் சாப்பாட்டிற்கும் முழு ஏற்பாடு செய்யப் பட்டிருந்தது. இன்று பாட்டியம்மா பழைய 'ஜஹறா'[1] அரிசி சாதம் சமைக்க இருந்தாள். கேசரி பருப்பும் இருந்தது. பூசணிக்காயும் இருந்தது. மிளகாய்-மசாலா போட்டு சமைக்க வேண்டும். சிறிய மீன்களும், வீட்டு மரத்திலிருந்து எலுமிச்சம்பழங்களும் இருந்தன... இப்போது ஹசீனாவுக்கு புளிப்பாக ஏதாவது சாப்பிட மனம் விரும்பும் இல்லையா! அப்படி-இப்படி ஏதாவது சாப்பிட விரும்பினாலும் கொடுத்துவிடலாமே! அதற்காக பாட்டியம்மா சாயிலாவை அனுப்பி பண்டிதர் வீட்டுக் குட்டையிலிருந்து மாகுர் அல்லது கரயீ மீன் பிடித்து வரச் சொல்லியிருந்தாள், என்ன கிடைக்கிறதோ,

பார்க்கலாம்! எது கிடைத்தாலும் எள்ளை அரைத்து 'ஜால்'[2] செய்ய வேண்டும், இல்லையென்றால் அவளுக்கு வாய்க்கு ருசியாக இருக்காது. வெளி அறையிலேயே அவர்கள் உட்காரவும், சாப்பிடவும் ஏற்பாடு செய்யப்பட்டிருந்தது. அவள் அறையை சுத்தம் செய்து விரிப்பு விரித்துவிட்டாள்.

பாட்டியம்மா ஏற்பாடுகள் செய்துகொண்டே இருந்தாள், இடையிடையே ஏன் இவ்வளவு நேரம் ஆகிறது என்று வெளியே போய் பார்த்துவிட்டு வந்தாள். காலையில் சீக்கிரம் வந்துவிடுவோம் என்று நேற்று கஜேன் சொல்லிவிட்டுப் போனானே. இப்போது மத்தியானம் ஆகப் போகிறதே! பாட்டியம்மா சமைத்து முடித்து விட்டு வெளியே வந்து கதவைப் பிடித்துக்கொண்டு நின்றுவிட்டாள்..

---

1. பாசுமதி அரிசி போன்ற வாசனை அரிசி.

2. எள்ளும் மிளகாயும் அரைத்து செய்த காரமான சூப்.

மெல்ல-மெல்ல மத்தியானமும் ஆகிவிட்டது. அவளுக்கு முழங்கால் வலித்தது.

என்ன ஆகிவிட்டது? திடீரென்று அவள் காயிலா வருவதைப் பார்த்தாள்.

"காயிலாவா? நீ எங்கே இந்த நேரம் வந்தாய்? அவர்கள் வரவில்லையா? அவள் உடம்பு..."

"பாட்டி, கஜேன் நேற்றிலிருந்து வீட்டிற்கே வரவில்லை."

"நேற்று மாலை அவன் இங்கு வந்து என்னைப் பார்த்துவிட்டுப் போனான். புயல்-மழையில் எங்காவது தங்கியிருப்பான்."

"ஆனால் காலையிலாவது வந்திருக்க வேண்டும், இல்லையா!"

"ஆமாம், அது என்னவோ உண்மைதான்."

காயிலாவுடனும் பதராமுடனும் வெகு நேரம் பேசி காயிலா ஹசீனாவை தன் வீட்டிற்கு அழைத்துப் போய்விட வேண்டும் என்றும், கஜேன் வழக்கு வேலையாக சதருக்குப் போக நேர்ந்து விட்டது, இந்த நிலைமையில் அவள் பயப்படவே கூடாது என்று ஹசீனாவிடம் சொல்லுவது என்றும் தீர்மானிக்கப்பட்டது. பாட்டியம்மா அவல் உருண்டை, லட்டு, பாயசம் எல்லாம் ஒரு பொட்டலத்தில் கட்டி ஹசீனாவுக்கு கொடுத்து விட்டாள்.

ஆறு நாட்களுக்குப் பிறகு பாட்டியம்மா பதராமிடம் இரண்டு முக்கியமான வேலைகளைத் தந்தாள். ஒன்று, கஜேன் இப்போதும் எங்கே இருக்கிறான் என்றே தெரியவில்லை, அவனைப் பற்றி ஏதாவது தெரிந்ததா என்று சர்வாயி பண்டிதரிடம் விசாரிப்பது. கஜேன் இன்னும் வீடு திரும்பவில்லை, ஹசீனா மிகவும் பயந்து போயிருக்கிறாள் என்று காயிலா தினமும் செய்தி சொல்லி அனுப்பிக் கொண்டிருந்தான். பாட்டியம்மாவிடம் பலர் பல விதமாக விஷயங்கள் சொல்லிச் சென்றார்கள், ஆனால் அவள் அதை யெல்லாம் நம்பவில்லை. தன் பேரன் சாதாரணமானவன் இல்லை என்று அவளுக்குத் தெரியும். அவன் சாதாரண மனிதர்களை விட மிகவும் சக்தி வாய்ந்தவன். அவனுக்கு தினமும் காலையில் கோடாலியால் விறகு வெட்டும் பழக்கம் இருக்கிறது. அவனுடைய அகன்ற மார்பையும், திடமான தோள்களையும் பார்ப்பவர்கள் பார்த்துக்கொண்டே இருப்பார்கள். அவன் மீது யாரும் கை வைக்க முடியாது. பாட்டியம்மாவிற்கு அந்த விஷயத்தில் நம்பிக்கை இருந்தது, ஆனால் சாருக்கு நம்பிக்கை இல்லை. அவர் அங்கே-இங்கே கஜேனைப் பற்றி செய்தி அறிய முயற்சி செய்துகொண்டிருந்தார். மதனுக்கும் கடிதம் எழுதியிருந்தார். பதராம் கஜேனைப் பற்றி ஏதாவது செய்தி கொண்டுவருகிறானா

பார்க்கலாம்.

பதராமின் இரண்டாவது வேலை சர்வாயி பண்டிதர் வீட்டி லிருந்து திரும்பும்போது தர்மானந்தா வீட்டிலிருந்து கொஞ்சம் செரிமான மருந்து வாங்கி வருவது.

பதராம் திரும்பி வந்து பாட்டியம்மாவிடம் சர்வாயி பண்டிதருக்கு கஜேனைப் பற்றி எந்தத் தகவலும் கிடைக்கவில்லை என்றும், போலீசிலும் ரிப்போர்ட் செய்யப்பட்டிருக்கிறது, ஆனால் எந்தத் தடயமும் கிடைக்காமல் போலீசால் ஒன்றும் செய்ய முடிய வில்லை என்றும் சொன்னான்.

திரும்பி வரும்போது செரிமான மருந்து வாங்க வைத்தியர் வீட்டிற்குப் போனபோது மருந்துடன் தனக்கு அங்கே கிடைத்த சில முக்கியமான தகவல்களையும் அவன் கொண்டு வந்திருந்தான். முதல் தகவல், யாதவ் பௌரா வழக்கில் ஜெயித்துவிட்டார். கௌஹாத்தியிலிருந்து யாரோ பெரிய வக்கீல் வந்திருந்தார். விசாரணை தொடங்கியபோது அவர் ஒரே வார்த்தையில் கேஸை டிஸ்மிஸ் பண்ணச் செய்துவிட்டார், கண்ணால் கண்ட சாட்சி இல்லையென்றால் யாரையும் சந்தேகத்தின்பேரில் குற்றவாளி என்று கூற முடியாது என்று சொன்னார். அவ்வளவுதான், இந்த வாதத்தில் விஷயம் முடிந்துவிட்டது. துப்பாக்கியும் கிராமத் தலைவருடையது என்பதற்கு நிரூபணம் எங்கே? இரண்டாவது தகவல், கேசில் ஜெயித்ததுமே யாதவ் பௌரா குரயீகுடி பூமியை அளக்கத் தொடங்கி விட்டார். அங்கு கம்புகள் நட்டு வேலி போடவும் தொடங்கி விட்டார். பூமியை அவர் ஆக்கிரமித்தேவிட்டார்.

கடைசித் தகவல் இதுதான், யாரோ மீன் பிடிப்பவன் தன்னுடைய மீன் வலையில் சிக்கிய ஒரு சவத்தை ஜில்லா போலீஸ் ஸ்டேஷனில் கொண்டுவந்து கொடுத்தான். சவத்தை அடையாளம் கண்டுகொள்ள எந்த வழியும் இல்லை. கிழிந்த பைஜாமா பையில் துணியில் கட்டிய ஏதோ ஒரு சிவப்பு வண்ணப் பொருள் வைக்கும் ஒரு சிமிழ் இருந்தது என்று சொல்கிறார்கள்.

"என்ன? என்ன சொன்னாய்?" பாட்டியம்மா கீச்சிட்டாள். அவள் இரண்டு கைகளாலும் தலையைப் பிடித்துக்கொண்டு உட்கார்ந்து விட்டாள், மலர மலர விழித்த கண்களால் பதராமைப் பார்த்துக் கொண்டே இருந்தாள், அவள் வாயிலிருந்து சத்தமே வர வில்லை.

மறுநாள் விடியற்காலையிலேயே பாட்டியம்மா மாட்டு வண்டி யில் குரயீகுடிக்குப் புறப்பட்டுவிட்டாள். இரண்டு மணி நேரம் சென்று வீட்டிலிருந்து சற்று தொலைவிலேயே அவள் மாட்டு வண்டியிலிருந்து இறங்கி நடந்து சென்று வீட்டின் முன் வாசலை

அடைந்தபோது அப்போதுதான் குளித்துவிட்டு வந்திருந்த ஹஸீனா வராந்தாவில் கண்ணாடி முன் அமர்ந்து அருகில் வைத்திருந்த டப்பியிலிருந்து மிச்சசொச்சமிருந்த குங்குமத்தை விரலால் எடுத்துக் கொண்டிருந்தாள். அவள் முதலில் நெற்றியில் குங்குமத்தை இட்டாள், பிறகு அதே விரலால் வகிட்டில் தடவிக்கொண்டாள். அதே வினாடி முன் வாசலில் யாரோ வரும் சத்தம் கேட்டு அவள் திரும்பியபோது கஜேனின் பாட்டி வருவதைப் பார்த்தாள்.

"அம்மா!" என்று சொல்லி அவள் டப்பியை வைத்துவிட்டு சட்டென்று முன்னால் வந்தாள், பாட்டியம்மாவின் பாதங்களைத் தொட்டாள்! பாட்டியம்மா அவளைத் தன் இரு கைகளாலும் வாரி அணைத்துக்கொண்டு அவளுடைய கள்ளம் கபடமற்ற கண் களை சற்று நேரம் வரை பார்த்துக்கொண்டிருந்தாள். அவள் உணர்ச்சி வசப்பட்டு ஹஸீனாவின் இரண்டு கன்னங்களிலும் முத்த மழை பொழிந்தாள். ஹஸீனா குளித்துவிட்டு ப்ளவுஸ் அணியாமல் இருந்தாள். சேலையினுள் அவளுடைய குளிர்ந்த, மென்மையான சருமத்தின் ஸ்பரிசத்தை பாட்டி தன் நெஞ்சில் உணர்ந்தாள். அவள் ஹஸீனாவை தன் நெஞ்சில் இறுக்கிக் கொண்டாள்.

"பாட்டி, அவர் எப்போது வருவார்?" பாட்டியிடமிருந்து பதில் இல்லை. அவள் உதடுகள் நடுங்கத் தொடங்கின, மனதில் துயரம் முள்ளாகக் குத்தியது, அவள் சும்மாவே இருந்தாள். அவள் ஹஸீனாவின் சற்றே பூரித்த மார்பைப் பார்த்தாள், தன்னுடைய வயதான, பலவீனமான, நடுங்கும் கைகளால் சற்றே முன்னால் எழும்பித் தெரிந்த அவளுடைய வயிற்றைத் தொட்டு இன்னும் நடுங்கினாள். அவள் ஹஸீனாவின் வாய், காது, கன்னம் என்று ஒவ்வொரு அங்கத்தையும் கவனமாகப் பார்த்துக்கொண்டிருந்தாள். தான் அளித்த சிறிய ஜிமிக்கிகள் அவள் காதுகளில் மின்னிக் கொண்டிருந்ததை அவள் கண்டாள். தான் சுமங்கலியாக இருந்த போது அவளும் அதைத்தான் அணிந்திருந்தாள்.

இப்போது அவளுடைய பார்வை ஹஸீனாவின் நெற்றிக் குங்குமத் தின்மீது சென்றது. டப்பியில் மிச்சமிருந்த குங்குமத்தின் கடைசிப் பொட்டு அவள் நெற்றியில் எப்படி மின்னிக்கொண்டிருந்தது! ஒரு முஸ்லீம் பெண்ணின் நெற்றிப் பொட்டு. தன்னுடைய முதல் ஆசீர்வாதத்தின் சின்னம். இதுதானே தன்னுடைய அசீர்வாதம்! இப்போது தான் என்ன செய்வது? தன்னுடைய ஆசீர்வாதத்தின் வண்ணம் இப்படியே மின்னிக்கொண்டிருக்குமா? பாட்டியம்மாவுக்கு ஒன்றும் தோன்ற வில்லை. அவள் தன் நடுங்கும் உதடுகளை ஹஸீனாவின் நெற்றிப் பொட்டின் மீது பதித்தாள்! அவள் ஹஸீனாவை அப்படியே தன் நெஞ்சோடு சேர்த்து அணைத்தபடியே இருந்தாள். ☯

பின் இணைப்பு

அதற்குப் பின் ஹஸீனாவுக்கு என்ன ஆகியிருக்கும்? அதைப் பற்றி ஊகிப்பதில் நேரத்தை செலவிடாமல் நாம் சில வருஷங்களுக்குப் பிந்திய காலகட்டத்திற்கு சென்று அவளுடைய வாழ்க்கை எவ்வளவு தூரம் எப்படி மாறிவிட்டிருந்தது என்பதைப் பார்ப்போம்.

கஜேன் கொலையுண்டு இருபத்தைந்து வருஷங்களுக்குப் பிந்திய காலம். அந்த நாட்களில் நாட்டின் சில குறிப்பிட்ட பகுதிகளில் முன்பே தீர்மானிக்கப்பட்ட வடிவத்தில் சமயக் கலவரங்கள் நடக்கத் துவங்கிவிட்டிருந்தன. ஒரு இடத்தில் சமயக் கொடுமை நடந்தால் அதன் பதில் நடவடிக்கையாக வேறு இரண்டு, மூன்று புதிய இடங்களில் பழி வாங்கும் நெருப்பு கொழுந்து விட்டு எழுந்தது, மாற்று சமயத்தினரின் உடைமைகளும் உயிரும் பெரும் நஷ்டத்துக்கு உள்ளாகின. பிறகு அந்த நெருப்பு காட்டுத்தீ போல பரவியது, ரத்த ஆறு பெருக்கெடுத்து ஓடியது. ஆளுமை என்னும் மதயானை அவிழ்த்துவிடப்பட்டுக்கொண்டிருந்தது, கர்ஃப்யூ என்னும் ஊரடங்குச் சட்டம் 144 தடை உத்தரவின் கீழ் போடப்பட்டுக்கொண்டிருந்தது. போலீஸ் வாகனங்கள், போர்க்கால வாகனங்கள், அமைதிக் குழுக்கள், அடைக்கல கூடாரங்கள், சமுதாய உணவுக் கூடங்கள், சமூக சேவை நிறுவனங்களின் உதவி ஆகிய எல்லா ஏற்பாடுகளுக்கும் போர்க்காலம் போல வேகமாக வேலைகள் நடந்துகொண்டிருந்தன.

அவ்வாறான அமைதியற்ற காலத்தில் ஒரு நாள் பிற்பகல் சாயும் நேரம். கௌஹாத்தி முக்கிய ஜில்லா நீதிபதி அலுவலகத்தில் ஜில்லா நீதிபதி மதன் சர்மா வழக்குகள் போன்ற நாள் முழுதுமான தன் வேலைகளை முடித்துவிட்டு கோர்ட்டிலிருந்து கிளம்பி அருகிலேயே தன் சேம்பரில் ஓய்வு எடுத்துக்கொண்டிருந்தார். அவருக்கு முன்னால் ஒரு கப் டீ வைக்கப்பட்டிருந்தது, கல்கத்தாவி லிருந்து அப்போதுதான் வந்த ஆங்கில நாளிதழ் விரிந்திருந்தது. அவருடைய காதுகளின் இரு புறமும் மேலே சில முடிகள் நரைத்து மின்னத் தொடங்கியிருந்தன. ஆனால் நீதிபதி மதன் சர்மா இப்போதும் பார்ப்பதற்கு மிகவும் கவர்ச்சியாகவே இருந்தார்.

வயது ஆக ஆக அவருடைய தனிமனிதத் தன்மையும் இன்னும் உன்னதமாகிவிட்டிருந்தது.

ஏதோ ஒரு காலத்தில் நாட்டின் சுதந்திரப் போராட்டத்தில் தீவிரமாக பங்கு கொண்ட மதன் சர்மா சட்டப் படிப்பு படித்து தன் வீட்டிலேயே இருந்து சதரில் வக்கீலாக தன் அலுவல் வாழ்க்கையைத் தொடங்கியிருந்தார். பிறகு அவர் நீதிபதியாக நியமனம் செய்யப்பட்டார். இன்று அவர் ஒரு சீனியர் ஜில்லா நீதிபதி, தன் மனைவி ஜவா, மூன்று மகன்-மகள்களோடு கௌஹாத்தியில் நிம்மதியாக வாழ்ந்துகொண்டிருந்தார்.

வக்கீல் தத்தா சேம்பருக்குள் வந்து, "வணக்கம்!" என்றார்.

"வணக்கம்! ஏதாவது முக்கியமான காரியம் இருக்கிறதா தத்தா?" நீதிபதி சர்மா நாளிதழிலிருந்து பார்வையை உயர்த்திக் கேட்டார்.

"இந்த 'பெட்டிஷன்' இப்போதுதான் வந்திருக்கிறது."

"ஏதாவது காம்ப்ளிகேஷன்ஸ் இருக்கிறதா?"

"ஐ.பிசி. 352, 506 கேஸ் இது."

"விஷயம் என்ன? என்ன ஆயிற்று?"

"சென்ற வாரம் ராயட்டில் நடந்த ஒரு நிகழ்ச்சி. மெடிக்கல் காலேஜ் ஜூனியர் டாக்டர்கள் கூட்டம் ஒன்று ராயட் அஃபெக்டட் ஏரியா கூடாரங்களுக்குப் போயிருந்தது. மற்றவர்களுக்கு உதவி செய்ய அங்கே போனவர்கள் தங்களுக்குள்ளேயே சண்டை போட்டுக் கொண்டார்கள். இளைஞர்களுக்குள்ளேயே இரு பிரிவாகப் பிரிந்து மோதல் ஏற்பட்டுவிட்டது."

"ஏன்?"

"ஒரு குறிப்பிட்ட சமூகத்தினரின் அடைக்கல கூடாரத்திற்கு உதவி செய்யப் போகலாமா, வேண்டாமா என்ற விஷயத்தில்தான் முதலில் கருத்து வேற்றுமை ஏற்பட்டிருக்கிறது. பல இளைஞர்கள் அங்கு போனபோது தங்களுக்கு பல முறை வாந்தி வந்துவிட்டதாகவும், திரும்பிப் போக விரும்புவதாகவும் சொன்னார்கள். ஆனால் மூன்று-நான்கு இளைஞர்கள் அதை ஏற்றுக்கொள்ளவில்லை. இந்த விஷயத்தில்தான் அவர்களுக்குள் சண்டை ஏற்பட்டுவிட்டது. அங்கு இருந்த ஒரு இளைஞர்களின் கூட்டம் கூடாரத்திற்குப் போக விரும்பாதவர்களோடு வந்து சேர்ந்துகொண்டதும் கூடாரத்திற்குப் போக விரும்பியவர்கள் முற்றிலும் தனித்து விடப்பட்டுவிட்டார்கள்.

அவர்களில் ஒரு இளைஞன் மிகவும் கோபக்காரன், அந்த இளம் டாக்டர் தனியாகவே எல்லாரையும் சேலஞ்ச் பண்ணினான். பிறகு என்ன, கைகலப்பு தொடங்கிவிட்டது, பல இளைஞர்களுக்கு காயம் பட்டுவிட்டது. கூடாரங்களின் செக்யூரிட்டிக்காக நியமிக்கப் பட்டிருந்த போலீஸ் தலையிட்டதால் கைகலப்பு அங்கேயே முடிந்துவிட்டது, ஆனால் திடீரென்று சிச்சுவேஷன் மோசமாகிவிட்டது. அந்த இளம் டாக்டருடைய நண்பர்கள் காயம் பட்ட நிலையில் அவனை அங்கேயே விட்டுவிட்டுத் திரும்பிவிட்டார்கள். அது மட்டுமல்ல, அவர்கள் வழியில் போலீஸ் ஸ்டேஷனில் அவன் சமய உணர்வோடு அந்தப் பகுதி மக்களைத் தூண்டிவிட்டதாகவும், தாங்கள் அவனைத் தடுத்தபோது அவன் தங்களைத் தாக்கியதாகவும் ரிப்போர்ட் கொடுத்துவிட்டார்கள். போலீஸ் உடனே அங்கு சென்று காயம் பட்ட டாக்டரை அரெஸ்ட் செய்துவிட்டது. தலையில் காயம் பட்டதால் அரை நினைவாக இருந்த அவனை உடனே கௌஹாத்திக்குக் கொண்டு போகும்படி அங்கிருந்த டாக்டர் சொன்னதால் கேஸ் ட்ரான்ஸ்ஃபர் ஆகி இங்கு வந்துவிட்டது.

போலீஸ் ரிப்போர்ட், அவனோடு வந்த இரண்டு இளைஞர்களின் விளக்கத்தின் அடிப்படையில் தயார் செய்த கேஸ்-ஹிஸ்டரி இதுதான், இளைஞன் சமய உணர்வோடு கொந்தளிப்பை ஏற்படுத்திய எலிகேஷன் காரணமாக பிறகு அவன் மீது கேஸ் பதிவு செய்யப்படும். ஆனால் இப்போது அவனை பெயிலில் வெளியே விடும் பெட்டிஷன் வந்திருக்கிறது. அந்த இளைஞனின் தாய் என் அட்வகேட் நண்பன் ஒருவனின் கடிதத்தோடு வந்திருக்கிறாள்."

வக்கீல் தத்தா ஒரே மூச்சில் சொல்லி முடித்துவிட்டு ஃபைலை நீதிபதி முன் வைத்தார்.

"கேஸ் அவுட் ஆஃப் கோர்ட் செட்டில் ஆகிவிடுமா என்று கொஞ்சம் பாருங்கள். சட்ட விதி கடுமையாகத்தான் இருக்கிறது, ஆனால் என்ன இருந்தாலும் அவர்கள் எல்லாரும் ஒரே கூட்டத்தை சேர்ந்த இளைஞர்கள். அத்தோடு அவன் ஒரு ஜூனியர் டாக்டர், கேஸ் பதிவானால் அவனை சஸ்பெண்ட் செய்துவிடுவார்கள், இல்லையா!"

"ஆமாம் சார், அந்த இம்ப்ளிகேஷனும் இருக்கிறது."

சர்மா ஃபைலைத் திறந்தபடியே, "ஃபார்மாலிட்டி கம்ப்ளீட் செய்துவிட்டீர்கள், இல்லையா?" என்று கேட்டார். வக்கீல் தத்தா, "ஆமாம், சார்!" என்றதும் கையெழுத்து இட இருந்தவர் வழக்கம்

போல காகிதம் முழுதும் ஒரு முறை பார்த்ததும் சட்டென்று உணர்ச்சிவசப்பட்டுக் கேட்டார், "தத்தா, என்ன சொன்னீர்கள்? அந்த இளைஞன் இப்போது எங்கே இருக்கிறான்?"

"போலீஸ் கஸ்டடியில், ஆனால் இன்னும் மெடிக்கல் காலேஜ் ஆஸ்பத்திரியில்தான் இருக்கிறான்."

நீதிபதி உடனே கையெழுத்திட்டு ஃபைலை தத்தாவிடம் கொடுத்தபடி, "நான் இப்போதே அந்த இளைஞனைப் பார்க்க வேண்டும். வாருங்கள் தத்தா, என்னை இப்போதே அங்கே அழைத்துப் போங்கள்." என்றார். அவர் கவலையோடு எழுந்து நின்று விட்டார்.

வண்டியில் மெடிக்கல் காலேஜ் ஆஸ்பத்திரிக்குப் போகும் போது மதன் சர்மா தத்தாவுக்கு சொல்லியது இதுதான். "அந்த இளைஞன், டாக்டர் அப்துல் ரஹீம் கேவோட் என் நண்பன் அப்துல் கனி என்ற கஜேன் கேவோட்டின் மகன். ரஹீம் பிறப்பதற்கு முன்பே அவன் தந்தை கொடூரமாகக் கொலையுண்டு இறக்க நேர்ந்து விட்டது. கொள்ளுப்பாட்டி வீட்டு முன் வாசலின் ஒரு மூலையில், ஒரு சிறிய அறையில் இவன் பிறந்தான். பிறகு இவன் தாய் ஹஸீனாவுக்கு தானி கிராம டிஸ்பென்சரி டாக்டர் நந்த சர்மா நர்ஸ் வேலை கற்றுக் கொடுத்தார். அவள் அங்கேயே வேலை செய்யத் தொடங்கினாள், டாக்டர் மாற்றலாகி சதருக்கு வந்தபோது அவளும் தன் இரண்டு வயது மகனோடு சதருக்கு வந்துவிட்டாள், அங்கு டாக்டர் அவளுக்கு நர்ஸ் வேலை வாங்கிக் கொடுத்துவிட்டார், ஸ்டாஃப் குவார்ட்டர்ஸில் அவள் இருப்பதற்கு ஏற்பாடும் செய்து விட்டார். அந்தக் குழந்தை வளர்ந்து மிகவும் புத்திசாலியான மாணவன் ஆனான். டாக்டர்தான் ஸ்கூலில் அவனுடைய முஸ்லீம் பெயரோடு கேவோட் என்ற அவனுடைய குடும்பப் பெயரையும் எழுத வைத்தார். அவர் எப்போதும் அவனைப் பற்றியும், அவன் படிப்பைப் பற்றியுமே தகவல் விசாரித்துக்கொண்டு இருந்தார்."

மதன் சர்மாவும் ஹஸீனாவுடனும், அப்துல் ரஹீமுடனும் தொடர்பு வைத்திருந்தார், ஆனால் அவர் நீதிபதி ஆகி கடந்த பன்னிரண்டு வருஷங்களாக வேலை விஷயமாக பல இடங்களுக்கும் போய்க்கொண்டிருந்ததால் அவர்களுடைய தொடர்பு விட்டுப் போய்விட்டது. இன்று ஜாமீன் காகிதங்களில் இளைஞனின் தாய்-தந்தையர் பெயரைப் பார்த்து அந்த இளைஞன் கஜேன்

கேவோட்டின் மகன்தான் என்று அவருக்கு நம்பிக்கை ஏற்பட்டது. இவன் உடம்பில் கஜேனின் ரத்தம்தான் ஓடுகிறது.

சற்று நேரத்தில் மதன் சர்மா தன் வக்கீல் தத்தாவுடன் ஆஸ்பத்திரி வார்டுக்குப் போய் சேர்ந்தார். வார்டுக்கு முன்னால் போய் நின்றதும் அவர் கதவருகே நின்று ஒரு முறை நான்கு பக்கமும் பார்வையை ஓட விட்டார். வார்டின் மறுமுனையில் நின்றிருந்த ஒரு போலீஸ்காரன் அவரைப் பார்த்ததுமே எச்சரிக்கை ஆகிவிட்டான். மதன் சர்மா அதைக் கவனித்துவிட்டு அருகில் இருந்த பெட்டைப் பார்த்தார். அந்த பெட்டில் ஒரு திடகாத்திரமான இளைஞன் படுத்திருந்தான். அவன் நெற்றியில் கட்டு போட்டிருந்தது, டிரிப் ஏறிக்கொண்டிருந்தது, அங்கேயே ஒரு ஸ்டூலில் ஒரு பெண்மணி உட்கார்ந்திருந்தாள். அவர்களைப் பார்த்ததுமே அவள் பதறிப்போய் எழுந்து நின்றாள்.

"ஹசீனா!" உணர்ச்சி மிகுதியால் மதன் சர்மாவின் தொண்டையிலிருந்து சத்தம் சரியாகவே எழவில்லை. அவர் இரு புறமும் இருந்த கட்டில்களுக்கு இடையில் விரைந்து சென்று ஹசீனாவையும், ரஹீம் கேவோட்டையும் நெருங்கினார். அவருக்குப் பின்னால் வக்கீல் தத்தா.

ஹசீனா நர்ஸ் வேலை பார்த்தபடியே மகனைப் படிக்கவைத்து டாக்டர் ஆக்கியிருந்தாள். தன் மகன் ரஹீமின் குரலில், சிந்தனை ஓட்டத்தில், அநியாயத்திற்கு விரோதமான கொள்கைகளில், தேவைப் பட்டால் தனியாகவே எதிர்த்து குரல் கொடுக்கும் சக்தி இருக்கிறது, துணிவு இருக்கிறது என்றே ஹசீனா எப்போதும் உணர்கிறாள். உண்மையில், அந்த ராட்சச குண்டர்களால் கஜேனைக் கொல்ல முடியவில்லை என்றே அவள் நினைக்கிறாள். கஜேன்...! அவன் எங்கே இறந்தான்... அவன்தான் ரஹீம் கேவோட்!!

☯☯